कथाकथनाची विलक्षण हातोटी आणि एक अनन्यसाधारण अशी निसर्गदत्त देणगी... कथाकथनाचं हे कौशल्य शिकून आत्मसात करता येण्यासारखं नाही... ते अंगभूतच आहे... जेफ्री आर्चर हे अत्युत्कृष्ट कथाकथनकार आहेत.

– एरिका वॅगनर, 'द टाइम्स'

मी तर अक्षरश: मंत्रमुग्ध झालो. अत्यंत चमत्कृतीपूर्ण आणि वाचनीय पुस्तक.

– अँथनी हॉरोविट्झ, 'डेली टेलेग्राफ'

हे भारावून टाकणारं पुस्तक आहे... मनाची जबरदस्त पकड घेणारं आहे. वाचता वाचता वाचकाची उत्कंठा अगदी शिगेला पोहोचलेली असते. अधीर होऊन सगळ्या रहस्याचा उलगडा कधी होतो, अशा उत्सुकतेने वाचक जेव्हा अखेरच्या पानावर येऊन पोहोचतो तेव्हा शेवटच्या पानाच्या शेवटच्या परिच्छेदात जेफ्री आर्चर एक भला मोठा बॉंब टाकतात...

– जेरी हेज्, 'स्पेक्टॅटर'

या कथेने मी भारावून गेले. ही कहाणी माझ्या अंत:करणाला स्पर्शून गेली... पण मी तुम्हाला आत्ता त्या कथेविषयी काहीही सांगून तुमचा रसभंग करणार नाही. शेवटच्या परिच्छेदात कथेत जी अनपेक्षित कलाटणी येते त्याने तर वाचकांचा 'आ' वासला जाणार आहे.

– 'डेली मेल'

जेफ्री आर्चर हे कल्पित दुनियेचे किमयागार आहेत. त्यांची गुणवान कथापात्रं निर्दोष आहेत, तर दुष्टपात्रांच्या कृष्णकृत्यांना सीमाच नाही. स्वत:ला अत्यंत कसबी आणि बुद्धिमान कादंबरीकार समजणाऱ्या लेखकांच्या जेफ्री आर्चर कित्येक योजने पुढे आहेत. ते अद्भुतरम्य कल्पित कथा, पण विश्वास बसावा इतक्या खुबीने वर्णन करून सांगतात.

– ॲलन मेसी, 'स्कॉट्समन'

बेस्ट केप्ट सीक्रेट

द क्लिफ्टन क्रॉनिकल्स
खंड तिसरा

लेखक
जेफ्री आर्चर

अनुवाद
लीना सोहोनी

मेहता पब्लिशिंग हाऊस

◆ *या पुस्तकातील लेखकाची मते, घटना, वर्णने ही त्या लेखकाची असून त्याच्याशी प्रकाशक सहमत असतीलच असे नाही.*

BEST KEPT SECRET by JEFFREY ARCHER
Copyright © Jeffrey Archer 2013
First Published 2013 by Macmillan an imprint of Pan Macmillan Publishers Limited, London

Translated into Marathi Language by Leena Sohoni

बेस्ट केप्ट सीक्रेट /अनुवादित कादंबरी

TBC-26 Book No. 6

अनुवाद : लीना सोहोनी, तेजोनिधी प्लॉट नं. ५, स्नेहनगर, कोंढवा रोड, बिबवेवाडी, पुणे - ३७. ✆ ०२०-२४२७४६७०
Email : leena.n.sohoni@gmail.com

मराठी अनुवादाचे व प्रकाशनाचे हक्क मेहता पब्लिशिंग हाऊस, पुणे.

प्रकाशक : सुनील अनिल मेहता, मेहता पब्लिशिंग हाऊस, १९४१, सदाशिव पेठ, माडीवाले कॉलनी, पुणे – ४११०३०.

मुखपृष्ठ : चंद्रमोहन कुलकर्णी
प्रथमावृत्ती : ऑगस्ट, २०१७

P Book ISBN 9789386745002
E Book ISBN 9789386745019
E Books available on : play.google.com/store/books
m.dailyhunt.in/Ebooks/marathi
www.amazon.in

शबनम आणि ॲलेक्झांडर यांना

द बॅरिंग्टन्स

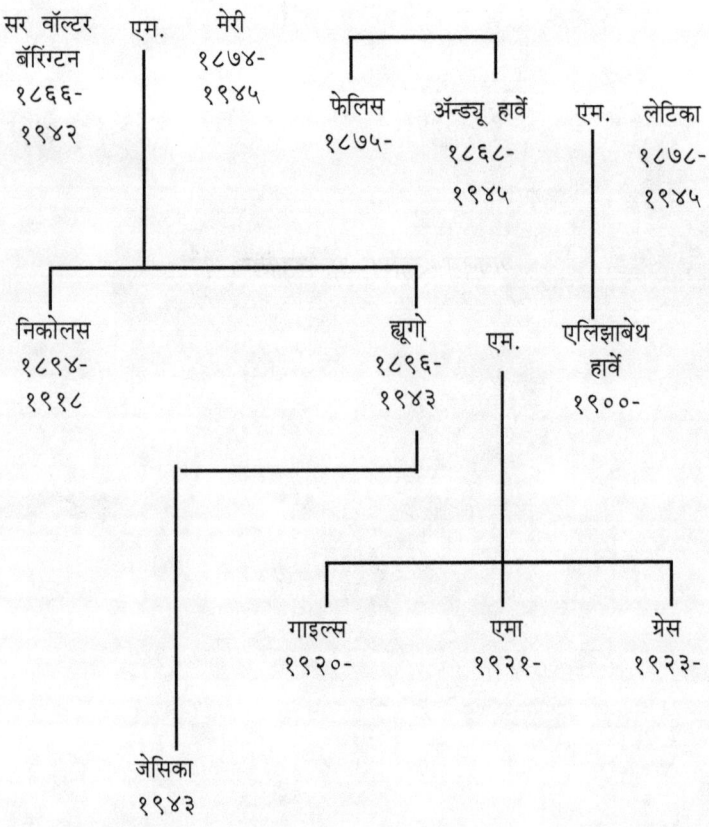

सर वॉल्टर बॅरिंग्टन १८६६-१९४२
एम.
मेरी १८७४-१९४५
फेलिस १८७५-
अॅन्ड्यू हार्वे १८६८-१९४५
एम.
लेटिका १८७८-१९४५
निकोलस १८९४-१९१८
ह्यूगो १८९६-१९४३
एम.
एलिझाबेथ हार्वे १९००-
गाइल्स १९२०-
एमा १९२१-
ग्रेस १९२३-
जेसिका १९४३

द क्लिफ्टन

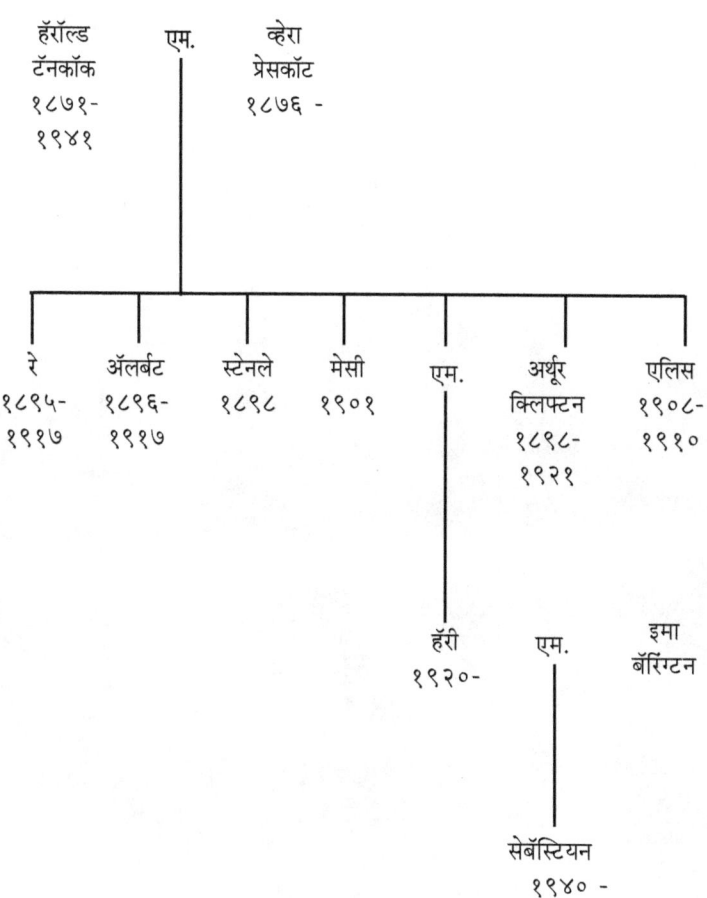

हॅरॉल्ड टॅनकॉक १८७१-१९४१
एम.
व्हेरा प्रेसकॉट १८७६ -
रे १८९५-१९१७
ॲलबर्ट १८९६-१९१७
स्टेनले १८९८
मेसी १९०१
एम.
अर्थूर क्लिफ्टन १८९८-१९२१
एलिस १९०८-१९१०
हॅरी १९२०-
एम.
इमा बॅरिंग्टन
सेबॅस्टियन १९४० -

'द क्लिफ्टन क्रॉनिकल्स' मालिकेतील
'ओन्ली टाइम विल टेल' भाग पहिला
'द सिन्स ऑफ द फादर' भाग दुसरा
हे खंड याआधी प्रकाशित झाले आहेत.

उपोद्घात

बिग बेन घड्याळात चार ठोके पडले.

त्या रात्रभरात जे काही घडलं होतं, त्यामुळे लॉर्ड चॅन्सेलर खूप थकून गेले होते. त्यांच्या अंगातली शक्तीच जणू निघून गेली होती. पण तरीसुद्धा त्यांच्या मनातील अस्वस्थता आणि रक्तातला ॲड्रिनलिनचा संचार त्यांना झोपू देत नव्हता. बॅरिंग्टन घराण्याकडे परंपरेने चालत आलेला किताब आणि त्या घराण्याची अमर्याद संपत्ती वारसाहक्काने त्या दोन तरुणांपैकी नक्की कोणत्या तरुणाकडे जाणार, याचा न्यायनिवाडा लवकरात लवकर करण्याचं वचन त्यांनी सभागृहात उपस्थित असलेल्या लॉर्ड्सना दिलं होतं.

परत एकदा त्यांनी सर्व घटनांवर साधकबाधक विचार केला. आपण वस्तुस्थितीचा आणि फक्त वस्तुस्थितीचाच विचार करून हा निर्णय द्यायचा, इतर कोणतीही गोष्ट विचारात घ्यायची नाही, असं त्यांनी मनोमन ठरवलं होतं.

सुमारे चाळीस वर्षांपूर्वी त्यांनी जेव्हा उमेदवारी सुरू केली, तेव्हा त्यांच्या गुरूंनी त्यांना एक गोष्ट स्पष्ट करून सांगितली होती. तुमचे अशील अथवा एखादा खटला या दोन्हीसंबंधी विचार करताना तुमच्या वैयक्तिक भावभावना किंवा तुमचे सर्व पूर्वग्रह बाजूला ठेवूनच त्या गोष्टीच्या खऱ्याखोट्याची शहानिशा करायची. एका कायदेतज्ज्ञाला कमकुवत मनाचं अथवा हळवं किंवा रोमँटिक असून चालत नाही, हे तर त्यांनी अगदी ठासूनच सांगितलं होतं; परंतु आजपर्यंत दोन्ही बाजू इतक्या तुल्यबळ असलेला एकसुद्धा खटला त्यांच्यासमोर कधीच आलेला नव्हता. गेली चाळीस वर्षं याच गुरुमंत्राचं त्यांनी अगदी काटेकोर पालन केलं होतं. 'आपले गुरू एफ. ई. स्मिथ हे आज जर हयात असते, तर किती बरं झालं असतं. आपण त्यांचा सल्ला घेऊ शकलो असतो,' असं त्यांच्या मनात आलं.

'एकीकडे...' तेच तेच घासून गुळगुळीत झालेले शब्द वापरण्याचा त्यांना अगदी तिटकारा आला होता. पण त्या शब्दांना दुसरा पर्यायसुद्धा नव्हता. तर

'एकीकडे...' हॅरी क्लिफ्टन हा आपल्या जिवलग मित्राच्या, गाइल्स बॅरिंग्टन याच्या तीन आठवडे आधी जन्माला आला होता, ही वस्तुस्थिती होती. तर 'दुसरीकडे...' गाइल्स बॅरिंग्टन हा सर ह्यूगो बॅरिंग्टन यांना त्यांच्या पत्नीपासून – एलिझाबेथपासून – झालेला औरस पुत्र होता. पण म्हणून काही तो सर ह्यूगो बॅरिंग्टन यांचं पहिलं अपत्य ठरत नव्हता आणि मृत्युपत्रानुसार 'पहिलं अपत्य असणं' हा मुद्दा खूप महत्त्वाचा होता.

आता याची एक बाजू अशी होती : वेस्टन सुपर मेअरच्या जत्रेत मेसी टॅनकॉक हिचा सर ह्यूगो बॅरिंग्टन यांच्याशी शारीरिक संबंध आला होता आणि त्या तारखेपासून बरोबर नऊ महिने पूर्ण होण्यास दोन दिवस राहिले असताना तिने हॅरीला जन्म दिला होता. ही गोष्ट तिने स्वतःच सांगितली होती. ही वस्तुस्थिती होती. पण याची दुसरी बाजू म्हणजे हॅरीचा जन्म झाला त्या वेळी मेसी टॅनकॉक ही ऑर्थर क्लिफ्टनची कायदेशीर पत्नी होती. हॅरीच्या जन्माच्या प्रमाणपत्रावर त्याचे वडील ऑर्थर क्लिफ्टन असल्याचं स्पष्ट नमूद करण्यात आलं होतं. ही पण वस्तुस्थिती होती.

याची दुसरी बाजू अशी की... लॉर्ड चॅन्सेलर यांच्या मनात आता वेगळ्याच गोष्टींचं विचारचक्र सुरू झालं. बॅरिंग्टन घराण्याकडे परंपरेने चालत आलेला किताब, त्यांची सर्व मालमत्ता व तदनुषंगाने येणाऱ्या सर्व गोष्टी वारसाहक्काने गाइल्स बॅरिंग्टनला मिळायला हव्यात की हॅरी क्लिफ्टनला, या मुद्द्यावर सभागृहाने मतदान केलं. मतमोजणी झाली आणि त्याचा निकाल जेव्हा जाहीर करण्यात आला, तेव्हा दोन्ही बाजूंना अगदी समसमान मतं पडली होती. कुणाला एक कमी नाही की कुणाला एक जास्ती नाही. प्रत्येक बाजूस दोनशे त्र्याहत्तर मतं.

सभागृहात तो निर्णय जाहीर झाल्यानंतर एकच कोलाहल माजला होता. अशी चमत्कारिक परिस्थिती उद्भवल्यामुळेच आता अंतिम निर्णय लॉर्ड चॅन्सेलर यांच्या एकट्याच्या शिरावर येऊन पडला होता. बॅरिंग्टन घराण्याच्या मालकीची शिपिंग लाइन, त्यांच्याकडची अमर्याद मालमत्ता, पैसाअडका, जमीनजुमला आणि तो किताब हे कुणाला मिळणार याचा निर्णय त्यांना एकट्यांना द्यायचा होता. त्या दोन्ही तरुणांचा एवढा मोठा भविष्यकाळ केवळ त्यांच्या त्या निर्णयाने बदलून जाणार होता. त्यात गाइल्स बॅरिंग्टनला तो किताब मिळवण्याची तीव्र इच्छा होती, तर हॅरी क्लिफ्टनला तो किताब मुळी नकोच होता. मग ही वस्तुस्थिती आपण विचारात घ्यायची की नाही, हे द्वंद्वसुद्धा त्यांच्या मनात चालू होतं. पण नाही. त्याच्याशी त्यांचा काही संबंध नव्हता. लॉर्ड प्रेस्टन यांनी या मुद्द्यावर आपल्या भाषणात जोरदार चर्चा करून हेच प्रतिपादन केलं होतं, की कुणाची काय इच्छा आहे त्या प्रमाणे निर्णय घेऊन टाकणं हे कितीही सोईस्कर झालं असतं, तरी त्याने अनिष्ट प्रथा पडली असती. त्यापेक्षा योग्य आणि न्याय्य निकाल देणं जास्त महत्त्वाचं होतं.

पण दुसरीकडे आपण जर हॅरीलाच किताब आणि मालमत्ता मिळावी, असा निकाल दिला तर... विचार करता करता त्यांचे डोळे मिटले. अखेर दारावर हलके टकटक असा आवाज होत असल्याचं लक्षात आल्यावर ते दचकून जागे झाले, तेव्हा सकाळचे सात वाजून गेले होते. चांगलाच उशीर झाला होता. त्यांनी जराशी कुरकुर केली आणि डोळे बंद करून तसेच पडून राहिले. ते मनातल्या मनात बिग बेन घड्याळाचे ठोके मोजू लागले. अजून फक्त तीन तासांनी त्यांना निकाल जाहीर करायचा होता, पण अजूनही त्यांचा निर्णय झालाच नव्हता.

परत एकदा तोंडाने जरासा कण्हल्यासारखा आवाज काढून ते पलंगावर उठून बसले. दोन मिनिटांनी त्यांनी दोन्ही पाय खाली सोडले. पायात सपाता घालून ते बाथरूमकडे गेले. अंघोळ करून तयार होत असतानाही त्यांच्या मनात विचारांचं द्वंद्व चालूच होतं.

वस्तुस्थिती : गाइल्स बॅरिंग्टन आणि हॅरी क्लिफ्टन या दोघांनाही रंगांधत्वाचा आजार होता. तोच आजार सर ह्यूगो बॅरिंग्टन यांनाही होता.

वस्तुस्थिती : रंगांधत्वाच्या आजाराचं संक्रमण केवळ स्त्रीमार्फतच होऊ शकतं. याचा अर्थ या तिघांनाही एकच आजार असणं हा निव्वळ योगायोग होता, त्यामुळे युक्तिवाद फेटाळून देण्याची गरज होती.

अंघोळीनंतर त्यांनी टॉवेलने अंग खसखसून पुसून अंगात ड्रेसिंग गाऊन चढवला. मग बाथरूममधून बाहेर पडून कॉरिडॉरमधून चालत ते आपल्या अभ्यासिकेत आले.

लॉर्ड चॅन्सेलर यांनी एक रेघ मारून कागदाचे दोन उभे भाग करून एका भागाला बॅरिंग्टन असं शीर्षक दिलं, तर दुसऱ्याला क्लिफ्टन. मग प्रत्येक भागात एका खाली एक त्या त्या बाजूचे मुद्दे त्यांनी लिहून काढले. लिहिता लिहिता अखेर त्यांची तीन पानं भरली. बिग बेन घड्याळात आठचे ठोके पडले. अजूनही त्यांचा निर्णय झालेलाच नव्हता.

थकून पेन खाली ठेऊन ते नाश्त्यासाठी गेले.

त्यांनी एकटं बसून विचाराच्या तंद्रीतच नाश्ता केला. टेबलावर ताज्या वृत्तपत्रांची चळत नीट रचून ठेवण्यात आली होती. त्यांना रोज सकाळी नाश्त्यासोबत वर्तमानपत्र लागायचं. पण आज त्यांनी तिकडे दुर्लक्ष केलं. त्यांनी रोजच्यासारखा रेडिओसुद्धा लावला नाही. काल सभागृहात घडलेल्या घटनांवर वृत्तनिवेदकाची काहीतरी भलतीसलती मल्लिनाथी ऐकण्याची त्यांची अजिबात इच्छा नव्हती. लॉर्ड चॅन्सेलर यांनी जर घराण्याचा किताब आणि मालमत्ता हॅरी क्लिफ्टनला मिळावी असा निर्णय दिला, तर 'आनुवंशिकतेच्या तत्त्वा'चं भवितव्य काय असेल याची विद्वत्ताप्रचुर, मुद्देसूद चर्चा प्रतिष्ठित वृत्तपत्रांमध्ये करण्यात आली होती, तर गल्लाभरू मसालेदार खमंग

बातम्या छापण्यासाठी प्रसिद्ध असलेल्या सवंग नियतकालिकांना मात्र एमाला आपल्या प्रियकराशी लग्न करता येईल की नाही, याचीच फक्त उत्सुकता होती.

ते नाश्त्यानंतर तोंड धुण्यासाठी बाथरूममध्ये गेले, तरीही त्यांच्या मनातील प्रश्न अजून अनिर्णितच होता.

बिग बेन घड्याळात दहाचे ठोके पडून गेल्यावर ते आपल्या अभ्यासिकेत परत येऊन सकाळी काढलेली टिपणं परत वाचू लागले. आता तरी लवकरच एका बाजूचं पारडं जड झाल्याचं आपल्या लक्षात येईल आणि योग्य निर्णय घेता येईल, अशी त्यांना आशा वाटत होती. पण तसं तर काहीच घडलं नाही. ते ती टिपणं परत परत वाचू लागले. जरा वेळात दरवाज्यावर टकटक झाली. आपलं पद कितीही मोठं असलं, आपल्या हातात कितीही सत्ता असली, तरी काळाला काही आपण थांबवून ठेवू शकत नाही, याची जाणीव त्यांना झाली. त्यांनी एक प्रदीर्घ सुस्कारा सोडून ती तीन पानी टिपणं हातात घेतली आणि ती वाचतच ते अभ्यासिकेचं दार उघडून बाहेर पडले. कॉरिडॉरमधून ती टिपणं वाचत ते आपल्या खोलीत आले. त्यांच्या पलंगाजवळ त्यांचा नोकर त्यांचे कपडे घेऊन मदतीसाठी रोजच्यासारखा अदबीने उभा होता. त्याने लॉर्ड चॅन्सेलर साहेबांना परीटघडीचे कपडे अंगात चढवायला मदत केली. संपूर्ण गणवेश चढवून त्यावर सोन्याची साखळी घालत असताना त्यांच्या मनात आलं, 'या आधीच्या एकोणचाळीस लॉर्ड चॅन्सेलर्सनी ही साखळी गळ्यात घातली होती.' स्वत:चं प्रतिबिंब आरशात न्याहाळत असताना त्यांना स्वत:वर येऊन पडलेल्या जबाबदारीची परत एकदा जाणीव झाली. आता सभागृहातील व्यासपीठावर आपण स्थानापन्न झाल्यावर फार मोठं नाट्य घडणार आहे, या जाणिवेने ते मनोमन अस्वस्थ झाले. या नाट्यात आपल्याला प्रमुख भूमिका तर निभवायची आहे, पण त्यासाठी नक्की कोणते संवाद म्हणायचे, हेच आपल्याला ठाऊक नाही, असं त्यांना वाटू लागलं.

लॉर्ड चॅन्सेलर साहेबांचं वेस्ट मिन्स्टर पॅलेसच्या नॉर्थ टॉवरमध्ये शिरणं आणि तिथून बाहेर पडणं या दोन्हीचं टायमिंग एखाद्या कडक शिस्तीच्या लष्करी वरिष्ठ अधिकाऱ्यालाही लाजवणारं होतं. बरोबर नऊ वाजून सत्तेचाळीस मिनिटांनी त्यांचा दरवाजा किंचित वाजवून त्यांचे सेक्रेटरी डेव्हिड बार्थोलोम्यु हे त्यांच्या कक्षात शिरले.

"गुड मॉर्निंग, माय लॉर्ड," ते म्हणाले.

"गुड मॉर्निंग, मि. बार्थोलोम्यु," लॉर्ड चॅन्सेलर म्हणाले.

"मला अत्यंत खेदाने तुम्हाला एक गोष्ट सांगायची आहे," डेव्हिड बार्थोलोम्यु म्हणाले, "की काल रात्री लॉर्ड हार्वे यांना रुग्णवाहिकेतून उपचारासाठी नेण्यात येत असताना वाटेतच त्यांचा मृत्यू झाला."

ही गोष्ट अजिबात खरी नाही, हे दोघांनाही नीट माहीत होतं. गाइल्स आणि एमा बॅरिंग्टनचे आजोबा लॉर्ड हार्वे हे खरं तर सभागृहातच कोसळले होते. उपस्थितांना गुप्त मतदान करण्यासाठी पाचारण करणारी घंटा वाजल्यानंतर काही क्षणांतच हे घडलं होतं. तिथेच त्यांचा मृत्यू झाला होता. तरी पण लॉर्ड चॅन्सेलर आणि त्यांचे सेक्रेटरी या दोघांनीही या बाबतीत पूर्वापार चालत आलेल्या परंपरेचं पालन केलं होतं. जर संसदेचं सेशन चालू असताना लॉर्ड्स अथवा कॉमन्सच्या सभागृहातील कोणाही सदस्याचा मृत्यू घडून आला, तर त्या प्रकरणात पूर्ण चौकशी करण्याचे आदेश द्यावेत, अशी कायद्याची सक्त सूचना होती. हा अप्रिय आणि गरज नसलेला उपचार टाळण्यासाठी अशी घटना कधीही घडली, तर सदर सभासदाचं रुग्णालयात नेत असताना वाटेतच प्राणोत्क्रमण झालं, असंच सरसकट जाहीर केलं जात असे. ऑलिव्हर क्रॉम्वेल यांच्या काळापासून हे असंच चालत आलेलं होतं. इतक्या जुन्या काळात सभागृहात सदस्य कमरेला तलवारी लटकावूनच येत असत आणि अशा वेळी घातपाताची शक्यता नाकारता येत नसे.

लॉर्ड हार्वे यांच्या निधनाचं लॉर्ड चॅन्सेलर यांना अतीव दुःख झालं. आपला हा जुना सहकारी त्यांचा नुसताच आवडता नव्हता, तर त्याच्याविषयी त्यांना नितांत आदरसुद्धा होता. त्यांनी आपल्या टिपणांमध्ये एक मुद्दा अधोरेखित करून ठेवला होता. दुर्दैवाने लॉर्ड हार्वे यांना आपलं मत नोंदवण्याची संधीच मिळाली नाही, पण त्यांना जर ती मिळाली असती, तर त्यांनी आपलं मत नक्कीच आपला नातू गाइल्स बॅरिंग्टन याच्या बाजूने नोंदवलं असतं. तसं जर घडलं असतं, तर निर्णय आपोआपच ठरला असता आणि त्यांना रात्री निर्धास्त झोपता आलं असतं. आता त्यांच्या सेक्रेटरीने त्यांना परत एकदा त्याच त्या मुद्द्याची आठवण करून दिली. काय तो निर्णय आता त्यांना घ्यावा लागणार होता.

हॅरी क्लिफ्टन याच्या नावाखाली त्यांनी अजून एक वस्तुस्थिती नमूद करून ठेवली. ही याचिका सहा महिन्यांपूर्वी जेव्हा लॉ लॉर्ड्सच्यासमोर ठेवण्यात आली होती, तेव्हा त्यांनी ४ विरुद्ध ३ मतांनी हॅरी क्लिफ्टनच्या बाजूने निर्णय घेऊन बॅरिंग्टन घराण्याचा किताब, घराण्याची सर्व मालमत्ता, जमीनजुमला, पैसाअडका आणि तदनुषंगाने येणारं सर्व काही त्याला मिळावं, असं म्हटलं होतं.

दारावर अजून एकदा थाप पडल्याने त्यांची विचारशृंखला भंग पावली. त्यांच्या गणवेशावर परिधान करण्याचं आणखी एक प्रचंड मोठं लांबचलांब उपरण्यासारखं वस्त्र तबकात घेऊन त्यांचा सेवक हजर झाला. पारंपरिक पद्धतीचा समारंभ आता लवकरच सुरू होणार होता.

"गुड मॉर्निंग, माय लॉर्ड."

"गुड मॉर्निंग, मि. डंकन."

ते वस्त्र लॉर्ड चॅन्सेलर साहेबांच्या खांद्यावरून खाली सोडून त्याचा जमिनीवरून खाली लोळणारा भाग सेवकाने अदबीने उचलून धरला. सेक्रेटरी मि. बार्थोलोम्यु यांनी त्यांच्या कक्षाची दारं अदबीने उघडून धरली. कक्षापासून निघून हाऊस ऑफ लॉर्ड्स सभागृहापर्यंतचा त्यांचा सात मिनिटांचा पायी चालत जाण्याचा प्रवास सर्व पारंपरिक रीतीरिवाजांचं पालन करून सुरू झाला.

लॉर्ड चॅन्सेलर साहेबांची स्वारी येताना पाहून वाटेतले चालत असलेले सदस्य, अधिकारी आणि कर्मचारी वर्ग जागच्याजागी थबकून अदबीने त्यांच्या वाटेतून बाजूला झाले. त्यांच्या कक्षापासून सभागृहापर्यंतचा मार्ग पूर्णपणे मोकळा करण्यात आला. ते धीरगंभीर पावलांनी चालत असताना सर्व जण दोन्ही बाजूंना नम्रपणे माना खाली घालून उभे होते. ती नतमस्तकता, तो नम्रपणा व्यक्तिश: त्यांना नसून त्यांच्या पदाला, त्यांच्या अधिकाराला उद्देशून होता. गेली सहा वर्षं अगदी अशाच पद्धतीने धिमी पावलं टाकत ते या मार्गावरून जात असत. बिग बेनच्या घड्याळात दहाचे ठोके पडण्यास सुरुवात झाली, की पहिल्या ठोक्याला स्वत:चं पाऊल सभागृहात पडलंच पाहिजे, असा त्यांचा नियम होता.

सर्वसाधारणपणे कोणत्याही दिवशी त्यांनी सभागृहात प्रवेश केला, की मूठभर सदस्य आपापल्या लाल मखमलीने मढवलेल्या बाकांवरून उठून उभं राहून त्यांना अभिवादन करत आणि मान झुकवून तसेच उभे राहत. बिशप उभे राहून सकाळची प्रार्थना म्हणत व त्यानंतरच सभागृहाच्या कामकाजाला सुरुवात होत असे. पण आजचा दिवस मुळी सर्वसाधारण नव्हताच.

आज ते सभागृहात पोहोचण्याच्या आधीपासूनच आत चालू असलेला कोलाहल त्यांना ऐकू येत होता. अखेर ते जेव्हा सभागृहात शिरले तेव्हा त्यांना जे काही दृश्य बघायला मिळालं, त्याने तेसुद्धा अचंबित झाले. आज सभागृहातले लाल मखमलीने मढवलेले बाक गच्च भरले होते. लॉर्ड चॅन्सेलर साहेबांच्या आसनासमोर ज्या पायऱ्या होत्या, त्यांवरही काही मंडळी ठाण मांडून बसली होती. आणखी काहींना तर बसायला तिथेही जागा न मिळाल्यामुळे ते लोक सभागृहाच्या एका बाजूला असलेल्या बारपाशी उभे होते. या आधी जेव्हा हिज मॅजेस्टींनी सभागृहात भाषण केलं होतं, तेव्हाच एवढी खच्चून गर्दी झाल्याचं लॉर्ड चॅन्सेलर यांना आठवत होतं.

लॉर्ड चॅन्सेलर सभागृहात शिरताच सर्व उपस्थितांनी आपली कुजबूज थांबवली. सभागृहात शांतता पसरली. सर्व लॉर्ड्स एकदम उठून उभे राहिले. लॉर्ड चॅन्सेलर आसनस्थ होईपर्यंत सर्व जण माना लववून अदबीने उभेच राहिले होते.

देशातील या सर्वोच्च कायदे अधिकाऱ्याकडे सुमारे हजार डोळे उत्सुकतेने रोखलेले होते. सभागृहाच्या गॅलरीत पहिल्या ओळीत तीन तरुण व्यक्ती बसल्या होत्या. लॉर्ड चॅन्सेलर साहेबांची नजर समोर बघता बघता अलगद त्या तिघांवर

स्थिरावली. गाइल्स बॅरिंग्टन, हॅरी क्लिफ्टन आणि एमा बॅरिंग्टन यांनी लॉर्ड हार्वे यांच्या निधनाचा दुखवटा पाळण्यासाठी काळ्या रंगाचे कपडे घातले होते. लॉर्ड हार्वे हे गाइल्स आणि एमाचे आजोबा होते, पण हॅरीच्या जीवनातही त्यांना अत्यंत आदराचं स्थान होतं. तसेच ते त्याचे मित्रसुद्धा होते. त्या तिघांकडे पाहताच लॉर्ड चॅन्सेलर यांच्या मनात गलबलून आलं. आज इथे ते जो काही निकाल जाहीर करणार होते, त्यामुळे त्या तिघांच्या जीवनात फार मोठी उलथापालथ घडून येणार होती. पण जे काही घडणार असेल ते त्यांच्यासाठी चांगलंच असू दे, अशी त्यांनी देवाची मनोमन प्रार्थना केली.

ब्रिस्टॉलचे बिशप रेव्हरंड पीटर वॉट्स यांनी प्रार्थना म्हणण्यासाठी पुस्तक उघडलं. उपस्थितांनी माना खाली घातल्या. अखेर बिशप यांची प्रार्थना म्हणून झाल्यानंतर त्यांनी अखेरचे शब्द उच्चारले : "इन द नेम ऑफ द फादर, द सन अँड द होली घोस्ट."

त्यानंतर सर्व उपस्थित आपापल्या जागी बसले आणि फक्त लॉर्ड चॅन्सेलर तेवढे उभे राहिले. त्यांच्या तोंडचा निकाल ऐकण्यासाठी सर्व जण श्वास रोधून बसले होते.

"माय लॉर्ड्स," लॉर्ड चॅन्सेलर म्हणाले. "हे माझ्यावर सोपवण्यात आलेलं निर्णय देण्याचं काम अजिबात सोपं नव्हतं. त्या उलट मी तर म्हणेन, की आजवरच्या कारकिर्दीत माझ्यावर सोपवण्यात आलेलं हे सर्वांत कठीण काम होतं. परंतु या संदर्भात थॉमस मोर यांनी म्हटलंच आहे, तुम्ही हा वेष परिधान करून जेव्हा न्यायनिवाडा करण्यासाठी बसता, तेव्हा सर्वांना आनंददायक वाटेल असा निर्णय तुम्ही घेऊच शकत नाही. आणि भूतकाळात एकूण तीन वेळा असेही प्रसंग घडून गेले आहेत : लॉर्ड चॅन्सेलर यांनी आपला निर्णय घोषित केल्यानंतर त्यांचा शिरच्छेद करण्यात आला."

त्यांचे हे उद्गार ऐकून सर्वांच्या चेहऱ्यावर हसू फुटलं आणि वातावरणातला ताण जरासा कमी झाला.

"अर्थात तुम्हा सर्वांना एका गोष्टीची आठवण करून देणं हे मी माझं कर्तव्य समजतो. मला माझ्या निर्णयाबद्दल केवळ तो जगन्नियंताच जाब विचारू शकतो. एवढं बोलून झाल्यावर मी आता माझा निर्णय जाहीर करतो. बॅरिंग्टन विरुद्ध क्लिफ्टन या खटल्यात बॅरिंग्टन घराण्याचा किताब, जमीनजुमला, पैसाअडका, सर्व मालमत्ता व तदनुषंगाने येणारं सर्व काही..."

एवढं बोलून लॉर्ड चॅन्सेलर साहेबांनी एकदा समोरच्या गॅलरीकडे पाहिले. त्यांच्या मनाची थोडी चलबिचल झाली. डोळ्यांच्या तीन जोड्या निरागसपणे त्यांच्याकडेच पाहत होत्या. त्यांनी पुन्हा एकदा मनोमन सॉलोमनचा, त्याच्या

अंगच्या चातुर्याचा, त्याच्या विद्वत्तेचा धावा केला. अखेर ते म्हणाले, "सर्व वस्तुस्थिती विचारात घेता मी या खटल्याचा निकाल गाइल्स बॅरिंग्टन यांच्या बाजूने देत आहे."

त्यांचे हे शब्द ऐकून सभागृहात जोरजोरात कुजबूज सुरू झाली. वार्ताहर लगबगीने उठून ही बातमी घेऊन बाहेर पडले. आनुवंशिकतेचं तत्त्व या निर्णयामुळे अबाधित राहिलं होतं. हॅरी क्लिफ्टन आणि एमा बॅरिंग्टन यांना आता कायद्याने विवाहबद्ध होण्याची परवानगी मिळाली होती. गॅलरीत बसलेली सामान्य जनता कठड्यांवरून ओणवून खाली सभागृहात काय चाललं आहे, सभागृहातील लॉर्ड्सच्या यासंदर्भात काय प्रतिक्रिया होत आहेत, ते पाहू लागली; परंतु लॉर्ड चॅन्सेलरच्या या निर्णयावर सभागृहात दुफळी माजायला ही काही फुटबॉलची मॅच नव्हती. परंपरेला अनुसरून सभागृहात उपस्थित असलेले लॉर्ड्स हा निर्णय शिरोधार्य मानणार, हे उघड होतं. लॉर्ड चॅन्सेलर साहेबांनी आता समोरच्या गॅलरीत बसलेल्या त्या तीन तरुण व्यक्तींकडे पाहिलं. आपल्या निर्णयाची त्यांच्या चेहऱ्यावर काय प्रतिक्रिया उमटते, ते पाहण्याची त्यांनासुद्धा उत्सुकता होती. पण हॅरी, गाइल्स आणि एमा अत्यंत निर्विकार चेहऱ्याने नुसतेच गॅलरीतून खाली टक लावून बघत बसले होते. जणू काही लॉर्ड चॅन्सेलर साहेबांनी उच्चारलेल्या शब्दांचा नीट अर्थ अजून त्यांच्या डोक्यात शिरलाच नव्हता.

गेले अनेक महिने आत्यंतिक मानसिक ताणात काढल्यानंतर गाइल्सला आज खऱ्या अर्थाने सुटल्यासारखं वाटत होतं; परंतु लॉर्ड हार्वे यांच्या अशा अकल्पित मृत्यूमुळे त्याला आपल्या विजयाचा आनंदसुद्धा होऊ शकला नाही.

हॅरीने निकाल ऐकताच एमाचा हात घट्ट पकडून धरला. त्याच्या मनात फक्त एकच विचार होता. जिच्यावर त्याचं जिवापाड प्रेम होतं, त्या एमाशी त्याला आता लग्न करता येणार होतं.

एमा मात्र मनातून थोडी अस्वस्थ होती. असा निर्णय देऊन लॉर्ड चॅन्सेलर साहेबांनी त्या तिघांच्याही आयुष्यात काही निराळेच प्रश्न उपस्थित करून ठेवले होते; परंतु त्या प्रश्नांची उकल करायला मात्र ते येणार नव्हते. त्यानंतर पुढील चर्चेचा मुद्दा होता 'नॅशनल हेल्थ सर्व्हिस'चा. अनेक उपस्थित मंडळी हळूच सभागृहाबाहेर सटकली आणि सभागृहाचं दैनंदिन कामकाज नित्यासारखं पुढे चालू झालं.

लॉर्ड चॅन्सेलर यांनी एक गोष्ट कधीच कुणापाशी उघड केली नसती. अगदी आपल्या खास विश्वासातल्या व्यक्तीपाशीसुद्धा. त्यांनी आपला निर्णय अगदी अखेरच्या क्षणी बदलला होता.

हॅरी क्लिफ्टन आणि एमा बॅरिंग्टन
१९४५-१९५१

१

"**त्या**मुळे या दोन व्यक्तींनी विवाहाच्या पवित्र बंधनात बद्ध होऊ नये असं ज्या कुणाला वाटत असेल, त्याने आत्ताच उठून तसं सांगावं अन्यथा कायमचं मौन पाळावं."

हॅरीने पहिल्यांदा हे शब्द ऐकले, तो क्षण तो आयुष्यात कधीच विसरू शकला नसता. कारण त्या क्षणानंतरच त्याच्या संपूर्ण आयुष्यात प्रमाणाबाहेर उलथापालथ होऊन गेली होती. जॉर्ज वॉशिंग्टनप्रमाणेच ओल्ड जॅक हेही सत्यवचनी होते. त्यांनी उपस्थित समुदायासमोर एक गोष्ट तातडीने उघड केली. ज्या एमा बॅरिंग्टनवर हॅरीचं प्राणापलीकडे प्रेम होतं, ज्या एमाशी काही क्षणातच त्याचं लग्न होणार होतं, ती एमा कदाचित त्याची सावत्र बहीण असण्याची शक्यता होती.

त्यानंतर त्या संबंधी हॅरीची आई मेसी क्लिफ्टन हिच्याकडे विचारणा करण्यात आली. आपल्या लग्नाआधी काही दिवस एमाचे वडील ह्यूगो बॅरिंग्टन यांच्याशी आपला शरीरसंबंध आल्याची मेसीने कबुली दिली. त्यामुळेच एमा आणि हॅरी यांचे वडील एक असण्याची शक्यता होती.

ज्या वेळी मेसीचा ह्यूगो बॅरिंग्टन यांच्याशी शरीरसंबंध आला त्या वेळी तिचं लग्न बॅरिंग्टन शिपिंग लाइनमध्ये काम करणारा एक गोदी कामगार ऑर्थर क्लिफ्टन याच्याशी ठरलेलं होतं. त्या शरीरसंबंधानंतर थोड्याच दिवसांत मेसी आणि ऑर्थर क्लिफ्टन यांचं लग्नसुद्धा झालं. पण तरीही धर्मगुरूंनी हॅरी आणि एमा यांचं लग्न लावण्यास हरकत घेतली. कारण रक्ताच्या नातलगांनी एकमेकांशी विवाह करण्यास चर्चच्या सनातन नियमांनुसार बंदी होती.

यानंतर केवळ काही क्षणातच एमाचे वडील ह्यूगो बॅरिंग्टन यांनी चर्चच्या मागील दाराने तेथून पलायन केलं. रणांगणावरून पळ काढणाऱ्या भेकड सैनिकाप्रमाणे!

त्यानंतर एमा आणि तिची आई या दोघी स्कॉटलंडला निघून गेल्या. बिचारा हॅरी एकाकी अवस्थेत ऑक्सफर्डमधील आपल्या कॉलेजात राहिला. पुढे काय करायचं, हेच त्याला उमगत नव्हतं. परंतु पुढील आयुष्यात हॅरीने काय करायचं हा निर्णय ॲडॉल्फ हिटलरने घेतला.

त्यानंतर थोड्याच दिवसांत आपला कॉलेजचा गणवेश उतरवून हॅरी ऑक्सफर्डमधून बाहेर पडला. त्याने साध्या खलाशाचा गणवेश चढवला; परंतु समुद्रातून प्रवास करणाऱ्या त्या जहाजात केवळ पंधराच दिवस तो होता. एवढ्यात एका जर्मन पाणबुडीने त्यांच्या जहाजावर हल्ला चढवला आणि जहाज दुर्घटनाग्रस्त झालं. जहाजावरच्या ज्या व्यक्तींना जलसमाधी मिळाली, त्यांची नावं जेव्हा प्रसिद्ध झाली, त्यात हॅरी क्लिफ्टन हे नावसुद्धा होतं.

"तू या स्त्रीचा कायद्याने आपली पत्नी म्हणून स्वीकार करशील का? तुम्हा दोघांच्या आयुष्याच्या अखेरीपर्यंत तू तिचा सांभाळ करशील का?"

"हो, करीन."

युद्ध समाप्तीनंतर हॅरी विजय मिळवून मायदेशी परतला. जखमी अवस्थेत. त्यानंतरच त्याला कळलं, की त्याच्या अनुपस्थितीत एमाने त्यांच्या मुलाला जन्म दिला होता. सेबॅस्टियन ऑर्थर क्लिफ्टन. हॅरी जेव्हा पूर्णपणे बरा झाला तेव्हा त्याला आणखी एक हकिकत समजली. ह्यूगो बॅरिंग्टन यांची अत्यंत विचित्र आणि भयानक परिस्थितीत हत्या झाली होती. त्यामुळे बॅरिंग्टन कुटुंबासमोर आणखी एक फार मोठं संकट येऊन उभं राहिलं होतं. हॅरीला आपल्या प्रियतमेशी विवाह करता न येण्याचं संकट जेवढं दारुण होतं, तेवढंच हे नव्याने उद्‌भवलेलं संकटही बिकट होतं.

आपण गाइल्स बॅरिंग्टनपेक्षा वयाने काही दिवसांनी मोठे आहोत, या गोष्टीचा हॅरीने कधीच विचार केला नव्हता! गाइल्स त्याचा स्वत:चा जिगरी दोस्त होता आणि एमाचा भाऊ. बॅरिंग्टन घराण्याचा किताब, अमर्याद धनदौलत, पैसाअडका, जमीनजुमला, मालमत्ता आणि तदनुषंगाने येणारं सर्व काही गाइल्सला मिळावं की हॅरीला असा वाद जेव्हा सुरू झाला, तेव्हा हॅरीने ताबडतोब एक गोष्ट जाहीर करून टाकली. त्याला स्वत:ला ना किताबात, मानमरातबात रस होता, ना संपत्तीत. त्यामुळे निकाल गाइल्सच्या बाजूने लागला असता तरी त्याची काहीच हरकत नव्हती. 'ग्रेटर किंग ऑफ आर्म्स'कडूनही हाच निर्णय घेण्यात आला, की किताब आणि मालमत्तेचा हक्कदार गाइल्स हाच आहे. आता खरं तर सगळं काही सर्वांच्या सोयीचं घडलं होतं आणि गोष्टी इथून पुढे सुरळीत चालू राहण्यास काहीच हरकत नव्हती; परंतु लेबर पार्टीचे लॉर्ड प्रेस्टन यांनी हॅरीचं साधं मतसुद्धा विचारात न घेता एका गोदी

कामगाराच्या, गरीब घरातील मुलाला (म्हणजे हॅरी क्लिफ्टन याला) त्याचा हक्क परत मिळवून देण्याचा चंगच बांधला. आणि इथेच सारं काही बिनसलं.

यावर पत्रकारांनी जेव्हा लॉर्ड प्रेस्टन यांची मुलाखत घेऊन असं करण्याचं कारण विचारलं तेव्हा ते म्हणाले, ''हा प्रश्न तत्त्वाचा आहे.''

''तू या पुरुषाचा पती म्हणून स्वीकार करशील का? ईश्वरी योजनेनुसार तू त्याच्याबरोबर विवाहाच्या पवित्र बंधनात जीवन व्यतीत करशील का?''

''होय, करीन.''

वरील संपूर्ण काळात गाइल्स आणि हॅरी एकमेकांचे जिवश्चकंठश्च मित्रच राहिले. खरं तर देशातील सर्वोच्च न्यायालयात दोघं एकमेकांचे प्रतिस्पर्धी म्हणून उभे ठाकले होते. देशभरातील वृत्तपत्रांच्या पहिल्या पानांवरही हे दोघं प्रतिस्पर्धी असल्याचीच चर्चा होती.

लॉर्ड चॅन्सेलर साहेबांनी जेव्हा आपला निर्णय जाहीर केला, तेव्हा गाइल्स आणि एमाचे आजोबा लॉर्ड हार्वे तो ऐकण्यासाठी सभागृहात उपस्थित असते, तर गाइल्स आणि हॅरी या दोघांच्याही आनंदाला पारावार राहिला नसता; परंतु हा निर्णय ऐकायला लॉर्ड हार्वे हयातच नव्हते. या निर्णयावर जनमत दोन्ही बाजूंनी समसमानच होतं. जे काही भवितव्यात वाढून ठेवलं होतं, त्याला तोंड मात्र बॅरिंग्टन आणि क्लिफ्टन कुटुंबीयांनाच द्यायचं होतं.

लॉर्ड चॅन्सेलर साहेबांच्या निर्णयानंतर देशभरातील सर्व वृत्तपत्रांनी एकाच मुद्द्यावर जोरात चर्चा सुरू केली होती. हॅरी आणि एमा हे परस्परांचे रक्ताचे नातेवाईक नसल्याचा निर्णय खुद्द देशाच्या सर्वोच्च न्यायालयाने दिलेला असल्यामुळे आता त्या दोघांना कायदेशीररीत्या लग्न करण्यास काहीच हरकत असण्याचं कारण नव्हतं.

''ही अंगठी तुझ्या बोटात घालून मी तुझ्याशी विवाहबद्ध होत आहे. माझ्या देहाने मी तुझी पूजा करीन आणि माझ्या जवळच्या सर्व चीजवस्तूंनी मी तुझं जीवन समृद्ध करीन.''

परंतु हा निर्णय अखेर एका मानवाने दिलेला होता. त्या निर्णयाचा आधार घेऊन ह्यूगो बॅरिंग्टन हे हॅरीचे वडील नसल्याचं काही शंभर टक्के सिद्ध करता येत नव्हतं. हॅरी आणि एमा पापभीरू, धार्मिक ख्रिश्चन होते. त्यामुळे आपण परमेश्वराचा नियम तर मोडत नाही ना, अशी भीती त्यांना मनातून वाटत होती.

त्यांना आजवर ज्या प्रचंड संकटांचा सामना करावा लागला, त्यामुळे त्या दोघांचं एकमेकांविषयीचं प्रेम कमी होण्याऐवजी उलट वाढीसच लागलं होतं. हॅरीने एमापुढे लग्नाचा प्रस्ताव ठेवला, तेव्हा एमाने आपली आई एलिझाबेथ आणि हॅरीची आई मेसी या दोघींच्या संमतीने त्याचा स्वीकार केला; परंतु आपल्या दोन्ही आज्या हा लग्नसोहळा पाहण्यासाठी हयात नसल्याचा एमाला नितांत खेद झाला.

पहिल्या वेळी हे लग्न ऑक्सफर्डमध्ये करण्याचं ठरवलं होतं. ते अत्यंत थाटामाटात पार पाडण्यात येणार होतं; परंतु आता दुसऱ्या खेपेस मात्र केवळ दोन्हीकडच्या कुटुंबीयांच्या उपस्थितीत रजिस्टर ऑफिसात नोंदणी पद्धतीने हा विवाह पार पडला. हॅरी आणि एमाचे अत्यंत जवळचे नातलग आणि मित्रच तेवढे त्याला उपस्थित होते.

या सर्वच परिस्थितीचा नीट विचार करून अत्यंत जड हृदयाने हॅरी आणि एमा यांनी असा निर्णय घेतला, की आपला मुलगा सेबॅस्टियन ऑर्थर क्लिफ्टन याला कधीच भावंडं होऊ द्यायचं नाही.

२

आपला मधुचंद्र साजरा करण्यासाठी हॅरी आणि एमा स्कॉटलंडला मल्गेरी कॅसलमध्ये जाऊन राहिले. हे एमाचे दिवंगत आजी-आजोबा लॉर्ड आणि लेडी हार्वे यांचं घर. तिकडे जाण्यापूर्वी त्यांनी आपल्या मुलाला – सेबॅस्टियनला – एमाची आई एलिझाबेथ हिच्या हवाली केलं.

हॅरी ऑक्सफर्डला शिकायला जाण्यापूर्वी तो आणि एमा काही दिवस येथेच येऊन राहिले होते. त्या वेळच्या गोड आठवणी अजूनही त्यांच्या मनात ताज्या होत्या. दिवसभर ते आसपासच्या डोंगरदऱ्यांमधून भटकायचे आणि सूर्यास्त झाल्यावर घरी परत यायचे. त्या घरात पूर्वीचाच कुक अजूनही होता. खूप खूप वर्षांपूर्वी मास्टर क्लिफ्टन येथे आल्यावर त्यांनी आवडीने तीन वेळा सूप मागून चाटूनपुसून कसं संपवलं होतं, याची त्याला आठवण झाली आणि सर्व जण मनमुराद हसत सुटले. मग हॅरी आणि एमा दिवाणखान्यात धगधगणाऱ्या फायरप्लेसपाशी ग्रॅहॅम ग्रीन, पी.जी. वुडहाऊस अशा आपल्या आवडत्या लेखकांची पुस्तकं घेऊन वाचत बसले.

असे पंधरा दिवस अत्यंत सुखात गेले. या काळात आसपासच्या प्रदेशात भटकंती करत असताना त्यांना गाईगुरं जास्त आणि माणसं कमी भेटली. अखेर आता ब्रिस्टॉलला परत जाण्याची वेळ येऊन ठेपली. मोठ्या नाइलाजाने दोघं तिथून निघाले आणि अखेर एमाच्या माहेरी मॅनोर हाऊसमध्ये येऊन पोहोचले. आता आपल्याला सुखाने सुरळीत संसार करता येईल असं त्यांना वाटत होतं, पण प्रत्यक्षात मात्र तसं घडायचं नव्हतं.

आता सेबॅस्टियनला सांभाळण्याच्या कामातून आपली सुटका कधी होते, याची एमाची आई एलिझाबेथ वाटच पाहत होती. रोज रात्री झोपताना तो एमाच्या आठवणीने रडायचा, असं तिने एमाला सांगितलं. इतक्यात एमाची लाडकी मांजर क्लिओपात्रा उडी मारून तिच्या मांडीवर चढून बसली आणि क्षणार्धात झोपी गेली. "खरं सांगू एमा, तू आणि हॅरी आत्ता परत आलात ते बरंच झालं. याहून आणखी उशीर केला असतात ना, तर माझं काही खरं नव्हतं," एलिझाबेथ म्हणाली, "मी गेल्या पंधरा दिवसात टाइम्समधलं शब्दकोडं एकदाही पुरतं सोडवू शकलेली नाही."

हॅरीने आपल्या सासूबाईंच्या समजूतदारपणाचं आणि सहनशीलतेचं मनापासून कौतुक केलं आणि दोघंही आपल्या पाच वर्षांच्या दंगेखोर मुलाला घेऊन बॅरिंग्टन हॉलला परत आले.

✳

हॅरी आणि एमाचं लग्न होण्याच्या आधीपासूनच गाइल्सने हॅरीला आपल्या घरी, बॅरिंग्टन हॉलमध्ये कायमचं येऊन राहण्याची सक्ती केली होती. गाइल्स स्वत: लेबर पक्षाचा खासदार म्हणून निवडून आल्यापासून त्याला बराच काळ कामकाजाच्या निमित्ताने लंडनलाच राहावं लागे. त्यामुळे आता लग्नानंतर एमा आणि हॅरीने बॅरिंग्टन हॉललाच आपलं घर मानून तिथे बिऱ्हाड करावं, असा त्याचा आग्रह होता. तिथल्या लायब्ररीत दहा हजार पुस्तकं होती. त्याच्या सभोवती भला मोठा बगीचा होता, घोड्यांचे तबेले होते. त्यांच्यासाठी ते घर फारच योग्य होतं. हॅरीला तिथे आपल्या विल्यम वॉरविक डिटेक्टिव्हच्या रहस्यकथा लिहिण्यासाठी भरपूर निवांतपणा मिळे. एमा रोज सकाळी घोड्यावर बसून दूरवर रपेटीला जायची. घरापुढच्या विस्तीर्ण प्रांगणात सेबॅस्टियन खेळायचा. खेळून घरी परत येताना सोबत निरनिराळे प्राणी आणि किडे उचलून घेऊन यायचा.

शुक्रवारी संध्याकाळी गाइल्स काम संपवून कारने लेडहून निघून रात्रीच्या जेवणापर्यंत ब्रिस्टॉलला पोहोचायचा. शनिवारी सकाळी तो आपल्या मतदारसंघात भेटीला जायचा. मतदारांच्या भेटी घेऊन त्यांची गाऱ्हाणी ऐकायचा, त्यांचे प्रश्न सोडवायचा प्रयत्न करायचा. तो कार्यक्रम आटोपल्यावर तो आपला एजंट ग्रिफ हास्किन्स याच्याबरोबर डॉक वर्कर्स क्लबमध्ये बसून बिअर प्यायचा. मग दुपारच्या वेळी तो आणि ग्रिफ मतदारसंघातील इतर दहा हजार लोकांबरोबर ईस्टव्हिल स्टेडियमवर एखादा फुटबॉलचा सामना बघायला जायचे.

खरं तर त्यापेक्षा शनिवारची दुपार मेमोरियल ग्राऊंडवर जाऊन रग्बीची मॅच बघण्यात घालवावी, असं गाइल्सला मनापासून वाटायचं. पण त्याने जर कधी

एजंट ग्रिफला असं नुसतं सुचवलं, तरी ग्रिफ ती कल्पना खोडून काढायचा. मेमोरियल ग्राऊंडवर जेमतेम दोन हजार लोकांचा जमाव असतो आणि त्यातले बरेचसे नियमितपणे कॉन्झर्वेटिव्ह पक्षालाच मत देतात. मग असं असताना तिथे कशासाठी जायचं, असं ग्रिफचं म्हणणं असे.

रविवारी सकाळी गाइल्स नेमाने सेंट मेरी रॅडक्लिफ चर्चमध्ये हॅरी आणि एमासह सकाळच्या प्रार्थनेसाठी उपस्थित असायचा. हॅरीच्या मते गाइल्स ही गोष्टसुद्धा आपल्या मतदारसंघातील लोकांच्या दृष्टीने बजावण्याचं एक कर्तव्य म्हणूनच करत असावा. कारण शाळेत असताना चर्चमध्ये प्रार्थनेला उपस्थित राहण्याची तर तो नेहमीच टाळाटाळ करायचा. पण काही थोड्याच दिवसांत एक तळमळीने काम करणारा खासदार अशी गाइल्सची जनमानसात प्रतिमा निर्माण झाली होती.

पण काही दिवसांनंतर कोणत्याही प्रकारचं स्पष्टीकरण न देता गाइल्सचं वीकएंडला लंडनहून ब्रिस्टॉलला येणं कमी होत गेलं. कधीतरी एमाने गाइल्सला त्याविषयी विचारलंच, तर तो संसदेच्या कामाबद्दलची काहीतरी सबब पुढे करायचा. हॅरीला त्याने दिलेलं कोणतंही कारण कधीही पटलं नाही. गाइल्सचं आपल्या मतदारसंघातील लोकांना येऊन भेटणं जर दिवसेंदिवस कमी होत गेलं, तर त्याला पाठिंबा देणाऱ्या मतदारांची संख्या पुढच्या निवडणुकीपर्यंत दिवसेंदिवस रोडावत जाईल, अशी हॅरीला भीती वाटे.

एकदा शुक्रवारी संध्याकाळी त्यांना गाइल्सच्या वागण्यामागचं खरं कारण कळलं. गाइल्स गेल्या काही महिन्यांपासून कुणामध्ये गुंतून पडला होता, हे त्यांच्या लक्षात आलं.

आपण येत्या शुक्रवारी संध्याकाळी ब्रिस्टॉलला येणार असल्याचं गाइल्सने एमाला आधीच फोन करून कळवून ठेवलं होतं. आपण जेवणाच्या वेळेपर्यंत नक्की पोहोचणार असल्याचंही त्याने सांगितलं होतं. पण आपण येताना सोबत कुणाला तरी घेऊन येणार आहोत, हे मात्र त्याने तिला आधी सांगितलं नव्हतं.

या आधी एमा गाइल्सच्या मैत्रिणींना अनेकदा भेटली होती. त्या हसऱ्या, आकर्षक आणि गोड असायच्या. त्या एमाला आवडायच्या. सर्वांत महत्त्वाचं म्हणजे त्या गाइल्सच्या प्रेमात आकंठ बुडलेल्या असत. त्यांची त्याच्यावर भक्तीच असे. पण गाइल्सची कोणत्याही मुलीशी जास्त काळ मैत्री टिकत नसे. त्यामुळे एमाचा आणि त्यातल्या एकीचाही नीट परिचय होऊ शकला नाही.

परंतु त्या शुक्रवारी गाइल्स व्हर्जिनियाला घरी घेऊन आला आणि त्याने तिची एमाशी ओळख करून दिली. गाइल्सने या मुलीत नक्की काय पाहिलं, असा प्रश्न व्हर्जिनियाला भेटल्यानंतर एमाला पडला. ती दिसायला खूप सुंदर

होती, बड्या घरची होती, खूप मोठमोठ्या प्रतिष्ठित लोकांच्या वर्तुळात तिची उठबस होती, हे सगळं खरं होतं. बोलण्याच्या ओघात व्हर्जिनियाने दोन-तीन वेळा एमाला असं सांगितलं, की १९३४ साली त्यांच्या शहराच्या सौंदर्यस्पर्धेत तिने प्रथम क्रमांक पटकावला होता. आपण अर्ल ऑफ फेनविक यांची मुलगी असल्याचा उल्लेखही तिने तीन वेळा केला आणि तोपर्यंत तिला घरात पाऊल टाकून इतका थोडा वेळ झाला होता, की ते जेवायला बसलेसुद्धा नव्हते.

खरं तर ती मनातून थोडी बावरलेली असल्यामुळे ती असं वागत असावी, असं म्हणून एमाने ती गोष्ट सोडूनही दिली होती; परंतु तसं काहीच नव्हतं, ही एमाची खातरी पटली. व्हर्जिनिया नीट जेवलीसुद्धा नाही. ती पानात वाढून घेतलेलं अन्न नुसतं चिवडत गाइल्सच्या कानात सर्वांना ऐकू जाईल इतपत मोठ्या आवाजात कुजबुजत बसली होती.

ग्ल्यूस्टरशायरमध्ये घरकामासाठी नोकर मिळणं आजकाल किती कठीण झालंय, याविषयी ती बोलत होती. एमाला या सगळ्यात एकाच गोष्टीचं नवल वाटलं, की व्हर्जिनियाची ही सगळी बाष्कळ बडबड गाइल्स चालवून घेत होता. तो तिचा कोणताही मुद्दा खोडून न काढता नुसता हसत होता. एमाला मनातून तिचा खूप राग आला होता. खरं तर जरा वेळात एमाची सहनशक्ती संपुष्टात येऊन ती फटकळपणे काहीतरी बोललीही असती. एवढ्यात व्हर्जिनियाने आळस देऊन आपण दमल्याचं जाहीर केलं आणि झोपायला जाण्याची इच्छा व्यक्त केली.

ती ताडकन उठून झोपायला निघाल्यावर तिच्या मागोमाग गाइल्सही निघाला. एमा त्यानंतर जेवणघरातून उठून दिवाणखान्यात गेली आणि ग्लासमध्ये स्वत:साठी व्हिस्की ओतून घेऊन खुर्चीत बसली.

"अरे देवा... या 'लेडी व्हर्जिनिया'बाईंना भेटल्यावर माझ्या आईचं काय मत होणार आहे, कुणास ठाऊक."

हॅरी त्यावर हसला, "हे बघ, तुझ्या आईचं तिच्याविषयी काय मत होईल, याची चिंता करण्याची काय गरज आहे? गाइल्सची एकतरी मैत्रीण जास्त काळ टिकली आहे का? मग ही तरी कशी टिकेल?"

"असं मात्र सांगता येणार नाही," एमा म्हणाली. "ती टिकेलसुद्धा! फक्त मला एकाच गोष्टीचं कोडं पडलेलं आहे. हिने गाइल्समध्ये इतका रस घेण्याचं कारणच काय? तिचं गाइल्सवर अजिबात प्रेम नाहीये, हे तर नक्कीच."

*

रविवारी दुपारच्या जेवणानंतर व्हर्जिनिया आणि गाइल्स लंडनला परत गेले.

अर्ल ऑफ फेनविक यांच्या त्या आगाऊ मुलीविषयी एमा विसरूनही गेली, कारण तिच्यापुढे एक नवीनच संकट आ वासून उभं होतं. सेबॅस्टियनला सांभाळण्यासाठी नेमलेल्या आणखी एका नोकराणीने आपला राजीनामा दिला होता. एक दिवस सकाळी तिला आपल्या बिछान्यात एक साळिंदर सापडल्यावर ती चांगलीच बिथरली होती. हे आता अती झालं होतं. हे सहन करण्यापलीकडे होतं. एमाला पण त्या गरीब बिचाऱ्या नोकराणीची दयाच आली.

त्या रात्री एकदाचं सेबॅस्टियनला थोपटून झोपवल्यावर एमा हॅरीला म्हणाली, "त्याचा तरी काय दोष आहे? तो एकुलता एक आहे ना! त्याला खेळायला बरोबरचं कुणीच नाही."

"मी पण एकटाच तर होतो ना? मग मला नाही कधी त्याचा त्रास झाला," हॅरी आपल्या पुस्तकातून मान वरसुद्धा न करता म्हणाला.

"तूसुद्धा सेंट बेडेज शाळेत जाण्याआधी फार मस्तीखोर होतास, असं तुझ्या आईनंच मला सांगितलं. आणि तू जेव्हा सेबॅस्टियनच्या वयाचा होतास, तेव्हा तू घरी कुठे असायचास? सगळा वेळ बंदरात खोड्या करत मित्रांबरोबर खेळत असायचास," एमा म्हणाली.

"वेल, आता काही थोड्याच दिवसात तोही सेंट बेडेज शाळेत जायला लागेल."

"अरे, मग तोपर्यंत मी काय करू? रोज त्याला बंदरात मस्ती करायला नेऊन सोडत जाऊ का?"

"कल्पना तशी वाईट नाही."

"डार्लिंग, कधीतरी गंभीरपणे बोलत जा ना. तुझ्या आयुष्यात जर ओल्ड जॅक आले नसते ना, तर अजूनही तू त्या बंदरातच असतास, मोलमजुरी करत!"

"खरं आहे," ओल्ड जॅक यांना मनातल्या मनात अभिवादन करत हातातील ग्लास उंच करत हॅरी म्हणाला. "पण आपण काय करायचं?"

त्यावर एमा बराच वेळ काहीच बोलली नाही. हॅरीला वाटलं, तिला झोपच लागून गेली आहे. पण मग एमा म्हणाली, "आता आपल्याला आणखी एका मुलाचा विचार करण्याची वेळ आली आहे."

तिचं बोलणं ऐकून हॅरीला आश्चर्याचा प्रचंड मोठा धक्का बसला. आपण तिचं बोलणं ऐकण्यात काही चूक तर नाही केली, असं वाटून त्याने तिच्याकडे एकवार निरखून पाहिलं. "अगं, पण आपण दोघांनी मिळूनच ठरवलंय ना, की —"

"हो, ठरवलं आहे ना. आणि त्याबाबतीत माझंही मत बदललेलं नाही. पण म्हणून आपण एक मूल दत्तक घेऊ शकत नाही का?"

“पण आज एकदम या विषयावर कशामुळे बोलते आहेस?”

“माझ्या वडिलांचा मृत्यू झाल्यानंतर त्यांच्या ऑफिसात पोलिसांना जी तान्ही मुलगी सापडली, तिचाच विचार वारंवार माझ्या मनात येतो,” एमा म्हणाली. अजूनही आपल्या वडिलांची हत्या झाली आहे, असे शब्द तिच्या तोंडून निघत नसत. “ती मुलगी त्यांचीच असू शकेल, असंही मला सारखं वाटतं.”

“पण त्या गोष्टीला काहीही पुरावा नाही. शिवाय त्या घटनेला इतके दिवस लोटले आहेत, की आता ती मुलगी कुठे असेल, काहीच सांगता येणार नाही.”

“एका अत्यंत नावाजलेल्या रहस्यकथा लेखकाचा या बाबतीत सल्ला घ्यायचं माझ्या मनात होतं,” एमा म्हणाली.

पुढचं बोलण्यापूर्वी हॅरीने खूप विचार केला. “विल्यम वॉरविक तुला कदाचित असा सल्ला देईल, की तू आधी प्रायव्हेट डिटेक्टिव्ह मिचेल डेरेकला शोधून काढ.”

“पण तू एक गोष्ट विसरलास. हा डेरेक मिचेल माझ्या वडिलांसाठी काम करायचा आणि तो कधीच आपल्या बाजूचा नव्हता. आपल्या विरोधातच त्याच्या कारवाया चालायच्या,” एमा म्हणाली.

“अगदी बरोबर. त्यामुळेच भूतकाळातले सगळे मुडदे नक्की कुठे गाडलेले आहेत, हे त्याला नेमकं ठाऊक असेल,” हॅरी म्हणाला.

*

त्यांनी ग्रँड हॉटेलमध्ये भेटायचं ठरवलं. एमा ठरलेल्या वेळेच्या जरा आधीच येऊन हॉटेलच्या लाऊंजमध्ये जरा एकाकी कोपऱ्यात जाऊन बसली. इथून त्यांचं बोलणं कुणाला ऐकू गेलं नसतं.

घड्याळात चारचे ठोके पडत असताना डिटेक्टिव्ह डेरेक मिचेल लाऊंजमध्ये शिरला. गेल्या खेपेला एमा आणि तो भेटले होते तेव्हापेक्षा तो जरा जाड झाला होता. त्याचे केस जास्त पांढरे झाले होते. त्याच्या लंगडत चालण्यामुळे तो दुरूनही ओळखू यायचा. त्याला लांबून चालत येताना पाहिल्यावर एमाच्या मनात आलं, हा तर प्रायव्हेट डिटेक्टिव्हपेक्षा बँक मॅनेजरच वाटतो आहे. एमाला त्याने लांबूनच पाहिलं आणि तो थेट तिच्या दिशेने येऊ लागला.

“तुम्हाला लवकरच परत भेटण्याचा योग आला, मिसेस क्लिफ्टन,” तो म्हणाला.

“बसा ना,” एमा म्हणाली. ती मनातून खूप अस्वस्थ, घाबरलेली होती. याची पण मन:स्थिती आपल्यासारखीच असेल का, असा विचार तिच्या मनात चमकून गेला. पण सरळ मुद्द्यालाच हात घालत ती म्हणाली, “मि. मिचेल, मला तुमची गाठ घ्यायचीच होती, कारण मला एका कामासाठी एखाद्या प्रायव्हेट डिटेक्टिव्हची मदत लागणार आहे.”

मिचेल अस्वस्थपणे खुर्चीत पुढे सरकून बसला.

"आपल्या गेल्या भेटीच्या वेळेलाच मी तुम्हाला सांगितलं होतं, की माझ्या वडिलांकडून तुमचे जे काही पैसे येणं बाकी असेल, ते मी चुकते करीन." खरं तर हे तिला हॅरीने सुचवलं होतं. त्याच्या मते एमाच्या तोंडून हे ऐकल्यावर तिची आपल्याला नवीन काम देण्याची खरोखरच इच्छा आहे, याबद्दल त्याची खातरी पटेल. एमाने हातातली पर्स उघडून त्यातून एका लिफाफा काढून त्याच्या हाती ठेवला.

"थँक यू," डिटेक्टिव्ह मिचेल म्हणाला. त्याच्या चेहऱ्यावर आश्चर्य स्पष्ट दिसत होतं.

एमा पुढे म्हणाली, "तुम्हाला आठवत असेल तर गेल्या खेपेला आपण एका तान्ह्या मुलीविषयी बोलत होतो. माझ्या वडिलांचा जेव्हा मृत्यू झाला, त्यानंतर पोलिसांना ती त्यांच्या ऑफिसात एका बास्केटमध्ये सापडली होती. त्या खटल्याचा तपास डिटेक्टिव्ह चीफ इन्स्पेक्टर ब्लॅकमोर हे करत असल्याचं तुम्हाला आठवत असेलच. त्यांनी माझ्या पतींना असं सांगितलं, की त्यांच्या स्थानिक वरिष्ठांनी त्या मुलीला आपल्या ताब्यात घेतलं."

"जर त्या बाळावर हक्क सांगण्यासाठी त्या वेळी कुणीच पुढे आलं नसेल, तर नियमानुसार तसं करण्यात आलं असेल," मिचेल म्हणाला.

"हो, ते आता मलाही समजलंय. त्या संदर्भात मी सिटी हॉलमधल्या संबंधित माणसाशी कालच बोलले. पण आता ती मुलगी नक्की कुणाच्या ताब्यात आहे, याची माहिती पुरवण्यास त्याने स्पष्ट नकार दिला."

"खटल्याच्या तपासणीनंतर कॉरोनर साहेबांनी मुद्दाम तशा कडक सूचना देऊन ठेवल्या असतील, कारण पत्रकार असल्याबाबतीत नसत्या चौकशा करून भंडावून सोडतात. पण म्हणून ती मुलगी कुठे आहे, याचा शोध लावता येणारच नाही, असं मात्र नाही."

"हे ऐकून मला खूपच धीर आला," एमा म्हणाली. त्यानंतर तिला जे म्हणायचं होतं, ते म्हणण्याआधी ती जराशी चाचरली.

"हो, पण इतकं पुढे जाण्याआधी ती खरोखरच माझ्या वडिलांची मुलगी असल्याची मला नीट खातरी पटवून घ्यायची आहे."

"मी तुम्हाला अगदी खातरीलायक सांगतो मिस बॅरिंग्टन, की ती तुमच्या वडिलांचीच मुलगी आहे."

"तुम्ही इतक्या खातरीने कसं काय सांगू शकता?"

"तुम्हाला ऐकायचंच असलं, तर मी तुम्हाला सगळा तपशील पुरवू शकेन. पण त्यामुळे तुम्हालाच अवघडल्यासारखं होईल."

"मि. मिचेल, तुम्ही माझ्या वडिलांविषयी मला आता काहीही सांगितलंत, तरी मला त्याचं नवल वाटणार नाही."

एमाचं ते बोलणं ऐकून मिचेल क्षणभर शांत बसला. नंतर तो म्हणाला, "मी जेव्हा सर ह्यूगो बॅरिंग्टन यांच्यासाठी काम करत होतो, तेव्हा त्यांनी आपला मुक्काम लंडनला हलवल्याचं तुम्हाला माहीतच असेल."

"मुक्काम हलवला? माझ्या लग्नाच्या दिवशीच ते लंडनला पळून गेले असं म्हटलं, तर ते जास्त योग्य ठरेल."

मिचेल त्यावर काहीच बोलला नाही. त्यानंतर जरा वेळाने तो म्हणाला, "त्यानंतर सुमारे वर्षभरातच ते मिस ओल्गा पिट्रोव्हस्का यांच्यासोबत लाऊंडेस स्क्वेअर येथील त्यांच्या घरी राहू लागले."

"पण माझ्या आजोबांनी तर त्यांना मालमत्तेतून बेदखल केलं होतं. मग त्यांना हे सगळं कसं काय परवडत होतं. त्यांच्याकडे तर फुटकी कवडीसुद्धा नव्हती."

"त्यांना परवडण्याचा प्रश्नच कुठे होता. अगदी स्पष्टच सांगायचं, तर ते त्या पिट्रोव्हस्का बाईंच्या जिवावर ऐश करत होते. नुसतंच काही त्यांच्याबरोबर राहत नव्हते ते."

"तुम्ही मला या बाईंबद्दल काही सांगू शकाल?"

"हो. बरंच काही सांगू शकेन. त्या जन्माने पोलिश. १९४१ साली त्या वॉर्साहून पळून इकडे आल्या. त्यांच्या आई-वडिलांना अटक झाली, पण त्या निसटल्या."

"पण त्या सर्वांचा गुन्हा तरी काय?"

"ते लोक ज्यू होते," मिचेल कोरडेपणाने म्हणाला. "या मिस ओल्गा घरातील काही दागदागिने आणि मौल्यवान चीजवस्तू घेऊन सरहद्द ओलांडून लंडनला पळून आल्या. तिथे लाऊंडेस स्क्वेअरपाशी एक फ्लॅट भाड्याने घेऊन त्यात त्या राहू लागल्या. त्यानंतर अगदी थोड्याच दिवसात एका कॉकटेल पार्टीच्या वेळी त्यांची आणि तुमच्या वडिलांची भेट झाली. त्या दोघांच्या ओळखीच्या एका मित्रानेच त्यांची भेट घडवून आणली.

काही आठवडे तुमच्या वडिलांनी मिस ओल्गा यांचा पाठपुरावा केला आणि त्यांना आपल्या प्रेमाच्या जाळ्यात अडकवून ते सरळ ओल्गा यांच्या घरीच जाऊन राहिले. आपला आणि आपल्या पत्नीचा कायदेशीर घटस्फोट झाला, की मिस ओल्गा यांच्याशी रीतसर लग्न करण्याचं आश्वासनही तुमच्या वडिलांनी त्यांना दिलं होतं."

"मी मगाशी तुम्हाला म्हटलं होतं ना, की मला त्यांच्या बाबतीत ऐकलेल्या कशानेच आश्चर्याचा धक्का बसणार नाही, हे चुकीचं होतं," एमा म्हणाली.

“थांबा, याहून बरंच काही आहे आणि ते याहूनही वाईट आहे,” मिचेल म्हणाला. “तुमच्या आजोबांचं निधन झाल्याचं समजताच ह्यूगो बॅरिंग्टन यांनी लगेच मिस ओल्गा यांना सोडलं. ते मालमत्तेवर हक्क सांगण्यासाठी आणि बॅरिंग्टन शिपिंग लाइनच्या चेअरमनपदाची सूत्रं हातात घेण्यासाठी लगेच ब्रिस्टॉलला परतले. पण तत्पूर्वी त्यांनी मिस पिट्रोव्हस्का यांचे सर्व जडजवाहिर आणि मौल्यवान तैलचित्रांचा संग्रह चोरला.”

“तुमचं हे म्हणणं जर खरं असलं, तर मग त्यांना अटक कशी काय झाली नाही?” एमा म्हणाली.

“झाली ना,” मिचेल म्हणाला. “त्यांच्या गुन्ह्यातील साथीदाराला त्यापूर्वीच अटक झाली होती आणि तो माफीचा साक्षीदार होण्यासही तयार झाला होता; परंतु खटल्याला सुरुवात होण्याच्या आदल्या दिवशीच त्याने तुरुंगाच्या कोठडीत आत्महत्या केली. त्यामुळे पुराव्याअभावी तुमच्या वडिलांवर गुन्हाच दाखल होऊ शकला नाही.”

एमाने ते ऐकून मान खाली घातली.

“मी यापुढची माहिती तुम्हाला सांगू नये असं तुम्हाला वाटतंय का, मिसेस क्लिफ्टन? तसं असेल तर —”

“नाही, नाही,” एमा त्याच्याकडे बघत म्हणाली. मला सर्वकाही कळलंच पाहिजे.

“तुमचे वडील जेव्हा ब्रिस्टॉलला परत आले, तेव्हा मिस पिट्रोव्हस्का यांना दिवस गेल्याचं त्यांना माहीत नव्हतं. त्यानंतर मिस पिट्रोव्हस्का यांनी त्या मुलीला जन्म दिला. त्या मुलीच्या जन्माच्या प्रमाणपत्रावर तिचं नाव जेसिका पिट्रोव्हस्का असं आहे.”

“पण हे तुम्हाला कसं माहीत?”

“कारण तुमच्या वडिलांनी माझ्या कामाबद्दल मला पैसे देणं बंद केलं. त्यानंतर मिस पिट्रोव्हस्का यांनी मला काम दिलं. गंमत कशी पाहा– जेव्हा तुमच्या आजोबांच्या निधनानंतर त्यांची सगळी संपत्ती तुमच्या वडिलांच्या ताब्यात आली, तेव्हापर्यंत मिस पिट्रोव्हस्का यांच्याकडचा सगळा पैसा संपुष्टात आला होता. त्यामुळेच तर त्या जेसिकाला घेऊन तुमच्या वडिलांची भेट घेण्यासाठी ब्रिस्टॉलला गेल्या. जेसिका ही सर ह्यूगो बॅरिंग्टन यांची मुलगी असल्याचं त्यांना समजलं पाहिजे, तिच्या संगोपनाची जबाबदारी त्यांनी उचलली पाहिजे, असं मिस पिट्रोव्हस्का यांचं म्हणणं होतं.”

“आणि आता ही जबाबदारी माझी आहे,” एमा म्हणाली. “पण आता या मुलीला कुठे आणि कसं शोधायचं, हेच मला समजत नाहीये. या कामी तुम्ही काही मदत कराल, असं मला वाटलं.”

"मला जे काही शक्य होईल, ते मी नक्कीच करीन मिसेस क्लिफ्टन. पण ही गोष्ट इतकी काही सोपी नाही. ती घटना घडून गेल्यानंतर खूप काळ लोटला आहे. मला काहीही बातमी कळली, तरी पहिल्या प्रथम मी तुम्हालाच सांगीन," डिटेक्टिव्ह उठून उभा राहत म्हणाला.

डिटेक्टिव्ह मिचेल लंगडत लंगडत निघून गेला. एमाला मनातून जरा अपराधी वाटलं. तिने त्याला साधा चहासुद्धा विचारला नव्हता.

❋

आपण कधी एकदा घरी पोहोचतो आणि डिटेक्टिव्ह मिचेलबरोबर झालेल्या या भेटीविषयी हॅरीला सविस्तर सांगतो, असं तिला झालं. ती बॅरिंग्टन हॉलला पोहोचल्या पोहोचल्या आधी लायब्ररीत घुसली तर हॅरी फोनवरचं बोलणं संपवून फोन खाली ठेवतच होता. त्याचा चेहरा आनंदाने इतका उजळून निघालेला होता, की ती म्हणाली, "आधी तू सांग."

"माझ्या अमेरिकेतल्या प्रकाशकांचा फोन आला होता. ते माझं पुस्तक पुढच्या महिन्यात काढताहेत. तर त्या प्रकाशनाच्या सुमाराला मी संपूर्ण अमेरिकेचा दौरा करावा, असं त्यांचं म्हणणं आहे," हॅरी म्हणाला.

"ही कसली मस्त बातमी आहे. चला, म्हणजे आता तुला ग्रेट आंट फिलिस आणि ॲलिस्टर या दोघांनाही भेटायची संधी मिळेल." एमा म्हणाली.

"माझे प्रकाशक तर असा हट्ट धरून बसले आहेत, की मी या दौऱ्यावर तुलासुद्धा सोबत घेऊन यावं. त्यामुळे तुलासुद्धा या दोघांना भेटता येईल."

"मला तुझ्याबरोबर यायला नक्की आवडलं असतं. पण या वेळेस येणं फार कठीण दिसतंय. एक नोकराणी सोडून निघाली आहे आणि एजन्सीने आता आपल्याला नवीन नोकराणी पुरवण्यास नकार दिला आहे. मला तर ही गोष्ट कुणाला सांगायचीसुद्धा लाज वाटते आहे."

"मी माझ्या प्रकाशकांशी बोलून बघतो. त्यांनी सेबॅस्टियनला आपल्याबरोबर घेऊन येण्यास परवानगी दिली तर —"

"अरे बापरे... सेबला आपण घेऊन गेलो, तर आपली तिघांची त्यांच्या देशाबाहेर हकालपट्टी व्हायची! नको, नको. त्यापेक्षा मी सेबला घेऊन घरीच थांबते आणि तू एकटाच जा वसाहतींवर स्वारी करायला."

हॅरीने एमाला मिठीत घेतलं. "अरेरे, मला वाटलं दुसऱ्यांदा मधुचंद्राला जायची चांगली संधी चालून आली आहे. बरं, पण तुझी त्या डिटेक्टिव्ह मिचेलबरोबरची मीटिंग कशी काय झाली?"

❋

हॅरी एडिंबरोमधील एका साहित्यिक वर्तुळात भाषणासाठी गेला होता, त्याचवेळी मिचेलने एमाला फोन केला.

"एक महत्त्वाचा दुवा हाती आला आहे. आपण कधी भेटायचं?" तो फोनवर स्वत:चं नाव उघड न करता म्हणाला.

"उद्या सकाळी दहा वाजता, त्याच ठिकाणी?" एवढं बोलून एमाने फोन ठेवला इतक्यात तो परत वाजला. तिने उचलला, तर तिची बहीण ग्रेस फोनवर होती.

"अरे? ग्रेस? केवढं मोठं आश्चर्य! पण अर्थात तू फोन केला आहेस म्हणजे तसंच काहीतरी महत्त्वाचं कारण असणार."

"आपल्यापैकी काहींना पूर्ण वेळाची नोकरी करावी लागते म्हटलं," ग्रेस म्हणाली. "पण तुझं म्हणणं खरं आहे. मी तुला मुद्दामच फोन केला. काल रात्री मी प्रोफेसर सायरस फेल्डमान यांच्या भाषणाला गेले होते."

"ओह्! फेल्डमान म्हणजे ज्यांना दोन वेळा पुलित्सर पुरस्कार मिळाला, तेच ना?" एमा म्हणाली. आपल्या बहिणीवर छाप पाडण्यासाठी ती पुढे म्हणाली, "माझ्या आठवणीप्रमाणे स्टॅनफर्ड युनिव्हर्सिटी."

"अरे वा! तुला बरीच माहिती आहे की!" ग्रेस म्हणाली. "मुख्य मुद्दा असा, की त्यांनी त्यांच्या भाषणातून जे मुद्दे मांडले, ते ऐकून तू नक्की प्रभावित झाली असतीस."

"मला आठवतं त्या प्रमाणे ते एक अर्थशास्त्रज्ञ आहेत ना?" एमा म्हणाली. "ते तर माझ्या अभ्यासाचं क्षेत्र पण नाही."

"तसं ते माझ्याही अभ्यासाचं नाही," ग्रेस म्हणाली. "पण ते दळणवळणाच्या साधनांविषयी बोलले."

"जबरदस्तच!" एमा म्हणाली.

"अगं, चेष्टा नाही. खरंच खूप जबरदस्त मुद्दे मांडले त्यांनी," ग्रेस एमाच्या चेष्टेच्या सुराकडे दुर्लक्ष करत म्हणाली. "शिपिंग व्यवसायाच्या भवितव्याविषयी ते बोलले. आता ब्रिटिश ओव्हरसीज एअरवेज कॉर्पोरेशनमार्फत लंडन न्यूयॉर्क अशी नियमित हवाई वाहतूक सुरू होणार आहे."

आपल्या बहिणीने आपल्याला फोन करण्यामागचं खरं कारण काय ते एमाला आत्ता कळलं. "त्या भाषणाची लिखित संहिता मिळवता येईल का?" ती ग्रेसला म्हणाली.

"अगं, त्याहीपेक्षा चांगली गोष्ट सांगते. आता यानंतर ते ब्रिस्टॉलच्या दौऱ्यावर येणार आहेत. त्यामुळे तू त्यांचं भाषण प्रत्यक्षच ऐकू शकशील."

"कदाचित मी भाषणानंतर त्यांची व्यक्तिश: भेटसुद्धा घेईन. त्यांना खूप

काही विचारायची मला इच्छा होत आहे,'' एमा म्हणाली.

"कल्पना तर चांगली आहे. पण तुला सावधगिरीची सूचना देऊन ठेवते,'' ग्रेस म्हणाली. "जगातल्या अगदी हाताच्या बोटांवर मोजता येणाऱ्या बुद्धिमंतांपैकी ते एक असले, तरी त्यांचं चौथ्यांदा लग्न झालं आहे. आणि हो, काल त्यांची ती चौथी बायको त्यांच्या भाषणाला उपस्थित नव्हती, बरं का.''

एमा जोरात हसली, "काय वाट्टेल ते बोलत असतेस हं, ग्रेस! पण आधीच सूचना दिलीस ते एक बरं झालं.''

✳

दुसऱ्या दिवशी सकाळी हॅरी एडिंबरोहून ट्रेन घेऊन मँचेस्टरला आला. तिथल्या म्युनिसिपल लायब्ररीत त्याचं भाषण ठेवण्यात आलं होतं. भाषण संपल्यावर प्रश्नोत्तरांचा कार्यक्रम सुरू झाला.

पहिला प्रश्न अर्थातच एका उत्साही पत्रकाराने विचारला. हे पत्रकार सरळ उठून उभे राहत आणि स्वत:चं किंवा स्वत:च्या दैनिकाचं नावही न सांगता सरळ प्रश्न विचारत आणि नवीन पुस्तकाबद्दल त्यांना जराही रस नसे. आजचा हा पत्रकार 'मँचेस्टर गार्डियन' या दैनिकाचा होता.

"मिसेस क्लिफ्टन कशा आहेत?''

"छान आहे. थँक यू,'' हॅरी सावधगिरीने उत्तरला.

"तुम्ही आणि तुमची पत्नी सर गाइल्स बॅरिंग्टन यांच्याच घरी राहता, हे खरं आहे?''

"ते घर खूप मोठं आहे,'' हॅरी म्हणाला.

"आपल्या वडिलांच्या मृत्यूनंतर सर्व काही सर गाइल्स बॅरिंग्टन यांच्याच वाट्याला आलं आणि तुम्हाला मात्र काहीच मिळालं नाही, त्याबद्दल तुम्हाला त्यांचा कधी राग येत नाही?''

"मुळीच नाही. मला एमा मिळाली. मला पाहिजे होतं, ते सर्वकाही मिळालंच.''

त्याच्या त्या उत्तरामुळे तो पत्रकार जरा वेळ गप्प झाला. ती संधी साधून जमलेल्या वाचकांपैकी कुणीतरी प्रश्न विचारला,

"विल्यम वॉरविकला चीफ इन्स्पेक्टर देवनपोर्टची जागा कधी मिळेल?''

"पुढच्या पुस्तकात तरी नक्कीच मिळणार नाही,'' हॅरी हसून म्हणाला. "तेवढं मी तुम्हाला खातरीने सांगू शकतो.''

"एक गोष्ट खरी आहे का मिस्टर क्लिफ्टन, की गेल्या तीन वर्षांत तुमच्या मुलाला सांभाळायला ठेवण्यात आलेल्या सात बायका सोडून गेल्या?''

मँचेस्टर शहरात बरीच दैनिके असावीत.

कारमध्ये बसून रेल्वे स्टेशनकडे परत जात असताना हॅरीने वृत्तपत्रांबद्दल आणि पत्रकारांबद्दल जरा कुरकुर केली. त्यावर मँचेस्टरमधला प्रतिनिधी म्हणाला, "पण सगळी प्रसिद्धी पुस्तकासाठी मारक ठरत नाही. बरीचशी उपयुक्तच ठरते."

पण हॅरीकडे प्रसारमाध्यमांचं सतत लक्ष असायचं. नेमकी हीच गोष्ट एमाला खटकायची. एकदा सेबॅस्टियन शाळेत जायला लागला, की या सगळ्या प्रसिद्धीचा त्याच्या मनावर वाईट परिणाम तर होणार नाही ना, अशी तिला मनातून भीती वाटायची.

"लहान मुलं कधी कधी खूप दुष्टपणे वागतात," एमा म्हणाली.

"वेल्, लापशीचा वाडगा चाटूनपुसून साफ केल्याबद्दल तर कुणी त्याला मारणार नाही ना?" हॅरी म्हणाला.

❋

एमा ठरलेल्या वेळेच्या जराशी आधीच हॉटेलच्या लाऊंजमध्ये येऊन दाखल झाली. डिटेक्टिव्ह मिचेल तिथे येऊन एका कोपऱ्यातली जागा पकडून बसलेला होता. एमा त्याच्या जवळ जाऊन पोहोचताच तो उठून उभा राहिला. खुर्चीत बसण्यापूर्वीच एमा त्याला म्हणाली, "मिस्टर मिचेल, तुम्ही काय घेणार? चहा का कॉफी?"

"काहीच नको. थँक यू मिसेस क्लिफ्टन," मिचेल म्हणाला. त्याला हवापाण्याच्या गप्पा मारण्याची सवय नसल्याने तो आपली छोटी टिपण वही खिशातून काढून त्यात बघून तत्काळ मुद्द्याला हात घालून म्हणाला, "स्थानिक पोलिसांनी जेसिका स्मिथ हिला –"

"जेसिका स्मिथ?" एमा गोंधळून म्हणाली.

"जेसिका पिट्रोव्हस्का किंवा बॅरिंग्टन का नाही?"

"मला वाटतं, ती नावं कुणालाही शोधून काढायला फारच सोपी गेली असती, त्यामुळे त्यांनी तसं केलं असणार. आणि तिचा थांगपत्ता कोणत्याही पत्रकाराला लागता कामा नये, अशी मागणी कॉरोनर साहेबांनी केलेली असेल. तर मला असं समजलंय, की मिस जे. स्मिथ या मुलीला डॉ. बर्नार्डो यांच्या ब्रिजवॉटर येथील अनाथाश्रमात पाठवून देण्यात आलं आहे."

"पण ब्रिजवॉटरला का?"

"कदाचित एक रिकामी जागा जवळच्या जवळ त्यांना फक्त तिथेच मिळाली असेल."

"ती अजूनही तिथेच आहे का?"

"माझ्या माहितीप्रमाणे तरी आहे. पण नुकतीच मला अशी एक माहिती

मिळाली आहे, की हे डॉ. बर्नार्डो त्यांच्या आश्रमातल्या बऱ्याच मुलींना लवकरच ऑस्ट्रेलियाला पाठवणार आहेत.''

''पण ते तसं का करणार आहेत?'' एमाने काळजीने विचारलं.

''ऑस्ट्रेलियाच्या सरकारी धोरणानुसार त्यांच्या देशात कायमचं स्थायिक होण्यासाठी येणाऱ्या लहान मुलांना मदत व्हावी, म्हणून ते प्रवासखर्चापायी प्रत्येक लहान मुलामागे दहा पौंड भत्ता देतात. शिवाय त्यांच्याकडे मुलींना जास्त सवलती आहेत,'' डिटेक्टिव्ह मिचेल म्हणाला.

''मला वाटलं, त्यांना मुलींपेक्षा मुलांमध्ये नक्की जास्त रस असेल,'' एमा म्हणाली.

''मला वाटतं त्यांच्याकडे मुलांची संख्या भरपूर आहे,'' असं म्हणत मिचेल कधी नव्हे तो हसला.

''तसं असेल, तर मग आपल्याला लवकरात लवकर ब्रिजवॉटरला जायलाच हवं.''

''जरा धीरानं घ्या मिसेस क्लिफ्टन. तुम्ही जर त्या मुलीबद्दल फार जास्त उत्सुकता दाखवलीत, तर त्यामागचं कारण त्या लोकांच्या ताबडतोब लक्षात येईल. मग तुम्ही आणि मिस्टर क्लिफ्टन हे मिस जे. स्मिथ या मुलीसाठी योग्य पालक नाही, असा निर्णय ते घेतील.''

''पण आम्ही योग्य पालक नाही, असं ते कशाच्या आधारावर ठरवतील?''

''सगळ्यांत महत्त्वाचं कारण म्हणजे तुमचं नाव. शिवाय सेबॅस्टियनच्या जन्माच्या वेळी तुमचं दोघांचं लग्न झालेलं नव्हतं, हेही कारण आहेच,'' डिटेक्टिव्ह मिचेल म्हणाला.

''पण मग यातून तुम्ही काय मार्ग सुचवाल?'' एमा म्हणाली.

''सनदशीर मार्गाने त्यांना पत्र लिहा, सोबत एक अर्ज जोडा. आपल्याला मुलगी दत्तक घेण्याची फार घाई असल्याचं अजिबात दाखवू नका आणि अंतिम निर्णय त्यांच्या हातात आहे, असा तर त्यांचा समज मुळीच होऊ देऊ नका.''

''पण ते आपल्याला साफ नकार देणार नाहीत, असं कशावरून?''

''त्यांनी तसं करू नये म्हणून आपण त्यांचं मन मोठ्या कौशल्याने वळवायला हवं, नाही का मिसेस क्लिफ्टन?''

''मग तुम्ही काय सुचवाल?''

''तुम्ही जेव्हा तो अर्ज भराल, तेव्हा तुमचं नक्की कोणकोणत्या गोष्टींना प्राधान्य आहे, असं त्यात विचारलेलं असतं. ते त्यांना माहीत असलं, की सगळं आपोआप सोपं होऊन जातं. त्यामुळे त्यात तुम्ही असं लिहा, की तुम्हाला साधारण पाच ते सहा वर्षांची एक मुलगी दत्तक घ्यायची आहे, कारण त्याहून जरा मोठा

मुलगा तुम्हाला आहे. म्हणजे आपोआपच पर्याय तसे कमीच होऊन जातील.''

''आणखी काही सूचना?''

''हो,'' मिचेल म्हणाला, ''तिथे 'धर्म कोणता?' अशा प्रश्नासमोर – 'कोणताही चालेल,' असं नमूद करा.''

''हो. पण त्याने काय होईल?''

''कारण जेसिका स्मिथच्या राज्याच्या नोंदणी प्रमाणपत्रावर आईचा धर्म ज्यू आणि वडील अज्ञात असं लिहिलेलं आहे.''

३

"**ए**का ब्रिटिश नागरिकाला अमेरिकन सेनेकडून सिल्व्हर स्टार शौर्यपदक कसं काय प्राप्त झालं?" हॅरीच्या एंट्री व्हिसाचं निरीक्षण करत इमिग्रेशन अधिकारी म्हणाला.

"ती एक फार मोठी कहाणी आहे," एवढंच म्हणून हॅरी गप्प बसला. मागच्या खेपेला आपण न्यूयॉर्कच्या मातीवर पाय ठेवताक्षणीच आपल्याला खुनाच्या आरोपाखाली अटक करण्यात आली होती, हे इथे या माणसाला सांगण्यात काहीच शहाणपणा नव्हता.

"तुमचा अमेरिकेचा मुक्काम चांगला होवो," हॅरीशी हस्तांदोलन करत तो अधिकारी म्हणाला.

"थँक यू," हॅरी म्हणाला. चेहऱ्यावरचं आश्चर्य लपवून तो आपलं सामान ताब्यात घेण्यासाठी पुढे निघाला. आपली सूटकेस ताब्यात मिळण्याची वाट बघत असताना एकीकडे त्याने हातातला सूचनांचा कागद वाचला. वायकिंग प्रकाशनाचा प्रमुख प्रसिद्धी अधिकारी त्याला विमानतळावर घ्यायला येणार होता. तो त्याला हॉटेलात घेऊन जाणार होता आणि वाटेत त्याला दौऱ्यामध्ये आयोजित करण्यात आलेल्या भरगच्च कार्यक्रमांविषयीची माहितीसुद्धा पुरवणार होता. ब्रिटनमध्ये कधीही तो एखाद्या शहराच्या भेटीला गेला की, प्रकाशकांचा स्थानिक प्रतिनिधी त्याला येऊन भेटत असे. पण हे 'प्रमुख प्रसिद्धी अधिकारी' प्रकरण नवीनच होतं.

एकदा जुनीपुराणी शाळेपासून वापरात असलेली आपली सूटकेस ताब्यात आल्यावर हॅरी कस्टम्सकडे चालू लागला. एका कस्टम अधिकाऱ्याने त्याला बॅग

उघडून दाखवायला सांगितली. त्यातील वस्तूंवर एक नजर टाकून त्याने बॅगेच्या कडेला खडूने एक फुली मारून हॅरीला बॅग घेऊन पुढे जाण्याची खूण केली. पुढे गेल्यावर एक कमान होती. त्यावर 'न्यूयॉर्क शहरात आपलं स्वागत असो' अशी पाटी आणि शेजारी न्यूयॉर्कच्या महापौरांचा हसरा फोटो होता. तिथून पुढे येऊन हॅरी जेव्हा आगमन कक्षात दाखल झाला तेव्हा तिथे रांगेने अनेक ड्रायव्हर्स हातात विविध नावांच्या पाट्या घेऊन उभे होते. त्याने 'क्लिफ्टन' अशी पाटी कुठे दिसते का, ते पाहिलं आणि ती त्याला सापडली. मग तो ती पाटी घेऊन उभ्या असलेल्या ड्रायव्हरपाशी जाऊन हसून म्हणाला, "मीच क्लिफ्टन."

"गुड मॉर्निंग मिस्टर क्लिफ्टन. माझं नाव चार्ली," हॅरीची सूटकेस हातात घेत ड्रायव्हर म्हणाला. "आणि या तुमच्या प्रसिद्धी अधिकारी, नताली."

हॅरीने मागे वळून पाहिलं आणि पुन्हा एकदा हातातील कागदाकडे निरखून पाहिलं. कागदावर प्रसिद्धी अधिकाऱ्याचं नाव एन. रेडवूड असल्याचं नमूद केलं होतं आणि इथे बघतो तर काय, एक तरुण मुलगी उभी होती. ती जवळपास त्याच्याच उंचीची होती. तिचे सोनेरी केस आधुनिक पद्धतीने आखूड कापलेले होते. डोळे निळे होते. दात मोत्यांसारखे होते. जणू काही एखाद्या टूथपेस्टच्या जाहिरातीत असावे तसे पांढरेशुभ्र आणि हे कमी होतं की काय म्हणून तिचा बांधा अत्यंत कमनीय होता. ती कमरेवर हात ठेवून उभी होती. हॅरी युद्धानंतर ब्रिटनमध्ये परतल्यावर रेशनिंगचा काळ होता. नतालीसारखी सुंदर तरुणी तिथे औषधालासुद्धा सापडली नसती.

"नाईस टू मीट यू, मिस रेडवूड," हॅरी तिचा हात हातात घेत म्हणाला.

"तुम्हाला भेटून मलाही खूप बरं वाटलं, हॅरी. आणि हो, मला नताली म्हणायचं हं," ती म्हणाली. दोघंही चार्ली ड्रायव्हरच्या पाठोपाठ विमानतळाबाहेर पडले. "मी तुमची पुस्तकं फार आवडीने वाचते. तुमच्या विल्यम वॉरविकच्या तर मी प्रेमातच पडले आहे. तुमचं नवीन पुस्तकही भरपूर गाजणार अशी मला खातरी आहे."

ते गाडीपाशी पोहोचल्यावर ड्रायव्हरने अदबीने मागचं दार उघडून ठेवलं. हॅरीने इतकी आलिशान भपकेबाज गाडी कधीही पाहिली नव्हती. नतालीला आधी आत शिरण्यासाठी जागा देऊन हॅरी अदबीने थोडा मागे उभा राहिला.

त्याच्या त्या अदबीच्या वागण्यावर खूश होऊन नताली म्हणाली, "वा! म्हणूनच मला इंग्लिश लोक आवडतात." मग हॅरी आत शिरून अलगद शेजारी बसला आणि न्यूयॉर्कच्या गजबजलेल्या रस्त्यांवरून मार्ग काढत त्यांची गाडी निघाली. "आधी आपण तुमच्या हॉटेलात जाऊ. हॉटेल 'पिअर'. तिथे अकराव्या मजल्यावर तुमच्यासाठी सूट बुक करून ठेवला आहे. तुमच्या दिवसभराच्या

वेळापत्रकात तुम्हाला अंघोळ करून, कपडे बदलून तयार होण्यासाठी मी फार वेळ राखून ठेवू शकले नाही. दुपारच्या जेवणासाठी तुम्ही हार्वर्ड क्लबला जाणार आहात. तिथे मि. गुईंझबर्ग तुम्हाला भेटतील आणि हो, तुम्ही भेटणार म्हणून त्यांना फार आनंद झाला आहे. ते या भेटीसाठी उत्सुक आहेत.''

''मलासुद्धा त्यांना भेटण्याची उत्सुकता आहे,'' हॅरी म्हणाला. ''माझ्या तुरुंगातल्या डायऱ्या त्याचप्रमाणे डिटेक्टिव्ह विल्यम वॉरविकची पहिली कादंबरी त्यांनीच प्रसिद्ध केली आहे. त्याबद्दल मला त्यांचे मनापासून आभार मानायचे आहेत.''

''तुमचं 'नथिंग व्हेन्चर्ड' हे नवं पुस्तक लवकरात लवकर सर्वाधिक लोकप्रिय पुस्तकांच्या यादीत जाऊन पोहोचावं, म्हणून त्यांनी प्रयत्नांची पराकाष्ठा केली आहे. आपण ही सगळी प्रसिद्धी कशी हाताळणार आहोत, हे मी तुम्हाला व्यवस्थित समजावून सांगावं, असं त्यांचं म्हणणं आहे.''

गेल्या खेपेला तो न्यूयॉर्कच्या रस्त्यांवरून जेव्हा गाडीतून निघाला होता, तो कारागृहात भरती होण्यासाठी जात होता. न्यूयॉर्कच्या एखाद्या पंचतारांकित हॉटेलकडे गाडीतून जाण्याचा त्याला अनुभव नव्हता. त्यामुळे तो खिडकीतून दिसणारं दृश्य आपल्या नजरेत साठवून घेत होता.

इतक्यात त्याच्या पायाला नतालीने स्पर्श केला. ''तुमची आणि मि. गुईंझबर्ग यांची भेट होण्याआधी मला तुम्हाला कितीतरी गोष्टी समजावून सांगायच्या आहेत,'' ती म्हणाली. ''पहिल्यांदा मी तुम्हाला हे सांगते, की तुमचं पुस्तक अत्यंत योजनाबद्ध रीतीने आम्हाला लोकप्रियतेच्या शिखरावर नेऊन ठेवायचं आहे. कारण तुमच्या ब्रिटनपेक्षा आम्ही इथे या सगळ्याची खूप वेगळ्या पद्धतीने हाताळणी करतो.''

हॅरीने हातातलं फोल्डर उघडून अगदी लक्षपूर्वक वाचण्याचा प्रयत्न केला, पण त्याचं लक्ष लागेना. शेजारी बसलेली नताली एखाद्या सुंदर सजीव शिल्पासारखी त्याला भासली.

''इथे अमेरिकेत,'' नताली बोलतच होती, ''तुमचं पुस्तक 'न्यूयॉर्क टाइम्स'मधल्या सर्वाधिक लोकप्रिय पुस्तकांच्या यादीत नेऊन पोहोचवायचं असेल, तर तुमच्या हातात त्यासाठी केवळ तीनच आठवडे असतात. त्या काळात जर पहिल्या पंधरा क्रमांकांमध्ये तुमच्या पुस्तकाचा समावेश होऊ शकला नाही, तर सगळी पुस्तकांची दुकानं तुमच्या 'नथिंग व्हेन्चर्ड' पुस्तकाचा शिल्लक राहिलेला साठा प्रकाशकांकडे परत पाठवून देतात.''

''पण हा तर शुद्ध मूर्खपणा आहे,'' हॅरी म्हणाला. ''इंग्लंडमध्ये एकदा पुस्तकांच्या दुकानाने प्रकाशकाकडे पुस्तकांच्या प्रतींची ऑर्डर दिली, की प्रकाशकाच्या दृष्टीने तेवढ्या प्रती खपल्या, असाच त्याचा अर्थ असतो.''

"पण तुम्ही पुस्तक विक्रेत्यांनाच पुस्तकं 'सेल'मध्ये विकण्याची अथवा परत करण्याची संधी देत नाही का?"

"अजिबातच नाही," हॅरी म्हणाला. त्याला एकूण या सर्व प्रकाराचा चांगलाच धक्का बसला होता.

"आणि हेही खरं आहे का, की तुम्ही पुस्तकं कधीच सवलतीच्या दरात विकत नाही?"

"हो, अर्थात."

"वेल, मग तुमच्या आणि आमच्या देशातल्या पद्धतींत हाच तर एक मोठा फरक आहे, हे तुमच्या आता लवकरच लक्षात येईल. जर पहिल्या पंधरा पुस्तकांमध्ये तुमच्या पुस्तकाचं नाव झळकलं, की त्याची किंमत लगेच अर्धी होते आणि तुमच्या पुस्तकाची रवानगी दुकानाच्या मागील भागात होते."

"पण का? एखादं बेस्ट सेलर तर दुकानाच्या काचेमागे दिमाखात मांडून ठेवण्यात यायला हवं ना? ते अर्ध्या किमतीत विकणं, ही कुठली पद्धत?"

"नाही. त्याचं काय आहे, जाहिरात करणाऱ्या कंपन्यांना एक महत्त्वाचा शोध लागलाय. एखादं गिऱ्हाईक समजा एखाद्या बेस्टसेलरच्या शोधात बुकशॉपमध्ये आलं, तर त्याला दुकानाच्या मागील भागात ठेवलेलं ते पुस्तक घेण्यासाठी चालत पलीकडे जावं लागतं. त्यामुळे तिथून ते घेऊन परत येताना वाटेतल्या शेल्फातली एक दोन पुस्तकं तरी ते गिऱ्हाईक हमखास उचलतंच. कधीकधी जास्तसुद्धा," नताली म्हणाली.

"अरे, वा! फारच अभिनव कल्पना आहे," हॅरी म्हणाला, "पण ही कल्पना कधी इंग्लंडमध्ये रूढ होईल, असं मला नाही वाटत."

"ते घडायला आता फार वेळ लागणार नाही," नताली म्हणाली. "पण त्यामुळेच तुमचं पुस्तक लवकरात लवकर त्या बेस्टसेलर पुस्तकांच्या यादीत अगदी वरच्या क्रमांकावर का आणायला हवं आहे, हे आता तुम्हाला पटलं का? कारण एकदा का तुमच्या पुस्तकाची किंमत निम्मी झाली, की ते पहिल्या पंधरामध्ये खूप जास्त आठवडे टिकून राहू शकतं. खरं सांगायचं झालं, तर त्या पहिल्या पंधरा लोकप्रिय पुस्तकांच्या यादीत समाविष्ट होणं जितकं अवघड, त्याहून कितीतरी अवघड आहे त्या यादीतून बाहेर पडणं. पण जर तुम्ही मुळात पहिल्या पंधरा लोकप्रिय पुस्तकांच्या यादीत समाविष्टच होऊ शकला नाहीत, तर मात्र 'नथिंग व्हेन्चर्ड' हे पुस्तक दुकानाच्या शेल्फमध्ये एक महिनासुद्धा टिकू शकणार नाही आणि आपलं प्रचंड आर्थिक नुकसान होईल."

"माझ्या काय ते नीट लक्षात आलं," हॅरी म्हणाला. त्यांची गाडी ब्रुकलिन ब्रिजवरच्या गर्दीतून सावकाश पुढे सरकत होती. रस्त्यात जिकडे तिकडे पिवळ्या

रंगाच्या टॅक्सीज आणि सिगरेटचा धूर ओढणारे ड्रायव्हर्स दिसत होते.

"आपल्यापुढे खूप कठीण काम आहे. आपल्याला एकवीस दिवसांत सतरा शहरांचा दौरा करायचा आहे."

"आपल्याला?" हॅरी म्हणाला.

"हो," नताली म्हणाली. "या पूर्ण दौऱ्यात मी सतत तुमच्या बरोबर असणार आहे, तुमचं बोट धरून. माझी नेहमीची पद्धत अशी आहे की मी न्यूयॉर्कमधूनच काम करते आणि प्रत्येक शहरातले आमचे प्रसिद्धी अधिकारी दौऱ्यावर आलेल्या लेखकांची व्यवस्था बघतात. पण या खेपेस मात्र तसं होणार नाही. मि. गुईंझबर्ग यांचा असा आग्रह आहे, की मी या दौऱ्याच्या वेळी सतत तुमच्या बरोबर असावं." नतालीने परत एकदा अलगद त्याला स्पर्श केला आणि मग आपल्या मांडीवरच्या फोल्डरचं पान उलटलं.

हॅरीने जरा चमकूनच तिच्याकडे पाहिलं. 'ही आपल्याशी वाजवीपेक्षा जास्तच सलगी तर नाही ना करत?' त्याच्या मनात आलं. पण तशी शक्यता नव्हती. कारण ते दोघं थोड्या वेळापूर्वीच तर भेटले होते.

"मी मोठमोठ्या रेडिओ स्टेशन्सवर तुमच्या मुलाखतींचे कार्यक्रम आयोजित केले आहेत. त्यातला 'मॅट्स जेकब्ज शो' फारच लोकप्रिय आहे. रोज सकाळी अकरा लाखांच्या वर श्रोते तो कार्यक्रम ऐकतात. एखाद्या पुस्तकाचा खप वाढवण्याचं काम मॅटएवढ्या कौशल्याने कुणीच करू शकत नाही."

हॅरीला खरं तर त्यावर खूप प्रश्न विचारावेसे वाटत होते. पण ही नताली म्हणजे अक्षरश: एखाद्या विंचेस्टर रायफलसारखीच होती. प्रत्येकवेळी कुणी मान वर करायचा अवकाश... गोळी सुटलीच म्हणून समजा.

"तुम्ही सावध राहा," नताली पुढे म्हणाली. ती दोन वाक्यांमध्ये श्वास घ्यायला पण थांबत नव्हती. "बऱ्याचशा कार्यक्रमांमध्ये तुम्हाला बोलायला अगदी काही क्षणांचाच अवधी देण्यात येतो. इथे काही तुमच्या बी.बी.सी.सारखं नसतं. तुमच्या इथली 'सखोल चिंतनाची' संकल्पना इथे चालत नाही. त्यामुळे कार्यक्रमात तुमच्या वाट्याला जो काही वेळ येईल, त्यात तुमच्या पुस्तकाच्या शीर्षकाचा जास्तीत जास्त वेळेला उल्लेख करायला विसरू नका, म्हणजे झालं."

हॅरीने दौऱ्याच्या छापील वेळापत्रकाची पानं उलटून चाळायला सुरुवात केली. प्रत्येक दिवसाची सुरुवात एका नवीन शहरात होणार होती. प्रत्येक शहरात रेडिओ स्टेशनच्या सकाळच्या कार्यक्रमात त्याची मुलाखत असे. त्यानंतर दिवसभरात विविध वृत्तपत्रं आणि नियतकालिकांच्या प्रतिनिधींबरोबर त्याच्या भेटीगाठी आणि मुलाखतीचे कार्यक्रम ठरवण्यात आले होते. मग संध्याकाळी विमानतळावर जाऊन दुसऱ्या शहराकडे प्रयाण.

"तुम्ही तुमच्या प्रत्येक लेखकाची ही इतकी बडदास्त ठेवता?"

"छे, मुळीच नाही हं," नताली म्हणाली. तिचा हात हॅरीच्या मांडीवर विसावला होता. "आता विषय निघालाच आहे, तर तुम्हाला एक गोष्ट सांगते. तुमच्यामुळे आमच्यासमोर एक मोठी समस्या उभी राहिलेली आहे."

"काय? माझ्यामुळे तुमच्यासमोर समस्या आहे?" हॅरी आश्चर्याने म्हणाला.

"हो. आहे. तुमची मुलाखत घेणारे सर्व जण तुम्हाला हे दोन प्रश्न विचारण्यासाठी उत्सुक असतील. तुम्ही तर इंग्लंडचे नागरिक आहात. मग तुम्ही अमेरिकेच्या तुरुंगात कसे काय आलात? शिवाय एका इंग्लिश माणसाला सिल्व्हर स्टार हे शौर्यपदक कसं काय प्राप्त झालं? पण कुणीही काहीही विचारलं, तरी तुम्ही मात्र शिताफीने त्यांच्या प्रश्नाला बगल देऊन तुमच्या नव्या पुस्तकाचा विषय काढायचा."

"काय? पण असं करणं हे इंग्लंडमध्ये असभ्य, असंस्कृत वर्तन समजलं जाईल."

"अमेरिकेत तुम्हाला बेस्ट सेलर लिस्टमध्ये जायचं असेल तर असभ्य, असंस्कृत... जे करावं लागेल ते करायचं."

"पण मुलाखत घेणाऱ्यांची माझ्या नवीन पुस्तकाबद्दल बोलण्याची इच्छा नसेल का?"

"हॅरी, तुमच्या मुलाखतीसाठी आलेल्या एकानेही तुमचं पुस्तक वाचलेलं नसणार, हे तुम्ही गृहीत धरूनच चाला. त्यांच्याकडे रोज डझनभर कादंबऱ्या येऊन पडत असतात. त्यामुळे तुमचं नाव जरी त्यांना आठवलं, तरी खूप झालं. तुम्हाला रेडिओ स्टेशनच्या कार्यक्रमांत, विविध ठिकाणच्या मुलाखतींच्या कार्यक्रमांत सहभागी करून घ्यायला ते सर्व जण तयार झाले आहेत. यामागचं मुख्य कारण म्हणजे तुरुंगात शिक्षा भोगून आलेले गुन्हेगार असून, त्यानंतर तुम्ही सिल्व्हर स्टार हे शौर्यपदक मिळवलंत. मग आता याच गोष्टीचा आपण आपल्या प्रसिद्धीसाठी फायदा करून घेणार आहोत. म्हणजे आपलं पुस्तक वेड्यासारखं खपेल." तिचं बोलणं संपायच्या आतच त्यांची ती भपकेबाज आलिशान गाडी हॉटेलच्या दारात येऊन थांबली. एक पोर्टर पळत बाहेर आला. ड्रायव्हरने खाली उतरून हॅरीसाठी दरवाजा उघडून धरला. पोर्टर हॅरीचं सामान घेऊन आत धावला. नताली हॅरीला घेऊन रिसेप्शन काऊंटरपाशी गेली. हॅरीने पासपोर्ट दाखवून रजिस्ट्रेशन फॉर्म भरायला घेतला. नतालीने हॉटेलमध्ये आधीच हॅरीच्या येण्याची दवंडी पिटून ठेवलेली असावी, कारण रिसेप्शनपाशी असलेला क्लार्क किल्ली हातात ठेवत त्याला म्हणाला, "वेलकम टू द पिअर, मिस्टर क्लिफ्टन."

नताली म्हणाली, "मी इथे खालीच थांबते. तुम्ही बरोबर एक तासाच्या आत

तयार होऊन इकडे या. मग कार तुम्हाला हार्वर्ड क्लबमध्ये मि. गुईंझबर्ग यांच्याबरोबर जेवायला घेऊन जाईल.''

"थँक यू," हॅरी म्हणाला.

नताली पाठ फिरवून झपाझप लॉबीतून हॉटेलच्या बाहेर पडली. तिच्या पाठमोऱ्या आकृतीकडे हॅरी बघतच राहिला. आपल्याप्रमाणेच इतर अनेक पुरुषांच्या नजरा तिच्यावर खिळून राहिलेल्या आहेत, हे त्याच्या लक्षात आलं.

हॉटेलचा पोर्टर त्याला लिफ्टने अकराव्या मजल्यावर घेऊन गेला. तिथे हॅरीसाठी राखून ठेवलेला भला मोठा सूट त्याने उघडला आणि आत असलेल्या सर्व सोयी-सुविधांची माहिती त्याला दिली. खरं तर शॉवर आणि बाथ टब अशा दोन्ही सोयी असलेल्या इतक्या भपकेबाज हॉटेलात हॅरी या आधी कधीच राहिलेला नव्हता. आपण ब्रिस्टॉलला परत गेल्यानंतर इथल्या सगळ्या थाटामाटाचं तपशीलवार वर्णन करून सांगायचं, असं त्याने ठरवलं. त्याने आपल्या खिशात शिल्लक असलेला एकुलता एक डॉलर त्या पोर्टरच्या हाती ठेवला आणि त्याला पाठवून दिलं.

त्यानंतर बॅगेतील सामान, कपडे वगैरे बाहेर काढून अंघोळीला जाण्याआधी त्याने एमाला ट्रंककॉल लावला. साधारण पंधरा मिनिटात कॉल लागेल, असं ऑपरेटरने सांगितलं.

मग हॅरी तेवढ्या वेळात अंघोळ करून कपडे घालून तयार झाला. तो बॅगेतील सामान जरा नीटनेटकं लावतच होता, इतक्यात फोन वाजला. ऑपरेटरने फोन जोडून देत असल्याची सूचना केली आणि पुढच्या क्षणाला त्याला एमाचा आवाज ऐकू आला.

"तूच आहेस ना, हॅरी? तुला माझा आवाज ऐकू येतोय का?" एमा म्हणाली.

"हो, येतोय गं," हॅरी हसून म्हणाला.

हॅरीशी जरा वेळ बोलल्यावर एमा म्हणाली, "तू आत्ताच अमेरिकन लोकांसारखं बोलायला लागला आहेस. तीन आठवड्यांनंतर तर काय होईल, याची मला कल्पनाही नाही करवत."

"मी तीन आठवड्यांनंतर गाशा गुंडाळून ब्रिस्टॉलला परत येण्याची तयारी करत असेन. दुसरं काय? आणि जर माझ्या पुस्तकाने येत्या काही दिवसात बेस्ट सेलर लिस्टमध्ये जागा पटकावली नाही, तर मी परत येणार हे नक्कीच," हॅरी म्हणाला.

"पण जर पुस्तक नाही लोकप्रिय होऊ शकलं तर?"

"तर काय? मग मी त्याहूनही लवकर घरी परत येईन."

"बरं, पण मला हे सांग, तू आत्ता फोन कुठून केला आहेस?" एमा म्हणाली.

"द पियर नावाच्या एका भल्यामोठ्या हॉटेलात त्यांनी मला ठेवलंय. इथला

पलंग इतका मोठा आहे, की चार माणसं आरामात मावतील.''

''पण प्रत्यक्षात मात्र त्यावर एकानेच झोपलं पाहिजे हं, हॅरी,'' एमा लटकं रागावून म्हणाली.

''इथे एअरकंडिशनिंग आहे. शिवाय बाथरूममध्येसुद्धा रेडिओ आहे. तुला एक गंमत सांगू? अजून इथल्या सगळ्या गोष्टी नीट चालू करण्याचं तंत्रसुद्धा मला जमलेलं नाही किंवा बंद करायचंही नाही.''

''तू जाताना इथून सेबॅस्टियनला बरोबर न्यायला पाहिजे होतंस. त्याला सगळं एव्हाना मस्त जमलं असतं.''

''किंवा त्याने सगळ्या गोष्टी खोलून ठेवल्या असत्या आणि त्या पुन्हा जोडण्याचं आणि सुरू करण्याचं काम मला करायला लागलं असतं. पण एक सांग, तो कसा आहे?''

''तो मजेत आहे. सध्या एका नवीन आयासोबत चांगलं जुळलंय साहेबांचं!''

''हे एक बरं झालं. पण मला एक सांग, तुझं ते मिस जे. स्मिथचं शोधकार्य कसं काय चालू आहे?''

''ठीकठाक चाललंय. पण उद्या दुपारी त्याच संदर्भात डॉ. बर्नार्डो माझी मुलाखत घेणार आहेत. त्यासाठी मला जावं लागेल.''

''अरे वा! छानच.''

''मी सकाळच्या वेळी डिटेक्टिव मिचेलची गाठ घेणार आहे. म्हणजे डॉ. बर्नार्डो यांच्याशी नक्की काय काय बोलायचं आणि मुख्य म्हणजे काय बोलायचं नाही, याची मला नीट कल्पना येईल.''

''तू अगदी व्यवस्थित बोलशील, एमा. एक गोष्ट लक्षात ठेव. आश्रमातल्या मुलांना योग्य घरी पाठवायची त्यांच्यावर जबाबदारी असते. मला काळजी वेगळीच आहे. तू जे काही करणार आहेस, ते सेबॅस्टियनला समजलं, तर त्यावर त्याची प्रतिक्रिया कशी होईल देव जाणे!'' हॅरी म्हणाला.

''त्याला माहीत आहे. मी मुद्दाम काल रात्रीच त्याच्यापाशी हा विषय काढला होता. तो झोपण्यापूर्वी मी त्याच्याशी बोलले. तुला आश्चर्य वाटेल, पण तो त्या कल्पनेवर प्रचंड खूश झाला. पण आपण एकदा एखाद्या गोष्टीत सेबला गुंतवलं, की नव्याच समस्या उपस्थित राहतात, हे तुला माहीत आहे ना?''

''आता या खेपेस काय झालं?''

''आपण ज्या कुणाला घरी आणू, त्यासाठी आधी त्याचं मत विचारात घ्यायला हवं, असं त्याचं म्हणणं आहे. नशीब म्हणजे, त्याला बहीणच हवी आहे.''

''पण मग त्याला मिस जे. स्मिथ नाहीच आवडली आणि त्याऐवजी जर दुसरीच एखादी मुलगी आवडली, तर फारच कठीण होईल.''

"हो, ना. तसं जर झालंच, तर आपण काय करायचं हॅरी?"

"कसंही करून जेसिकाची निवड त्याचीच असल्याचं आपण त्याला पटवायचं."

"आणि ते आपण कसं काय करायचं?"

"मी त्याबद्दल जरा विचार करून सांगतो."

"मी तुला एकच सांगते हॅरी, सेबॅस्टियनला कमी समजू नको तू. कदाचित हे सगळंच आपल्या अंगावर उलटायचं."

"मी तिकडे परत आलो ना, की त्याविषयी आपण सविस्तर बोलूच," हॅरी म्हणाला. "आत्ता मी जरा घाईत आहे. हॅरॉड गुईंझबर्ग यांच्याबरोबर जेवायला जायचंय."

"त्यांना सांग, मी आठवण काढली आहे. आणि हो, या गुईंझबर्गना पण तू कमी समजू नको हं, हॅरी. आणि त्यांना ती गोष्ट विचारायला विसरू नको."

"नाही विसरणार."

"गुडलक हॅरी," एमा म्हणाली. "तू त्या बेस्ट सेलर लिस्टमध्ये जागा पटकाव बरं का!"

"तू तर त्या नतालीहूनही वाईट आहेस."

"नताली? कोण नताली?"

"अशी एक मादक तरुणी आहे. सोनेरी केसांची सुंदरी. माझ्याशी फार प्रेमाने वागते हं ती."

"हॅरी क्लिफ्टन, आपण कहाण्या फार रंगवून सांगता हं."

❋

संध्याकाळी युनिव्हर्सिटीच्या सभागृहात प्रोफेसर सायरस फेल्डमान यांचं भाषण ऐकण्यासाठी एमा जरा लवकरच येऊन हजर झाली. त्यांच्या भाषणाचा विषय होता– 'ब्रिटनने युद्ध जिंकलं खरं. पण शांतता गमावली का?'

ती शेवटच्या ओळीत जाऊन बसली. भाषणाला सुरुवात होण्यापूर्वीच सभागृह गच्च भरलं होतं. ज्या लोकांना बसायला जागा मिळाली नव्हती, ते दाटीवाटीने भिंतींपाशी उभे होते. कुणी कुणी खिडक्यांच्या कट्ट्यांवर जागा पटकावून बसले होते.

पुलित्सर पुरस्कार दोन वेळा मिळवलेले प्रोफेसर फेल्डमान युनिव्हर्सिटीच्या व्हाईस चॅन्सेलर साहेबांबरोबर व्यासपीठावर आले. सर्व जण शांत झाल्यावर सर फिलिप मॉरिस यांनी वक्त्यांची ओळख करून दिली. प्रिन्स्टन युनिव्हर्सिटीत विद्यार्थी दशेत असताना प्रोफेसर फेल्डमान यांनी जे देदीप्यमान यश प्राप्त केलं होतं तेव्हापासूनच्या त्यांच्या कारकिर्दीविषयी त्यांनी माहिती देण्यास सुरुवात

केली आणि अखेर आदल्या वर्षी मिळवलेल्या पुलित्सर पुरस्कारापर्यंत येऊन ते थांबले. टाळ्यांचा प्रचंड कडकडाट झाला. त्यानंतर प्रोफेसर फेल्डमान उठून व्यासपीठावर आले.

सायरस फेल्डमान यांनी बोलण्यासाठी तोंड उघडण्यापूर्वी एमाच्या मनात आलं, 'किती देखणे आहेत हे!' ग्रेसने त्यांच्याबद्दल बाकी खूप काही सांगितलं होतं. पण नेमकी ही गोष्ट सांगायला ती विसरली होती. ते सहा फुटांच्या वर उंच असावेत, त्यांचे केस दाट होते. चेहरा उन्हामुळे तांबूस झाला होता. शरीरयष्टी सुदृढ, कमावलेली होती. त्यावरून ते जेवढे तास लायब्ररीत वाचनात घालवत असतील, तेवढेच तास व्यायामशाळेतही घालवत असणार, हे उघड होतं.

त्यांनी बोलण्यास सुरुवात करताच त्यांच्या भरदार आवाजाने एमा मंत्रमुग्ध झाली. तिचीच नव्हे, तर सभागृहात उपस्थित असलेल्या प्रत्येकाचीच अगदी तशीच अवस्था झाली होती. त्यांच्यातले जे विद्यार्थी होते, ते हातातल्या कागदांवर घाईघाईने टिपणं काढत होते. आपण येताना वही आणि पेन घेऊन न आल्याबद्दल एमाला पश्चात्ताप झाला.

प्रोफेसर मात्र हातात कोणत्याही प्रकारची टाचणं न घेता सहजतेने प्रत्येक मुद्द्याचं सुरेख विवेचन करत पुढे जात होते. त्यांनी विविध मुद्द्यांचा परामर्श घेतला : महायुद्धानंतर वॉलस्ट्रीटचं वाढतं महत्त्व, आधुनिक जगाचं चलन बनलेला डॉलर, शतकाच्या उत्तरार्धात तेलाला प्राप्त झालेलं अनन्यसाधारण महत्त्व, आंतरराष्ट्रीय नाणेनिधीचं भवितव्य असे अनेक विषय त्यात होते.

अखेर त्यांचं भाषण जेव्हा संपलं, तेव्हा एमाला एकाच गोष्टीची थोडी रुखरुख लागून राहिली, ती म्हणजे त्यांनी 'दळणवळण' या विषयाला संपूर्ण भाषणातून स्पर्शसुद्धा केला नव्हता. विमानवाहतुकीमुळे भविष्यात उद्योगधंदे आणि पर्यटनाच्या क्षेत्रामध्ये जगाचा चेहरामोहराच बदलून जाईल, असा फक्त ओझरता उल्लेख त्यांनी केला होता; पण एखाद्या मुरलेल्या व्यावसायिकाप्रमाणे याच विषयावर आपण एक स्वतंत्र पुस्तक लिहिलेलं असून, श्रोत्यांनी ते जरूर वाचावं असं सांगितलं. ते पुस्तक ख्रिसमसमध्ये उपलब्ध होणार होतं. तोपर्यंत थांबायची एमाची तयारी नव्हती. तिला हॅरीची तीव्रतेने आठवण झाली. त्याचं पुस्तकही अमेरिकेत लोकप्रिय झालं असावं, अशी तिने ईश्वराची मनोमन प्रार्थना केली.

'द न्यू वर्ल्ड ऑर्डर' हे प्रोफेसर फेल्डमान यांचं पुस्तक विक्रीस ठेवण्यात आलं होतं. तिथे ते विकत घेऊन त्यावर त्यांची सही घेण्यासाठी श्रोत्यांची भली मोठी रांग लागली होती. एमा त्या रांगेत उभी राहिली. रांगेत उभं असताना तिने हातातलं पुस्तक चाळण्यास सुरुवात केली. सहीसाठी फेल्डमान यांच्यापर्यंत ती जेव्हा पोहोचली, तेव्हा तिचं पहिलं प्रकरण वाचून होत आलं होतं. ब्रिटिश जहाजबांधणी

उद्योगाच्या भविष्याविषयीचं त्यांचं मत जाणून घेण्याची तिला खूप उत्सुकता लागून राहिली होती.

तिने विकत घेतलेलं पुस्तक सहीसाठी प्रोफेसर फेल्डमान यांच्यासमोर टेबलावर ठेवताच ते तिच्याकडे पाहून हसले.

"तुमचं नाव काय?" ते म्हणाले.

तिने नाव सांगितलं, "एमा बॅरिंग्टन." आपल्या माहेरच्या नावावरून त्यांच्या काही लक्षात आलं तर बरं, असा तिने मनोमन देवाचा धावा केला.

प्रोफेसर फेल्डमान यांनी परत एकदा तिला नीट निरखून पाहिलं. "तुमचं आणि सर वॉल्टर बॅरिंग्टन यांचं काही नातं वगैरे होतं का?"

"ते माझे आजोबा होते," एमा अभिमानाने म्हणाली.

"मी कित्येक वर्षांपूर्वी त्यांचं भाषण ऐकलं होतं. अमेरिका जर पहिल्या महायुद्धात सहभागी झाली, तर त्याचा जहाजबांधणी उद्योगावर काय परिणाम होईल, या विषयावर ते त्या वेळी बोलले होते. मी त्या वेळी विद्यार्थी होतो. पण माझ्या सर्व प्राध्यापकांनी मिळून आख्ख्या सहामाहीत जेवढं ज्ञान मला दिलं नसेल, तेवढं त्या एका तासाच्या त्यांच्या भाषणातून मला मिळालं."

"त्यांनी मलासुद्धा खूप काही शिकवलं," एमा त्यांच्याकडे पाहून स्मितहास्य करत म्हणाली.

"मला त्यांना खरं तर खूप काही विचारायचं होतं, पण त्यांना त्याच रात्री ट्रेनने वॉशिंग्टनला जायचं होतं. त्यामुळे त्यानंतर माझी आणि त्यांची भेट कधीच होऊ शकली नाही."

"मला तुमच्याशी खूप काही बोलायचंय. खूप प्रश्न विचारायचे आहेत. तुमच्याशी बोलण्याची मला फार 'गरज' आहे, असं म्हटलं तरी चालेल."

फेल्डमान यांनी रांगेकडे एक दृष्टिक्षेप टाकला. "मला वाटतं, फार वेळ लागणार नाही. जास्तीत जास्त अर्धा तास. आणि मला काही आज रात्रीची वॉशिंग्टनची ट्रेन पकडायची नाहीये. त्यामुळे मी इथून निघण्याआधी आपल्याला गप्पा मारता येतील, मिस बॅरिंग्टन."

४

“**आ**णि आमची एमा कशी आहे?” हॅरॉल्ड गुईंझबर्ग हॅरीला म्हणाले. ते दोघं हार्वर्ड क्लबमध्ये दुपारच्या जेवणासाठी भेटले होते.

“माझं आत्ताच तिच्याशी फोनवर बोलणं झालं. ती तुमची खूप आठवण काढत होती. तिलापण खरं तर इकडे यायचं होतं. तुम्हाला भेटायचं होतं. पण जमलं नाही.”

“मलापण तिला भेटायचं होतं. आता पुढच्या खेपेला कोणतीही सबब चालणार नाही, असा तिला माझा निरोप सांगा.” असं म्हणून गुईंझबर्ग हॅरीला क्लबच्या जेवणघरात घेऊन गेले. ते गुईंझबर्ग यांच्या नेहमीच्या कोपऱ्यातील टेबलापाशी बसले. वेटरने दोघांच्या हातात एक एक मेन्यू कार्ड ठेवलं. त्यावर नजर टाकत गुईंझबर्ग म्हणाले, “हॉटेल पिअर तुम्हाला पसंत पडलं ना?”

“हो. फक्त तिथला शॉवर बंद कसा करायचा हे जर माझ्या लवकर लक्षात आलं असतं, तर बरं झालं असतं,” हॅरी हसत म्हणाला. गुईंझबर्ग पण हसले.

“तुम्ही तुमच्या मदतीला मिस रेडवुडला का नाही बोलावून घेतलं?”

“अहो, पण मग तिला कसं बंद करायचं, हे मला कोण सांगणार?” हॅरी मिस्किलपणे म्हणाला.

“अच्छा! म्हणजे ‘नथिंग व्हेन्चर्ड’ हे पुस्तक ताबडतोब बेस्ट सेलर पुस्तकांच्या यादीत कसं नेऊन ठेवायचं, या विषयीचं व्याख्यान तिने तुमच्यासमोर दिलेलं दिसतंय.”

“कसली महाभयंकर, करारी बाई आहे.”

“म्हणून तर मी तिला डायरेक्टर बनवलंय ना,” गुईंझबर्ग म्हणाले. “खरं तर आमच्या बोर्ड ऑफ डायरेक्टरपैकी अनेकांचा बोर्डवर स्त्री डायरेक्टर आणण्यास विरोध होता.”

“एमाला तुमचा फार अभिमान वाटला असता,” हॅरी म्हणाला. “आणि मी जर या प्रचारदौऱ्यात अयशस्वी ठरलो, तर त्याचे काय परिणाम होतील, याची मिस रेडवुडने मला पूर्ण कल्पना दिलेली आहे.

“नताली तसं करणारच! आणि एक लक्षात ठेवा, तुमचा परतीचा प्रवास विमानाने असेल का बोटीने, हा निर्णय सर्वस्वी तिचा असतो.”

हॅरी त्यावर जोरात हसणार होता, पण त्याचे प्रकाशक गुईंजबर्ग विनोदाने म्हणत होते का खरं, हे त्यांच्या चेहऱ्याकडे बघून त्याला कळेना.

“मी खरं तर तिलापण आपल्या सोबत जेवणाचं निमंत्रण देणार होतो,” गुईंझबर्ग म्हणाले. “पण तुमच्या एक गोष्ट लक्षात आलीच असेल. या हार्वर्ड क्लबमध्ये स्त्रियांना प्रवेश नाही. आणि हो, ही गोष्ट एमाला सांगू नका, बरं का.”

“मला वाटतं, आमच्या इथल्या जंटलमन्स क्लबमध्ये स्त्रियांना प्रवेश खुला होण्याच्या कितीतरी आधी हार्वर्ड क्लबमध्ये त्यांना प्रवेश मिळेल.”

“बरं, पण आपण या दौऱ्याविषयी बोलण्याआधी मला एक सांगा– तुमचं आणि एमाचं कसं काय चाललंय? एमा मला भेटून परत गेल्यानंतर तिकडे तुमच्या आयुष्यात काय काय घडलं? मला सगळं सांगा. तुम्हाला सिल्व्हर स्टार कसा मिळाला? तुमची आणि सेबॅस्टियनची जेव्हा पहिल्यांदा भेट झाली, तेव्हा आपल्या वडिलांना पाहून त्याची काय प्रतिक्रिया झाली? आणि–”

हॅरी हसून म्हणाला, “एमा इथून परत गेल्यानंतर त्या सेफ्टन जेल्क्सचं नक्की काय झालं, हे तुमच्याकडून जाणून घेतल्याशिवाय मला इंग्लंडला परत जाता येणार नाही. एमाने तशी मला धमकीच दिली आहे.”

“पण आपण आधी जेवणाची ऑर्डर तर देऊ. मला उपाशीपोटी त्या सेफ्टन जेल्क्सबद्दल बोलण्याची मुळीच इच्छा नाहीये.”

✻

“मी काही वॉशिंग्टनला जायला ट्रेन पकडणार नसलो, तरी मला आज रात्री इथून ट्रेनने लंडनला तर जावंच लागणार आहे, मिस बॅरिंग्टन,” प्रोफेसर फेल्डमान शेवटच्या पुस्तकावर सही करत म्हणाले. “उद्या सकाळी दहा वाजता माझं लंडन स्कूल ऑफ इकॉनॉमिक्समध्ये व्याख्यान आहे. त्यामुळे आत्ता तुमच्याशी मला काही मिनिटंच बोलता येईल.”

एमा निराश झाली. पण तिने चेहऱ्यावर ते दिसू दिलं नाही.

"नाहीतर–" फेल्डमान म्हणाले.

"नाहीतर काय?"

"नाहीतर आपण असं करू शकतो. तुम्ही माझ्यासोबत ट्रेनने लंडनला चला. म्हणजे प्रवासात आपल्याला काही तास तरी एकमेकांशी निवांतपणे बोलता येईल."

एमा विचारात पडली. मग म्हणाली, "मला त्याआधी एक फोन करायला लागेल."

त्यानंतर वीस मिनिटांनी लंडनला निघालेल्या ट्रेनच्या फर्स्टक्लासच्या डब्यात एमा प्रोफेसर फेल्डमान यांच्यासमोर बसली होती. पहिला प्रश्न त्यांनीच तिला विचारला.

"मग मिस बॅरिंग्टन, ती सुप्रसिद्ध 'बॅरिंग्टन शिपिंग लाइन्स' या नावाची कंपनी अजूनही तुमच्या कुटुंबीयांच्याच मालकीची आहे ना?"

"हो, माझ्या आईचा त्यात बावीस टक्के वाटा आहे."

"मग त्यामुळे कंपनीचं बरंचसं नियंत्रण तुमच्या कुटुंबाच्या हातात असेल. कोणत्याही कंपनीत ही गोष्ट तर सर्वांत महत्त्वाची असते. इतर कोणाच्याही एकाच्या हातात बावीस टक्क्यांपेक्षा जास्त शेअर्स पडले नाहीत, म्हणजे झालं."

"कंपनीच्या कामकाजात माझा भाऊ गाइल्स बॅरिंग्टन याला फारसा रस नाही. तो स्वत: खासदार आहे. बरेचदा कंपनीच्या वार्षिक सर्वसाधारण सभेलासुद्धा तो हजर नसतो. पण मला कंपनीच्या कामकाजात, भवितव्यात खूप रस आहे प्रोफेसर. म्हणून तर मला तुमच्याशी त्या संदर्भात बोलायचं आहे."

"मला सायरस म्हणा. या वयात एखाद्या सुंदर तरुणीने 'प्रोफेसर' वगैरे हाक मारल्यावर उगाच फार म्हातारं झाल्यासारखं वाटू लागतं," फेल्डमान हसत म्हणाले.

'एकूण या प्रोफेसर महाशयांबद्दल ग्रेस जे काही म्हणाली होती, ते खरंच होतं तर!' एमाच्या मनात आलं. मग त्याच गोष्टीचा फायदा उकळायचं तिने ठरवलं. त्यांच्याकडे हसून बघत ती म्हणाली, "पुढच्या दशकात जहाज बांधणी उद्योगासमोर काय काय आव्हानं उभी ठाकणार आहेत, असं तुम्हाला वाटतं? आमचे नवे चेअरमन, सर विल्यम ट्रॅव्हर्स–"

"विल्यम ट्रॅव्हर्स म्हणजे 'एक नंबर' माणूस आहे," फेल्डमान म्हणाले.

"हं, तर चेअरमन सर विल्यम ट्रॅव्हर्स यांचं असं मत आहे, की आमच्या सध्याच्या जहाजाच्या ताफ्यामध्ये आम्ही आणखी एका नव्या प्रवासी जहाजाची भर घालावी."

“हा शुद्ध मूर्खपणा होईल,” असं म्हणत प्रोफेसर फेल्डमान यांनी हाताची मूठ शेजारच्या सीटवर जोरात आपटली. सीटवरची धूळ हवेत उडाली. ‘असं का?’ असा प्रश्न एमा विचारणार एवढ्यात तेच म्हणाले, “तुम्हाला पैसे इतके जास्त झाले आहे का, की इथल्या जहाजबांधणी उद्योगासाठी तुमच्या सरकारने अलीकडे काही कराची सवलत वगैरे जाहीर केली आहे? तसं असलं, तर ते निदान माझ्या तरी कानावर नाही.”

“नाही, नाही. माझ्याही तसं काहीही कानावर आलेलं नाही,” एमा म्हणाली.

“मग आता तुम्ही जरा सद्य परिस्थिती नीट समजून घ्या. काही दिवसात विमाने प्रवासी जहाजांची जागा घेणार आहेत. थोड्याच दिवसांत डायनॉसॉरसारखी महाकाय हवाई जहाजं बनवण्यात येतील. विमानाने अटलांटिक महासागर जर अवघ्या अठरा तासांत पार करता येणार असेल, तर पाच दिवस खर्च करून जहाजाने कोण का जाईल?”

“कारण जहाजाचा प्रवास जास्त सुखद, जास्त आरामदायी असतो. शिवाय काही लोकांना विमान प्रवासाची भीती वाटते. प्रवास पूर्ण झाल्यावरही आपण चांगले ताजेतवाने, टवटवीत असतो. दमलेले, कंटाळलेले नसतो,” एमा म्हणाली. हेच शब्द वार्षिक सर्वसाधारण सभेच्या वेळी सर विल्यम ट्रॅव्हर्स यांनी आपल्या भाषणात उच्चारले होते.

“मिस, तुम्ही जगाच्या फार मागे आहात, काळाच्या मागे आहात. जग आज कुठे चाललंय? तुमची बाजू जर मला पटवून द्यायची असेल, तर यापेक्षा जरा बरे मुद्दे मांडा. वस्तुस्थिती अशी आहे की, नव्या युगाचा व्यावसायिक आणि आधुनिक साहसाची आवड असणारा पर्यटक आपल्या हव्या त्या ठिकाणी लवकरात लवकर जाऊन पोहोचण्याची स्वप्नं बघत असतो आणि त्यांच्या या इच्छा लक्षात घेता, काही थोड्याच वर्षांत प्रवासी जहाजातून प्रवास करणाऱ्यांची संख्या इतकी रोडावणार आहे, की जहाज बांधणीचा उद्योगच बुडीत खाती निघणार आहे.”

“पण हे सगळं व्हायला अजून कित्येक वर्षं जावी लागतील ना?” एमा म्हणाली.

“तुम्हाला वाटतंय तेवढी जास्त वर्षं काही या गोष्टीला मुळीच लागणार नाहीत.”

“मग त्यासाठी आम्ही नक्की काय केलं पाहिजे?”

“तुमच्याकडे जो काही जास्तीचा पैसा असेल, तो वापरून तुम्ही मालवाहतूक करणारी जहाजं बनवा. मोटारगाड्या, कारखान्यांसाठी लागणारी अवजड यंत्र, अन्नधान्य या गोष्टी विमानं कधीच नेऊ शकणार नाहीत,” फेल्डमान म्हणाले.

"पण मी सर विल्यम ट्रॅव्हर्स यांना हे सगळं कसं काय पटवून देऊ?" एमा म्हणाली.

"पुढच्या बोर्ड मीटिंगमध्ये तुम्ही तुमचं म्हणणं बोर्डसमोर स्पष्ट शब्दात मांडा," परत एकदा शेजारच्या सीटवर मूठ आपटून फेल्डमान म्हणाले.

"पण मी कंपनीच्या बोर्डवर नाहीये," एमा म्हणाली.

"काय? तुम्ही तुमच्या घरच्या कंपनीच्या बोर्डवर नाही?"

"नाही ना! आणि बॅरिंग्टन शिपिंग लाइन्स या बोर्डवर कधी एखाद्या स्त्रीची नियुक्ती होण्याची जराही शक्यता नाही."

"पण त्यांच्यापुढे दुसरा पर्यायच नाही," फेल्डमान जरा जोरातच म्हणाले. "कंपनीच्या स्टॉकपैकी बावीस टक्के तुमच्या आईच्या मालकीचा आहे. त्यामुळे तुम्ही बोर्डवर हक्काने जागा मागू शकता."

"पण त्यासाठी लागणारी पात्रता माझ्याकडे नाही ना! एका अत्यंत विद्वान, पुलित्सर पुरस्कार विजेत्या प्रोफेसरसोबत लंडनच्या दोन तासांच्या प्रवासात कितीही चर्चा केली, तरी त्याने माझी शैक्षणिक पात्रता बदलणार आहे का?" एमा विषादाने म्हणाली.

"मग ती पात्रता मिळवण्याची आता वेळ आली आहे," प्रोफेसर म्हणाले.

"तुम्हाला नक्की काय सुचवायचंय?" एमा म्हणाली. "कारण इंग्लंडमधल्या एकाही विद्यापीठातून मला 'बिझिनेस ॲडमिनिस्ट्रेशन' या विषयातील पदवी मिळवता येणार नाही, मला हे खातरीने माहीत आहे."

"मग तसं असलं, तर तुम्ही माझ्याबरोबर तीन वर्षांसाठी अमेरिकेला चला, स्टॅनफोर्डमध्ये प्रवेश घ्या."

अखेर एमाला सत्य सांगावंच लागलं. "मला वाटतं, माझे पती आणि माझा मुलगा या दोघांनाही ही कल्पना विशेषशी पसंत पडणार नाही."

हे ऐकून प्रोफेसर जरा वेळ काहीच बोलले नाहीत. त्यानंतर म्हणाले, "ठीक आहे. पण तुम्हाला दहा सेंट किमतीचं पोस्टाचं तिकीट तर परवडेल ना?"

"हो," एमा जरा चाचरत म्हणाली. प्रोफेसर फेल्डमान काय सुचवत आहेत, हे तिच्या नीटसं लक्षात येत नव्हतं.

"मग मी पुढच्या सहामाहीत पदवी अभ्यासक्रमासाठी स्टॅनफोर्डला तुमचं नाव नोंदवूनच टाकतो."

"पण मी तुम्हाला आधीच सांगितलं ना–"

"तुम्हाला दहा सेंटचा स्टॅंप परवडेल असं तुम्ही म्हणालात."

एमाने होकार दिला.

"अमेरिकन काँग्रेसने नुकतंच एक बिल पास केलं आहे. त्यानुसार अमेरिकन

लष्करी सेवेत असलेल्या परदेशस्थ नागरिकांना बाहेरून कोणत्याही अमेरिकन युनिव्हर्सिटीची बिझिनेस डिग्री प्रत्यक्ष वर्गात उपस्थित न राहताच आता घेता येणार आहे,'' प्रोफेसर फेल्डमान म्हणाले.

''अहो, पण मी अमेरिकन नाही आणि परदेशात लष्करी सेवेतही नाही,'' एमा म्हणाली.

''ते खरं आहे. पण 'दोस्तराष्ट्रं' असाही एक शब्द तिथे कंसात छापला आहे. आपण त्याचा नक्की फायदा करून घेऊ शकतो. अर्थात तुम्हाला तुमच्या कंपनीच्या भविष्याची चिंता खरोखरच आहे असं मी गृहीत धरतोय.''

''ती तर आहेच,'' एमा म्हणाली. ''पण मग मला त्यासाठी काय काय करावं लागेल?''

''एकदा मी स्टॅनफोर्डमध्ये पदवीपूर्व अभ्यासक्रमासाठी तुमची नावनोंदणी केली, की तुमच्या पहिल्या वर्षासाठी पूर्वतयारी म्हणून जी काही पुस्तकं तुम्हाला वाचावी लागतील, त्यांची यादी मी तुम्हाला पाठवून देईन. त्याचबरोबर माझ्या वर्गातल्या प्रत्येक व्याख्यानाचे ध्वनिमुद्रणसुद्धा मी त्यासोबत पाठवीन. त्या शिवाय दर आठवड्याला तुम्हाला एक निबंध लिहावा लागेल. त्याचा विषय मी तुम्हाला कळवीन. तो तुम्ही मला पाठवलात, की मी तो तपासून तुम्हाला परत पाठवीन. शिवाय दहा सेंट्सपेक्षा जास्त खर्च करण्याची तुमची तयारी असली, तर अधूनमधून तुम्ही मला फोन करा आणि मी तुम्हाला मार्गदर्शन करीन.''

''मी कधी सुरुवात करू?''

''येत्या सहामाहीच्या सुरुवातीला म्हणजेच सप्टेंबर महिन्यात. पण एक सूचना आधीच देऊन ठेवतो. दर तीन महिन्यांनी एक चाचणी परीक्षा होईल आणि त्यात तुम्ही कसं यश मिळवता, त्यावर तुम्हाला हा अभ्यासक्रम पुढे चालू ठेवता येणार की नाही हे ठरेल,'' प्रोफेसर फेल्डमान म्हणाले. आता त्यांची ट्रेन पॅडिंग्टन स्टेशनात शिरत होती. ''तुमची प्रगती जर समाधानकारक नसेल, तर तुम्हाला काढून टाकण्यात येईल.''

''तुम्ही माझ्या आजोबांना केवळ एकदाच भेटलात. केवळ त्या एका भेटीमुळे तुम्ही माझ्यासाठी हे इतकं सगळं करायला तयार आहात?'' एमाने विचारलं.

''वेल्,'' प्रोफेसर म्हणाले. ''खरं तर आज रात्री तुम्हाला इथल्या सॅव्हॉय हॉटेलमध्ये माझ्याबरोबर जेवायला येण्याचं निमंत्रण द्यायची माझी खूप इच्छा आहे. म्हणजे आपल्याला या संदर्भात निवांत बोलतासुद्धा येईल.''

''कल्पना छान आहे,'' एमा हसून म्हणाली. ''पण मी प्रवासाला

निघण्यापूर्वीच परतीचं तिकीट काढून ठेवलं आहे. मला घरी जायलाच हवं. माझा नवरा माझी वाट बघत असेल.''

❋

त्या अमेरिकन हॉटेलच्या बाथरूममधला रेडिओ कसा लावायचा हे तंत्र अजून हॅरीला जमलेलं नव्हतं. पण आता निदान गरम आणि थंड पाण्याचे नळ चालू आणि बंद कसे करायचे आणि शॉवर कसा घ्यायचा, हे त्याला जमलं होतं. अंघोळ करून अंग खसखसून पुसून झाल्यावर त्याने इस्त्रीचा शर्ट चढवला. एमाने त्याच्या वाढदिवसाला भेट दिलेला रेशमी टाय त्यावर घातला. त्यानंतर नवा सूट अंगात चढवला. हा सूट रविवारच्या चर्चला जाताना आपण घातला, तर आपली आई नक्की खूश होईल, असं त्याच्या मनात आलं. पण आरश्यात स्वत:च्या प्रतिबिंबाकडे एक नजर टाकल्यावर त्याच्या लक्षात आलं, की अमेरिकेत मात्र हा सूट कुणालाही आधुनिक वगैरे वाटला नसता.

आठ वाजण्यापूर्वीच तो हॉटेलातून बाहेर पडून 'फिफ्थ ॲव्हेन्यू'वर आला, आणि 'सिक्स्टी फोर्थ अँड पार्क'च्या दिशेने चालू लागला. केवळ काही मिनिटांतच तो एका दगडी बांधकाम असलेल्या प्रशस्त घरापाशी आला. त्याने घड्याळात पाहिलं. अमेरिकेतल्या फॅशनप्रमाणे आपण अगदी आठाच्या ठोक्याला न जाता थोडं फार उशिरा जायला हवं, याची त्याला तशी कल्पना होती. मग त्याला एमाने एक गंमत सांगितली होती, ती आठवली. अगदी पहिल्या खेपेस ग्रेट आंट फिलिसच्या घरी जाऊन तिला भेटायच्या कल्पनेने एमा इतकी बावरली होती, की तिने आधी घराभोवती दोन फेऱ्या मारल्या होत्या आणि मगच मनाचा हिय्या करून दरवाज्यावरची घंटा वाजवली होती आणि ती घंटा फिरत्या विक्रेत्यांच्या सोयीसाठी बसवण्यात आली होती.

अखेर हॅरी पायऱ्या चढून वर गेला. त्याने मात्र घंटा न वाजवता दरवाजा जोरात वाजवला. तो आतून उघडला जाण्याची वाट बघत तो पायरीवर उभा राहिला.

गणवेशातील बटलरने दरवाजा उघडला. हॅरीच दरवाज्यात उभा असणार हे त्याला अपेक्षित असावं. ''गुड इव्हिनिंग मि. क्लिफ्टन. मिसेस स्ट्युअर्ट दिवाणखान्यात तुमची वाट बघताहेत. चला माझ्याबरोबर.''

''गुड इव्हिनिंग, पार्कर,'' हॅरी म्हणाला. खरं तर या पार्करला तो आज प्रथमच भेटत होता. पार्करच्या चेहऱ्यावर अगदी किंचित हसू उमटल्याचा हॅरीला भास झाला. कॉरिडॉरमध्ये जाऊन दोघं एका लिफ्टपाशी पोहोचले. दोघंही आत शिरल्यावर पार्करने बटण दाबलं आणि लिफ्ट वर जात असताना तो हॅरीशी

एक शब्दही न बोलता अदबीने मान खाली घालून उभा राहिला. मग लिफ्ट थांबल्यावर दार उघडून तो नम्रपणे थांबला. त्यानंतर हॅरीला सोबत घेऊन दिवाणखान्यात येऊन म्हणाला, "मि. हॅरी क्लिफ्टन आले आहेत, मॅडम."

दिवाणखान्याच्या मधोमध एक उंच, रुबाबदार स्त्री उभी होती. तिच्या अंगातील कपडे उंची आणि अभिरुचीपूर्ण होते. ती एका माणसाशी बोलत होती. तो तिचा मुलगा असणार, असा हॅरीने तर्क केला.

ग्रेट आंट फिलिस हॅरीला बघताच बोलणं थांबवून चालत त्याला भेटायला पुढे आली. हॅरीशी एक शब्दही न बोलता तिने त्याला मायेने जवळ घेतलं. जरा वेळाने त्याला सोडून तिने आपल्या मुलाशी – ॲलिस्टरशी – हॅरीची ओळख करून दिली. त्याने हॅरीचा हात प्रेमाने हातात घेतला.

"सेफ्टन जेल्क्सची कारकीर्द संपुष्टात आणणाऱ्या माणसाला भेटायचा योग अखेर आज आला म्हणायचा," हॅरी म्हणाला.

ॲलिस्टर किंचित मान झुकवून हसला.

"हे बघ, त्या माणसाला आयुष्यातून उठवण्याच्या कामात थोडाफार हातभार मीही लावला आहे हं," ग्रेट आंट फिलिस हॅरीच्या हातात शेरीचा ग्लास ठेवत म्हणाली. "पण त्या जेल्क्सचा विषय माझ्यासमोर तर काढूच नका," असं म्हणून तिने हॅरीचा हात हातात घेऊन त्याला फायरप्लेसपाशी नेऊन एका खुर्चीत बसवलं. "त्यापेक्षा एमाचं कसं चाललंय, हे ऐकण्याची मला फार उत्सुकता आहे."

एमा न्यूयॉर्क सोडून इंग्लंडला परतल्यानंतर ज्या काही घटना घडल्या त्यांची साद्यंत हकिकत हॅरीने फिलिसला सांगितली. तो बोलत असताना फिलिस आणि ॲलिस्टर हॅरीला मध्येच थांबवून प्रश्न विचारत होते. काही वेळानंतर पार्करने येऊन जेवण तयार असल्याची सूचना दिली.

जेवत असताना त्यांच्या संभाषणाची गाडी दुसऱ्या विषयाकडे वळली.

"मग तुझा अमेरिकेचा दौरा कसा चाललाय?" ॲलिस्टर म्हणाला.

त्यावर हॅरी म्हणाला, "खरं सांगू? त्यापेक्षा त्या खून खटल्याला सामोरं जाणंसुद्धा सोपं होतं."

"का बरं? इतकी वाईट परिस्थिती आहे का?"

"काही बाबतीत तरी तसंच म्हणावं लागेल," हॅरी म्हणाला. "त्याचं काय आहे, मला स्वतःला बाजारात विकण्याची कला अवगत नाही ना," हॅरी म्हणाला. एवढ्यात नोकराणीने त्याच्यासमोर सूप ठेवलं. "ते पुस्तक त्याच्या गुणवत्तेने चाललं पाहिजे, असं मला वाटतं."

"तू परत नीट विचार कर. एक विसरू नको, हे न्यूयॉर्क आहे. तेव्हा इथे

सूचकता, सभ्यता, सुसंस्कृतपणा, उपरोध वगैरे गोष्टी चालत नाहीत. त्यामुळे तुला मनातून कितीही पटत नसलं, तरी तुमच्या लंडनच्या ईस्ट एंड भागात फुटपाथवर चादर पसरून वस्तू विकायला बसलेल्या पोराप्रमाणे आपलं साहित्य विकण्यास तयार हो.''

"ऐका हो ऐका, मी इंग्लंडमधला सर्वांत यशस्वी लेखक आहे,'' ॲलिस्टर मोठ्यांदा आरोळी ठोकत म्हणाला.

"पण मी नाहीये ना,'' हॅरी म्हणाला.

" 'नथिंग व्हेन्चर्ड' या पुस्तकाला अमेरिकन जनतेने ज्या प्रकारे डोक्यावर उचलून धरलंय ना, ते पाहून तर मी भारावूनच गेले आहे,'' फिलिस म्हणाली.

"त्याचं कारण ते कुणीच वाचलेलं नाही,'' हॅरी जेवताना मधेच थांबून म्हणाला.

"डिकन्स, कॉनन डॉईल, ऑस्कर वाईल्ड यांच्याप्रमाणेच अमेरिकेत माझ्या साहित्याला खूप मोठी बाजारपेठ मिळेल, असा मला ठाम विश्वास आहे,'' ॲलिस्टर भाषण केल्याच्या थाटात मस्करी करत म्हणाला.

"न्यूयॉर्कपेक्षा हार्बोरोच्या बाजारात मी माझी पुस्तकं जास्त चांगल्या पद्धतीने विकेन,'' हॅरी म्हणाला. त्याचं सूप संपलं होतं. "खरं सांगू का, त्यांनी या प्रसिद्धी दौऱ्यावर माझ्याऐवजी ग्रेट आंट फिलिसलाच न्यायला हवं. मला खरंतर त्यांनी इंग्लंडला परत पाठवून द्यायला हवं.''

"मला खरंतर हे सगळं करायला किती आवडलं असतं,'' ग्रेट आंट फिलिस म्हणाली. "पण काय करणार! मी काही तुझ्यासारखी प्रतिभासंपन्न साहित्यिक नाही ना!''

त्यानंतर हॅरीने जेवणाचा मनमुराद आस्वाद घेतला. त्यानंतर त्यांच्या गप्पा सुरू झाल्या. एमा हॅरीच्या शोधासाठी न्यूयॉर्कमध्ये येऊन राहिलेली असताना, तिने इथे काय काय उचापती केल्या होत्या, याचे किस्से ते दोघंही रंगवून त्याला सांगत होते. त्या सगळ्या गोष्टी त्याने एमाच्या तोंडून ऐकल्याच होत्या. पण त्याच आता त्यांच्या तोंडून ऐकताना त्याला फार गंमत वाटत होती. आपण सेंट बेडेस हायस्कूलमध्ये पहिल्या रात्री गाइल्स बॅरिंग्टनच्या शेजारच्या बिछान्यात झोपलो, हे किती चांगलं केलं, असं त्याला वाटलं. गाइल्सच्या वाढदिवसाच्या निमित्ताने त्याला मॅनोर हाऊसमधून चहापानाचं निमंत्रण जर आलं नसतं, तर त्याची आणि एमाची कधीच भेट होऊ शकली नसती. अर्थात त्या दिवशी त्याने एमाकडे ढुंकूनसुद्धा पाहिलं नव्हतं.

"एक गोष्ट तुझ्या लक्षात आलीच असेल हॅरी,'' ॲलिस्टर चिरूट पेटवत म्हणाला. "माझ्या ममाच्या दृष्टीने तू एमाच्या योग्यतेचा कधीच होऊ शकणार नाहीस.''

हॅरीने हसून मान हलवली. आपल्या आयुष्यात ओल्ड जॅक यांचं जे स्थान होतं तेच ग्रेट आंट फिलिसचं एमाच्या आयुष्यात आहे, हे त्याला आता नीट समजलं होतं. या ग्रेट आंट फिलिसला जर कुणी युद्धावर पाठवलं असतं, तर ती नक्कीच तिथून सिल्व्हर स्टार प्राप्त करून परत आली असती, असं त्याच्या मनात आलं.

घड्याळात बाराचे ठोके पडले. हॅरीच्या पोटात वाजवीपेक्षा जरा जास्तच ब्रँडी गेली होती. तो लटपटत्या पावलांनी खुर्चीतून उठला. दुसऱ्या दिवशी सकाळी बरोबर सहा वाजता नताली हॉटेलच्या लॉबीत येऊन हजर होणार होती, याची त्याला आठवण झाली. त्याची पहिलीवहिली रेडिओवरची मुलाखत होती. त्याने ग्रेट आंट फिलिसचे परत एकदा आभार मानले. तिनेही त्याला जवळ घेऊन थोपटलं आणि त्याचा निरोप घेतला.

"एक गोष्ट नीट लक्षात ठेव," ती हॅरीला म्हणाली. "तुझी कुणीही मुलाखत घेतली, की उत्तर देण्यापूर्वी ब्रिटिशांसारखा विचार केलास, तरी कृती मात्र एखाद्या ज्यूसारखी कर. आणि हो, इथे न्यूयॉर्कमध्ये असताना कधी कंटाळा आला, रडू आलं, घरच्या जेवणाची आठवण झाली, तर सरळ इकडे निघून यायचं."

"थँक यू," हॅरी म्हणाला.

"आणि हो, आता पुन्हा फोनवर एमाशी बोलशील, तेव्हा आम्ही तिची आठवण काढल्याचं नक्की सांग तिला आणि ती आत्ता तुझ्याबरोबर इकडे न आल्याबद्दल आम्ही तिच्यावर रागावलो आहोत, असाही निरोप तिला सांग."

आत्ताच त्यांना सेबॅस्टियनविषयी काही सांगण्याची वेळ नाही, असं हॅरीला वाटलं. त्यामुळे त्याच्या दंगेखोरपणाविषयी डॉक्टरांनी थोडी काळजी व्यक्त केली होती, ही गोष्टही त्याने स्वत:पाशीच ठेवली.

मग तिघं लिफ्टने खालच्या मजल्यावर आले. हॅरीला ग्रेट आंट फिलिसने एकदा शेवटचं जवळ घेतलं. पार्करने दार उघडून त्याला रस्त्यापर्यंत पोहोचवलं.

पार्क ॲव्हेन्यूवर जरासं चालल्यानंतर हॅरी रस्त्यात थबकला. मनातल्या मनात एक शिवी हासडून तो ग्रेट आंट फिलिसच्या घराकडे धावत सुटला. त्याने दार वाजवताच बटलर पार्करने जरा वेळाने दार उघडलं.

"मिसेस स्ट्युअर्ट झोपल्या तर नसतील ना? मला त्यांना तातडीने भेटायचं होतं," हॅरी म्हणाला.

"बहुदा अजून झोपल्या नसाव्यात," पार्कर म्हणाला. "या माझ्या मागोमाग."

परत एकदा दोघं कॉरिडॉरमधून चालत जाऊन लिफ्टमध्ये शिरले.

वर पोहोचल्यावर हॅरीने पाहिलं तर ग्रेट आंट फिलिस दिवाणखान्यात चिरूट ओढत उभी होती.

"आय ॲम सॉरी," हॅरी म्हणाला. "अहो, एक गोष्ट तुम्हाला विचारायचीच राहिली. त्या मूर्ख वकिलाचं– सेफ्टन जेल्क्सचं पुढे काय झालं? ही गोष्ट न विचारता मी जर इंग्लंडला परतलो ना, तर ती एमा मला फाडून खाईल."

ॲलिस्टर खुर्चीतून उठून उभा राहत म्हणाला, "तो मूर्ख सेफ्टन जेल्क्स अखेर त्याच्या लॉ फर्ममधून राजीनामा देऊन बाहेर पडला."

"त्यानंतर काही दिवसांतच तो गायब झाला. बहुदा मिनिसोटाला निघून गेला," ग्रेट आंट फिलिस म्हणाली.

"आणि तो भविष्यात इकडे परत येण्याची काहीच शक्यता नाही, कारण काही महिन्यांपूर्वीच त्याचं निधन झालं," ॲलिस्टर म्हणाला.

ग्रेट आंट फिलिस आपला चिरूट विझवत म्हणाली. "माझा मुलगा पक्का वकील आहे. तो नेहमी अर्धीच कहाणी सांगतो. जेल्क्सला जेव्हा पहिला हृदयविकाराचा झटका आला, तेव्हा 'न्यूयॉर्क टाइम्स'मध्ये त्याबद्दल छोटीशी बातमी छापून आली होती. त्यानंतर त्याला लागोपाठ आणखी दोन झटके आले. तिसऱ्या झटक्यानंतर त्याचं निधन झालं. त्यानंतर त्याचा फोटो आणि त्याविषयी किरकोळ वृत्त छापून आलं होतं."

"नाहीतरी त्याची तेवढीसुद्धा लायकी नव्हती," ॲलिस्टर म्हणाला.

"मलाही ते पटतं," ग्रेट आंट फिलिस म्हणाली. "पण त्यापेक्षाही आनंदाची गोष्ट म्हणजे, त्या माणसाच्या अन्त्यविधीला केवळ चारच माणसं हजर होती."

"पण हे तुला कसं माहीत?" ॲलिस्टर म्हणाला.

"कारण त्यातली एक मी होते," ग्रेट आंट फिलिस म्हणाली.

"तुम्ही? तुम्ही केवळ त्या सेफ्टन जेल्क्सच्या अन्त्यविधीला उपस्थित राहण्यासाठी इतक्या दूर मिनिसोटाला गेला होता?" हॅरीने आश्चर्याने विचारलं.

"अर्थातच गेले होते."

"पण का?" ॲलिस्टर म्हणाला.

"त्या सेफ्टन जेल्क्सवर विश्वास टाकण्यात काही अर्थच नव्हता," ती म्हणाली. "त्याला कॉफीनमध्ये घालून ते जमिनीत खड्डा करून पुरलेलं मला स्वत:च्या डोळ्यांनी बघायचं होतं. इतकंच नव्हे, तर त्या खड्ड्यात माती घालून तो खड्डा बुजवलेलासुद्धा पाहायचा होता. तरच तो खरोखर मरण पावल्याची माझी खातरी होणार होती."

✻

"तुम्ही बसा ना, मिसेस क्लिफ्टन."

"थँक यू," असं म्हणून एमा लाकडी खुर्चीत बसली. तिच्यासमोर व्यासपीठावर एका लांब टेबलामागे खुर्च्यांवर तीन गव्हर्नर्स बसले होते.

त्यांच्यातला मधला माणूस म्हणाला, "माझं नाव डेव्हिड स्लेटर. आज दुपारच्या मीटिंगचा अध्यक्ष मीच असणार आहे. हे माझे दोन सहकारी आहेत. या मिस ब्रेथवेट आणि हे मिस्टर नीडहॅम."

एमाच्या समोर जे तीन परीक्षक बसले होते, त्यांच्यावर एक नजर टाकून तिने त्यांचा अंदाज घेण्याचा मनातल्या मनात प्रयत्न केला. चेअरमनच्या अंगात थ्री पीस सूट आणि एका प्रतिथयश शिक्षण संस्थेचा टाय होता. त्यांच्याकडे पाहून असं वाटत होतं, की अशा अनेक संस्थांच्या अध्यक्षपदाची जबाबदारी ते सांभाळत असणार. मिस ब्रेथवेट त्यांच्या उजव्या हाताला बसल्या होत्या. त्यांचे कपडे, त्यांच्या केसांचा घट्ट अंबाडा आणि त्यांची करारी मुद्रा पाहून त्या नक्की अविवाहित असणार, असं एमाला वाटलं. त्या ओठ घट्ट मिटून गंभीर चेहऱ्याने बसून होत्या. त्या फारशा कधी हसत नसणार. चेअरमनच्या उजव्या हाताला बसलेले मिस्टर नीडहॅम वयाने लहान होते. त्यांच्या व्यक्तिमत्त्वाकडे पाहून एमाला वाटलं, हे नुकतेच युद्धावरून परत आले असावेत. त्यांच्या झुबकेदार मिशांवरून ते रॉयल एअरफोर्समध्ये असतील, असा तिने अंदाज केला.

"बोर्डाने तुमच्या विनंती अर्जावर पूर्ण विचार केला आहे, मिसेस क्लिफ्टन," चेअरमन म्हणाले. "तुमची हरकत नसेल, तर आम्ही तुम्हाला काही प्रश्न विचारू इच्छितो."

"हो. जरूर विचारा," एमा म्हणाली.

"तुम्ही एखादं मूल दत्तक घेण्याचा विचार केव्हापासून करत आहात?"

"जेव्हापासून मला परत मूल होणार नाही हे लक्षात आलं, तेव्हापासून," एमा जास्त काही स्पष्टीकरण न देता म्हणाली. त्यावर समोर बसलेल्या व्यक्तींपैकी दोन पुरुषांच्या चेहऱ्यावर सहानुभूतीचे भाव पसरले. पण मिस ब्रेथवेट यांच्या चेहऱ्यावरचे खडूस भाव मात्र तसेच होते.

चेअरमन हातातल्या कागदपत्रांवर एकवार नजर टाकत म्हणाले, "तुम्हाला पाच ते सहा वर्षं वयाची मुलगी दत्तक घ्यायची इच्छा असल्याचं तुम्ही तुमच्या अर्जात म्हटलं आहे. त्यामागे काही खास कारण आहे का?"

"होय," एमा म्हणाली. "आम्हाला सेबॅस्टियन हा एकच मुलगा आहे. सेबॅस्टियनला जन्मापासून ज्या काही सुखसोयी आणि ऐषारामाची सवय आहे, तसं ऐषारामाचं आयुष्य न मिळालेल्या कुणाच्या सोबतीनं तो जर वाढला, तर ते त्याच्यासाठी खूप चांगलं होईल, असं मला आणि माझ्या पतींना वाटलं."

आपलं हे उत्तर त्यांना घोकंपट्टी करून पाठ केल्यासारखं वाटलं नसावं, अशी तिने मनोमन आशा केली. तिच्या समोरच चेअरमन साहेबांनी समोरच्या कागदावर काहीतरी लिहिलं.

"मग आम्ही तुमच्या बोलण्यावरून असा निष्कर्ष काढायचा का, की आणखी एक मूल दत्तक घेतल्यावर त्याच्या संगोपनाचा आर्थिक भार उचलण्यास तुम्ही पूर्णपणे समर्थ आहात?''

"हो. माझी आणि माझ्या पतींची आर्थिक स्थिती उत्तम आहे.'' एमा म्हणाली. चेअरमन साहेबांनी कागदावर परत काहीतरी खरडलं.

"आता मला फक्त एकच प्रश्न विचारायचा आहे,'' चेअरमन म्हणाले. "तुम्ही तुमच्या अर्जात असं म्हटलं आहे, की तुम्हाला कोणत्याही जातिधर्माचं मूल दत्तक घेतलेलं चालणार आहे. मला तुम्हाला असं विचारायचं आहे, की तुम्ही स्वत: कोणत्या विशिष्ट चर्चशी संलग्न आहात का?''

त्यावर एमा म्हणाली, "डॉ. बर्नार्डो यांच्याप्रमाणेच मी ख्रिश्चन आहे. माझे पती सेंट मेरी रेडक्लिफ चर्चचे कोरस स्कॉलर होते.'' एवढं बोलून चेअरमन साहेबांच्या नजरेला थेट नजर भिडवून ती पुढे म्हणाली, "त्यानंतर ते ब्रिस्टॉल ग्रामर स्कूलला गेले. तेथील कोरसमध्ये ते सीनियर गायक होते. माझं स्वत:चं शिक्षण रेड मेड्स स्कूलमध्ये झालं. त्यानंतर मी स्कॉलरशिप मिळवून ऑक्सफर्डला गेले.''

चेअरमनसाहेबांनी स्वत:च्या गळ्यातला टाय सारखा केला. एमाला वाटलं, सर्व काही आपण मनात योजल्याप्रमाणे सुरळीत चालू आहे. एवढ्यात मिस ब्रेथवेट यांनी हातातली पेन्सिल टेबलावर आपटून टकटक असा आवाज केला. चेअरमन साहेबांनी त्यांच्याकडे पाहिलं.

"तुम्ही आत्ता तुमच्या पतीचा उल्लेख केलात. पण मिसेस क्लिफ्टन, आज ते तुमच्याबरोबर इथे का आले नाहीत?''

"ते त्यांच्या पुस्तकाच्या प्रकाशनपूर्व प्रसिद्धी दौऱ्यावर अमेरिकेला गेले आहेत. ते काही आठवड्यांतच परत येतील,'' एमा म्हणाली.

"ते बरेचदा घराबाहेरच असतात का?''

"अजिबात नाही. खरं तर ते फारसे कधीच बाहेर पडत नाहीत. माझे पती लेखक आहेत. त्यामुळे ते बराच काळ घरीच असतात.''

"पण मधून मधून त्यांना लायब्ररीत जाण्यासाठी तरी बाहेर पडावं लागतच असेल ना?'' मिस ब्रेथवेट अगदी कळत नकळत हसल्यासारखं करत म्हणाल्या.

"नाही. आमची स्वत:चीच लायब्ररी आहे.'' एमा म्हणाली. पण ते शब्द तोंडातून काढता क्षणीच तिला त्याचा पश्चात्ताप झाला.

"आणि तुम्ही काही नोकरी वगैरे करता का?'' जणू काही नोकरी करणं हा गुन्हाच असावा, अशा थाटात मिस ब्रेथवेट म्हणाल्या.

"नाही. पण माझ्या पतींना त्यांच्या कामात जी काही शक्य असेल, ती

मदत मी करते. पण खरं सांगायचं, तर एक माता आणि पत्नी या दोन्ही भूमिका जबाबदारीनं पार पाडणं हेच पूर्णवेळ पुरणारं काम आहे.''

एमाने हे वाक्य म्हणावं, ही सूचना तिला हॅरीने केली होती. एमाला स्वत:ला हे विचार मनातून काही पटलेले नव्हते आणि आता प्रोफेसर सायरस फेल्डमान यांच्या भेटीनंतर तर तिला ते अधिकच पटेनासे झाले होते.

''मिसेस क्लिफ्टन, तुमच्या लग्नाला किती वर्षं झाली?'' मिस ब्रेथवेट म्हणाल्या. त्यांचे प्रश्न संपतच नव्हते.

''तीन वर्षं होऊन गेली.''

''पण तुमच्या या अर्जात म्हटल्याप्रमाणे तुमचा मुलगा सेबॅस्टियन तर आठ वर्षांचा आहे.''

''होय. हॅरीची आणि माझी १९३९मध्ये एंगेजमेंट झाली होती. पण प्रत्यक्ष युद्धाला तोंड फुटण्याआधीच सैन्यात भरती होणं, हे त्याला कर्तव्य वाटलं.''

मिस ब्रेथवेट तोंड उघडून आणखी काही प्रश्न विचारणार, तोच चेअरमनच्या डाव्या हाताला बसलेले मिस्टर नीडहॅम किंचित पुढे झुकून म्हणाले, ''मग युद्ध संपल्यावर लगेच तुम्ही लग्न केलंत?'' मि. नीडहॅम यांना एकच हात होता. दुसरा त्यांनी नक्कीच युद्धात गमावला असणार, असं एमाला वाटलं.

''दुर्दैवाने तसं होऊ शकलं नाही,'' एमा म्हणाली. ''युद्ध संपण्याच्या अगदी थोडेच दिवस आधी माझे पती जर्मनांनी पेरलेल्या सुरुंगांच्या स्फोटात गंभीर जखमी झाले होते. परत आल्यानंतर दीर्घकाळ त्यांना हॉस्पिटलमध्ये राहावं लागलं.''

मिस ब्रेथवेट यांच्या चेहऱ्यावरचे ते खडूस भाव अजूनही तसेच होते. एमाच्या मनात एक वेगळीच कल्पना चमकून गेली. तिने थोडासा धोका पत्करायचं ठरवलं. आपण जे करतोय, ते हॅरीला मुळीच आवडणार नाही, हे तिला माहीत होतं.

''पण मिस्टर नीडहॅम,'' ती त्यांच्या डोळ्यांत रोखून बघत म्हणाली. ''मी मला स्वत:ला भाग्यवान समजते. कारण या देशातल्या कित्येक स्त्रियांचे पती आणि प्रियकर युद्धावरून परतच आले नाहीत. त्यांनी देशासाठी लढता लढता आपले प्राण वेचले. अशा स्त्रियांविषयी मला खूप काही वाटतं.''

एमाचे शब्द ऐकून मिस ब्रेथवेट मान खाली घालून अबोलपणे बसून राहिल्या. चेअरमन म्हणाले, ''थँक यू मिसेस क्लिफ्टन. आम्ही लवकरच तुम्हाला काय ते कळवू.''

५

ठीक सहा वाजता नताली ठरल्याप्रमाणे हॉटेलच्या लॉबीत हॅरीची वाट पाहत थांबलेली होती. काल ती त्याचा निरोप घेऊन जाताना जशी चटपटीत आणि ताजीतवानी दिसत होती, तशीच ती आत्ताही दिसत होती. दोघंही भपकेबाज गाडीच्या मागच्या भागात बसताक्षणी नतालीने तिचं ते फोल्डर उघडलं.

"तुमच्या दिवसाची सुरुवात एन.बी.सी. रेडिओ स्टेशनवर मॅट जेकब्स याच्या बरोबरच्या इंटरव्ह्यूने होईल. त्याचा शो देशातला सर्वांत लोकप्रिय ब्रेकफास्ट शो आहे. एक चांगली गोष्ट अशी आहे की, या शोमधला प्राईम स्लॉट त्यांनी तुमच्यासाठी राखून ठेवलाय. याचा अर्थ असा की, सात चाळीस ते आठच्या दरम्यान काही काळ तुम्ही 'ऑन एअर' असाल. पण त्याचबरोबर एक गोष्ट मात्र तितकीशी चांगली नाही. कारण तुमच्याच सोबत त्या वेळी क्लार्क गेबल आणि मेल ब्लँक हेही असतील.

मेल ब्लँक म्हणजे कार्टूनमधल्या 'बग्ज बनी' आणि 'ट्वीटी पाय' यांना आवाज देणारा अभिनेता. माहीत आहे ना? क्लार्क गेबल आपल्या 'होम कमिंग' या नव्या चित्रपटाच्या प्रसिद्धीसाठी या शोवर येणार आहे. यात प्रमुख भूमिकेत तो स्वत: आणि लाना टर्नर आहेत."

"आणि मेल ब्लँक कशासाठी येतोय?" आपलं हसू दाबत हॅरी म्हणाला.

"वॉर्नर ब्रदर्सबरोबर तो गेलं एक दशक काम करत आहे. ते साजरं करण्यासाठी तो हा शो करतोय. मधून मधून स्पॉन्सर्सच्या उत्पादनांच्या जाहिरातींसाठी जे ब्रेक्स घ्यावे लागतात, तो वेळ वजा जाता तुम्ही जास्तीत जास्त चार ते पाच मिनिटंच

ऑन एअर असणार. म्हणजे २४० ते ३०० सेकंद. मी परत एकदा तुम्हाला आठवण करून देते. या शोवरून तुमची मुलाखत प्रसारित होणं, हा आपल्या संपूर्ण पुस्तक प्रसिद्धीच्या योजनेमधला अत्यंत महत्त्वाचा घटक आहे. त्या पुढच्या तीन आठवड्यांत तुम्ही याहून अधिक महत्त्वाचं दुसरं काहीही करणार नाही. या शो मधला तुमचा इंटरव्ह्यू जर गाजला, तर देशभरातील सगळी स्टेशन्स तुम्हाला बुक करण्यासाठी धावून येतील.''

तिचं सगळं बोलणं ऐकून हॅरीच्या छातीत धडधड सुरू झाली.

''तुम्ही फक्त एकच करायचं. शो चालू असताना जेव्हा जेव्हा शक्य असेल तेव्हा तुमच्या 'नथिंग व्हेन्चर्ड' या पुस्तकाच्या नावाचा जास्तीत जास्त उल्लेख करायचा.'' तिचं बोलणं संपत असतानाच त्यांची गाडी रॉकफेलर सेंटरजवळच्या 'एन.बी.सी. स्टुडिओज'च्या दारात थांबली.

गाडीतून खाली उतरल्यावर हॅरीला जे दृश्य बघायला मिळालं, ते पाहून त्याचा तर स्वत:च्या डोळ्यांवर विश्वासच बसेना. स्टुडिओच्या इमारतीपर्यंत जाणाऱ्या अरुंद रस्त्याच्या दोन्ही बाजूंना चाहत्यांची खचाखच गर्दी होती. त्या गर्दीच्या मधल्या रस्त्याने हॅरी आत जायला निघाला तेव्हा त्याच्या मनात आलं, 'या जमलेल्या लोकांमधले ९०% लोक क्लार्क गेबलला पाहायला, ९% मेल ब्लँकला पाहायला आणि कदाचित एक टक्का आपल्याला—''

''अरे तो कोण आहे?'' गर्दीतून कुणीतरी हॅरीकडे बोट दाखवून ओरडलं.

''आपल्याला पाहायला एक टक्काही लोक आलेले नाहीत,'' हॅरी मनातल्या मनात हसून म्हणाला.

हॅरी इमारतीच्या आत पोहोचताच एक कर्मचारी त्याला ग्रीन रूममध्ये घेऊन गेला. त्याने त्याला शोच्या वेळापत्रकाची तपशीलवार माहिती दिली.

''सात वाजून चाळीस मिनिटांनी मिस्टर गेबल 'ऑन एअर' जातील. त्यानंतर सात पन्नासला मिस्टर मेल ब्लँक 'ऑन एअर' जातील. त्यामुळे बातम्यांच्या जरासं आधी म्हणजे सात पंचावन्नला आम्ही तुम्हाला बोलावू शकू असं वाटतंय.''

''थँक यू,'' हॅरी म्हणाला. त्याने स्वत:ला शांत करण्याची आटोकाट धडपड केली.

ठीक साडेसात वाजता मेल ब्लँक जोरात ग्रीन रूममध्ये दाखल झाले. हॅरी त्यांची स्वाक्षरी घेण्यासाठीच तेथे आधीपासून येऊन थांबला असावा, असा त्यांचा बहुदा समज झाला होता. त्यांच्या चेहऱ्यावरून तरी तसंच वाटत होतं. त्यानंतर मि. क्लार्क गेबल यांची एंट्री झाली. पण ते एकटे नव्हते. त्यांच्या अवतीभोवती गोंडा घोळणारे अनेक लोकही तिथे आले होते. पण हॅरीला मोठा धक्का बसला, कारण तरुण-तरुणींच्या दिलाची धडकन असलेले हे महाशय चक्क डिनर जॅकेट घालून

आणि हातात व्हिस्कीचा पेला घेऊन तिथे हजर झाले होते. गेबल मेल ब्लँककडे वळून म्हणाले, ''मी सकाळी उठून दारू पितोय असा गैरसमज करून घेऊ नका हं. मी रात्रभर झोपलेलोच नाही.'' त्याचं ते बोलणं ऐकून त्यांच्या चाहत्यांमध्ये खसखस पिकली. इतक्यात कुणीतरी त्यांना स्टुडिओच्या अंतर्भागात घेऊन गेलं. हॅरी आणि मेल ब्लँक असे दोघंच तिथे उरले.

''जरा गेबलचं बोलणं नीट ऐका हं,'' मेल ब्लँक हॅरीला म्हणाला. ''ज्या क्षणी तो लाल दिवा लागेल, ज्या क्षणी तो पट्ठा 'ऑन एअर' जाईल, तेव्हा त्यांच्या श्रोत्यांच्या मनात अशी शंकाही येणार नाही, की यांनी दारू प्यायली आहे आणि ज्या क्षणी त्यांचा इंटरव्ह्यू संपेल, त्या क्षणी त्यांच्या प्रत्येक श्रोत्याला त्यांचा नवा चित्रपट कधी एकदा बघतो, असं होऊन जाईल.''

मेल ब्लँक यांचं बोलणं खरंच ठरलं. क्लार्क गेबल यांनी योजनाबद्ध रीतीने संपूर्ण इंटरव्ह्यू स्वत:च्या मनाप्रमाणे वळवला. दर तीस सेकंदांनंतर ते स्वत:च्या चित्रपटाच्या शीर्षकाचा उच्चार न चुकता करत होते. क्लार्क गेबल आणि त्यांच्याबरोबर त्या चित्रपटात नायिकेची भूमिका करणारी लाना टर्नर हे प्रत्यक्ष आयुष्यात एकमेकांचं तोंडही बघत नाहीत, असं हॅरीने कुठंतरी वाचलं होतं. पण आत्ता त्याच्या समोर चाललेला इंटरव्ह्यू ऐकून क्लार्क गेबल आणि लाना टर्नर यांची अगदी जीवश्चकंठश्च मैत्री आहे, असाच कुणाचाही समज झाला असता. नतालीच्या चेहऱ्यावर मात्र वैताग स्पष्ट दिसत होता, कारण क्लार्क गेबल साहेबांना नेमून दिलेल्या वेळेपेक्षा त्यांनी बेचाळीस सेकंद जास्त खाल्ली होती.

जाहिराती चालू झाल्यावर मेल ब्लँकला स्टुडिओत नेण्यात आलं. मेलची मुलाखत ऐकताना हॅरीला खूप काही शिकायला मिळालं. त्याने सिल्व्हेस्टर, ट्वीटी पाय आणि बग्ज बनी या सर्वांना शोमध्ये सहभागी करून घेतलं. पण त्यापेक्षाही आणखी एक गोष्ट त्याच्या लक्षात आली. इंटरव्ह्यू संपत आल्याचं सुचवत जेव्हा मॅट जेकब्जने त्याला एक शेवटचाच प्रश्न विचारला, तेव्हाही मेल ब्लँक बोलतच राहिला. सरतेशेवटी हॅरीच्या वेळामधले आणखी सदतीस मौल्यवान सेकंद त्याने खाल्ले होते.

त्यानंतर पुढची जाहिरात लागली. आता हॅरीची वधस्तंभाकडे जायची वेळ झाली. तो स्वत:ची मान त्या मुलाखतकार मॅट जेकब्जच्या हाती देण्याची मानसिक तयारी करूनच त्याच्यासमोर बसला. तो जेकब्जकडे पाहून कसंनुसं हसला. हॅरीने स्टुडिओच्या घड्याळाकडे नजर टाकली. आठ वाजायला चार मिनिटं कमी होती. रेडिओवर नेसकॅफेची जाहिरात चालू होती. मॅट जेकब्ज समोरच्या नोट पॅडवर काहीतरी लिहीत होता. जाहिरात संपत आल्याची धून वाजू लागली. जाहिरात संपताच लाल दिवा लागला. हॅरीला काहीच आठवेना. आपण खरं तर आत्ता

इंग्लंडला आपल्या घरी एमाच्याबरोबर जेवण करत, गप्पा मारत बसायला हवं होतं. त्याऐवजी इथे काय करतो आहोत, असा प्रश्न त्याला पडला. इथे लक्षावधी अमेरिकन श्रोत्यांना सामोरं जाण्यापेक्षा त्या हजारो जर्मन शत्रूंना सामोरं जाणं पत्करलं, असं त्याला मनोमन वाटलं.

"गुड मॉर्निंग," जेकब्ज मायक्रोफोनमध्ये म्हणाला. "वा! आजची सकाळ काय बहारदार आहे. आधी क्लार्क गेबल, नंतर मेल ब्लँक आणि आता आपल्या भेटीसाठी खास ब्रिटनहून आलेले पाहुणे आहेत हॅरी–" असं म्हणून त्याने घाईघाईने आपल्या समोरच्या टेबलावरील पुस्तकाचं मुखपृष्ठ हातात घेऊन नाव वाचलं, "क्लिफ्टन. बरं, मग हॅरी, तुमच्या नव्या पुस्तकाविषयी तर आपण बोलूच, पण त्या आधी मला सांगा, या आधी तुम्ही जेव्हा अमेरिकेच्या भूमीवर पाऊल ठेवलं होतं, तेव्हा तुम्हाला खुनाच्या आरोपाखाली अटक झाली होती ना?"

"हो. पण ते एका फार मोठ्या गैरसमजापोटी घडलं होतं," हॅरी चाचरत म्हणाला.

"हे... हे... हे... सगळे नेहमी असंच म्हणतात," जेकब्ज हसत म्हणाला. "पण आमच्या लाखो अमेरिकन श्रोत्यांना असं जाणून घ्यायचंय, की तुम्ही आता अमेरिकेला आलाच आहात, तर तुमच्या जुन्या गुन्हेगार दोस्तांना भेटणार आहात की नाही?"

"नाही, नाही. मी काही त्यासाठी अमेरिकेला आलेलो नाही. मी इकडे येण्याचं कारण मी एक पुस्तक लिहिलंय–" हॅरीने बोलण्याचा प्रयत्न केला.

त्याला मधेच तोडत जेकब्ज म्हणाला, "मग हॅरी, मला सांगा, अमेरिकेत दुसऱ्या खेपेला परत आल्यानंतर अमेरिकेविषयी काय मत झालं तुमचं?"

"अमेरिका खूप ग्रेट देश आहे. इथे न्यूयॉर्कमध्ये लोकांनी माझं इतक्या प्रेमाने स्वागत केलं, आणि–" हॅरीने सांगण्यास सुरुवात केली.

"इथल्या टॅक्सी-ड्रायव्हर्सनीसुद्धा?" जेकब्ज म्हणाला.

"हो त्यांनीसुद्धा," हॅरी म्हणाला. "आणि आज सकाळी तर माझी क्लार्क गेबल यांच्याशी भेट झाली."

"क्लार्क गेबल इंग्लंडमध्येही पुष्कळ लोकप्रिय असतील ना?" मॅट म्हणाला.

"हो, हो. खूप प्रसिद्ध आहेत ते आमच्या इथे आणि मिस टर्नरही फार लोकप्रिय आहेत. खरं तर त्या दोघांची नवी फिल्म बघण्याची मला प्रचंड उत्सुकता आहे," हॅरी म्हणाला.

"फिल्म? आम्ही इकडे 'मूव्ही' असं म्हणतो, हॅरी. पण असेना का!" असं म्हणून जेकब्ज क्षणभर थांबला. मग घड्याळाच्या सेकंद काट्याकडे बघत म्हणाला,

"हॅरी, तुम्ही इथे मुद्दाम आमच्या शोवर आलात, तुमच्याशी गप्पा करताना खूप मजा आली आणि तुमच्या नव्या पुस्तकासाठी हार्दिक शुभेच्छा. श्रोते हो, आता या पुढच्या जाहिरातीनंतर आपण आठच्या बातम्या ऐकणार आहोत. मी मॅट जेकब्ज इथे तुमचा निरोप घेतो. हॅव अ ग्रेट डे!"

लाल दिवा विझला.

जेकब्ज उठून उभं राहत हॅरीचे हात हातात घेत म्हणाला, "सॉरी. तुमच्या पुस्तकाविषयी जास्त बोलायला वेळच नाही मिळाला. पण मुखपृष्ठ छान आहे हं."

⁂

सकाळच्या वेळी एमाने पत्र उघडून वाचण्याआधी कॉफीचा घुटका घेतला.

डिअर मिसेस क्लिफ्टन,

गेल्या आठवड्यात तुम्ही मीटिंगला उपस्थित राहिलात, त्याबद्दल आभार. तुमच्या अर्जावर आम्ही सकारात्मक विचार करत आहोत, हे तुम्हाला सांगताना आम्हास आनंद होत आहे.

हा मजकूर वाचल्यावर तत्काळ हॅरीला फोन करून ही आनंदाची बातमी कळवण्याची एमाला इच्छा झाली. पण तिने मन आवरलं. अमेरिकेत आत्ता मध्यरात्र असेल. हॅरी झोपला असेल, असा तिने विचार केला. शिवाय तो आत्ता नक्की कोणत्या शहरात असेल, हेही तिला माहीत नव्हतं.

तुम्ही आणि तुमच्या पतीने व्यक्त केलेल्या इच्छेनुसार आमच्या आश्रमांमध्ये दत्तक घेण्याजोग्या बऱ्याच मुली आहेत. आमच्या टाँटन, एक्झेटर आणि ब्रिजवॉटर येथील आश्रमांमध्ये त्या राहत आहेत. प्रत्येक मुलीची माहिती मी तुम्हाला पत्राने कळवीन. तुम्ही सर्वांत प्रथम कोणत्या आश्रमाला भेट देणार आहात, हे कृपया मला कळवावे.

कळावे,

आपला विश्वासू,
डेव्हिड स्लेटर.

⁂

हॅरी जेव्हा शिकागोला पोहोचला, तेव्हा त्याचं 'नथिंग व्हेंचर्ड' हे पुस्तक

न्यूयॉर्क टाइम्सच्या बेस्ट सेलर पुस्तकांच्या यादीत तेहेतिसाव्या क्रमांकावर येऊन पोहोचलं होतं. आता नतालीने त्याच्या मांडीवर हात ठेवणं बंद केलं होतं.

"काळजी करू नका," ती त्याला धीर देत म्हणाली होती. "दुसरा आठवडा सर्वांत महत्त्वाचा असतो. पण पुढच्या रविवारपर्यंत आपल्याला पंधराच्या आत यायचं असेल, तर त्यासाठी खूप मेहनत करावी लागणार आहे."

दुसऱ्या आठवड्याच्या शेवटी त्यांचे डेन्व्हर, डॅलस आणि सॅन फ्रॅन्सिस्को या शहरांचे दौरे करून झाले होते. एव्हाना हॅरीला एक गोष्ट कळून चुकली होती, की त्याचं पुस्तक नतालीनेसुद्धा वाचलेलं नव्हतं. काही प्राईम टाईम शोजमधून हॅरीला शेवटच्या क्षणी काढून टाकण्यात आलं. आता मोठमोठ्या पुस्तकांच्या दुकानांऐवजी अगदी छोट्या छोट्या दुकानांमध्ये हॅरीचे वाचक भेटीचे आणि पुस्तकांवर स्वाक्षऱ्या देण्याचे कार्यक्रम होऊ लागले. काही पुस्तक विक्रेत्यांनी तर हॅरीला पुस्तकांवर स्वाक्षऱ्या करू देण्यास साफ नकार दिला. त्याचं कारण त्याला नतालीने स्पष्ट करून सांगितलं. एकदा एखाद्या पुस्तकावर स्वाक्षरी झाली, की त्या पुस्तकाचा समावेश 'खराब मालात' होतो आणि मग ते प्रकाशकाला परत करता येत नाही. त्यानंतर दुसऱ्या दिवशी सकाळी हॅरी हॉटेलातल्या खोलीतून तयार होऊन नाश्त्यासाठी जेव्हा खाली आला, तेव्हा त्याच्या टेबलापाशी जस्टिन नावाचा एक माणूस त्याची वाट बघत बसला होता.

"काल रात्रीच्या फ्लाईटने नताली न्यूयॉर्कला परत गेली," जस्टिन म्हणाला. "तिची आणखी एका लेखकाशी मीटिंग होती." हा लेखक खूप महत्त्वाचा असून, तो बेस्ट सेलर लिस्टमध्ये पंधराच्या आतला क्रमांक नक्की पटकावू शकेल, अशी पुष्टी त्याने जरी जोडली नसली, तरी हॅरीच्या ते लक्षात आलं. पण हॅरी त्याबद्दल तिला दोष तरी कसा देणार?

दौऱ्याच्या शेवटच्या आठवड्यात हॅरीने प्रचंड प्रवास केला. देशाचा कानाकोपरा पिंजून काढला. सिॲटल, सॅन दिएगो, राले, मायामी आणि अखेर वॉशिंग्टन येथे अनेक शोजना त्याने उपस्थिती लावली. काही मोठ्या इंटरव्ह्यूजमधून त्याने आपल्या पुस्तकाचं नाव पण दोन-चार वेळा ठासून सांगितलं. पण ती सगळी स्थानिक रेडिओ स्टेशन्स होती.

दौऱ्याच्या शेवटच्या दिवशी फ्लाईट घेऊन तो जेव्हा न्यूयॉर्कला परतला, तेव्हा जस्टिनने त्याला विमानतळाजवळच्या लहानशा मोटेलमध्ये उतरवलं. त्याच्या हातात लंडनच्या विमानाचं इकॉनॉमी क्लासचं तिकीट ठेवून त्याला शुभेच्छा दिल्या आणि तो निघून गेला.

❋

एमाने स्टॅनफोर्ड युनिव्हर्सिटीचा प्रवेशअर्ज भरून झाल्यावर प्रोफेसर सायरस फेल्डमान यांना एक मोठं पत्र लिहून त्यांचे आभार मानले. त्यानंतर तिचं लक्ष आश्रमाकडून आलेल्या त्या भल्या मोठ्या पार्सलकडे गेलं. तिने ते उघडून पाहिलं. त्यात सोफी बार्टन, सँड्रा डेव्हिस आणि जेसिका स्मिथ या तिघींची माहिती असलेले कागदपत्रं होती. तिने त्या कागदपत्रांवरून ओझरती नजर फिरवल्यानंतर आश्रमाच्या मेट्रनना आपल्यासाठी कोणती मुलगी योग्य वाटते आहे, हे तिच्या लगेच लक्षात आलं. पण ती मुलगी जेसिका नव्हती.

जर सेबॅस्टियनलासुद्धा त्या मेट्रनबाईंनी पसंत केलेली मुलगीच आवडली तर? किंवा कदाचित मेट्रनबाईंनी शॉर्ट लिस्ट केलेल्या या तिघी मुली सोडून भलतीच कुणीतरी मुलगी त्याला आवडली तर? एमाच्या मनात विचारांचं वादळ चालू होतं. तिला झोप लागेना. हॅरीचा फोन आला तर किती बरं होईल, असं तिला मनोमन वाटत होतं.

✳

हॅरीला एमाची खूप आठवण होत होती. तिला फोन करावासा वाटत होता; पण ती केव्हाच झोपली असेल असा विचार करून त्याने फोन केला नाही. दुसऱ्या दिवशी पहाटेच त्याची परतीची फ्लाईट होती, त्यामुळे त्याने सामानाची बांधाबांध सुरू केली. त्यानंतर तो अंथरुणावर पडून विचार करू लागला. जेसिका स्मिथ आपली बहीण म्हणून सेबॅस्टियनला पसंत पडलीच पाहिजे. इतकंच नव्हे, तर जेसिका ही आपली स्वतःची पहिली निवड असल्यामुळेच तिला आई-वडिलांनी दत्तक घ्यायचं ठरवलं आहे, अशी सेबॅस्टियनच्या मनाची खातरी पटली पाहिजे, असं हॅरीला वाटलं. तसं घडलं, तर सारंच सुरळीत झालं असतं.

त्याने डोळे मिटून झोपण्याचा प्रयत्न केला. पण एअर कंडिशनरच्या आवाजामुळे त्याला झोप लागेना. त्या स्वस्तातल्या मोटेलच्या पातळ, जुनाट, गुठळ्या झालेल्या गादीवर तो पडून होता. खोलीत शॉवर आणि बाथ टब वगैरे सोयीसुविधांची चैन नव्हती. एका वॉशबेसिनला मळकट तांबूस पाणी येत होतं. नळ गळत होता. त्याच्या मिटल्या डोळ्यांपुढे गेल्या तीन आठवड्यांमध्ये घडलेल्या घटनांचा पट हळूहळू सरकत होता. पण त्या चित्रांमध्ये कोणतेही आकर्षक रंग नव्हते. खरं तर या तीन आठवड्यांमध्ये त्याचा आणि इतरांचा वेळ फुकट वाया गेला होता आणि पैशांचंही नुकसान झालं होतं. हे असले प्रसिद्धी दौरे आपल्याला जमणार नाहीत, हे त्याच्या लक्षात येऊन चुकलं. रेडिओवर असंख्य मुलाखती, वृत्तपत्रांमध्ये मुलाखती, प्रसिद्धीसाठी इतकी खटपट करूनसुद्धा

त्याच्या 'नथिंग व्हेंचर्ड' या पुस्तकाचा नंबर पहिल्या पंधरामध्ये लागू शकला नव्हता. थोडक्यात काय, चीफ इन्स्पेक्टर देवनपोर्ट आणि डिटेक्टिव्ह विल्यम वॉरविक यांना निवृत्त करून हॅरीलाच आता काहीतरी काम मिळवण्याची गरज होती.

सेंट बेडेज शाळेच्या मुख्याध्यापकांनी शाळेला इंग्रजी विषयाच्या शिक्षकाची गरज असल्याचं हॅरीच्या आडून आडून कानावर घातलं होतं. पण एखाद्या शाळेत शिक्षकाचं काम करणं खरं तर आपल्याला जमणारच नाही, असं हॅरीला मनातून माहिती होतं. गाइल्सने एकदा नव्हे तर अनेकदा मोठ्या मनाने हॅरीला एक गोष्ट सुचवली होती. हॅरीने बॅरिंग्टन्सच्या बोर्ड ऑफ डायरेक्टर्सवर येणं हे कुटुंबाच्या दृष्टीने हिताचं ठरेल, असं त्याचं म्हणणं होतं. पण खरं सांगायचं, तर हॅरी काही स्वत:ला बॅरिंग्टन कुटुंबातला घटक मानायला तयार नव्हता. शिवाय त्याला स्वत:ला उद्योजक, व्यावसायिक होण्यापेक्षा लेखक होण्यात जास्त रस होता.

बॅरिंग्टन हॉलमध्ये वास्तव्य करून राहणंसुद्धा खरं तर त्याला खूप जड जात होतं. पण त्याच्या पुस्तकांच्या मिळकतीतून एमाला एखादं चांगलं घर विकत घेऊन देण्याची अजून त्याची ऐपत नव्हती. एकदा तर सेबॅस्टियनने चक्क त्याला विचारलं होतं, "सगळ्यांचे वडील रोज सकाळी जसे कामाला जातात, तसे तुम्ही का नाही जात पापा?" त्यामुळे हॅरी खिन्न झाला होता. आपला सांभाळ एमाच करते आहे, आपण अगदीच बिनकामाचे आहोत, असाही विचार कधीतरी त्याच्या मनात चमकून जायचा.

मध्यरात्र उलटून गेली होती. एमाला फोन करावा आणि आपल्या मनात दाटून आलेले सगळे विचार भडाभडा तिच्यापाशी बोलून टाकावेत, अशी त्याला मनातून इच्छा झाली. पण ब्रिस्टॉलमध्ये पहाटेचे फक्त पाच वाजले असतील या विचाराने त्याने ती कल्पना मनात तशीच दडपून टाकली. अचानक त्याच्या दारावर टकटक असा आवाज झाला. तो दचकला. 'आत्ता या वेळेस कोण आलं असेल?' त्याच्या मनात आलं. झोपण्याआधी त्याने 'डू नॉट डिस्टर्ब' अशी पाटी खोलीच्या दाराला लावल्याचं त्याला पक्कं आठवत होतं. त्याने अंगात ड्रेसिंग गाऊन चढवत खोलीचं दार उघडलं.

"हार्दिक अभिनंदन," ती म्हणाली.

हॅरी आ वासून नतालीकडे बघतच राहिला. हातात शँपेनची बाटली घेऊन उन्मादक, तंग कपड्यात ती दारात उभी होती. नजरेत आव्हान घेऊन.

"कशाबद्दल?" हॅरी म्हणाला.

"मी 'संडे न्यूयॉर्क टाइम्स'ची फर्स्ट एडिशन आत्ताच पाहिली. 'नथिंग व्हेंचर्ड' हे पुस्तक चौदाव्या स्थानावर आहे. तुम्ही जिंकलात," ती म्हणाली.

"थँक यू,'' हॅरी म्हणाला. पण तिला त्यातून नक्की काय सुचवायचं होतं, ते त्याला समजेना.

"मी तुमची फार मोठी फॅन आहे ना, त्यामुळे मला वाटलं, हा आनंद आपण एकत्र साजरा करावा.''

"कल्पना फारच चांगली आहे,'' हॅरी म्हणाला. "जरा मला एक मिनिट द्या हं,'' असं म्हणून त्याने खोलीतल्या टेबलावरचं 'नथिंग व्हेंचर्ड' हे पुस्तक आणून तिच्या हाती ठेवलं आणि तिच्या हातातली शॅंपेनची बाटली घेतली. मग गोड हसून म्हणाला, "तुम्ही माझ्या फार मोठ्या फॅन आहात ना? मग आता जरा वेळ काढून हे नक्की वाचा,'' असं म्हणून त्याने दरवाजा तिच्या तोंडावर लावून घेतला.

हॅरीने पलंगावर बसून एका ग्लासमध्ये शॅंपेन ओतून घेत एमाला ट्रंककॉल लावला. तो लागून एमा फोनवर येईपर्यंत बाटली रिकामी होत आली होती.

"माझं पुस्तक त्या बेस्ट सेलर पुस्तकांच्या यादीत चौदाव्या क्रमांकावर आलंय,'' तो अडखळत म्हणाला. शॅंपेनमुळे त्याची जीभ जड झाली होती.

"अरे वा! ही तर फारच मस्त बातमी आहे,'' एमा कशीबशी जांभई दाबत म्हणाली.

"आणि सोनेरी केसांची मादक तरुणी माझ्या बंद दारासमोर शॅंपेनची बाटली हातात घेऊन उभी आहे. आता मी जर लवकर दार उघडलं नाही ना, तर ती दरवाजा तोडून आत येईल.''

"हो, अगदी. मला त्यात काहीच शंका नाही डार्लिंग,'' एमा खिदळत म्हणाली. "अरे हो, एक सांगायचंच राहिलं. आज मला कुणीतरी त्यांच्यासोबत रात्र घालवायला निमंत्रण दिलं होतं. कुणी दिलं असेल, ओळख पाहू!''

६

गडद निळा परीटघडीचा गणवेश घातलेल्या एका स्त्रीने दार उघडलं. "मी इथली मेट्रन आहे," ती म्हणाली.

हॅरीने आपल्या पत्नीची आणि मुलाची त्या मेट्रनबाईंशी ओळख करून दिली.

"तुम्ही माझ्या ऑफिसात चला. तिथे आपण बोलू आणि मग तुमची मुलींशी ओळख करून देते," मेट्रन म्हणाल्या. मग त्यांनी एका लांबलचक कॉरिडॉरमधून त्या तिघांना ऑफिसात नेलं. कॉरिडॉरच्या भिंतींवर लहान मुलांनी काढलेली रंगीबेरंगी चित्रं लटकत होती. त्यातल्या एका चित्रापाशी थांबून सेबॅस्टियन म्हणाला, "मला हे चित्र सगळ्यात जास्त आवडलं." पण त्या मेट्रनच्या चेहऱ्यावर हलकी रेषासुद्धा उमटली नाही. मुलांच्या बोलण्याला काडीइतकंही महत्त्व देण्याची गरज नाही, असंच त्यांचं मत असावं.

मग ते तिघं त्यांच्या मागोमाग त्यांच्या ऑफिसमध्ये गेले.

ऑफिसचं दार बंद झालं. या भेटीची आपल्याला किती उत्सुकता होती, हे हॅरी त्या मेट्रनबाईंना उत्साहाने सांगू लागला.

त्या करारी स्वरात म्हणाल्या, "हे बघा, मी आधी आमच्याइथले नियम तुम्हाला व्यवस्थित समजावून सांगते. मला आमच्या मुलांच्या भवितव्याची काळजी आहे."

"ऑफ कोर्स," हॅरी म्हणाला. "तुमचे सगळे नियम आम्हाला सांगा."

"तुम्ही ज्या तीन मुलींमध्ये रस दाखवला आहे, त्या म्हणजे सँड्रा, सोफी आणि जेसिका. त्यांचा आत्ता चित्रकलेचा तास चालू आहे. तुम्ही त्या वर्गात जाऊन त्यांचं

शांतपणे दुरून निरीक्षण करू शकता. त्या तिघी वर्गातल्या इतर मुलांशी कशा वागतात, हे तुम्हाला त्यावरून कळेल. आपण वर्गात गेलो, तरी त्यांना त्यांचं काम शांतपणे करू द्यायचं. आपल्या तिघींमध्ये काही चुरस किंवा स्पर्धा आहे, असं त्यांच्यापैकी कुणालाही मुळीच वाटता कामा नये. कारण तसं झालं, तर त्यांच्यात रडारड, भांडणं होऊ शकतील आणि अशा गोष्टींचे परिणाम हे अत्यंत दूरगामी असतात. एकदा त्या आयुष्यातल्या अत्यंत नकारात्मक आणि कटू अनुभवाला सामोरं गेलेल्याच आहेत. आता परत एकदा आपल्याला कुणीतरी नापसंत केलं, असं त्यांच्या मनावर कोरलं जायला नको. अशी तुमच्यासारखी बाहेरची कुटुंबं जेव्हा शाळेच्या भेटीला येतात, तेव्हा इथून कुणाला तरी दत्तक घेऊन जायला ती आली आहेत, हे इथल्या मुलांना लगेच कळतं. नाहीतर उगाच कोण कशाला इथे येईल? पण या सर्व मुलांमधल्या केवळ दोन किंवा तीन मुलींचाच तुम्ही विचार करून मग तुमचा निर्णय घेणार असल्याचं मात्र या मुलांना अजिबात कळता कामा नये आणि अर्थातच तुम्ही आमच्या या आश्रमाशिवाय उरलेल्या दोन आश्रमांना भेट देऊन त्या नंतर तुमचा निर्णय घेतलात, तरीसुद्धा चालेल.

आपला निर्णय आधीच झाला असल्याचं त्या मेट्रनबाईंना सरळ सांगून टाकावं, असा हॅरीला मोह झाला; पण त्याने तो आवरला. शिवाय निर्णय सेबॅस्टियनचा आहे हे दाखवणं खूप महत्त्वाचं होतं.

"मग? आपण चित्रकलेच्या वर्गात जायचं का?"

"हो," असं म्हणून सेबॅस्टियन उडी मारून उठला आणि दाराबाहेर पळत सुटला.

"पण कोणती मुलगी सॅंड्रा, कोणती सोफी आणि कोणती जेसिका, हे आम्हाला कसं कळणार?" एमा म्हणाली.

सेबॅस्टियनचं उड्या मारणं पाहून मेट्रनबाईंच्या चेहऱ्यावर आठी उमटली. त्या म्हणाल्या, "मी बऱ्याच मुलामुलींशी तुमचा परिचय करून देईन. म्हणजे मुलांपैकी कुणालाच वाईट वाटायला नको. बरं, आपण मुलांना भेटायला जाण्यापूर्वी तुम्हाला काही प्रश्न विचारायचे आहेत का?"

सेबॅस्टियनने त्यावर एकसुद्धा प्रश्न विचारला नाही, हे पाहून हॅरीला जरा नवलच वाटलं. खरं तर तो डझनभर प्रश्न विचारेल, अशी त्याने अपेक्षा केली होती. पण सेबॅस्टियन नुसता अधिरतेने चुळबूळ करत त्या तिघांची वाट बघत कॉरिडॉरमध्ये उभा होता. मग तिघं वर्गाकडे निघाल्या निघाल्या सेबॅस्टियन पुढे पळत सुटला.

मेट्रनबाईंनी अलगद दार उघडलं. तिघं आत शिरून जराही आवाज न करता पाठीमागे शांतपणे उभे राहिले. मेट्रनबाईंनी शिक्षकांना मानेने खूण केली आणि

मुलांकडे बघत म्हणाल्या, "मुलांनो, आज आपल्याकडे पाहुणे आले आहेत. मिस्टर आणि मिसेस क्लिफ्टन."

"गुड आफ्टरनून मिस्टर अँड मिसेस क्लिफ्टन," सगळी मुलं एका आवाजात म्हणाली. त्यातल्या काही मुलांनी मागे वळून त्यांच्याकडे पाहिलं, तर काही मुलं हातातलं काम करत राहिली.

"गुड आफ्टरनून," हॅरी आणि एमा म्हणाले. पण सेबॅस्टियन मात्र कधी नव्हे तो शांत होता.

हॅरीच्या एक गोष्ट लक्षात आली. बरीचशी मुलं खाली मान घालून गप्पपणे आपलं काम करत होती. ती जराशी दबून गेल्यासारखी वाटत होती. मग तो जरा पुढे होऊन एका मुलाच्या पाठीमागे थांबला. तो मुलगा कागदावर फुटबॉलच्या मॅचचं दृश्य रंगवत होता. त्याने काढलेल्या चित्रावरून 'ब्रिस्टॉल सिटी'चा संघ त्याचा आवडता असावा, हे उघड होत होतं. हॅरीला ते पाहून हसू फुटलं.

एमा एका बदकाच्या चित्राकडे खूप रस घेऊन पाहत असल्याचं दाखवत उभी होती. ते बदक होतं का मांजर, कोण जाणे. पण या वर्गातल्या मुलींमधली जेसिका नक्की कोणती असेल, असाच विचार तिच्या मनात येत होता. इतक्यात मेट्रनबाई तिच्याजवळ येऊन उभ्या राहत म्हणाल्या, "ही सँड्रा."

"वा! काय छान चित्र काढलं आहेस, सँड्रा," एमा म्हणाली. सँड्राच्या चेहऱ्यावर हसू पसरलं. सेबॅस्टियन खाली वाकून त्या चित्राकडे निरखून पाहू लागला.

हॅरी पण सँड्रापाशी येऊन तिच्याशी गप्पा मारू लागला. त्यानंतर मेट्रनबाईंनी एमा आणि सेबॅस्टियनची सोफीशी ओळख करून दिली.

तिच्या चित्राविषयी ते दोघं काही बोलणार, इतक्यात ती जोरात म्हणाली, "हा उंट आहे."

"तो ड्रोमेडरी जातीचा आहे की बॅक्ट्रियन जातीचा?" सेबॅस्टियनने विचारलं.

"बॅक्ट्रियन," ती पुन्हा तेवढ्याच आवाजात ठासून म्हणाली.

"पण मग त्याच्या पाठीवर एकच उंचवटा (मदार) आहे?" सेबॅस्टियन म्हणाला.

सोफीने हसून घाईने तिच्या चित्रात दुरुस्ती केली आणि ती सेबॅस्टियनला म्हणाली, "तू कुठल्या शाळेत जातोस?"

"मी येत्या सप्टेंबरमध्ये सेंट बेडेज स्कूलमध्ये जाणार आहे," सेबॅस्टियन म्हणाला.

हॅरीचं लक्ष आपल्या मुलाकडे होतं. तो सोफीशी खूश होऊन गप्पा मारत होता. त्याला जर सोफी आवडली आणि त्याने तिचीच निवड केली तर, असा विचार

हॅरीच्या मनात चमकून गेला. इतक्यात सेबॅस्टियनची नजर शेजारच्या मुलाच्या चित्रावर पडली आणि तो त्यात दंग होऊन गेला. मेट्रनबाई हॅरीला जेसिकापाशी घेऊन गेल्या. पण ती चित्र काढताना इतकी गुंग होऊन गेली होती, की तिने हॅरीकडे मान वर करून पाहिलंसुद्धा नाही. हॅरीने तिचं लक्ष वेधून घेण्याचा बराच प्रयत्न केला, पण तिची तंद्री भंग पावली नाही. ती बुजरी होती की काय? की बालसुलभ चैतन्यच नव्हतं तिच्यात? काही कळायला मार्ग नव्हता.

हॅरी सोफीपाशी परत आला. ती एमाशी तिच्या चित्राविषयी गप्पा मारत होती. या उंटाच्या पाठीवर एकच मदार हवी की दोन, असं सोफीने आपण होऊन हॅरीला विचारलं. हॅरी विचारात पडला. इतक्यात एमा तिथून उठून जेसिकापाशी गेली. पण हॅरीप्रमाणेच तीसुद्धा जेसिकाला तिच्या कोशातून बाहेर काढू शकली नाही. जेसिकाने तिच्याशी बोलणं तर दूरच, पण वळून तिच्याकडे पाहिलंसुद्धा नाही. अखेर सोफीच आपल्या घरी येणार की काय? जेसिकाची ऑस्ट्रेलियाला रवानगी होणार की काय? असे प्रश्न एमाला पडू लागले.

मग एमा जरा दूर जाऊन टॉमी नावाच्या एका मुलाशी त्याच्या चित्राविषयी बोलू लागली. त्याने धुमसत्या ज्वालामुखीचं चित्र भडक लाल केशरी रंगात रंगवलं होतं. एमाच्या समोर त्याने त्याच्या कागदावर ब्रशने लाल रंगाचे आणखी चार फरकाटे ओढले. या मुलाला मनोविश्लेषण तज्ज्ञ डॉ. फ्रॉईड आनंदाने दत्तक घेतील, असा विचार एमाच्या मनात चमकून गेला.

इतक्यात तिचं समोर लक्ष गेलं तर सेबॅस्टियन आणि जेसिका एकमेकांशी गप्पा मारण्यात गुंगून गेले होते. तिने 'नोहाज आर्क' या विषयावर चित्र काढलं होतं, त्याविषयीच ते बोलत होते. जेसिका मान खाली घालून चित्र रंगवतच त्याच्याशी बोलत होती; पण निदान ती बोलत तरी होती. त्यानंतर अचानक सेबॅस्टियन तिथून उठला आणि सँड्रा आणि सोफी या दोघींची चित्रं जवळ जाऊन परत एकदा निरखून पाहून तो सरळ वर्गाच्या दारापाशी जाऊन उभा राहिला.

जरा वेळाने मेट्रनबाई एमा, सेबॅस्टियन आणि हॅरीला चहापानासाठी ऑफिसात घेऊन गेल्या. चहा घेता घेता त्या म्हणाल्या, "तुम्ही घरी जाऊन या विषयावर एकदा परस्परांशी सविस्तर चर्चा करून मग परत मला भेटायला आलात तरी चालेल. शिवाय अंतिम निर्णय घेण्यापूर्वी आमच्या इतर आश्रमांनाही तुम्ही भेट देऊ शकता."

हॅरी मुद्दामच काही न बोलता गप्प राहिला. सेबॅस्टियन काय प्रतिक्रिया देतो, ते त्याला बघायचं होतं.

"मला वाटतं, या तिघीही मुली फारच गोड होत्या," एमा म्हणाली. "खरं तर त्या तिघींमधून कुणा एकीला निवडणं फारच कठीण आहे."

"खरं आहे," हॅरी म्हणाला. "मला वाटतं, आम्ही घरी जाऊनच या विषयावर चर्चा करू आणि काय ते ठरवू. त्या नंतरच तुम्हाला काय ते कळवू."

"पण समजा आपल्याला तिघांनाही एकच मुलगी आवडलेली असली, तर मग उगाच वेळ वाया कशाला घालवायचा?" सेबॅस्टियन म्हणाला.

"म्हणजे? तुझा निर्णय झाला आहे का?" हॅरी म्हणाला. एकदा सेबॅस्टियनने त्याची पसंती सांगितली, की मग आपण दोघं एक होऊन त्याच्या निवडीला विरोध करून सहज आपल्या मनासारखं करू शकू, असा विचार त्याच्या मनात चमकून गेला. पण त्यामुळे जेसिकाच्या बॅरिंग्टन हॉलमधल्या आयुष्याची सुरुवात फारशी चांगली झाली नसती, हे ही तितकंच खरं होतं.

"हे बघा, तुम्ही निर्णय घेण्याआधी मी त्या तिघी मुलींची पार्श्वभूमी तुम्हाला अधिक स्पष्ट करून सांगते. त्या तिघींपैकी सँड्रा खूपच समंजस आहे. तिला वळण लावणं फारसं जड जाणार नाही. सोफी जास्त उत्साही, खेळकर आहे; पण जरा हट्टी आहे."

"आणि जेसिका?" हॅरी म्हणाला.

"त्या तिघींमध्ये सर्वांत बुद्धिमान तीच आहे. पण ती तिच्या स्वतःच्याच जगात रमते. तिची कुणाशी पटकन मैत्री होत नाही. माझ्या मते त्या तिघींमध्ये सँड्राच तुमच्या घरासाठी योग्य आहे."

सेबॅस्टियनच्या चेहऱ्यावर आधीपासूनच आठ्या पडल्या होत्या; पण आता तर त्याच्या चेहऱ्यावर नाराजीचे भाव स्पष्ट उमटल्याचं हॅरीच्या लक्षात आलं. मग त्याने मुद्दामच वेगळा डाव टाकला.

"ठीक आहे. मला तुमचं म्हणणं पटतंय, मेट्रन. मला वाटतं, आम्ही सँड्राचीच निवड करू."

"माझी मनःस्थिती जरा द्विधा झाली आहे," एमा म्हणाली. "सोफी किती हसरी, किती उत्साही आहे."

एमा आणि हॅरी यांनी चोरट्या नजरेने एकमेकांकडे पाहून घेतलं. "मग आता तूच काय ते सांग, सेबॅस्टियन. सँड्रा का सोफी?"

"दोघींपैकी कुणीच नाही. मला जेसिका आवडली." असं म्हणून एक उडी मारून त्याने खोलीतून बाहेर धूम ठोकली. दार सताड उघडं होतं.

मेट्रनबाई उठून उभ्या राहिल्या. सेबॅस्टियन जर आपला विद्यार्थी असता, तर आपण त्याला व्यवस्थित धडा शिकवला असता, असे भाव त्यांच्या चेहऱ्यावर स्पष्ट उमटले होते.

"अजून त्याला लोकशाही निर्णयप्रक्रियेची नीटशी जाणीव आलेली नाही," हॅरी त्यांना हसून म्हणाला. त्याने वातावरणातलं गांभीर्य थोडं कमी करण्याचा प्रयत्न

केला. मेट्रनबाई दरवाज्याकडे निघाल्या. हॅरीचं स्पष्टीकरण त्यांना विशेषसं पटलेलं दिसलं नाही. हॅरी आणि एमा त्यांच्या पाठोपाठ निघाले. मेट्रनबाई वर्गात शिरल्या. समोरचं दृश्य पाहून त्यांचा स्वत:च्या डोळ्यांवर विश्वासच बसेना. जेसिकाने रंगवलेलं चित्र ती स्वत:च्या हाताने सेबॅस्टियनला देत होती.

ते चित्र हातात घट्ट पकडून सेबॅस्टियन हॅरी आणि एमाच्या सोबत घरी निघाला तेव्हा हॅरीने त्याला विचारलं, "अरे, मग त्या चित्राच्या मोबदल्यात तू तिला काय दिलंस?"

त्यावर तो म्हणाला, "उद्या मी तिला आपल्या घरी चहाचं बोलावणं केलंय. तुझ्या आवडीचा खाऊ तुला देईन, असंही तिला सांगितलंय."

"अरे वा! पण तिच्या आवडीचा खाऊ तरी कोणता?"

"गरम गरम ब्रेड, बटर आणि रास्पबेरी जॅम," सेबॅस्टियन म्हणाला.

"मेट्रन, पण हे चालेल का?" हॅरीने जरा काळजीने मेट्रनबाईंना विचारलं.

"हो, काही हरकत नाही. पण जर सँड्रा, सोफी आणि जेसिका अशा तिघी एकत्र आल्या तर मला वाटतं, ते जास्त बरं होणार नाही का?" त्या म्हणाल्या.

"तशी काही आवश्यकता नाही. थँक यू," एमा म्हणाली. "एकटी जेसिका आली तरी आम्हाला चालेल."

मेट्रनबाईंच्या चेहऱ्यावर आश्चर्यचकित झाल्याचे भाव होते.

हॅरी, एमा आणि सेबॅस्टियन कारने बॅरिंग्टन हॉलला परत निघाल्यावर हॅरी म्हणाला, "सेबॅस्टियन, तू त्या तिघींमधून नेमकी जेसिकाची निवड का बरं केलीस?"

"सँड्रा दिसायला खूप छान आहे," सेबॅस्टियन म्हणाला. "आणि सोफी खूप हसरी, खेळकर आहे. पण मला त्या दोघींचा एक महिन्यातच कंटाळा आला असता."

"आणि जेसिका?"

"ममा, तिला पाहून मला तुझी आठवण झाली."

✻

जेसिका त्यांच्या घरी चहासाठी आली, तेव्हा सेबॅस्टियन दारात तिची वाट बघत उभा होता.

ती मेट्रनबाईंचा हात धरून घराच्या पायऱ्या चढून आत आली. तिने दुसऱ्या हातात स्वत: काढलेलं एक चित्र घट्ट पकडलं होतं.

"माझ्याबरोबर आत चल ना," सेबॅस्टियन तिला म्हणाला. पण जेसिका मात्र खिळल्यासारखी जागच्या जागीच उभी होती. तिच्या चेहऱ्यावर बावरल्याचे भाव होते.

"हे मी तुझ्यासाठी आणलंय," ती हातातलं चित्र सेबॅस्टियनच्या हातात ठेवत म्हणाली.

“थँक यू,” सेबॅस्टियन म्हणाला. ते चित्र त्याने लगेच ओळखलं. डॉ. बर्नार्डो यांच्या ऑफिसच्या बाहेरच्या कॉरिडॉरच्या भिंतीवर त्याने ते चित्र पाहिलं होतं. “असं का? चल ना माझ्याबरोबर. सगळा खाऊ काय मी एकट्यानेच खायचा का?”

जेसिका सेबॅस्टियनबरोबर दिवाणखान्यात आली आणि आ वासून भिंतीवर लटकणाऱ्या तैलचित्रांकडे बघत राहिली.

“ते सगळं नंतर बघू हं. चल लवकर नाहीतर खाऊ थंड होईल,” सेबॅस्टियन म्हणाला.

जेसिका दिवाणखान्यात येता क्षणीच हॅरी आणि एमा उठून उभे राहिले. पण तिचं त्यांच्याकडे लक्षच नव्हतं. तिची नजर त्या सुंदर तैलचित्रांवरून हटत नव्हती. जरा वेळाने ती सेबॅस्टियनच्या शेजारी सोफ्यावर बसली. समोर टेबलावर ठेवलेल्या खाण्याकडे तिने पाहिलं. तिला नक्कीच भूक लागली असणार, पण ती काहीच हालचाल न करता बसून राहिली. मग एमाने बशी भरून तिच्या हातात ठेवली.

जेसिकाने चमचा हातात उचलला. ती खायला सुरुवात करणार इतक्यात तिचं लक्ष मेट्रनबाईंच्या चेहऱ्याकडे गेलं. त्यांच्या चेहऱ्यावर आठी उमटली होती.

“थँक यू मिसेस क्लिफ्टन,” जेसिका घाईघाईने म्हणाली. तिने दोन वेळा खाऊ मागून घेतला. प्रत्येक वेळी न चुकता ‘थँक यू, मिसेस क्लिफ्टन’ असं म्हणायला ती विसरली नाही.

एमाने तिला आणखी खाण्याचा आग्रह करताच “नको, नको,” असं म्हणून ती गप्प बसली. तिला मनातून आणखी खाऊ हवा असणार, पण ती मेट्रनबाईंच्या धाकाने नको म्हणाली असावी, असा एमाला दाट संशय होता.

“तू टर्नर नावाच्या चित्रकाराचं नाव कधी ऐकलंयस का?” सेबॅस्टियन म्हणाला. जेसिका काही न बोलता मान खाली घालून बसून राहिली. सेबॅस्टियन उठून तिला हाताला धरून बाहेर नेत म्हणाला, “टर्नर फार सुंदर चित्रं काढतो. अर्थात तुझ्या इतकी चांगली नाही.”

“माझा तर विश्वासच बसत नाहीये,” मेट्रनबाई म्हणाल्या. “मी तिला इतकं खूश कधीच पाहिलेलं नाहीये.”

“अहो, पण ती जवळपास एक शब्दसुद्धा बोलली नाही,” हॅरी म्हणाला.

“तुम्ही माझ्यावर विश्वास ठेवा, मिस्टर क्लिफ्टन. आज जेसिकाला मी जेवढ्या आनंदात पाहिलंय, तेवढ्या आनंदात आजवर कधीच पाहिलेलं नाही.”

एमा हसली. “जेसिका खरंच खूप गोड आहे. तिला जर आम्ही आमच्या कुटुंबात समाविष्ट करून घ्यायचं ठरवलं, तर त्यासाठी आम्हाला नक्की काय काय करावं लागेल?”

“तसं ते खूप लांबलचक काम आहे,” मेट्रनबाई म्हणाल्या. “शिवाय आपल्या

मनासारखं घडेलच, असं काही सांगता येत नाही. पण तुम्ही आता तिला मधून मधून तुमच्या घरी घेऊन येत जा. तिला इथली सवय झाली, की मग तुमच्या सोयीने तिला शनिवार-रविवार राहायला घेऊन या. पण एकदा तसं केल्यानंतर मात्र तुम्हाला जेसिकाला दत्तक घ्यावंच लागेल. कारण तिला आपण आशेला लावून नंतर निराश करणं बरोबर नाही.''

''तुमच्या मार्गदर्शनानुसार आम्ही सगळं करू. आम्ही आमच्याकडून सर्वतोपरी प्रयत्न करू,'' हॅरी म्हणाला.

''मग मीसुद्धा माझ्यापरीने तुम्हाला सर्व प्रकारचं सहकार्य करीन,'' मेट्रनबाई म्हणाल्या. त्यांचा तीन कप चहा पिऊन झाला होता. थोडासा नाश्ताही करून झाला होता. त्या जरा अस्वस्थ वाटत होत्या. एमाच्या ते लक्षात आलं. ती म्हणाली, ''जेसिका आणि सेबॅस्टियन कुठे गेले?'' मग आपल्याला आता निघायला हवं, असं मेट्रनबाईंनी सुचवताच हॅरी त्यांना शोधायला निघाला. इतक्यात सेबॅस्टियन आणि जेसिका मोठ्यांदा हसत खिदळत तिथे येऊन दाखल झाले.

''जेसिका, आपली आता घरी जायची वेळ झाली,'' मेट्रनबाई म्हणाल्या. ''रात्रीच्या जेवणाच्या वेळेपूर्वी आपल्याला पोहोचायला हवं की नाही?''

पण जेसिकाने सेबॅस्टियनचा हात घट्ट पकडून ठेवला. ''माझं पोट भरलंय. मला नाही जेवायचं,'' ती म्हणाली.

मेट्रनबाईंना काय बोलावं ते सुचेना.

हॅरीने जेसिकाला कोट अंगात घालायला मदत केली. मेट्रनबाई तिचा हात धरून दाराबाहेर पडत असताना जेसिकाने एकदम रडायला सुरुवात केली.

''अरे! आता काय झालं?'' एमा काळजीने म्हणाली. ''मला वाटलं, सगळं तिच्या मनासारखं झालं.''

''हो, हो,'' मेट्रनबाई तिच्या कानात कुजबुजल्या. ''सगळं अगदी व्यवस्थित पार पडलं. मुलांना जेव्हा आश्रमात परत जायचं नसतं, तेव्हाच ती अशी रडतात. तेव्हा मी काय सांगते, ते ऐका. तुम्हा सर्वांना जेसिका जर एवढी आवडली असेल, तर जराही विलंब न करता लवकरात लवकर सर्व कागदपत्रांची पूर्तता करा.''

जेसिका मेट्रनबाईंच्या छोट्याशा कारमध्ये बसण्यापूर्वी थबकून उभी राहिली. तिने मागे वळून पाहिलं. तिचे डोळे पाण्याने भरले होते.

''तुझी निवड उत्तम आहे, सेब,'' हॅरी सेबॅस्टियनच्या खांद्यावर हात टाकत कुजबुजला. बघता बघता मेट्रनबाईंची कार दिसेनाशी झाली.

❋

त्यानंतर पाच महिने गेले. अखेर मेट्रनबाई पुन्हा एकदा जेसिकाला हॅरी आणि

एमा यांच्या घरी पोहोचवायला बॅरिंग्टन हॉलला आल्या आणि एकट्या आश्रमात परत गेल्या. आश्रमातील एका निराधार पोरीचं आयुष्य सत्कारणी लागल्याचा आनंद त्यांच्या चेहऱ्यावर होता. जेसिकाला त्या घरात रुळायला बरेच दिवस लागले. सेबॅस्टियनबरोबर हॅरी आणि एमाला जेवढा वेळ घालवावा लागत असे, तेवढाच किंबहुना थोडा अधिक वेळ जेसिकाला ते आता देत होते.

जेसिका आजवर खोलीत स्वतंत्रपणे एकटी कधीच झोपलेली नव्हती, ही जाणीव त्या दोघांना आता नव्याने झाली. बॅरिंग्टन हॉलमध्ये कायमचं राहायला आल्यानंतर पहिल्या रात्री ती तिच्या खोलीचं दार उघडं ठेवून रडत रडत आपल्या बिछान्यात झोपली. हॅरी आणि एमा आता तिच्यासाठी आपल्या खोलीचा दरवाजा उघडा ठेवू लागले. मध्यरात्री कधीतरी ती आपलं पांघरुण घेऊन हळूच त्यांच्या खोलीत येऊन त्या दोघांच्यामध्ये चढून झोपून जायची. काही दिवसांनी सेबॅस्टियनने त्याचं भलंमोठं विन्स्टन नावाचं टेडी बेअर तिला बक्षीस देऊन टाकलं. त्यानंतर मात्र ती त्या बेअरला कुशीत घेऊन झोपायला शिकली.

जेसिकाचा विन्स्टनवर जीव जडला. पण तिचा त्याहीपेक्षा जास्त जीव सेबॅस्टियनवर जडला होता. सेबॅस्टियन खूप मोठं झाल्याच्या आविर्भावात म्हणाला, "तूच आता घेऊन टाक विन्स्टनला. मी नाहीतरी आता काही दिवसांतच शाळेत जाणार आहे."

जेसिकाने पण सेबॅस्टियनच्या सोबत सेंट बेडेज शाळेत जाण्याचा हट्ट धरला. मग हॅरीनेच तिची समजूत काढली. मुलं आणि मुली कधी एका शाळेत जात नाहीत, हे तिला पटवून दिलं.

"पण का?" जेसिका म्हणाली.

"हो ना. असं का?" एमा पण म्हणाली.

अखेर सेबॅस्टियनचा शाळेत जाण्याचा दिवस उजाडला. तो जेव्हा गणवेश वगैरे घालून तयार झाला, तेव्हा ती त्याच्याकडे बघतच राहिली. दिवस कसे झपाझप गेले होते. तो लाल गडद रंगाचा ब्लेझर, लाल टोपी आणि करड्या रंगाची अर्धी चड्डी अशा गणवेशात तयार होऊन उभा होता. त्याचे बूट चमकत होते. सेबॅस्टियन जेव्हा गाडीत बसून शाळेला जायला निघाला, तेव्हा जेसिका त्याला निरोप देण्यासाठी घराच्या पायरीवर बसून होती. त्याची कार दिसेनाशी झाल्यावरही कितीतरी वेळ ती तशीच तिथे बसून होती. सेबॅस्टियन परत कधी येतो, याची ती वाट बघत होती.

एमाने आपल्याला शाळेत सोडायला येऊ नये, अशी इच्छा सेबॅस्टियनने हॅरीपाशी खासगीत व्यक्त केली होती. हॅरीने त्याचं कारण विचारताच तो म्हणाला होता, "ममा तिथे माझे पापे घेईल. बाकीची मुलं ते बघतील."

त्याच्याशी बोलून त्याची समजूत काढावी, असं आधी हॅरीच्या मनात आलं होतं. पण मग त्याच्या स्वतःच्या शाळेच्या पहिल्या दिवसाची त्याला आठवण

झाली, आणि त्याने तो विचार मनातून काढून टाकला. सेंट बेडेज शाळेत जाण्यासाठी हॅरी त्याच्या आईसोबत स्टिल हाऊस लेनपासून ट्रॅमने निघाला होता. 'आपण शाळेच्या एका स्टॉप आधीच उतरू या,' असा त्याने आपल्या आईपाशी हट्ट केला होता, कारण शाळेतली इतर सगळी मुलं कारने येणार. मग आपल्याकडे कार नाही, हे त्यांच्या लक्षात यायला नको, असं त्या वेळी हॅरीला वाटलं होतं. शाळेची इमारत सुमारे पन्नास यार्डांवर राहिलेली असताना त्याच्या आईने खाली वाकून त्याच्या गालाचा पापा घेतला, तेव्हा तिला तो कसाबसा देऊन हॅरी घाईने दूर झाला होता. तिचा लगेच निरोप घेऊन तो शाळेच्या दिशेने निघून गेला. तो मुख्य प्रवेशद्वारापाशी पोहोचला, तेव्हा शाळेतली इतर मुलं दिमाखदार बग्ग्यांमध्ये आणि भपकेबाज मोटार गाड्यांमध्ये बसून शाळेत येत होती. एका मुलाला तर आलिशान रोल्सरॉईस गाडीतून ड्रायव्हर सोडायला आला होता.

शाळेच्या वसतिगृहात घालवलेली पहिली रात्र हॅरीच्या दृष्टीने एखाद्या भयावह दुःस्वप्नासारखी होती. पण त्याचं कारण जेसिकापेक्षा वेगळं होतं. हॅरीला इतर मुलांच्या सोबतीने एका खोलीत झोपायची सवयच नव्हती.

परंतु काही दिवसांतच ही परिस्थिती बदलली. त्याचं आडनाव क्लिफ्टन हे 'सी' या अक्षरापासून सुरू होण्याचा एक फायदा म्हणजे त्याच्या एका बाजूच्या पलंगावर बॅरिंग्टन आणि दुसऱ्या बाजूच्या पलंगावर डीकिन्स होता. दोघांशीही त्याची अल्पावधीतच गट्टी जमली; परंतु वसतिगृहात त्यांचा प्रिफेक्ट म्हणून फिशर आला. थोडक्यात, या बाबतीत हॅरीचं दैव त्याच्या चांगलंच आडवं आलं. शाळेत भरती झाल्यानंतरचा पहिला आठवडाभर रोज रात्री हा फिशर त्याला मारहाण करायचा आणि त्याचं एकमेव कारण म्हणजे हॅरी एका गरीब गोदी कामगाराचा मुलगा होता. फिशर एका श्रीमंत इस्टेट एजंटचा मुलगा असल्यामुळे हॅरीसारख्या गरीब आणि खालच्या दर्जाच्या मुलाबरोबर आपण शिक्षण घेत असल्याचा फिशरला अपमान वाटायचा. सेंट बेडेज शाळा सोडल्यानंतर पुढे त्या फिशरचं काय झालं असेल, असा विचार मधून मधून हॅरीच्या मनात यायचा. टोब्रुकच्या लढाईत गाइल्स आणि फिशर यांचा काही काळ एकमेकांशी संबंध आल्याचं त्याच्या कानावर होतं. त्यानंतर एकदा सेंट बेडेजच्या माजी विद्यार्थ्यांच्या मेळाव्याला हॅरी गेलेला असताना त्याला फिशर तिथे दिसला होता, पण त्याने हॅरीकडे मुद्दामच दुर्लक्ष केलं होतं. त्यावरून तो ब्रिस्टॉलच्या परिसरातच राहत असावा, असा हॅरीने तर्क केला.

पण सेबॅस्टियनच्या बाबतीत एक गोष्ट बरी होती. तो मोटारीत बसून शाळेला जायला निघाला होता आणि तो दिवसभराची शाळा झाल्यावर रोज रात्रीचा घरी परत येणार होता. तो वसतिगृहात राहणार नसल्याने त्याला फिशरसारख्या कुणाचा त्रास होण्याची शक्यता नव्हती. अर्थात म्हणून काही आपल्या मुलाचे सेंट बेडेज

शाळेतले सुरुवातीचे दिवस फार सुखकर जातील, असं मात्र हॅरीला मुळीच वाटत नव्हतं. अर्थात त्याची कारणं वेगळी असतील, याची त्याला कल्पना होती.

हॅरीने कार सेंट बेडेज शाळेच्या फाटकापाशी आणून उभी करताच सेबॅस्टियनने दार उघडून बाहेर उडी मारून धूम ठोकली. सेबॅस्टियनसारखाच लाल गणवेश घातलेल्या असंख्य मुलांच्या गर्दीत तो केव्हाच दिसेनासा झाला. हॅरी नुसता दुरून बघत राहिला. आपल्या वेळेचे दिवस आता गेले; आता नवा जमाना आला आहे, असं हॅरीच्या मनात आलं.

कारने बॅरिंग्टन हॉलकडे परत येत असताना हातात लिहायला घेतलेल्या नव्या पुस्तकाच्या नव्या प्रकरणाविषयी तो विचार करू लागला. आता विल्यम वॉरविकला बढती देण्याची वेळ आली आहे, असं त्याला वाटलं.

घरापाशी पोहोचल्यावर त्याला दारात पायरीवर बसलेली जेसिका दिसली. कार थांबवून तो तिच्याकडे पाहून हात करून हसला. तो गाडीतून बाहेर पडता क्षणीच ती म्हणाली, ''सेब कुठे आहे?''

⁕

रोज सेबॅस्टियन शाळेत निघून गेल्यानंतर जेसिका स्वत:च्या विश्वात रममाण होऊन जायची. एकीकडे सेबॅस्टियनच्या येण्याची वाट बघत ती आपल्या विन्स्टन बेअरला वेगवेगळ्या प्राण्यांच्या गोष्टी वाचून दाखवायची; 'पू' बेअर, मि. टोड, व्हाईट रॅबिट, ऑरलँडो मार्मालेड कॅट आणि अख्खं घड्याळ गिळंकृत करणारी सुसर अशा विविध प्राण्यांच्या गोष्टी त्यात असत.

एकदा विन्स्टन बेअरला झोपवलं, की ती त्याला पांघरुणात गुंडाळून पलंगावर निजवायची आणि रंगपेटी आणि ब्रश घेऊन कामाला लागायची. थोड्याच काळात एमाच्या खोलीचं रूपांतर एका कलादालनात झालं होतं. सुरुवातीला घरातल्या दिसेल त्या कोऱ्या, पाठकोऱ्या कागदांवर चित्रं काढून झाली. हॅरीच्या जुन्या हस्तलिखितांची पाठकोरी पानंसुद्धा त्यातून सुटली नाहीत. त्यानंतर तिने आपल्या कुंचल्याने थेट आपल्या खोलीच्या भिंतीच रंगवण्यास सुरुवात केली.

तिच्या उत्साहावर विरजण टाकावंसं हॅरीला कधीच वाटत नसे; पण एमाला त्याने एका गोष्टीची मात्र जाणीव करून दिली. बॅरिंग्टन हॉल हे काही त्यांचं स्वत:चं घर नव्हतं. त्यामुळे जेसिकाच्या स्वत:च्या खोलीतल्या भिंती रंगवून पूर्ण झाल्यावर तिचा मोहरा घरातील इतर खोल्यांकडे वळण्यापूर्वी आपण गाइल्सचं त्याबद्दलचं मत विचारात घ्यायला हवं, असं हॅरीचं म्हणणं होतं.

पण खुद्द गाइल्स चिमुकल्या जेसिकाच्या इतका प्रेमात पडला होता, की तिने

आपल्या चित्रकलेने संपूर्ण बॅरिंग्टन हॉल अंतर्बाह्य रंगवून सोडला तरीसुद्धा आपली काहीही हरकत असणार नाही, असं त्याने जाहीर करून टाकलं.

"गाइल्स, अरे कृपा करून तिला भलत्यासलत्या गोष्टींसाठी प्रोत्साहन देऊ नको," एमाने त्याची विनवणी केली. "सेबॅस्टियनने आधीच स्वत:च्या खोलीच्या भिंती रंगवण्यासाठी तिला मुक्तद्वार देऊन ठेवलेलं आहे."

"तुम्ही दोघं सत्य काय आहे, ते तिला कधी सांगणार आहात?" एक दिवस गाइल्स जेवताना हॅरी आणि एमाला म्हणाला.

"इतक्या लवकर तिला हे सगळं सांगण्याची आम्हाला तरी गरज वाटत नाही," हॅरी म्हणाला. "अरे, जेसिका आत्ता फक्त सहा वर्षांची आहे आणि ती अजून इथे नीट रुळलेलीसुद्धा नाही."

"वेल, पण उगाच फार पुढे ढकलू नका," गाइल्सने त्यांना सावधगिरीची सूचना केली. "कारण ती एमाला आणि तुला आई-वडील मानू लागलीच आहे. तिला सेब आपला भाऊ वाटतो. ती मला 'अंकल गाइल्स' अशी हाक मारते. पण सत्य परिस्थिती अशी आहे की, ती माझी सावत्र बहीण आणि सेबची मावशी आहे."

हॅरीला त्याचं बोलणं ऐकून हसू आलं. "गाइल्स या सगळ्याचा अर्थ समजायला ती अजून खूप लहान आहे."

"तिला खरं तर हे कधीही समजलं नाही, तरी ते मला चालेल," एमा म्हणाली. "तुम्ही एक गोष्ट विसरू नका, आपले जन्मदाते आई-वडील या जगात नाहीत, हे तिला आधीपासूनच माहीत आहे. मग तेवढंच तिला माहीत असणं पुरेसं नाही का? खरी परिस्थिती केवळ तू, मी आणि हॅरी एवढ्या तिघांनाच तर माहीत आहे."

"हे बघ एमा, तू सेबॅस्टियनला फार लहान किंवा भोळा, अजाण समजू नको. एव्हाना बऱ्याचशा गोष्टींबद्दल त्याने मनात अंदाज बांधलेला असेलच."

७

सेबॅस्टियनच्या शाळेतील पहिली सहामाही संपत आल्यानंतर एक दिवस अचानक हॅरी आणि एमाला शाळेच्या मुख्याध्यापकांकडून चहासाठी बोलावणं आल्यावर त्यांना आश्चर्याचा धक्काच बसला. ते तिथे जाऊन दाखल झाल्यावर त्यांना कळून चुकलं, की मुख्याध्यापकांनी केवळ त्या दोघांनाच बोलावलेलं होतं. तो काही चहापानाचा सार्वजनिक कार्यक्रम नव्हता.

नोकराणी चहा-बिस्किटांचा ट्रे समोरच्या टेबलावर ठेवून निघून गेल्यावर मुख्याध्यापक डॉ. हेडली म्हणाले, "तुमचा मुलगा जरासा एकलकोंडा आहे. जर त्याला कुणाशी मैत्री करायचीच झाली, तर ती तो परदेशातून इकडे बदली होऊन आलेल्या एखाद्या मुलाशी करणं पसंत करेल. पण जन्मापासून ब्रिस्टॉलमध्येच वाढलेल्या मुलाशी त्याची पटकन मैत्री होणार नाही."

"हे असं का बरं?" एमा म्हणाली.

"त्याचं कारण असं की, दुसऱ्या गावातून किंवा देशांतून बदली होऊन इकडे आलेल्या मुलांनी प्रथितयश लेखक मिस्टर हॅरी क्लिफ्टन, त्यांच्या सुविद्य पत्नी एमा किंवा संसद सदस्य असलेले त्याचे अंकल सर गाइल्स बॅरिंग्टन यांचं नाव ऐकलेलं नसतं." हेडमास्तरांनी स्पष्ट केलं. ते पुढे म्हणाले, "पण यातून एक चांगली गोष्ट नकळत पुढे आली. ती म्हणजे, सेबॅस्टियनला मुळातच वेगवेगळ्या भाषा आत्मसात करून घेण्याची नैसर्गिक आवड आहे. एरवी खरं तर ही गोष्ट आमच्या लक्षातही आली नसती. अहो, आमच्या शाळेत लू यँग नावाचा एक मुलगा चीनमधून आलेला आहे. तर फक्त सेबॅस्टियन त्या मुलाशी त्याच्या मातृभाषेत बोलतो."

७४ । बेस्ट केप्ट सीक्रेट

हॅरीला ते ऐकून हसू फुटलं.

पण हेडमास्तरांच्या चेहऱ्यावर मात्र हसू नव्हतं, हे एमाच्या लक्षात आलं.

"सेबॅस्टियन जेव्हा ब्रिस्टॉल ग्रामर स्कूलच्या प्रवेश परीक्षेला बसेल, त्या वेळी एक अडचण उपस्थित होऊ शकते."

"पण तो इंग्लिश, फ्रेंच आणि लॅटिनमध्ये पहिला आला आहे," एमा अभिमानाने म्हणाली.

"आणि गणितातसुद्धा त्याने शंभर टक्के गुण मिळवले आहेत," हॅरीने त्यांना आठवण करून दिली.

"खरं आहे तुमचं आणि ती गोष्ट खरोखरच वाखाणण्याजोगी आहे. पण इतिहासात तो फार कच्चा आहे. इतिहास विषयात वर्गात अगदी सगळ्यांत कमी गुण मिळवून उत्तीर्ण होतो. भूगोल आणि जीवशास्त्राचीही तीच गत आहे. हे विषय पण सक्तीचेच आहेत. या विषयांपैकी दोन किंवा त्याहून जास्त विषयात जर तो अनुत्तीर्ण झालाच, तर ब्रिस्टॉल ग्रामर स्कूलमध्ये त्याला प्रवेश नाकारला जाईल. आणि तसं झालं, तर तुम्ही दोघं आणि त्याचे अंकल निराश होतील."

"निराश... नुसतं निराश नव्हे, तर त्याहूनही खूप काही होईल," एमा म्हणाली.

"तेच तर मी म्हणतोय," डॉ. हेडली म्हणाले.

"पण या नियमाला ते कधीतरी अपवाद वगैरे करतात का?" हॅरी म्हणाला.

"माझ्या इतक्या वर्षांच्या नोकरीच्या काळात त्यांनी असा नियमाला अपवाद केवळ एकदाच केल्याचं मला स्मरतंय," हेडमास्तर म्हणाले. "एका मुलाने सहामाहीमधल्या प्रत्येक क्रिकेटच्या सामन्यात शतक काढलं होतं. त्याच्याबाबतीत त्यांनी नियमाला अपवाद केला होता."

हॅरीला हसू फुटलं. तो शतकवीर दुसरा तिसरा कुणी नसून गाइल्सच होता. आणि त्या प्रत्येक शतकाचा साक्षीदार खुद्द हॅरीच होता. "थोडक्यात काय, तर त्याच्या या नावडत्या विषयांपैकी दोन विषयांत जर तो यदाकदाचित अनुत्तीर्ण झालाच, तर त्याचे काय परिणाम होऊ शकतात याची जाणीव आपण त्याला लवकरच करून दिली पाहिजे."

"त्याला या विषयांची समज नाही किंवा त्या विषयात तो 'ढ' आहे, अशातला भाग नाही," हेडमास्तर म्हणाले. "पण त्याला एखाद्या विषयात रस वाटला नाही, तर तो लगेच कंटाळतो. गंमत अशी, की भाषांची त्याला निसर्गदत्त देणगी असल्यामुळे ऑक्सफर्डमध्ये प्रवेश मिळवून शिक्षण घ्यायला त्याला काहीच अडचण येणार नाही. प्रश्न फक्त ब्रिस्टॉल ग्रामर स्कूलमध्ये प्रवेश मिळवण्याचाच आहे."

त्यानंतर हॅरीने एकदा सेबॅस्टियनशी बोलून त्याला नीट समजावून सांगितलं. शिवाय त्याच्या आजीने त्याला बक्षिसाची लालूचही दाखवली. त्या नंतरच्या परीक्षेत सेबॅस्टियनने आपल्या नावडत्या तीन विषयांमध्ये जरा बरे गुण मिळवून दाखवले. तीनपैकी आपण कोणत्याही एका विषयात अनुत्तीर्ण झालो तरी चालण्यासारखं आहे, हे त्याने लगेच ओळखलं आणि अनुत्तीर्ण होण्यासाठी मनोमन जीवशास्त्र हा विषय नक्की करून टाकला.

पुढच्या सहामाहीच्या शेवटाला मुख्याध्यापकांना सेबॅस्टियनविषयी जरा जास्त विश्वास वाटू लागला. सहा विषयांपैकी पाच विषयांत तो शंभर टक्के उत्तीर्ण होणार, अशी त्यांची जवळजवळ खातरी पटली. जीवशास्त्राविषयी मुख्याध्यापकांनी पण आशा बाळगणं सोडूनच दिलं होतं. हॅरी आणि एमा यांनाही सेबॅस्टियनच्या प्रगतीविषयी जरा विश्वास वाटू लागला होता. पण तरीही त्यांनी त्याला तसं बोलून दाखवलं नाही. अजूनही ते अभ्यासासाठी त्याच्या मागे लागतच होते. हेडमास्तरांना सेबॅस्टियनविषयी वाटू लागलेला विश्वास सार्थ होता असं खरं तर म्हणताही आलं असतं. पण नेमके शेवटच्या वर्षात दोन चमत्कारिक प्रसंग घडले.

८

"अरे सेब, हे पुस्तक तुझ्या वडिलांचं आहे का?"

त्या पुस्तकाच्या दुकानाच्या शोकेसमध्ये नीट रचून ठेवलेल्या पुस्तकांच्या ढिगाऱ्याकडे सेबॅस्टियनने बारकाईने पाहिलं. शोकेसवर पाटी दिमाखात झळकत होती : 'नथिंग गेन्ड', हॅरी क्लिफ्टन लिखित विल्यम वॉरविक याची नवी साहसकथा.

"हो," सेबॅस्टियन अभिमानाने म्हणाला. "तुला हवंय का?"

"हो, हवंय ना," लू यँग म्हणाला.

सेबॅस्टियन दुकानात शिरला. त्याच्या पाठोपाठ लू यँगही शिरला. दुकानाच्या दारात टेबल होतं. त्यावर त्याच्या वडिलांच्या नवीन पुस्तकाच्या असंख्य हार्डबॅक प्रती नीट मांडून ठेवल्या होत्या. शिवाय 'द केस ऑफ द ब्लाईंड विटनेस' आणि 'नथिंग व्हेंचर्ड' या पुस्तकांच्या पेपरबॅक प्रतीसुद्धा होत्या.

सेबॅस्टियनने प्रत्येक पुस्तकाची एक एक प्रत उचलून लू यँगच्या हातात ठेवली. त्या दोघांच्या सोबत त्यांच्या वर्गातली इतर मुलंही होतीच. प्रत्येकाला सेबच्या वडिलांचं पुस्तक हवं होतं. त्याने सर्वांना पुस्तकं दिली. बघता बघता पुस्तकांचा ढीग कमी कमी होत गेला. अचानक काऊंटरच्या मागून एक मध्यमवयीन माणूस पुढे आला. सेबॅस्टियनची कॉलर धरून त्याला खेचून जरा बाजूला नेऊन त्याच्यावर ओरडला, "हे काय चाललंय?"

"नाही, नाही. तसं काहीच नाही. ती पुस्तकं माझ्या वडिलांचीच आहेत," सेबॅस्टियन शांतपणे म्हणाला.

"हे मात्र आता अति होतंय," तो दुकानदार खेकसला. त्याने सेबॅस्टियनचं

बकोट पकडून त्याला खेचत दुकानाच्या मागच्या भागात नेलं. सेबॅस्टियन त्याला निकराने विरोध करत होता. दुकानदार त्याच्या मदतनिसाकडे वळून म्हणाला, "हे बघ, मी या चोराला रेड हँडेड पकडलंय. ताबडतोब पोलिसांना फोन लाव आणि हो, त्याचे ते मित्र पळून जाण्याआधी चोरलेली पुस्तकं त्यांच्याकडून काढून घ्या."

मॅनेजरने सेबॅस्टियनला त्याच्या ऑफिसात ढकललं आणि जबरदस्तीने तिथल्या जुन्या सोफ्यावर बसवलं.

"इथून हलण्याचा नुसता विचारही करू नको," अशी ताकीद त्याला देऊन तो ऑफिसातून बाहेर पडला. त्याने आपल्यामागे ऑफिसचं दार घट्ट लावून घेतलं.

सेबॅस्टियनला दार बंद करून कुलूप घातल्याचा आवाज येताच तो उठून टेबलापाशी गेला. तिथल्या असंख्य पुस्तकांपैकी एक उचलून त्याने सोफ्यावर बसून आरामात वाचायला सुरुवात केली. तो जेमतेम नवव्या पानापर्यंत पोहोचला होता, इतक्यात दार उघडून मॅनेजर विजयी मुद्रेने आत उगवला.

"हा बघा, हाच तो पोरगा, चीफ इन्स्पेक्टर. मी त्याला चोरी करताना मुद्देमालासहित पकडला. अहो काय सांगू इन्स्पेक्टरसाहेब, हा पोरगा इतका अति शहाणा आहे. मला म्हणाला, ही पुस्तकं माझ्या वडिलांनी लिहिली आहेत," मॅनेजर म्हणाला.

मॅनेजरचं बोलणं ऐकून चीफ इन्स्पेक्टर ब्लेकमोर यांनी आपलं हसू दाबून चेहरा निर्विकार ठेवण्याचा आटोकाट प्रयत्न केला. ते म्हणाले, "अहो, हा खरंच हॅरी क्लिफ्टन यांचाच मुलगा आहे." त्यानंतर ते सेबॅस्टियनकडे बघत करारी चेहऱ्याने म्हणाले, "पण म्हणून काही तू जे वागला आहेस, ते क्षम्य नाही."

"हे बघा इन्स्पेक्टर, त्याचे वडील जरी हॅरी क्लिफ्टन असले, तरीसुद्धा मला अजूनही एक पौंड अठरा शिलिंग्जची खोट आली आहे, त्याचं काय करू?" असं म्हणून त्याने रागाने सेबॅस्टियनकडे पाहिलं.

"मी मिस्टर क्लिफ्टन यांना फोन केला होता. ते आता इतक्यात इकडे येतीलच. मग तेच तुमच्या सगळ्या प्रश्नांची उत्तरं देतील. तेवढ्या वेळात तुम्ही त्यांच्या मुलाला पुस्तक विक्रीचं अर्थशास्त्र जरा समजावून सांगा."

एव्हाना तो मॅनेजरही जरासा वरमला होता. तो टेबलापाशी बसून सेबॅस्टियनला समजावून सांगू लागला, "तुझे वडील जेव्हा एखादं पुस्तक लिहितात, तेव्हा त्यांचे प्रकाशक त्यांना त्याबद्दल काही रक्कम ॲडव्हान्स म्हणून देतात. पुढे पुस्तक प्रसिद्ध झालं, की त्या पुस्तकाची जी काही किंमत असेल, त्या किमतीच्या काही टक्के रक्कम प्रत्येक खपलेल्या प्रतीमागे तुझ्या वडिलांना मिळते. मला वाटतं, तुझ्या वडिलांना दहा टक्के मिळत असतील. पुस्तक छापून प्रसिद्ध करण्याचा खर्च, त्यांच्या प्रकाशनाच्या ऑफिसातील कर्मचाऱ्यांचे, संपादकांचे पगार, पुस्तक प्रसिद्धीचा

खर्च असे अनेक प्रकारचे खर्च ते पुस्तक बाजारात आणण्याआधी प्रकाशकाला करावे लागतात.''

''मग तुम्ही प्रत्येक प्रतीसाठी प्रकाशकांना किती पैसे देता?'' सेबॅस्टियन म्हणाला.

त्यावर आता मॅनेजर काय उत्तर देतो, ते ऐकण्याची इन्स्पेक्टर ब्लेकमोर यांनाही खूप उत्सुकता लागून राहिली होती. मॅनेजर जरा चाचरत म्हणाला, ''छापील किमतीच्या दोन तृतियांश.''

सेबॅस्टियन त्यावर डोळे बारीक करत नाराजीने म्हणाला, ''काय? म्हणजे माझ्या वडिलांना पुस्तकाच्या छापील किमतीच्या केवळ दहा टक्के मिळतात आणि तुम्ही तेहेतीस टक्के खिशात घालता?''

''हो. पण मला या दुकानाचं भाडं पडतं, हे दुकान चालवण्याचा खर्च, इथल्या कर्मचाऱ्यांचे पगार या सगळ्याचा खर्च असतोच ना?'' मॅनेजर त्याला जोरात विरोध करत म्हणाला.

''म्हणजे थोडक्यात काय? माझ्या वडिलांनी तुम्हाला पुस्तकाच्या छापील किमतीच्या हिशेबाने पैसे देण्याऐवजी तुमच्या पुस्तकाच्या प्रती भरून दिल्या, तर ते जास्त स्वस्त पडेल?'' सेबॅस्टियन म्हणाला.

'हे बघायला सर वॉल्टर बॅरिंग्टन आत्ता हयात असायला हवे होते,' असा विचार इन्स्पेक्टर ब्लेकमोर यांच्या मनात चमकून गेला. 'त्यांना हे सगळं ऐकून नक्कीच गंमत वाटली असती.'

''सर, मग तुम्ही मला असं सांगा, तुमची एकूण किती पुस्तकं भरून द्यावी लागतील?'' सेबॅस्टियन म्हणाला.

''आठ हार्डबॅक आणि अकरा पेपरबॅक्स,'' मॅनेजर म्हणाला. एवढ्यात हॅरी ऑफिसात आला.

नक्की काय घडलं होतं, ते चीफ इन्स्पेक्टर ब्लेकमोर यांनी हॅरीला समजावून सांगितलं. मग पुढे म्हणाले, ''मिस्टर क्लिफ्टन, या खेपेला मी तुमच्या मुलाला तसाच सोडून देतोय, पण तुम्ही जरा त्याला नीट समजावून सांगा. इथून पुढे अशा बेजबाबदारपणे तो कधीही वागणार नाही, याची जबाबदारी तुमची.''

''नक्कीच, चीफ इन्स्पेक्टर,'' हॅरी म्हणाला. ''तुमचे खूप मोठे उपकार आहेत माझ्यावर. मी माझ्या प्रकाशकांना ताबडतोब पुस्तकं पाठवून द्यायला सांगतो.'' एवढं बोलून सेबॅस्टियनकडे पाहत तो म्हणाला, ''यातील प्रत्येक पैसा तुझ्या हातखर्चाच्या पैशांमधून वळता केला जाईल, सेबॅस्टियन.''

सेबॅस्टियनने खालचा ओठ चावला.

''थँक यू मिस्टर क्लिफ्टन,'' दुकानदार म्हणाला. मग जरा ओशाळवाणं हसू

चेहऱ्यावर आणत म्हणाला, "सर, आता तुम्ही इथे आलाच आहात, तर माझ्याकडे उरलेल्या पुस्तकांवर सह्या कराल का?"

✳

एलिझाबेथ हॉस्पिटलमध्ये वार्षिक तपासणीसाठी गेली होती. तिथे तिला जे काही समजलं, ते एमाने हॅरीला किंवा इतर कोणालाही सांगू नये, अशी एलिझाबेथने एमाकडे कळकळीची विनंती केली. "फारसं गंभीर काहीच नाहीये. त्यांना जर तू सांगितलंस, तर सगळे उगाचच काळजी करत बसतील," एलिझाबेथ म्हणाली.

परंतु एमा काळजीत पडायची ती पडलीच. बॅरिंग्टन हॉलला परत आल्या आल्या तिने हाऊस ऑफ कॉमन्समध्ये फोन करून गाइल्सला आणि केंब्रिजला फोन करून आपली बहीण ग्रेस हिला हातातली सर्व कामं टाकून ताबडतोब ब्रिस्टॉलला येण्याची विनंती केली.

एमा टेंपलमीड ट्रेन स्टेशनवर त्या दोघांनाही आणायला गेली तेव्हा म्हणाली, "माझ्या फोनमुळे तुम्ही तुमची महत्त्वाची कामं सोडून इथे आला असाल ना? तुमचा वेळ उगीच वाया जायला नको."

"खरं सांगू? आमचा वेळ वाया गेला तरच बरं होईल," ग्रेस म्हणाली. "देवा, काही वाईट बातमी नसली, तरच बरं."

गाइल्स मात्र स्वतःच्या तंद्रीत होता. तिघं हॉस्पिटलकडे निघाले, तेव्हाही तो कारच्या खिडकीतून बाहेर बघत बसला होता.

मिस्टर लँगबोर्न यांनी ऑफिसचं दार लावण्यापूर्वीच एमाला कळून चुकलं, की बातमी मुळीच चांगली नाही.

"हे तुम्हाला जरा वेगळ्या पद्धतीने सांगता आलं असतं, तर फार बरं झालं असतं," डॉक्टर म्हणाले. सगळे त्यांच्या समोर बसून होते. "पण खरं सांगू, तुम्हाला सारं काही स्पष्टच सांगितलेलंच बरं. तुमच्या आईचे नेहमीचे डॉक्टर रेबर्न यांनी त्यांची नेहमीसारखी वार्षिक तपासणी केली, त्यानंतर त्यांनी तुमच्या आईला अधिक तपशीलवार चाचण्यांसाठी माझ्याकडे पाठवलं."

एमाच्या मुठी तिच्या नकळत आवळल्या गेल्या. ती लहानपणी शाळेत कधी घाबरली किंवा अस्वस्थ झाली, की असंच करायची.

डॉक्टर म्हणाले, "कालच तुमच्या आईच्या चाचण्यांचा अहवाल माझ्या हाती आला. तिला ब्रेस्ट कॅन्सर आहे."

"ती बरी होईल ना?" एमाने लगेच विचारलं.

"आत्ता या क्षणी तरी त्यांच्या वयाच्या स्त्रियांसाठी काही उपाय नाही. विज्ञानातून

नवे नवे शोध लागत आहेत. भविष्यात याही आजारावर उपाय सापडू शकेल; पण तुमच्या आईला उपयुक्त ठरेल, इतक्या लवकर तरी नाही.''

''पण मग आम्ही तिच्यासाठी काय करू शकतो?'' ग्रेस म्हणाली.

''या काळात तुम्हा सर्वांना त्यांना खूप मोठा आधार द्यावा लागेल. प्रेम द्यावं लागेल. त्याची त्यांना नक्की गरज पडेल. एलिझाबेथ फार धीराच्या आहेत. आजवर त्यांनी खूप काही सोसलंय. पण त्यांनी कधी तक्रारीचा शब्द उच्चारला नाही. हार्वे मंडळींची ती खासियतच आहे.''

''अजून किती दिवस आम्हाला तिचा सहवास मिळेल?'' एमाने विचारलं.

डॉक्टर म्हणाले, ''काही आठवडे, असंच म्हणावं लागेल. महिनेसुद्धा नाही.''

''मग आता एक गोष्ट मला तिच्या कानावर घालावीच लागेल,'' गाइल्स म्हणाला. तो इतका वेळ काहीही न बोलता गप्प बसून होता.

*

काही दिवसातच पुस्तकाच्या दुकानात घडलेला प्रकार सेंट बेडेज शाळेत पसरला. आधी नुसता एकलकोंडा मुलगा म्हणून सर्वांना माहीत असलेला सेबॅस्टियन अचानक शाळेतल्या मुलांच्या नजरेत 'हीरो' बनला. ज्या मुलांनी आजवर कधी त्याच्याकडे ढुंकूनसुद्धा पाहिलं नव्हतं, त्यांनी आता त्याला आपल्या कंपूमध्ये बोलावलं. हॅरीला वाटलं, आता आपला मुलगा अंतर्बाह्य बदलून जाईल. लोकांमध्ये मिसळू लागेल; परंतु तसं घडलं नाही. त्याला आपल्या आजीच्या आजारपणाबद्दल जेव्हा कळलं, तेव्हा तो एकदम घुमा आणि अबोल झाला.

जेसिका आता रेडमेड्स शाळेत जाऊ लागली होती. सेबॅस्टियनपेक्षा ती खूप अभ्यासू होती; पण ती कोणत्याच विषयात कधी पहिली यायची नाही; परंतु चित्रकलेच्या शिक्षकांनी मात्र तिची चित्रकलेच्या विषयातील असाधारण प्रतिभा लवकरच ओळखली होती. एमा कॉलेजच्या शेवटच्या वर्षात पोहोचल्यावरसुद्धा इतकी सुंदर चित्रं काढू शकत नसे, तेवढी जेसिका आत्ताच काढत होती; परंतु चित्रकला या विषयाला समाजात अजून म्हणावी तेवढी राजमान्यता नव्हती, ही दुर्दैवाची गोष्ट होती.

चित्रकलेच्या शिक्षकांशी झालेलं बोलणं एमाने मुद्दामच जेसिकाच्या कानावर घातलं नाही. पण तिला पूर्ण स्वातंत्र्य दिल्यावर तिची किती प्रगती होते, हे बघायचं ठरवलं. जेसिकाला चित्रकलेच्या बाबतीत दैवी देणगी आहे, असं सेबॅस्टियन तिला अनेकदा सांगायचा. पण तो खूप लहान होता. त्याचं म्हणणं जेसिकाने कधीच मनावर घेतलं नाही.

एक महिन्यानंतर झालेल्या पूर्वपरीक्षेत सेबॅस्टियन तीन विषयांत गचकला.

ब्रिस्टॉल ग्रामर स्कूलच्या प्रवेश परीक्षेला आता केवळ काही आठवडेच राहिले होते. पण त्याच्या आजीच्या दुखण्यामुळे तो इतक्या प्रचंड मानसिक तणावाखाली होता, की त्याला एमा आणि हॅरी त्याच्या पूर्वपरीक्षेच्या निकालाबद्दल रागावले नाहीत. एमा त्याला रोज शाळेतून हॉस्पिटलमध्ये घेऊन यायची. त्यानंतर झोपेपर्यंतचा राहिलेला सर्व वेळ तो आपल्या आजीच्या हॉस्पिटलच्या खोलीत घालवायचा, तिला गोष्टीच्या पुस्तकातून नव्या नव्या गोष्टी वाचून दाखवायचा.

जेसिका आजीसाठी रोज एक नवीन चित्र रंगवायची. रोज हॅरीबरोबर शाळेत जाताना वाटेत हॉस्पिटलमध्ये थांबून ते चित्र ती आजीला द्यायची. सहामाही संपत आली तेव्हा हॉस्पिटलच्या खोलीची आर्ट गॅलरी झाली होती.

गाइल्सचेही संसदेच्या कामात बरेच खाडे होत होते. ग्रेसच्या कॉलेजच्या चाचणी परीक्षा बुडत होत्या. हॅरीचं लेखन दिलेल्या मुदतीत पूर्ण होत नव्हतं. एमा दर आठवड्याला नियमितपणे येऊन दाखल होणाऱ्या सायरस फेल्डमान यांच्या पत्रांना वेळेत उत्तर पाठवू शकत नव्हती. पण सेबॅस्टियनला मात्र कधी एकदा शाळेतून बाहेर पडून आजीला भेटतो, असं व्हायचं. त्या दोघांच्या त्या रोजच्या भेटीचा नक्की फायदा आजीला होत होता, का नातवाला तेच हॅरीला कळत नव्हतं.

✳

आजीची प्रकृती दिवसेंदिवस क्षीण होत चाललेली असतानाच सेबॅस्टियनला ब्रिस्टॉल ग्रामर स्कूलच्या प्रवेश परीक्षेला बसण्याची वेळ आली. परीक्षेचा निकाल काहीसा विचित्र लागला. लॅटिन, फ्रेंच, इंग्लिश आणि गणित या विषयात त्याने अनन्यसाधारण कामगिरी बजावली होती; पण इतिहासात तो कसाबसा उत्तीर्ण झाला होता. भूगोलात तर उत्तीर्णही झाला नव्हता. थोडे गुण कमी पडले होते. पण जीवशास्त्रात मात्र त्याला केवळ नऊ टक्के गुण मिळाले होते.

शाळेच्या भिंतीवरील काचेत परीक्षेचा निकाल झळकल्यावर तत्काळ मुख्याध्यापक डॉ. हेडली यांनी हॅरीला फोन केला.

"ब्रिस्टॉल ग्रामर स्कूलच्या जॉन गॅरेट यांच्याशी मी बोलतो," ते म्हणाले. "सेबॅस्टियनने लॅटिन, इंग्लिश, फ्रेंच आणि गणितात किती सुंदर गुण मिळवले आहेत, हे त्यांच्या कानावर घालतो. ब्रिस्टॉल ग्रामर स्कूलमध्ये जर त्याला शिकायची संधी मिळाली, तर तो नक्की पुढे शिष्यवृत्ती मिळवून एखाद्या नामांकित युनिव्हर्सिटीत शिकायला जाईल, याचीही त्यांना खातरी पटवून देतो."

"तुम्ही त्यांना अजून एका गोष्टीची आठवण करून द्या," हॅरी म्हणाला. "मी आणि सर गाइल्स बॅरिंग्टन जेव्हा शाळेत होतो, तेव्हा सर वॉल्टर बॅरिंग्टन हे गव्हर्नर्सचे चेअरमन होते."

"त्यांना मी त्या गोष्टीची आठवण करून देण्याची नक्कीच गरज नाही पडणार," हेडली म्हणाली. "पण मी त्यांना एक गोष्ट नक्की सांगेन, की सेबॅस्टियनने जेव्हा ती परीक्षा दिली, तेव्हा त्याची आजी हॉस्पिटलमध्ये होती आणि तिची परिस्थिती चिंताजनक होती. आता त्यांना माझं हे म्हणणं पटेल, अशी आपण फक्त आशा करायची."

त्यांना ते पटलं. आठवड्याच्या शेवटी हेडली यांनी हॅरीला फोन केला. सेबॅस्टियन दोन विषयात अनुतीर्ण झाला असला तरीसुद्धा त्याला ब्रिस्टॉल ग्रामर स्कूलमध्ये प्रवेश मिळावा यासाठी आपण जातीने शाळेच्या बोर्डपुढे शब्द टाकणार असल्याचं शाळेच्या मुख्याध्यापकांनी हेडली यांना कळवलं होतं.

"थँक यू," हॅरी म्हणाला. "आज बऱ्याच दिवसांनंतर मी एक चांगली बातमी ऐकतो आहे."

"पण," हेडली म्हणाले, "अखेर अंतिम निर्णय बोर्ड सदस्यांचाच असेल," असंही ते म्हणाले.

❋

त्या रात्री हॅरी आपल्या सासूबाईंना भेटायला खूप उशिरा गेला. तो जरा वेळ बसून घरी जायला निघणार इतक्यात एलिझाबेथ कुजबुजली, "तू जरा वेळ थांबशील का?"

"हो, अर्थात थांबेन." हॅरी म्हणाला. तो त्यांच्या पायाशी पलंगावर बसला.

"मी आज पूर्ण दिवस आपल्या घराण्याचे वकील डेस्मंड सिडन्स यांच्यासोबत घालवला," एलिझाबेथ क्षीण आवाजात म्हणाली. "मला तुला एक गोष्ट सांगायची आहे. मी नवीन मृत्युपत्र बनवलं आहे. त्याचं मुख्य कारण म्हणजे, माझी सगळी संपत्ती त्या भयानक बाईच्या, व्हर्जिनिया फेनविकच्या हातात पडावी, अशी माझी मुळीच इच्छा नाहीये."

"पण आता तो प्रश्न कदाचित येणारही नाही, असं मला वाटतं. गेल्या बऱ्याच दिवसांत ती व्हर्जिनिया इकडे फिरकलेली नाही, की तिचं नावही आमच्या कानावर आलेलं नाही. त्यामुळे मला वाटतं, त्या प्रकरणावर पडदा पडला असावा," हॅरी म्हणाला.

"तू गेल्या काही दिवसांत तिच्याविषयी काहीही ऐकलं नाहीस किंवा तिला पाहिलं नाहीस, याचं मुख्य कारण काय ते तुला माहीत आहे का, हॅरी? गाइल्समध्ये आणि तिच्यामध्ये जे काही चालू होतं, ते संपलं आहे, असा माझा समज व्हावा हीच तिची इच्छा आहे."

"एलिझाबेथ, तुम्ही विचार करत आहात, तसं काही नसेलही. व्हर्जिनिया काही इतकी दुष्ट आणि आपमतलबी नसेल," हॅरी म्हणाला.

"हॅरी, बेटा तू मनाचा इतका चांगला आहेस. तू नेहमी दुसऱ्याचा विचार करतोस. त्यांना संशयाचा फायदा देण्याचा तुझा स्वभाव आहे. ज्या दिवशी एमा तुला भेटली, तो दिवस तिच्या आयुष्यातला भाग्याचा दिवस होता," एलिझाबेथ म्हणाली.

"हे तुम्ही म्हणताय, हा तुमचा चांगुलपणा आहे. पण थोडा काळ जाऊ दे, की मग ती..." हॅरी बोलू लागला.

त्याला मधेच थांबवत एलिझाबेथ म्हणाली, "हा काळच तर माझ्याकडे नाहीये ना."

"मग आपण असं करूयात का? त्या व्हर्जिनियाला एकदा इकडे येऊन तुमची भेट घ्यायला सांगू," हॅरी म्हणाला.

"माझी त्या व्हर्जिनियाला भेटण्याची इच्छा आहे, ही गोष्ट आजवर मी गाइल्सला इतक्या वेळा सांगितली आहे. पण प्रत्येक वेळेस काहीतरी वेगळी सबब सांगून ते तो टाळतो. कधी कधी तर इतक्या चमत्कारिक सबबी तो पुढे करतो. तुला काय वाटतं? हे सगळं कशामुळे चाललं आहे? जाऊ दे, उत्तर नाही दिलंस तरी चालेल. कारण ती व्हर्जिनिया खरोखरची कशी आहे, हे सगळ्या जगाच्या लक्षात आलं, तरी तुझ्या लक्षात येणार नाही. पण एक गोष्ट मी तुला खातरीने सांगते. माझ्यावरचे अंतिम संस्कार पार पडेपर्यंत ती तिची चाल करणार नाही," एलिझाबेथ म्हणाली. तिच्या चेहऱ्यावर एक हलकीशी स्मितरेषा चमकून गेली. मग ती पुढे म्हणाली, "पण अजूनही एक हुकमाचं पान माझ्या हातात आहे. पण माझ्या निधनानंतर माझं दफन होईपर्यंत मी ते खेळणार नाहीये. त्यानंतर माझं भूत तिच्या मानगुटीवर बसून तिचा सूड घ्यायला परत येईल."

एलिझाबेथ बोलत असताना हॅरी गप्प राहून ऐकत होता. त्यानंतर तिने वाकून मोठ्या कष्टाने, थरथरत्या हाताने स्वतःच्या उशीखालचा एक लिफाफा बाहेर काढला. "हॅरी, आता माझं बोलणं नीट लक्षपूर्वक ऐक. मी लिहिलेल्या सर्व सूचनांचं शब्दशः पालन होतं आहे ना, याची काळजी घेण्याची जबाबदारी तुझी." असं म्हणून तिने हॅरीचा हात घट्ट पकडला. "जर गाइल्सने माझ्या या नव्या मृत्युपत्राला न्यायालयात आव्हान दिलंच, तर–"

"पण गाइल्स असं का करेल?"

"त्याचं कारण तो एक बॅरिंग्टन आहे. स्त्रियांच्या बाबतीत हे बॅरिंग्टन्स जरा हळवेच असतात. त्यामुळे माझ्या या नव्या मृत्युपत्राला त्याने जर आव्हान दिलंच, तर–" असं परत एकदा हॅरीला बजावून सांगत ती म्हणाली, "तू हा लिफाफा जजसाहेबांच्या हाती द्यायचा. या खटल्याचा निकाल जे जज देणार असतील, त्यांच्या हाती हा द्यायचा."

"पण गाइल्सने तुमच्या या मृत्युपत्राला जर आव्हान दिलंच नाही, तर?"

"तर मग तू हा लिफाफा आणि त्यातलं पत्र जाळून नष्ट करायचं," एलिझाबेथ म्हणाली. तिचा आवाज क्षणोक्षणी अधिकाधिक खोल चालला होता. "हे पत्र तू कधीच उघडून वाचायचं नाही. एवढंच नाही, तर एमा आणि गाइल्स यांनाही या पत्राविषयी काहीही सांगायचं नाही."

एलिझाबेथची हॅरीच्या हातावरची पकड अधिकच घट्ट झाली. ती कुजबुजत्या स्वरात म्हणाली, "हॅरी क्लिफ्टन, तू मला आत्ता शब्द दे. तोंडी शब्द दिलेलासुद्धा पुरेसा असतो, हे ओल्ड जॅकने तुझ्या मनावर पुरेसं बिंबवलं आहे, याची मला पूर्ण कल्पना आहे."

"मी तुम्हाला शब्द देतो," हॅरी म्हणाला. त्याने तो लिफाफा आपल्या कोटाच्या आतल्या खिशात टाकला.

एलिझाबेथ क्षीण हसून उशीवर डोकं टेकून झोपली.

❋

नाश्त्याच्या वेळी हॅरीने टपाल उघडून वाचण्यास सुरुवात केली.

ब्रिस्टॉल ग्रामर स्कूल,
युनिव्हर्सिटी रोड,
ब्रिस्टॉल.

२७ जुलै १९५१

माननीय श्रीयुत क्लिफ्टन,
कळवण्यास अत्यंत दुःख होते, की तुमचा मुलगा सेबॅस्टियन...

हॅरी खुर्चीवरून उडी मारून उठून फोनपाशी गेला. पत्राच्या अखेरीस छापलेला फोन नंबर त्याने फिरवला.

"हेडमास्टर्स ऑफिस," एक आवाज म्हणाला.

"मला मि. गॅरेट यांच्याशी बोलायचं होतं."

"कोण बोलतंय?"

"मी हॅरी क्लिफ्टन."

"आत्ता जोडून देते, सर."

"गुड मॉर्निंग हेडमास्टर. माझं नाव हॅरी क्लिफ्टन."

"गुड मॉर्निंग, मि. क्लिफ्टन. मी तुमच्या फोनची अपेक्षा केलीच होती."

"तुमच्या बोर्डाने या बाबतीत फार घाईने निर्णय घेऊन टाकला आहे, असं मला वाटतं," हॅरी म्हणाला.

"अगदी खरं सांगू का मिस्टर क्लिफ्टन? मी तुमची बाजू बोर्डसमोर इतकी व्यवस्थित मांडली होती, की ते असा निर्णय घेतील असं मलाही वाटलं नव्हतं," हेडमास्तर म्हणाले.

"पण मग सेबॅस्टियनला काय कारणाने त्यांनी प्रवेश नाकारला?"

"दोन कंपल्सरी विषयात जो मुलगा अनुत्तीर्ण झाला आहे, त्याला आपण प्रवेश दिला, तर ते नियमाचं उल्लंघन होईल. आपण नियमाला असा अपवाद करू शकत नाही," हेडमास्तर म्हणाले.

"हे एवढं एकच कारण होतं का प्रवेश नाकारायला?" हॅरी म्हणाला.

"नाही. गव्हर्नर बोर्डच्या सदस्यांपैकी एकाने तुमच्या मुलाच्या बाबतीत नुकतंच जे काही घडलं, तो मुद्दा उपस्थित केला. त्याला चोरीच्या प्रकरणात पोलिसांनी समज दिली होती, यावरून त्या सदस्याने हरकत घेतली."

"पण त्या गोष्टीचं अत्यंत सरळ, साधं स्पष्टीकरण आहे," हॅरी स्वतःच्या रागावर नियंत्रण ठेवण्याचा आटोकाट प्रयत्न करत म्हणाला.

"माझा तुमच्यावर विश्वास आहे हो," हेडमास्तर मिस्टर गॅरेट म्हणाले. "पण आमचे नवे चेअरमनसाहेब या मुद्द्यावर अगदी अडूनच बसले आहेत."

"ठीक आहे. मग यानंतर मी त्यांना फोन करतो. त्यांचं नाव काय?" हॅरीने विचारलं.

"मेजर ॲलेक्स फिशर."

गाइल्स बॅरिंग्टन
१९५१-१९५४

१

एलिझाबेथ हार्वेचं लग्न सेंट अँड्र्यूज पॅरिश चर्चमध्येच झालं होतं. गाइल्स, एमा आणि ग्रेस या तिच्या तीनही मुलांच्या नामकरणाचा समारंभही तिथेच पार पडला होता. आज तिथेच तिचे अंतिम संस्कार पार पडणार होते. चर्च नातेवाईक, मित्र आणि परिचितांनी खच्चून भरलं होतं. ते पाहून गाइल्सला आश्चर्य वाटलं नाही, पण त्याला खूप समाधान वाटलं.

एलिझाबेथ बॅरिंग्टनने समाजासाठी किती केलं होतं, याची आठवण रेव्हरंड मिस्टर डोनाल्डसन यांनी एलिझाबेथला श्रद्धांजली वाहताना सर्वांना करून दिली. ते म्हणाले, ''एलिझाबेथ बॅरिंग्टन यांच्या दानशूर वृत्तीमुळेच या चर्चच्या जीर्णोद्धाराचं काम पार पडू शकलं. एलिझाबेथने चर्च संचालित कॉटेज हॉस्पिटललासुद्धा सढळ हाताने नेहमीच मदत केली. अनेक गोरगरिबांना त्याचा लाभ झाला. आपल्या वडिलांच्या, म्हणजेच लॉर्ड हार्वे यांच्या मृत्यूनंतर एलिझाबेथ बॅरिंग्टन यांनी पुढे होऊन कुटुंबप्रमुखाची भूमिका आपल्या शिरावर घेतली.'' आपल्या भाषणात रेव्हरंड डोनाल्डसन यांनी एलिझाबेथचे पती ह्यूगो बॅरिंग्टन यांचा उल्लेख न केल्याबद्दल गाइल्सने आणि उपस्थितांपैकी अनेकांनी सुटकेचा नि:श्वास सोडला.

आपल्या भाषणाच्या शेवटी रेव्हरंड डोनाल्डसन म्हणाले, ''एलिझाबेथ यांच्या आयुष्याची दोरी फार लवकर, म्हणजे अवघ्या एक्कावन्नाव्या वर्षीच तुटली; परंतु परमेश्वराच्या इच्छेपुढे कुणाचाच इलाज नसतो.''

आपलं भाषण संपवून रेव्हरंड आपल्या जागेवर जाऊन बसल्यानंतर गाइल्स आणि सेबॅस्टियन या दोघांनी बायबलमधला एक एक उतारा वाचून दाखवला आणि त्यानंतर एमा आणि ग्रेस या दोघींनी आपल्या आईच्या आवडत्या कवींच्या कवितेतील पंक्ती वाचून दाखवल्या. एमाने शेली या कवीच्या काव्यपंक्ती निवडल्या :

Lost angel of a ruined paradise!
She knew not 'twas her own –
as with no stain
she faded like a cloud which had outwept its rain

ग्रेसने कीट्स या कवीच्या काव्यपंक्ती निवडल्या :
stop and consider! life is but a day;
A fragile dew-drop on its perilous way
From a tree's summit; a poor Indian's sleep
while his boat hastens to the monstrous steep.

सर्व कार्यक्रम संपल्यावर उपस्थित लोक चर्चमधून बाहेर पडत असताना ज्याच्या त्याच्या तोंडी एकच प्रश्न होता, सर गाइल्स यांच्या सतत बरोबर असलेली ती सुंदर तरुणी कोण होती? एलिझाबेथची शवपेटिका जेव्हा खड्ड्यात पुरण्यात आली, तेव्हा गाइल्सच्या शेजारी संपूर्ण काळा शोकाचा पेहराव करून व्हर्जिनिया उभी होती. तिने त्याचा हात घट्ट धरला होता. हॅरीला आपल्या सासूबाईंचे, एलिझाबेथ बॅरिंग्टनचे मृत्युशय्येवरचे शब्द आठवले. 'पण अजूनही एक हुकमाचं पान माझ्या हातात आहे.'

चर्चमधील कार्यक्रम पार पडल्यानंतर बॅरिंग्टन आणि हार्वे कुटुंबाच्या जवळच्या आप्तेष्ट आणि मित्रमंडळींना बॅरिंग्टन हॉलमध्ये भोजनासाठी निमंत्रण होतं. त्या प्रसंगी व्हर्जिनिया स्वतःच त्या घरची यजमानीण असल्यासारखी सर्वांची विचारपूस करत हिंडत होती. पण ही गोष्ट स्वतःच्या लक्षातच आली नसल्यासारखं गाइल्सचं वागणं होतं. किंवा जरी लक्षात आलं असलं, तरी त्याला ते निश्चितच अयोग्य वाटलेलं नव्हतं.

व्हर्जिनिया जेव्हा हॅरीच्या आईला – मेसीला – पहिल्यांदा भेटली, तेव्हा म्हणाली, "हॅलो, मी लेडी व्हर्जिनिया फेनविक आणि तुम्ही नक्की कोण? म्हणजे तुम्ही इथे कशा काय आला आहात?"

त्यावर मेसी म्हणाली, "मी मिसेस हॉलकोम्ब. हॅरी माझा मुलगा आहे."

"ओ येस, ऑफकोर्स," व्हर्जिनिया म्हणाली. "तुम्ही कुठेतरी वेट्रेसचं किंवा तसलंच काहीतरी काम करता ना?"

"मी ब्रिस्टॉलमधल्या ग्रँड हॉटेलमध्ये मॅनेजर आहे," मेसी म्हणाली. हॉटेलमधल्या कटकट्या त्रासदायक गिऱ्हाइकांशी जेवढ्या शांतपणे ती बोलायची, तशीच आत्ताही बोलली.

"हं. असेल असेल. पण खरं सांगू का? स्त्रियांनी नोकरी करायची, ही कल्पना

माझ्या पचनी पडायला आणखी काही दिवस जावे लागतील. त्याचं काय आहे, आमच्या घराण्यात स्त्रिया कधी काम करत नाहीत,'' असं बोलून मेसी काही उत्तर द्यायच्या आतच व्हर्जिनिया तिथून निघून गेली.

''तुम्ही कोण आहात?'' सेबॅस्टियन म्हणाला.

''मी लेडी व्हर्जिनिया फेनविक. आणि तू? तू कोण आहेस?''

''सेबॅस्टियन क्लिफ्टन.''

''ओऽ! हो, हो. बरोबर. पण काय रे, अखेर तुला प्रवेश द्यायला एखादी शाळा तयार झाली का?''

''मी सप्टेंबरमध्ये बीचक्रॉफ्ट ॲबी शाळेत जाणार आहे,'' सेबॅस्टियनने उत्तर दिलं.

''बरं, बरं. ती शाळा काही तशी वाईट नाहीये. पण फारशी हुशार मुलं नाही जात त्या शाळेत. माझे तीनही भाऊ हॅरोमध्ये शिकले आहेत. तशा तर आमच्या फेनविक घराण्याच्या सात पिढ्या त्याच शाळेत शिकल्या आहेत.''

''तुम्ही स्वत: कोणत्या शाळेत शिकलात?'' सेबॅस्टियन म्हणाला. इतक्यात जेसिका पळत पळत त्याच्यापाशी येऊन म्हणाली, ''तू जॉन कॉन्स्टेबलची पेंटिंग्ज पाहिलीस का, सेब?''

''ए मुली, मी इथे याच्याशी बोलते आहे ना? मग अशी मधेच कशी बोलतेस?'' व्हर्जिनिया जेसिकाकडे रागाने बघत म्हणाली. ''किती उर्मट वागणं आहे हे.''

''सॉरी, मिस,'' जेसिका म्हणाली.

''हे बघ, मला 'मिस' वगैरे म्हणायचं नाही. मला कायम 'लेडी व्हर्जिनिया' म्हणायचं. समजलं?''

''तुम्ही कॉन्स्टेबलची पेंटिंग्ज पाहिलीत का, लेडी व्हर्जिनिया?''

''अर्थातच पाहिली आहेत. आमच्या घरी त्याची तीन पेंटिंग्जसुद्धा आहेत. पण कॉन्स्टेबल 'टर्नर' या चित्रकाराची उंची कधीही गाठू शकला नाही. तू टर्नरचं नाव ऐकलंयस का?'' व्हर्जिनिया म्हणाली.

''हो, ऐकलंय लेडी व्हर्जिनिया,'' जेसिका म्हणाली. ''जे.एम.डब्ल्यू. टर्नर. वॉटरकलर पेंटिंगमध्ये त्याचा हात कुणीच धरू शकणार नाही.''

''माझी बहीणसुद्धा चित्रकार आहे,'' सेबॅस्टियन म्हणाला. ''ती पण त्या टर्नर एवढीच ग्रेट आहे.''

जेसिका मोठ्यांदा खिदळली. ''तुम्ही त्याचं काही ऐकू नका, लेडी व्हर्जिनिया. ममा नेहमी म्हणते, तो फार अतिशयोक्ती करतो.''

''ते तर दिसतंच आहे,'' व्हर्जिनिया म्हणाली. सेबॅस्टियन आणि जेसिका यांना

तिथंच सोडून व्हर्जिनिया गाइल्सच्या शोधात निघून गेली. आता हळूहळू सगळे जमलेले लोक घरी जायला निघाले होते.

धर्मगुरूंना सोडायला गाइल्स दारापाशी गेला. त्यानंतर एक एक करत सगळेच जायला निघाले. अखेर सर्व पाहुणे गेल्यावर दार लावून सुटकेचा नि:श्वास सोडून गाइल्स आत येऊन दिवाणखान्यात जमलेल्या आपल्या कुटुंबीयांपाशी येऊन बसला.

''वेल्, सगळं व्यवस्थित पार पडलं,'' तो म्हणाला.

''खरं सांगू? एक दोन मंडळी तर दुखवट्याला आल्याऐवजी पार्टी झोडायलाच आली आहेत की काय, असं वाटत होतं,'' व्हर्जिनिया म्हणाली.

गाइल्स हॅरीकडे वळून बघत म्हणाला, ''दोस्ता, आता रात्रीच्या जेवणाची वेळ झालीच आहे, तर तू जरा कपडे बदलून, जेवणाचा औपचारिक पोशाख वगैरे चढवून नीट तयार होऊन का नाही येत? खरं सांगू? व्हर्जिनियाचा असल्या सगळ्या बाबतीत खूप कटाक्ष असतो.''

''हो, त्याचं काय आहे, खानदानाचा आब ठेवून वागलंच पाहिजे ना,'' व्हर्जिनिया म्हणाली.

''माझ्या वडिलांनी आमच्या खानदानाचा जो काही आब राखला होता ना, तसा आणखी कुणीच राखू शकणार नाही,'' ग्रेस उपहासाने म्हणाली. हॅरीने हसू दाबण्याचा प्रयत्न केला. ग्रेस पुढे म्हणाली, ''सॉरी मंडळी. पण मी काही इथे जेवणासाठी थांबू शकत नाही. मला केंब्रिजला जावंच लागणार. खूप काम आहे तिकडे. खरं सांगायचं, तर मी अन्त्ययात्रेसाठीचा पोशाख करून आले आहे, डिनर पार्टीचा नव्हे आणि हो, मला दरवाज्यापर्यंत सोडायला येण्याची गरज नाही. माझी मी जाईन.''

❋

हॅरी आणि एमा जेव्हा रात्रीच्या जेवणासाठी खाली आले, तेव्हा गाइल्स दिवाणखान्यात बसला होता.

बटलर मार्सडेनने प्रत्येकाच्या ग्लासमध्ये शेरी ओतली आणि तो जेवणाची तयारी करण्यासाठी आत निघून गेला.

''खूप दु:खाचा प्रसंग आहे हा,'' हॅरी म्हणाला. मग आपला ग्लास उंचावत म्हणाला, ''एका मोठ्या मनाच्या आणि खंबीर स्त्रीसाठी!''

गाइल्स आणि एमानेही आपापला ग्लास उंचावत त्याचं अनुकरण केलं. एवढ्यात व्हर्जिनिया तिथे आली.

''तुम्ही माझ्याविषयी बोलत होता का?'' ती म्हणाली. पण ती हे विनोदाने म्हणत नव्हती.

गाइल्स जोरात हसला. एमाला मात्र हसू आलं नाही. ती व्हर्जिनियाच्या अंगातल्या उंची रेशमी गाऊनकडे आ वासून बघत राहिली. व्हर्जिनियाच्या मते आता दुखवटा संपला होता. तिने गळ्यातील हिऱ्यांचा हार मुद्दामच चाचपून पाहिला. एमाचं आपल्या हिऱ्याच्या दागिन्यांकडे लक्ष जावं, अशी तिची इच्छा दिसत होती.

''अरे वा, तुझ्या गळ्यातला हार फारच सुंदर आहे हं,'' एमा मुद्दामच म्हणाली. गाइल्सने मद्याचा ग्लास व्हर्जिनियाच्या हातात ठेवला.

''थँक यू,'' व्हर्जिनिया म्हणाली. ''हा माझ्या पणजीचा आहे. ती वेस्टमूरलँडची डचेस होती. तिने तिच्या मृत्युपत्रात हा हार माझ्या नावे ठेवला होता.'' इतक्यात बटलर मार्सडेन तिथे आला. त्याच्याकडे वळून ती म्हणाली, ''माझ्या खोलीतली फुलं सुकली आहेत. आज रात्री मी झोपण्यापूर्वी ती बदलून ठेवा.''

''नक्कीच माय लेडी,'' बटलर मार्सडेन म्हणाला. मग तो गाइल्सकडे वळून म्हणाला, ''जेव्हा तुम्ही तयार असाल तेव्हा या, जेवण तयार आहे.''

''तुमचं सर्वांचं काय आहे, मला माहीत नाही,'' व्हर्जिनिया म्हणाली, ''पण मला अगदी कडकडून भूक लागली आहे. तेव्हा आपण जेवायला जाऊ.'' त्यानंतर ती कुणाची वाटही न बघता गाइल्सच्या हातात हात घालून त्याला ओढत जेवणघरात घेऊन गेली.

जेवणाच्या वेळी व्हर्जिनिया आपल्या बड्या घराण्याविषयी, आपल्या पूर्वजांविषयी मोठमोठ्या गप्पा मारत होती. जणू काही तिचे पूर्वज ब्रिटिश साम्राज्याचे आधारस्तंभच असावेत, असा तिचा अभिनिवेश होता. तिच्या घराण्यात मोठमोठे जनरल्स, बिशप्स, कॅबिनेट मिनिस्टर्स होऊन गेल्याचं तिने सांगितलं. जेवण संपून नंतरची स्वीट डिश खाऊन संपेपर्यंत तिची ती टकळी चालूच होती. ती दोन वाक्यांमध्ये श्वास घ्यायलासुद्धा थांबत नव्हती. सर्वांत शेवटी गाइल्सने चमच्याने हातातल्या वाईन ग्लासवर टकटक असा आवाज करून सर्वांचं लक्ष आपल्याकडे वेधलं आणि मग बाँब टाकला.

''मला तुम्हाला एक आनंदाची बातमी द्यायची आहे,'' तो म्हणाला. ''मी व्हर्जिनियाला लग्नाची मागणी घातली असून, तिने त्यास मान्यता दिली आहे.''

ते ऐकल्यावर कुणीच काही बोललं नाही. वातावरणात काही क्षण अस्वस्थ शांतता पसरली. अखेर त्या शांततेचा भंग करत हॅरी म्हणाला, ''हार्दिक अभिनंदन.'' एमा कसंनुसं हसली. मार्सडेनने तो क्षण साजरा करण्यासाठी शॅंपेनची बाटली उघडून सर्वांचे ग्लास भरले. एलिझाबेथचे अंतिम संस्कार पार पडून केवळ काही तासच लोटले असतील, एवढ्यात तिने व्हर्जिनियाविषयी केलेलं भाकीत खरं ठरायला सुरुवातसुद्धा झाली, असं हॅरीच्या मनात आलं.

गाइल्सच्या गालाला हाताने ओझरता स्पर्श करत व्हर्जिनिया म्हणाली, ''अर्थात आमच्या लग्नानंतर या इथे काही बदल घडून येतील आणि ते अपरिहार्यच आहे.'' तिने एमाकडे बघून प्रेमाने हास्य केलं.

गाइल्सवर व्हर्जिनियाचा इतका प्रचंड प्रभाव दिसत होता, की तो तिने उच्चारलेल्या प्रत्येक वाक्यानंतर नुसती मान डोलवत होता.

व्हर्जिनिया पुढे म्हणाली, ''लग्नानंतर गाइल्स आणि मी कायमचं बॅरिंग्टन हॉलमध्येच राहायचं ठरवलंय. पण सार्वत्रिक निवडणुका अगदीच तोंडावर येऊन ठेपलेल्या असल्यामुळे आमचं लग्न काही महिने पुढे ढकलावं लागणार आहे. त्यामुळे तुम्हाला राहण्यासाठी घर शोधायला पुरेसा अवधी मिळेल.''

एमाने हातातला शँपेनचा ग्लास खाली ठेवून आपल्या भावाकडे टक लावून पाहिलं. पण त्याने तिच्या नजरेला नजर दिली नाही. तो एवढंच म्हणाला, ''एमा, आमचं लग्न झाल्यावर व्हर्जिनिया या घराची मालकीण होईल. या घराची संपूर्ण व्यवस्था तीच पाहील.''

''ऑफ कोर्स,'' एमा म्हणाली. ''मला मॅनोर हाऊसमध्ये जाऊन राहायला नक्कीच आवडेल. आपल्या बालपणीच्या कितीतरी सुंदर आठवणी तिथे आहेत.''

व्हर्जिनियाने त्यावर गाइल्सकडे खाऊ की गिळू अशा नजरेने पाहिलं.

''अगं...'' गाइल्स आवंढा गिळत कसाबसा म्हणाला, ''ते... मॅनोर हाऊस... मी व्हर्जिनियाला आमच्या लग्नानिमित्त भेट म्हणून द्यायचं ठरवलं आहे.''

हॅरी आणि एमा यांनी एकमेकांकडे पाहिलं. पण त्या दोघांपैकी कुणी काही बोलणार, इतक्यात व्हर्जिनियाच म्हणाली, ''माझ्या दोन वयस्कर आत्या आहेत. त्या दोघींनाही अगदी काही दिवसांपूर्वीच वैधव्य आलं आहे. त्यांच्या दृष्टीने ते घर फारच सोयीचं आहे.''

आता मात्र एमा थेट गाइल्सच्या नजरेला नजर भिडवून म्हणाली, ''गाइल्स, ते घर माझ्या आणि हॅरीच्या दृष्टीने अत्यंत सोयीचं पडेल, याचा विचार तरी तू केलास का रे?''

त्यावर गाइल्स म्हणाला, ''इकडे जवळच आपल्या मालकीच्या कॉटेजेस आहेत. त्यापैकी एखाद्या कॉटेजमध्ये हवं तर तुम्ही राहायला जाऊ शकता.''

इतक्यात त्याला मधेच थांबवत व्हर्जिनिया म्हणाली, ''पण ते योग्य होणार नाही, गाइल्स डार्लिंग.'' त्याचा हात हातात घेऊन कुरवाळत ती पुढे म्हणाली, ''एक गोष्ट आपल्याला विसरून चालणार नाही. मी एका अर्लची मुलगी आहे. तेव्हा त्यांच्या इतमामाला साजेसं आपलं घर असणार; खूप नोकरचाकर असणार, माणसांचा राबता असणार.''

एमा रागाने चटकन म्हणाली, ''तुमच्या इथल्या एका कॉटेजमध्ये जाऊन

राहण्याची माझी मुळीच इच्छा नाहीये. आमचं स्वत:चं घर घेण्याची आमची ऐपत आहे. थँक यू.''

''ती तर तुमची नक्कीच आहे, माय डिअर,'' व्हर्जिनिया म्हणाली. ''हॅरी एक नावाजलेला लेखक असल्याचं गाइल्सनेच मला सांगितलंय.''

एमा तिच्याकडे पूर्ण दुर्लक्ष करून आपल्या भावाकडे वळून म्हणाली, ''पण मुळात मॅनोर हाऊस तिला भेट म्हणून द्यायला ते तुझ्या मालकीचं आहे, हे कशावरून?''

त्यावर गाइल्स म्हणाला, ''त्याचं कारण असं, की काही दिवसांपूर्वी ममाने मला बोलावून तिचं मृत्युपत्र मला अगदी तपशीलवार वाचून दाखवलं. तुला आणि हॅरीला तुमच्या भविष्यकाळाविषयीचे बेत आखणं सोयीचं पडणार असेल, तर मी त्या मृत्युपत्राचा सारांश तुम्हाला नक्की सांगू शकतो.''

''ममाच्या अंतिम संस्कारांच्या दिवशीच आपण तिच्या मृत्युपत्राविषयी चर्चा करणं अजिबात योग्य नाही,'' एमा म्हणाली.

''हे बघ, मी संवेदनाशील किंवा भावनाप्रधान नाही, असं समजू नको हं डिअर,'' व्हर्जिनिया खोटं हास्य करत एमाला म्हणाली. ''पण मी आता उद्या सकाळीच लंडनला परत जाणार आहे. त्यानंतरचे इथून पुढचे सगळे दिवस मी आमच्या लग्नाच्या तयारीच्या गडबडीत असणार आहे. त्यामुळे आपण सगळे आत्ता इथे एकत्र असतानाच सगळ्यांनी चर्चा करून काय ते प्रश्न सोडवले पाहिजेत.'' त्यानंतर तिने गाइल्सकडे वळून आपलं ठेवणीतलं मधाळ हास्य फेकलं.

''माझं पण मत व्हर्जिनियासारखंच आहे,'' गाइल्स म्हणाला. ''आत्ताहून जास्त चांगली वेळ कुठली असणार? आणि एमा, मी तुला एक गोष्ट खातरीने सांगतो. तुझ्यासाठी आणि ग्रेससाठी ममाने तिच्या मृत्युपत्रात व्यवस्थित तरतूद करून ठेवली आहे. तिने तुमच्या दोघींसाठी प्रत्येकी दहा हजार पौंडाची रोख रक्कम ठेवली आहे. शिवाय तिच्या दागिन्यांचीसुद्धा तिने तुम्हा दोघींमध्ये अर्धी अर्धी वाटणी केली आहे. तिने सेबॅस्टियनसाठी पाच हजार पौंड ठेवले आहेत. तो सज्ञान झाल्यावर त्याला ते मिळतील.''

''किती नशीबवान मुलगा आहे,'' व्हर्जिनियाने पुष्टी जोडली. ''आणि त्यांनी 'टर्नर' या जगद्‌विख्यात चित्रकाराचं एक अप्रतीम तैलचित्र जेसिकाच्या नावे ठेवलं आहे. अर्थात ती एकवीस वर्षांची होईपर्यंत ते इथे घरातच राहील.''

व्हर्जिनियाच्या त्या एका वाक्याने हॅरी आणि एमाला कळून चुकलं, की आईच्या मृत्युपत्राचे सर्व तपशील गाइल्सने व्हर्जिनियाला आधीच सांगितले होते. एमा आणि ग्रेसला मात्र त्यातलं काहीही सांगण्याचे कष्ट त्याने घेतले नव्हते.

"किती दानशूर होत्या ना त्या! कारण जेसिका तर आपल्या कुटुंबातली सदस्यसुद्धा नाही,'' व्हर्जिनिया म्हणाली.

"आम्ही जेसिकाला आमची मुलगी मानतो,'' हॅरी जरा धारदार आवाजात म्हणाला. "आणि तिला तशीच वागणूक देतो.''

"त्या ऐवजी ती एमाची सावत्र बहीण आहे, हे म्हणणं अधिक योग्य ठरेल,'' व्हर्जिनिया म्हणाली. "आणि आपण एक गोष्ट तर विसरताच कामा नये. ती डॉ. बर्नार्डो यांच्या आश्रमामधली एक अनाथ मुलगी आहे आणि शिवाय ती ज्यू आहे. खरं सांगू का, मी स्वत: यॉर्कशायर प्रांतातली आहे ना, त्यामुळे मला गुळमुळीत बोलता येत नाही. मी आपली रोखठोक बोलते. जे काही असेल, ते स्पष्टच सांगते.''

"आणि मी स्वत: ग्लूस्टरशायर प्रांतातली असल्यामुळे तू कपटी, कारस्थानी भवानी आहेस असं तुझ्या तोंडावर स्पष्ट म्हणायला मलाही काही वाटणार नाही,'' एमा संतापून म्हणाली आणि ताडकन उठून निघून गेली. त्या वेळी पहिल्यांदाच गाइल्सच्या चेहऱ्यावर ओशाळल्याचे भाव उमटले होते. एलिझाबेथने नवीन मृत्युपत्र केलेलं असल्याची गाइल्स आणि व्हर्जिनिया यांना मुळीच कल्पना नाहीये, अशी हॅरीची खातरीच पटली. मग तो अगदी तोलूनमापून एक एक शब्द उच्चारत म्हणाला, "आईचं आजारपण, तिचा मृत्यू, ते अंतिमसंस्कार या सर्व गोष्टींचा प्रचंड मानसिक ताण एमाच्या मनावर आहे. उद्यापर्यंत ती सावरेल, हे नक्की.''

तो त्यांचा निरोप घेऊन उठला आणि झोपायला निघून गेला.

व्हर्जिनियाने आपल्या प्रियकराकडे लाडाने पाहिलं. "तू सगळं अगदी छान सांभाळलंस राजा. पण एक सांगू? तुझ्या घरचे लोक जरा अतीच हळवे आणि भावनाप्रधान आहेत. अर्थात सध्या ते ज्या प्रसंगातून गेले आहेत, ते पाहता हे होणं अपेक्षितच होतं. पण एकंदरीत यातून पुढे जे काही निष्पन्न होणार आहे, ते चांगलं मात्र नसणार आहे, एवढं नक्की.''

१०

“**ही** बीबीसी ची होम सर्व्हिस आहे. मी अल्वर लिडेल आपल्याला बातम्या देत आहे. आज सकाळी दहा वाजता पंतप्रधान मिस्टर ॲटली यांनी हिज मॅजेस्टींची भेट घेऊन संसद विसर्जित करण्याची आणि सार्वत्रिक निवडणुका घोषित करण्याची त्यांच्याकडे परवानगी मागितली. त्यानंतर संसदेत त्यांनी गुरुवार दिनांक पंचवीस ऑक्टोबर रोजी सार्वत्रिक निवडणुका होणार असल्याचं जाहीर केलं.”

या घटनेनंतर दुसऱ्याच दिवशी ६२२ संसद सदस्य आपला बाडबिस्तरा गुंडाळून, आपापल्या मतदारसंघात परतले, लढाईच्या पूर्वतयारीसाठी. त्यांच्यातच एक सर गाइल्स बॅरिंग्टन हेही होते. ब्रिस्टॉल डॉकलँड्समधून लेबर पक्षाचे उमेदवार.

*

प्रचाराला सुरुवात होऊन दोन आठवडे लोटल्यानंतर गाइल्सने एक दिवस नाश्त्याच्या वेळी एमा आणि हॅरीला सांगितलं, की या प्रचार कार्यात व्हर्जिनिया सहभागी होणार नव्हती. एमाने सर्वांच्या देखतच सुटकेचा निःश्वास सोडला.

“व्हर्जिनियाला असं वाटतं, की ती जर माझ्या सोबत या प्रचार दौऱ्याला आली, तर त्याचा माझ्या मतांवर विपरित परिणाम होईल,” गाइल्स म्हणाला. “कारण तिच्या कुटुंबातलं कुणीही कधीच लेबर पक्षाला मत देत नाही, ही गोष्ट तर जगजाहीरच आहे. तिच्या घरच्या एक-दोघांनी कधीतरी एक वेळ लिबरल पक्षाच्या उमेदवाराला चुकूनमाकून मत दिलं असेल, पण लेबर पक्षाला तर कधीच नाही.”

हॅरी हसला. “चला, निदान तेवढं एक साम्य आमच्यात आहे.”

"जर लेबर पक्षाची या निवडणुकीत सरशी झाली, तर मिस्टर ॲटली तुला कॅबिनेट मंत्रिमंडळात येण्याचं निमंत्रण देतील का? तुला काय वाटतं?" एमाने गाइल्सला विचारलं.

"देव जाणे. ते आपल्या हातातले पत्ते फारच जपून खेळतात, त्यामुळे काहीच कळायला मार्ग नाही. शिवाय नुकत्याच झालेल्या मतचाचणीवर विश्वास ठेवायचा, तर स्पर्धा अगदी अटीतटीचीच असणार आहे. कोण जिंकेल, काहीच सांगता येत नाही."

"मी एक गोष्ट खातरीपूर्वक सांगू शकतो. या निवडणुकीत अगदी अल्पमतांनी का होईना, पण चर्चिलच जिंकणार. एक गोष्ट लक्षात ठेवा; एखाद्या पंतप्रधानांनी महायुद्ध जिंकल्यानंतर लगेच त्यांची त्या पदावरून हकालपट्टी करणं, हे फक्त ब्रिटिशांनाच जमू शकतं."

गाइल्सने घड्याळाकडे पाहिलं. "मला इथे गप्पा मारत बसायला वेळ नाही. आज मला कॉरोनेशन रोडवर प्रचाराला जायचंय. हॅरी, येणार का माझ्याबरोबर?" त्याने हसत विचारलं.

"तू माझी चेष्टा करतो आहेस की काय?" हॅरी हसून म्हणाला. "मी लोकांना तुला मत द्यायला सांगू? मी तसं केलं ना, तर व्हर्जिनियाने त्यांना तुला मत द्यायला सांगितल्याहूनही आणखी प्रतिकूल परिणाम होईल."

"का नाही?" एमा म्हणाली. "हॅरी, तू तुझ्या नवीन पुस्तकाचं हस्तलिखित प्रकाशकांकडे पोहोचवलं आहेस. शिवाय लायब्ररीत बसून पुस्तकांद्वारे ज्ञान संपादन करण्यापेक्षा प्रत्यक्ष अनुभवामधून शिकणं किती महत्त्वाचं असतं, हे ज्याला त्याला तूच तर सांगत असतोस ना?"

"अगं, पण मला आज दिवसभर किती काम आहे," हॅरी तिला विरोध करत म्हणाला.

"हो, ना. खरंच खूप काम आहे हं तुला," एमा म्हणाली. "बघू बरं, काय काय काम आहे ते. हं, हो. तू आज सकाळी जेसिकाला शाळेत सोडायला जाणार आहेस. आणि हो, दुपारी तू तिला शाळेतून घरीसुद्धा घेऊन येणार आहेस, नाही का?"

"बरं, बरं. येईन मी तुझ्याबरोबर प्रचाराला," हॅरी म्हणाला. "पण एक लक्षात ठेव. मी फक्त एक निरीक्षक म्हणून येणार."

⁂

"गुड आफ्टरनून, सर. माझं नाव गाइल्स बॅरिंग्टन. ऑक्टोबरच्या पंचवीस तारखेला होणाऱ्या निवडणुकीत तुम्ही मलाच पाठिंबा द्याल, असं मी गृहीत धरू ना?" वाटेत एका मतदाराशी गप्पा मारण्यासाठी थांबून गाइल्स म्हणाला.

"हो नक्कीच मिस्टर बॅरिंग्टन," तो मतदार म्हणाला. "मी नेहमी टोरींनाच (कॉन्झर्व्हेटिव्ह पक्षाच्या उमेदवारांना) मत देतो."

"थँक यू," असं म्हणत गाइल्स तेथून सटकला.

"अरे पण तू तर लेबर पक्षाचा उमेदवार आहेस ना?" हॅरी गाइल्सला म्हणाला.

"अरे बाबा, मतपत्रिकेवर पक्षाचं नाव कुठेच छापलेलं नसतं," गाइल्स म्हणाला. "त्यावर फक्त उमेदवारांचीच नावं छापलेली असतात. मग उगाच त्याची निराशा कशाला करायची? नुसतं म्हणायचं, गुड आफ्टरनून, माझं नाव गाइल्स बॅरिंग्टन, आणि मी अशी आशा करतो की– " गाइल्स एका नव्या मतदाराकडे जाऊन म्हणाला.

"हं. तुम्ही आशा करत बसा. मी काही तुमच्यासारख्या आगाऊ आणि उर्मट उच्चभ्रू माणसाला मत देणार नाहीये," तो मतदार म्हणाला.

"अहो, पण मी लेबर पक्षाचा उमेदवार आहे," गाइल्स त्याला विरोध करत म्हणाला.

"पण म्हणून काही तुम्ही उच्चकुलीन आहात ही वस्तुस्थितीतर बदलत नाही ना? त्या फ्रँक पाकनहॅमप्रमाणेच तुम्हीसुद्धा तुमच्या सामाजिक स्तरामधले घरभेदे आहात." हॅरीने गाइल्सला कोपरखळी मारली. तो मतदार पाठ फिरवून निघून जाईपर्यंत हॅरी चेहरा शक्य तेवढा कोरा ठेवून उभा होता.

"गुड आफ्टरनून मॅडम, माझं नाव गाइल्स बॅरिंग्टन."

"अरे, वा! सर गाइल्स बॅरिंग्टन, आज तुम्हाला भेटण्याचा योग आला. टोब्रुकच्या लढाईत तुम्हाला जे शौर्यपदक मिळालं, तेव्हापासूनच माझ्या मनात तुमच्याविषयी आदराची भावना आहे." ती स्त्री म्हणाली. गाइल्सने किंचित झुकून तिच्या कौतुकाचा स्वीकार केला. पुढे ती म्हणाली, "खरं तर इतकी वर्षं नियमितपणे मी लिबरल पक्षाला मत देत आले आहे. पण या खेपेला तुमच्यासाठी मी नियमाला अपवाद नक्की करीन."

"थँक यू, मॅडम," गाइल्स म्हणाला.

मग ती हॅरीकडे वळली. त्याने स्मितहास्य करून आपल्या डोक्यावरची हॅट किंचित उचलून तिला अभिवादन केलं. त्यावर ती म्हणाली, "हे पाहा मिस्टर क्लिफ्टन, तुम्ही मला अभिवादन वगैरे करायची अजिबात गरज नाही. तुमचा जन्म स्टिल हाऊस लेनमध्ये झाला होता, हे मला पक्कं ठाऊक आहे आणि तरीही तुम्ही त्या 'टोरीज'ना (कॉन्झर्व्हेटिव्ह पक्षाच्या उमेदवारांना) मत देता, ही मोठी लांछनास्पद गोष्ट आहे. तुम्ही तुमच्या स्वतःच्या सामाजिक स्तरामधील घरभेदे आहात."

त्यानंतर, ती ताडताड निघून गेली.

आता हसू दाबून चेहरा कोरा ठेवणं गाइल्सला फार जड गेलं.

"अगदी खरं सांगायचं, तर राजकारण हा माझा प्रांतच नाही," हॅरी म्हणाला.

"गुड आफ्टरनून सर, माझं नाव —"

"—गाइल्स बॅरिंग्टन. हो मला माहीत आहे," तो माणूस गाइल्सने हस्तांदोलनासाठी पुढे केलेल्या हाताकडे दुर्लक्ष करत म्हणाला. "मि. बॅरिंग्टन तुम्ही आत्ता अर्ध्या तासापूर्वीच मला भेटला होतात. माझा हात हातात घेऊन हस्तांदोलनसुद्धा केलं होतं. मी नक्की तुम्हालाच मत देईन, असंही मी तुम्हाला सांगितलं होतं. पण आता मात्र मला त्याची खातरी नाही."

"हे प्रचाराचं काम इतकं वाईट असतं?" हॅरी म्हणाला.

"ओ! हे तर काहीच नाही. कधी कधी तर याहूनही वाईट असतं. पण आता एकदा राजकारणात पडलो म्हटल्यावर हे असं चालायचंच. कधी कधी तर लोक सडके टोमॅटोसुद्धा फेकून मारायला कमी करत नाहीत. या सर्व गोष्टींसाठी मनाची नीट तयारी करावी लागते," गाइल्स म्हणाला.

"मी चांगला राजकारणी कधीच होऊ शकणार नाही. मी सगळ्या गोष्टी फार मनाला लावून घेतो," हॅरी म्हणाला.

"तसं असेल, तर तुझी जागा 'हाऊस ऑफ लॉर्ड्स'मध्येच आहे," गाइल्स म्हणाला. तो अचानक एका पबपाशी थांबला. "रणांगणावर परत जाण्यापूर्वी थोडी बिअर घेण्याची कल्पना कशी काय आहे?" तो हॅरीला म्हणाला.

"अरे, पण मी या आधी कधीच या पबमध्ये आल्याचं मला आठवत नाहीये," हॅरी म्हणाला. तेवढ्यात गाइल्सच्या प्रचारासाठी काम करणारा एक स्वयंसेवक पबच्या आतून त्यांना खुणेने आत बोलावताना दिसला.

"अरे, मी तरी कुठे आलो होतो? पण आता निवडणुकीचा दिवस उजाडेल ना, तोपर्यंत माझ्या संपूर्ण मतदारसंघातील प्रत्येक पबमध्ये मी पायधूळ झाडलेली असणार, हे मात्र नक्की," गाइल्स म्हणाला. "पबचे मालक नेहमी स्वतःची राजकीय मतं मोठमोठ्यांदा जाहीरपणे व्यक्त करत असतात."

"पण मग एवढं सगळं असताना संसद सदस्य होण्याची इच्छा तरी कुणाला का होत असेल?" हॅरी म्हणाला.

"असा जर प्रश्न तुझ्या मनात उपस्थित होत असेल, तर मग निवडणूक लढवण्यामागे काय थरार असतो, देशाच्या लोकसभेमध्ये बसणं आणि आपला देश चालवण्याच्या कामी थोडाफार का होईना पण हातभार लावणं, हा किती रोमांचकारी अनुभव असतो, हे तुला कधीच कळणार नाही. बंदुकीच्या गोळ्यांशिवाय युद्ध खेळण्यासारखंच असतं हे."

हॅरी पबमधल्या एका शांत, निवांत कोपऱ्याकडे निघाला. गाइल्स मात्र बारच्या

काउंटरपाशी जाऊन तिथल्या उंच स्टुलावर बसला. ''मी सर्वांच्या सतत नजरेसमोर असणं अत्यंत महत्त्वाचं आहे. अगदी प्रचार दौऱ्यामधल्या विश्रांतीच्या काळातसुद्धा,'' तो म्हणाला.

''पण आत्ता खरं म्हणजे तुझ्याशी काही खासगी विषयावर बोलण्याची माझी इच्छा होती,'' हॅरी म्हणाला.

''तसं जर असेल, तर फक्त हळू आवाजात बोल म्हणजे झालं.'' गाइल्स बार टेंडरकडे वळून म्हणाला, ''बिटर बिअरचे दोन हाफ पिंट्स.'' मग तो हॅरीच्या किंचित जवळ झुकून त्याचं बोलणं लक्षपूर्वक ऐकू लागला. मधूनच बारच्या आत बाहेर ये-जा करणारी गिऱ्हाईकं थांबून त्याच्याशी बोलत, कुणी सलगीने त्याची पाठ थोपटत, कुणी त्याला 'सर' म्हणून आदरपूर्वक संबोधत, तर कुणी एक-दोन शेलक्या शिव्या हासडून जात. त्यातले काही शुद्धीत असत, तर काही दारू पिऊन तर्र झालेले असत.

''हं, मग? माझा भाचा त्याच्या नव्या शाळेत नीट रुळला की नाही?'' गाइल्स त्याचा ग्लास रिकामा करत म्हणाला.

''सेंट बेडेजपेक्षा बीच क्रॉफ्टमध्ये तो काही फार जास्त खुशीत नसतो. मी त्याच्या हाऊसमास्टरशी मुद्दाम बोललो. सेब अत्यंत बुद्धिमान असून, त्याला ऑक्सफर्डमध्ये नक्की जागा मिळेल, असं त्यांना वाटतंय. पण त्याचबरोबर तो एकलकोंडा असून, कुणाशी पटकन मैत्री करत नाही, असंही त्यांचं म्हणणं पडलं.''

''अरेरे!'' गाइल्स म्हणाला. ''पण तो जरा बुजरा असेल. तू स्वत: जेव्हा पहिल्यांदा सेंट बेडेजमध्ये आलास, तेव्हा तू तरी कुणाला आवडला होतास?'' असं म्हणून तो परत बार टेंडरकडे वळला, ''अजून दोन हाफ प्लीज.''

''लगेच आणतो, सर.''

''आणि माझी आवडती गर्ल फ्रेंड कशी आहे?'' गाइल्स हॅरीला म्हणाला.

''तू जर जेसिकाविषयी बोलत असलास, तर तिच्या चाहत्यांची रांग भलीमोठी आहे. तुला खूप मागे उभं राहावं लागेल. क्लिओपात्रापासून पोस्टमनपर्यंत सर्वांनाच ती हवीहवीशी वाटते. पण तिचं प्रेम मात्र फक्त तिच्या डॅडींवर आहे.''

''तिचे खरे वडील कोण होते, हे तुम्ही तिला कधी सांगणार आहात?'' गाइल्स अगदी हळू आवाजात म्हणाला.

''खरं तर मी हा प्रश्न स्वत:ला अनेकदा विचारतो. तिला हे सांगणं किती महत्त्वाचं आहे आणि ते वेळेत न सांगितल्यास भविष्यात किती मोठे प्रश्न उपस्थित राहू शकतात, हे तू प्लीज आता मला सांगू नको, कारण ते मला माहीत आहे. पण त्यासाठी योग्य वेळ कोणती, तेच मला समजत नाही.''

''खरं तर ती योग्य वेळ तुला कधीच सापडणार नाही,'' गाइल्स म्हणाला.

''पण फार जास्त काळ ते लांबणीवर टाकू नको. एक गोष्ट मी तुला खातरीपूर्वक सांगतो, एमा तर तिला ही गोष्ट कधीच सांगणार नाही. पण एव्हाना सेबॅस्टियनला स्वत:चं स्वत:च सगळं लक्षात आलेलं असणार.''

''हे तू कशावरून म्हणतोस?'' हॅरी म्हणाला.

पण गाइल्सने त्याला खुणेने गप्प केलं. ''इथे नको,'' तो म्हणाला. इतक्यात आणखी कुणीतरी त्याच्या पाठीवर थाप देऊन पुढे गेलं.

बारमन दोन हाफ पिंट गाइल्सच्या समोर ठेवून म्हणाला, ''नऊ पेन्स झाले, सर.''

पहिल्या खेपेला हॅरीने पैसे काढून दिले असल्याने आता या खेपेला गाइल्स पैसे देईल या अपेक्षेने हॅरी नुसता बसून राहिला. मग गाइल्स म्हणाला, ''सॉरी, पण मला बिअरचे पैसे भरण्याची परवानगी नाही.''

''परवानगी नाही? म्हणजे काय?'' हॅरी बुचकळ्यात पडून म्हणाला.

''नाही. निवडणुकीच्या प्रचार दौऱ्यावर असताना कोणत्याही उमेदवाराला स्वखर्चाने ड्रिंक्स विकत घेण्याची परवानगी नाही,'' गाइल्स म्हणाला.

''अरे वा! म्हणजे आता निवडणूक लढण्यासाठी एखादं तरी सयुक्तिक कारण मला मिळालं,'' हॅरी म्हणाला. ''पण असं का बरं?''

''कारण मी जर तुझ्यासाठी ड्रिंक विकत घेतलं, तर त्याचा अर्थ मी तुझं मत खरेदी करतो आहे, असा त्याचा अर्थ लावला जातो. हे राजकारण सगळं असं घाणेरडं असतं बघ.''

''तुझ्या खर्चाने अर्धा पिंट फुकटची बिअर पिऊन तुला मी मत देईन, हा सपशेल गैरसमज आहे,'' हॅरी म्हणाला.

''अरे बाबा, जरा हळू आवाजात बोल ना. भिंतींना कान असतात. जर माझा सख्खा मेहुणाच मला मत द्यायला तयार नाही, तर मग इतरांनी तरी का द्यावं, असं विचारून ते पत्रकार मला भंडावून सोडतील.''

''कौटुंबिक समस्यांवर चर्चा करण्याची ही जागा नाही, हे मला नीट कळून चुकलंय. तर मग आता तुला एकच विचारतो, तू रविवारी माझ्यासोबत आणि एमासोबत रात्रीच्या जेवणाचं निमंत्रण स्वीकारशील का?''

''छे! रविवारी शक्यच नाही. रविवारी मला तीन चर्च सर्व्हिसेसना हजेरी लावायची आहे. शिवाय तो निवडणुकीच्या आधीचा रविवार असल्याने प्रचंड गडबड असणार आहे.''

''ओ गॉड! पुढच्या गुरुवारीच निवडणूक आहे?'' हॅरी म्हणाला.

''डॅम,'' गाइल्स म्हणाला. ''कॉन्झर्व्हेटिव्ह पक्षाला नियमितपणे मत देणाऱ्या कोणत्याही मतदाराला निवडणुकीच्या तारखेची आठवण अजिबात करून द्यायची नाही, असा अलिखित नियम मी विसरलोच. आता मला फक्त देवच तारून नेऊ

शकेल. पण मुळात देव नक्की कुणाच्या पक्षात आहे, हेच मला माहीत नाहीये. पण मी येत्या रविवारी पहाटेच्या प्रार्थनेला चर्चमध्ये देवासमोर गुडघे टेकीन आणि सायंप्रार्थनेच्या वेळी त्याची मनोमन करुणा भाकीन; त्याची स्तुतिस्तवनं गाईन, त्याची आळवणी करीन आणि मतांचं पारडं माझ्या बाजूने झुकेल अशी आशा करीन.''

''केवळ काही मतं मिळवण्यासाठी हे एवढं टोक गाठायची काहीतरी गरज आहे का?'' हॅरी म्हणाला.

''जेव्हा अटीतटीचा सामना असतो, तेव्हा या सगळ्याची गरज पडते आणि एक गोष्ट विसरू नको, माझ्या राजकीय सभांना जेवढे मतदार उपस्थित राहत असतील, त्याच्या कित्येक पटीने जास्त मतदार या अशा चर्च सर्व्हिसला हजेरी लावतात.''

''पण चर्च तर राजकीय बाबतीत तटस्थ असतं, अशी माझी समजूत होती,'' हॅरी म्हणाला.

''हो, खरं तर तसं असायला हवं. आपल्याला राजकारणात अजिबात रस नसल्याचं धर्मगुरू नेहमी सर्वांना सांगत असतात. पण अनेकदा चर्चमध्ये उपस्थित असलेल्या समुदायासमोर प्रवचन देत असताना चक्क व्यासपीठावरून आपलं मत कुणाला असेल, याचा ते जाता जाता उल्लेख करतात.''

''तुला आणखी अर्धा पिंट बिअर हवी आहे का? पैसे मीच देणार आहे,'' हॅरी म्हणाला.

''नको रे बाबा. तुझ्याशी आणखी गप्पा मारत इथे बसायला मला वेळ नाही. एक तर तू मुळात माझ्या मतदारसंघातून मतदान करत नाहीस आणि जरी करत असतास, तरी तू मला मत दिलंच नसतंस,'' एवढं बोलून गाइल्स स्टुलावरून उडी मारून उतरला आणि बार टेंडरचे हात हातात घेऊन त्याचे आभार मानून घाईने दरवाज्याबाहेरच्या फुटपाथवर आला. तिथे समोर आलेल्या पहिल्या माणसाला तो म्हणाला, ''गुड आफ्टरनून सर. माझं नाव गाइल्स बॅरिंग्टन. येत्या गुरुवारी होत असणाऱ्या सार्वत्रिक निवडणुकीत मी तुमच्या पाठिंब्याची आशा करतो.''

''अहो, पण मी या मतदारसंघाचा नाहीच आहे. मी बर्मिंगहॅमहून इथे आजच्या दिवसापुरता आलो आहे.''

❋

निवडणुकीच्या दिवशी गाइल्सचा एजंट हास्किन्स याला मात्र गाइल्सच्या यशाची खातरी वाटत होती. अगदी थोड्याश्याच मताधिक्याने का होईना, पण गाइल्स ब्रिस्टॉल डॉकलँड्सच्या मतदारसंघातून 'हाऊस ऑफ कॉमन्स'मध्ये नक्की

निवडून जाईल, असं त्याला वाटत होतं; परंतु लेबर पक्षाला बहुमत मिळून त्यांच्या हाती सत्ता जाईलच, अशी मात्र त्याला खातरी वाटत नव्हती.

या दोन्ही बाबतीत ग्रिफ हास्किन्सचा अंदाज अचूक ठरला. कारण २७ ऑक्टोबर १९५१ रोजी सकाळी मतमोजणी करणाऱ्या अधिकाऱ्याने तीन वेळा मतमोजणी केल्यानंतर ब्रिस्टॉल डॉकलँड्सच्या मतदारसंघातून सर गाइल्स बॅरिंग्टन हे ४१४ मताधिक्याने विजयी होऊन 'हाऊस ऑफ कॉमन्स'चे सदस्य म्हणून निवडून आल्याचं घोषित केलं.

संपूर्ण देशभरातील मतदानाचा निकाल हाती आल्यावर कॉन्झर्व्हेटिव्ह पक्षालाच बहुमत मिळालं आणि विन्स्टन चर्चिल परत एकदा टेन डाऊनिंग स्ट्रीट या पंतप्रधानांच्या निवासस्थानी राहायला गेले. कॉन्झर्व्हेटिव्ह पक्षाचे नेते म्हणून त्यांनी जिंकलेली ही पहिलीच निवडणूक होती.

पुढच्याच सोमवारी गाइल्स कार चालवत लंडनला गेला आणि 'हाऊस ऑफ कॉमन्स'मध्ये आपल्या जागी स्थानापन्न झाला. पण कॉरिडॉर्समध्ये जी काही कुजबूज चालू होती त्या 'टोरीज'ना बहुमत जरी मिळालं असलं, तरी त्यांना केवळ सतराचंच मताधिक्य प्राप्त झाल्यामुळे पुढची निवडणूक घोषित होण्यास फार काळ लागेल, असं कुणालाच वाटत नव्हतं.

गाइल्सला एक गोष्ट कळून चुकली होती. निवडणुकीत आपल्या प्रतिस्पर्ध्यापेक्षा केवळ ४१४ मतं जास्त मिळवून तो विजयी झालेला होता. राजकारणात टिकून राहण्यासाठी त्याला पुष्कळ झुंज द्यावी लागणार होती. पुढच्यावेळी जर विजय मिळाला नाही, तर त्याची राजकीय कारकीर्द संपुष्टात येणार होती.

११

बटलरने सर गाइल्स यांच्यापुढे चांदीच्या ट्रेमधून पत्रांचा गठ्ठा आणून ठेवला. गाइल्सने रोजच्या प्रमाणे नाश्त्याच्या वेळी ती पाकिटं वेगवेगळी केली. लांबुळके, पातळ, खाकी लिफाफे त्याने वेगळे ठेवले. चौकोनी पांढरी पाकिटं त्याने आधी उघडण्यासाठी घेतली. त्या पांढऱ्या लिफाफ्यांमधल्या एकाने त्याचं लक्ष वेधून घेतलं. त्यावर ब्रिस्टॉलचा शिक्का होता. त्याने तो लगेच उघडला.

आतून एक कागद निघाला. त्यावर वरच्या बाजूला लिहिलेलं होतं,

'टू हूम इट मे कन्सर्न'

त्यातील मजकूर वाचून त्याच्या चेहऱ्यावर हसू उमटलं. इतक्यात व्हर्जिनिया नाश्त्यासाठी खाली येऊन त्याच्याजवळ बसली. गाइल्सने तिच्याकडे पाहून स्मितहास्य केलं.

''पुढच्या बुधवारी सगळं काही पार पडेल,'' तो म्हणाला.

व्हर्जिनिया 'डेली एक्सप्रेस'मध्ये तोंड खुपसून बसली होती. तिने मान वरसुद्धा केली नाही. ती रोज सकाळी ब्लॅक कॉफीचे घुटके घेत निवांतपणे वर्तमानपत्र वाचायची. उच्चभ्रू वर्तुळात काय काय चालू आहे, हे तर विशेष आवडीने वाचायची.

''सगळं काही पार पडेल, म्हणजे? नक्की काय पार पडेल?'' तिने मान वर न करताच विचारलं.

''ममाच्या मृत्युपत्राचं वाचन.''

आता मात्र व्हर्जिनियाचं वृत्तपत्रातल्या खमंग चटकदार बातम्यांवरचं लक्ष

उडालं. वृत्तपत्राची घडी घालून ते बाजूला ठेवत ती मधाळ हसत म्हणाली, ''मला सगळं नीट सांग ना, डार्लिंग!''

''पुढच्या बुधवारी ब्रिस्टॉलला ममाच्या मृत्युपत्राचं वाचन होणार आहे. आपण मंगळवारी दुपारीच कारने तिकडे जाऊ, रात्री बॅरिंग्टन हॉलला राहू आणि दुसऱ्या दिवशी त्या मृत्युपत्राच्या वाचनासाठी उपस्थित राहू.''

''पण ते वाचन किती वाजता असेल?''

गाइल्सने हातातल्या कागदावर एकवार नजर टाकली. मार्शल, बेकर अँड सिडन्स यांच्या ऑफिसमध्ये बरोबर अकरा वाजता.

''डार्लिंग, आपण समजा मंगळवारी दुपारी जाण्याऐवजी बुधवारी पहाटे लवकर इकडून निघून वेळेत तिकडे पोहोचलो, तर नाही का चालणार? तुझ्या त्या भांडकुदळ बहिणीच्या सहवासात एक रात्र घालवण्याच्या कल्पनेने माझ्या अंगावर अगदी काटा येतोय.''

गाइल्स तोंड उघडून काहीतरी बोलणार होता. पण मग त्याने विचार बदलला. तो फक्त म्हणाला, ''ऑफकोर्स, माय लव्ह.''

''प्लीज, मला 'माय लव्ह' अशी हाक मारणं बंद कर ना! ते किती कॉमन आहे,'' व्हर्जिनिया म्हणाली.

''आज दिवसभर तुला काय काय कामं आहेत, माय डार्लिंग?''

''आजही खूप धावपळ आहे,'' व्हर्जिनिया म्हणाली. ''सकाळच्या वेळात परत एकदा आणखी एका ड्रेसचं फिटिंग आहे, मग माझ्या ब्राईड्‌समेड्‌स (लग्नातल्या करवल्या) बरोबर दुपारी जेवणाचा बेत आहे, दुपारी केटररला भेटायचंय. लग्नाला नक्की किती लोक असतील याचा आकडा ते मागतायत.''

''मग? आजचा आकडा किती आहे?'' गाइल्स म्हणाला.

''माझ्याकडचेच दोनशेच्या वर आहेत. शिवाय तुझ्याकडचे निदान एकशेतीस तरी असतील, असा अंदाज आहे. पुढच्या आठवड्यात निमंत्रण पत्रिका धाडाव्यात, असा माझा विचार आहे.''

''माझी काहीच हरकत नाही,'' गाइल्स म्हणाला. ''त्यावरून आठवण झाली. 'हाऊस ऑफ कॉमन्स'च्या टेरेसवर आपल्याला रिसेप्शनचं आयोजन करायला स्पीकर साहेबांची परवानगी मिळाली आहे. त्यामुळे आता त्यांनाही लग्नाला बोलवावं लागेल.''

''ऑफकोर्स. शिवाय ते कॉन्झर्व्हेटिव्ह पक्षाचे आहेत.''

''आणि मिस्टर ॲटलींनाही बोलावणं करावं लागेल,'' गाइल्स जरा चाचरत म्हणाला.

''आपल्या एकुलत्या एक मुलीच्या लग्नाला लेबर पक्षाचे अध्यक्ष उपस्थित

असलेले माझ्या पपांना कितपत आवडतील, याबद्दल मला जरा शंकाच वाटते. किंवा मी असं करू का? मिस्टर चर्चिल यांना आपण बोलावणं करूयात, असं मी पपांना सुचवते,'' व्हर्जिनिया म्हणाली.

❋

पुढच्या बुधवारी गाइल्सने आपली कार व्हर्जिनियाच्या फ्लॅटच्या समोरच्या बाजूला पार्क केली. सकाळी लवकरची वेळ होती. तिच्या घरी तिच्यासोबत नाश्ता करून ताबडतोब ब्रिस्टॉलला जायला निघावं, असा त्याचा विचार होता.

बटलरने दार उघडलं. ''लेडी व्हर्जिनिया अजून खाली आल्या नाहीत, सर,'' बटलर अदबीने म्हणाला. ''पण तुम्ही दिवाणखान्यात बसता का? मी तुमच्यासाठी कॉफी आणि वर्तमानपत्र घेऊन येतो.''

''थँक यू, मेसन,'' गाइल्स बटलरला म्हणाला. आपण नेहमीच लेबर पक्षाला मत देतो, असं त्या बटलरने गाइल्सला एकदा खासगीत सांगितलं होतं.

गाइल्स आरामदायी सोफ्यात बसला. बटलरने आणलेल्या 'एक्सप्रेस' आणि 'टेलेग्राफ' या वृत्तपत्रांपैकी त्याने घाईने 'टेलेग्राफ' उचलला, कारण पहिल्याच पानावर छापून आलेल्या बातमीने त्याचं लक्ष वेधून घेतलं. ''आयसेनहॉवर प्रेसिडेंट होण्यासाठी निवडणूक लढवणार.'' अर्थात ही बातमी वाचून गाइल्सला आश्चर्य मुळीच वाटलं नाही. फक्त जनरल आयसेनहॉवर रिपब्लिकन म्हणून ही निवडणूक लढवणार असल्याचं वाचून त्याचं कुतूहल जागृत झालं. जनरल साहेबांचा पाठिंबा नक्की कोणत्या पक्षाला आहे, हे कोडं आजवर कुणाला उलगडलं नव्हतं. डेमोक्रॅट्स आणि रिपब्लिकन्स असे दोन्हीही पक्ष त्यांच्या हात धुवून मागे लागले होते.

गाइल्स दर थोड्या वेळाने अस्वस्थपणे घड्याळात पाहत होता, पण व्हर्जिनियाचा अजूनही पत्ता नव्हता. अखेर त्याने आपलं लक्ष सात पानावरच्या एका लेखाकडे वळवलं. ब्रिटन लवकरच आपला पहिलावहिला मोटर-वे बांधण्याच्या विचारात आहे, असं त्या लेखात सूचित करण्यात आलं होतं. 'सर्व कामगारांसाठी दर आठवड्याला अठ्ठेचाळीस कामाचे तास असावेत' या विषयावर नुकतंच गाइल्सचं भाषण झालं होतं. त्या भाषणाचा सविस्तर वृत्तांत वृत्तपत्रात छापण्यात आला होता. नंतर गाइल्सने संपादकीयावरून नजर टाकली. संपादकांनी अग्रलेखात गाइल्सच्या विचारांवर थोडेफार ताशेरे झोडले होते. गाइल्सला हसू आलं. नंतर तो प्रिन्सेस एलिझाबेथच्या आफ्रिकेच्या दौऱ्याविषयी वाचायला सुरुवात करणार इतक्यात व्हर्जिनिया तिथे उगवली.

''तुला खूप वेळ ताटकळत थांबावं लागलं ना, डार्लिंग? सॉरी हं. पण नक्की कोणता ड्रेस घालायचा, तेच माझं ठरत नव्हतं.''

गाइल्सने उडी मारून उठत आपल्या प्रेयसीला जवळ घेऊन तिच्या दोन्ही गालांवर ओझरते ओठ टेकले. मग दोन पावलं मागे सरून तिला कौतुकाच्या नजरेने न्याहाळत उभा राहिला. या इतक्या असामान्य लावण्यवतीने आपल्याकडे साधा कटाक्ष टाकला असता, तरी आपण स्वत:ला भाग्यवान मानलं असतं आणि ही तर आपली प्रेयसी आहे, या विचारांनी त्याला भरून आलं.

"तू किती सुंदर दिसते आहेस,'' तो म्हणाला. तिच्या अंगातल्या फिकट पिवळ्या सुंदर ड्रेसमध्ये तिचा सडपातळ बांधा खुलून दिसत होता. हा ड्रेस त्याने आजवर कधी पाहिला नव्हता.

"मृत्युपत्राच्या वाचनाच्या वेळी हा ड्रेस घालून गेलेलं वाईट तर नाही ना दिसणार?'' व्हर्जिनिया स्वत:भोवती एक गिरकी घेत म्हणाली.

"अजिबात नाही. उलट तू खोलीत पाऊल टाकलंस ना, की सगळे भान हरपून तुझ्याकडेच बघत बसतील,'' गाइल्स म्हणाला.

"तसं मात्र व्हायला नको हं,'' व्हर्जिनिया घड्याळात बघत म्हणाली. "अरे देवा! एवढा उशीर झाला आहे का? मग आपण नाश्ता न करताच जाऊ. तसं तुझ्या आईच्या मृत्युपत्रात काय आहे, ते आपल्याला आधीपासूनच माहीत आहे. पण ही गोष्ट लोकांना कळू द्यायची नाहीये ना.''

ब्रिस्टॉलला कारने जात असताना वाटेत व्हर्जिनियाने गाइल्सला लग्नाची काय काय तयारी झालेली आहे, याची सविस्तर माहिती दिली. आदल्या दिवशी सभागृहात त्याचं भाषण झालं होतं. सदस्यांनी त्या भाषणाचं कसं स्वागत केलं, त्यावर काय काय प्रतिक्रिया दिल्या हे ती विचारेल, असं गाइल्सला वाटत होतं. पण तिने तो विषयही काढला नाही, त्यामुळे त्याला जरा वाईट वाटलं. अखेर ते ग्रेट वेस्ट रोडला लागल्यावर व्हर्जिनिया जे काही म्हणाली, त्यामुळे त्याचं लक्ष तिच्याकडे वेधलं गेलं.

"एकदा मृत्युपत्रात लिहिल्याप्रमाणे सर्व काही वाटण्या झाल्या, की लवकरात लवकर आपल्याला मार्सडेनच्या बदली कुणीतरी नवीन बटलर नेमावा लागेल,'' व्हर्जिनिया म्हणाली.

"अगं, पण गेल्या तीस वर्षांहून अधिक काळ तो आमच्याकडे नोकरीत आहे. खरं तर मला आठवतं तेव्हापासून तो आमच्याकडे आहेच,'' गाइल्स म्हणाला.

"तीच तर मुख्य अडचण आहे ना,'' व्हर्जिनिया म्हणाली. "पण डार्लिंग, तू त्याची अजिबात काळजी करू नको. त्याची जागा घेऊ शकेल असा अगदी योग्य माणूस मला मिळाला आहे.''

"पण —''

"डार्लिंग, तुला एवढंच वाटत असलं, तर मार्सडेनला आपण मॅनोर हाऊसमध्ये काम करायला पाठवू. तो माझ्या आत्यांची काळजी घेईल.''

“पण —”

“आणि हो. आपण कर्मचाऱ्यांना काढून टाकण्याबद्दल बोलतोच आहोत, तर मग मला जॅकीविषयीसुद्धा बोलायचंच आहे,” व्हर्जिनिया म्हणाली.

“माझी पर्सनल सेक्रेटरी जॅकी?” गाइल्स म्हणाला.

“मला वाटतं, ती जरा जास्तच पर्सनल आहे. आजकाल आपल्या वरिष्ठांना सरळ नाव घेऊन एकेरी हाक मारायची जी पद्धत निघाली आहे ना, ती तर मला मुळीच आवडत नाही. मला वाटतं, तुमच्या त्या लेबर पक्षाची जी समता, बंधुता वगैरे तत्त्वं आहेत ना, त्याचाच हा भाग असावा. अर्थात तिने मला लेडी व्हर्जिनिया असंच संबोधलं पाहिजे, असं मी तिला ठणकावून सांगितलं.”

“आय ॲम सॉरी,” गाइल्स म्हणाला. “खरं तर तिचं बोलणं अत्यंत नम्र असतं.”

“तुझ्याशी असेल ती नम्र. पण अरे, काल मी तुझ्याशी बोलण्यासाठी फोन केला, तर तिने मला बराच वेळ ताटकळत फोनवर थांबवून ठेवलं. मला या असल्या गोष्टीची मुळीच सवय नाही.”

“मी तिच्याशी त्याबद्दल बोलेन,” गाइल्स म्हणाला.

“त्याची काही गरज नाहीये,” व्हर्जिनिया म्हणाली. तिचं बोलणं ऐकून गाइल्स सुटकेचा निःश्वास सोडणार एवढ्यात ती म्हणाली, “कारण जोपर्यंत ती तुझ्या ऑफिसात नोकरीला आहे, तोपर्यंत मी तुला फोनच करणार नाही.”

“हे तू जरा जास्तीच ताणते आहेस, असं नाही का वाटत तुला?” गाइल्स म्हणाला. “ती तिच्या कामात फारच निष्णात आहे. तिच्याइतकी उत्कृष्ट काम करणारी दुसरी सेक्रेटरी मिळणं अशक्यच आहे.”

त्यावर व्हर्जिनियाने पुढे झुकून त्याच्या गालावर ओठ टेकले आणि लाडात येत म्हणाली, “राजा, या जगात माझ्यासारखी दुसरी कुणी तुला सापडणं अशक्य आहे, असं तुला वाटलं पाहिजे.”

❋

वकील मिस्टर सिडन्स यांनी खोलीत प्रवेश केला. त्यांनी ज्या ज्या लोकांना पत्र पाठवून बोलावलं होतं, ते आधीपासूनच खोलीत येऊन बसले होते. त्यांनी आपल्या टेबलापाशी बसून आपल्याकडे उत्सुकतेने बघत असलेल्या चेहऱ्यांकडे पाहिलं.

पहिल्याच रांगेत सर गाइल्स बॅरिंग्टन आणि त्यांची वाग्दत्त वधू लेडी व्हर्जिनिया फेनविक बसली होती. गाइल्स आणि व्हर्जिनिया यांनी आपल्या एंगेजमेंटची औपचारिक घोषणा केल्यावर ‘कंट्री लाईफ’मध्ये त्या दोघांचा फोटो छापून आला होता. त्या

फोटोतल्यापेक्षा प्रत्यक्षात लेडी व्हर्जिनिया कितीतरी अधिक सुंदर आहेत, असं मिस्टर सिडन्स यांच्या मनात आलं. लेडी व्हर्जिनिया यांच्याशी ओळख करून घेण्याची त्यांना उत्सुकता होती.

त्या दोघांच्या पाठीमागे दुसऱ्या रांगेत मिस्टर हॅरी क्लिफ्टन, त्यांची पत्नी एमा आणि तिची बहीण ग्रेस असे तिघं बसले होते.

तिसऱ्या रांगेत मिस्टर आणि मिसेस हॉलकोम्ब बसले होते. त्यांच्या शेजारी रेव्हरंड मिस्टर डोनाल्ड्सन आणि मेट्रनचा पोशाख केलेली एक स्त्री बसली होती. सर्वांत मागच्या दोन रांगांमध्ये सेवक व कर्मचारी वर्ग बसला होता. बॅरिंग्टन घराण्याच्या सेवेत हे सर्व जण गेली अनेक वर्षं होते.

मिस्टर सिडन्स यांनी गोल भिंगाचा चश्मा नाकावर चढवून घसा खाकरून साफ केला. मृत्युपत्राच्या वाचनाला आता सुरुवात होणार होती.

प्रस्तावना करण्यापूर्वी त्यांनी समोर जमलेल्या लोकांकडे एकवार नजर टाकली. त्यांना भाषणापूर्वी टिपणं काढण्याची गरज भासत नसे, कारण हे काम ते गेली कित्येक वर्षं नियमितपणे करत आले होते.

"सभ्य स्त्री-पुरुष हो," त्यांनी सुरुवात केली. "माझं नाव डेस्मंड सिडन्स. गेली बावीस वर्षं बॅरिंग्टन परिवाराचा कायदेविषयक सल्लागार म्हणून काम करण्याचं भाग्य मला लाभलं. आणखी काही वर्षांतच माझी आणि माझ्या वडिलांची याबाबतीत बरोबरी होईल. अर्थात हे जरा विषयांतर झालं." एवढं बोलून ते थांबले. विषयांतर झाल्याच्या मुद्द्यावर लेडी व्हर्जिनिया यांनी मान डोलावल्याचं त्यांनी पाहिलं.

"पूर्वाश्रमीची जेसिका पिट्रोव्हस्का आणि आत्ताची जेसिका क्लिफ्टन हिला मी माझ्या आजोबांचं आवडतं, टर्नर या महान कलाकाराने वॉटर कलरमध्ये रंगवलेलं 'लॉक ॲट क्लीव्हलंड' हे चित्र देत आहे. त्या चित्रापासून ती प्रेरणा घेईल अशी मी आशा करते. तिला चित्रकलेची निसर्गदत्त देणगी लाभली असून, त्याला योग्य खतपाणी मिळालं, तर तिचा पूर्णपणे विकास होईल असं मला वाटतं."

ते शब्द ऐकून गाइल्सने मान डोलावली. आईने त्याला जेव्हा आपल्या मृत्युपत्रातील तपशील सांगितले होते, तेव्हा ती जेसिकाविषयी हेच म्हणाली होती.

"आणि माझा नातू, सेबॅस्टियन ऑर्थर क्लिफ्टन याच्यासाठी मी पाच हजार पौंडाची रोख रक्कम ठेवत आहे. नऊ मार्च १९६१ साली तो जेव्हा सज्ञान होईल, तेव्हा त्याला ही रक्कम मिळेल."

गाइल्सने परत मान डोलावली. अजून तरी सर्व काही सुरळीत चाललं होतं. आश्चर्याचा धक्का बसला नव्हता.

"आता माझ्या राहिलेल्या मालमत्तेविषयी सांगते. यात बॅरिंग्टन शिपिंग कंपनीमधील माझा बावीस टक्के हिस्सा आणि मॅनोर हाऊस याचाही समावेश होतो." एवढं

बोलल्यावर नकळत मिस्टर सिडन्स यांनी लेडी व्हर्जिनिया यांच्याकडे नजर टाकली. लेडी व्हर्जिनिया अस्वस्थ होऊन खुर्चीत बसल्या होत्या. ते पुढे म्हणाले, "तर ही माझी सर्व मालमत्ता माझ्या दोन मुली एमा आणि ग्रेस या दोन मुलींमध्ये मी समसमान विभागून देत आहे. त्यांनी त्यांच्या वाट्याच्या मालमत्तेचा विनियोग स्वत:च्या मर्जीनुसार करावा. याला अपवाद फक्त माझी सयामी मांजर क्लिओपात्रा हिचा. माझी ही मांजर मी लेडी व्हर्जिनिया फेनविक यांना बक्षीस देत आहे; कारण क्लिओपात्रा मांजर आणि लेडी व्हर्जिनिया यांच्यात कमालीचं साम्य आहे. दोघीही सुंदर आहेत, डौलदार आहेत, रुबाबदार आहेत आणि लबाड आहेत, धूर्त आहेत, कावेबाज आहेत. जणू पृथ्वीतलावरील यच्चयावत जनता आपल्या सेवेसाठीच जन्माला आली आहे अशा आविर्भावात, तोऱ्यात दोघीही हिंडत असतात. माझा प्रेमाने वेडा झालेला मुलगा गाइल्स याचाही त्याला अपवाद नाही. आता याहून फार जास्त उशीर होण्यापूर्वी माझा मुलगा गाइल्स बॅरिंग्टन हा लेडी फेनविक यांच्या कचाट्यातून बाहेर पडावा, अशी मी ईश्वराकडे प्रार्थना करते."

उपस्थितांच्या चेहऱ्यावरील आश्चर्याने थक्क झाल्याचे भाव आणि त्यांची आपापसात सुरू झालेली कुजबूज पाहून त्या सर्वांनाच हे अत्यंत अनपेक्षित असल्याचं मिस्टर सिडन्स यांना कळून चुकलं. फक्त या सर्व गोंधळात मिस्टर क्लिफ्टन हे एकटेच अत्यंत शांत चेहऱ्याने बसून होते, हे त्यांच्या लक्षात आलं. लेडी व्हर्जिनिया संतापाने लालबुंद झाल्या होत्या. त्या सर गाइल्स बॅरिंग्टन यांच्या कानात काहीतरी कुजबुजत होत्या.

"मृत्युपत्राचं वाचन आता समाप्त होत आहे," मिस्टर सिडन्स आपला चश्मा सारखा करत म्हणाले. "आता तुमच्यापैकी कुणाला जर काही प्रश्न असतील, तर ते त्यांनी विचारावेत."

दुसऱ्या कुणीही आपलं तोंड उघडून काही बोलण्यापूर्वीच गाइल्स म्हणाला, "मला एकच प्रश्न आहे. या मृत्युपत्राला न्यायालयात आव्हान देण्यासाठी माझ्यापाशी किती अवधी आहे?"

"येत्या अठ्ठावीस दिवसांच्या आत तुम्ही हायकोर्टात या विरुद्ध अपील करू शकता, सर गाइल्स," मिस्टर सिडन्स म्हणाले. सर गाइल्स यांच्याकडून हा प्रश्न येणार हे त्यांना अपेक्षितच होतं.

त्यानंतर उपस्थितांपैकी आणखी कुणी काही प्रश्न विचारते आहे का हे पाहण्यासाठी सर गाइल्स आणि लेडी व्हर्जिनिया तिथे थांबलेच नाहीत. आणखी एक शब्दही न बोलता ते संतापाने तिथून निघून गेले.

१२

"**हे** बघ डार्लिंग, मी काय वाट्टेल ते करायला तयार आहे; पण प्लीज आपली एंगेजमेंट मोडू नकोस ना."

"तुझ्या आईने तुझ्या सर्व कुटुंबीयांसमोर, नातेवाइकांसमोर, मित्रमैत्रिणींसमोर, एवढंच नव्हे; तर नोकरांसमोर माझा एवढा अपमान केला. आता यानंतर मी जगाला तोंड कसं दाखवू?"

"मला सगळं समजतंय गं," गाइल्स म्हणाला. "पण आईचं डोकं त्या वेळी नक्कीच ठिकाणावर नसणार. आपण काय करत आहोत, हेच तिला समजत नसणार."

"तू म्हणतोयस, तू काहीही करायला तयार आहेस?" व्हर्जिनिया हातातल्या अंगठीशी चाळा करत म्हणाली.

"अगदी काहीही, डार्लिंग;" गाइल्स म्हणाला.

"सगळ्यात आधी तू तुझ्या सेक्रेटरीला कामावरून काढून टाक आणि तिच्या जागी मी निवडलेल्याच व्यक्तीची नेमणूक करायची."

"केलं म्हणून समज," गाइल्स अजिजीने म्हणाला.

"आता उद्याच्या उद्या तू अत्यंत नाणावलेल्या लॉ-फर्मची नेमणूक करून टाक आणि तुझ्या आईच्या मृत्युपत्राला न्यायालयात आव्हान देण्याचं काम करून टाक. काय वाट्टेल ते झालं, तरी हा खटला तू जिंकायलाच हवास. त्यासाठी कितीही लढा द्यावा लागला, तरी हरकत नाही."

"मी सर कुथबर्ट मेकिन्स यांच्याशी संपर्क साधलेला आहे."

"लढा द्यायचा." व्हर्जिनिया परत म्हणाली.

"हो. हो. लढा द्यायचा," गाइल्स म्हणाला. "आणखी काही?"

"आणखी असं, की पुढच्या आठवड्यात जेव्हा आपल्या लग्नाच्या निमंत्रण पत्रिका पाठवायच्या असतील, तेव्हा कुणाला बोलवायचं आणि कुणाला नाही, हे मी ठरवणार."

"पण म्हणजे याचा अर्थ असा, की —"

"हो, मी ठरवेन त्यांनाच आपल्या लग्नाला उपस्थित राहायला मिळेल. त्या दिवशी त्या मृत्युपत्राच्या वाचनाच्या वेळी जे कोण त्या खोलीत उपस्थित होते, त्यांच्यापैकी प्रत्येकाला मी ही जाणीव करून देणार आहे, की तुम्हाला कुणीतरी जेव्हा वगळतं, तुमच्या हक्कापासून वंचित करतं, तेव्हा तुम्हाला कसं वाटतं."

व्हर्जिनियाचं ते बोलणं ऐकून गाइल्सने मान खाली घातली.

"ओ! आय सी," व्हर्जिनिया आपली एंगेजमेंटची अंगठी हातातून काढत म्हणाली. "म्हणजे तू काहीही करायला तयार आहे, असं नुसतं म्हणालास. पण ते काही खरं नव्हतं."

"होतं, खरं होतं माय डार्लिंग. आपल्या लग्नाला कुणाला बोलवायचं आणि कुणाला नाही, हे फक्त तूच ठरवायचंस."

"आणखी शेवटचंच सांगायचंय," व्हर्जिनिया म्हणाली. "बॅरिंग्टन हॉलमधून त्या क्लिफ्टन कुटुंबातील प्रत्येक माणसाला बाहेर घालवण्यासाठी तू वकील मिस्टर सिडन्स यांना सांगून ताबडतोब कोर्ट ऑर्डर काढून घे," व्हर्जिनिया म्हणाली.

"अगं, पण मग ते कुठे राहतील?"

"त्याच्याशी मला काहीही देणं-घेणं नाही;" व्हर्जिनिया म्हणाली. "तुझं उर्वरित आयुष्य तुला माझ्या सोबतीने काढायचंय की त्यांच्या सोबतीने, हा निर्णय आता घेण्याची वेळ आली आहे."

"मला माझं आयुष्य तुझ्या सोबतीने घालवायचं आहे," गाइल्स म्हणाला.

"मग झालं तर, डार्लिंग," व्हर्जिनिया आपली एंगेजमेंटची अंगठी परत हातात घालत म्हणाली. तिने खट्याळपणे आपल्या अंगातील ड्रेसची पुढची बटणं उघडायला सुरुवात केली.

✳

हॅरी 'टाइम्स' वाचत होता आणि एमा 'टेलेग्राफ' वाचत होती, एवढ्यात टेलिफोनची घंटी खणाणली. नंतर दार उघडून डेन्बी जेवणघरात आला.

"तुमचे प्रकाशक मिस्टर कॉलिन्स फोनवर आहेत. त्यांना तुमच्याशी बोलायचं आहे."

हॅरी हातातल्या वृत्तपत्राची घडी करून ते टेबलावर ठेवत फोन घ्यायला निघाला. एमा टेलेग्राफ वाचण्यात इतकी गुंग होती, की तिला आपला नवरा उठून बाहेरच्या खोलीत गेल्याचं कळलंसुद्धा नाही. हॅरी फोनवरचं संभाषण संपवून परत आला, तेव्हा तिचं वर्तमानपत्र वाचून संपलं होतं.

"कशासाठी फोन होता बरं?" ती म्हणाली.

"माझ्या प्रकाशकांना देशभरातील वृत्तपत्रांकडून सारखे टेलिफोन्स येत आहेत. बी.बी.सी.कडूनसुद्धा त्यांच्याकडे सारखी विचारणा होत आहे. मी काही निवेदन देऊ इच्छितो का, असं विचारून सगळे त्यांना भंडावून सोडत आहेत."

"मग तू काय म्हणालास?"

"काय म्हणणार?" 'नो कॉमेंट' असं म्हणालो. उगाच आगीत तेल ओतण्याची माझी बिलकुल इच्छा नसल्याचं मी त्यांना सांगितलं."

"पण तुझ्या प्रकाशकाला, बिली कॉलिन्सला ते पटलं का? त्याला आपल्या पुस्तकांचा खप कसा वाढेल, याचीच चिंता असते ना?" एमा म्हणाली.

"तसं काही नाही. त्याला माझ्याकडून याच उत्तराची अपेक्षा होती. त्याची काहीही तक्रार नाहीये. त्याने एवढंच सांगितलं की, तो पुढच्या आठवड्यात माझ्या पुस्तकाची तिसरी पेपरबॅक आवृत्ती छापून जहाजाने सगळ्या दुकानांमध्ये पाठवून देतोय."

"हॅरी, 'टेलेग्राफ'ने काय बातमी छापली आहे, ती तुला ऐकायची आहे का?"

"मला ऐकावीच लागेल का?" हॅरी नाश्त्यासाठी जेवणाच्या टेबलापाशी बसत म्हणाला.

एमाने त्याच्याकडे दुर्लक्ष करत बातमी मोठ्यांदा वाचायला सुरुवात केली. "संसद सदस्य सर गाइल्स बॅरिंग्टन आणि नाइन्थ अर्ल ऑफ फेनविक यांची एकुलती एक कन्या लेडी व्हर्जिनिया फेनविक यांचा विवाहसोहळा काल संपन्न झाला. वधूने या प्रसंगी डिझायनर मिस्टर नॉर्मन यांनी खास बनवलेला पोशाख परिधान —"

"हे बघ, तेवढे तपशील तरी वगळून सांग ना," हॅरी म्हणाला.

मग एमाने पुढचे काही परिच्छेद गाळून पुढे वाचण्यास सुरुवात केली. "विवाह सोहळ्यासाठी चारशे निमंत्रित उपस्थित होते. हा सोहळा वेस्ट मिन्स्टर येथील सेंट मार्गारेट चर्चमध्ये संपन्न झाला. रेव्हरंड जॉर्ज हास्टिंग्ज, बिशप ऑफ रिपन यांनी या प्रसंगी धर्मगुरू म्हणून काम पाहिले. लग्नविधीनंतर 'हाऊस ऑफ कॉमन्स'च्या टेरेसवर स्वागतसमारंभ आयोजित करण्यात आला होता. उपस्थित निमंत्रितांमध्ये हर रॉयल हायनेस प्रिन्सेस मार्गारेट, द अर्ल माऊंट बॅटन ऑफ बर्मा, विरोधी पक्षनेते ऑनरेबल क्लेमंट ॲटली, हाऊस ऑफ कॉमन्सचे सभापती ऑनरेबल विल्यम

मॉरीसन हे होते. या समारंभासाठी समाजातील उच्च स्तरांमधील असंख्य व्यक्ती उपस्थित होत्या; परंतु ज्या व्यक्तींची अनुपस्थिती प्रकर्षाने जाणवली, या व्यक्ती कार्यक्रमाचे निमंत्रण नसल्यामुळे अनुपस्थित होत्या, की त्यांची उपस्थित राहण्याची इच्छा नव्हती, अशी चर्चा सर्वत्र चालू होती. निमंत्रितांच्या यादीत खुद्द सर गाइल्स बॅरिंग्टन वगळता बॅरिंग्टन परिवारामधील कुणीही उपस्थित नव्हतं. सर गाइल्स यांच्या दोघी सख्ख्या बहिणी मिसेस एमा क्लिफ्टन, मिस ग्रेस बॅरिंग्टन, तसेच त्यांचे मेहुणे क्लिफ्टन या तिघांची अनुपस्थिती हे एक न उलगडलेलं कोडं आहे, कारण श्री. हॅरी क्लिफ्टन हे या विवाह सोहळ्यामध्ये सर गाइल्स बॅरिंग्टन यांचे 'बेस्ट मॅन' असतील, अशी घोषणा काही दिवसांपूर्वीच करण्यात आली होती.''

''मग 'बेस्ट मॅन' कोण होता?'' हॅरीने विचारलं.

''ऑक्सफर्डच्या बॅलिलॉल कॉलेजमधील डॉक्टर अलगर्नोन डीकिन्स,'' एमा म्हणाली.

''अरे वा! आमचा डीकिन्स. खूप चांगली निवड केली गाइल्सने. डीकिन्स नक्कीच अगदी वेळेत उपस्थित राहिला असेल. शिवाय त्याने अंगठीसुद्धा अगदी नीट जपून ठेवली असेल. बरं, आणखी काही?''

''हो, आहे ना. सहा वर्षांपूर्वी बॅरिंग्टन विरुद्ध क्लिफ्टन असा खटला हाऊस ऑफ लॉर्ड्ससमोर उभा राहिला होता आणि बॅरिंग्टन घराण्याकडे परंपरेने असलेला 'सर' हा किताब तसेच घराण्याची सर्व मालमत्ता वारसा हक्कानुसार कोणाला मिळावी, यावर मतदान झालं होतं. व्हाईस चॅन्सेलर यांनी जेव्हा या खटल्याचा निकाल गाइल्स यांच्या बाजूने दिला होता, तेव्हा या निर्णयाबद्दल सर गाइल्स आणि मिस्टर क्लिफ्टन या दोघांनीही समाधान व्यक्त केलं होतं. ही बाब विचारात घेता मिस्टर क्लिफ्टन यांच्या अनुपस्थितीचे गूढ अधिक गहिरे झाले आहे. नवविवाहित दाम्पत्य मधुचंद्रासाठी सर गाइल्स यांच्या टुस्कॅनी येथील प्रासादाकडे रवाना झाले.''

''अरे वा! हे तर फारच छान,'' एमा वाचता वाचता मान वर करून म्हणाली. ''मृत्युपत्रानुसार तो प्रासाद माझ्या आणि ग्रेसच्या नावे करण्यात आला होता. त्याचा विनियोग आम्ही हवा तसा करावा, असंही त्यात म्हटलं होतं.''

''एमा, सावर स्वत:ला,'' हॅरी म्हणाला. ''अगं, आपल्याला मृत्युपत्राच्या खटल्याचा निकाल लागेपर्यंत मॅनोर हाऊसमध्ये राहायची परवानगी गाइल्सने द्यावी या मोबदल्यात त्या टुस्कॅनीचा प्रासाद तू त्याला देऊ केला होतास ना?''

''थांब, थांब हॅरी. या वृत्तपत्रवाल्यांनी तर मीठमसाला लावून आणखीही बरंच काही पुढे लिहिलंय. त्यांनी म्हटलंय, 'लेडी एलिझाबेथ बॅरिंग्टन यांच्या मृत्यूनंतर बॅरिंग्टन परिवारामध्ये मोठी फूट पडली असल्याचं वृत्त आहे. लेडी बॅरिंग्टन यांच्या सर्वांत अलीकडे केलेल्या मृत्युपत्रानुसार त्यांनी आपली संपूर्ण मालमत्ता आपल्या

दोघी मुली ग्रेस बॅरिंग्टन आणि एमा क्लिफ्टन यांच्यात समसमान विभागून दिली होती. त्यांनी आपल्या एकुलत्या एक मुलाला, म्हणजेच सर गाइल्स बॅरिंग्टन यांना एक कपर्दिकही ठेवली नव्हती. या मृत्युपत्राला न्यायालयात आव्हान देण्यासाठी सर गाइल्स बॅरिंग्टन यांनी हालचाली सुरू केल्या आहेत. हा खटला पुढच्या महिन्यात हायकोर्टासमोर उभा राहणार आहे...' हे इतकंच छापून आलं आहे. टाइम्समध्ये आणखी काही आहे?''

''यापेक्षाही भडक शब्दात वर्णन आहे. जे काही घडलं, त्याचं वस्तुनिष्ठ वर्णन तेवढं आहे. उगाच शंकाकुशंका, तर्कवितर्क नाहीत; परंतु माझा प्रकाशक बिली कॉलिन्स सांगत होता 'मेल' आणि 'एक्सप्रेस'च्या पहिल्याच पानावर 'क्लिओपात्रा मांजरांचा मोठा फोटो छापण्यात आलाय' आणि 'मिरर'ने मथळा टाकलाय 'बॅटल ऑफ द कॅट्स.''

''हे सगळं प्रकरण इतकं कसं चिघळलं?'' एमा म्हणाली. ''मला एक गोष्ट कळत नाहीये, त्या बयेने गाइल्सला त्याच्या स्वत:च्या सख्ख्या माणसांना लग्नाचं निमंत्रण करू दिलं नाही?''

''ते तर मलाही कळलेलं नाही,'' हॅरी म्हणाला. ''पण तसा तर प्रिन्स ऑफ वेल्स यांनी एका अमेरिकन घटस्फोटितेसाठी राजसिंहासनाचा त्याग कसा काय केला, हेही मला कळलेलं नाही. मला वाटतं, तुझ्या आईचं म्हणणं बरोबरच होतं. गाइल्स खरोखरच त्या बाईच्या कह्यात गेलेला आहे.''

''माझ्या आईने जर तुला सोड असं मला सांगितलं असतं, तर मी तिच्याशी भांडले असते,'' एमा म्हणाली. ''मी माझ्या आईचं काहीएक ऐकलं नसतं.'' एमा हॅरीकडे बघून गोड हसली. ''त्यामुळे मी माझ्या भावाची मन:स्थिती काही प्रमाणात समजू शकते.''

*

पुढचे पंधरा दिवस सर गाइल्स बॅरिंग्टन आणि लेडी बॅरिंग्टन यांचे टुस्कॅनी येथील दौऱ्याचे फोटो देशभरातील सर्व वृत्तपत्रांमध्ये झळकत होते.

ज्या दिवशी बॅरिंग्टन दाम्पत्य इटलीहून परतलं, त्याच दिवशी हॅरीची 'मायटियर दॅन द स्वोर्ड' ही चौथी कादंबरी प्रसिद्ध झाली. टाइम्स वगळता इतर सर्व वृत्तपत्रांमध्ये मधुचंद्राहून परतणाऱ्या बॅरिंग्टन दाम्पत्याचा फोटो झळकला.

बॅरिंग्टन दाम्पत्य जेव्हा वॉटर्लू स्टेशनवर ट्रेनमधून उतरलं, तेव्हा त्यांची कार त्यांच्यासाठी बाहेर येऊन थांबली होती. कारकडे जात असताना वाटेत त्यांना डब्ल्यू. एच. स्मिथ हे पुस्तकांचं दुकान लागलं. हॅरीच्या नव्या पुस्तकाच्या प्रती दुकानाच्या शोकेसमध्ये दिमाखात मांडून ठेवण्यात आल्या होत्या. केवळ एका आठवड्यातच

या पुस्तकाने लोकप्रियतेचा कळस गाठला. त्यानंतर खटला सुरू होण्याच्या दिवसापर्यंत पुस्तकाची लोकप्रियता तशीच टिकून होती.

हॅरीच्या फक्त इतकंच मनात आलं, एखाद्या पुस्तकाचा खप कसा वाढवावा हे प्रकाशक बिल कॉलिन्सएवढं चांगलं दुसऱ्या कुणालाच जमत नाही.

१३

गाइल्स आणि एमा या दोघांचंही एका बाबतीत एकमत झालं होतं. दोघांच्याही मते हा खटला बंदिस्त कोर्टामध्ये एका न्यायाधीशांसमोर उभा राहिला असता, तरच बरं झालं असतं. ज्युरीची भूमिका बजावण्यासाठी उपस्थित राहिलेल्या सामान्य नागरिकांच्या हातात या खटल्याचा निर्णय सोपवण्यात येणं, न्यायालयात उसळलेली पत्रकारांची भाऊगर्दी हे सगळं त्या दोघांनाही नको होतं. ऑनरेबल मिस्टर जस्टिस कॅमेरॉन यांची या खटल्यासाठी न्यायाधीश म्हणून नियुक्ती करण्यात आली होती. दोन्ही पक्षांच्या वकिलांनी आपापल्या अशिलांना अशी ग्वाही दिली होती की, जस्टिस कॅमेरॉन यांच्या ठायी सचोटी, विद्वत्ता आणि व्यवहारचातुर्य यांचा सुरेख संगम झालेला होता.

खटल्याला सुरुवात होण्याच्या दिवशी कोर्टरूम क्रमांक सहाच्या दरवाज्यापाशी पत्रकारांची गर्दी जमा झाली होती; परंतु दोन्ही पक्षांकडून त्यांना 'गुड मॉर्निंग' व्यतिरिक्त आणखी काहीच ऐकायला मिळालं नाही.

गाइल्सच्या बाजूने सर कुथबर्ट मेकिन्स हे खटला लढवणार होते, तर एमा आणि ग्रेस यांनी मिस्टर सिमन टॉड यांची वकील म्हणून नेमणूक केली होती. आपल्याला जास्त महत्त्वाची कामं असल्याने आपण या खटल्याला उपस्थित राहणार नसल्याचं ग्रेसने आधीच एमाला स्पष्ट केलं होतं.

"अशी कोणती महत्त्वाची कामं आहेत गं?" एमा म्हणाली.

"पोरबुद्धीच्या मोठ्या माणसांचे पोरकट युक्तिवाद ऐकण्यापेक्षा प्रगल्भ बुद्धीच्या मुलांना शिकवणं हे काम माझ्या मते जास्त महत्त्वाचं आहे. मला जर कुणी संधी

दिलीच, तर मी तुझं आणि गाइल्सचं डोकं एकमेकांवर आपटेन,'' इतकंच ग्रेस म्हणाली होती.

जजसाहेबांच्या खुर्चीमागील भिंतीवरच्या घड्याळात दहाचे ठोके पडण्यास सुरुवात झाली. त्या क्षणी मिस्टर जस्टिस कॅमेरॉन आत आले. सर्वांनी उठून त्यांना नम्रपणे अभिवादन केलं. त्यांनीही अभिवादनाचा झुकून स्वीकार करत आसन ग्रहण केलं.

आपल्या डोक्यावरचा न्यायाधीशाचा टोप सारखा करत त्यांनी घोटभर पाणी पिऊन समोरची जाडजूड लाल फाईल उघडली.

''सभ्य स्त्री-पुरुषहो,'' त्यांनी बोलायला सुरुवात केली. ''दोन्ही पक्षांचे वकील माझ्यासमोर आपापले युक्तिवाद, साक्षी, पुरावे असं सगळं सादर करतील. त्यातील या खटल्याशी सुसंगत असलेल्या कायदेशीर बाबींचा विचार करून मगच काय तो निर्णय मी देईन. पण तत्पूर्वी मी दोन्ही पक्षांच्या वकिलांना असं विचारू इच्छितो, की या प्रश्नावर परस्पर सामंजस्याने चर्चा करून हा तंटा सलोख्याने कोर्टाबाहेर सोडवण्यासाठी दोन्ही पक्षांनी पुरेसे प्रयत्न केले आहेत की नाही?''

सर कुथबर्ट सावकाश उभे राहत आपला लांब काळा डगला दोन्ही हातांनी खेचत म्हणाले, ''मिलॉर्ड, मी आत्ता येथे दोन्ही पक्षांच्या वतीने सांगत आहे, की हा प्रश्न सामंजस्याने सुटणं शक्य नाही.''

''ठीक आहे मि. कुथबर्ट. मग तुम्ही आता प्रास्ताविक करून या खटल्याला सुरुवात करा.''

''जशी आपली आज्ञा, युवर लॉर्डशिप. मी या खटल्यात फिर्यादी सर गाइल्स बॅरिंग्टन यांचं प्रतिनिधित्व करणार आहे. सर गाइल्स बॅरिंग्टन यांची आई लेडी एलिझाबेथ बॅरिंग्टन यांनी त्यांच्या निधनाच्या केवळ काही तास आधी बनवलेल्या नवीन मृत्युपत्राची सत्यता आम्हाला शंकास्पद वाटते. आपल्या निधनाच्या केवळ काही तास आधी अत्यंत लांबलचक, किचकट आणि गुंतागुंतीच्या दस्तऐवजावर समजून उमजून स्वाक्षरी करण्याइतपत त्यांची मानसिक स्थिती खरोखर होती का, असा आमचा प्रश्न आहे. त्यांनी बनवलेल्या या नव्या मृत्युपत्राचे परिणाम खूप दूरगामी स्वरूपाचे असून, त्याचा अनेक व्यक्तींच्या आयुष्यांवर खोलवर परिणाम होणार आहे, ही बाब इथे लक्षात घ्यायला हवी आणि अशा स्वरूपाचा निर्णय घेण्याइतकं खंबीर मन त्या मरणासन्न आणि व्याधीग्रस्त नाजूक अवस्थेतील स्त्रीचं कसं काय असू शकतं? मी आपल्याला असेही दाखवून देणार आहे, की आपल्या मृत्यूच्या केवळ बारा महिने आधी लेडी एलिझाबेथ बॅरिंग्टन यांनी एक मृत्युपत्र बनवलं होतं. त्या वेळी त्यांची शारीरिक

स्थिती बरीच चांगली होती. शिवाय या मृत्युपत्रावर सांगोपांग विचार करण्यासाठी त्यांच्यापाशी पुष्कळ अवधीसुद्धा होता. एवढ्या प्रास्ताविकानंतर मी माझ्या पहिल्या साक्षीदाराला बोलावतो. मिलॉर्ड, या साक्षीदाराचं नाव आहे मिस्टर मायकेल पेम.''

त्यानंतर एक उंचपुरा, रुबाबदार कपड्यातला, केसांत रूपेरी कडा चमकत असणारा माणूस कोर्टात हजर झाला. तो दारातून धीरगंभीर मुद्रेने सावकाश साक्षीदाराच्या पिंजऱ्याकडे चालत जात असतानाच सर्वांचं त्याच्याविषयी अत्यंत अनुकूल मत झालं. सर कुथबर्ट यांना तेच अपेक्षित होतं. साक्षीदाराने शपथ घेतल्यानंतर सर कुथबर्ट त्यांच्याकडे पाहून स्मितहास्य करत म्हणाले, ''मिस्टर पेम, तुम्ही तुमचं संपूर्ण नाव आणि व्यवसाय कृपया या कोर्टापुढे सांगा.''

''माझं नाव मायकेल पेम. लंडन शहरातील गाय हॉस्पिटलमध्ये मी सीनियर सर्जन आहे.''

''तुम्ही गेली किती वर्षं तुमच्या पदावर कार्यरत आहात?''

''सोळा वर्षं.''

''म्हणजे तुमच्या क्षेत्रातील तुमचा अनुभव खूपच मोठा आहे. खरोखर असंच म्हणावं लागेल, की—''

''मिस्टर पेम हे तुमचे एक्सपर्ट विटनेस आहेत, हे लक्षात आलं सर कुथबर्ट. आता पुढे चला,'' जज म्हणाले.

त्यावर सर कुथबर्ट थोडेसे गडबडले. मग स्वत:ला सावरत म्हणाले, ''कॅन्सरसारख्या महाभयंकर रोगाशी झुंज देणाऱ्या रुग्णाच्या आयुष्यातील शेवटच्या आठवड्यात त्या रुग्णाला कोणत्या कठीण परिस्थितीतून जावं लागत असेल, हे तुमच्या इतक्या वर्षांच्या प्रदीर्घ अनुभवाच्या जोरावर तुम्ही कोर्टाला नक्कीच वर्णन करून सांगू शकाल, नाही का मिस्टर पेम?''

''तसं ते प्रत्येक रुग्णाप्रमाणे बदलतं. पण बरेच रुग्ण त्यांच्या मरणापूर्वी काही दिवस दीर्घ काळपर्यंत पूर्णपणे बेशुद्ध तरी असतात किंवा शुद्धी आणि बेशुद्धीच्या सीमारेषेवर असतात. ते जेव्हा जागे असतात, तेव्हा आपला अंत जवळ आला आहे, याची त्यांना जाणीव असते; पण तेवढी गोष्ट सोडली, तर त्यांचा वास्तवाशी संबंध जवळ जवळ तुटल्यासारखाच असतो.''

''मग अशा मन:स्थितीत असलेला रुग्ण एका अत्यंत किचकट आणि गुंतागुंतीच्या कायदेशीर बाबीच्या संदर्भात अती महत्त्वपूर्ण निर्णय व्यवस्थित घेऊ शकेल, असं तुम्हाला वाटतं का?''

''नाही. मला नाही तसं वाटत,'' पेम म्हणाले. ''मला जर अशा व्याधीग्रस्त रुग्णाकडून एखाद्या संमतीपत्रावर स्वाक्षरी हवी असलीच, तर तो रुग्ण अशा दुर्धर

अवस्थेत पोहोचण्यापूर्वीच मी ती स्वाक्षरी घेतो.''

''मला आणखी काहीही प्रश्न विचारायचे नाहीत,'' असं म्हणून सर कुथबर्ट आपल्या जागी जाऊन बसले.

''मिस्टर पेम,'' जज जरा पुढे झुकून म्हणाले. ''पण या नियमास काहीच अपवाद नाही?''

''अपवादानेच तर नियम सिद्ध होतो, मिलॉर्ड.''

''खरं आहे,'' जज म्हणाले. मग ते एमा आणि ग्रेसचे वकील मिस्टर टॉड यांच्याकडे वळून म्हणाले, ''या साक्षीदाराला तुम्हाला काही प्रश्न विचारायचे आहेत का?''

''अर्थातच विचारायचे आहेत, मिलॉर्ड,'' मिस्टर टॉड आपल्या जागेवरून उठत म्हणाले. ''मिस्टर पेम, तुम्ही लेडी एलिझाबेथ बॅरिंग्टन यांना कधी नुसतं समाजात वावरत असताना अथवा व्यवसायाच्या निमित्ताने भेटला होता?''

''नाही, पण—''

''मग त्यांच्या दुखण्याचा पूर्वेतिहास तपासण्याची तुम्हाला संधी मिळाली नाही. होय ना?''

''अर्थातच नाही. त्या काही माझ्या स्वत:च्या पेशंट नव्हत्या. त्यामुळे मेडिकल कौन्सिलच्या नियमानुसार तसं काही मी करूच शकलो नसतो.''

''म्हणजेच तुम्ही लेडी बॅरिंग्टन यांना कधीच भेटलेला नव्हता आणि त्यांच्या दुखण्याविषयीसुद्धा तुम्हाला तपशीलवार माहिती नाही.''

''नाही, सर.''

''म्हणजेच अपवादाने नियम सिद्ध होतो असं जर आपण म्हटलं, तर तो अपवाद लेडी एलिझाबेथ या होत्या, अशी शक्यता आहे?''

''शक्यता आहे; परंतु तसं असणं फारच अवघड आहे.''

''मला अजून काहीही विचारायचं नाही मिलॉर्ड.''

मिस्टर टॉड जेव्हा खाली बसले तेव्हा सर कुथबर्ट यांनी स्मितहास्य केलं.

''यानंतर तुम्ही आणखी कोणा साक्षीदारास बोलावू इच्छिता का?'' जजसाहेब सर कुथबर्ट यांना म्हणाले.

''नाही, मिलॉर्ड. मला वाटतं, मी माझा मुद्दा पुरेसा स्पष्टपणे मांडला आहे. अर्थात तुमच्यासमोर मी काही लिखित स्वरूपाचे जे पुरावे ठेवले आहेत, त्यात मेडिकल क्षेत्रातील आणखी तीन अत्यंत नाणावलेल्या व्यक्तींची लेखी निवेदने जोडली आहेत. जर तुम्हाला किंवा मिस्टर टॉड यांना गरज वाटत असेल, तर मी त्यांच्यापैकी कुणालाही कोर्टासमोर साक्षीसाठी कधीही हजर करू शकतो.''

''ते ठीक आहे मिस्टर कुथबर्ट; परंतु मी त्या तिघांचीही निवेदनं वाचली असून,

त्यांचंही मत मिस्टर पेम यांच्या विधानांना पुष्टी देणारंच आहे. मिस्टर टॉड, या तिघा साक्षीदारांपैकी कोणा एकाला अथवा त्या सर्वांनाच इथे साक्षीसाठी बोलावून घेण्याची तुमची इच्छा आहे का?''

''त्याची काहीच आवश्यकता नाही, मिलॉर्ड. हं, जर त्यांच्यापैकी कुणीही लेडी बॅरिंग्टन यांना व्यक्तिश: ओळखणारे असतील किंवा त्यांच्या आजारपणाचे तपशील, त्यांची केस हिस्टरी यांच्याशी परिचित असतील, तर गोष्ट वेगळी.''

जजसाहेबांनी सर कुथबर्ट यांच्याकडे पाहिलं. त्यांनी नकारार्थी मान हलवली. ''माझ्याकडे आणखी काहीही साक्षीदार नाहीत, मिलॉर्ड.''

''मग तुम्ही तुमच्या पहिल्या साक्षीदाराला बोलवा, मिस्टर टॉड.''

''थँक यू मिलॉर्ड. मी मिस्टर केनेथ लाँगबोर्न यांना साक्षीसाठी पाचारण करतो.''

मिस्टर लाँगबोर्न यांचं व्यक्तिमत्त्वही मिस्टर पेम यांच्यापेक्षा फारच निराळं होतं. फक्त ते बुटके होते आणि त्यांच्या अंगातील जाकिटाची एक दोन बटणं गायब होती. याचा अर्थ एकतर गेल्या काही दिवसांत त्यांचं वजन वाढलेलं असणार अथवा ते अविवाहित असणार. शिवाय त्यांच्या डोक्यावरचे तुरळक केस विस्कटलेले होते. याचा अर्थ एकतर त्यांचे केस कितीही चापूनचोपून बसवले तरी ते एका जागी बसत नसणार, नाहीतर मग मिस्टर लाँगबोर्न यांच्याकडे कंगवाच नसेल.

''तुम्ही जरा तुमचं नाव आणि व्यवसाय सांगाल का?''

''माझं नाव केनेथ लाँगबोर्न. मी ब्रिस्टॉल रॉयल इन्फर्मरी येथे सीनियर सर्जन आहे.''

''तुम्ही या पदावर गेली किती वर्षं काम करत आहात, मिस्टर लाँगबोर्न?''

''गेली नऊ वर्षं.''

''लेडी बॅरिंग्टन जेव्हा ब्रिस्टॉल रॉयल इन्फर्मरीमध्ये भरती होत्या, तेव्हा त्यांची केस तुमच्याकडेच होती का?''

''हो, मी त्यांच्या केसचा सर्जन इन्चार्ज होतो. त्यांचे फॅमिली डॉक्टर असलेले डॉक्टर रेबर्न यांनीच त्यांना माझ्याकडे पाठवलं होतं.''

''त्यानंतर तुम्ही लेडी बॅरिंग्टन यांच्या विविध प्रकारच्या चाचण्या केल्या आणि त्यांना ब्रेस्ट कॅन्सर झाला आहे, हे त्यांच्या फॅमिली डॉक्टरांनी केलेलं निदान तुम्ही कन्फर्म केलंत ना? त्याचप्रमाणे त्यांच्या आयुष्यातले काही शेवटचेच आठवडे उरले असल्याची माहितीसुद्धा तुम्ही त्या वेळी त्यांना दिलीत ना?''

''हो. एखाद्या रुग्णाला त्याच्या आयुष्यातले फक्त काही शेवटचेच दिवस शिल्लक उरलेले आहेत हे सांगण्याचं अत्यंत दु:खद आणि अवघड काम सर्जनला करावं लागतं. शिवाय तो रुग्ण जर आपला खूप जुना स्नेही असला, तर ती गोष्ट अधिकच कठीण होऊन बसते.''

''मग तुमच्याकडून ही बातमी कळल्यानंतर लेडी बॅरिंग्टन यांनी त्यावर काय

प्रतिक्रिया दिली, हे तुम्ही जजसाहेबांना सांगू शकाल?''

''त्यांनी माझं म्हणणं अत्यंत 'धीरोदात्त'पणे ऐकून घेतलं, असंच मी म्हणेन. आणि एकदा नियतीने आपल्या पुढ्यात जे काही वाढून ठेवलंय त्याचा स्वीकार केल्यानंतर त्यांनी मनाचा जो काही कणखरपणा, खंबीरपणा आणि दृढनिश्चय दाखवला, त्यावरून त्यांना तातडीने काहीतरी अत्यंत महत्त्वाचं काम पार पाडायचं होतं, असंच मला वाटलं.''

''पण मिस्टर लॉंगबोर्न, त्यांच्या दुखण्यामुळे त्यांची प्रकृती फार नाजूक झाली असेल ना? त्या सारख्या थकत असतील आणि त्यांना देण्यात येणाऱ्या औषधांच्या परिणामामुळे त्या सारख्या झोपतही असतील ना?''

''त्या बराच वेळ झोपत, हे खरं आहे; परंतु त्या जेव्हा जाग्या असत, तेव्हा त्या टाइम्स वाचत आणि त्यांच्याकडे भेटीसाठी लोक आले, की ते परत जाताना स्वत:च जास्त दमलेले, थकलेले दिसत.''

''तुम्ही स्वत: लेडी बॅरिंग्टन यांची केस हाताळत होता, त्यावरून तुम्हाला काय वाटतं? लेडी बॅरिंग्टन या एखाद्या किचकट कायदेशीर दस्तऐवजावर समजून उमजून स्वाक्षरी करण्याइतक्या तल्लख मानसिक अवस्थेत होत्या का? उदाहरणार्थ, स्वत:च्या मृत्युपत्रावर स्वेच्छेने, जाणीवपूर्वक स्वाक्षरी करण्याइतक्या त्या भानावर असतील, असं तुम्हाला वाटतं का?''

''हो, नक्कीच वाटतं. त्या जेव्हा हॉस्पिटलमध्ये होत्या, त्या वेळी त्यांनी असंख्य पत्रं लिहिली आणि हो, त्यांनी आपल्या वकिलाच्या मदतीने जेव्हा स्वत:चं मृत्युपत्र बनवलं, तेव्हा त्यावर त्यांनी सही करत असताना साक्षीदार म्हणून मला त्या वेळी थांबवून घेतलं होतं.''

''या अशा प्रकारची गोष्ट तुम्ही नियमितपणे करता?''

''जर आपण कोणत्या कागदपत्रावर आणि नक्की कशासाठी सही करत आहोत याची माझ्या पेशंटला पूर्णपणे जाणीव असेल, तरच मी साक्षीदार म्हणून उपस्थित राहतो. तशी परिस्थिती नसेल, तर मात्र मी नकार देतो.''

''पण या खेपेस लेडी बॅरिंग्टन यांना त्या नक्की काय करत आहेत, याची पूर्णपणे जाणीव होती, याबाबत तुमची पूर्ण खातरी पटली?''

''हो, अगदी पूर्ण खातरी पटली.''

''आणखी काही प्रश्न नाहीत, मिलॉर्ड.''

''सर कुथबर्ट, तुम्हाला या साक्षीदारास काही प्रश्न विचारायचे आहेत का?''

''मला फक्त एकच प्रश्न विचारायचा आहे मिलॉर्ड,'' सर कुथबर्ट म्हणाले. ''मिस्टर लॉंगबोर्न, लेडी बॅरिंग्टन यांच्या मृत्युपत्रावर साक्षीदार म्हणून तुम्ही सही केल्यानंतर किती काळाने त्यांचा मृत्यू झाला?''

"त्याच रात्री त्यांचं निधन झालं."

"त्याच रात्री?" सर कुथबर्ट म्हणाले. "म्हणजे केवळ काही तासांनंतर?"

"होय."

"आणखी काही प्रश्न नाहीत, मिलॉर्ड."

"आता तुम्ही तुमच्या पुढच्या साक्षीदाराला बोलावणार आहात का मिस्टर टॉड?"

"होय मिलॉर्ड. मी मिस्टर डेस्मंड सिडन्स यांना बोलावणार आहे."

त्यानंतर वकील सिडन्स आत आले आणि साक्षीदाराच्या पिंजऱ्यात उभं राहून त्यांनी सफाईदारपणे शपथ घेतली.

"तुम्ही तुमचं नाव आणि व्यवसाय सांगा."

"माझं नाव डेस्मंड सिमन्स. 'मार्शल, बेकर अँड सिडन्स' या लॉ फर्मचा मी सीनियर पार्टनर आहे. गेल्या तेवीस वर्षांपासून मी बॅरिंग्टन घराण्याचा कायदेविषयक सल्लागार म्हणून काम करत आहे."

"मला सर्वांत प्रथम तुम्हाला असं विचारायचं आहे मिस्टर सिडन्स, की लेडी बॅरिंग्टन यांनी जेव्हा पहिलं मृत्युपत्र बनवलं, तेव्हा ते एक्झिक्यूट करण्याची जबाबदारी त्यांनी तुमच्यावर टाकली होती का? सर गाइल्स बॅरिंग्टन त्यांचं पहिलं मृत्युपत्र हेच त्यांचं एकमेव आणि अंतिम मृत्युपत्र असल्याचा दावा करत आहेत."

"त्या पहिल्या मृत्युपत्राची जबाबदारी माझ्यावरच टाकण्यात आली होती, सर."

"आणि ही गोष्ट केव्हाची आहे?"

"लेडी बॅरिंग्टनच्या मृत्यूच्या एक वर्ष अगोदरची ही गोष्ट आहे."

"त्यानंतर लेडी बॅरिंग्टन यांनी आपल्याला नवीन मृत्युपत्र बनवण्याची इच्छा असल्याचं तुम्हाला कळवलं?"

"होय सर. खरोखरच तसं घडलं. त्यांच्या मृत्यूच्या काही दिवस अगोदर त्यांनी मला तसं कळवलं."

"हे त्यांचं नंतर बनवण्यात आलेलं मृत्युपत्र हाच आजच्या दाव्याचा विषय असून, या नव्या मृत्युपत्रात आणि त्यांच्या पहिल्या मृत्युपत्रात नक्की काय फरक होता?"

"ज्या ज्या दानधर्माच्या संदर्भातील गोष्टी होत्या किंवा त्यांच्या नातेवाइकांना, मित्रमंडळींना आणि त्यांच्या नातवंडांना देण्याच्या गोष्टी होत्या, त्या त्यांनी तशाच ठेवल्या. त्यात काहीच बदल केला नाही. अगदी खरं सांगायचं, तर त्या संपूर्ण मृत्युपत्रात त्यांनी केवळ एकच महत्त्वपूर्ण बदल केला."

"आणि तो बदल कोणता मिस्टर सिडन्स?"

“त्यांच्या मालमत्तेचा मोठा हिस्सा आता त्यांचे पुत्र सर गाइल्स बॅरिंग्टन यांच्यासाठी ठेवण्यात येणार नव्हता, तर त्यांच्या दोन मुली, मिसेस एमा क्लिफ्टन आणि मिस ग्रेस बॅरिंग्टन यांच्यात त्या मालमत्तेची समसमान वाटणी होणार होती.”

“मला ही गोष्ट जास्त स्पष्ट समजून घ्यायची आहे,” मिस्टर टॉड म्हणाले. “हा एवढा एकच बदल, अत्यंत महत्त्वाचा बदल वगळता बाकी सर्वच्या सर्व मजकूर आधीच्या मृत्युपत्रात जसा होता तसाच राहिला?”

“हो. हे खरंच आहे, सर.”

“आपल्या मृत्युपत्रात हा इतका महत्त्वाचा बदल करण्याविषयी लेडी बॅरिंग्टन यांनी जेव्हा तुमची मदत मागितली, तेव्हा त्यांची मन:स्थिती कशी होती, मिस्टर सिडन्स?”

“मिलॉर्ड, माझं या प्रश्नाला ऑब्जेक्शन आहे,” सर कुथबर्ट आपल्या जागेवरून उडी मारून उठत म्हणाले. “लेडी बॅरिंग्टन यांच्या मन:स्थितीबद्दल मिस्टर सिडन्स कसं काय भाष्य करू शकतील? ते एक वकील आहेत, मनोविकारतज्ज्ञ नव्हेत.”

“हो, ते ठीक आहे,” जज म्हणाले. “पण मिस्टर सिडन्स हे लेडी बॅरिंग्टन यांना तेवीस वर्षांपासून ओळखत होते. त्यामुळे मला त्यांचं मत ऐकायचं आहे.”

“त्या खूप थकलेल्या होत्या,” मिस्टर सिडन्स म्हणाले. “आणि त्यांना एक एक शब्द उच्चारत स्वत:चं म्हणणं सांगायला नेहमीपेक्षा जास्त वेळ लागत होता; परंतु आपल्याला अत्यंत तातडीने तडकाफडकी नवीन मृत्युपत्र बनवायचं आहे, असं त्यांनी मला सांगितलं.”

“तडकाफडकी? हा शब्द तुमचा की त्यांचा?” जज म्हणाले.

“त्यांचाच मिलॉर्ड. जे एका वाक्यात मांडता येत असेल त्यासाठी एवढा मोठा परिच्छेद लिहीत बसल्याबद्दल त्या नेहमी माझी कानउघाडणी करायच्या.”

“मग तुम्ही हे नवीन मृत्युपत्र तडकाफडकी बनवलं?” वकील मिस्टर टॉड यांनी विचारलं.

“होय तडकाफडकी बनवलं, कारण हातात फारच कमी वेळ शिल्लक होता, याची मला जाणीव होती.”

“त्या मृत्युपत्रावर साक्षीदाराच्या सह्या झाल्या तेव्हा तुम्ही तिथे उपस्थित होता?”

“हो. मिस्टर लाँगबोर्न आणि हॉस्पिटलमधल्या त्या विंगच्या मेट्रन मिस रुंबोल्ड यांनी साक्षीदार म्हणून सह्या केल्या.”

“आणि आपण नक्की कशावर सह्या करत आहोत, याची लेडी बॅरिंग्टन यांना पूर्ण कल्पना होती, असं तुमचं म्हणणं आहे?”

“अर्थातच. अगदी खातरीने,” सिडन्स ठामपणे म्हणाले. “तसं जर नसतं, तर

मी हे सगळं नवीन मृत्युपत्राचं काम करायला तयारच झालो नसतो.''

"हे मात्र खरं आहे. माझे प्रश्न संपले, मिलॉर्ड.''

"युवर विटनेस, सर कुथबर्ट.''

"थँक यू मिलॉर्ड,'' सर कुथबर्ट म्हणाले. त्यांनी उलटतपासणी सुरू केली.

"मिस्टर सिडन्स, तुम्ही आत्ताच कोर्टाला असं सांगितलं हे नवीन मृत्युपत्र बनवणं आणि त्यावर रीतसर अधिकृतपणे सर्व सह्या घेणं वगैरे गोष्टी पार पाडण्याचं तुमच्या मनावर प्रचंड दडपण होतं आणि त्यामुळेच ते तुम्ही 'तडकाफडकी' बनवून तयार केलंत.''

"होय. मिस्टर लाँगबॉर्न यांनी लेडी बॅरिंग्टनचे फार दिवस उरले नसल्याची मला पूर्वकल्पना दिली होती.''

"त्यामुळे अर्थातच सर्व गोष्टी तातडीने पार पाडण्यासाठी तुम्ही तुमच्याकडून होता होईल ते सर्व प्रयत्न केलेत.''

"माझ्यासमोर दुसरा काही पर्यायच नव्हता.''

"मला याबद्दल काहीच संशय नाही, मिस्टर सिडन्स. मला फक्त इतकंच सांगा, की माझ्या अशिलांच्या मते लेडी बॅरिंग्टन यांचं जे पहिलं मृत्युपत्र ग्राह्य मानण्यात आलं पाहिजे, ते बनवण्यासाठी तुम्हाला नक्की किती वेळ लागला होता?''

उत्तर देण्यापूर्वी मिस्टर सिडन्स जरासे चाचरले. "तीन किंवा चार महिने.''

"आणि या दरम्यान लेडी बॅरिंग्टन यांच्याशी तुमची नियमितपणे चर्चा चालू असेल ना?''

"हो. त्या सर्व तपशिलात जातीने लक्ष घालत असत.''

"त्या तर घालत असणारच; परंतु त्यांचं हे नंतरचं मृत्युपत्र तुम्ही बनवत असताना लेडी बॅरिंग्टन यांना तपशिलात लक्ष घालण्याएवढा वेळ कुठे असणार? पाच तर दिवस हातात होते ना?''

"हो. पण एक विसरू नका—''

"आणि शेवटच्या दिवशी कशीबशी वेळेत त्यांनी त्या मृत्युपत्रावर स्वाक्षरी केली. खरं आहे ना?''

"मला वाटतं, तसं म्हणता येईल.''

यानंतर सर कुथबर्ट कोर्टाच्या क्लार्ककडे वळून म्हणाले, "लेडी बॅरिंग्टन यांची दोन्ही मृत्युपत्रं तुम्ही जरा मिस्टर सिडन्स यांच्याकडे देता का?''

मग ती दोन्ही मृत्युपत्रं साक्षीदाराकडे देण्यात येईपर्यंत सर कुथबर्ट काही न बोलता उभे राहिले. त्यानंतर त्यांनी उलटतपासणी सुरू केली.

"मिस्टर सिडन्स पहिल्या मृत्युपत्रावर लेडी बॅरिंग्टन यांनी केलेली स्वाक्षरी ही

दुसऱ्या 'तडकाफडकी' बनवलेल्या मृत्युपत्रापेक्षा अधिक सुस्पष्ट आणि ठळक आहे, हे तर तुम्हीसुद्धा मान्य कराल. अगदी खरं सांगायचं, तर त्या दोन्ही स्वाक्षऱ्या एकाच व्यक्तीने केलेल्या आहेत, या गोष्टीवर विश्वास ठेवणंसुद्धा जड जाईल.''

''सर कुथबर्ट, तुम्हाला असं सुचवायचं आहे का, की त्या दुसऱ्या मृत्युपत्रावरच्या स्वाक्षऱ्या लेडी बॅरिंग्टन यांच्या नाहीत?''

''असं मला अजिबात म्हणायचं नाहीये, मिलॉर्ड. मला फक्त एवढंच म्हणायचंय, की आपण नक्की कुठल्या कागदपत्रांवर स्वाक्षऱ्या करत आहोत, याची त्यांना कल्पना नव्हती.''

''मिस्टर सिडन्स,'' सर कुथबर्ट पुढे म्हणाले. त्यांनी वकील मिस्टर सिडन्स यांच्याकडे रोखून पाहिलं. त्यांनी साक्षीदाराच्या पिंजऱ्याचा कठडा दोन्ही हातांनी घट्ट पकडला होता. ''तुम्ही जेव्हा हे नवीन मृत्युपत्र तयार केलंत, तेव्हा त्यातील प्रत्येक वाक्य तुम्ही लेडी बॅरिंग्टन यांना वाचून दाखवलंत?''

''नाही दाखवलं. कारण आधीच्या मृत्युपत्रापेक्षा केवळ एकच मोठा बदल या मृत्युपत्रात करण्यात आला होता.''

''पण मिस्टर सिडन्स, तुम्ही जर लेडी बॅरिंग्टन यांना या मृत्युपत्रातील प्रत्येक शब्द वाचून दाखवून मग त्यांच्या स्वाक्षऱ्या त्यावर घेतल्या नसतील, तर मग आता फक्त तुम्ही जे काही सांगत आहात, त्यावरच आम्ही विश्वास ठेवायचा का?''

''मिलॉर्ड, माझ्या वकील मित्रांचं हे विधान अत्यंत अपमानास्पद आणि आगाऊपणाचं आहे,'' एमा आणि ग्रेसचे वकील मिस्टर टॉड उठून उभं राहून जोरात म्हणाले. ''कायदेक्षेत्रातील मिस्टर सिडन्स यांची कारकीर्द प्रदीर्घ आणि निष्कलंक आहे. त्यांच्या चारित्र्यावर असे शिंतोडे उडवण्याचा कुणालाही अधिकार नाही.''

''मी मिस्टर टॉड यांच्याशी सहमत आहे,'' जज म्हणाले. ''सर कुथबर्ट, तुम्ही आपलं हे विधान मागे घ्या.''

''माफी असावी, मिलॉर्ड,'' सर कुथबर्ट जजसाहेबांसमोर किंचित झुकून म्हणाले. ''मिस्टर सिडन्स, तुम्ही जे पहिलं मृत्युपत्र बनवलं होतं, त्याच्या प्रत्येक पानावर ई. बी. म्हणजे एलिझाबेथ बॅरिंग्टन यांच्या नावाची आद्याक्षरं लिहिण्याची कल्पना कुणाची होती?''

''माझीच होती,'' मिस्टर सिडन्स म्हणाले. त्यांचा चेहरा लाल झाला होता.

''पण तुम्ही जेव्हा दुसरं मृत्युपत्र बनवलंत, तेव्हा या 'तडकाफडकी' बनवण्यात आलेल्या कायदेशीर दस्तऐवजावर मात्र अशी आद्याक्षरं लिहिण्याचा आग्रह तुम्ही धरला नाहीत.''

''मला ती गोष्ट काही महत्त्वाची वाटली नाही,'' मिस्टर सिडन्स म्हणाले. ''मृत्युपत्रात केवळ एकच तर महत्त्वपूर्ण बदल करायचा होता.''

"आणि हा महत्त्वपूर्ण बदल कितव्या पानावर सापडेल, मिस्टर सिडन्स?"

सिडन्स हातातील मृत्युपत्राची पानं चाळत म्हणाले, "पान क्रमांक २९, सातवे कलम."

"हो, माझ्या समोर आहे ते," सर कुथबर्ट म्हणाले. "परंतु या संपूर्ण पानावर किंवा त्या सातव्या कलमाच्या शेजारी कुठेही मला ई. बी. अशी आद्याक्षरं दिसत नाहीत मिस्टर सिडन्स. कदाचित एलिझाबेथ बॅरिंग्टन यांच्या अंगात स्वाक्षरी करून शिवाय ही दोन अक्षरं लिहिण्याची ताकद तेव्हा नसेल, नाही का?"

सिडन्स यांनी विरोध करण्यासाठी तोंड उघडलं, पण नंतर ते काहीच न बोलता गप्प बसले.

"मिस्टर सिडन्स, मला सांगा, तुमच्या इतक्या वर्षांच्या वकिली व्यवसायाच्या कारकिर्दीमध्ये एखाद्या अशिलाला मृत्युपत्राच्या प्रत्येक पानावर स्वत:च्या नावाची आद्याक्षरं लिहिण्याची आठवण करून देण्यास तुम्ही किती वेळा विसरला आहात?"

मिस्टर सिडन्स त्यावर काहीच बोलले नाहीत. सर कुथबर्ट यांनी एकवार मिस्टर टॉड यांच्याकडे आणि एकवार जजसाहेबांकडे रोखून पाहिलं आणि परत मिस्टर सिडन्स यांच्याकडे पाहत म्हणाले, "मी तुमच्या उत्तराची वाट पाहतोय."

सिडन्स अत्यंत अस्वस्थ होऊन जजसाहेबांकडे बघत राहिले आणि अचानक म्हणाले, "मिलॉर्ड, लेडी बॅरिंग्टन यांनी तुमच्यासाठी लिहून ठेवलेलं पत्र जर वाचलंत, तर त्या वेळी कदाचित त्यांच्या मनात नक्की काय चाललं होतं, हे तुम्हाला कळू शकेल."

"पत्र?" जज बुचकळ्यात पडून म्हणाले. "मला कुठल्याही पत्राविषयी काहीच माहिती नाही. कोर्टासमोर पुरावा म्हणून सादर करण्यात आलेल्या कागदपत्रांच्या गठ्ठ्यात असं कोणतंही पत्र नव्हतं. तुम्हाला अशा काही पत्राविषयी माहिती आहे का, मिस्टर कुथबर्ट?"

"मी तर आत्ता पहिल्यांदाच अशा काही पत्राविषयी ऐकतोय. या बाबतीत तुमच्याइतकाच मीही अंधारात आहे, मिलॉर्ड."

"त्याचं कारण असं आहे," मिस्टर सिडन्स चाचरत म्हणाले, "की ते पत्र आज सकाळीच माझ्याकडे सुपूर्द करण्यात आलेलं आहे. त्या पत्राविषयी मिस्टर टॉड यांच्या कानावर घालण्याससुद्धा मला अजून सवड मिळालेली नाही."

"तुम्ही हे काय बोलताय?" जज म्हणाले.

आता उपस्थितांच्या नजरा मिस्टर सिडन्स यांच्यावर खिळल्या होत्या. त्यांनी कोटाच्या आतल्या खिशात हात घालून एक पातळ पांढरा लिफाफा बाहेर काढला आणि थरथरत्या बोटांनी जणू काही एखादा धगधगता निखारा उचलून धरावा, तसं ते पत्र उंच धरून सर्वांना दाखवलं. हे पत्र आज सकाळीच मला देण्यात आलं, मिलॉर्ड."

"पण कुणी दिलं, मिस्टर सिडन्स?'' जज जोरात म्हणाले.

"मिस्टर हॅरी क्लिफ्टन यांनी. त्यांनी मला असं सांगितलं की, लेडी बॅरिंग्टन यांचा मृत्यू होण्याच्या काही वेळ आधी त्यांनी हे पत्र मिस्टर क्लिफ्टन यांना दिलं होतं.''

"तुम्ही ते पत्र उघडून पाहिलंत का, मिस्टर सिडन्स?''

"नाही. ते पत्र खटल्याचं कामकाज पाहणाऱ्या जजना, म्हणजे तुम्हाला उद्देशून लिहिलेलं आहे.''

"आय सी,'' जज म्हणाले. "मिस्टर कुथबर्ट आणि मिस्टर टॉड, तुम्ही जरा माझ्या चेंबरमध्ये या.''

✳

"हे सगळं फारच चमत्कारिक आहे,'' जज ते न उघडलेलं पत्र आपल्या समोरच्या टेबलावर ठेवत दोघा वकिलांना म्हणाले. "अगदी खरं सांगायचं, तर या परिस्थितीत नक्की काय करणं योग्य ठरेल, हे मलाही समजत नाहीये.''

"यावर एक तोडगा म्हणजे आपण दोन्ही पक्षांनी या पत्राचा पुरावा अग्राह्य ठरवण्याची कोर्टाला विनंती करावी,'' मिस्टर टॉड म्हणाले.

"मला पटतंय तुमचं म्हणणं,'' सर कुथबर्ट म्हणाले. 'पण खरं सांगायचं तर, तसं केलं तरीही आपली पंचाईत आहे आणि न केलं तरीही पंचाईतच आहे. कारण एकदा हे पत्र कोर्टासमोर ठेवण्यात आलेलं आहे म्हटल्यावर जो पक्ष हरेल, त्याला वरच्या कोर्टात अपील करण्यासाठी आयतंच कारण मिळेल ना.''

"मलाही अशीच भीती वाटते,'' जज म्हणाले. "मग मी असं सुचवेन मिस्टर टॉड, की तुम्ही मिस्टर क्लिफ्टन यांना साक्षीदाराच्या पिंजऱ्यात उभं करा आणि त्यांना शपथ देऊन एक गोष्ट त्यांच्याकडून काढून घ्या, की मुळात हे पत्र त्यांच्याकडे आलं कुठून आणि कसं? तुम्हाला काय वाटतं मिस्टर कुथबर्ट?''

"माझी या गोष्टीला काही हरकत नाही.''

"गुड,'' जज म्हणाले. "परंतु मी तुम्हाला दोघांनाही एक गोष्ट खातरीने सांगतो, मी जोपर्यंत मिस्टर क्लिफ्टन यांची साक्ष ऐकत नाही, तोपर्यंत मी ते पत्र उघडणार नाही आणि जेव्हा उघडेन, तेव्हाही तुमची दोघांची संमती असेल, तरच. शिवाय पत्र उघडण्याची वेळ आलीच, तर त्या पत्रामुळे ज्या ज्या कुणाच्या आयुष्यात बदल घडून येणार आहे, अशा सर्वांना मी तिथे उपस्थित राहायला सांगीन.''

१४

''**हॅ**री क्लिफ्टन यांना बोलावून घ्या.''

हॅरी आपल्या जागेवर उठून उभा राहताच एमाने क्षणभरासाठी त्याचा हात घट्ट पकडला. त्यानंतर हॅरी शांतपणे चालत साक्षीदाराच्या पिंजऱ्याकडे गेला. त्याची शपथ घेऊन झाल्यानंतर जज त्याला म्हणाले, ''मिस्टर क्लिफ्टन, मी स्वत:च तुम्हाला काही प्रश्न विचारणार आहे. माझे प्रश्न विचारून झाल्यानंतर दोन्ही पक्षांच्या वकिलांना जर काही मुद्द्यांवर तुमच्याकडून स्पष्टीकरण हवं असेल, तर ते तुम्हाला प्रश्न विचारू शकतात; परंतु तत्पूर्वी मला हे सांगा, की तुम्ही मिसेस एमा क्लिफ्टन यांचे पती आणि मिस ग्रेस बॅरिंग्टन यांचे मेहुणे आहात, हे खरं आहे का?''

''होय सर. आणि मी सर गाइल्स बॅरिंग्टन यांचाही मेहुणा असून, ते माझे बालपणापासूनचे घनिष्ट मित्र आहेत.''

''या कोर्टाला तुम्ही लेडी एलिझाबेथ बॅरिंग्टन यांचं आणि तुमचं नातं कशा प्रकारचं होतं, हे स्पष्ट करून सांगाल का?''

''मी त्यांना पहिल्यांदा भेटलो, तेव्हा मी बारा वर्षांचा होतो. तेव्हा गाइल्सचा वाढदिवस होता. म्हणजेच गेली वीस वर्षं आमची ओळख होती.''

''माझ्या प्रश्नाचं हे नेमकं उत्तर नव्हे मिस्टर क्लिफ्टन,'' जज म्हणाले.

''माझा आणि लेडी एलिझाबेथ यांचा जुना स्नेह होता आणि त्यांच्या अकाली निधनाचं या ठिकाणी उपस्थित असलेल्या इतरांएवढंच तीव्र दु:ख मलाही झालं आहे. त्या अत्यंत कणखर मनाच्या आणि एकमेवाद्वितीय अशा होत्या. खरं तर त्या पुढच्या पिढीत जन्माला आल्या असत्या, तर त्यांच्या

पतीच्या निधनानंतर त्यांच्या परिवाराला बाहेरच्या कुणा चेअरमनला आणून बसवण्याची गरज पडली नसती.''

"थँक यू,'' जज म्हणाले. "आणि आता मी तुम्हाला या लिफाफ्याबद्दल काही प्रश्न विचारणार आहे.'' असं म्हणून त्यांनी ते पत्र सर्वांना दिसेल असं उंच उचलून धरलं. "हे पत्र तुमच्याकडे कसं आलं?''

"मी जवळजवळ रोज संध्याकाळी लेडी एलिझाबेथ यांना भेटायला हॉस्पिटलमध्ये जायचो. त्यांच्या निधनाच्या दिवशी संध्याकाळी मी त्यांना अखेरचं भेटलो.''

"तुम्ही त्या वेळी त्यांच्यासोबत एकटेच होतात?''

"होय, सर. त्यांची मुलगी ग्रेस त्यांना नुकतीच भेटून गेली होती.''

"मग त्या वेळी काय घडलं, ते कोर्टाला सांगा.''

"लेडी एलिझाबेथ यांनी त्याच दिवशी दुपारच्या वेळात आपले वकील मिस्टर सिडन्स यांना बोलावून घेऊन एका नवीन मृत्युपत्रावर स्वाक्षऱ्या केल्या असल्याचं त्यांनी तेव्हा मला सांगितलं.''

"इथे आपण गुरुवार दिनांक सव्वीस जुलैबद्दलच बोलत आहोत ना?''

"होय, सर. लेडी एलिझाबेथ यांच्या मृत्यूच्या काही तास आधीची ही गोष्ट आहे.''

"तुमच्या त्या भेटीच्या वेळी आणखी काय घडलं, ते या कोर्टाला सांगा.''

"त्यांनी मला आश्चर्याचा धक्का दिला. त्यांनी एक पाकीट आपल्या उशीखालून काढून माझ्या हातात ठेवलं आणि मला ते सांभाळून ठेवण्यास सांगितलं.''

"ते पाकीट त्या तुम्हाला कशासाठी देत होत्या, हे त्यांनी स्पष्ट करून सांगितलं का?''

"त्या फक्त एवढंच म्हणाल्या, की या नवीन मृत्युपत्राला जर गाइल्सने कोर्टात आव्हान दिलंच, तर तो खटला ज्या न्यायाधीशांच्या समोर चालवण्यात येईल, त्यांना मी हे पत्र द्यायला हवं.''

"त्यांनी तुम्हाला आणखी काही सूचना दिल्या का?''

"हो. मी ते पत्र कधीच उघडून बघायचं नाही, त्याचप्रमाणे गाइल्सला किंवा माझ्या पत्नीला त्या पत्राबद्दल काहीही सांगायचं नाही, असं त्यांनी मला बजावलं.''

"आणि समजा सर गाइल्स बॅरिंग्टन यांनी या मृत्युपत्राविरुद्ध कोर्टात अपील केलंच नसतं तर?''

"तर मग ते मी नष्ट करावं, असंही त्यांनी मला सांगितलं होतं. त्याचबरोबर त्या पत्राचा कधीच कुणापाशी उल्लेखसुद्धा करायचा नाही, अशीही सूचना त्यांनी मला दिली होती.''

"मग या पत्रात नक्की काय आहे याची तुम्हाला काहीच कल्पना नाही का,

मिस्टर क्लिफ्टन?'' जजसाहेब परत एकदा ते पाकीट वर उचलून धरत म्हणाले.

''अगदी अजिबात नाही.''

''आणि आम्ही या भूलथापांवर विश्वास ठेवावा अशी अपेक्षा आहे!'' व्हर्जिनिया सर्वांना ऐकू जाईल अशा आवाजात म्हणाली.

''हे प्रकरण अधिकाधिक उत्सुकता वाढवणारं होत चाललं आहे,'' जज म्हणाले. ''मला तुम्हाला आणखी काहीही विचारायचं नाही, मिस्टर क्लिफ्टन. बरं, मिस्टर टॉड, तुम्हाला यांना काही विचारायचं आहे?''

''थँक यू, मिलॉर्ड,'' मिस्टर टॉड आपल्या जागेवरून उठून उभं राहत म्हणाले. ''लेडी बॅरिंग्टन यांनी नवीन मृत्युपत्र तयार केल्याचं तुम्हाला सांगितल्याचं तुम्ही या कोर्टापुढे मगाशी म्हणालात. पण त्यांनी तसं नेमकं का केलं, याबद्दल त्या तुमच्यापाशी काही बोलल्या का?''

''लेडी एलिझाबेथ यांचं आपल्या मुलावर निरतिशय प्रेम होतं, याविषयी माझ्या मनात काहीच शंका नाही. पण त्या मला असं म्हणाल्या, की गाइल्सने जर त्या भयानक स्त्रीशी, त्या लेडी व्हर्जिनियाशी लग्न केलं—''

सर कुथबर्ट आपल्या खुर्चीतून ताडकन् उठून म्हणाले, ''मिलॉर्ड, ही सांगोवांगी ऐकलेली गोष्ट असल्याने हा पुरावा सरळ सरळ अग्राह्य आहे.''

''मला मान्य आहे. हे वाक्य अहवालातून वगळले जाईल.''

''पण मिलॉर्ड, लेडी बॅरिंग्टन यांनी आपली क्लिओपात्रा ही सयामी मांजर लेडी व्हर्जिनिया यांच्यासाठी ठेवली होती, हे याच गोष्टीचं निदर्शक नाही का, की—'' मिस्टर टॉड मधेच उठून म्हणू लागले.

''तुम्ही तुमचा मुद्दा मांडला आहेत मिस्टर टॉड,'' जज त्यांना थांबवत म्हणाले. ''सर कुथबर्ट, तुम्हाला या साक्षीदारास काही प्रश्न विचारायचे आहेत का?''

''फक्त एकच, मिलॉर्ड.'' हॅरीकडे थेट कटाक्ष टाकत सर कुथबर्ट म्हणाले, ''आधीच्या मृत्युपत्रानुसार तुम्हाला लेडी बॅरिंग्टन यांच्या मालमत्तेमध्ये काही वाटा मिळणार होता का?''

''नाही, सर. नव्हता मिळणार.''

''मला मिस्टर क्लिफ्टन यांना आणखी काहीच विचारायचं नाही, मिलॉर्ड. परंतु मला कोर्टास एकच विनंती करायची आहे. ते पत्र उघडायचं की नाही, याचा निर्णय जजसाहेबांनी करण्याआधी मला येथे आणखी एका साक्षीदारास सादर करण्याची परवानगी असावी.''

''तुमच्या मनात नक्की काय आहे, मिस्टर कुथबर्ट?'' जज म्हणाले.

"तुम्ही जर त्या व्यक्तीच्या विरुद्ध निर्णय दिला, तर आज त्या व्यक्तीचं सर्वांत जास्त नुकसान होणार आहे. ती व्यक्ती म्हणजे सर गाइल्स बॅरिंग्टन.''

"मि. टॉड यांची जर काही हरकत नसेल, तर माझीही काहीच हरकत नाही.''

"मला तर ते स्वागतार्हच आहे,'' मि. टॉड म्हणाले. कारण आता हरकत घेऊन काहीच उपयोग नव्हता हे त्यांनी ताडलं होतं.

गाइल्स अत्यंत सावकाश चालत साक्षीदाराच्या पिंजऱ्यापाशी आला. हाऊस ऑफ कॉमन्सच्या सभागृहात भाषण करत असल्याच्या थाटात त्याने शपथ घेतली. सर कुथबर्ट त्याच्याकडे पाहून प्रेमाने हसले.

"नियमानुसार तुम्ही येथे आपलं नाव आणि व्यवसाय सांगा.''

"सर गाइल्स बॅरिंग्टन. ब्रिस्टॉल डॉकलँड्स येथून संसद सदस्य.''

"आणि तुम्ही तुमच्या आईला सर्वांत शेवटचं कधी भेटलात?''

जजच्या चेहऱ्यावर स्मितहास्य उमटलं.

"ज्या दिवशी तिचं निधन झालं, त्या दिवशी सकाळीच मी तिला भेटलो.''

"तिने मृत्युपत्रातील बदलाविषयी तुम्हाला काही सूतोवाच केलं?''

"काहीच नाही.''

"म्हणजे तुम्ही तेव्हा त्यांना भेटून निघालात, तेव्हा तुमची अशीच समजूत होती, की त्यांचं एकच मृत्युपत्र असून, त्याचे तपशील एक वर्षापूर्वी त्यांनी तुम्हाला सांगितले आहेत.''

"अगदी खरं सांगू का सर कुथबर्ट? त्या दिवशी आईला भेटून निघताना तिच्या मृत्युपत्राचा विचार माझ्या मनाला शिवलासुद्धा नव्हता.''

"तेही खरंच आहे. पण मला एक सांगा, त्या दिवशी आपल्या आईच्या प्रकृतीविषयी तुमचं काय मत झालं?''

"ती खूपच अशक्त झाली होती. मी जेवढा वेळ तिच्यासोबत होतो, तेवढ्या वेळात आम्हा दोघांमध्ये विशेष काही बोलणंसुद्धा झालं नाही.''

"त्यामुळेच तुम्हाला भेटल्यानंतर काही थोड्याच वेळात तुमच्या आईने छत्तीस पानी लांबलचक कायदेशीर गुंतागुंतीच्या आणि किचकट दस्तऐवजावर सह्या केल्याचं ऐकल्यावर तुम्हाला तर आश्चर्याचा धक्काच बसला असेल, नाही का?''

"माझा त्या गोष्टीवर तेव्हाही विश्वास बसला नव्हता आणि आत्ताही बसत नाहीये,'' गाइल्स म्हणाला.

"तुमचं तुमच्या आईवर प्रेम होतं का, सर गाइल्स?''

"नुसतं प्रेमच नव्हे, तर भक्ती होती. आमच्या कुटुंबाचा ती आधारस्तंभ होती. ती आज आपल्यामध्ये असायला हवी होती, म्हणजे आत्ताचा हा सगळा दुःखद प्रकार घडलाच नसता.''

"थँक यू, सर गाइल्स. तुम्ही इथेच थांबा. कारण कदाचित मिस्टर टॉड यांना तुम्हाला काही प्रश्न विचारायचे असतील."

"मला वाटतं, थोडा धोका पत्करण्यावाचून आता माझ्यापुढे दुसरा काही इलाजच नाहीये," असं मिस्टर टॉड आपले वकीलमित्र मिस्टर सिडन्स यांच्या कानात कुजबुजत उठले. "सर गाइल्स, मी प्रथमच तुम्हाला असं विचारतो की, तुमच्या आई लेडी बॅरिंग्टन यांनी हिज लॉर्डशिप जजसाहेबांना उद्देशून लिहिलेलं पत्र त्यांनी उघडून वाचण्यास तुमची काही हरकत आहे का?"

"त्यांची अर्थातच हरकत आहे," व्हर्जिनिया रागाने म्हणाली.

"ते पत्र उघडण्यास माझी काहीही हरकत नाही," आपल्या पत्नीकडे पूर्णपणे दुर्लक्ष करत गाइल्स म्हणाला. "ते पत्र जर माझ्या आईच्या मृत्यूच्या दिवशीच लिहिण्यात आलेलं असलं, तर त्यावरून एक गोष्ट स्पष्टच होईल, की मृत्युपत्रासारखा किचकट दस्तऐवज त्या दिवशी बनवून त्यावर स्वाक्षरी करण्याची क्षमताच तिच्याकडे नव्हती आणि ते पत्र जर २६ जुलैच्या आधी लिहिण्यात आलं असलं, तर मग त्या पत्राला काही महत्त्व राहतच नाही."

"याचा अर्थ असा घ्यायचा का, की तुम्ही तुमच्या आईची भेट घेऊन निघून गेल्यानंतर मिस्टर क्लिफ्टन आणि तुमची आई यांच्यात जे काही घडल्याचं मिस्टर क्लिफ्टन सांगत आहेत, ते तुम्हाला मान्य आहे?"

"मुळीच नाही. त्याला ते अजिबात मान्य नाही," व्हर्जिनिया म्हणाली.

"मॅडम, तुम्ही जर अशा प्रकारे वारंवार हरकत घेऊन कोर्टाच्या कामकाजात व्यत्यय आणणार असाल, तर तुम्हाला कोर्टाच्या बाहेर काढण्यावाचून माझ्यापुढे दुसरा काही पर्याय राहणार नाही," जज रागाने व्हर्जिनियाकडे वळून म्हणाले.

त्यावर व्हर्जिनिया काही न बोलता नुसती मान खाली घालून गप्प बसली. 'ही बाई आपली माफी वगैरे तर मागणारच नाही; पण मान खाली घालून गप्प बसली आहे, हेच पुष्कळ झालं' असं जजच्या मनात आलं.

"मिस्टर टॉड, तुम्ही तुमचा प्रश्न परत विचारा."

"त्याची काहीच गरज नाही, मिलॉर्ड," गाइल्स म्हणाला. "माझ्या आईने त्या रात्री हॅरीजवळ ते पत्र दिलं असं जर तो सांगत असेल, तर तसं नक्कीच घडलं असणार, याबद्दल माझी खातरी आहे."

"थँक यू, सर गाइल्स. मला आणखी काहीही विचारायचं नाही."

त्यानंतर जजसाहेबांनी दोन्ही पक्षांच्या वकिलांना उठून उभं राहण्यास सांगितलं. "सर गाइल्स बॅरिंग्टन यांचं म्हणणं ऐकल्यानंतर आता दोन्ही पक्षांची काहीच हरकत नसेल, तर मी येथे सर्वांसमोर हे पत्र उघडणार आहे."

दोन्ही वकिलांनी मान हलवून होकार दिला. एक गोष्ट दोघांनाही माहीत होती.

त्यांच्यापैकी कुणीही आत्ता हरकत घेतली असती, तर या प्रकरणावर कोणातरी एका पक्षाला वरच्या कोर्टात अपील करण्यासाठी आयतं कारण मिळालं असतं. शिवाय ते पत्र उघडून वाचण्याला दोघांपैकी कुणीही ऑब्जेक्शन घेतलं असतं, तरी जजसाहेबांनी ते फेटाळूनच लावलं असतं.

मिस्टर जस्टिस कॅमेरॉन यांनी ते पाकीट आधी उंच उचलून सर्वांना दाखवलं. त्यानंतर ते फाडून त्यांनी आतून एक लहानसा कागद काढून आपल्या समोरच्या टेबलावर ठेवला. त्यांनी तो आधी तीन वेळा वाचला आणि नंतरच ते म्हणाले, "मिस्टर सिडन्स."

बॅरिंग्टन कुटुंबाचे कायदेविषयक सल्लागार मिस्टर सिडन्स अस्वस्थपणे उठून उभे राहिले.

"लेडी बॅरिंग्टन यांच्या निधनाची अचूक तारीख आणि वेळ तुम्ही मला सांगू शकाल?"

सिडन्स यांनी हातातील फाईल घाईघाईने उघडून आतील कागदपत्रं चाळली. जरा वेळात त्यांना हवा असलेला कागद मिळाला. मग ते जजसाहेबांकडे पाहत म्हणाले, "लेडी बॅरिंग्टन यांच्या मृत्यूच्या दाखल्यावर दिल्यानुसार गुरुवार, दिनांक २६ जुलै १९५१ रोजी रात्री दहा वाजून सव्वीस मिनिटांनी त्यांचा मृत्यू झाला."

"थँक यू, मिस्टर सिडन्स. आता या नवीन पुराव्यावर नीट विचार करण्यासाठी मी माझ्या कक्षात जात आहे. बरोबर अर्ध्या तासानंतर कोर्टाच्या कामकाजास प्रारंभ होईल."

⁂

सगळे छोटे छोटे गट करून आपापसात कुजबूज करू लागले. "मला ते काही पत्र असल्यासारखं वाटलं नाही," एमा म्हणाली. "ते काहीतरी वेगळंच ऑफिशियल डॉक्युमेंट असल्यासारखं दिसत होतं. तिने त्या दिवशी आणखी कशावर सह्या केल्या होत्या का, मिस्टर सिडन्स?"

सिडन्स नकारार्थी मान हलवत म्हणाले, "निदान माझ्यासमोर तरी नाही. तुम्हाला काही कल्पना आली आहे का मिस्टर टॉड?"

"तो कागद खूपच पातळ होता. ते एखाद्या वृत्तपत्रातील कात्रण असल्यासारखं वाटत होतं. पण ते मी खूप दुरून पाहिल्यामुळे नक्की काहीच सांगता येणार नाही."

"गाइल्स, तू त्या जजना ते पाकीट उघडण्याची परवानगी तरी का दिलीस?" कोर्टाच्या दुसऱ्या बाजूला व्हर्जिनिया गाइल्सची कानउघाडणी करत होती.

"लेडी व्हर्जिनिया, या परिस्थितीत तुमच्या पतीसमोर दुसरा काहीच पर्याय नव्हता," सर कुथबर्ट म्हणाले. "पण अगदी खरं सांगायचं, तर शेवटच्या घटकेला

हा पत्राचा मुद्दा उपस्थित होण्याच्या आधीपर्यंत ही केस जवळजवळ आपण जिंकल्यासारखीच होती.''

''ते जज आत्ता नक्की काय करत असतील?'' एमा आपल्या मनाची अस्वस्थता न लपवता म्हणाली.

हॅरीने आपल्या पत्नीचा हात हाती घेतला. ''आता लवकरच काय ते कळेल, डार्लिंग.''

''जर निकाल आपल्या विरुद्ध लागला, तर आपण त्या पाकिटात जे काही होतं, ते अग्राह्य असल्याचा दावा करू शकतो का?'' व्हर्जिनिया म्हणाली.

''मी या प्रश्नाचं उत्तर देऊ शकत नाही,'' सर कुथबर्ट म्हणाले. ''मला आधी ते जे काही असेल, त्याचा नीट अभ्यास करावा लागेल. कदाचित तुमच्या पतीचं म्हणणं खरं ठरेल. लेडी बॅरिंग्टन त्यांच्या निधनाच्या काही वेळ आधी एखाद्या गुंतागुंतीच्या किचकट कायदेशीर दस्तऐवजावर सही करण्याच्या मानसिक अवस्थेत नसतील, असंही त्या कागदावरून सिद्ध होऊ शकेल. तसं झालं, तर वरच्या कोर्टात अपील करायचं की नाही, हा निर्णय त्या लोकांना घ्यावा लागेल, आपल्याला नाही.''

दोन्ही पक्षाचे लोक कोर्टाच्या दोन कोपऱ्यांमध्ये डोकी खाली घालून एकमेकांच्या जवळ बसून कुजबुजत होते. अंतिम फेरीच्या आधी घंटा वाजण्याची वाट बघत रिंगणाच्या दोन कोपऱ्यात दोन प्रतिस्पर्धी मुष्टियोद्धे आणि त्यांचे पाठीराखे घंटा होण्याची वाट बघत बसलेले असतात, तसे. एवढ्यात जज आत आले.

ते आपल्या उंच खुर्चीवर स्थानापन्न होण्यापूर्वी सर्व उपस्थित आपापल्या खुर्चीपाशी धावले आणि मान खाली घालून अदबीने उभे राहिले. जजसाहेब समोरच्या डझनभर उत्सुक चेहऱ्यांकडे बघत खाली बसले.

''आत्ता या पाकिटातून जे काही निघालं, त्याचा लक्षपूर्वक अभ्यास करण्याची मला संधी मिळाली,'' ते म्हणाले. आता सर्व उपस्थितांच्या नजरा त्यांच्यावर खिळल्या होत्या. ''माझ्या एक गोष्ट लक्षात आली, की लेडी बॅरिंग्टन यांचा आणि माझा एक समान छंद आहे; परंतु त्या माझ्यापेक्षा कितीतरी पटीने या खेळात वाकबगार आहेत, हे मात्र मला मान्य करायलाच हवं. गुरुवार, दिनांक सव्वीस जुलै रोजी त्यांनी टाइम्समध्ये प्रसिद्ध झालेलं शब्दकोडं जवळजवळ पूर्ण सोडवलं होतं. केवळ एकच जागा रिकामी ठेवली होती. आपला मुद्दा स्पष्ट करण्यासाठीच त्यांनी हे केलं होतं, यात तर मला जराही शंका वाटत नाही. मी आत्ता जरा वेळापूर्वी तुम्हाला सोडून निघून गेलो होतो, तेव्हा मी इथल्या लायब्ररीत गेलो होतो. तिथे मी दुसऱ्या दिवशीचा, म्हणजे शुक्रवार, दिनांक सत्तावीस जुलैचा टाइम्सचा अंक काढून पाहिला. लेडी बॅरिंग्टन यांनी आदल्या दिवशीचं ते शब्दकोडं सोडवताना कुठे काही चूक केली होती का, हे मला तपासून पाहायचं होतं. त्यांनी तशी चूक कुठेही केली

नव्हती. त्यांनी जी एक जागा रिकामी सोडली होती, त्याचं उत्तर काय, तेही मला दुसऱ्या दिवशीच्या टाइम्समध्ये बघायचं होतं. ते केल्यानंतर एक गोष्ट तर मला सूर्यप्रकाशाइतकी स्पष्ट झाली. लेडी बॅरिंग्टन यांची त्यांच्या मृत्यूच्या काही वेळ आधी त्या मृत्युपत्रावर स्वाक्षरी करण्याइतकी शारीरिक आणि मानसिक क्षमता तर होतीच, पण त्या मृत्युपत्रात जे काही लिहिण्यात आलं होतं, त्याचं महत्त्व त्यांना पूर्णपणे माहीत होतं. त्यामुळेच आता या खटल्याचा निकाल जाहीर करण्यासाठी मी तयार आहे.''

त्यावर सर कुथबर्ट घाईने उठून उभे राहिले. ''मिलॉर्ड, मला एका गोष्टीची उत्सुकता आहे. जी जागा लेडी बॅरिंग्टन यांनी मोकळी ठेवली होती व ज्या जागेचा क्ल्यू वाचून तुम्हाला तुमचा निर्णय देण्यास मदत होत आहे, तो क्ल्यू नक्की काय होता?''

मिस्टर जस्टिस कॅमेरॉन यांनी समोरच्या त्या शब्दकोड्याकडे पाहिलं. "Twelve across, six and six, common pets I confused when in my right mind."

त्यावर सर कुथबर्ट यांनी झुकून जजना अभिवादन केलं. हॅरीच्या चेहऱ्यावर हसू उमटलं.

''बॅरिंग्टन विरुद्ध क्लिफ्टन आणि बॅरिंग्टन या खटल्याचा निकाल मिसेस क्लिफ्टन आणि मिस बॅरिंग्टन यांच्या बाजूने लागल्याचं मी जाहीर करतो.''

''आपण वरच्या कोर्टात अपील करू,'' व्हर्जिनिया म्हणाली.

''मी अपील करणार नाही.'' गाइल्स म्हणाला.

✳

''तू किती बावळटपणाने वागलास,'' कोर्टातून संतापाने बाहेर पडत असताना व्हर्जिनिया म्हणाली.

''पण हॅरी माझा सर्वांत जुना मित्र आहे,'' तिच्यामागे धाव घेत गाइल्स म्हणाला.

''आणि मी तुझी पत्नी आहे. तू विसरला असशील तर सांगते,'' व्हर्जिनिया घाईघाईने बाहेर पडत म्हणाली.

''पण या परिस्थितीत मी याहून आणखी वेगळं काय करू शकणार होतो?'' गाइल्स तिला गाठत म्हणाला.

''जे आपल्या हक्काचं आहे, ते मिळवण्यासाठी तू लढायला हवं होतंस. तू मला तसं वचन दिलं होतंस,'' टॅक्सीला हात करत ती म्हणाली.

''पण जजसाहेब म्हणाले ना, माझ्या आईने पूर्णपणे विचारपूर्वकच जे काही तिला करायचं होतं ते केलं. जजसाहेबांचं म्हणणं बरोबर आहे, असं तुला नाही का वाटत?''

"तुझा जर या गोष्टीवर विश्वास बसला असेल ना गाइल्स, तर मग तुझ्या आईचं माझ्याविषयी जेवढं वाईट मत होतं, तेवढंच तुझंही आहे, असाच त्याचा अर्थ होतो."

टॅक्सी थांबताच व्हर्जिनिया आत बसली आणि तिने दार लावून घेतलं. गाइल्स नुसता आ वासून बघत राहिला. इतक्यात खिडकीची काच खाली करून ती म्हणाली, "मी इथून पुढचे काही दिवस माझ्या आईकडे राहणार आहे. मी परत येईपर्यंत जर तू वरच्या कोर्टात अपील केलेलं नसलंस ना, तर मग तू घटस्फोटाचे खटले लढवण्यात निष्णात असलेला एखादा चांगला वकील शोध."

१५

दरवाज्यावर एक दणदणीत थाप पडली. गाइल्सने घड्याळात पाहिलं. संध्याकाळचे सात वाजून वीस मिनिटं झाली होती. 'आत्ता या वेळी कोण असेल बरं?' त्याच्या मनात आलं. त्याने कुणालाही जेवायला बोलावलेलं नव्हतं. शिवाय 'हाऊस ऑफ कॉमन्स'च्या सभागृहात जायला अजून अवकाश होता. आणखी एकदा जोरात थाप पडली, पण दार उघडण्याचा आवाज आला नाही. त्याच्या नंतर लक्षात आलं की, आज हाऊसकीपरची सुटी होती. मग हातातलं काम बाजूला ठेवून तो दार उघडण्यासाठी निघाला. तो कॉरिडॉरमध्येच असताना तिसरी थाप पडली.

"आलो, आलो. थांबा जरा," गाइल्स मोठ्यांदा म्हणत लगबगीने दार उघडण्यासाठी गेला. दार उघडताच त्याला आश्चर्याचा धक्काच बसला. दारात ग्रेस उभी होती.

"ग्रेस?" आपल्या आवाजातील आश्चर्य न लपवता तो म्हणाला.

"अरे वा! तुला अजून चक्क माझं नाव आठवतंय?" ग्रेस त्याला बाजूला सारून घरात शिरत म्हणाली.

ग्रेसला तिच्याच पद्धतीने काहीतरी उपरोधिक टोमणा मारावा, असा त्याने मनात विचार केला; पण तो काही बोलला नाही. आईच्या अन्त्यविधीनंतर त्याने आपल्या धाकट्या बहिणीशी संपर्क साधण्याचा एकदासुद्धा प्रयत्न केला नव्हता, ही तर वस्तुस्थितीच होती. खरं तर व्हर्जिनिया त्या दिवशी कोर्टामधून एकटीच ताडताड बाहेर पडली आणि त्याला तसंच फुटपाथवर सोडून एकटीच टॅक्सीत बसून निघून गेली, त्यानंतर गाइल्सने आपल्या कुटुंबीयांपैकी कुणाशीच संपर्क साधला नव्हता.

"ग्रेस, तू लंडनला कशी काय आलीस?'' तो क्षीण आवाजात म्हणाला. तो तिला हाताला धरून कॉरिडॉरमधून दिवाणखान्यात घेऊन गेला.

"तुझ्यासाठी,'' ती म्हणाली. "जर महमंद स्वत: पर्वताकडे... वगैरे वगैरे.''

"मी तुझ्यासाठी ड्रिंक बनवून आणू का?'' तो म्हणाला, 'या ग्रेसला नक्की काय हवंय?' तो मनातल्या मनात विचार करत होता. 'किंवा असं तर नसेल...'

"थँक्स. असं कर, माझ्यासाठी ड्राय शेरी बनव. त्या कंटाळवाण्या ट्रेनच्या प्रवासानंतर जरा बरं वाटेल.''

गाइल्सने तिच्यासाठी ड्रिंक बनवून तिच्या हातात ठेवलं आणि स्वत:साठी व्हिस्की ओतून घेतली. तोंड उघडून निदान काहीतरी बोलावं, म्हणून तो विचार करू लागला. अखेर काहीतरी बोलायला सुचलं. "रात्री दहा वाजता 'हाऊस ऑफ कॉमन्स'च्या सभागृहात एका प्रश्नावर मतदान आहे,'' तो कसाबसा म्हणाला. ग्रेस जरी त्याची लहान बहीण असली, तरी तिच्यासमोर त्याला नेहमीच चोरट्यासारखं वाटत असे. चोरून सिगरेट ओढणाऱ्या शाळकरी पोराला मुख्याध्यापकांनी पकडल्यावर जसं वाटेल, तसं.

"मला तुला जे काही सांगायचंय, ते तोपर्यंत नक्की सांगून होईल.''

"तू तुझा जन्मसिद्ध हक्क सांगत मला या जागेतून बाहेर हाकलून देण्यासाठी आली आहेस का?''

"मुळीच नाही, मठ्ठ कुठला! मी तुझ्या त्या खोपडीत थोडा शहाणपणा भरण्यासाठी आले आहे,'' ग्रेस म्हणाली.

गाइल्स आपल्या ग्लासातील व्हिस्कीचा घुटका घेत धपकन् एका खुर्चीत बसला.

"पुढच्या आठवड्यात माझा तिसावा वाढदिवस आहे. अर्थात तुझ्या ते काही लक्षात नसणारच.''

"मग तुला तुझ्या वाढदिवसाची माझ्याकडून काय भेट हवी आहे, हे मला सांगण्यासाठी एवढ्या दूर आली आहेस का?'' गाइल्स वातावरणातला ताण कमी करत म्हणाला.

"हो, अगदी खरं आहे तुझं म्हणणं. मी त्यासाठीच आले आहे,'' ग्रेस म्हणाली. त्या दिवशी दुसऱ्यांदा गाइल्सला आश्चर्याचा धक्का बसला.

"तुझ्या मनात तरी नक्की काय आहे?'' गाइल्स जरा चाचरत म्हणाला.

"तू माझ्या पार्टीला आलं पाहिजेस.''

"अगं, पण आता 'हाऊस ऑफ कॉमन्स'चं सेशन चालू आहे आणि अलीकडेच मला त्यांनी फ्रंट बेंचला प्रमोशन दिल्या कारणाने —''

"हे बघ, हॅरी आणि एमासुद्धा माझ्या पार्टीला येणार आहेत. तू पण ये. सगळं

पूर्वीसारखं होईल,'' ग्रेस त्याच्या बोलण्याकडे दुर्लक्ष करत म्हणाली.

गाइल्सने व्हिस्कीचा अजून एक मोठा घुटका घेतला. ''आता सगळं परत पूर्वीसारखं कधीच होणार नाही.''

''नक्की होईल, वेडा कुठला! ते तुझ्याच हातात आहे. आम्ही सगळे पूर्वीसारखेच आहोत. तूच परत पूर्वीसारखा व्हायला नकार देत अडून बसला आहेस.''

''त्यांची मला भेटायची इच्छा आहे?'' गाइल्स म्हणाला.

''अरे, का नसणार बरं?'' ग्रेस म्हणाली. ''हा सगळा मूर्खपणा खूप दिवस चाललेला आहे. म्हणूनच आता तुम्हा सर्वांना एकत्र आणून तुमची टाळकी एकमेकांवर आपटायचा माझा विचार आहे.''

''तिकडे आणखी कोण कोण असेल?''

''सेबॅस्टियन आणि जेसिका असतील. माझे काही मित्र असतील. सगळे शिक्षण क्षेत्रातले विद्वानच असतील. पण तुला काही त्यांच्याशी बोलायलाच हवं असं नाही. तुझा जुना मित्र डीकिन्स असेल. त्याच्याशी तू बोलू शकशील,'' ग्रेस म्हणाली. ''मात्र एका व्यक्तीला मी अजिबात निमंत्रण देणार नाहीये. अरे हो, पण ती भवानी आहे कुठे?''

गाइल्सला वाटत होतं, आपल्या बहिणीच्या कोणत्याही बोलण्याचा इथून पुढे आपल्याला कधीच धक्का बसू शकणार नाही. पण हा त्याचा मोठाच गैरसमज होता.

''मलाही काही कल्पना नाही,'' तो कसाबसा म्हणाला. ''गेल्या एक वर्षापासून ती माझ्या संपर्कात नाही. पण 'डेली एक्सप्रेस'मध्ये छापून आलेल्या बातम्यांवर विश्वास ठेवायचं ठरवलं, तर ती सध्या सेंट ट्रोपेझमध्ये एका इटालियन सरदाराबरोबर मजा मारते आहे.''

''अरे वा! त्या दोघांची जोडी नक्कीच शोभून दिसेल. त्याहूनही महत्त्वाची गोष्ट म्हणजे, तुला तिच्यापासून घटस्फोट मिळवण्यासाठी हे चांगलं सबळ कारण आहे.''

''मला व्हर्जिनियाला घटस्फोट देण्याची कितीही इच्छा असली ना, तरी मी तसं करू शकणार नाही. आपल्या ममाला त्या घटस्फोटामुळे कोणकोणत्या दिव्यांमधून जावं लागलं, हे आठवतंय ना? मला त्या अनुभवातून जायचं नाही.''

''ओह्, आय सी!'' ग्रेस म्हणाली. ''म्हणजे व्हर्जिनियाने आपल्या इटालियन प्रियकराबरोबर साऊथ ऑफ फ्रान्समध्ये मजा मारत हिंडलेलं चालतं; पण तिच्या पतीने मात्र घटस्फोटासाठी अर्ज करणं योग्य नाही का?''

''तू माझी कितीही चेष्टा कर; पण सभ्य माणसं असलं काही करत नाहीत,'' गाइल्स म्हणाला.

“मला हसायला भाग पाडू नकोस हं,” ग्रेस म्हणाली. “आईच्या मृत्युपत्राला आव्हान देऊन मला आणि एमाला कोर्टात खेचणं, हे काय सभ्य माणसाचं लक्षण होतं का?”

“एकदा मेलेल्याला का मारते आहेस, ग्रेस?” गाइल्स व्हिस्कीचा मोठा घोट घेत म्हणाला. “पण खरं तर माझी तीच लायकी आहे आणि माझ्या या कृत्याचा मला जन्मभर पश्चात्ताप होत राहील. तू मला कधी माफ करशील का गं?”

“नक्की करीन, पण एका अटीवर. तू माझ्या पार्टीला यायचं आणि असा मठ्ठपणा केल्याबद्दल तुझ्या बहिणीची आणि तुझ्या जिवलग मित्राची माफी मागायची.”

“त्यांना तोंड दाखवण्याची माझ्यात हिंमत नाही.”

“अरे, आत्मसंरक्षणासाठी मूठभर हातबाँब आणि थोडीशी पिस्तुलं जवळ असताना तू एवढ्या मोठ्या जर्मन सेनेला तोंड दिलंस ना?”

“हॅरी आणि एमा तेवढ्याने मला क्षमा करणार असतील, तर मी पुन्हा एकदा तसं करायला तयार आहे.”

ग्रेस उठून खोलीच्या दुसऱ्या बाजूला जाऊन गुडघे टेकून आपल्या भावाच्या शेजारी बसली. “अर्थातच ते तुला माफ करतील, वेडा कुठला!” ग्रेसने आपल्या भावाला जवळ ओढून घेतलं. गाइल्सने मान खाली घातली. ग्रेस म्हणाली, “हे बघ, केवळ त्या भवानीच्या कारस्थानामुळे आपली भावंडांची एकमेकांपासून ताटातूट व्हावी, हे आपल्या ममाला कधीच आवडलं नसतं.”

*

‘केंब्रिजकडे’ असं लिहिलेल्या पाटीच्या शेजारून गाइल्स गाडी चालवत पुढे गेला. ‘अजूनही वेळ गेलेली नाही. अजूनही परत फिरावं आणि त्या पार्टीला जाऊच नये,’ असं त्याच्या मनात आलं. पण त्याचबरोबर आत्ता जर आपण ही माफी मागण्याची संधी हुकवली, तर अशी संधी आपल्याला परत मिळणार नाही, हेही तो जाणून होता.

केंब्रिजच्या आवारात शिरताच सगळीकडे शिक्षणाचं वातावरण त्याला जाणवू लागलं. अंगात विविध प्रकारचे काळे गाऊन्स घातलेले तरुण-तरुणी लगबगीने कुठे कुठे चाललेले दिसत होते. त्याला स्वत:च्या ऑक्सफर्डमधल्या दिवसांची आठवण झाली. हेर हिटलर यांच्या कारवायांमुळे त्याचं ऑक्सफर्डमधलं शिक्षण अर्ध्यातच थांबलं होतं.

ऑक्सफर्ड सोडून पाच वर्षं झाल्यावर युद्धात कामगिरी बजावून, जर्मनांच्या कैदेतून सुटून इंग्लंडला परत आल्यानंतर ब्रेसनोज कॉलेजच्या प्रिन्सिपॉलनी त्याला त्याचा पदवी अभ्यासक्रम पूर्ण करण्याची परत एकदा संधी देण्याची तयारी

दर्शवली; परंतु त्या वेळी तो युद्धातून परत आलेला २५ वर्षांचा तरुण होता आणि आता परत शिक्षण घेण्याची वेळ निघून गेली आहे, असं त्याला आणि त्याच्या पिढीतील अनेकांना वाटलं होतं. त्यात हॅरी पण होता. पण त्याच्या आयुष्यात त्यानंतर लगेच आणखी एक लढाई लढण्याची संधी चालून आली होती. 'हाऊस ऑफ कॉमन्स'च्या सभागृहातील ग्रीन बेंचवर जागा पटकावण्याची चालून आलेली संधी त्याला हुकवायची नव्हती आणि आता त्याला आपल्या त्या निर्णयाचा मात्र पश्चात्ताप होत नव्हता. तरी पण स्वत:च्या हातून घडलेल्या काही गोष्टींचा पश्चात्ताप माणसाला नेहमी होतच असतो. तसाच त्यालाही झाला होता.

ग्रेंजरोडवरून गाडी चालवत तो उजवीकडे वळला आणि सिजविक ॲव्हेन्यूमध्ये त्याने गाडी उभी केली. 'न्यू हॅम कॉलेज' अशी पाटी असलेल्या एका कमानीतून तो आत शिरला. हे कॉलेज १८७१ साली एका दूरदृष्टी असलेल्या व्यक्तीने स्त्रियांसाठी स्थापन केलं होतं.

गाइल्सने एका लॉजपाशी थांबून मिस बॅरिंग्टनच्या पार्टीची चौकशी करायचं ठरवलं, एवढ्यात तिथला एक पोर्टर त्याला अदबीने म्हणाला, "गुड ईव्हिनिंग सर गाइल्स, तुम्हाला 'सिजविक रूम'लाच जायचं असेल ना?"

'म्हणजे आपल्याला आता याने इथे आलेलं पाहिलंय आणि ओळखलंसुद्धा आहे. आता काही आपल्याला माघारी परत जाता येणार नाही,' गाइल्सच्या मनात आलं.

"तुम्ही कॉरिडॉरमधून सरळ चालत जा. तिथे जिन्याने वर गेलात की डाव्या बाजूचं तिसरं दार. तुम्हाला लगेच सापडेल," पोर्टर म्हणाला.

गाइल्स त्याप्रमाणे चालत निघाला. वाटेत त्याला लांब काळा स्कर्ट, पांढरा ब्लाऊज आणि अंगात गाऊन असा पेहराव केलेल्या अनेक विद्यार्थिनी दिसल्या. त्यांच्यातल्या कुणीही गाइल्सकडे ढुंकूनसुद्धा पाहिलं नाही. अर्थात त्या कशाला पाहतील म्हणा! गाइल्स तेहेतीस वर्षांचा होता. म्हणजे त्या मुलींच्या जवळपास दुप्पट वयाचा.

तो जिन्याने वर गेला. वर पोहोचल्यावर मात्र पार्टी कुठे चालू आहे, हे कुणी सांगण्याची गरजच नव्हती. डाव्या हाताच्या तिसऱ्या दारापलीकडून हसण्या-खिदळण्याचे आवाज बाहेर ऐकू येत होते. त्याने दीर्घ श्वास घेतला आणि अलगद दार ढकलून शक्य तितकं कुणाच्या लक्षात येऊ नये, अशा बेताने तो आत शिरला.

जेसिकाचं त्याच्याकडे ताबडतोब लक्ष गेलं आणि "अंकल गाइल्स, अंकल गाइल्स, तुम्ही कुठे होता?" असा आरडाओरडा करत ती त्याच्याकडे पळत आली. 'खरंच कुठे हरवलो होतो आपण?' गाइल्सच्या मनात आलं. जेसिका केवढी मोठी दिसू लागली होती. तिने उडी मारून त्याच्या गळ्यात हात टाकले. त्याने समोर

पाहिलं, तर ग्रेस आणि एमा त्याच्याकडेच येत होत्या. त्या दोघींनी पण जेसिकाबरोबर त्याला एकदम मिठी मारण्याचा प्रयत्न केला. तिथे उपस्थित असलेले इतर पाहुणे आश्चर्याने त्यांच्याकडे पाहू लागले. हा सगळा गडबड गोंधळ कशासाठी चालला आहे, हेच त्यांना कळेना.

"आय ॲम सो सॉरी," गाइल्स हॅरीशी हस्तांदोलन करत म्हणाला. "तुम्हाला या सगळ्या प्रकरणात खूप त्रास दिला आहे मी. खरंच मी असं करायला नको होतं."

"त्याचा आता जास्त विचार करत बसू नको," हॅरी म्हणाला. "आणि खरं सांगायचं, तर आपण दोघंही यापेक्षा कितीतरी वाईट परिस्थितीतून गेलो आहोत."

आपल्या जुन्या मित्राबरोबर परत एकदा पूर्वीच्याच सहजतेने आपल्याला वागता आणि बोलता येत असल्याचं पाहून गाइल्सला मनातून आश्चर्य वाटलं. दोघंही पूर्वीच्या गप्पांमध्ये रंगून गेलेले असताना अचानक गाइल्सचं लक्ष तिच्याकडे गेलं आणि मग त्याची नजर तिच्यावर जी काही खिळली, ती हटेचना.

"आजपर्यंतचा सर्वांत सुंदर कव्हर ड्राईव्ह," हॅरी डावा पाय पुढे करून हातातल्या बॅटने टोला मारण्याचा अभिनय करत म्हणत होता. गाइल्सचं लक्ष आपल्या बोलण्यातून उडून दुसरीकडेच खिळलं, हे त्याच्या गावीसुद्धा नव्हतं.

"हो, त्याने आपल्या पहिल्या कसोटी सामन्यात साऊथ आफ्रिकेविरुद्ध शतक पूर्ण केलं, तेव्हा मी हेडिंग्लेमध्ये होतो."

"ती इनिंग तर मीसुद्धा पाहिली," हॅरी आणि गाइल्सला पूर्वीपासून ओळखत असलेला एक त्यांच्या संभाषणात सहभागी होत म्हणाला. "काय फटका हाणलाय!"

गाइल्स तिथून सटकला आणि खोलीतल्या गर्दीतून वाट काढत पलीकडे जाऊ लागला. वाटेत त्याला सेबॅस्टियन भेटला. मग त्याने त्याच्या शाळेची चौकशी केली. त्याला आठवत होता त्यापेक्षा सेबॅस्टियन आता खूपच धीट झाला होता. पूर्वीसारखा लाजाळू राहिला नव्हता.

आपली आणि तिची भेट होण्याआधीच ती निघून गेली तर, अशी भीती गाइल्सला वाटत होती. इतक्यात सेबॅस्टियन खाण्यात गुंतलाय असं पाहून गाइल्स तिथून निघाला, तो थेट तिच्या शेजारी जाऊन उभा राहिला. ती एका वयस्कर स्त्रीशी गप्पा मारत होती. तिचं गाइल्सकडे लक्षच नव्हतं. तो मुकाट्याने तिथे उभा होता. सगळ्या इंग्लिश तरुणांची सुंदर मुलींच्या सान्निध्यात आल्यावर वाचा कशी काय बंद होते, असा त्याला प्रश्न पडला.

"श्वार्त्झकोफपाशी ती भूमिका करण्याइतकी क्षमता आहे, असं मला नाही वाटत!" ती वयस्कर स्त्री म्हणत होती.

''हो, तुमचं म्हणणं बरोबर आहे. पण अहो, तिला काय गळा लाभलाय. नुसतं तिचं गाणं ऐकायला मिळणार असेल, तर वर्षभराच्या शिष्यवृत्तीच्या अर्ध्या रकमेवर मी पाणी सोडायला तयार आहे,'' ती सुंदर तरुणी म्हणाली.

इतक्यात त्या वयस्कर स्त्रीचं लक्ष शेजारी खोळंबून उभ्या असलेल्या गाइल्सकडे गेलं आणि ती जणू काही त्याचं मन ओळखल्यासारखी त्या तरुणीला सोडून दुसऱ्या कुणाशी तरी बोलायला वळली. गाइल्सने त्या तरुणीला स्वत:ची ओळख करून दिली. आता एवढ्यात इथे दुसरं कुणी तिच्याशी किंवा आपल्याशी बोलायला येऊ नये, अशी त्याने मनोमन प्रार्थना केली. त्याने ओळख करून देत असताना तिचा हात हलकेच हातात घेतला. तिच्या नुसत्या स्पर्शाने...

''हॅलो, मी गाइल्स बॅरिंग्टन.''

''ओह, म्हणजे तुम्ही ग्रेसचे भाऊ ना? संसद सदस्य. तुमच्या पुरोगामी विचारांबद्दल मी बरंच काही वाचलंय,'' ती म्हणाली. ''माझं नाव ग्वेनेथ.''

''तुम्ही अंडरग्रॅज्युएट आहात का?''

''तुम्ही आता माझी फारच स्तुती करताय हं,'' ती किंचित लाजून म्हणाली. ''अहो, मी इतकी लहान नाहीये. मी पीएच.डी. करते आहे. तुमची बहीण माझी सुपरवायझर आहे.''

''तुमचा शोधनिबंध कोणत्या विषयावर आहे?''

''पुरातन ग्रीसमधील गणित आणि तत्त्वज्ञान या दोहोंमधील परस्परसंबंध.''

''मला तुमचा शोधनिबंध वाचण्याची खूप उत्सुकता आहे.''

''अच्छा? मग मी तुम्हाला त्याची एक प्रत देईन.''

''गाइल्स त्या कोणत्या मुलीशी बोलतोय?'' एमाने आपल्या बहिणीला विचारलं.

ग्रेसने मागे वळून दूरवर उभ्या असलेल्या त्या दोघांकडे पाहिलं. ''तिचं नाव ग्वेनेथ ह्यूजेस. ती माझ्याच हाताखाली पीएच.डी. करते आहे. अत्यंत बुद्धिमान आहे ती. लेडी व्हर्जिनियामध्ये आणि तिच्यामध्ये गाइल्सला जमीनअस्मानाचा फरक जाणवेल. ती एका वेल्श उद्योगपतीची मुलगी आहे.''

''ती फारच आकर्षक आहे. तुला काय वाटतं, त्या दोघांमध्ये—'' एमा म्हणाली.

''छे गं,'' ग्रेस म्हणाली. ''अगं, त्या दोघांमध्ये कोणत्या तरी बाबतीत साधर्म्य आहे का?''

एमा त्यावर स्वत:शीच हसली. मग ग्रेसला म्हणाली, ''तू कंपनीतले तुझे अकरा टक्के शेअर्स गाइल्सला बक्षीस दिलेस का?''

''हो,'' ग्रेस म्हणाली. ''शिवाय आजोबांचं स्मिथ स्क्वेअरमध्ये जे घर होतं ना, त्यावरचाही माझा हक्क मी सोडला. अगं, आपल्या वेड्या गाइल्सने एकदा स्वत:ची

त्या महामायेच्या, व्हर्जिनियाच्या कचाट्यातून सुटका करून घेतली, की मी हे असं करीन, असं ममाला मी वचन दिलं होतं.''

एमा त्यानंतर बराच वेळ काही बोलली नाही. मग म्हणाली, "म्हणजे, तुला ममाने त्या नव्या मृत्युपत्रात काय लिहिलं होतं, ते माहीत होतं?''

"हो. आणि शिवाय तिने जजसाहेबांच्या नावे लिहिलेल्या त्या पाकिटात काय होतं, तेही मला माहीत होतं. त्यामुळेच तर मी खटल्याला उपस्थित राहू शकले नाही.''

"आई तुला किती चांगलं ओळखत होती.''

"ती आपल्या तिघांनाही चांगलं ओळखत होती,'' ग्रेस म्हणाली. तिने खोलीच्या दुसऱ्या टोकाला असलेल्या आपल्या भावाकडे पाहिलं.

१६

"*त्या* सगळ्याची व्यवस्था तुम्ही करू शकाल ना?" गाइल्स म्हणाला.

"हो, सर. ते सगळं तुम्ही माझ्यावर सोपवा."

"ते सगळं लवकरात लवकर संपवून मला मोकळं व्हायचं आहे."

"ऑफ कोर्स, सर."

"कसलं घाणेरडं काम आहे. मला तर तिरस्कारच येतो. हे सगळं जास्त सभ्य, सुसंस्कृत पद्धतीने करता आलं असतं, तर किती बरं झालं असतं."

"सर गाइल्स, त्यासाठी या संदर्भातल्या कायद्यात सुधारणा होणं आवश्यक आहे आणि खरं सांगायचं, तर ही गोष्ट माझ्या हातात नसून, तुमच्याच हातात आहे."

त्या माणसाचं बोलणं खरंच होतं, याची गाइल्सला पुरेपूर कल्पना होती. काही काळानंतर कायद्यात बदल घडून आलाही असता; पण व्हर्जिनियाची थांबण्याची जराही तयारी नव्हती, हे तिने स्पष्ट केलं होतं. सुरुवातीचे बरेच महिने तिने त्याच्याशी काहीच संबंध ठेवला नव्हता. मग एक दिवस अचानक फोन करून तिने आपल्याला घटस्फोट हवा असल्याचं सांगितलं. त्यामागचं कारणही सांगितलं. यावर तिची त्याच्याकडून नक्की काय अपेक्षा होती, हे तिने न सांगताच त्याला कळलं.

"थँक यू, डार्लिंग. माझा तुझ्यावर पूर्ण भरवसा आहे," ती म्हणाली आणि तिने फोन ठेवला.

"मग आता परत तुम्ही मला कधी फोन कराल?" गाइल्सने आत्ता त्या माणसाला विचारलं.

"या आठवड्याच्या शेवटी," असं म्हणून त्या माणसाने राहिलेली बिअर संपवली आणि तो उठून गाइल्सला किंचित अभिवादन करून लंगडत निघून गेला.

*

गाइल्सने आपल्या कोटाच्या बटणापाशी लाल रंगाचं फूल खोचलं होतं, म्हणजे तिने त्याला गर्दीतूनही शोधून काढलं असतं. दूरवरून आपल्या दिशेने चालत येणाऱ्या तीस वर्षांखालच्या प्रत्येक तरुणीकडे तो निरखून पाहत होता, पण त्यांच्यापैकी कुणीच गाइल्सकडे ढुंकूनसुद्धा पाहिलं नाही. एवढ्यात एक तरतरीत, झकपक पोशाखातील तरुणी त्याच्याजवळ आली.

"मिस्टर ब्राऊन?" ती म्हणाली.

"होय," गाइल्स म्हणाला.

"माझं नाव मिस होल्ट. मी एजन्सीकडून आले आहे."

त्यानंतर काहीही न बोलता तिने पुढे होऊन स्वतःचा हात गाइल्सच्या हातात गुंफला आणि प्लॅटफॉर्मवरून त्याला जवळजवळ ओढतच ट्रेनच्या फर्स्ट क्लासच्या डब्याकडे घेऊन गेली. दोघं आत जाऊन समोरासमोर बसले. आता यानंतर आपण काय करणं अपेक्षित आहे, हेच गाइल्सला कळेना. ती शुक्रवारची संध्याकाळ असल्याने ट्रेन स्टेशनमधून निघण्यापूर्वी गच्च भरली होती. एकही जागा रिकामी नव्हती. ट्रेनचा प्रवास सुरू झाला. सर्व वेळ मिस होल्ट काही एक न बोलता गप्प बसून होती.

अखेर ट्रेन ब्रायटन स्टेशनमध्ये शिरताच ती सर्वांत आधी खाली उतरली. तिकीट तपासनिसाच्या हातात दोघांची तिकिटं देत गाइल्स घाईघाईने तिच्या मागे निघाला. तिने पुढे होऊन टॅक्सी पकडली. तिच्या नंतर टॅक्सीत बसत असताना गाइल्सच्या मनात आलं, 'हिने हा सगळा प्रकार यापूर्वीही केलेला दिसतोय.'

दोघं टॅक्सीत बसल्यावर ती ड्रायव्हरला म्हणाली, "ग्रँड हॉटेल."

हॉटेलात पोहोचल्यावर रिसेप्शन काऊंटरपाशी जाऊन गाइल्सने हॉटेलच्या रजिस्टरमध्ये नावं लिहिली, "मिस्टर अँड मिसेस ब्राऊन."

"रूम नंबर एकतीस, सर," क्लार्क म्हणाला. तो आपल्याकडे बघून डोळा मिचकावतो आहे की काय, असा गाइल्सला क्षणभर भास झाला. पण तसं काहीच न करता तो क्लार्क फक्त हसून म्हणाला, "गुड नाईट, सर."

पोर्टरने त्यांचं सामान तिसऱ्या मजल्यावरील खोलीपर्यंत आणून दिलं. गाइल्सने त्याला बक्षिशी दिल्यावर तो निघून गेला.

खोलीत शिरून तिथल्या पलंगाच्या कडेवर ताठ बसून ती म्हणाली, "माझं नाव अँजेला होल्ट."

गाइल्स तिच्याकडे बघत राहिला. आपण या मुलीबरोबर या ब्राईटन शहरात वीकएंडसाठी येऊन नक्की काय करणार आहोत, असा प्रश्न त्याला पडला होता.

''आता मी यानंतर काय करणं अपेक्षित आहे, हे तुम्ही जरा मला स्पष्ट करून सांगाल का?'' तो उभ्या उभ्याच म्हणाला.

''नक्कीच, सर गाइल्स,'' मिस होल्ट म्हणाली. ''आपण आठ वाजता खाली जाऊ आणि एकत्र जेवण करू. मी भोजनगृहाच्या मध्यभागी असलेलं टेबल त्यांना आपल्यासाठी राखून ठेवायला सांगितलंय. तेव्हा कदाचित तिथे कुणीतरी आपल्याला पाहून ओळखेल, अशी आशा आहे. जेवणानंतर आपण खोलीत परत येऊ. मी काही इथे कपडे वगैरे बदलणार नाहीये, पण तुम्हाला हवं तर तुम्ही इथल्या बाथरूममध्ये कपडे बदलू शकता. तुम्ही शक्यतो पायजमा आणि ड्रेसिंग गाऊन असा पेहराव करा. रात्री दहा वाजता मी इथल्या पलंगावर झोपेन आणि तुम्ही कोचावर झोपा. मध्यरात्री दोन वाजता उठून तुम्ही रिसेप्शनला फोन करून त्यांच्याकडे उपलब्ध असलेली सर्वांत महागडी शँपेन आणि सँडविचेस इथे मागवून घ्या. जेव्हा कुणीतरी ते सँडविचेस घेऊन इथे येईल, तेव्हा तुम्ही त्याने आणलेल्या सँडविचेसमध्ये चूक काढून त्याला दुसरे घेऊन येण्यासाठी परत पाठवा. तो जरा वेळाने परत आला, की, तुम्ही त्याला पाच पौंड टिप देऊन त्याचे आभार मानून परत पाठवा.''

''इतकी जास्त टिप का?'' गाइल्स म्हणाला.

''कारण हे प्रकरण जर कोर्टात गेलंच, तर ते नाईट पोर्टरला कोर्टात साक्ष द्यायला नक्कीच बोलावतील. त्या वेळी तुमचा चेहरा त्याच्या चांगला लक्षात राहायला हवा, यासाठी ही सगळी काळजी.''

''आता लक्षात आलं.''

''सकाळी आपण एकत्र ब्रेकफास्ट घेऊ. त्यानंतर आपण हॉटेल सोडून निघण्यापूर्वी तुम्ही जेव्हा बिल द्याल, त्या वेळी चेकनेच द्या, म्हणजे आणखी एक पुरावा निर्माण होईल. आपण हॉटेलातून बाहेर पडल्यावर तुम्ही सर्वांसमोर मला घट्ट मिठीत घेऊन अनेकदा किस करा. त्यानंतर तुम्ही एकटेच टॅक्सीत बसा आणि माझा निरोप घ्या.''

''अनेकदा का?''

''म्हणजे तुमच्या पत्नीने नेमलेला डिटेक्टिव्ह आपले दोघांचे व्यवस्थित फोटो काढू शकेल. त्याने काढलेल्या फोटोत आपले दोघांचे चेहरे स्पष्ट यायला हवेत ना? आता आपण खाली जेवणासाठी जाऊ सर गाइल्स, त्या आधी तुम्हाला काही विचारायचं आहे का?''

''मिस होल्ट, हे असं तुम्ही साधारणपणे कितीदा करता?''

"या आठवड्यात मी आज हे तिसऱ्यांदा करत आहे. शिवाय एजन्सीने पुढच्या आठवड्यात आणखी काही बुकिंग्ज माझ्यासाठी केली आहेत."

"पण हा शुद्ध मूर्खपणा आहे. आपले घटस्फोटाचे कायदे फारच पुरातन आणि रानटी आहेत. सरकारने या संदर्भात लवकरात लवकर नवा कायदा बनवला पाहिजे."

"मला नाही तसं वाटत," मिस होल्ट म्हणाली. "कारण तसं झालं, तर माझी नोकरीच जाईल."

ॲलेक्स फिशर
१९५४-१९५५

१७

"**म**ला त्याची पूर्णपणे वाट लावायची आहे. त्याला आयुष्यातून उठवायचं आहे. माझं दुसऱ्या कशानेही समाधान होणार नाही," ती म्हणाली.

"मी तुम्हाला तशी शंभर टक्के खातरी देतो, लेडी व्हर्जिनिया. मला या बाबतीत तुमची जी काही मदत करता येणार असेल, ती मी करीन."

"हे ऐकून मला बरं वाटलं मेजर. कारण आपण एकमेकांच्या सहकार्याने जर काम करणार असू, तर आपल्याला एकमेकांविषयी पूर्ण विश्वास वाटला पाहिजे. एकमेकांपासून कोणतीही गुपितं ठेवून चालणार नाही. पण माझं काम करण्यास तुम्ही खरोखरच योग्य आहात, अशी आधी माझी खातरी पटली पाहिजे. तुम्हीच मला सांगा, या कामासाठी तुम्ही योग्य आहात, असं तुम्हाला का वाटतं?"

"नुसता योग्यच नाही, तर मी सर्वांत जास्त योग्य आहे, मॅडम. हे काम माझ्याशिवाय दुसरं कुणी करूच शकणार नाही," फिशर म्हणाला. "बॅरिंग्टनची आणि माझी पुरानी दुष्मनी आहे."

"तसं असेल तर तुम्ही अगदी सुरुवातीपासून सगळं काही मला सांगा. लहानसहान तपशीलसुद्धा वगळू नका."

"त्याची सुरुवात खूप वर्षांपूर्वी झाली. आम्ही तिघंही त्या वेळी सेंट बेडेज हायस्कूलमध्ये शिकायला होतो आणि बॅरिंग्टनने त्या गोदी कामगाराच्या पोराशी मैत्री केली होती," फिशर म्हणाला.

"हॅरी क्लिफ्टन," व्हर्जिनिया फूत्कार टाकत म्हणाली.

"खरं तर त्या वेळी बॅरिंग्टनला शाळेतून काढूनच टाकण्यात यायला हवं होतं."

"का बरं?" व्हर्जिनिया म्हणाली.

"शाळेच्या स्टोअरमधनं चोरी करताना तो रंगेहाथ पकडला गेला होता, पण तो त्यातून सुटला."

"पण कसा काय सुटला?"

"त्याचा बाप ह्यूगो बॅरिंग्टन हा पण असाच एक बदमाश होता. त्याने हजार पौंडाचा देणगीचा चेक लिहिला. त्या पैशांमधून शाळेने एक नवं क्रिकेटचं पॅव्हेलियन बांधलं. त्यामुळेच बॅरिंग्टनच्या अपराधाकडे हेडमास्तरांनी काणाडोळा केला. म्हणून तर बॅरिंग्टनला शिकायला ऑक्सफर्डला जाणं शक्य झालं."

"तुम्ही पण ऑक्सफर्डला गेलात का?"

"नाही, मी सैन्यात भरती झालो. पण तिथे परत एकदा आमची गाठ झाली. टोब्रुकला. त्या वेळी आम्ही दोघंही एकाच रेजिमेंटमध्ये होतो."

"या ठिकाणीच केलेल्या पराक्रमामुळे गाइल्सला एवढी प्रसिद्धी मिळाली, मिलिटरीचं शौर्यपदक मिळालं आणि पुढे जर्मनांच्या कैदेतून सुटून तो पळून आला तोही येथूनच ना?"

"अहो, खरं तर तो मिलिटरी क्रॉस मलाच मिळायला हवा होता," फिशर डोळे बारीक करत म्हणाला. "त्या वेळी त्या बॅरिंग्टनचा कमांडिंग ऑफिसर मीच होतो. शत्रूच्या पलटणीवर चाल करून जाताना मीच तर आमच्या तुकडीचं नेतृत्व केलं होतं. मी त्या जर्मनांना नामोहरम केल्यानंतर कर्नलसाहेबांनी मिलिटरी क्रॉससाठी माझंच नाव पुढे पाठवलं होतं; पण त्या बॅरिंग्टनचा मित्र कॉर्पोरल बेट्स याने माझ्या सन्मानपत्रावर सही करायला नकार दिला. त्यामुळे माझं नाव त्यांनी यादीतून खाली ढकललं आणि माझा मिलिटरी क्रॉस त्या बॅरिंग्टनला मिळाला."

त्या वेळी काय घडलं होतं, ते जेव्हा गाइल्सने व्हर्जिनियाला सांगितलं होतं, ते यापेक्षा खूपच वेगळं होतं. पण आत्ता गाइल्सपेक्षा या मेजर फिशरच्या बोलण्यावर विश्वास ठेवणं तिच्या दृष्टीने जास्त सोयीस्कर होतं. "तुम्ही त्यानंतर त्याला आधी भेटला आहात का, मेजर?"

"नाही. मी सैन्यातच काम करत राहिलो. पण मला भविष्यात कधीही बढती मिळणार नाही अशी तजवीज त्या बॅरिंग्टनने करून ठेवल्याचं जेव्हा मला समजलं, तेव्हा मग मी स्वेच्छानिवृत्ती पत्करली."

"मग मेजर, सध्या तुम्ही काय करता?"

"व्यवसायाने मी स्टॉक ब्रोकर आहे. शिवाय मी ब्रिस्टॉल ग्रामर स्कूलच्या गव्हर्निंग बोर्डवर आहे. स्थानिक कॉन्झर्व्हेटिव्ह असोसिएशनच्या एक्झिक्युटिव्ह कमिटीचा मी सदस्य आहे. मी कॉन्झर्व्हेटिव्ह पक्षात मुद्दामच शिरलो. कारण त्या बॅरिंग्टनला पुढच्या निवडणुकीत यश मिळू नये, यासाठी मला काहीतरी भरीव प्रयत्न करता येऊ शकतील."

"वेल्, तुम्हाला तसं करताना महत्त्वाची भूमिका बजावण्याची संधी कशी मिळेल ते मी बघते," व्हर्जिनिया म्हणाली. "कारण कोणत्याही परिस्थितीत 'हाऊस ऑफ कॉमन्स'मधील आपली खुर्ची टिकवून ठेवणं, हे त्या माणसाच्या दृष्टीने सर्वांत महत्त्वाचं आहे. त्याच्या लेबर पक्षाला जर येत्या निवडणुकीत विजय मिळाला, तर ॲटली त्याला कॅबिनेट मंत्रिमंडळात घेतील, अशी त्याला आशा वाटते आहे."

"त्यासाठी त्याला माझ्या मृतदेहाला ओलांडून जावं लागेल," फिशर संतापून म्हणाला.

"आपल्याला त्या गोष्टीची एवढी काही चिंता करण्याची गरज नाही," व्हर्जिनिया म्हणाली. "कारण जर पुढच्या निवडणुकीत तो हरला, तर पुन्हा त्याला त्या लेबर पक्षाचे लोक दारातही उभं करणार नाहीत. मग त्याची राजकीय कारकीर्द संपुष्टातच आली म्हणून समजा."

"आमेन," फिशर म्हणाला. "पण एक गोष्ट तुम्हाला सांगतो. तो जरी फार जास्त मताधिक्याने निवडून आलेला नसला ना, तरी त्याच्या मतदारसंघात त्याची लोकप्रियता अफाट आहे."

"मी जेव्हा त्याच्यावर व्यभिचार केल्याबद्दल खटला करीन, तेव्हा त्याची लोकप्रियता किती टिकेल, ते बघते."

"पण त्याने त्यासाठी सगळी पूर्वतयारी करून ठेवली आहे. केवळ तुझ्या नावाला कलंक लागू नये यासाठी त्याला ब्रायटनमध्ये केवढं मोठं नाटक करणं भाग पडलं, असं तो सर्वांना सांगत सुटलाय. घटस्फोटाचे नियम बदलण्यात यावेत यासाठी त्याने जोरात आघाडी उघडली आहे."

"पण गेलं वर्षभर त्याचं केंब्रिजमध्ये शिकत असलेल्या एका मुलीशी लफडं चालू आहे हे जेव्हा त्याच्या मतदारांना कळेल, तेव्हा त्यांची काय प्रतिक्रिया होईल?"

"हे बघा, एकदा तुमचा दोघांचा घटस्फोट झाला, की मग कुणालाही त्याचं काही विशेष वाटणार नाही."

"परंतु आमची घटस्फोटाची बोलणी समजा फिसकटली आणि त्यानंतर मी समझोता करण्यासाठी आटोकाट प्रयत्न सुरू केले, तर?"

"तसं जर का झालं, तर मग सगळं चित्रच पालटून जाईल," फिशर म्हणाला. "आणि तुमच्या जीवनाची ही दुःखद कहाणी कर्णोपकर्णी करण्याचं काम तुम्ही माझ्यावर सोपवून निश्चिंत व्हा."

"गुड. आता आणखी एक गोष्ट. तुम्ही जर ब्रिस्टॉल डॉकलँड्स कॉन्झर्व्हेटिव्ह असोसिएशनचे चेअरमन झालात, तर आपल्याला दोघांना भविष्यात जे काही साध्य करायचं आहे, त्याला चांगलीच मदत होईल."

"मला तर ते फारच आवडेल. यात अडचण एकच आहे. मला राजकारणासाठी एवढा वेळ देता येणं कठीण आहे, कारण मला माझ्या उपजीविकेसाठी काहीतरी करणं तर भाग आहे," फिशर म्हणाला. असं म्हणताना त्याला जरी अवघडल्यासारखं होत असलं, तरी त्याने तसं दाखवलं नाही.

"एकदा तुम्ही बॅरिंग्टन शिपिंग ग्रुपचे बोर्ड मेंबर झालात, तर मग तुम्हाला पैशांची चिंता करण्याची गरजच पडणार नाही."

"ही गोष्ट कधी घडेल, असं मला काही वाटत नाही. माझं नाव जर बोर्ड मेंबर म्हणून कुणी सुचवलंच, तर तो गाइल्स बॅरिंग्टन त्याला कडाडून विरोध करेल."

"जोपर्यंत माझ्या ताब्यात कंपनीचा साडेसात टक्के स्टॉक आहे, तोपर्यंत तो असं काहीही करू शकत नाही."

"तुम्ही काय म्हणताय, ते माझ्या नीटसं लक्षात आलेलं नाही, मॅडम."

"मग मी तुम्हाला स्पष्ट करून सांगते, मेजर. एका विश्वस्त निधीचं नाव पुढे करून मी गेल्या सहा महिन्यांपासून बॅरिंग्टन्सचे शेअर खरेदी करत आहे. तुम्ही कंपनीच्या नियमावलीतील उपनियम बारकाईने नजरेखालून घातलेत, तर तुमच्या असं लक्षात येईल की आता माझ्याकडे साडेसात टक्के शेअर्स असल्यामुळे मी माझ्या इच्छेने कंपनीच्या बोर्डवर एका सदस्याची नियुक्ती करू शकते आणि माझं तिथे प्रतिनिधित्व करण्यासाठी माझ्या नजरेसमोर तुमच्यापेक्षा आणखी कुणी योग्य व्यक्ती नाही, मेजर."

"मी तुमचे आभार कसे काय मानू?"

"खूप सोपं आहे ते. नजीकच्या भविष्यात खूप प्रयत्न करून तुम्ही स्थानिक कॉन्झर्व्हेटिव्ह असोसिएशनचे चेअरमन तर व्हा. एकदा तुम्ही ते साध्य केलंत की, मग तुमच्यापुढे एकच ध्येय असणार आहे. पुढच्या निवडणुकीत मतदार ब्रिस्टॉल डॉकलँड्सच्या संसद सदस्याला खाली खेचतील."

"हे झालं नजीकच्या भविष्यकाळात. पण दूरच्या भविष्यकाळाचं काय?" मेजर म्हणाले.

"माझ्या डोक्यात एक कल्पना घोळते आहे. ती जर ऐकलीत, तर तुम्हाला मनातून गुदगुल्याच होतील," व्हर्जिनिया म्हणाली. "पण आधी तुम्ही त्या असोसिएशनचे चेअरमन होईपर्यंत आपल्याला त्या कल्पनेचा विचारसुद्धा करता येणार नाही."

"तसं असेल तर मी ताबडतोब ब्रिस्टॉलला जाऊन कामालाच लागतो. पण तत्पूर्वी मला तुम्हाला काहीतरी विचारायचं आहे."

"अर्थात," व्हर्जिनिया म्हणाली. "तुम्ही मला काहीही विचारा. काही झालं तरी आता आपण एकजुटीने काम करणार आहोत."

"तुम्ही या कामासाठी माझी निवड का केली?"

"ओह, ते तर उघडच आहे मेजर. गाइल्स मला एकदा म्हणाला होता, की आयुष्यात त्याला फक्त एकाच व्यक्तीचा तिरस्कार वाटतो आणि ती व्यक्ती म्हणजे तुम्ही."

❋

ब्रिस्टॉलच्या स्थानिक कॉन्झर्व्हेटिव्ह असोसिएशनचा चेअरमन बिल हॉकिन्स आपल्या हातातील हातोडा टेबलावर ठोकत म्हणाला, "जंटलमेन, या मीटिंगची सुरुवात करण्यापूर्वी मी आपले ऑनररी सेक्रेटरी मेजर फिशर यांना गेल्या मीटिंगची मिनिट्स वाचून दाखवण्याची विनंती करतो."

"थँक यू मिस्टर चेअरमन," मेजर फिशर म्हणाला. "आपली या आधीची मीटिंग १४ जुलै १९५४ रोजी झाली. त्या वेळी आपल्या कमिटीने मला अशी विनंती केली होती, मी लंडनच्या ऑफिसला लिहून त्यांच्याकडून येत्या सार्वत्रिक निवडणुकीत आपल्या पक्षाचे प्रतिनिधित्व करू शकतील अशा उमेदवारांची यादी मागवून घ्यावी. मी तसे केले. त्यानंतर काही दिवसांतच त्यांच्याकडून अधिकृत यादी आली. तिच्या प्रती मी सर्व सदस्यांना या मीटिंगच्या आधीच पाठवून दिल्या होत्या. त्यामुळे आजच्या मीटिंगमध्ये त्या नावांवर विचारविनिमय करता येईल."

"गेल्या मीटिंगमध्ये असा निर्णय झाला होता, की आपलं उन्हाळी अधिवेशन या वर्षी कॅसल कोम्ब येथे भरवण्यात यावं. त्यासाठी आपल्याला ऑनरेबल मिसेस हार्टले-बूथ जे. पी. यांनी परवानगी दिली आहे. त्याच वेळी रॅफल तिकिटं विकण्यासाठी त्यांची किंमत किती ठेवावी, याचीसुद्धा चर्चा झाली. त्या मुद्द्यावर मतदान होऊन एका तिकिटाची किंमत सहा पेन्स ठरवण्यात आली. त्यानंतर ट्रेझरर मिस्टर मेनार्ड यांनी असं जाहीर केलं की, असोसिएशनच्या बँक अकाऊंटमध्ये सत्तेचाळीस पौंड आणि बारा शिलिंग्ज शिल्लक आहेत. अजूनही काही सदस्यांनी आपली वार्षिक वर्गणी भरलेली नसून ट्रेझरर मिस्टर मेनार्ड यांनी त्यांना स्मरणपत्रे लिहिलेली आहेत. याहून आणखी कोणत्याही विषयावर चर्चा झाली नाही. सभेचे कामकाज दहा वाजून बारा मिनिटांनी संपले."

"थँक यू, मेजर," चेअरमन म्हणाले. "आता आपण आजच्या दुसऱ्या मुद्द्याकडे वळू. सेंट्रल ऑफिसकडून या उमेदवारांची यादी आपल्याला मिळाली आहे, त्याविषयी येथे चर्चा होईल. ही यादी तुम्हा सर्वांना काही दिवसांपूर्वीच मिळालेली असल्यामुळे तुमच्यापैकी प्रत्येकाने त्यावर विचार केलेलाच असेल. तर आता एकेकाने येथे आपलं मत मांडण्यास हरकत नाही. या चर्चेनंतर आपण यातील काही निवडक उमेदवारांना इंटरव्ह्यूला बोलावून घेण्यासाठी शॉर्टलिस्ट करू."

फिशरने ही यादी आधीच लेडी व्हर्जिनियाला दाखवली होती. आपल्या

भविष्यकालीन योजनेत आपली साथ देऊ शकेल असा एक उमेदवार दोघांनीही निश्चित केला होता. एक एक कमिटी मेंबर उभं राहून स्वत:चं मत व्यक्त करत असताना फिशर ते लक्षपूर्वक ऐकत होता. प्रत्येक उमेदवाराच्या अंगच्या गुणदोषांवर सविस्तर चर्चा चालू होती. लेडी व्हर्जिनिया आणि मेजर फिशरने ज्या उमेदवाराचं नाव मनात धरलं होतं, त्याला कुणीच उचलून धरलं नव्हतं. पण निदान त्याच्या नावाला कुणी कडाडून विरोध तरी केला नव्हता, एवढीच काय ती जमेची बाजू होती.

"मी आता या मुद्द्यावर मतदान घेणार आहे. त्यापूर्वी तुम्हाला तुमचे विचार मांडायचे आहेत का, मेजर फिशर?" चेअरमन म्हणाले.

"थँक यू, चेअरमन. काही सदस्यांनी मिस्टर सिम्प्सन यांचं नाव सुचवलं. गेल्या निवडणुकीत त्यांनी प्रतिस्पर्ध्याला चांगली टक्कर दिली होती. त्यामुळे त्यांचा इंटरव्ह्यू घेण्यात यावा, हे मलाही पटतं. पण त्याचबरोबर आपण मिस्टर डनेट यांच्या नावाचाही विचार करायला हवा, असं मला वाटतं. त्यांची पत्नी इथल्याच भागातील आहे; हा एक मोठाच फायदा आहे. आपण आत्ता सर गाइल्स बॅरिंग्टन यांच्या कौटुंबिक आयुष्यात सध्या घडत असणाऱ्या गोष्टींचा विचार केला, तर हे आपल्याला कळून येईल."

मेजर फिशरच्या वक्तव्याचं काही सदस्यांनी टेबलं बडवून स्वागत केलं.

त्यानंतर चाळीस मिनिटांनी त्या उमेदवारांच्या शॉर्ट लिस्टमध्ये ग्रेगरी डनेट या नावाचा समावेश झाला. त्याशिवाय आणखी काही नावं होती. मिस्टर सिम्प्सन हे गेली निवडणूक हरलेले उमेदवार, एक स्थानिक कौन्सिलर, एक स्त्री उमेदवार, एक चाळिशी उलटून गेलेला अविवाहित उमेदवार अशा व्यक्तींचा त्यात समावेश होता. त्यापैकी मिस्टर सिम्प्सन यांचं नाव वगळता बाकीची नावं मोडीत काढणं काहीच अवघड नव्हतं. राहता राहिले मिस्टर सिम्प्सन. त्यांच्या नावाला नकार देण्यासाठी काहीतरी सबळ कारण शोधणं, हे आता मेजर फिशरचं काम होतं.

मीटिंग संपण्याची वेळ जवळ आली. "कुणाला आणखी काही बोलायचं असेल, तर बोलू शकता," चेअरमन म्हणाले.

"मला कमिटीसमोर एका गोष्टीविषयी रिपोर्ट द्यायचा आहे," मेजर फिशर हातातील पेनला टोपण लावून ते खाली ठेवत म्हणाले. "पण त्या आधी एक सूचना द्यायची होती. मी जे काही सांगणार आहे त्याची मिनिट्स ऑफ द मीटिंगमध्ये नोंद न करणं, हा शहाणपणा ठरेल."

"मेजर, तुम्हाला जर असं वाटत असेल, तर ते बरोबरच असणार," चेअरमन म्हणाले. त्यांनी आजूबाजूला नजर टाकत इतर सदस्य आपल्याशी सहमत असल्याची खातरी करून घेतली.

''गेल्या आठवड्यात मी लंडनला गेलो होतो. नेहमीसारखा माझ्या क्लबमध्ये उतरलो होतो,'' फिशर म्हणाला. ''तेव्हा एका अधिकृत सूत्राकडून मला अत्यंत विश्वसनीय माहिती मिळाली आहे. ही माहिती सर गाइल्स बॅरिंग्टन यांच्याविषयी असून, ती अस्वस्थ करणारी आहे.''

आता कमिटीच्या सर्व सदस्यांचं पूर्ण लक्ष त्याच्याकडे लागलं होतं. ''सर गाइल्स बॅरिंग्टन यांच्या संसारात दुर्दैवाने काही अडचणी आल्या असून, त्यांचा संसार आता अगदी मोडण्याच्या बेतात आहे, याची तुम्हा सर्वांनाच नीट कल्पना असेल. त्यांच्या घटस्फोटाचंही प्रकरण चालू आहे. त्यांनी 'ब्रायटन मार्गाचा' वापर करून घटस्फोट मिळवण्याचा प्रयत्न केला, तेव्हा आपल्यापैकी बऱ्याच लोकांना त्यांच्याविषयी सहानुभूतीसुद्धा वाटली असेल. आपल्या पत्नीच्या नावाला कलंक लागू नये, म्हणून आपण नि:स्वार्थीपणाने ते मुद्दामच केलं आणि घटस्फोटाला एक सबळ पुरावा निर्माण केला, असं ते ज्याला त्याला सांगत सुटले आहेत, हेही आपण सर्व जाणतो. अर्थात त्यांनी असा प्रचार करत सुटणं कितपत योग्य आहे, हा मुद्दा अलाहिदा. आपण सर्व जण परिपक्व बुद्धीचे आहोत. घटस्फोटाच्या कायद्यात सुधारणा होणं किती गरजेचं आहे, याची आपणा सर्वांनाच कल्पना आहे; परंतु आपल्याला हा केवळ कहाणीचा अर्धाच भाग कळला आहे. माझ्या असं ऐकण्यात आलं, की सध्या सर गाइल्स बॅरिंग्टन यांचं केंब्रिज विद्यापीठातील एका विद्यार्थिनीशी लफडं चालू आहे. सर गाइल्स यांची पत्नी त्यांच्याशी समझोता करण्याचे मनापासून प्रयत्न करत आहे, असं असूनही सर गाइल्स यांचे हे उद्योग चालले आहेत.''

''अरे देवा! कसला बदमाश माणूस आहे,'' चेअरमन बिल हॉकिन्स म्हणाला. ''खरं तर त्या माणसाला राजीनामा द्यायला भाग पाडण्यात आलं पाहिजे.''

''मी तुमच्याशी पूर्णपणे सहमत आहे. खरंच, हा माणूस जर आपल्या कॉन्झर्व्हेटिव्ह पक्षाचा उमेदवार असता ना, तर त्याच्यापुढे राजीनामा देण्यावाचून दुसरा काही पर्यायच शिल्लक उरला नसता.''

त्यानंतर उपस्थित सदस्यांमध्ये कुजबूज सुरू झाली.

चेअरमन बिल हॉकिन्सने हातोडा ठोकून सर्वांना शांत राहण्याची सूचना केली.

''आत्ता मी तुम्हाला जे काही सांगितलं, ते या चार भिंतींमध्येच राहील आणि ते बाहेर कुणापर्यंत पोहोचणार नाही अशी मी आशा करतो,'' मेजर फिशर म्हणाला.

''अर्थातच. हे सांगण्याचीही गरज नाही,'' चेअरमन म्हणाला.

फिशर आरामात रेलून बसला. आता केवळ काही तासांतच स्थानिक लेबर पक्षाच्या बड्या बड्या नेत्यांच्या कानावर ही बातमी पोहोचणार, याची त्याला खातरीच होती. याचा अर्थ पुढच्या आठवड्याच्या शेवटापर्यंत अर्ध्याअधिक मतदारसंघात ही बातमी पसरणार होती.

त्यानंतर चेअरमनने मीटिंग संपल्याची घोषणा करताच सदस्य उठून एक एक करत बाहेर पडून समोरच्या पबमध्ये निघाले. ट्रेझरर पीटर मेनार्डने ॲलेक्स फिशरला बाजूला बोलावून त्याच्याशी खासगीत बोलायची इच्छा व्यक्त केली.

"हो, जरूर, दोस्ता. मी काय मदत करू तुझी?" फिशर म्हणाला.

"हे बघ, आपला चेअरमन हॉकिन्स याने अनेकदा असं बोलून दाखवलंय की, पुढच्या निवडणुकीपूर्वीच त्याला त्याच्या पदावरून निवृत्त व्हायचंय."

"हो, मी पण ऐकलंय असं."

"आमच्यातील एक-दोघांना असं वाटतंय, की आता या खेपेला कुणीतरी तरुण माणसाने चेअरमन व्हावं. तर या बाबतीत तुझं काय मत आहे. म्हणजे आम्ही जर तुझं नाव चेअरमन पदासाठी सुचवलं, तर तुझी तयारी आहे का?"

"हा तुझा चांगुलपणा आहे, पीटर," मेजर फिशर म्हणाला. "पण जर बहुतांशी बोर्ड मेंबर्सना मी या कामासाठी योग्य आहे असं वाटत असेल, तर ही अवघड जबाबदारी माझ्या खांद्यावर घ्यायला मी तयार आहे. पण जर दुसरं कुणी हे पद सांभाळायला तयार असलं, तर मात्र मला चेअरमन व्हायचं नाही."

⁂

बॅरिंग्टन शिपिंग लाइन्सचा बोर्ड मेंबर झाल्यानंतर मानधनाचा पहिला चेक वटल्यावर ॲलेक्स फिशरने मिडलँड बँकेतलं आपलं खातं बंद करून समोरच्याच बाजूला असलेल्या बर्कले बँकेत उघडलं. याच बँकेत बॅरिंग्टन शिपिंग लाइन्सचंही खातं होतं आणि कॉन्झर्व्हेटिव्ह असोसिएशनचंसुद्धा. शिवाय मिडलँड बँकेच्या मॅनेजरने त्याला कधीही खात्यातील शिल्लक रकमेहून जास्त रकमेची उचल करण्याची परवानगी दिली नव्हती; परंतु बर्कले बँकेने ओव्हरड्राफ्ट फॅसिलिटी त्याला लगेच दिली.

दुसऱ्याच दिवशी तो लंडनला गेला आणि तिथल्या गिव्ह्ज अँड हॉक्स या मोठ्या कपड्यांच्या दुकानात जाऊन त्याने स्वत:साठी तीन उंची सूट शिवायला टाकले. त्यानंतर आर्मी अँड नेव्ही क्लबमध्ये जेवण करून तो हिल्डिच अँड के नावाच्या आणखी एका महागड्या दुकानात गेला. तिथे त्याने आधुनिक फॅशनचे अर्धा डझन शर्ट्स खरेदी केले. शिवाय दोन पायजमे, एक ड्रेसिंग गाऊन आणि काही सिल्कचे टाय विकत घेतले. मग जॉन लॉब नामक बुटांच्या दुकानात जाऊन उंची बुटांचे दोन जोड बनवण्याची ऑर्डर दिली.

"मेजर साहेब, तुमचे बूट तीन महिन्यांत मिळतील," विक्रेता म्हणाला.

त्यानंतर पुढच्या चार आठवड्यांमध्ये त्याने कमिटीच्या प्रत्येक सदस्याला एक एक करून दुपारच्या किंवा रात्रीच्या जेवणाला निमंत्रण दिलं. हे सगळं काही

व्हर्जिनियाच्या खर्चाने चाललं होतं. हे सगळं पार पडल्यानंतर त्याची एका गोष्टीची खातरी पटली. पुढच्या सार्वत्रिक निवडणुकीमध्ये मिस्टर सिम्प्सन यांच्यानंतर गरज पडली तर दुसरा पर्याय म्हणून ग्रेगरी डनेट याचाच विचार करण्यात येईल, अशी सर्व सदस्यांनी त्याला ग्वाही दिली. एक दोघांनी तर त्याला असंही सांगितलं की, त्यांना मिस्टर डनेट हेच अधिक योग्य उमेदवार वाटतात.

एक दिवस असाच फिशर ट्रेझरर पीटर मेनार्ड याला रात्रीच्या जेवणासाठी घेऊन गेला होता. ड्रिंक्स घेता घेता ज्या काही गप्पा झाल्या त्यातून सध्या पीटर मेनार्ड याला बऱ्याच आर्थिक अडचणी असल्याचं फिशरला कळलं. फिशर लगेच दुसऱ्या दिवशीच लंडनला जाऊन लेडी व्हर्जिनियाला भेटला. त्यानंतर काही काळासाठी का होईना, पण पीटर मेनार्ड याची आर्थिक अडचण दूर झाली. म्हणजेच निदान एक कमिटी मेंबर तरी फिशरच्या आता ऋणात होता.

१८

ॲलेक्स फिशरला बॅरिंग्टन शिपिंग लाइन्सच्या बोर्ड ऑफ डायरेक्टरवर येऊन अवघे काही महिनेच झालेले असताना, त्याच्यासमोर अचानक एक संधी चालून आली. या संधीविषयी व्हर्जिनियाच्या कानावर घातलं तर ती प्रसन्न होईल, असं त्याला वाटलं.

येथे आल्यापासून त्याने एकही बोर्ड मीटिंग चुकवली नव्हती. प्रत्येक अहवाल काळजीपूर्वक वाचला होता आणि कधीही एखाद्या मुद्द्यावर मतदान करण्याची वेळ आली की बहुमताप्रमाणेच तो आपलं मत नोंदवत असे. त्यामुळे त्याच्या मनात नक्की काय कपट शिजत होतं, याचा संशय कुणालाही कधीच आला नाही.

ॲलेक्स फिशरची बोर्ड ऑफ डायरेक्टरवर नेमणूक झाल्यावर गाइल्सला संशय येणार याची व्हर्जिनियाला खातरीच होती. साडेसात टक्के शेअर्सचे मालक असलेल्या नेमक्या कोणत्या कंपनीचं प्रतिनिधित्व हा फिशर करत होता, हे शोधून काढण्याचा गाइल्स नक्की प्रयत्न करणार, याचीही तिला कल्पना होती; परंतु एका गोपनीय विश्वस्त निधीचं ॲलेक्स फिशर प्रतिनिधित्व करत आहे, एवढंच त्याला समजू शकलं असतं. अर्थात गाइल्स काही दूधखुळा नव्हता, त्यामुळे साडेसात टक्क्यांचे खरे मालक कोण, हे त्याला समजायला वेळ लागला नसता.

गाइल्सला चेअरमनसाहेबांनी मेजर फिशरच्या सज्जनपणाची अनेकदा ग्वाही दिली होती. हे मेजर एकदम सरळ साधे वाटतात, कधीही आरडाओरडा करत नाही, नियमितपणे मीटिंग्जना उपस्थित राहून शांत बसून असतात, असं त्यांनी गाइल्सला अनेकदा सांगूनही गाइल्सचा त्यावर मुळीच विश्वास बसला नव्हता. फिशर अचानक

त्याचा मूळ स्वभाव बदलून इतका सभ्य, सरळमार्गी, चांगला होईल यावर गाइल्सचा तर विश्वास बसणं कदापि शक्य नव्हतं. पण गाइल्सच्या समोर इतर अनेक प्रश्न आ वासून उभे होतेच. निवडणुका तोंडावर येऊन ठेपल्या होत्या. कॉन्झर्व्हेटिव्ह्जनी पक्षाचं मजबुतीकरण चालू केलं होतं. त्यांना त्यांचं बहुमत वाढवायचं होतं आणि व्हर्जिनियाने आधी गाइल्सच्या हातापाया पडून घटस्फोटासाठी सबळ पुरावा निर्माण करण्याची विनंती केली होती आणि आता अचानक तिने घटस्फोटाच्या कागदपत्रांवर सही करण्याची टाळाटाळ सुरू केली होती. तिच्या या वागण्याचा त्याला अर्थच लागत नव्हता. या इतक्या सगळ्या गोष्टी घडत असताना ॲलेक्स फिशरविषयी फार विचार करत बसायला सवडही नव्हती.

*

बॅरिंग्टन शिपिंग कंपनीचे चेअरमन म्हणाले, "लोकहो, आत्ता मी तुमच्यासमोर जो प्रस्ताव ठेवणार आहे, तो बॅरिंग्टन शिपिंग कंपनीच्या इतिहासात अमूलाग्र बदल घडवून आणणारा असेल, असं म्हटलं तरी ते वावगं ठरणार नाही. आपले मॅनेजिंग डायरेक्टर मिस्टर क्रॉम्प्टन यांनी एक अत्यंत धाडसी योजना मांडली असून, त्यांना माझा संपूर्ण पाठिंबा आहे. आपले प्रतिस्पर्धी कुनार्ड, तसंच पी अँड ओ यांच्या पावलावर पाऊल टाकून आपल्या कंपनीने आता आपलं पहिलंवहिलं प्रवासी जहाज आणावं, अशी सूचना मिस्टर क्रॉम्प्टन यांनी केली आहे. मला वाटतं आपल्या कंपनीचे संस्थापक जोशुआ बॅरिंग्टन यांनी अशा प्रकारचा प्रस्ताव निश्चितपणे उचलून धरला असता."

ॲलेक्स त्यांचं बोलणं मन लावून ऐकत होता. चेअरमन सर विल्यम ट्रॅव्हर्स यांच्याविषयी त्याच्या मनात नितांत आदर होता. ह्यूगो बॅरिंग्टन यांच्या निधनानंतर ते चेअरमन झाले होते. ते अत्यंत बुद्धिमान आणि चाणाक्ष होते. शिपिंग इंडस्ट्रीमध्ये तसंच ब्रिस्टॉल शहरात त्यांना खूप मान होता.

सर विल्यम पुढे म्हणाले, "अर्थातच यासाठी आपल्याला जी प्रचंड मोठी भांडवली गुंतवणूक करावी लागेल, त्यामुळे कंपनीच्या अर्थव्यवस्थेवर त्याचा जबरदस्त ताण येईल; परंतु यामध्ये आपले बँकर्स आपल्याला पाठिंबा देण्यास तयार आहेत. आपल्या या नव्या प्रवासी जहाजामध्ये जरी केवळ चाळीस टक्के केबिन्स प्रवाशांनी भरलेली असताना आपण ही सेवा चालू ठेवली, तरीसुद्धा केवळ पाच वर्षांत आपला भांडवली खर्च वसूल होऊ शकतो, हे आपण बँकर्सना आकडेमोड करून पटवून देऊ शकलो आहोत. आता तुमच्यापैकी कुणाला जर काही प्रश्न विचारायचे असतील, तर विचारा."

"टायटॅनिक जहाज दुर्घटनाग्रस्त झाल्यानंतर त्या घटनेचा प्रभाव लोकांच्या

मनावर अजूनही आहे. त्यामुळे आपल्या नव्या प्रवासी जहाजाचा लोक कसा काय स्वीकार करतील?'' फिशर म्हणाला.

''तुम्ही मांडलेला मुद्दा योग्यच आहे, मेजर,'' चेअरमन सर विल्यम म्हणाले. ''परंतु आपले प्रतिस्पर्धी कुनार्ड यांनीसुद्धा नवीन प्रवासी जहाज बांधण्याचा निर्णय घेतला, त्यावरून एकच सिद्ध होतं, की १९१२ साली झालेल्या टायटॅनिकच्या त्या दुर्दैवी घटनेनंतर आजपर्यंत अशा प्रकारचा एकही अपघात घडलेला नाही, हे आता लोकांनाही कळून चुकलंच असणार.''

''या जहाज बांधणीसाठी किती दिवस लागतील?''

''या प्रस्तावाला बोर्डाची मंजुरी मिळाली, तर आम्ही लगेच टेंडर्स मागवून घेऊ आणि या वर्षाअखेरीपर्यंत तज्ज्ञ मरीन आर्किटेक्टची नेमणूक करून टाकू. साधारणपणे तीन वर्षांच्या आतच नवीन जहाज तयार करण्याचं उद्दिष्ट समोर ठेवू.''

ॲलेक्स फिशरला खरं म्हणजे एक प्रश्न विचारायचा होता, पण तो प्रश्न त्याने स्वत: विचारायचं टाळलं. त्याऐवजी जर दुसऱ्या कुणी तो विचारला असता, तर बरंच झालं असतं.

''खर्चाचा अंदाज किती आहे?''

''तसं निश्चित सांगणं कठीण आहे,'' सर विल्यम्स म्हणाले. ''पण मी आपल्या अंदाजपत्रकामध्ये तीस लाख पौंडांची तरतूद करून ठेवणार आहे. पण मला वाटतं, एवढा जास्त खर्च नाही येणार.''

''तसं जर झालं तर बरंच आहे,'' आणखी एक बोर्ड सदस्य म्हणाले. ''आणि आपण हे जे काही ठरवलं आहे, त्याची कल्पना आपल्याला आपल्या शेअर होल्डर्सना द्यावी लागेल.''

''बरोबर आहे,'' सर विल्यम्स म्हणाले. ''पुढच्या महिन्यात आपल्या वार्षिक सर्वसाधारण सभेत मी हा विषय त्यांच्यापुढं मांडीन. आपल्या पुढील वर्षातील नफ्याचा अंदाज किती उत्तम आहे, हेही मी त्या वेळी त्यांना स्पष्ट करून सांगेन. त्यामुळेच गेल्या वर्षी आपण आपल्या शेअर होल्डर्सना जसा भरपूर डिव्हिडंड दिला होता, तसाच या वर्षीही देता येईलच; परंतु तुम्ही सर्व बोर्डमेंबर्सनी एक गोष्ट लक्षात ठेवा. कंपनी जेव्हा या नवीन क्षेत्रात पडण्याचा निर्णय घेत आहे, तेव्हा त्याबद्दल काही थोडेफार शेअर होल्डर्स प्रश्न उपस्थित करू शकतात. शिवाय आपल्याला फार मोठ्या प्रमाणावर भांडवली गुंतवणूक करावी लागणार आहे, हा मुद्दाही आहेच. त्यामुळे कदाचित आपल्या शेअरच्या किमतीत तात्पुरती घसरण होण्याचीही शक्यता आहे; परंतु एकदा का आपण अंगावर घेतलेली ही जबाबदारी निभावून नेण्यास समर्थ असल्याचं शेअर बाजारात सर्वांच्या लक्षात आलं, की आपला शेअर परत वर चढेल. आणखी काही प्रश्न?''

''आपल्या कंपनीची ही जी नवीन पॅसेंजर डिव्हिजन आपण सुरू करणार आहोत, त्याचं नाव काय असणार आहे?'' फिशर म्हणाला.

''आपण नव्या डिव्हिजनचं 'पॅलेस लाइन' असं नामकरण करणार असून, त्या मालिकेतील पहिलं जहाज 'बकिंगहॅम' हे असेल. त्यातून आपल्या कंपनीची राजनिष्ठाही दिसून येईल.''

या बाबतीत सर्वच बोर्डमेंबर्सचं एकमत झालं.

※

''मला सर्व काही पुन्हा नीट स्पष्ट करून सांगा,'' व्हर्जिनिया म्हणाली.

''पुढच्या महिन्यात होणाऱ्या वार्षिक सर्वसाधारण सभेत सर विल्यम ट्रॅव्हर्स अशी घोषणा करतील, की बॅरिंग्टनच्या प्रतिस्पर्धी कंपन्यांच्या प्रवाशी जहाजांना तोडीस तोड असं एक नवं अत्याधुनिक प्रवासी जहाज बॅरिंग्टन शिपिंग कंपनी लवकरच बनवणार आहे. त्यासाठी अंदाजे खर्च तीस लाख पौंड इतका येणार आहे.''

''मला ही योजना अत्यंत साहसी आणि कल्पक वाटते.''

''पण काही लोकांना मात्र ते वेडं धाडस वाटण्याची शक्यता आहे. स्टॉकमध्ये गुंतवणूक करणारे साहसीही नसतात आणि कल्पक तर मुळीच नसतात. वाढत्या उत्पादन खर्चाबद्दल त्यांना नक्कीच चिंता वाटेल. शिवाय भांडवली खर्च भरून निघण्यासाठी या नवीन जहाजातील केबिन स्पेसचं पुरेसं बुकिंग झालं पाहिजे; परंतु या लोकांनी जर कंपनीचे हिशेब बारकाईने तपासून पाहिले, तर त्यांच्या हे नक्कीच लक्षात येईल, की कंपनीकडे पुरेसा पैसा शिल्लक आहे.''

''असं असेल, तर मग मी माझे शेअर्स विकावे असं तुम्ही का सुचवताय?''

''कारण ते शेअर्स विकल्यानंतर केवळ तीनच आठवड्यांच्या काळात ते तुम्ही परत विकत घेतलेत, तर तुम्हाला प्रचंड फायदा होईल.''

''नेमका हा एकच मुद्दा मला नीटसा कळलेला नाही,'' व्हर्जिनिया म्हणाली.

''थांबा, मी नीट स्पष्ट करून सांगतो,'' ॲलेक्स फिशर म्हणाला. ''तुम्ही जेव्हा एखादा शेअर खरेदी करता, तेव्हा पुढचे एकवीस दिवस तुम्ही तुमचा अकाऊंट सेटल केला नाही, तरी चालतं. त्याचप्रमाणे तुम्ही जेव्हा एखादा शेअर विकता, तेव्हा पुढचे तीन आठवडे तुम्हाला त्याचे पैसे हातात मिळत नाहीत. त्यामुळे त्या एकवीस दिवसांत कोणतेही पैसे खिशातून न घालवता तुम्हाला शेअर ट्रेडिंग करण्याची मुभा असते आणि आपल्याला कंपनीच्या अंतर्गत व्यवहारांची माहिती असल्यामुळे त्याचा उपयोग आपल्या फायद्यासाठी करून घेता येईल.''

''मग तुम्ही नक्की काय सुचवाल?''

"बॅरिंग्टन्सची वार्षिक सर्वसाधारण सभा पुढच्या गुरुवारी सकाळी दहा वाजता सुरू होईल. चेअरमन सुरुवातीलाच कंपनीचा वार्षिक अहवाल सादर करतील. त्यानंतर माझ्या अंदाजाने पुढच्या काही तासांत कंपनीच्या शेअरची सध्याची ४ पौंड ही किंमत घसरून सुमारे तीन पौंड दहा शिलिंग्जपर्यंत येऊन पोहोचेल. त्यामुळे त्या दिवशी सकाळी मार्केट उघडल्यावर बरोबर नऊ वाजता तुम्ही तुमचे साडेसात टक्के शेअर्स विकलेत, तर ही किंमत आणखी जोराने घसरत तीन पौंडापर्यंत येऊन पोहोचेल. किंमत घसरत घसरत स्थिर होईपर्यंत तुम्ही वाट बघत थांबायचं आणि नंतर परत मार्केटमधून जे काही शेअर्स उपलब्ध असतील, ते अत्यंत कमी किमतीला घेत आपले साडेसात टक्के परत जमा करायचे."

"पण आपल्या अशा करण्याने इतर शेअर ब्रोकर्सना शंका आली आणि त्यांनी आपल्या विरुद्ध तक्रार केली तर?"

"ब्रोकर्स जेव्हा स्टॉक विकतील, तेव्हा त्यांना त्यांचं कमिशन मिळणारच आहे. त्यामुळे ते तोंड उघडणार नाहीत. शिवाय स्टॉक परत विकत घेतानाही त्यांना पुन्हा कमिशन मिळतं. त्यामुळे ते तोंड बंद ठेवतील. त्यांचा काय, दोन्हीकडून फायदाच आहे."

"पण आपण असं करू शकू?"

"जर यदाकदाचित चेअरमनच्या अहवाल वाचनानंतर शेअरच्या किमतीत आपल्या अपेक्षेप्रमाणे घट न होता समजा वाढ झाली, तर मात्र तुमचे साडेसात टक्के शेअर्स पुन्हा बाजारातून विकत घ्या. मला तुम्हाला जास्त पैसे मोजावे लागतील; परंतु एखादी कंपनी आपल्या निधीतील तीस लाख पौंड एखाद्या नव्या धाडसी योजनेत गुंतवणार असल्याची बातमी पसरल्यावर तिच्या शेअर्सचे भाव वाढणं, ही गोष्ट जवळजवळ अशक्य आहे."

"मग मी आता यानंतर काय करायचं?"

"तुमच्या वतीने काय ते करण्याचे अधिकार मला द्या. हाँगकाँगमधील एक ब्रोकर माझ्या ओळखीचा आहे. हे व्यवहार मी त्याच्यामार्फत करीन, म्हणजे आपल्या दोघांविषयी कुणाला काहीही शंका येणार नाही."

"पण आपण काय करतोय, ते गाइल्सला नक्की कळेल. तो काही मूर्ख नाही."

"जर तीन आठवड्यांनंतरच्या रेकॉर्ड्समध्ये साडेसात टक्क्यांचे मालक असलेल्या कंपनीच्या नावात काहीच बदल नसेल, तर मधल्या तीन आठवड्यांत आपण काय उद्योग केले, हे कुणाला कळणार आहे? आपण स्वत:च बाजारात विकलेले शेअर्स कमी भावाने परत खरेदी करणारच आहोत ना? म्हणजे तसा बदल काहीच नाही. शिवाय गाइल्सचे सध्या इतर इतके प्रॉब्लेम्स चालले आहेत, की तो कशाला यात लक्ष घालेल?"

"कोणते प्रॉब्लेम्स?"

"मी असं ऐकतो, की लोकल लेबर पार्टीच्या एक्झिक्युटिव्ह कमिटीसमोर त्याला विश्वासदर्शक ठरावाला सामोरं जावं लागणार आहे, कारण मिस ग्वेनेथ ह्यूजेस बरोबरच्या त्याच्या संबंधांविषयी त्यांना कळलं आहे. असं म्हणतात की, कदाचित तो येत्या निवडणुकीस उभा राहणार नाही. तुम्ही अजून त्या घटस्फोटाच्या कागदपत्रांवर सह्या केल्या नाहीत ना?"

✳

"मिस्टर फिशर, तुम्ही हे जे तपासाचं काम माझ्यावर सोपवत आहात त्या तपासाचा सर गाइल्स बॅरिंग्टन किंवा मिसेस हॅरी क्लिफ्टन या दोन व्यक्तींशी काहीही संबंध नाही ना? कारण पूर्वी मी या दोघांसाठीही काम केलेलं आहे, त्यामुळे तुमच्यासाठी काम करताना कॉन्फ्लिक्ट ऑफ इंटरेस्ट उत्पन्न होऊ शकतो आणि तसं होऊन चालणार नाही."

"माझ्या या तपासाच्या कामाच्या बॅरिंग्टन कुटुंबाशी काहीही संबंध नाही," फिशर म्हणाला. "एक अत्यंत साधी सरळ बाब आहे. लोकल कॉन्झर्व्हेटिव्ह असोसिएशनने दोन उमेदवारांना ब्रिस्टॉल डॉकयार्ड मतदारसंघातून निवडणूक लढवण्यासाठी शॉर्टलिस्ट केलं आहे. मी असोसिएशनचा सेक्रेटरी असल्यामुळे या दोघाही उमेदवारांच्या भूतकाळात असं काही दडलेलं नाही ना, जे उजेडात आलं तर पक्षाची मान खाली जाईल, हे बघणं माझं काम आहे."

"मेजर, तुम्ही काही विशिष्ट गोष्टींच्या संदर्भात तपास करण्याविषयी सुचवताय का?"

"तुमचे पोलीसखात्यात बरेच कॉन्टॅक्ट्स आहेत. ते वापरून पोलीसदरबारी कोणत्याही गुन्ह्यांच्या बाबतीत त्यांची नावं गोवली गेलेली तर नाहीत, हे तुम्ही मला सांगा."

"पार्किंगसाठी दंड किंवा अशा किरकोळ गुन्ह्यांचा यात समावेश होतो का?"

"हे बघा, लेबर पक्ष निवडणूक लढवताना त्या उमेदवारांच्या विरोधात प्रचार करण्यासाठी जी काही वापरू शकेल, अशी कोणतीही गोष्ट."

"आता आलं लक्षात," डिटेक्टिव्ह मिचेल म्हणाला. "बरं पण यासाठी माझ्याकडे वेळ किती आहे?"

"उमेदवारांच्या निवडीच्या प्रक्रियेला अजून काही महिने लागतील. साधारणपणे तुम्ही तीन महिने धरून चाला. पण त्या आधी जरी काहीही तुमच्या हाती लागलं, तरी तुम्ही मला ताबडतोब कळवा," असं म्हणत फिशरने एक कागदाची चिठ्ठी त्याच्या हाती ठेवली. त्यावर दोन नावं लिहिलेली होती.

ती चिठ्ठी घडी करून खिशात टाकण्याआधी मिशेलने त्या नावांवरून एकवार नजर टाकली. त्यानंतर एक अक्षरही न बोलता तो निघून गेला.

बॅरिंग्टन्सच्या वार्षिक सर्वसाधारण सभेच्या दिवशी सकाळी फिशरने हाँगकाँगमधील एका फोन नंबरला फोन लावला. पलीकडून ओळखीचा आवाज येताच तो म्हणाला, "बेनी, मी मेजर बोलतोय."

"कसे आहात तुम्ही, मेजर? बऱ्याच दिवसांत फोन केला नाहीत."

"आज एका खास कामासाठीच फोन केला आहे. माझ्यासाठी तुम्ही एका सेल ऑर्डरचं काम पार पाडायचं आहे."

"सांगा. मी पेन उघडून तयार आहे," बेनी म्हणाला.

"ज्या क्षणी लंडन स्टॉक एक्सचेंज उघडेल, त्या क्षणी बॅरिंग्टन शिपिंग कंपनीचे दोन लाख शेअर्स मिळेल त्या किमतीला विकून टाकायचे."

ते ऐकून बेनीने शीळ वाजवली. "काम झालंच म्हणून समजा," तो म्हणाला.

"एकदा हा व्यवहार पूर्ण केलात, की त्या शेअरच्या किमतीवर नजर ठेवून राहा आणि तो गडगडत अगदी खाली गेला, की पुढच्या एकवीस दिवसांच्या आत परत ते दोन लाख शेअर्स बाजारातून पुन्हा खरेदी करायचे. समजलं ना?"

"हो, अगदी व्यवस्थित समजलं. फक्त एकच प्रश्न विचारू का, मेजरसाहेब? या घोड्यावर थोडे पैसे मी स्वत:सुद्धा लावले तर?"

"ते तुमचं तुम्ही ठरवा. पण जास्त हाव बरी नव्हे हं. कारण अशी आणखी अनेक कामं मी तुम्हाला सांगणार आहे."

मेजर फिशरने फोन खाली ठेवला. क्लबमधून बाहेर पडून टॅक्सीने तो सेव्हॉयकडे आला. सेव्हॉय हॉटेलच्या कॉन्फरन्सरूममध्ये बॅरिंग्टन शिपिंग कंपनीची वार्षिक सर्वसाधारण सभा सुरू होणार होती. शेअर होल्डर्स जमले होते. चेअरमनसाहेब भाषणासाठी उठून उभं राहण्याच्या काही क्षण आधी फिशर तिथे पोहोचला.

११

डेव्हिस स्ट्रीटवरील कॉन्स्टिट्यूशनल हॉल माणसांनी गच्च भरला होता. अनेक पक्ष सदस्यांना बसायला जागा न मिळाल्यामुळे ते दाटीवाटीने उभे होते. काही मंडळींनी तर खिडकीच्या कठड्यांवर ठाण मांडलं होतं. समोर चाललेल्या घडामोडी नीट दिसाव्यात म्हणून ते माना उंच करून बघत होते.

शॉर्टलिस्टमध्ये नावे असलेल्या दोघाही उमेदवारांची, म्हणजेच नेव्हिल सिम्प्सन आणि ग्रेगरी डनेट या दोघांचीही भाषणं झाली होती; परंतु आत्ता तरी फिशरच्या आवडत्या डनेटपेक्षा नेव्हिल सिम्प्सनचं पारडं जरा झुकतंच होतं. सिम्प्सन स्वत: लंडनमधला बॅरिस्टर होता. तो डनेटपेक्षा वयाने मोठा होता. त्याने युद्धातही उत्कृष्ट कामगिरी बजावली होती. त्याने यापूर्वी एक निवडणूक लढवली होती. कॉन्झर्व्हेटिव्ह पक्षाच्या मतांची टक्केवारी तेव्हा चांगली वाढली होती; परंतु सिम्प्सनच्या आयुष्यातील काही गुपितं डिटेक्टिव्ह मिशेलने फिशरला पुरवली होती. सिम्प्सनची मान खाली घालायला तेवढा दारूगोळा पुरेसा होता.

व्यासपीठावर मध्यभागी चेअरमन आणि त्यांच्या एका बाजूला डनेट तर दुसऱ्या बाजूला सिम्प्सन बसला होता. सर्व कमिटी सदस्य समोरच्या रांगेत बसले होते. गेल्या आठवड्यात लेबरपक्षाच्या बैठकीमध्ये गाइल्स बॅरिंग्टनवर विश्वासदर्शक ठरावाला सामोरं जाण्याची वेळ आली होती; परंतु त्यातून तो कसाबसा सुटला होता. तिथे त्याला मान खाली घालण्याची वेळ आली नव्हती, ही बातमी जेव्हा फिशरच्या कानावर आली, तेव्हा त्याला मनातून बरंच वाटलं होतं. फक्त त्याने ही गोष्ट कुणालाही कळू दिली नव्हती; व्हर्जिनियाचा अपवाद वगळता. गाइल्सचा निवडणुकीत

दणदणीत पराभव करण्याचा त्याचा बेत होता. नुसत्या लेबर पक्षाच्या बैठकीत गाइल्सचा पाडाव झाला असता, तर त्यात काही मजा नव्हती. पण हे जर साध्य व्हायचं असेल, तर डनेटची कॉन्झर्व्हेटिव्ह पक्षाचा उमेदवार म्हणून निवड होणं फार गरजेचं होतं. आणि तीच निवड अजून व्हायची बाकी होती.

चेअरमन उठून उभे राहत समोर बसलेल्या पक्ष सदस्यांकडे बघून हसले. भाषणास सुरुवात करण्यापूर्वी त्यांनी घसा साफ केला.

"मी तुमच्या प्रश्नांची उत्तरे देण्यापूर्वी एक गोष्ट स्पष्ट करू इच्छितो. चेअरमन म्हणून मी माझी शेवटचीच मीटिंग आहे. मला वाटतं आपल्या असोसिएशनने निवडणुकीत उभं राहण्यास पात्र अशा उमेदवाराची निवड करण्याबरोबरच असोसिएशनच्या चेअरमनचीही निवड करायला हवी आणि या खेपेला माझ्याहून तरुण व्यक्तीने चेअरमनपदाची सूत्रं हातात घेतली पाहिजेत."

एवढं बोलून ते क्षणभर थांबले. आपल्या चेअरमनपदावरून निवृत्त होण्याच्या बेताला कुणीतरी हरकत घ्यावी, असं त्यांना मनातून वाटत होतं; पण तसं काही घडलं नाही. नाइलाजाने ते पुढे बोलू लागले.

"येत्या निवडणुकीत आपल्या पक्षाचं कार्य पुढे नेणाऱ्या समर्थ आणि पात्र अशा उमेदवाराची आता आपल्याला निवड करायची आहे. आता तुमच्यासमोर हे जे दोन उमेदवार बसलेले आहेत, त्यांना तुम्ही थेट प्रश्न विचारू शकता."

चेअरमन बिल हास्किन्सचं हे वाक्य पूर्ण होण्याआधीच सभागृहात शेवटच्या रांगेत बसलेला एक माणूस उठून उभा राहिला. "मिस्टर चेअरमन, मी दोन्हीही उमेदवारांना एकच प्रश्न विचारू इच्छितो. तुम्ही जर ही निवडणूक जिंकलीत, तर तुम्ही मतदारसंघातच राहणार का?"

त्यावर सिम्प्सनने ताबडतोब उत्तर दिलं. "मी या मतदारसंघात लगेच एक घर विकत घेईन, हे तर नक्कीच. पण मी सतत 'हाऊस ऑफ कॉमन्स'मध्येच मुक्काम ठोकून असणार, हेही निश्चित."

त्याच्या या हजरजबाबी उत्तरावर खसखस पिकली आणि टाळ्यांचा कडकडाट झाला.

"मी गेल्या आठवड्यातच एका इस्टेट एजंटला भेटून आलो आहे. तुम्ही माझीच निवड कराल असा माझा केवळ अंदाजच नाही, तर तशी मला आशासुद्धा आहे."

त्याच्या उत्तरावर ज्या टाळ्या पडल्या त्यावरून फिशरच्या एक गोष्ट लक्षात आली, की सभागृहातील अर्धे लोक डनेटच्या आणि अर्धे सिम्प्सनच्या बाजूने होते.

तेवढ्यात चेअरमन बिल हास्किन्सने तिसऱ्या रांगेतल्या एका स्त्रीला प्रश्न विचारण्याची खूण केली. कधीही, कोणत्याही वेळी प्रश्नोत्तरांचा कार्यक्रम असला,

तरी तिचा हात वरच असे. तेव्हा तिला आधीच संधी देऊन तिची कटकट टाळावी, असा त्याने विचार केला.

"तुमच्यापैकी एक जण यशस्वी वकील तर दुसरे यशस्वी इन्श्युअरन्स ब्रोकर आहेत. मग या जागी निवडून आल्यावर तुम्हाला प्रचाराच्या कामासाठी पुरेसा वेळ देता येईल का?'' ती म्हणाली.

"तुम्ही मला उमेदवार म्हणून जर निवडलंत, तर मी आज रात्री लंडनला परत जाणारच नाही,'' डनेट म्हणाले. "यानंतर मी दिवसाचा जेवढा वेळ जागा राहू शकेन, त्यातला प्रत्येक तास या प्रचारकार्यासाठीच देईन. ही जागा जिंकण्यासाठी मी कसोशीने प्रयत्न करीन आणि त्या गाइल्स बॅरिंग्टनला आपण आपल्या मार्गातून कायमचं दूर करू.''

या खेपेला टाळ्यांचा कडकडाट बराच वेळ सुरू होता. फिशरने मनातून सुटकेचा नि:श्वास सोडला.

"तुम्ही किती तास घालवता, यापेक्षा ते तास कसे सत्कारणी लावता, हे जास्त महत्त्वाचं आहे. मी या आधी एक अटीतटीची निवडणूक लढवली आहे. त्यासाठी काय काय करावं लागतं, याची मला पूर्ण कल्पना आहे. तुम्ही अशा उमेदवाराची निवड करा, जो झटपट हे सर्व आत्मसात करू शकेल आणि ही निवडणूक जिंकून गाइल्स बॅरिंग्टनला नामोहरम करेल.''

हा सिम्प्सन चांगलाच बुद्धिमान होता. जर आत्ता त्याचा पाडाव करायचा झाला, तर आपण डनेटला थोडा मदतीचा हात दिला पाहिजे, हे फिशरच्या लक्षात आलं.

चेअरमनने एका स्थानिक बड्या उद्योजकाला खूण केली. तो उठून म्हणाला, "आपल्या पक्षाचे नेते म्हणून विन्स्टन चर्चिल यांच्यानंतर कोण व्यक्ती तुम्हाला योग्य वाटते?''

"अरे, व्हेकन्सी आहे याची मला कल्पना नव्हती,'' सिम्प्सन लगेच म्हणाला. त्यावर परत एकदा सभागृहात हशा पिकला आणि टाळ्यांचा कडकडाट झाला. मग सिम्प्सन गंभीर स्वरात म्हणाला, "या शतकातील सर्वांत महान पंतप्रधानांना कोणतंही सबळ कारण नसताना त्यांच्या पदावरून हटवण्याचा नुसता विचार करणं, हासुद्धा मूर्खपणा होईल.''

त्यानंतर अक्षरश: कानठळ्या बसतील एवढा टाळ्यांचा कडकडाट झाला. शेवटी महाप्रयत्नांनी डनेट यांनी त्या आवाजावर स्वत:चा आवाज चढवून आपलं मत मांडलं. "मला वाटतं, या विषयावर स्वत: मिस्टर चर्चिल यांनी एकदा असं मत मांडलं होतं, की त्यांची जेव्हा पंतप्रधानपदावरून दूर होण्याची वेळ येईल, तेव्हा आपले सर्वांचे आवडते माननीय फॉरीन सेक्रेटरी सर अँथनी एडन यांनी

पंतप्रधान व्हावं. मिस्टर चर्चिल यांना ते या पदासाठी योग्य वाटत असतील, तर मलाही ते योग्यच वाटतात.''

यानंतरही टाळ्यांचा कडकडाट झाला, पण मगाचच्या मानाने बराच कमी.

त्यानंतर एक एक सदस्य उठून भराभरा प्रश्न विचारत होता आणि दोघं उमेदवार त्यांची उत्तरं देत होते. त्यावरून फिशरला एक गोष्ट कळून चुकली. सिम्प्सनची लोकप्रियता वाढत चालली होती; परंतु शेवटचे तीन प्रश्न आपल्या आवडत्या डनेट या उमेदवाराच्या कामी येतील, असा फिशरला विश्वास होता. त्यातले दोन प्रश्न त्याने दोन माणसांना विचारायला सांगितले होते आणि सर्वांत शेवटचा प्रश्न तर चेअरमन बिल हास्किन्सशी संगनमत करून फिशर स्वत:च विचारणार होता.

बिल हास्किन्सने घड्याळात पाहिलं. तो म्हणाला, ''मीटिंगची वेळ संपत आली, तेव्हा शेवटचे तीनच प्रश्न.'' मग त्याने मागच्या ओळीतील एका माणसाला उभं केलं. हा माणूस मगाचपासून सारखा हात वर करून त्याचं लक्ष वेधून घेत होता. फिशर गालातल्या गालात हसला.

''दोघा उमेदवारांनी नवीन घटस्फोटाच्या कायद्याबद्दल मांडण्यात आलेल्या प्रस्तावाबद्दल आपलं मत मांडावं,'' तो माणूस म्हणाला.

यावर सभागृहात एकदम शांतता पसरली. लोक उत्सुकतेने कान देऊन ऐकू लागले. कारण हा प्रश्न खरं तर सर गाइल्स बॅरिंग्टन याच्या खासगी आयुष्याच्या संदर्भातच विचारण्यात आलेला होता, याची बहुतेक लोकांना कल्पना होतीच.

''आपले घटस्फोटाचे कायदे अत्यंत जुनाट आणि कालबाह्य आहेत. मला त्यांचा तिटकारा आहे आणि त्यांच्यात सुधारणा घडवून आणण्याची नितांत गरज आहे,'' बॅरिस्टर सिम्प्सन म्हणाले, ''परंतु या निवडणुकीच्या प्रचारामध्ये या एकाच मुद्द्यावर भर देण्यात येणार नाही, अशी मी आशा करतो. कारण सर गाइल्स बॅरिंग्टन यांचा गुणवत्तेच्या जोरावर पाडाव करण्याची माझी इच्छा आहे. त्यांच्याविषयी अफवा पसरवून, त्यांची बदनामी करणे असल्या गोष्टींचा मला आधार घ्यावा लागू नये, अशी माझी इच्छा आहे.''

सेंट्रल कॅबिनेट बॅरिस्टर सिम्प्सन यांच्याकडे भविष्यातील कॅबिनेट मिनिस्टर म्हणून का बघते, हे फिशरच्या आता चांगलं लक्षात आलं; परंतु स्थानिक सभासदांना मात्र त्यांच्या तोंडून या उत्तराची अपेक्षा नव्हती, हे त्याला चांगलं माहीत होतं.

डनेटने समोर प्रेक्षागृहात उपस्थित लोकांच्या प्रतिक्रियांचा झटपट अंदाज घेत उत्तर दिलं, ''मिस्टर सिम्प्सन यांनी मांडलेल्या मुद्द्याशी जरी मी सहमत असलो, तरी मला असं वाटतं की, मतदारांनी निवडणुकीत आपलं मत नोंदवण्याआधी

मिस्टर गाइल्स बॅरिंग्टन यांच्या वैवाहिक जीवनाची परिस्थिती नक्की काय आहे, याची माहिती त्यांना मिळायला हवी. मत नोंदवल्यानंतर नव्हे.''

यानंतर मिस्टर डनेट यांच्यासाठी भरपूर जास्त टाळ्या झाल्या.

चेअरमनने त्यानंतर पहिल्या रांगेत मध्यभागी असलेल्या पीटर मेनार्डला खूण केली.

''आम्ही या मतदारसंघासाठी केवळ एक संसद सदस्य निवडणं एवढा मर्यादित उद्देश ठेवून ही आजची निवड करणार नाही,'' पीटर मेनार्ड हातातील चिठ्ठीवरील प्रश्न वाचून दाखवत म्हणाला. ''आम्हाला पार्टनरची, टीमची निवड करायची आहे. त्यामुळे या प्रचारदौऱ्यात तुम्ही तुमच्या पत्नीस सतत तुमच्या जोडीने आणणार आहात का? कारण लेडी व्हर्जिनिया तर मतदारांच्या कधी दृष्टीससुद्धा पडत नाहीत.''

या प्रश्नावर बऱ्याच टाळ्या पडल्या.

''माझी पत्नी तर आत्तासुद्धा माझ्या सोबत आहे,'' डनेट दुसऱ्या रांगेत असलेल्या एका सुंदर तरुणीकडे बोट दाखवत म्हणाला. ''या संपूर्ण प्रचारदौऱ्यात ती सतत माझ्याबरोबर असेल. अगदी खरं सांगायचं, तर ही निवडणूक जर मी जिंकली, तर माझा बराचसा वेळ संसदेच्या कार्यात जाईल. त्यामुळे तुम्हा मतदारांना तर कॉनीच नंतरही सतत भेटत राहील.''

फिशर स्वत:शीच हसला. कारण या प्रश्नामुळे डनेटची बाजू भक्कम झाली होती आणि नेमकी हीच सिम्प्सनची कमजोरी होती. कारण त्याने या मीटिंगची निमंत्रणपत्रं स्वत:च सर्वांना पाठवली होती. डनेट यांच्या निमंत्रणपत्रिकेवर श्री. व सौ. डनेट असं लिहिण्यात आलं होतं, तर सिम्प्सन यांच्या निमंत्रणपत्रिकेवर सन्माननीय श्री. सिम्प्सन एवढंच होतं.

''माझी पत्नी लंडन स्कूल ऑफ इकॉनॉमिक्समध्ये लेक्चरर आहे,'' सिम्प्सन म्हणाला. ''पण बहुतेक वीकएंड्सना ती मतदारसंघाला भेट द्यायला येऊ शकेल. शिवाय युनिव्हर्सिटीला जेव्हा सुटी असेल, तेव्हाही ती येईलच.''

आता परत एकदा उपस्थितांचा कौल सिम्प्सनच्या बाजूने झुकू लागल्याचं फिशरला जाणवलं. तेवढ्यात सिम्प्सन पुढे म्हणाला, ''शिक्षणाच्या क्षेत्रात काम करून पुढची पिढी घडवण्याइतकं मोठं दुसरं काहीच नसतं, हे तर तुम्हीसुद्धा मान्य कराल.''

टाळ्यांचा कडकडाट झाला. एक-दोघांच्या चेहऱ्यावर मात्र साशंक भाव होते.

''आणि सगळ्यात शेवटी,'' चेअरमन म्हणाले. ''आपले सेक्रेटरी मेजर फिशर हे दोघाही उमेदवारांना एक प्रश्न विचारू इच्छितात.''

''मी ही बातमी आज सकाळी 'डेली मेल'मध्ये वाचली आहे, त्यामुळे कदाचित ती खरीसुद्धा नसेल,'' फिशर म्हणाला. त्यावर कर्तव्य म्हणून दोन्ही उमेदवार

कसंनुसं हसले. ''त्यात असं लिहिलंय की, लंडनच्या फुल हॅम सेंट्रल मतदारसंघानेसुद्धा आपली शॉर्टलिस्ट बनवलेली असून, ते उमेदवार म्हणून निवडणुकीला उभं राहण्यासाठी इच्छुक असणाऱ्यांच्या मंगळवारी मुलाखती घेणार आहेत. तुम्हा दोघांपैकी कुणाचं नाव त्या शॉर्टलिस्टमध्ये आहे का? आणि तसं जर असेल, तर आज येथे आपण उमेदवाराचं नाव निश्चित करण्यापूर्वी जेव्हा मतदान घेणार आहोत, त्यापूर्वी स्वतःचं नाव त्या फुल हॅम सेंट्रलच्या शॉर्टलिस्टमधून मागे घेण्याची तुमची तयारी आहे का?''

''मी फुलहॅम सेंट्रलच्या मतदारसंघातून उमेदवारी अर्ज भरलेलाच नाही,'' डनेट म्हणाला, ''कारण माझी नेहमीच वेस्ट कंट्रीतून प्रतिनिधित्व करण्याची इच्छा होती. माझ्या पत्नीचा जन्म इथे झाला. इथेच ती लहानाची मोठी झाली आणि आम्हाला आमचं कुटुंबही आता इथेच वाढवायचं आहे.''

फिशरने मान डोलावली. त्यानंतर टाळ्यांचा इतका प्रचंड कडकडाट झाला, की आपलं उत्तर देण्यासाठी सिम्प्सनला काही काळ थांबावं लागलं.

''मेजर फिशर, मी फुल हॅम सेंट्रलच्या शॉर्टलिस्टमध्ये आहे,'' सिम्प्सन म्हणाला. ''आणि कोणतंही सबळ कारण न देता असं अचानक त्या शॉर्टलिस्टमधून स्वतःचं नाव मागे घेणं असंस्कृतपणाचं दिसेल. पण जर आज इथे माझी निवड झाली, तर मग फुल हॅमच्या शॉर्टलिस्टमधून स्वतःचं नाव मागे घेण्यासाठी माझ्याकडे सबळ कारण असेल.''

त्यावर परत टाळ्यांचा कडकडाट झाला. 'उत्तर तर मोठं चतुराईने दिलंय याने,' फिशर मनात म्हणाला. 'पण तरीही तेवढं पुरेसं आहे का?'

चेअरमन स्वतःच्या जागेवरून उठून उभे राहिले. ''मी माझ्या तसेच तुमच्या सर्वांच्या वतीने मिस्टर सिम्प्सन आणि मिस्टर डनेट यांचे मनापासून आभार मानतो. त्यांनी आपला महत्त्वाचा वेळ आपल्यासाठी खर्च केला आणि आपापलं मनोगत इतक्या सुंदर रीतीने व्यक्त केलं. ते दोघंही संसद सदस्य बनण्यास पात्र आहेत, यात मला काहीही शंका नाही; परंतु इथे आपल्याला केवळ एकाचीच निवड करायची आहे.'' परत टाळ्यांचा कडकडाट झाला. ''त्यामुळे आपण आता मतदान घेऊ या. मी हे कशा पद्धतीने करायचं ठरवलं आहे, ते आधी तुम्हाला स्पष्ट करून सांगतो. तुमच्यापैकी प्रत्येक सदस्याने एक-एक करून सभागृहाच्या पुढील भागात यायचं आहे. इथे आल्यावर सेक्रेटरी मेजर फिशर प्रत्येकाला एक मतपत्रिका देतील. आपल्या आवडत्या उमेदवाराच्या नावापुढील चौकटीत फुली करून तुम्ही तुमची मतपत्रिका घडी करून त्या मतपेटीत टाकायची. एकदा मतमोजणी होऊन मी आणि सेक्रेटरीने कागदपत्रांची पूर्तता केली, की मग जास्त वेळ लागणार नाही. त्यानंतर येत्या निवडणुकीत ब्रिस्टॉल

डॉकलँड्समधून कॉन्झर्व्हेटिव्ह पक्षातर्फे निवडणूक लढवण्यास निवड झालेल्या उमेदवाराचं नाव मी घोषित करीन.''

त्यानंतर सर्व सदस्य सभागृहाच्या पुढच्या भागात जाऊन मतदान करण्यासाठी रांगेत उभे राहिले. मेजर फिशरने एकूण तीनशे मतपत्रिका वाटल्या. सर्व सदस्यांचं मतदान करून झाल्यावर मतपेटी बाजूच्या कक्षात नेण्यात येऊन मतमोजणी सुरू झाली.

चेअरमन बिल हास्किन्स आणि सेक्रेटरी मेजर फिशर काही वेळातच मतमोजणीच्या कक्षात आले. कक्षाच्या मध्यभागी असलेल्या टेबलावर मतपेटी होती आणि बाजूला एक रखवालदार तिची राखण करत उभा होता. हास्किन्स आणि फिशर समोरासमोरच्या खुर्च्यांवर बसले. रखवालदाराने मतपेटीचं कुलूप उघडलं आणि तो कक्षातून निघून गेला. तो खोलीचं दार बंद करून गेला.

दार बंद झाल्याचा आवाज ऐकताच चेअरमन हास्किन्सने मतपेटी उलटी करून मतपत्रिकांचा ढिगारा टेबलावर ओतला. खाली बसत तो फिशरला म्हणाला, ''तुम्हाला काय वाटतं, हे आपण कसं करावं?'' त्यावर फिशर म्हणाला, ''आधी सिम्प्सन आणि डनेट यांच्या मतपत्रिका वेगवेगळ्या काढू. नंतर सिम्प्सनची मतं तुम्ही मोजा आणि डनेटची मतं मी मोजेन.''

चेअरमनला ते पटलं. मग दोघांनी आधी मतपत्रिका वेगवेगळ्या करण्यास सुरुवात केली. थोड्याच वेळात फिशरला एक गोष्ट कळून चुकली की सिम्प्सन किमान तीस मतांनी जिंकणार होता. पण आपण धीर धरायचा आणि योग्य संधीची वाट बघत बसून राहायचं, असं त्याने ठरवलं होतं. तशी संधी लवकरच आली. रिकामी मतपेटी जमिनीवर ठेवण्यासाठी चेअरमन वाकला. त्या वेळी त्याने ती पेटी नीट उघडून आत चुकून एखादी मतपत्रिका राहिलेली नाही ना, हे निरखून पाहिलं. या सगळ्यासाठी केवळ एक-दोन क्षणच लागले असतील. पण फिशरला आपल्या कारवायांना तेवढे पुरेसे होते. त्याने झटकन आपल्या जॅकेटच्या खिशात हात घालून हळूच मूठभर मतपत्रिकांचा गठ्ठा बाहेर काढला. त्यावर त्याने आधीच गुपचूप डनेटच्या नावापुढे फुल्या मारून ठेवलेल्या होत्या. त्याने गुपचूप त्या मतपत्रिका आपल्यासमोर असलेल्या डनेटच्या मतांच्या ढिगाऱ्यात ठेवल्या; पण तरीही डनेट जिंकेलच अशी त्याला मनातून खातरी वाटत नव्हती.

''मग?'' फिशर वर बघत म्हणाला, ''सिम्प्सनला किती मतं पडली?''

''एकशे अडुसष्ट,'' चेअरमन म्हणाला. ''आणि डनेटला किती?''

''एकशे त्र्याहत्तर.''

ते ऐकून चेअरमन आश्चर्यचकित झाला.

''दोघांना जवळपास बरोबरीनेच मतं पडली आहेत, चेअरमन. मला वाटतं,

आपण परत एकदा मतमोजणी करूया का? म्हणजे नंतर पुन्हा कुणी काही शंका काढायला नको.''

''मलाही असंच वाटतं,'' चेअरमन म्हणाला. ''मग आता आपण जागा बदलूया.''

दोघांनी जागा बदलून फेरमोजणी केली.

''अगदी बरोबर, फिशर. डनेटला एकशे त्र्याहत्तर मतं पडली आहेत.''

''आणि सिम्प्सनला एकशे अडुसष्ट,'' फिशर म्हणाला.

''पण एवढे सदस्य मतदानासाठी उपस्थित असतील, असं मला वाटलं नाही,'' चेअरमन म्हणाला.

''हो, ना. पण मागे खूप गर्दी होती. लोक रांगांच्या मधेमधे उभे होते आणि काही जण तर खिडक्यांमध्येही बसले होते;'' फिशर म्हणाला.

''हां, त्यामुळेच असं झालं,'' चेअरमन म्हणाला. ''पण आता तुम्हाला सांगायला हरकत नाही, मेजर. मी मात्र सिम्प्सनलाच मत दिलं होतं.''

''मीसुद्धा,'' फिशर म्हणाला. ''पण ही लोकशाही आहे ना?''

चेअरमन हसला, ''मला वाटतं, आपण आता बाहेर जाऊन निकाल जाहीर करावा, नाही का?''

''चेअरमनसाहेब, मला काय वाटतं, आपण फक्त जिंकलेल्या उमेदवाराचं नाव घोषित करावं. कुणाला किती मतं पडली, हे न सांगितलेलंच बरं. उगाच उलटसुलट चर्चा कशासाठी? आता आपण सर्वांनीच या विजयी झालेल्या उमेदवाराला पाठिंबा द्यायला हवा आणि हो, मी जेव्हा या मीटिंगची मिनिट्स लिहून काढीन, त्यात मी कुणाला किती मतं पडली होती, याची नोंद करीनच.''

''बरोबर आहे तुमचं, मेजर फिशर.''

❋

''रविवारी रात्री इतक्या उशिरा मी तुम्हाला फोन करतोय, त्याबद्दल सॉरी, लेडी व्हर्जिनिया, पण एक बातमी हाती आली आहे. त्यामुळे आपल्यासाठी एक फार चांगली संधी चालून आली आहे. या संधीचा जर आपल्याला फायदा करून घ्यायचा असेल, तर मला ताबडतोब तुमच्याकडून अधिकारपत्र हवं.''

''जे काही सांगणार आहात, ते खरंच महत्त्वाचं असू दे,'' पलीकडून झोपाळू आवाज आला.

''मला नुकतंच असं कळलं, की सर विल्यम ट्रॅव्हर्स यांचा हृदयविकाराच्या तीव्र धक्क्याने मृत्यू झाला. सर विल्यम ट्रॅव्हर्स म्हणजे बॅरिंग्टन्सचे चेअरमन— ''

''विल्यम ट्रॅव्हर्स म्हणजे कोण ते मला माहीत आहे,'' व्हर्जिनिया म्हणाली.

"तर ते काही तासांपूर्वीच वारले."

"मग ही बातमी चांगली आहे, की वाईट?" आता व्हर्जिनियाचा आवाज झोपाळलेला येत नव्हता.

"फारच चांगली आहे. पत्रकारांच्या हातात ही बातमी पडताक्षणीच कंपनीचा शेअर प्रचंड गडगडणार. म्हणून तर मी इतक्या रात्री तुम्हाला फोन केला. आपल्या हातात आणखी काही तासांचा अवधी आहे."

"म्हणजे तुमच्या मनात परत माझे शेअर्स विकायचं घाटत असेल."

"हो, तसंच. पण गेल्या खेपेला आपण असं केलं, तेव्हा तुम्हाला याचा घसघशीत फायदा झाला होता, याची मी तुम्हाला आठवण करून द्यायला नको, नाही का? शिवाय कंपनीची प्रतिष्ठाही शेअर घसरल्यावर धुळीला मिळतेच ना?"

"पण मी आत्ता शेअर्स विकले, तर ते परत वर जाण्याची काही शक्यता?"

"एखाद्या पब्लिक कंपनीचा चेअरमन वारल्यानंतर शेअर्स फक्त एकाच दिशेने जातात, लेडी व्हर्जिनिया. विशेषत: तो मृत्यू हृदयविकाराच्या धक्क्याने अचानक झालेला असेल, तर काही शंकाच नाही."

"ठीक आहे, मग विका."

२०

आपण मीटिंगला वेळेत उपस्थित राहू असं वचन गाइल्सने आपल्या बहिणीला दिलं होतं. मुख्य इमारतीच्या बाहेर जराशी दूर त्याने आपली कार एमाच्या कार शेजारी उभी केली. एमा आधीच तिथे आलेली पाहून त्याला जरा मनातून बरं वाटलं, कारण बॅरिंग्टन्समध्ये एमा आणि गाइल्स या दोघांचाही प्रत्येकी अकरा टक्के मालकी हक्क असला, तरी कंपनीच्या कामकाजात गाइल्सपेक्षा एमाला कितीतरी जास्त रस होता. एमाने त्या कोणत्यातरी पुलित्झर पुरस्कार दोन वेळा प्राप्त केलेल्या प्रोफेसरच्या हाताखाली नुकतीच स्टॅनफोर्ड युनिव्हर्सिटीतून एम.बी.ए.ची पदवी संपादन केल्याचं गाइल्सला माहीत होतं. त्या प्रोफेसरचं नाव त्याला आठवत नसलं, तरी त्यानंतर एमाचा कंपनीविषयीचा उत्साह अधिक वाढला असल्याचं त्याच्या लक्षात आलं होतं.

"प्रोफेसर सायरस फेल्डमान जर तुझ्या मतदारसंघातले मतदार असते, तर त्यांचं नाव तुझ्या अगदी नीट लक्षात राहिलं असतं," एमा गाइल्सला चिडवत म्हणाली.

गाइल्सने पण तो टोमणा मुकाट्याने ऐकून घेतला.

गाइल्स कारमधून खाली उतरला. त्याने समोर पाहिलं, तर ओल्ड जॅकचं राहण्याचं ठिकाण असलेल्या त्या जुन्या रेल्वेच्या डब्यातून काही मुले उड्या मारून खाली उतरली. गाइल्सला हसू फुटलं. गाइल्सचे वडील चेअरमन असताना दुर्लक्षित पडून असलेला तो रेल्वेचा डबा आता रंगरंगोटी आणि डागडुजी केलेल्या अवस्थेत मोठ्या दिमाखात उभा होता. ओल्ड जॅकसारख्या महान व्यक्तीच्या स्मरणार्थ त्याचं

रूपांतर एका छोट्याशा म्युझियममध्ये करण्यात आलं होतं. ओल्ड जॅकचा व्हिक्टोरिया क्रॉस पाहण्यासाठी आणि बोअरवॉरचा इतिहास जाणून घेण्यासाठी शाळेच्या सहली नियमितपणे तेथे येत असत. 'आता काही दिवसांतच शाळेच्या इतिहासाच्या अभ्यासक्रमात दुसऱ्या महायुद्धाचासुद्धा समावेश होईल,' गाइल्सच्या मनात आलं.

उशीर होऊ नये म्हणून गाइल्स जवळजवळ पळतच त्या इमारतीकडे निघाला. निवडणुका इतक्या तोंडावर आलेल्या असताना नवीन चेअरमनला आजच भेटण्याचा हट्ट ही एमा का धरून बसली आहे, हेच त्याला कळत नव्हतं.

गाइल्सला या रॉस बुखाननविषयी फारशी काहीही माहिती नव्हती. त्याने फक्त 'फायनान्शियल टाइम्स'मध्ये त्याच्याविषयी जे काही छापून आलं होतं, ते वाचलं होतं, इतकंच. एडिंबरो युनिव्हर्सिटीतून अर्थशास्त्राची पदवी प्राप्त करून बाहेर पडल्यानंतर तो 'पी अँड ओ' नावाच्या कंपनीमध्ये शिकाऊ उमेदवार म्हणून लागला होता. तिथून चढत चढत थेट कंपनीच्या बोर्ड ऑफ डायरेक्टर्समध्ये त्याचा समावेश झाला होता. त्यानंतर त्याची काही दिवसांतच डेप्युटी चेअरमन म्हणून नेमणूक झाली होती. पुढे त्याला खरं तर चेअरमन होण्याचीसुद्धा संधी होती; परंतु त्याला डावलण्यात येऊन एका पारिवारिक सदस्याला चेअरमन बनवण्यात आलं.

त्यानंतर बॅरिंग्टन्सने रॉस बुखानन याला सर विल्यम ट्रॅव्हर्स यांच्यानंतर चेअरमन पदाची सूत्रं हाती घेण्यासाठी पाचारण केलं. त्याने ते आनंदाने स्वीकारलं. त्यानंतर कंपनीच्या शेअरमध्ये वाढ होण्यास सुरुवात होऊन तो इतका वाढला, की सर विल्यम ट्रॅव्हर्सच्या मृत्यूपूर्वीच्या किमतीला येऊन स्थिरावला.

गाइल्सने घड्याळात पाहिलं. संध्याकाळी ही एक मीटिंग वगळता आणखी तीन मीटिंग्ज होत्या. त्यातील एक मीटिंग डॉकर्स युनियनबरोबर होती. त्या मीटिंगला उशीर झालेला डॉकर्स यूनियनच्या लोकांनी खपवून घेतला नसता. आपल्या प्रचार मोहिमेमध्ये त्याने दोन महत्त्वाच्या मुद्द्यांचा समावेश केला होता. एक तर अठ्ठेचाळीस तासांचा आठवडा आणि शनिवार-रविवार असे दोन दिवस भरपगारी सुटी. असं असूनही या संसद सदस्याबद्दल युनियनच्या लोकांच्या मनात संशय होता. याचं कारण, त्याचं आडनाव बॅरिंग्टन होतं आणि या कंपनीशी त्याचा घनिष्ठ संबंध होता. पण वस्तुस्थिती अशी होती, की गेल्या वर्षभरात गाइल्स या इमारतीची पायरीसुद्धा चढलेला नव्हता.

इमारतीला बाहेरून केवळ रंगरंगोटीच करण्यात आली नव्हती, तर इमारतीचं आणि आसपासच्या परिसराचं सुशोभीकरणही करण्यात आलं होतं. दार ढकलून आत शिरताच जाडजूड निळ्या सोनेरी रुजाम्यात त्याचं पाऊल रुतलं. कंपनीच्या नव्या 'पॅलेस लाइन'चं प्रतीक असलेलं चित्र त्या रुजाम्यावर उठून दिसत होतं.

लिफ्टमध्ये शिरून त्याने सर्वांत वरच्या मजल्यावर जाण्यासाठी बटण दाबलं. ही लिफ्टही नवी असावी, कारण ती पूर्वीसारखी कष्टाने एक एक मजला पार करत वर निघाली नव्हती. लिफ्टमधून बाहेर पडताक्षणीच त्याच्या मनात पहिला विचार आला तो त्याच्या आजोबांचा. किती मोठे द्रष्टे होते ते. कंपनीला आधुनिक रूप देऊन विसाव्या शतकात आणण्याचं काम त्यांनीच केलं होतं. त्यानंतरच ती पब्लिक लिमिटेड कंपनी झाली होती. पण आजोबांनंतर आपोआपच त्याच्या मनात स्वत:च्या वडिलांचा विचार आला. केवळ थोड्याच दिवसांत त्यांच्या कृपेने कंपनी डबघाईस आली होती. पण त्याहीपेक्षा अत्यंत वाईट आठवणी या ऑफिसच्या इमारतीशी निगडित होत्या. त्याच्या वडिलांचा मृत्यू याच ठिकाणी झाला होता. त्या सगळ्या भयंकर प्रसंगातून केवळ एकच चांगली गोष्ट घडली होती, जेसिका त्या सर्वांच्या आयुष्यात आली होती.

बॅरिंग्टन घराण्यातील असूनही कंपनीचा चेअरमन न बनणारा गाइल्स हा पहिलाच होता; परंतु त्याने लहानपणी शाळेत असताना जेव्हा विन्स्टन चर्चिल यांच्या हस्ते बक्षीस स्वीकारलं होतं, त्या दिवसापासूनच राजकारणात शिरण्याचं स्वप्नं त्याने पाहिलं होतं. त्या वेळी गाइल्स शाळेचा कॅप्टन होता. पुढे महायुद्धात भाग घेतल्यानंतर जर्मनांशी लढता लढता त्याने आपल्या प्रिय मित्राला, कॉर्पोरल बेट्स याला गमावलं होतं. त्यानंतर मात्र आपण कॉन्झर्व्हेटिव्ह पक्षासाठी काम न करता लेबर पक्षासाठीच काम करायचं, हा त्याचा इरादा पक्का झाला होता!

तो धावतपळतच चेअरमनच्या ऑफिसात शिरला. तिथे त्याने आधी आपल्या बहिणीला जवळ घेतलं. त्यानंतर त्याने रॉय कॉम्प्टन याच्याशी हस्तांदोलन केलं. रॉय कॉम्प्टन हा गाइल्सला आठवत होतं तेव्हापासूनच कंपनीचा मॅनेजिंग डायरेक्टर होता.

नंतर नवीन चेअरमन रॉस बुखानन याच्याशी हस्तांदोलन करताच गाइल्सच्या एक गोष्ट लक्षात आली. तो बावन्न वर्षांचा होता, पण प्रत्यक्षात मात्र त्याहूनही कितीतरी तरुण दिसत होता. मग त्याला 'फायनान्शिअल टाइम्स'मध्ये वाचलेलं आठवलं. हा बुखानन दारू पीत नसे, धूम्रपान करत नसे, आठवड्यातून तीन वेळा स्क्वॅश खेळत असे, रात्री साडेदहाला झोपून सकाळी सहाला उठत असे. हे असलं नेमस्त जीवन जगणं गाइल्ससारख्या राजकारण्याला कधीच शक्य नव्हतं.

''अखेर तुमची भेट झाली, सर गाइल्स,'' रॉस बुखानन म्हणाला.

''सगळे गोदी कामगार मला नुसतं गाइल्स म्हणतात, तेव्हा मॅनेजमेंटनेही तसंच करायला हरकत नसावी,'' गाइल्स म्हणाला.

सगळे हसले. आधी वातावरणात थोडाफार ताण जाणवत होता, तो आता जरा हलका झाला. गाइल्सला आधी असं वाटलं होतं, की येथे नुसता वार्षिक स्नेहसंमेलनाचा

कार्यक्रम असून, नवीन चेअरमन बुखानन याला भेटण्यासाठी आपल्याला निमंत्रण आलं आहे; परंतु सर्वांच्या चेहऱ्यावरचे गंभीर भाव पाहिल्यावर आणखीही गंभीर मुद्दा आज इथे चर्चेसाठी उपस्थित होणार आहे, हे त्याला कळून चुकलं.

एमाच्या शेजारच्या खुर्चीत धपकन बसता बसता गाइल्स तिच्या कानात कुजबुजला, ''हे काही ठीक दिसत नाहीये.''

ते बुखाननच्या कानावर पडताच तो म्हणाला, ''खरं आहे तुमचं म्हणणं. जे काही चाललंय ते ठीक नाहीये. म्हणून तर निवडणुका इतक्या तोंडावर आलेल्या असूनही आज मी तुम्हाला इथे बोलावून घेतलं. घडणाऱ्या गोष्टी तुमच्या कानावर घालाव्यात, या हेतूने. मी लगेच मुद्द्याचंच बोलतो. माझ्या आधीचे चेअरमन सर विल्यम ट्रॅव्हर्स यांच्या आकस्मिक निधनानंतर कंपनीचा शेअर प्रचंड गडगडला, हे तुमच्या ध्यानात आलंच असेल.''

''हो, आलं ना. पण मला वाटतं, अशा परिस्थितीत शेअरच्या किमती खाली कोसळणं अपेक्षितच आहे. त्यात नवल ते काय?'' गाइल्स म्हणाला.

''तुमचं म्हणणं जरी खरं असलं, तरी ती बातमी प्रसिद्ध झाल्यानंतर ज्या वेगाने शेअर खाली घसरला आणि अगदी रसातळालाच जाऊन पोहोचला, तसं होणं मुळीच अपेक्षित नव्हतं,'' बुखानन म्हणाला.

''पण तुम्ही चेअरमनपदाची सूत्रं हाती घेतल्यानंतर शेअर पुन्हा पूर्ववत झाला आणि चांगला स्थिरावला.''

''हो. तसं झालं खरं,'' चेअरमन बुखानन म्हणाला. ''पण शेअरची किंमत पुन्हा वर जाण्यासाठी केवळ मी चेअरमन होणं कारणीभूत आहे, असं मला वाटत नाही. सर विल्यम ट्रॅव्हर्सच्या मृत्यूनंतर कंपनीचा शेअर इतक्या वेगाने आणि इतक्या खाली कोसळण्यामागे नक्कीच दुसरं काहीतरी कारण असलं पाहिजे, असं मला निश्चितपणे वाटतं. विशेषत: रे कॉम्प्टन याने माझ्या असं निदर्शनास आणून दिलं, की हे असं यापूर्वीही घडलं होतं. ते ऐकून तर आता माझी खातरीच पटली आहे, की हे प्रकरण दिसतं तेवढं सरळ, साधं नाही.''

''तुमचं म्हणणं बरोबर आहे, चेअरमन,'' रे कॉम्प्टन म्हणाला. ''आपण जेव्हा प्रवासी जहाजांच्या उद्योगात उतरायचा निर्णय जाहीर केला, त्यानंतरसुद्धा शेअर असाच झपाट्याने गडगडला होता.''

''पण त्याचबरोबर मला हेही आठवतंय, की तो पुन्हा तितक्याच वेगाने चढत चढत भरपूर वर जाऊन स्थिरावला होता,'' एमा म्हणाली.

''हे खरोखरच असं झालं होतं,'' बुखानन म्हणाला. ''पण शेअरची किंमत वर जाऊन पक्की स्थिर व्हायला बरेच महिने लागले होते. आणि हे असं घडणं कंपनीच्या दृष्टीने चांगलं नाही. त्याने आपली बाजारातली पत कमी होते. हे असं काही एकदा घडणं आपण समजू शकतो. पण जर असं परत परत घडू लागलं,

तर त्यामागे निश्चित काहीतरी काळंबेरं असेल, असं वाटू लागतं. शिवाय हे असं परत परत घडलं तर काय, अशीही धाकधूक सतत मनात वाटू लागते. या असल्या चिंतांचं ओझं बाळगून काम करणं मला खूप कठीण वाटतं.'' असं म्हणून बुखाननने आपल्या दाट केसांमधून हात फिरवला. ''मी एक कंपनी चालवतोय. जुगाराचा अड्डा नव्हे.''

''तुम्ही मला हेच सांगणार आहात ना, की अॅलेक्झांडर फिशर कंपनीच्या बोर्डवर आल्यापासूनच या दोन्ही घटना घडल्या?''

''तुम्ही मेजर फिशरना ओळखता?''

''ती एक फारच मोठी कहाणी आहे, तेव्हा मी आत्ताच त्याविषयी तुम्हाला काही सांगत नाही. कारण मी जर मेजर फिशरविषयी बोलू लागलो, तर मध्यरात्र उजाडेल.''

''एकंदरीत सगळी परिस्थिती पाहता फिशरविषयीच मनात संशय निर्माण होत आहे,'' बुखानन म्हणाला. ''दोन्ही खेपेस साडेसात टक्के शेअर्सच्या विक्रीचा आणि पुनर्खरेदीचा व्यवहार पार पडला. आणि मेजर फिशर ज्या कंपनीचं प्रतिनिधित्व करतात, त्या कंपनीकडे आपले साडेसात टक्केच शेअर्स आहेत. पहिल्या खेपेला आपली जी वार्षिक सर्वसाधारण सभा झाली, ज्यात आपण आपल्या नवीन धोरणाची, नव्या पॅसेंजर लाइनची घोषणा केली, त्या मीटिंगच्या केवळ दोन तास आधी हे साडेसात टक्के शेअर्स बाजारात विक्रीसाठी निघाले होते आणि दुसऱ्या खेपेस सर विल्यम ट्रॅव्हर्स यांच्या आकस्मिक मृत्यूची बातमी बाहेर फुटायच्या आत परत एकदा तेवढेच शेअर्स बाजारात विकण्यात आले होते.''

''हा तर काही योगायोग असू शकत नाही,'' एमा म्हणाली.

''याहूनही आणखी वाईट गोष्ट तर पुढेच आहे,'' बुखानन म्हणाला. ''दोन्ही खेपेस शेअरची किंमत घसरणीला लागून अगदी रसातळाला गेल्यानंतर तीन आठवड्यांच्या आतच त्याच ब्रोकरने जेवढे शेअर्स विकले होते, तेवढेच शेअर्स परत विकत घेऊन, आपल्या क्लाएंटचा प्रचंड फायदा करून दिला होता.''

''आणि हा क्लाएंट फिशर आहे असं तुम्हाला वाटतं का?'' एमा म्हणाली.

''नाही. एवढी मोठी रक्कम त्याच्या कुवतीच्या बाहेरची आहे,'' गाइल्स म्हणाला.

''तुमचं म्हणणं बरोबर आहे,'' बुखानन म्हणाला. ''तो मेजर नक्कीच कुणाच्यातरी वतीने हे उद्योग करत असणार.''

''माझ्या अंदाजाप्रमाणे तो लेडी व्हर्जिनियासाठी काम करत असावा,'' गाइल्स म्हणाला.

''हा विचार माझ्याही मनात आला होता,'' बुखानन म्हणाला. ''पण या भानगडीच्या मागे त्या फिशरचाच हात आहे, हे मी नक्कीच सिद्ध करू शकेन.''

''कसं?''

''दोन्ही वेळेस केवळ तीन आठवड्यांच्या आतच हा शेअर्सच्या विक्रीचा आणि पुनर्खरेदीचा व्यवहार झाला होता. मी स्टॉक रेकॉर्ड्स तपासून पाहिली आहेत,'' कॉम्प्टन म्हणाला. ''दोन्ही व्यवहार हाँगकाँगमधून झाले होते. बेनी ड्रिस्कॉल नावाच्या डीलरनेच दोन्ही व्यवहार केले होते. त्या बेनी ड्रिस्कॉलची पार्श्वभूमी शोधून काढण्यासाठी फारसे कष्टसुद्धा पडले नाहीत.''

''तुमच्या बहिणीमुळे खरं तर आम्ही या सगळ्या प्रकरणाच्या मुळाशी जाऊ शकलो,'' बुखानन म्हणाला. गाइल्सने आश्चर्याने एमाकडे पाहिलं. ''मिसेस एमा क्लिफ्टन यांनीच आम्हाला मिस्टर डेरेक मिचेल या खासगी डिटेक्टिव्हचं नाव सुचवलं. पूर्वी या मिचेलने त्यांना मदत केली होती. डिटेक्टिव्ह मिचेल आमच्या विनंतीवरून स्वत: विमानाने हाँगकाँगला गेला. तिथे जरा तपास केल्यानंतर त्याला या बेनी ड्रिस्कॉलच्या सर्वांत मोठ्या क्लाएंटचं नाव समजायला वेळ लागला नाही.''

''म्हणजे आता आपण त्या फिशरची बोर्डवरून हकालपट्टी करू शकतो,'' गाइल्स म्हणाला.

''ती गोष्ट इतकी सहज सोपी असती, तर किती बरं झालं असतं,'' बुखानन म्हणाला. ''तो फिशर जोपर्यंत साडेसात टक्क्यांची मालकी असलेल्या कंपनीचं प्रतिनिधित्व करतोय, तोपर्यंत तो आपल्या नाकावर टिच्चून बोर्डवर राहणारच. आणि त्याने जो काही भामटेपणा केला, त्याचा एकमेव साक्षीदार म्हणजे हाँगकाँगमध्ये राहणारा तो दारुडा शेअर ब्रोकर.''

''म्हणजे याचा अर्थ आपण काही न करता नुसतं गप्प बसायचं?''

''तसं मात्र अजिबात नाही,'' बुखानन म्हणाला. ''म्हणून तर मी तुम्हा दोघांना आज इतक्या तातडीने इथे बोलावून घेतलंय. मला वाटतं, त्या फिशरला त्याच्याच पद्धतीने खेळी खेळून हरवण्याची वेळ जवळ आली आहे.''

''मी तुमच्यासोबत आहे,'' गाइल्स म्हणाला.

''तुम्ही नक्की काय करायचं ठरवलंय, ते आधी सांगा. मग मी माझा निर्णय सांगते,'' एमा म्हणाली.

''अर्थातच,'' बुखानन त्याच्या पुढ्यातली फाईल उघडत म्हणाला. ''तुम्ही दोघं मिळून एकत्रितरीत्या कंपनीच्या बावीस टक्के शेअर्सचे मालक आहात. त्यामुळे तुम्ही सर्वांत मोठे शेअरहोल्डर आहात. त्यामुळेच कोणताही बेत तुमच्या संमतीशिवाय मी पार पाडणार नाही, हे नक्की.''

"एका गोष्टीबद्दल आमची अगदी खातरीच आहे. काहीही करून आपली कंपनी रसातळाला घालवण्याचाच लेडी व्हर्जिनिया यांचा डाव आहे. त्यामुळेच नियमितपणे त्या आपल्या शेअर्सची अशा प्रकारे खरेदी आणि विक्री करत असतात. बाजारात लवकरच त्या आपल्याला आपली पत गमवायला भाग पाडणार हे नक्की."

"तुम्हाला काय वाटतं, केवळ माझ्यावर सूड उगवण्यासाठी ती हे सगळं करत असेल?"

"त्यांच्या विश्वासातला कुणीतरी माणूस जोपर्यंत आपल्यामध्ये आहे, तोपर्यंत नक्की कधी आणि कसा वार करायचा, हे त्यांना बरोबर कळत राहणार," बुखानन गाइल्सच्या प्रश्नाचं उत्तर न देता म्हणाला.

"पण या अशा गोष्टी करताना तिचं केवढं आर्थिक नुकसान होत असेल ना?" एमा म्हणाली.

"व्हर्जिनियाला त्याची काहीच पर्वा नसेल," गाइल्स म्हणाला. "तिला जर या कंपनीचा आणि त्याबरोबर माझा सत्यानाश करता आला, तर त्यापुढे तिला पैशांची काहीच फिकीर वाटणार नाही. खरं तर जी गोष्ट माझ्या आईने केव्हाच ओळखली होती, ती गोष्ट मला नाही ना समजू शकली."

"आणखी एक गोष्ट वाईट घडली आहे. त्यांनी एकूण दोन वेळा आपले शेअर्स जास्त किमतीला विकले आणि नंतर त्यांची किंमत घसरत घसरत अगदी तळाला पोहोचल्यावर ते जेव्हा परत खरेदी केले, तेव्हा या व्यवहारात त्यांनी एकूण सत्तर हजार पौंडाहूनही अधिक रकमेचा नफा कमावला. त्यामुळेच तर आता आपल्याला तातडीने हालचाल करायला हवी."

"तुमच्या मनात काय आहे?" एमा म्हणाली.

"आपण आता एक गोष्ट गृहीत धरून चालू," कॉम्प्टन म्हणाला, "ती म्हणजे, तो फिशर आता आपल्या कंपनीच्या बाबतीत आणखी एखादी वाईट बातमी कधी कानावर येते आहे, याची वाट बघत टपूनच बसलेला असणार. एकदा का तसं झालं, की परत तो त्याची खेळी खेळायला मोकळा."

"मग आपणच तसली बातमी त्याला मुद्दाम पुरवली तर?" बुखानन म्हणाला.

"पण त्याने आपला काय फायदा होणार?" एमा म्हणाली.

"कारण या खेपेला आपण इनसायडर ट्रेडिंग करायचं. म्हणजे असं, की तो फिशरचा ब्रोकर ड्रिस्कॉल आपण पुरवलेल्या वाईट बातमीच्या भरवश्यावर घाईने लेडी व्हर्जिनियाचे साडेसात टक्के शेअर्स बाजारात विक्रीला काढेलच. मग लगेच ते आपणच विकत घ्यायचे आणि शेअरची किंमत खाली न घसरता वरच चढेल."

"पण त्यासाठी आपल्याला केवढी भारी किंमत मोजावी लागेल," एमा म्हणाली.

"आपणच फिशरला खोटी बातमी पुरवली, तर तसं काही होणार नाही," बुखानन म्हणाला. "तुम्हा दोघांची जर संमती असेल, तर मी फिशरला असं पटवून देईन, की कंपनी सध्या अत्यंत कठीण अशा आर्थिक संकटात सापडली आहे. कंपनीचं जवळपास दिवाळंच निघण्याची वेळ आली आहे. मी त्याला असंही सांगेन की, 'बकिंगहॅम' जहाजाच्या बांधणीसाठी येणार असलेल्या प्रचंड खर्चामुळे यावर्षी कंपनी काहीही नफा जाहीर करणार नाहीये. या जहाजाच्या बांधणीचा खर्च अंदाजापेक्षा वीस टक्क्यांहून अधिक वाढला आहे. त्यामुळे आपण या वर्षी आपल्या शेअर होल्डर्सना काहीच डिव्हिडंड देऊ शकणार नाही."

"तुम्ही जर असं केलंत," एमा म्हणाली, "तर तुमच्या मते तो फिशर ताबडतोब व्हर्जिनियाला तिच्या जवळचे सगळे शेअर्स विकण्याचा सल्ला देईल आणि तीन आठवड्याच्या ट्रेडिंग पीरियडमध्ये ते सगळेच्या सगळे शेअर्स अगदी कमी किमतीला ते बाजारातून विकत घेण्याचा त्या दोघांचा इरादा असेल, असंच ना?"

"हो, अगदी बरोबर," रे कॉम्प्टन म्हणाला. "पण समजा नेमक्या पुढच्या तीन आठवड्यात जर शेअरची किंमत भरपूर वाढली, तर लेडी व्हर्जिनिया कदाचित इतक्या भरमसाट किमतीला त्यांचे साडेसात टक्के शेअर्स परत घेण्यास तयारसुद्धा होणार नाहीत. तसं झालं, तर त्या फिशरची बोर्डवरून आपोआप हकालपट्टी होईल आणि आपल्यामागची ब्याद टळेल."

"पण हे सगळं घडवून आणण्यासाठी तुम्हाला किती रकमेची गरज आहे?"

"मी एक अगदी खातरीपूर्वक सांगू शकतो. जर माझ्याकडे पाच लाख पौंडाचा निधी उपलब्ध असेल, तर मी त्या दोघांची खोड जिरवेन," बुखानन म्हणाला.

"पण हे नेमकं कधी घडवून आणायचं?"

"आपली जेव्हा पुढची बोर्ड मीटिंग होईल, तेव्हा मी मीटिंगमध्ये सर्व बोर्ड मेंबर्सना विश्वासात घेऊन ही 'वाईट बातमी' खासगीत सांगेन. पुढच्या वार्षिक सर्वसाधारण सभेत आपण आपल्या शेअर होल्डर्सना याची स्पष्ट कल्पना देणारच आहोत, असंही त्यांना सांगेन."

"ही वार्षिक सर्वसाधारण सभा कधी आहे?"

"याच बाबतीत मला तुमचा सल्ला हवाय, सर गाइल्स. सार्वत्रिक निवडणुका कधी असतील, याची तुम्हाला कल्पना आहे का?"

"सव्वीस मे ला असतील, असंच सर्वत्र बोललं जातंय. मीही त्याच दृष्टीने तयारीला लागलो आहे," गाइल्स म्हणाला.

"पण आपल्याला नक्की कधी कळेल?"

"साधारणपणे एक महिना आधी कळतं."

"गुड." असं म्हणत त्याने डायरीची काही पानं उलटली. "अठरा एप्रिल... आणि वार्षिक सर्वसाधारण सभा पाच मे ला ठरवू."

"पण निवडणूक प्रचाराची धामधूम सुरू असताना तुम्हाला नेमकी त्याच वेळी वार्षिक सर्वसाधारण सभा का ठेवायची आहे?" एमा म्हणाली.

"कारण माझी अशी खातरी आहे, की या एकाच वेळी मतदारसंघाचा चेअरमन त्या सभेला उपस्थित राहू शकणार नाही."

"चेअरमन?" गाइल्स उत्सुकतेने म्हणाला.

"तुम्ही आज संध्याकाळी प्रसिद्ध झालेलं वर्तमानपत्र वाचलेलं दिसत नाही," रे कॉम्प्टन म्हणाला. त्याने 'ब्रिस्टॉल ईव्हिनिंग पोस्ट'चा अंक गाइल्सच्या हाती ठेवला. गाइल्सने बातमीचा मथळा मोठ्यांदा वाचला :

"टोब्रुकच्या लढाईत भरीव कामगिरी गाजवणारे मेजर ॲलेक्स फिशर आता ब्रिस्टॉल डॉकलँड्सच्या कॉन्झर्व्हेटिव्ह पक्षाचे चेअरमन म्हणून बिनविरोध निवडून आले आहेत."

"या माणसाचा विचार तरी काय आहे?" गाइल्स बातमी वाचून झाल्यावर जरा वेळाने म्हणाला.

"तुम्ही ही निवडणूक हरणार, असं ते गृहीत धरून चालले आहेत आणि तसं होईल तेव्हा ते स्वतः चेअरमन असल्यामुळे मग —"

"पण तुम्ही म्हणता ते जर खरं असतं, तर मग त्या फिशरने नेव्हिल सिम्प्सनला पाठिंबा द्यायला हवा होता. पण त्याऐवजी कॉन्झर्व्हेटिव्ह पक्षाचा उमेदवार म्हणून उभं राहण्यासाठी त्याने ग्रेग डनेटला पाठिंबा दिला. हे कसं काय? माझ्यावर सिम्प्सनच्या विरोधात निवडणूक लढवण्याची वेळ आली असती, तर तो माझा तुल्यबळ प्रतिस्पर्धी ठरला असता. यात नक्की काहीतरी काळंबेरं आहे. या फिशरच्या मनात नक्की आहे तरी काय?" गाइल्स म्हणाला.

"मिस्टर बुखानन, आता आमच्याकडून तुम्हाला नक्की काय हवंय, ते सांगा," एमा म्हणाली. मुळात गाइल्स आणि ती मुद्दाम इथे बुखानन यांना एका वेगळ्याच कामासाठी भेटायला आले होते, हे तिच्या लक्षात आलं.

"मॅडम, पाच मे रोजी बाजारात आपल्या कंपनीचे जेवढे म्हणून शेअर्स विक्रीसाठी येतील, ते सगळेच्या सगळे तातडीने विकत घेण्याची मला तुमच्याकडून परवानगी हवी आहे. त्यामुळे त्यापुढचे तीन आठवडेसुद्धा बाजारात विक्रीस येणारे जास्तीत जास्त शेअर्स आपल्याला विकत घ्यावे लागतील."

"यात आपलं किती नुकसान होईल?"

"माझ्या अंदाजाने सुमारे वीस ते तीस हजार पौंड इतकं नुकसान तरी होईलच.

पण या खेपेला निदान लढाई नक्की कोणत्या तारखेला सुरू करायची, हे आपल्या हातात आहे. रणांगणसुद्धा आपल्याच पसंतीचं आहे. त्यामुळे या व्यवहारात आपला फायदा जरी झाला नाही, तरी फारसा आर्थिक फटका बसणार नाही, एवढं निश्चित.''

''हे सगळं केल्याने जर त्या ॲलेक्स फिशरची कंपनीच्या बोर्डवरून हकालपट्टी होणार असेल, त्याचबरोबर व्हर्जिनियाच्या कारवायांना आळा बसणार असेल, तर त्या मोबदल्यात तीस हजार पौंड ही किंमत काही फार नाही.''

''आत्ता आपल्यामध्ये फिशरची बोर्डवरून हकालपट्टी करण्याचा विषय निघालाच आहे, तर मग—''

''हे बघा, मला बोर्डवर येण्यात काहीही रस नाही. मला तेवढा वेळही नाही. आणि समजा मी ही निवडणूक जिंकलो, तरीसुद्धा मला जमणार नाही,'' गाइल्स म्हणाला.

''मी तुमच्याविषयी काही म्हणतच नव्हतो, सर गाइल्स. मला अशी आशा होती, की आता फिशरची जागा रिकामी होणार असेलच, तर त्या जागी बोर्ड मेंबर व्हायला मिसेस क्लिफ्टन तयार आहेत का?''

✳

'पंतप्रधान सर अँथनी एडन यांनी आज दुपारी चार वाजता बकिंगहॅम पॅलेस येथे 'हर मॅजेस्टी द क्वीन' यांची भेट घेऊन त्यांच्याकडे २६ मे रोजी घेण्यात येणाऱ्या सार्वत्रिक निवडणुकांची पूर्वतयारी म्हणून संसद विसर्जित करण्याची औपचारिक परवानगी मागितली.'

रेडिओ बंद करून व्हर्जिनिया म्हणाली, ''तुमचा अंदाज खरा ठरला. आता त्या बिचाऱ्या दुर्दैवी मिस्टर डनेटचं तुम्ही काय करायचं ठरवलं आहेत, याची त्याला तुम्ही कधी कल्पना देणार आहात?''

''टायमिंग हे प्रत्येक बाबतीत अत्यंत महत्त्वाचं असतं,'' फिशर म्हणाला. ''मला वाटतं त्यासाठी मी जरा वाट पाहीन आणि रविवारी दुपारी त्याला मला येऊन भेटण्याची विनंती करीन.''

''पण रविवार दुपारच का?''

''मी जेव्हा त्याची भेट घेईन, तेव्हा आसपास इतर कुणी कमिटी मेंबर्स नसलेलेच बरे.''

''तुम्हाला स्वतःच्या कमिटीचं चेअरमन करून घेण्याची जर मॅकियाव्हेलीला संधी मिळाली असती ना, तर त्याला अत्यंत अभिमान वाटला असता,'' व्हर्जिनिया म्हणाली.

"पण मॅकियाव्हेलीचा कमिट्यांवर कुठे विश्वास होता?"

व्हर्जिनिया जोरात हसली. "मग आता आपल्या हाँगकाँगमधील मित्राला तुम्ही कधी फोन करणार आहात?"

"वार्षिक सर्वसाधारण सभेच्या आदल्या रात्री मी बेनीला फोन करीन. ज्या क्षणी तो चेअरमन बुखानन सभेत भाषण करायला उभा राहील, त्याच क्षणी बेनीने शेअर्सच्या विक्रीची ऑर्डर काढायला हवी. हे अत्यंत महत्त्वाचं आहे."

व्हर्जिनियाने सिगरेट ओठात पकडली आणि मेजर फिशरने लायटरने ती पेटवावी म्हणून ती थांबली. त्याने तसे केल्यावर तिने एक दीर्घ श्वास घेतला आणि मग क्षणभर विचार करून म्हणाली, "मेजर, सगळ्या गोष्टी कोणताही अडथळा न येता अगदी आपण योजल्याप्रमाणे होत आहेत, हा योगायोग तर नाही? तुम्हाला काय वाटतं?"

२१

‘‘**मि**स्टर डनेट, मी इतकं आयत्या वेळी रविवारी आणि तेही दुपारच्या वेळी तुम्हाला बोलावणं पाठवूनसुद्धा तुम्ही लगेच आलात. बरं वाटलं.’’

‘‘माय प्लेझर, मिस्टर चेअरमन. आपलं प्रचारकार्य इतकं उत्तम चाललंय, ते पाहिल्यावर तुम्हाला नक्कीच आनंद होईल. आत्ताच्या अंदाजाप्रमाणे आपल्याला किमान एक हजारांचं तर मताधिक्य मिळेलच, असं वाटतंय,’’ डनेट म्हणाला.

‘‘तुमचं म्हणणं खरं ठरलं, तर आपल्या पक्षाच्या दृष्टीने ते चांगलंच आहे, मिस्टर डनेट. पण माझ्या कानावर आलेली बातमी काही तितकीशी चांगली नाही. तेव्हा तुम्ही जरा बसा.’’ फिशर म्हणाला.

डनेटच्या चेहऱ्यावरचं हास्य हळूहळू मावळलं आणि त्याच्या चेहऱ्यावर बुचकळ्यात पडल्याचे भाव उमटले. ‘‘काही प्रॉब्लेम आहे का, मिस्टर चेअरमन?’’ फिशरच्या समोरच्या खुर्चीत बसत डनेट म्हणाला.

‘‘काय प्रॉब्लेम आहे, हे मला वाटतं तुम्हाला चांगलंच ठाऊक आहे,’’ फिशर म्हणाला.

डनेटने फिशरकडे बघत खालचा ओठ अस्वस्थपणे दातांनी चावला.

‘‘तुम्ही या उमेदवारीसाठी अर्ज भरलात, तेव्हा अर्जासोबत तुमची माहितीपण कमिटीला लेखी दिली होती,’’ फिशर म्हणाला. ‘‘पण ती माहिती देताना तुम्ही पूर्णपणे प्रामाणिक नव्हता, हे आता आम्हाला कळून चुकलंय.’’ फिशरचे शब्द ऐकताच डनेटचा चेहरा अक्षरश: पांढराफटक पडला. या आधी युद्धभूमीवर साक्षात मरण समोर दिसताना सैनिकांची अशी प्रतिक्रिया झालेली फिशरने पाहिली होती.

"तुम्हाला आठवतं का? तुम्ही युद्धात गाजवलेल्या कामगिरीबद्दल तुम्हाला प्रश्न विचारण्यात आला होता.'' असं म्हणत फिशरने समोरच्या फाईलमधून डनेटने लिखित स्वरूपात सादर केलेला परिचय बाहेर काढून मोठ्यांदा वाचण्यास सुरुवात केली. "रग्बी खेळत असताना माझ्या पायाला झालेल्या गंभीर जखमेमुळे मला 'रॉयल ॲम्ब्युलन्स कोअर'मध्येच भरती होण्याशिवाय दुसरा काही पर्याय नव्हता, असं तुम्ही यात स्पष्ट लिहिलं आहे.''

धागा तुटलेल्या कळसूत्री बाहुलीसारखा डनेट खुर्चीत कोसळला.

"मी एक गोष्ट शोधून काढली आहे, ती म्हणजे, तुमचं हे म्हणणं दिशाभूल करणारं आणि साफ खोटं आहे.'' फिशरचे हे शब्द ऐकून डनेटने डोळे मिटून घेतले. "वस्तुस्थिती अशी आहे की, लोकशाहीमधील मतस्वातंत्र्याच्या अधिकाराचा हवाला देऊन तुम्ही त्या वेळी युद्धात सहभागी होण्यास नकार दिला होता. त्याबद्दल तुमची तुरुंगात रवानगी करण्यात आली होती. सहा महिने तुरुंगवास भोगल्यानंतर तुम्ही ॲम्ब्युलन्स सर्व्हिसमध्ये भरती झालात.''

"पण या गोष्टीला दहा वर्षांहून अधिक काळ लोटला आहे,'' डनेट गयावया करत म्हणाला. "ही गोष्ट आता कुणाच्या कानावर जाण्याचं काही कारणच नाही.''

"तसं जर असतं, तर किती बरं झालं असतं मिस्टर डनेट,'' फिशर म्हणाला. "परंतु तुमच्याबरोबर पार्क हर्स्टमध्ये काम करणाऱ्या एका व्यक्तीचं पत्र आम्हाला आलं आहे, ही मोठी दुर्दैवाची गोष्ट आहे,'' असं म्हणून फिशरने टेबलावरचं एक पाकीट उचलून डनेटला दाखवलं. खरं म्हणजे त्या पाकिटात केवळ गॅसची पावती होती. 'मिस्टर डनेट, मी जर या असत्य कथनात तुमची साथ दिली, तर त्याचा अर्थ तुमच्या अप्रामाणिकपणाला मी नजरेआड केलं, असा होतो. आणि पुढे-मागे तुमच्या प्रचारदौऱ्यात जर यदाकदाचित हे प्रकरण उघडकीला आलंच किंवा त्याहूनही वाईट म्हणजे तुम्ही संसद सदस्य म्हणून निवडून आल्यानंतर हे बाहेर आलं, तर मला हे सर्व काही आधीपासूनच ठाऊक होतं, अशी मला माझ्या सहकाऱ्यांपाशी कबुली द्यावी लागेल. तसं जर घडलं, तर मग मला चेअरमनपदाचा राजीनामाच देणं भाग पडेल.''

"पण तुम्ही जर माझी साथ दिली, तर मी ही निवडणूक अजूनही जिंकू शकतो,'' डनेट म्हणाला.

"आणि जर लेबर पक्षाला या गोष्टीचा नुसता सुगावा जरी लागला, तरी तो गाइल्स बॅरिंग्टन प्रचंड बहुमताने निवडून येईल, हे नक्की. त्याने या आधी मिलिटरी क्रॉसही मिळवलेला आहे, एवढंच नव्हे; तर तो जर्मनांचा युद्धकैदी होता आणि त्या कैदेतून तो निसटून आलेला आहे, हे विसरू नका.''

डनेट दोन्ही हातांच्या ओंजळीत तोंड लपवून रडू लागला.

“स्वत:ला सावरा मिस्टर डनेट आणि एखाद्या सभ्य माणसाला शोभेल, असं आता वागा. या सर्वातून सन्मानपूर्वक बाहेर पडण्याचा एक पर्याय आहे.”

डनेटने मान वर करून पाहिलं. त्याच्या चेहऱ्यावर क्षणभर आशेचा किरण चमकून गेला. एवढ्यात फिशरने मतदारसंघाचं नाव आणि शिक्का असलेला पक्षाच्या लेटरहेडचा कोरा कागद त्याच्यापुढे सरकावला. आपल्या पेनचं टोपण काढून ते पेन त्याच्या हाती ठेवलं.

“आपण दोघं मिळूनच काय लिहायचं ते ठरवू या,” तो डनेटला म्हणाला.

“डिअर मिस्टर चेअरमन,” फिशरने डनेटला मजकूर सांगायला सुरुवात केली. डनेट नाइलाजाने लिहू लागला. “येत्या सार्वत्रिक निवणुकीमध्ये कॉन्झर्व्हेटिव्ह पक्षातर्फे उभा राहून मी निवडणूक लढवण्यास असमर्थ आहे. यामागे माझे शारीरिक अस्वास्थ्य हे कारण —”

डनेटने मान वर करून पाहिलं.

“तुम्ही लोकशाहीतील मतस्वातंत्र्याचं कारण पुढे करून युद्धात भाग घेण्यास नकार दिला होता, हे तुमच्या पत्नीस माहीत आहे?”

डनेटने नकारार्थी मान हलवली.

“मग आपण ते तसंच ठेवू,” असं म्हणून फिशर समजूत काढल्यासारखं हसला आणि त्याने पुढील मसुदा सांगण्यास सुरुवात केली. “माझ्या या निर्णयामुळे निवडणूक इतकी तोंडावर आलेली असताना कमिटीची जी काही गैरसोय होत आहे, त्याबद्दल मी दिलगीर आहे. माझी जागा जो कुणी घेईल, त्याला माझ्या हार्दिक शुभेच्छा. आपला विश्वासू...” एवढं बोलून फिशर गप्प बसला. डनेटने हा सर्व मजकूर त्या कागदावर लिहून त्याखाली स्वत:ची सहीसुद्धा केली.

त्यानंतर ते पत्र उचलून फिशरने काळजीपूर्वक वाचलं. त्याचं समाधान झाल्यावर त्याने ते घडी करून एका पाकिटात घालून पाकीट बंद केलं. त्यानंतर ते डनेटच्या पुढ्यात सरकवत म्हणाला, “यावर लिहा :

प्रति,
चेअरमन
(खासगी व गोपनीय)”

त्यानंतर डनेटच्या हातातून पेन परत घेऊन त्याचं टोपण लावता लावता फिशर म्हणाला, “मला खरंच खूप वाईट वाटतंय.” त्याने ते पाकीट टेबलाच्या खणात ठेवून खण बंद करून त्याला कुलूप लावलं.

“मान ताठ ठेवा आणि हे पाहा, मी हे सगळं तुमच्या भल्यासाठीच केलं, हे तुमच्या नंतर लक्षात येईलच,” असं म्हणून फिशरने डनेटच्या कोपराला धरून त्याला खुर्चीतून उठवलं आणि अलगद दाराकडे नेलं. “तुम्ही हा मतदारसंघ

लवकरात लवकर सोडून परत गेलात, तर फार बरं होईल,'' तो म्हणाला. ''उगीच पत्रकारांसमोर या प्रकरणाची वाच्यता व्हायला नको, नाही का?''

ते ऐकून डनेटच्या चेहऱ्यावर भीती उमटली.

''तुम्ही विचारण्यापूर्वीच मी तुम्हाला माझा शब्द देतो मिस्टर डनेट, माझ्या तोंडून याविषयी चकार शब्दही बाहेर पडणार नाही.''

''थँक यू, मिस्टर चेअरमन,'' असं म्हणून डनेट निघून गेला. फिशर ऑफिसात परत आला. स्वत:मागे दार बंद करून घेत टेबलापाशी बसत त्याने फोन उचलला. त्याच्या समोरच्या लेटरपॅडवर लिहिलेला एक नंबर त्याने लावला.

''पीटर, मी ॲलेक्स फिशर बोलतोय. रविवारी दुपारी तुम्हाला असा त्रास द्यायचं खरंतर माझ्या जिवावर येतंय. पण एक प्रॉब्लेम उपस्थित झालाय. त्याविषयी तुमच्याशी तातडीने चर्चा करायची आहे. आज संध्याकाळी माझ्यासोबत जेवणासाठी तुम्हाला वेळ आहे का?''

※

''जंटलमेन, तुम्हाला एक गोष्ट आज अत्यंत खेदाने सांगायची आहे, ती म्हणजे काल दुपारी मिस्टर ग्रेगरी डनेट मला येऊन भेटले. आपण येत्या निवडणुकीसाठी या मतदारसंघातून आपल्या पक्षाचा उमेदवार म्हणून नुकतीच त्यांची निवड केली होती; परंतु काल त्यांनी त्यांची असमर्थता कळवून राजीनाम्याचं पत्र दिलं आहे. म्हणून आज मी ही तातडीची बैठक बोलावली आहे.''

हे शब्द ऐकताच कार्यकारिणीच्या सदस्यांनी एकदमच आपापसात बोलायला सुरुवात केली. सर्वांच्या मुखी एकच प्रश्न होता : ''का?''

त्या प्रश्नाचं उत्तर देण्याआधी सभागृहातील कुजबूज बंद होऊन शांतता प्रस्थापित होण्याची वाट बघत फिशर थांबला. ''डनेट यांनी नुकताच माझ्यापाशी एक कबुलीजबाब दिला. युद्धाच्या काळात सेनेत भरती होण्याच्या संदर्भात त्यांनी चुकीची माहिती देऊन कमिटीची दिशाभूल केली होती. रग्बी खेळताना इजा झाल्यामुळे आपल्याला ॲम्ब्युलन्स कोअरमध्ये भरती व्हावं लागलं, असं त्यांनी आपल्याला सांगितलं होतं. पण वस्तुस्थिती अशी होती की, लोकशाहीतील मतस्वातंत्र्याचं कारण पुढे करून त्यांनी प्रत्यक्ष युद्धात भाग घेण्यास नकार दिला होता. त्यामुळे त्यांना सहा महिन्यांचा तुरुंगवासही भोगावा लागला होता; परंतु पार्कहर्स्ट तुरुंगात त्याच वेळी त्यांच्यासोबत शिक्षा भोगत असलेला एक कैदी पत्रकारांना भेटला असल्याची नुकतीच त्यांना कुणकुण लागली. त्यामुळे आता राजीनामा देण्यावाचून त्यांच्यासमोर दुसरा काही पर्यायच शिल्लक उरला नाही.''

यानंतर सभागृहात अत्यंत जोरजोरात बोलणं सुरू झालं. परत एकदा फिशर

सर्व जण शांत होण्याची वाट बघत गप्प बसला. त्याला तसं बसून राहण्यात काहीच अडचण नव्हती, कारण या संपूर्ण नाटकाची संहिता त्यानेच तर लिहून काढली होती. त्यामुळे पुढच्या पानावरचा मजकूर त्याला आधीपासूनच तोंडपाठ होता.

''तसं झाल्यावर मग तुमच्यावतीने त्याचा राजीनामा स्वीकारण्यावाचून माझ्या समोर दुसरा काहीच पर्याय नव्हता. त्याने त्यानंतर शक्य तितक्या लवकर हा मतदारसंघ सोडून जावा, असंही आमच्यात बोलणं झालं. मी मिस्टर डनेट यांच्याशी याहूनही जास्त कडक वागायला हवं होतं, असं तर तुम्हाला वाटत नाहीये ना?''

त्याच्या या वाक्यानंतर ठरल्याप्रमाणे पीटर मेनार्ड उठून म्हणाला, ''पण आता इतक्या शॉर्ट नोटीसमध्ये आपल्याला नवीन उमेदवार कुठून सापडणार?''

''माझी स्वत:ची पहिली प्रतिक्रियासुद्धा अगदी ही अशीच झाली,'' फिशर म्हणाला. ''त्यामुळे मी ताबडतोब सेंट्रल ऑफिसला सल्ला विचारण्यासाठी फोन केला. पण ही गोष्ट रविवारी दुपारची असल्यामुळे तिथे फार कुणी ऑफिसात हजर नव्हते; परंतु मी त्यांच्या लीगल डिपार्टमेंटशी बोलल्यावर मला एक गोष्ट समजली. तुम्हालाही ती गोष्ट अत्यंत महत्त्वाची वाटेल, असं मला वाटतं. येत्या १२ मे च्या आत, म्हणजेच पुढच्या गुरुवारपर्यंत आपण जर नवीन उमेदवाराचं नाव पुढे करू शकलो नाही, तर निवडणूक कायद्यानुसार आपल्याला ही निवडणूक लढवताच येणार नाही. याचा अर्थ त्या बॅरिंग्टनला फक्त लिबरल पक्षाच्या प्रतिस्पर्ध्याचा सामना करावा लागेल. परिणामी तो प्रचंड बहुमताने विजयी होईल.''

त्याचे हे शब्द ऐकताच सदस्यांमध्ये आपापसात मोठमोठ्या आवाजात चर्चा सुरू झाली. तसं होणार हे तर फिशरला अपेक्षितच होतं. जरा थांबून तो पुढे म्हणाला, ''मग मी ताबडतोब नेव्हिल सिम्प्सनशी संपर्क साधला.''

त्याच्या तोंडचे हे शब्द ऐकताच काही सदस्यांच्या चेहऱ्यावर हसू उमटलं.

''परंतु दुर्दैवाने फुलहॅम सेंट्रलने सिम्प्सन यांना आपला उमेदवार म्हणून घोषित केलेलं आहे. त्यांनी आवश्यक त्या कागदपत्रांची पूर्तताही केलेली आहे. मग आपल्याला सेंट्रल ऑफिसकडून पाठवण्यात आलेल्या नावांची यादी मी एकवार तपासून पाहिली. पण त्यातील बरेचसे उमेदवार आता वेगवेगळ्या मतदारसंघातून निवडणूक लढवत आहेत. आता जी काही थोड्याफार लोकांची नावं शिल्लक उरली आहेत, त्यांच्यातील कुणी आपल्याकडून उभा राहिला, तर बॅरिंग्टन त्याला फाडून खाईल. तर ही सगळी परिस्थिती मी तुमच्यासमोर मांडली आहे.''

यानंतर असंख्य हात एकदम वर झाले. परत एकदा फिशरने पीटर मेनार्डलाच उभं राहण्याची खूण केली. जणू काही सर्वांत पहिलं लक्ष त्याच्याचकडे गेल्यासारखा अभिनय करत!

''आपल्या पक्षाच्या दृष्टीने ही खरंच दुर्दैवी घटना आहे, मिस्टर चेअरमन. पण ही परिस्थिती तुम्ही ज्या नाजूकपणे आणि कौशल्याने हाताळली, तशी खरोखरच तुमच्या जागी दुसरा कुणी असता, तर करू शकला नसता,'' पीटर मेनार्ड म्हणाला.

अनेक सदस्यांनी माना डोलावत सहमती व्यक्त केली.

''असं म्हणणं, हा तुमचा चांगुलपणा पीटर. पण मी जे काही केलं, ते आपल्या असोसिएशनच्या भल्यासाठीच केलं.''

''मी इथे आता माझं वैयक्तिक मत व्यक्त करतो, मिस्टर चेअरमन,'' पीटर मेनार्ड म्हणाला. ''सद्यपरिस्थिती लक्षात घेता, आपण ज्या काही अडचणीत सापडलो आहोत त्याचा विचार केल्यावर माझा तर असाच आग्रह असेल की, ही निवडणूक आता तुम्हीच लढवावी.''

''नाही, नाही,'' फिशर नाटकीपणे हात हलवून जोरात नकार देत म्हणाला. ''तुम्हाला माझ्यापेक्षा सर्वपरीने जास्त पात्र असलेला उमेदवार नक्कीच सापडेल.''

''परंतु या मतदारसंघातील लोकांना तसंच आपल्या प्रतिस्पर्ध्याला तुमच्याइतकं चांगलं दुसरं कुणीच ओळखत नाही, मिस्टर चेअरमन.''

त्यानंतर फिशर मुद्दाम गप्प राहिला. पीटर मेनार्डच्या मताशी सहमत असलेल्या आणखी काही लोकांनी त्याच्या सुरात आपला सूर मिळवला. अखेर पक्षाचा सचिव म्हणाला, ''मी पीटर मेनार्ड यांच्याशी सहमत आहे. आपल्याला आणखी वेळ वाया घालवता येणार नाही. आपण उमेदवार घोषित करण्यास जेवढा विलंब करू, तेवढा तो बॅरिंग्टन अधिकच खूश होईल.''

बहुतेक कमिटी सदस्यांना हे बोलणं पटलेलं आहे, याची खातरी पटल्यावर फिशर मुद्दामच मान खाली घालून नम्रपणे बसून राहिला. ते पाहताच ठरल्याप्रमाणे पीटर मेनार्ड उठून उभा राहिला. ''मिस्टर ॲलेक्स फिशर यांनी ब्रिस्टॉल डॉकलँड मतदारसंघातून आपल्या पक्षाचा उमेदवार म्हणून ही निवडणूक लढवावी, हा प्रस्ताव मी आपणा सर्वांसमोर ठेवत आहे.''

फिशरने मान किंचित वर करून डोळ्यांच्या कोपऱ्यातून पाहून खातरी करून घेतली. त्याच्या अपेक्षेप्रमाणे सचिवांनी तत्काळ या प्रस्तावाला अनुमोदन दिलं.

''या प्रस्तावाच्या बाजूने जे कुणी असतील त्यांनी हात वर करा,'' पीटर मेनार्ड म्हणाला. अनेक हात तत्काळ वर झाले. मेनार्ड वाट पाहत थांबला. काही लोकांनी हात वर करण्यापूर्वी इतरत्र पाहिलं आणि अखेर नाराजीने का होईना, पण बहुमताबरोबर जायचं ठरवून हात वर केला. पीटर मेनार्ड म्हणाला, ''मी असं जाहीर करतो की, आपल्या पक्षाचा उमेदवार म्हणून मेजर ॲलेक्स फिशर यांची एकमताने निवड होत आहे.'' त्या घोषणेनंतर टाळ्यांचा प्रचंड कडकडाट झाला.

"मी तर तुमच्या या निर्णयामुळे भारावून गेलो आहे," फिशर म्हणाला. "तुम्ही सर्वांनी माझ्याबद्दल जो विश्वास व्यक्त केलेला आहे, त्याचा मी विनम्रतेने स्वीकार करत आहे. तुम्हाला तर माहीतच आहे, मी प्रत्येक कृती करत असताना आजवर फक्त पक्षाच्या भल्याचाच विचार करत आलो. त्यामुळे आज इथे असा काही निर्णय घेण्यात येईल, याची मी स्वप्नातही कल्पना केलेली नव्हती. पण मी तुम्हाला एका गोष्टीची खातरी देतो की, येत्या निवडणुकीत गाइल्स बॅरिंग्टनचा पाडाव करण्यासाठी मी प्रयत्नांची पराकाष्ठा करीन आणि ब्रिस्टॉल डॉकलँडचं प्रतिनिधित्व संसदेत आपला कॉन्झर्व्हेटिव्ह पक्षच करेल, एवढं नक्की." हे संपूर्ण भाषण फिशरने घरी अनेकदा घोकून पाठच करून ठेवलं होतं, कारण हे भाषण करताना आपल्याला हातातील टाचणांवर नजर टाकण्याची संधी नसणार, याची त्याला कल्पना होती.

यानंतर सर्व उपस्थितांनी उभं राहून टाळ्यांचा कडकडाट सुरू केला. फिशर मान खाली घालून गालातल्या गालात हसला. घरी गेल्यावर व्हर्जिनियाला फोन करून सर्व काही सांगायचं, असं त्याने ठरवलं होतं. डनेट आणि सिम्प्सन या दोघाही उमेदवारांच्या भूतकाळाचा तपास करून त्यात आक्षेपार्ह असं बारीकसारीक जरी सापडलं, तरी त्याची माहिती काढण्यासाठी त्याने डिटेक्टिव्ह मिचेल याची नियुक्ती करण्यास व्हर्जिनियाला भाग पाडलं होतं. मिचेलला या कामाचा मोबदला म्हणून व्हर्जिनियाने जे काही पैसे दिले होते, ते आज वसूल झाले होते. आता आपण त्या बॅरिंग्टनची चांगली खोड जिरवून त्याला मान खाली घालायला लावू, असं फिशरच्या मनात आलं आणि या खेपेला बॅरिंग्टनला रणांगणावर हार मानावी लागणार होती.

❈

"बेनी, मेजर फिशर बोलतोय."

"तुमचा फोन आला, की मला फार आनंद होतो, मेजर फिशर. त्यात माझ्या उडत उडत असं कानावर आलंय, की तुमचं अभिनंदन करण्याजोगं काहीतरी छानसं घडलंय."

"थँक यू," फिशर म्हणाला. "पण मी फोन मात्र वेगळ्याच कामासाठी केला आहे."

"मी पेन सरसावून थांबलोय, मेजर."

"या खेपेला अगदी आधीसारखाच शेअरच्या विक्री आणि पुनर्खरेदीचा व्यवहार पार पाडायचा आहे. पण या खेपेला तू स्वतःसुद्धा अशाच प्रकारे तुझ्या वैयक्तिक शेअर्सची विक्री आणि खरेदी करून वाहत्या पाण्यात हात धुवून घ्यायला हरकत नाही."

"याचा अर्थ तुम्हाला स्वतःची भलतीच खातरी दिसते आहे, मेजरसाहेब," बेनी म्हणाला. पण त्यावर मेजर फिशरने काहीच उत्तर दिलं नाही. मग बेनीच पुढे म्हणाला, "ठीक आहे. मग बॅरिंग्टन्सच्या दोन लाख शेअर्सची विक्रीची ऑर्डर काढायची ना?"

"हो, पक्की. पण परत एकदा आठवण करून देतो. टायमिंग अत्यंत महत्त्वाचं."

"तुम्हाला विक्रीची ऑर्डर कधी काढून हवी, तेवढं फक्त सांगा मेजर."

"पाच मे रोजी, बॅरिंग्टन्सच्या वार्षिक सर्वसाधारण सभेच्या आधी. एक लक्षात ठेवा, त्या दिवशी सकाळी दहा वाजण्यापूर्वी हा शेअर विक्रीचा व्यवहार पूर्ण झाला असला पाहिजे."

"झालाच म्हणून समजा," बेनी म्हणाला. त्यानंतर क्षणभर थांबून तो पुढे म्हणाला, "याचा अर्थ निवडणुकीच्या दिवसापर्यंत संपूर्ण व्यवहार पार पडलेला असेल, असंच ना?"

"अगदी बरोबर."

"वा! एका दगडात दोन पक्षी मारण्याची अगदी सुवर्णसंधीच."

गाइल्स बॅरिंग्टन
१९५५

२२

मध्यरात्र उलटून गेल्यानंतर फोन वाजला. आत्ता या वेळी केवळ एकाच व्यक्तीचा फोन येऊ शकतो, याची गाइल्सला कल्पना होती.

"ग्रिफ, तू कधी झोपतच नाहीस का?"

"कॉन्झर्व्हेटिव्ह पक्षाचा उमेदवार प्रचारदौरा चालू असताना अचानक आपलं नाव जेव्हा मागे घेतो, तेव्हा मी झोपू शकत नाही." गाइल्सच्या निवडणूक प्रचाराचं काम बघणारा एजंट म्हणाला.

"तू काय बोलतो आहेस?" गाइल्स झोपेतून खाडकन जागा होऊन म्हणाला.

"ग्रेग डनेट याने अचानक राजीनामा दिला आहे. प्रकृती अस्वास्थ्याचं कारण दिलं आहे; पण हे सगळं प्रकरण दिसतं तेवढं सरळ साधं नाही, कारण आता त्याच्या जागी ॲलेक्स फिशर हा निवडणूक लढवणार आहे.

आता तुम्ही जरा झोपा, कारण उद्या सकाळी बरोबर सात वाजता आपण तुमच्या ऑफिसात भेटू आणि यावर पुढे काय करायचं ते ठरवू. अगदी अमेरिकन लोकांच्या भाषेत सांगायचं, तर It's a whole different ball game."

पण गाइल्सला झोप लागेना. फिशरचा नक्की या पाठीमागे काहीतरी डाव होता, हे तर उघडच होतं. पण तो डाव काय असणार, हे त्याच्या अचानक लक्षात आलं. या निवडणुकीच्या रिंगणात आपण स्वत: उतरायचं, हे त्या फिशरचं नक्कीच आधीपासून ठरलेलं असणार. डनेटला त्याने केवळ बळीचा बकरा बनवलं, इतकंच.

❋

आपल्याला कॉन्झर्व्हेटिव्ह पक्षाशी फार निकराची लढत द्यावी लागणार आहे, याची गाइल्सला अगदी पुरेपूर कल्पना होती. पण आता तर त्याची गाठ एका

अत्यंत उलट्या काळजाच्या माणसाशी होती. आपल्या स्वार्थाच्या वाटेत येणाऱ्या कोणाचाही काटा काढण्यास न कचरणाऱ्या फिशरशी त्याची गाठ होती. त्याचा आत्तापर्यंतचा शेवटचा बळी ग्रेगरी डनेट हा होता.

❋

दुसऱ्या दिवशीची सकाळ उजाडताच हॅरी आणि एमा बॅरिंग्टन हॉलवर आले. गाइल्स तयार होऊन नाश्ता घेत होता.

गाइल्स हातातील टोस्टला बटर लावत म्हणाला, ''आता पुढचे तीन आठवडे ना दुपारचं जेवण करायला वेळ मिळेल, ना रात्रीचं. आता फक्त फुटपाथवरून पायी चालत जोडे झिजवायचे आणि अगणित मतदारांचे हात हातात घ्यायचे. आणि हो, तुम्ही दोघं माझ्यापासून जरा दूरच राहा हं. माझी सख्खी बहीण आणि मेव्हणा हे कॉन्झर्व्हेटिव्ह पक्षाचे पाठीराखे आहेत, ही गोष्ट लोकांच्या मुळीच लक्षात यायला नको आहे.''

''आम्ही पण रस्त्यावर उतरणारच आहोत. आम्हाला जे योग्य वाटतं, त्याचा प्रचार करायला,'' एमा म्हणाली.

''मला तेवढंच कमी होतं,'' गाइल्स म्हणाला.

''जेव्हा फिशर कॉन्झर्व्हेटिव्ह पक्षाकडून निवडणूक लढवणार असल्याचं आम्हाला समजलं, तेव्हाच आम्ही लेबर पक्षाचे पूर्णवेळ स्वयंसेवक म्हणून या प्रचारकार्यात उतरण्याचं ठरवलं,'' हॅरी म्हणाला. ''आम्ही तर तुझ्या निवडणूक प्रचारनिधीसाठी देणगीचा चेकसुद्धा पाठवला आहे.''

गाइल्स खाता खाता मधेच थांबला.

''आणि पुढचे तीन आठवडे आम्ही रात्रंदिवस तुझ्या खांद्याला खांदा लावून काम करणार आहोत. अगदी मतदान पूर्ण होण्याच्या क्षणापर्यंत! तो फिशर या निवडणुकीत विजयी होऊ नये, म्हणून आम्ही अगदी काहीही करायला तयार आहोत.''

''आम्ही इतकी वर्षं इमानेइतबारे कॉन्झर्व्हेटिव्ह पक्षाला पाठिंबा देत आलो, तो सोडून आता तुझ्या पाठीशी उभे राहत आहोत खरे; पण त्यासाठी आमच्या एक-दोन अटी आहेत.''

''काहीतरी मेख असणार असं मला अगदी वाटलंच होतं,'' गाइल्स म्हणाला.

''हा प्रचारदौरा संपेपर्यंत तू आमच्या घरी, मॅनोर हाऊसमध्ये येऊन राहायला हवंस. कारण तुझी काळजी घ्यायला ग्रिफ हास्किन्सखेरीज दुसरं कुणीच नाही. त्यामुळे तू जर इथेच बॅरिंग्टन हॉलमध्ये राहिलास, तर जेवणाऐवजी रोज फिश

आणि चिप्स खाशील, वाट्टेल तेवढी बिअर ढोसशील आणि बहुतेक रात्री तुझ्या पक्षाच्या ऑफिसातल्या जमिनीवरच पथारी टाकून झोपशील.''

''तुझं म्हणणं खरं आहे, एमा. पण एक गोष्ट मी आधीच सांगून ठेवतो, मी मध्यरात्रीच्या आधी कधीच घरी येत नाही.''

''त्याचा काहीच प्रश्न नाही. फक्त जेसिकाला झोपेतून उठवू नकोस, म्हणजे झालं.''

''ठरलं तर मग,'' असं म्हणत एका हातात टोस्ट आणि दुसऱ्या हातात वर्तमानपत्र घेऊन गाइल्स उठला. ''संध्याकाळी भेटूच.''

''अरे, निदान व्यवस्थित खाऊन मग टेबलावरून ऊठ,'' एमा आपल्या आईसारख्या आवाजात म्हणाली.

ते ऐकून गाइल्स हसला. ''ममाला कधी निवडणूक लढवायला लागली नव्हती.''

''पण त्यांनी संसद सदस्य म्हणून फार चांगलं काम केलं असतं हं,'' हॅरी म्हणाला.

''या बाबतीत मात्र आपलं सगळ्यांचंच एकमत आहे,'' असं म्हणून हातात टोस्ट तसाच धरून गाइल्स धावतच घराबाहेर पडला.

मुख्य फाटकातून बाहेर पडण्याआधी त्याचं डेन्बीशी घाईघाईने काहीतरी बोलणं झालं. कारपाशी पोहोचल्यावर त्याने पाहिलं, तर मागच्या सीटवर हॅरी आणि एमा आधीच बसलेले होते.

तो कारच्या स्टिअरिंग व्हीलच्या पुढे बसत त्या दोघांना म्हणाला, ''तुम्ही दोघं इथे काय करताय?''

''आम्ही कामावर निघालोय. पण आम्ही स्वयंसेवक म्हणून नाव द्यावं आणि कामाला लागावं असं वाटत असेल, तर आम्हाला लिफ्ट द्यावी लागेल,'' एमा म्हणाली.

गाइल्स गाडी सुरू करत म्हणाला, ''तुम्हाला एक गोष्ट ठाऊक आहे ना? तुम्हाला दिवसाचे अठरा तास काम करावं लागेल आणि त्याचा मोबदला म्हणून फुटकी कवडीसुद्धा मिळणार नाही.''

वीस मिनिटांनंतर गाइल्सबरोबर हॅरी आणि एमा पक्षाच्या मुख्यालयात पोहोचले. आत शिरल्यावर विविध वयाच्या, विविध आकाराच्या स्वयंसेवक स्त्री-पुरुषांची प्रचंड गर्दी उसळलेली पाहून हॅरी आणि एमा प्रभावित झाले. गाइल्स त्या गर्दीतून वाट काढत त्यांना आपला एजंट ग्रिफ हास्किन्स याच्या ऑफिसात घेऊन गेला आणि त्याने त्या दोघांची त्याच्याशी ओळख करून दिली.

''आणखी दोन स्वयंसेवक,'' तो म्हणाला.

"अॅलेक्स फिशर कॉन्झर्व्हेटिव्ह पक्षाचा उमेदवार म्हणून निवडणूक लढवणार असल्याची बातमी बाहेर येताच अतिशय वेगवेगळे लोक आपल्याकडे स्वयंसेवकाचं काम करण्यासाठी आपण होऊन धाव घेऊ लागले आहेत," हास्किन्स म्हणाला. "तुमचं स्वागत आहे, मिस्टर आणि मिसेस क्लिफ्टन. तुम्ही यापूर्वी कधी प्रचाराचं काम केलं आहे?"

"नाही, नाही. कधीच नाही," हॅरी म्हणाला. "कॉन्झर्व्हेटिव्ह पक्षासाठीसुद्धा नाही."

"मग या माझ्या बरोबर," ग्रिफ म्हणाला. तो त्यांना घेऊन परत कार्यालयाच्या मुख्य सभागृहात गेला. समोरच एका भल्या मोठ्या तिरप्या टेबलावर बरीच पॅड्स लावून ठेवली होती. "यातील प्रत्येक पॅड म्हणजे मतदारसंघातील एक रस्ता आहे." तो म्हणाला. त्याने त्या दोघांच्या हातात एक एक पॅड दिलं. त्याचप्रमाणे प्रत्येकाला एक लाल, एक हिरवी आणि एक निळी पेन्सिल दिली.

"तुम्ही नशिबवान आहात," ग्रिफ म्हणाला. "तुम्हाला आज 'वुडबिन इस्टेट' या भागात प्रचार करायला जायचंय. तो सगळा आपलाच अड्डा आहे. आधी मी तुम्हाला सगळे नियम समजावून सांगतो. आता तुम्ही या सुमाराला कोणत्याही घराचा दरवाजा खटखटवला, की बहुतेक वेळा घरची गृहिणीच दरवाजा उघडते. कारण तिचा पती या वेळी कामावर गेलेला असतो. जर क्वचित एखाद्या घरी पुरुषाने दार उघडलंच, तर त्याचा अर्थ तो बेरोजगार आहे, म्हणजेच तो लेबर पक्षाला मत देण्याची भरपूर शक्यता आहे. पण कुणीही दार उघडलं, तरी तुम्ही म्हणायचं, "नमस्कार. मी गाइल्स बॅरिंग्टन यांच्या वतीने तुमच्याकडे आलोय. लक्षात ठेवा. 'सर गाइल्स' असा उल्लेख चुकूनसुद्धा करायचा नाही हं. पुढे म्हणायचंय, 'गुरुवारी म्हणजेच सव्वीस मे रोजी होणाऱ्या निवडणुकीत लेबर पक्षाचे उमेदवार म्हणून ते उभे आहेत.' तारखेवर भर द्यायचा. मग पुढे म्हणायचं, तुमचा पाठिंबा त्यांनाच असेल, अशी आशा करतो. आता त्यानंतरचा भाग जरा कठीण आहे.

इथे तुम्हाला स्वतःचं डोकं वापरावं लागेल. ती व्यक्ती जर म्हणाली, 'आम्ही इतकी वर्षं नियमितपणे लेबर पक्षालाच मत देत आलो आहोत,' तर तुम्ही या पॅडवर त्यांच्या नावापुढे एक लाल ठिपका काढायचा. त्यांच्यापैकी कुणी जर वयोवृद्ध असेल, तर 'निवडणुकीच्या दिवशी मतदान केंद्राकडे जाण्यासाठी कारची व्यवस्था लागेल का,' असं त्यांना विचारायचं. त्यांनी जर होकार दिला, तर त्यांच्या नावापुढे 'कार' असं लिहायचं. कदाचित ते असंही म्हणतील, 'आत्तापर्यंत मी लेबर पक्षालाच मत देत आलो आहे. पण यावर्षी अजून काही नक्की ठरवलं नाही.' मग अशा वेळी त्यांच्या नावासमोर हिरवा ठिपका काढायचा.

म्हणजे मग पुढच्या काही दिवसांत स्थानिक प्रतिनिधी त्यांच्याशी संपर्क साधेल. काही लोक, आपलं मत नक्की कुणाला आहे हे सांगायला नकार देतात, किंवा अजून नक्की काही ठरलेलं नसल्याचा बहाणा करतात. याचा अर्थ ते कॉन्झर्व्हेटिव्ह पक्षाचे पाठीराखे आहेत. त्यांच्या नावापुढे निळा ठिपका काढायचा. त्यांच्यावर जास्त वेळ वाया घालवायचा नाही. आत्तापर्यंत मी जे सांगितलं, ते लक्षात आलं ना?''

त्यावर हॅरी आणि एमा या दोघांनीही होकारार्थी माना डोलावल्या.

''या प्रचारकार्यातून आपल्या जे निकाल हाती येतात, ते अत्यंत महत्त्वाचे असतात,'' ग्रिफ म्हणाला. ''निवडणुकीच्या दिवशी आपण या लाल ठिपकेवाल्या लोकांच्या पुन्हा एकदा घरी जायचं आणि ते मत देऊन येतात ना, हे बघायचं असतं. एखाद्या व्यक्तीचं मत नक्की कुणाला आहे हे जर आपल्या लक्षात आलंच नाही, तर त्यांच्यापुढे हिरवा ठिपका देत जा. कारण हे असले लोक जर कॉन्झर्व्हेटिव्ह पक्षाला मत देणारे असतील, तर त्यांना मत देण्याची आठवण करणं किंवा त्यांना मतदान केंद्रापर्यंत कारने घेऊन जाणं, हा शुद्ध मूर्खपणाच होईल.''

इतक्यात एक तरुण स्वयंसेवक पळतच ग्रिफपाशी येऊन त्याच्या हातात एक चिठ्ठी देऊन म्हणाला, ''मी याचं आता काय करू?''

ग्रिफ ती चिठ्ठी वाचून म्हणाला, ''त्याला म्हणावं, खड्ड्यात जा. हे बघ, हा कॉन्झर्व्हेटिव्ह पक्षाचा माणूस आहे. उगाच तुझा वेळ वाया घालवतोय तो.'' मग तो एमा आणि हॅरीकडे वळून म्हणाला, ''बाय द वे, तुम्हाला जर साठ सेकंदाहून जास्त वेळ कुणी स्वत:च्या घरी थांबवून घेतलं आणि लेबर पक्षाच्या धोरणांविषयी चर्चा करून वाद घालू लागलं, तर पक्कं समजायचं की ते कॉन्झर्व्हेटिव्हचे पाठीराखे आहेत. उगाच तुमचा वेळ फुकट घालवायचा त्यांचा इरादा आहे. मग त्यांचा निरोप घेऊन तिथून निघायचं. गुडलक. आता जा, कामाला लागा. तुमच्या हातातलं पॅड पूर्ण भरलं की परत येऊन तुमच्या कामाचा मला अहवाल द्या.''

❋

''गुड मॉर्निंग. माझं नाव रॉस बुखानन. बॅरिंग्टन शिपिंग ग्रुपचा मी चेअरमन आहे. कंपनीच्या वार्षिक सर्वसाधारण सभेत मी तुमचं सर्वांचं स्वागत करतो. तुमच्या खुर्चीवर कंपनीच्या वार्षिक अहवालाची एक एक प्रत ठेवण्यात आली होती. ती तुम्हाला मिळाली असेलच. त्यातल्या काही महत्त्वाच्या मुद्द्यांकडे मी तुमचं लक्ष वेधू इच्छितो. या वर्षात कंपनीच्या वार्षिक नफा १०८,००० पौंडांवरून १२२,००० पौंडांपर्यंत गेला आहे. म्हणजे १२% वाढ झाली आहे. आपल्या पहिल्या लक्झरी लायनर जहाजाच्या बांधणीचा आराखडा बनवण्यासाठी आम्ही उत्तमोत्तम आर्किटेक्स्ट्सची

नियुक्ती केली असून, येत्या सहा महिन्यांच्या आत त्यांनी तो आराखडा सादर करावा, अशी अपेक्षा आहे.

"मी माझ्या सर्व भागधारकांना असं आश्वासन देतो, की हा उपक्रम खरोखर फायदेशीर असल्याची आमची व्यवस्थित खातरी पटल्याशिवाय आम्ही त्या संदर्भात एक पाऊलही उचलणार नाही. हे ध्यानात ठेवूनच मला एक गोष्ट जाहीर करताना अत्यंत आनंद होत आहे, की यावर्षी आम्ही आमच्या शेअर होल्डर्सचा डिव्हिडंड वाढवून पाच टक्के करत आहोत. येत्या वर्षातही कंपनीच्या प्रगतीचा आलेख असाच वरच्या दिशेने राहील, यात मला जराही शंका वाटत नाही."

बुखाननच्या या वाक्यानंतर टाळ्यांचा प्रचंड कडकडाट झाला. त्या क्षणाचा फायदा घेऊन त्याने आपल्या हातातील भाषणाचं पान उलटून पुढील मुद्द्यावर नजर टाकली. त्यानंतर भाषण पुढे चालू ठेवण्यापूर्वी त्याने मान वर केली, तेव्हा त्याला दिसलं, की काही वार्ताहर लगबगीने उठून बाहेर पडत होते. चेअरमनने मुख्य मुद्द्यांवर आधीच प्रकाशझोत टाकलेला असून, आता हाती आलेले हे मुद्दे संध्याकाळच्या आवृत्तीमध्ये समाविष्ट करण्याची त्यांची धडपड होती. उरलेले तपशील शेअर होल्डर्ससाठी असून, ते ऐकण्याची त्यांना गरज नव्हती.

बुखाननचं भाषण संपल्यानंतर त्याने आणि रे कॉम्प्टनने चाळीस मिनिटे शेअर होल्डर्सच्या प्रश्नांना उत्तरं दिली. अखेर सभा संपवून सगळे शेअर होल्डर्स परत जायला निघाले, तेव्हा त्यांच्या चेहऱ्यावर हसू असल्याचं पाहून बुखाननला समाधान वाटलं.

बुखानन व्यासपीठावरून खाली उतरत असताना त्याचा सेक्रेटरी पळतच त्याच्या जवळ येऊन म्हणाला, "तुमच्यासाठी हाँगकाँगहून एक अर्जंट फोन आहे. तुम्ही तुमच्या खोलीत जा. हॉटेलचा ऑपरेटर तुम्हाला तो फोन जोडून देईल."

❉

हॅरी आणि एमा आपला पहिलावहिला प्रचार दौरा संपवून अखेर पार्टीच्या मुख्यालयात पोहोचले, तेव्हा दोघंही प्रचंड थकले होते.

त्यांच्या हातातील पॅड्स ताब्यात घेऊन ती सराईत नजरेने वाचत ग्रिफ म्हणाला, "कसं काय झालं?"

"तसं वाईट नाही झालं," हॅरी म्हणाला. "या वुडबाईन भागातला प्रतिसाद पाहता, आपलं काम झालंच म्हणायला हरकत नाही."

"तसं असतं, तर किती बरं झालं असतं," ग्रिफ म्हणाला. "वुडबाईन इस्टेट हा लेबर पक्षाचा बालेकिल्ला आहे. पण उद्या मी तुम्हाला आर्केडिया ॲव्हेन्यूत सोडतो आणि मग तुम्हाला कळेल, आपली टक्कर कुणाशी आहे ते. घरी जाण्यापूर्वी आज

तुम्हाला मिळालेली सर्वांत उत्तम प्रतिक्रिया त्या नोटिस बोर्डावर लिहून जा. ज्या कुणाला सर्वांत चांगली प्रतिक्रिया मिळाली असेल, त्याला कॅडबरी चॉकोलेटचा डबा मिळतो.''

एमा हसून म्हणाली, ''माझा नवरा कॉन्झर्व्हेटिव्ह पक्षाला मत देतो. पण माझा पाठिंबा मात्र सर गाइल्स यांनाच आहे. पण तुम्ही प्लीज ही गोष्ट माझ्या नवऱ्याला कळू देऊ नका हं.''

ग्रिफ हसला. ''असं बरेचदा घडतं,'' तो म्हणाला. ''आणि एमा, एक विसरू नको. तुझं महत्त्वाचं काम म्हणजे आपल्या उमेदवाराला पोटभर जेवायला घालणं आणि तो रात्रभर नीट झोपेल, याची काळजी घेणं.''

''आणि माझं काय?'' हॅरी पाठीमागून येत म्हणाला. इतक्यात गाइल्सही तिथे दाखल झाला.

''हॅरी, मला तुझ्यात काडीइतकाही रस नाही. तुझं नाव काही मतपत्रिकेवर छापलेलं नसेल,'' ग्रिफ म्हणाला.

''मला आज संध्याकाळी किती सभा आहेत?'' गाइल्स म्हणाला.

''तीन,'' ग्रिफ हातातल्या टाचणांवर नजरही न फिरवता म्हणाला. ''हॅमंड स्ट्रीट, वाय.एम.सी.ए., संध्याकाळी सात, त्यानंतर कॅनन रोड स्नूकर क्लब रात्री आठ आणि वर्किंग मेन्स क्लब रात्री नऊ. त्यातल्या एकाही सभेला उशिरा पोहोचून चालणार नाही. शिवाय रात्री वेळेत झोपायचं; समजलं?'' असं म्हणून ग्रिफ घाईघाईने कोणत्यातरी आणीबाणीच्या प्रसंगाला तोंड देण्यासाठी निघून गेला.

''हा ग्रिफ कधी झोपत असेल?'' एमा म्हणाली.

''छे! तो कुठला झोपतोय? तो तर निशाचर आहे,'' गाइल्स म्हणाला.

❋

रॉस बुखानन आपल्या हॉटेलच्या खोलीत शिरला, तेव्हा खोलीतला फोन वाजत होता. त्याने घाईने जाऊन फोन उचलला.

''हाँगकाँगहून कॉल आहे सर,'' ऑपरेटर म्हणाला.

''गुड आफ्टरनून सर,'' क्षणार्धात पलीकडून स्कॉटिश धाटणीचं बोलणं ऐकू आलं.

''मी सँडी मॅकब्राईड बोलतेय. तुम्ही जशी अपेक्षा केली होती, तसंच घडलं. अगदी मिनिटाचाही फरक न होता.''

''आणि ब्रोकरचं नाव?''

''बेनी ड्रिस्कॉल.''

''त्यात काहीच नवल नाही,'' बुखानन म्हणाला. ''मला सगळे तपशील सांगा.''

''लंडन स्टॉक एक्सचेंज उघडल्यानंतर काही क्षणातच दोन लाख बॅरिंग्टन

शेअर्स विक्रीला निघाल्याची सेल ऑर्डर आली. तुमच्या सूचनेनुसार आम्ही ते सगळे दोन लाख शेअर्स ताबडतोब विकत घेतले.''

''काय किमतीला?''

''चार पौंड तीन शिलिंग एका शेअरला.''

''त्यानंतर बाजारात आणखी काही शेअर्स विक्रीला आले का?''

''फारसे नाही. आणि खरं सांगायचं, तर तुम्ही तुमच्या वार्षिक सर्वसाधारण सभेत कंपनीचा अहवाल सादर केल्यानंतर बाजारात शेअर खरेदीचीच मागणी वाढली आहे.''

''मग आत्ता शेअरची किंमत काय आहे?'' बुखानन म्हणाला.

''चार पौंड सहा शिलिंग,'' मॅक ब्राईड म्हणाली. ''आता भाव स्थिरावलाय.''

''फारच छान,'' बुखानन म्हणाला. ''मग आता शेअरची किंमत पडून चार पौंड तीन शिलिंगच्या खाली गेल्याशिवाय आणखी विकत घेऊ नका.''

''समजलं, सर.''

''आता पुढचे तीन आठवडे त्या मेजरची रात्रीची झोप उडालीच म्हणून समजा,'' बुखानन म्हणाला.

''मेजर? कोण मेजर?'' शेअरब्रोकर पलीकडच्या बाजूने म्हणाली. पण बुखाननने फोन ठेवून दिला होता.

⁂

ग्रिफने सांगितल्याप्रमाणेच आर्केडिया ॲव्हेन्यू हा कॉन्झेर्व्हेटिव्ह पक्षाचा बालेकिल्ला होता. पण तरीही हॅरी आणि एमा पक्षाच्या मुख्यालयात रिक्त हस्ताने परत आले नाहीत.

ग्रिफने त्यांच्या हातातील पॅड्सवर नजर टाकून प्रश्नार्थक चेहऱ्याने त्यांच्याकडे पाहिलं.

''आम्ही तुमचे नियम अगदी कसोशीने पाळले,'' हॅरी म्हणाला. ''आम्हाला कुणाविषयी थोडी जरी शंका वाटली, तरी त्यांच्यापुढे आम्ही हिरवा ठिपका काढला. 'अनिश्चित असा.' ''

''जर तुमचं म्हणणं खरं असेल, तर या निवडणुकीत विजय मिळण्याची भरपूर शक्यता आहे,'' असं ग्रिफ म्हणतच होता, तेवढ्यात गाइल्स हातात 'ब्रिस्टॉल इव्हिनिंग न्यूज'चा अंक फडकावत आत घुसला.

''ग्रिफ, पहिलं पान बघ जरा,'' ग्रिफच्या हातात ताजं वर्तमानपत्र देत गाइल्स म्हणाला.

ग्रिफने ठळक बातमी वाचून वर्तमानपत्र परत गाइल्सच्या हातात दिलं. तो

म्हणाला, ''दुर्लक्ष कर. काहीही प्रतिक्रिया देऊ नको. काहीही कृती करू नको, असाच माझा सल्ला आहे.''

एमाने गाइल्सच्या खांद्यावरून वाकून ती बातमी वाचण्याचा प्रयत्न केला. 'फिशरचे बॅरिंग्टन यांस खुल्या चर्चेसाठी आव्हान'. ''अरे वा, इंटरेस्टिंग!'' एमा म्हणाली.

''हो, इंटरेस्टिंग तर आहेच; पण गाइल्सने हे आव्हान स्वीकारण्याचा मूर्खपणा जर केला, तर ते फारच इंटरेस्टिंग होईल,'' ग्रिफ म्हणाला.

''पण त्याने ते आव्हान का नाही स्वीकारायचं? वक्तृत्वकलेच्या बाबतीत गाइल्स फिशरपेक्षा कितीतरी सरस आहे. शिवाय त्याचा राजकारणातील अनुभवही मोठा आहे,'' हॅरी म्हणाला.

''ते जरी खरं असलं, तरी आपण आपल्या प्रतिस्पर्ध्याला व्यासपीठ कधीच उपलब्ध करून द्यायचं नसतं. गाइल्स हा आत्तासुद्धा संसद सदस्य आहेच, त्यामुळे हे करणं त्याच्याच हातात आहे,'' ग्रिफ म्हणाला.

''अरे, पण त्या हलकटाने काय मुक्ताफळं उधळली आहेत, ती वाचलीस का तू?'' गाइल्स म्हणाला.

''मी माझा वेळ त्या फालतू फिशरविषयी वाचण्यात कशाला वाया घालवू? अशी चर्चा वगैरे काही होणार नाहीये.'' ग्रिफ म्हणाला.

गाइल्सने त्याच्या बोलण्याकडे दुर्लक्ष करून ती बातमी मोठ्यांदा वाचून दाखवण्यास सुरुवात केली. ''सव्वीस मे रोजी होणाऱ्या निवडणुकीत डॉकलँड्स मतदारसंघातून विजय प्राप्त करून संसदेत जाण्याची जर बॅरिंग्टन यांची इच्छा असेल, तर त्यांना बऱ्याच प्रश्नांचा सामना करावा लागणार आहे. टोब्रुकच्या लढाईत मोठी कामगिरी गाजवणाऱ्या या महानायकाला मी चांगलाच ओळखतो. तो हे माझं आव्हान नक्कीच स्वीकारेल, अशी माझी खातरी आहे.

पुढच्या गुरुवारी, म्हणजेच १९ मे रोजी मी कोल्स्टन हॉल येथे उपस्थित राहीन. तेथे जनतेने जे काही प्रश्न असतील, ते मला विचारावेत. त्यांची उत्तरे देण्यात मला आनंदच वाटेल. तेथे व्यासपीठावर तीन खुर्च्या मांडलेल्या असतील. त्या वेळी सर गाइल्स जर तेथे उपस्थित राहिले नाहीत, तर मतदार त्यावरून जो काही बोध घ्यायचा, तो घेतीलच अशी माझी खातरी आहे.''

''तीन खुर्च्या?'' एमाने विचारलं.

''लिबरल पक्षाचा उमेदवार आणि त्यांचे लोक नक्कीच उपस्थित राहणार, याची फिशरला व्यवस्थित कल्पना आहे. त्यांना काहीच फरक पडत नाही,'' ग्रिफ म्हणाला. ''पण माझा मात्र अजूनही असाच सल्ला आहे, की गाइल्सने तेथे जाऊ नये. त्या हलकटाकडे सरळ दुर्लक्ष करावं. फार तर काय, वर्तमानपत्रात आणखी

एखादी ठळक बातमी छापून येईल. पण त्याची नंतर रद्दीच होते.''

⁂

बॅरिंग्टनच्या ऑफिसमध्ये बुखानन सेक्रेटरीने आणून दिलेली कागदपत्रं वाचत बसला असतानाच फोन वाजला.

''हाँगकाँगहून फोन आहे. सँडी मॅकब्राईड म्हणून कुणीतरी आहे. तुम्ही तो फोन घेणार का?'' सेक्रेटरी म्हणाली.

''हो, जोडून दे.''

''गुड मॉर्निंग सर. एक गोष्ट तुमच्या कानावर घालायची होती. तो बेनी ड्रिस्कॉल मला दर तासाला फोन करतो आहे. बॅरिंग्टनचा काही स्टॉक विक्रीसाठी उपलब्ध आहे का, अशा चौकशा करतोय. माझ्या बुक्समध्ये अजून दोन लाख शेअर्स आहेत. त्यांची किंमत वाढतच चालली आहे. मी तुम्हाला एवढंच विचारायला फोन केला, की त्यातले काही मी विक्रीला काढू का?''

''इतक्यात मुळीच नाही. तीन आठवड्यांची मुदत संपू दे, त्याशिवाय नाही. तोपर्यंत आपण शेअर्स फक्त विकत घेत राहायचं. विकायचे नाहीत.''

गाइल्सने दुसऱ्या दिवशीच्या 'ईव्हिनिंग पोस्ट'मधली बातमी वाचली आणि आता मात्र फिशरशी आमनेसामने चर्चा करणं आपल्याला भागच पडणार, ते टाळता येणार नाही, हे त्याला कळून चुकलं. बातमीचा मथळा होता :

> **'ब्रिस्टॉलचे बिशप उमेदवारांच्या चर्चेचे अध्यक्षपद भूषविणार.'**
>
> 'ब्रिस्टॉलचे बिशप, रेव्हरंड फ्रेडरिक कॉकीन यांनी येत्या गुरुवारी, दिनांक १९ मे रोजी सायंकाळी ७ वाजता कोल्स्टन हॉल येथे होणाऱ्या निवडणूक चर्चेचे अध्यक्षपद स्वीकारले आहे. डॉकलँड्समधून निवडणूक लढवत असलेले कॉन्झर्व्हेटिव्ह पक्षाचे उमेदवार मेजर फिशर, लिबरल पक्षाचे उमेदवार रेजिनाल्ड एल्सवर्दी या दोघांनीही या चर्चेचे निमंत्रण स्वीकारले आहे. लेबर पक्षाचे सर गाइल्स बॅरिंग्टन यांनी मात्र अजून आपला होकार कळवलेला नाही.'

''मला वाटतं, तू दुर्लक्ष कर,'' ग्रिफ म्हणाला.

''अरे पण त्यांनी त्या बातमीसोबत पहिल्या पानावर जो फोटो छापलाय, तो पाहिलास का?'' गाइल्स वृत्तपत्र ग्रिफच्या हातात देत म्हणाला.

ग्रिफने तो फोटो पाहिला. कोल्स्टन हॉलच्या व्यासपीठावर मध्यभागी एक रिकामी खुर्ची होती. त्यावर प्रकाशझोत टाकण्यात आला होता. फोटोखाली छापलेला मजकूर असा होता : सर गाइल्स उपस्थित राहतील का?

"हे बघ ग्रिफ, आता जर मी उपस्थित राहिलो नाही, तर त्यांना रानच मोकळं मिळेल," गाइल्स म्हणाला.

"आणि जर तू उपस्थित राहिलास, तर त्यांना आयतंच खाद्य मिळेल," ग्रिफ म्हणाला. "पण अर्थात हा निर्णय सर्वस्वी तुझा असेल. तुझा जर त्या चर्चेला उपस्थित राहण्याचा आग्रहच असेल, तर आपण या परिस्थितीचा निदान फायदा तरी उठवला पाहिजे."

"पण तो कसा?"

"उद्या सकाळी सात वाजता आपण एक निवेदन प्रसिद्ध करू, म्हणजे निदान या खेपेला 'ईव्हिनिंग पोस्ट'मध्ये आपल्याबद्दल बातमी छापून येईल."

"त्यात काय म्हणायचं?"

"त्या निवेदनात असं म्हणायचं, की तू या आव्हानाचा मोठ्या आनंदाने स्वीकार करत आहेस, कारण त्यामुळे कॉन्झर्व्हेटिव्ह पक्षाच्या धोरणामागचं खरं-खोटं काय ते पडताळून पाहण्याची तुला संधी तर मिळेलच, पण त्याचबरोबर ब्रिस्टॉलच्या मतदारांनाही आपलं संसदेत प्रतिनिधित्व करण्यासाठी खरोखरच कोण पात्र आहे, ते ठरवण्याची संधी मिळेल."

"पण तुझं हे अचानक मतपरिवर्तन कशामुळे झालं?" गाइल्स म्हणाला.

"आपल्या निरीक्षकांनी नुकत्याच केलेल्या चाचणीच्या निष्कर्षांनुसार तू या निवडणुकीत सुमारे एक हजार मतांनी हरशील असा अंदाज आहे. त्यामुळे आता तुझी लोकप्रियता उतरणीला लागलेली आहे. तेव्हा आव्हान तूच द्यायला हवंस."

"या सगळ्या प्रकरणात आणखी काय काय वाईट घडू शकतं?"

"त्या चर्चेच्यावेळी तुझी पत्नी उपस्थित राहू शकते. ती पहिल्या रांगेत बसून तुला पहिला प्रश्न विचारू शकते. त्याचप्रमाणे तुझी गर्लफ्रेंडही तिथे येऊन तुझ्या पत्नीच्या श्रीमुखात ठेवून देऊ शकते. आणि तसं झालं, तर मग केवळ ब्रिस्टॉल मधल्याच नव्हे; तर देशभरातील प्रत्येक वृत्तपत्राच्या पहिल्या पानावर तुझा फोटो झळकू शकतो."

२३

टाळ्यांच्या कडकडाटात लोकांना अभिवादन करून गाइल्स व्यासपीठावर आपल्या जागी जाऊन बसला. त्याचं भाषण नुकतंच पार पडलं होतं. ते त्याच्या मनाप्रमाणे झालं होतं. शिवाय तीनही उमेदवारांमध्ये त्याचं भाषण सर्वांत शेवट असल्यामुळे त्याला फायदाच झाला होता.

तीनही उमेदवार कार्यक्रमाला सुरुवात होण्याआधी अर्धा तास सभागृहात उपस्थित होते. तिघांचीही अवस्था स्पर्धेत भाग घेणाऱ्या शाळकरी मुलांसारखीच होती. अखेर त्या तिघांना एकत्र बसवून बिशप रेव्हरंड कॉकीन यांनी काही मुद्दे स्पष्ट करून सांगितले होते. ही चर्चा कशा प्रकारे घडवून आणायची, यासंबंधी त्यांनी मनात जी योजना आखली होती, ती त्यांना समजावून सांगितली होती.

"मी आधी तुम्हा तिघांनाही एका पाठोपाठ एक इथे व्यासपीठावर बोलावून भाषण करण्याची संधी देईन. तुमचं भाषण मात्र प्रत्येकी आठ मिनिटांहून अधिक असता कामा नये. सात मिनिटं झाल्यावर मी ही घंटा वाजवेन, असं म्हणून त्यांनी घंटा वाजवून दाखवली. त्यानंतर आठ मिनिटं झाल्यावर मी परत एकदा घंटा वाजवेन. तुमची वेळ संपल्याची ती खूण असेल. एकदा तुमची सर्वांची भाषणं करून झाली, की मी प्रश्नोत्तरांना सुरुवात होत असल्याचं जाहिर करीन. मग तुम्हाला उपस्थित श्रोते प्रश्न विचारतील."

"कोणत्या क्रमाने भाषणं होतील, हे कसं ठरणार?" फिशर म्हणाला.

"या काड्या उचलून," असं म्हणून बिशप कॉकीन यांनी मुठीत तीन काड्या घट्ट पकडून तिघांच्या समोर धरल्या. प्रत्येक उमेदवाराने एक एक काडी उचलली. फिशरने उचललेली काडी सर्वांत लहान होती.

"तुम्ही ओपनिंग बॅट्समन मेजर फिशर" बिशप म्हणाले. "मिस्टर एल्सवर्दी, त्यांच्यानंतर तुमची पाळी आणि सर गाइल्स, तुम्ही सर्वांत शेवटी भाषण करायचं."

गाइल्स मुद्दामच फिशरकडे बघून हसत म्हणाला, "तुझं खरंच बॅडलक रे मित्रा!"

त्यावर फिशर रागाने म्हणाला, "अजिबात नाही. मला पहिलंच जायचं होतं." त्याचा चढलेला आवाज पाहून बिशप कॉकीन यांनी भुवई उंचावली.

बरोबर सात वाजून पंचवीस मिनिटांनी बिशप तीनही उमेदवारांना व्यासपीठावर घेऊन आले. त्याबरोबर उपस्थितांनी टाळ्यांचा कडकडाट केला. गाइल्सने स्थानापन्न होऊन गच्च भरलेल्या सभागृहाकडे एक दृष्टिक्षेप टाकला. त्याच्या अंदाजाने सुमारे एक हजार लोक उपस्थित होते.

गाइल्सच्या माहितीप्रमाणे तीनही पक्षांना प्रत्येकी दोनशे प्रवेशिका देण्यात आल्या होत्या. म्हणजेच प्रत्येक उमेदवाराचे दोनशे समर्थक उपस्थित होते. राहता राहिले चारशे. त्यांची मतं नक्की कोणाला असणार, हे अज्ञात होतं. थोडक्यात, या चारशे लोकांची मनं आज त्याला जिंकायची होती. गेल्या निवडणुकीत तो केवळ चारशेच्या मताधिक्क्याने विजयी झाला होता.

बरोबर साडेसात वाजता बिशप कॉकीन यांनी कार्यक्रमाच्या प्रास्ताविकास सुरुवात केली. त्यांनी आधी तीनही उमेदवारांचा परिचय करून दिला आणि त्यानंतर मेजर फिशर यांना भाषणासाठी निमंत्रित केलं.

फिशर आपल्या खुर्चीवरून उठून अत्यंत धीमी पावलं टाकत व्यासपीठाच्या मध्यभागी ठेवण्यात आलेल्या पोडियमपाशी गेला. आपल्या भाषणाचे कागद व्यवस्थित समोर ठेवून त्याने माईकवर बोटांनी टकटक असा आवाज केला. त्याने अत्यंत घाबरत कसंबसं भाषण वाचलं. त्याने एकदाही मान वर करून श्रोत्यांकडे पाहिलंसुद्धा नाही. त्याला पराभवाची भीती वाटत असल्याचं त्याच्या चेहऱ्यावर स्पष्ट दिसत होतं.

सात मिनिटं झाल्यावर बिशप कॉकीन यांनी घंटा वाजवली. फिशरने घाईघाईने भाषण आवरतं घेतलं, त्यामुळे तो अधिकच अडखळत बोलू लागला. खरंतर तुम्हाला भाषणासाठी आठ मिनिटं देण्यात आली असली, तर तुम्ही नेहमी सातच मिनिटांचं भाषण तयार करायचं असतं, असा अलिखित नियम आहे. 'हा नियम या बेट्याला माहीत नाही, असं दिसतंय!' गाइल्सच्या मनात आलं. आपलं भाषण दिलेल्या मुदतीच्या थोडं आधी संपलं तरी चालेल, पण आपलं भाषण चालू असताना वेळ संपली म्हणून आपल्याला मधेच कुणी थांबवलेलं अजिबात बरं दिसत नाही, असं गाइल्सचं स्पष्ट मत होतं. हे असलं भाषण करून फिशर आपल्या जागी परत येऊन बसला, तेव्हा त्याच्या समर्थकांनी टाळ्यांचा कडकडाट केला.

त्यानंतर रेजिनाल्ड एल्सवर्दी जेव्हा भाषणासाठी उठला, तेव्हा गाइल्सला आश्चर्याचा धक्का बसला. त्याने भाषण तयार करून आणलंच नव्हतं. साधे एका चिठ्ठीवर मुद्देसुद्धा काढून आणले नव्हते. तो स्थानिक मुद्द्यांवर जमेल तसं बोलत राहिला. त्यानंतर सात मिनिटांनी बिशप कॉकीन यांनी वेळ संपत आल्याची सूचना करणारी घंटा वाजवताच, तो आपलं वाक्य अर्ध्यात थांबवून आपल्या जागेवर जाऊन बसला. या एल्सवर्दीने नकळत एक अशक्य गोष्ट साध्य करून दाखवली होती. त्याचं भाषण इतकं वाईट झालं होतं, की त्यापेक्षा फिशर कितीतरी बरा, असंच सर्वांचं मत झालं होतं. अर्थात तरीही उपस्थितांपैकी एक पंचमांश समर्थक या एल्सवर्दीचेही होतेच. त्यामुळे त्यांनी इमानेइतबारे आपल्या नेत्यासाठी टाळ्या वाजवल्या.

गाइल्स उठून पोडियमकडे गेला. त्याच्या दोनशे समर्थकांनी टाळ्यांचा कडकडाट करून त्याचं स्वागत केलं. तो भाषणासाठी उभा राहिला. त्याने मधून मधून हातातील टिपणांकडे ओझरता दृष्टिक्षेप टाकत भाषणाला सुरुवात केली.

त्याने सुरुवातीलाच कॉन्झर्व्हेटिव्ह पक्षाच्या कार्यालयीन कामकाजातील त्रुटींबद्दल कडाडून टीका केली. येत्या निवडणुकीत विजय प्राप्त करून सरकार स्थापन करण्याची संधी जर लेबर पक्षाला मिळाली, तर पक्षाची ध्येयधोरणं काय असतील, याचा त्याने आढावा घेतला. त्यानंतर त्याने काही स्थानिक मुद्दे चर्चेला घेतले आणि कॉन्झर्व्हेटिव्ह पक्ष आणि लिबरल पक्ष असे रस्त्यावर उतरून एकमेकांवर कुरघोड्या करतात, त्यालाही कोपरखळ्या मारल्या. श्रोत्यांमध्ये खसखस पिकली. त्याचं भाषण संपलं, तेव्हा किमान पन्नास टक्के श्रोत्यांनी टाळ्यांचा कडकडाट केला. ही सभा खरं तर त्याच क्षणी संपुष्टात आली असती, तर गाइल्सचा विजय झाल्याचं गृहीत धरण्यासही हरकत नव्हती.

"आता श्रोत्यांनी उमेदवारांना प्रश्न विचारण्यास हरकत नाही," बिशप म्हणाले. "हा प्रश्नोत्तरांचा कार्यक्रम शिस्तबद्ध रीतीने आणि एकमेकांचा आदर करून पार पडेल, अशी मी आशा करतो."

गाइल्सचे तीस समर्थक एकदम हात वर करून प्रश्न विचारण्यासाठी सज्ज झाले. त्यातील प्रत्येकाकडे आपल्या नेत्याला उचलून धरणारे आणि त्याच्या दोन्ही प्रतिस्पर्ध्यांना नामोहरम करणारे प्रश्न तयारच होते. फक्त अडचण एकच होती, की सभागृहात प्रतिस्पर्धी दोन्ही उमेदवारांचे मिळून साठ समर्थकही अशीच भरपूर तयारी करून आले होते.

बिशप कॉकीन यांच्या तीक्ष्ण नजरेने कोणाचे समर्थक सभागृहात कुठे बसले आहेत, हे अचूक हेरलं. त्यामुळे त्यांना वगळून बिशप कॉकीन यांनी हे तिघांचे समर्थक वगळता राहिलेल्या श्रोत्यांपैकी प्रश्न विचारण्यास एक एक करून उठवलं.

कुणीतरी ब्रिस्टॉलमध्ये रस्त्याच्या कडेला पार्किंग मीटर बसवण्याविषयी प्रश्न विचारला. त्यामुळे लिबरल पक्षाची कॉलर ताठ झाली. कुणीतरी अन्नधान्यावरील रेशनिंग कधी समाप्त होणार, असा प्रश्न उपस्थित केला. हा प्रश्न तर सर्वच उमेदवारांनी उचलून धरला. रेल्वेच्या विद्युतीकरणाच्या प्रश्नावर एकाही उमेदवाराकडे ठाम उत्तर नव्हतं.

पण या प्रश्नोत्तरांच्या दरम्यान केव्हातरी आपल्याला घायाळ करण्यासाठी एखादा बाण आपल्या दिशेने येणार, याची गाइल्सला कल्पना होती. पण तो नेम काहीही करून चुकवायला हवा होता. अखेर धनुष्याची प्रत्यंचा ताणली गेली असल्याची त्याला जाणीव झाली.

''गेल्या संसदीय कारकिर्दीत, सर गाइल्स आपल्या स्वत:च्या मतदारसंघापेक्षाही जास्त वेळा केंब्रिजमध्ये दिसून येत असत. याचं काही स्पष्टीकरण ते देतील का?'' एका उंच, लुकड्या मध्यमवयीन माणसाने उभं राहून विचारलं. या माणसाला आपण नक्की कुठेतरी पाहिलं आहे, असं गाइल्सला वाटत राहिलं.

क्षणभर निश्चल बसून गाइल्सने स्वत:ला सावरलं. तो प्रश्नाचं उत्तर देण्यासाठी खुर्चीतून उठतच होता, इतक्यात फिशर घाईने उठून उभा राहिला. या प्रश्नकर्त्याला नक्की काय सुचवायचं आहे, याची आपल्याप्रमाणेच सर्व उपस्थितांना व्यवस्थित कल्पना आहे, अशा थाटात तो उपहासगर्भ आवाजात म्हणाला, ''मी तुम्हा सर्वांना असं वचन देतो, की मी स्वत: मात्र विजयी झाल्यानंतर जास्तीत जास्त काळ इतरत्र कुठेही न घालवता इथे ब्रिस्टॉलमध्येच घालवेन. मग इतर शहरांमध्ये कितीही सुंदर सुंदर आकर्षणं असली, तरीही!''

गाइल्सने समोर पाहिलं. श्रोत्यांच्या चेहऱ्यावर बुचकळ्यात पडल्याचे भाव होते. फिशर नक्की कोणत्या गोष्टीविषयी बोलतोय, याची त्यांना अर्थातच कल्पना नव्हती.

त्यानंतर लिबरल पक्षाचा उमेदवार उठून उभा राहिला. फिशरला जे काही सूचित करायचं होतं, ते त्याच्या लक्षात आलेलं नव्हतं, हे उघडच होतं. कारण तो म्हणाला, ''मी स्वत: ऑक्सफर्डचा असल्यामुळे, मी गरज पडल्याखेरीज इतरत्र कुठेही कधीच जात नाही.''

काही लोक हसले.

गाइल्सच्या दोघा विरोधकांनी त्याला चांगलाच दारूगोळा पुरवला होता. तो उठून उभा राहत फिशरकडे वळून म्हणाला, ''मला मेजर फिशर यांना असं विचारायचं आहे, की त्यांची ब्रिस्टॉलमध्येच जास्तीत जास्त वेळ घालवण्याची जर एवढीच इच्छा आहे, तर मग समजा पुढच्या गुरुवारी होणाऱ्या निवडणुकीत त्यांना विजय मिळालाच, तर ते लंडनच्या 'हाऊस ऑफ कॉमन्स'च्या सभागृहात कधीच जाऊन बसणार नाहीत का?''

यानंतर गाइल्स मुद्दामच क्षणभर थांबला. सभागृहात टाळ्यांचा कडकडाट झाला. लोकांचं हसणं थांबल्यावर तो पुढे म्हणाला, ''विख्यात लेखक आणि तत्त्ववेत्ता एडमंड बर्क यांच्या शब्दांची कॉन्झर्व्हेटिव्ह पक्षाचे माझे प्रतिनिधी मेजर फिशर यांना आठवण करून देऊ इच्छितो. ते म्हणाले होते,

'मी ब्रिस्टॉलचं प्रतिनिधित्व वेस्टमिन्स्टर येथे करण्यासाठी निवडून आलेलो आहे. वेस्टमिन्स्टरचं प्रतिनिधित्व ब्रिस्टॉलमध्ये करण्यासाठी नव्हे.' आणि खरं सांगू, एडमंड बर्क या एकमेव कॉन्झर्व्हेटिव्ह नेत्याचे आणि माझे विचार या बाबतीत तरी जुळतात.'' एवढं बोलून गाइल्स टाळ्यांच्या प्रचंड कडकडाटात खाली बसला. खरं तर त्याला जो प्रश्न विचारण्यात आला होता, त्याचं थेट उत्तर काही त्याने दिलंच नव्हतं. तरी पण त्याने विषयाला मोठ्या सफाईने बगल देत बाजी जिंकली होती.

''आता एकाच शेवटच्या प्रश्नासाठी वेळ शिल्लक आहे,'' बिशप म्हणाले. सभागृहात मागच्या बाजूला मधोमध असलेल्या खुर्चीत बसलेल्या एका स्त्रीला त्यांनी उठवलं. ती कोणत्याही उमेदवाराची समर्थक नसावी, असं त्यांना खातरीने वाटत होतं. ती स्त्री उठून म्हणाली, ''आज या तिघाही उमेदवारांच्या पत्नी नक्की कुठे आहेत, हे ते आम्हाला सांगू शकतील का?''

फिशर हाताची घडी घालून खुर्चीत रेलून बसला. एल्सवर्दीच्या चेहऱ्यावर बुचकळ्यात पडल्याचे भाव होते. अखेर बिशप गाइल्सकडे वळून म्हणाले, ''तुम्ही सर्वांत प्रथम या प्रश्नाचं उत्तर द्या.''

गाइल्स त्या स्त्रीच्या नजरेला नजर देत म्हणाला, ''माझ्या पत्नीची आणि माझी सध्या घटस्फोटाची केस चालू असून, ते प्रकरण लवकरच निकालात निघेल.''

तो खाली बसला. सभागृहात अस्वस्थ शांतता पसरली.

एल्सवर्दी उडी मारून उठत म्हणाला, ''मी लिबरल पक्षाचा उमेदवार झाल्यापासून माझ्यासोबत बाहेर येण्यासही कुणी स्त्री तयार झालेली नाही, तर माझ्याशी लग्न करायला कुणी तयार होण्याचा प्रश्नच उद्भवत नाही.''

त्यावर हशा आणि टाळ्यांचा कडकडाट झाला. निदान एल्सवर्दीच्या या उत्तरामुळे वातावरणातला ताण कमी होण्यास तरी मदत झाली, असं गाइल्सच्या मनात आलं.

फिशर सावकाश उठून उभा राहिला.

''माझी प्रेयसी आज इथे माझ्यासोबत आलेली आहे.'' फिशरचे ते शब्द ऐकून गाइल्सला आश्चर्याचा धक्का बसला. फिशर पुढे म्हणाला, ''ती इथे पुढच्याच रांगेत बसली आहे. माझ्या उर्वरित प्रचारदौऱ्यात सर्व वेळ तुम्हाला ती माझ्यासोबत दिसेल. जेनी, तू उठून उभी राहून सर्वांना अभिवादन कर ना.''

त्याबरोबर एका आकर्षक तरुणीने उठून उभं राहत हसून प्रेक्षकांकडे पाहून हात हलवला. तिला पाहून सर्वांनी टाळ्यांचा कडकडाट केला.

''मी या मुलीला नक्कीच कुठेतरी पाहिलंय,'' एमा म्हणाली. पण हॅरीचं लक्ष मात्र फिशरकडे होतं. तो अजून खुर्चीवर बसला नव्हता. त्याला नक्कीच आणखी काहीतरी बोलायचं होतं. तो म्हणाला, ''मला तुम्हा सर्वांबरोबर एक इंटरेस्टिंग गोष्ट शेअर करायची आहे. आज सकाळीच मला लेडी बॅरिंग्टन यांचं पत्र मिळालं.''

त्याचे शब्द ऐकताच सभागृहात एकदम शांतता पसरली. आत्तापर्यंत एवढी शांतता कधीच पसरली नव्हती. गाइल्स अस्वस्थपणे आपल्या खुर्चीत बसून होता. फिशरने शांतपणे खिशातून एक पत्र बाहेर काढून मुद्दाम वेळ लावून ते उघडलं आणि एकेक शब्द स्पष्ट उच्चारत ते मोठ्यांदा वाचून दाखवण्यास सुरुवात केली.

''माननीय मेजर फिशर,

कॉन्झर्व्हेटिव्ह पक्षाच्या प्रचाराचं हे कार्य ज्या धडाडीने तुम्ही हाती घेतलं आहे, त्याबद्दल तुमचं अभिनंदन करण्यासाठी मुद्दाम हे पत्र लिहीत आहे. मी तुम्हाला एक गोष्ट मुद्दाम सांगू इच्छिते. मी स्वत: जर ब्रिस्टॉलची रहिवासी असते, तर मी तुम्हाला निश्चितपणे मत दिलं असतं; कारण तुम्हीच तिथले सर्वोत्कृष्ट उमेदवार आहात, अशी माझी खातरी आहे. तुम्ही या निवडणुकीत विजयी होऊन 'हाऊस ऑफ कॉमन्स'च्या सभागृहातील जागेवर लवकरच हक्क सांगाल, अशी मी अपेक्षा करते.

तुमची विश्वासू,
व्हर्जिनिया बॅरिंग्टन.''

फिशरचं पत्र वाचून संपताच प्रेक्षागृहात नुसता हलकल्लोळ माजला. गेल्या एक तासात आपण जे काही कमावलं होतं, ते आत्ता क्षणार्धात लयाला गेलं, हे गाइल्सला कळून चुकलं. फिशर हातातील पत्राची घडी घालून ते आपल्या खिशात ठेवत आपल्या खुर्चीवर बसला. बिशप कॉकीन यांनी सर्व श्रोत्यांना शांत करण्याचा आटोकाट प्रयत्न केला. फिशरचे समर्थक नाचून, आरडाओरडा करून गोंधळ घालतच होते. गाइल्सचे समर्थक काय करावं हे न सुचून हताशपणे नुसते बघत बसले होते.

ग्रिफचं म्हणणं बरोबरच होतं. आपल्या प्रतिस्पर्ध्याला कधीच व्यासपीठ मिळू न देणं, हेच खरं तर योग्य होतं.

❋

"तुम्ही विकलेल्या शेअर्सपैकी काही परत विकत घेऊ शकलात का?"

"अजून तरी नाही," हाँगकाँगहून फोनवर फिशरचा शेअर ब्रोकर बेनी ड्रिस्कॉल म्हणाला. "बॅरिंग्टन्सनी यंदा अपेक्षेपेक्षा जास्त नफा कमावल्या कारणाने त्यांचा शेअर अजूनही पुष्कळ वर आहे."

"आत्ता त्यांच्या शेअरची किंमत काय आहे?"

"साधारणपणे चार पौंड आणि सात शिलिंग्जच्या आसपास आहे. इतक्यात तरी या किमतीत काही घट होईल, अशी शक्यता दिसत नाही."

"यात आमचा किती तोटा होईल?" फिशर म्हणाला.

"आमचा?" बेनी म्हणाला. "आमचा असं नका म्हणू. फक्त तुमचा एकट्याचाच तोटा होणार आहे. लेडी व्हर्जिनिया यांचं काही नुकसान होणार नाही. त्यांनी त्यांच्याकडे असलेले शेअर खरेदीच्या किमतीच्या कितीतरी जास्त रकमेला केव्हाच विकूनसुद्धा टाकले."

"पण त्यांनी ते शेअर्स जर परत खरेदी केले नाहीत, तर बॅरिंग्टनच्या बोर्डवरची माझी जागा जाईल ना," फिशर म्हणाला.

"पण त्यांनी ते जर परत खरेदी करायचं ठरवलं, तर त्यांना त्याची प्रचंड किंमत मोजावी लागेल. मला वाटतं, त्यांना ते नक्कीच आवडणार नाही," ब्रोकर बेनी ड्रिस्कॉल म्हणाला. त्यानंतर तो क्षणभर थांबला आणि पुढे म्हणाला, "मेजर, तुम्ही त्या पेक्षा जास्त सकारात्मक गोष्टींकडे आता तुमचं लक्ष केंद्रित करा. पुढच्या आठवड्यात या वेळेला तुम्ही संसद सदस्य बनलेले असाल."

*

दुसऱ्या दिवशीच्या दोन वृत्तपत्रांत या सभेविषयी जे काही छापून आलेलं होतं, ते वाचून सध्याचा संसद सदस्य, म्हणजेच गाइल्स खूपच नाराज झाला. त्या बातमीत गाइल्सच्या भाषणाचा विशेषसा उल्लेखही नव्हता; परंतु व्हर्जिनियाचा भला मोठा फोटो मात्र छापून आला होता. ती खूप सुंदर दिसत होती. तिच्या फोटोच्या बरोबर खाली तिने फिशरला लिहिलेल्या त्या पत्राची फोटोकॉपी छापण्यात आली होती.

"पान उलटूच नको," ग्रिफ म्हणाला.

गाइल्सने तातडीने पान उलटून मतचाचणीवर आधारित निरीक्षकांनी वर्तवलेला अंदाज वाचला. त्यांच्या मते या वर्षी कॉन्झर्व्हेटिव्ह पक्षाला गेल्या निवडणुकीपेक्षा तेवीस जागांवर विजय मिळण्याची शक्यता होती. ब्रिस्टॉल डॉकलँड्सचा यादीत आठवा क्रमांक होता. येथे कॉन्झर्व्हेटिव्ह पक्षाला थोड्या मताधिक्क्याने का होईना पण विजय प्राप्त होईल, असा निरीक्षकांचा अंदाज होता.

"जेव्हा देशात एखाद्या पक्षाच्या विरोधी लाट उसळलेली असते, तेव्हा त्या

पक्षाचा संसद सदस्यसुद्धा काही करू शकत नाही,'' ग्रिफ म्हणाला. ''एक गोष्ट खरी आहे, की उमेदवार खरोखरच चांगला असेल, तर त्याला हजार मतं जास्त मिळू शकतात आणि प्रतिस्पर्धी जर तोलामोलाचा नसेल, तर तो त्या हजार मतांनी हरू शकतो. पण आत्ता तुम्हाला पूर्वीपेक्षा हजार मतं जास्त मिळूनही त्याचा काही उपयोग होईलच, अशी मला खातरी वाटत नाही. पण तरीसुद्धा गुरुवारी रात्री नऊ वाजेपर्यंत आपण जिवाचं रान करायचं, एकेका मतासाठी शर्थीने प्रयत्न करायचे, हे मात्र नक्की. त्यामुळे आता तू अत्यंत सावध राहा, गाइल्स. रस्त्यांवर फिरून समोर जो कोण येईल, त्याचे हात पकडून हस्तांदोलन करायचं, समजलं? फक्त ॲलेक्स फिशरला सोडून! तुला जर तो माणूस रस्त्यात भेटला, तर तू त्याचा खुशाल गळा दाबू शकतोस. माझा तुला त्यासाठी पूर्ण पाठिंबा राहील.''

✳

''तू काही बॅरिंग्टन शेअर्स परत विकत घेऊ शकलास का?''

''नाही, मेजर. शेअरची किंमत चार पौंड आणि तीन शिलिंग्जपेक्षा कमी झालीच नाही,'' शेअर ब्रोकर बेनी ड्रिस्कॉल म्हणाला.

''तसं असेल, तर माझी बॅरिंग्टन्सच्या बोर्डवरची जागा गेलीच.''

''तुमच्या एक गोष्ट लक्षात येईल, ती म्हणजे तुम्हाला बोर्डवरून दूर करण्याचीच बॅरिंग्टन्सची योजना होती.''

''तू नक्की काय म्हणतो आहेस?''

''तुमचे शेअर्स बाजारात विक्रीसाठी येताक्षणी बॅरिंग्टन्सचा शेअर ब्रोकर सँडी मॅकब्राईड याने ते तत्काळ खरेदी केले. त्यानंतर गेल्या एकवीस दिवसांत बाजारात विक्रीसाठी आलेले बॅरिंग्टन्सचे बहुतेक शेअर्स त्यानेच विकत घेतले आहेत. तो बॅरिंग्टन्सचा ब्रोकर आहे, हे तर सगळ्यांनाच माहीत आहे.''

''हलकट, हरामखोर.''

''तुम्ही जे काही करणार होता, ते त्यांच्या लक्षात आलं होतं हे तर उघड आहे, मेजर. पण तरीही जे काही घडलं, ते फार वाईट झालं, असं नाही म्हणता येणार. या विक्रीच्या व्यवहारात लेडी व्हर्जिनिया यांना त्यांच्या मूळ गुंतवणुकीवर जवळपास सत्तर हजार पौंडांच्या वर नफा झाला आहे. त्यामुळे तुमचे त्यांच्यावर मोठेच उपकार आहेत.''

✳

प्रचारदौऱ्याच्या शेवटच्या आठवड्यात गाइल्सने प्रचंड परिश्रम केले. प्रयत्नांची पराकाष्ठा केली. ग्रीक पुराणातल्या त्या बिचाऱ्या शापित राजा इसिफसप्रमाणे आपण

एक भला मोठा खडक भिंतीवरून पलीकडे ढकलण्याचा सतत प्रयत्न करतो आहोत आणि तो उलटा गडगडत खाली आला, की हताशपणे त्याकडे बघत बसतो आहोत, अशी भावना त्याला वरचेवर होत असे.

मतदानाच्या आदल्या दिवशी संध्याकाळी गाइल्स जेव्हा अखेरचा प्रचार आटोपून पक्षाच्या मुख्यालयात परत आला, तेव्हा ग्रिफचा चेहरा निराशेने झाकोळून गेला होता. त्याने ग्रिफला आजवर इतकं निराश झालेलं कधीच पाहिलेलं नव्हतं.

"काल पूर्ण मतदारसंघातील दहा हजार घरांमधील पत्रपेट्यांमध्ये हे टाकण्यात आलं. म्हणजे जर यदाकदाचित कुणाच्या नजरेतून ती बातमी सुटली असलीच, तर त्यांनाही आता ती वाचायला मिळाली," ग्रिफ म्हणाला. त्याच्या हातात ब्रिस्टॉल ईव्हिनिंग न्यूजच्या पहिल्या पानाची फोटोकॉपी होती. त्यावर व्हर्जिनियाचा भला मोठा फोटो आणि तिने फिशरला लिहिलेलं ते पत्र झळकत होतं. त्या खाली लिहिलेलं होतं : 'संसदेत एका प्रामाणिक आणि सुसंस्कृत माणसानं तुमचं प्रतिनिधित्व करावं, असं तुम्हाला वाटत असेल, तर मेजर फिशर यांना मत द्या.'

"हा माणूस म्हणजे एक भला मोठा शेणाचा पो आहे आणि कुणीतरी आपल्या तोंडासमोर त्याला आणून टाकलं आहे," ग्रिफ म्हणाला. इतक्यात काही स्वयंसेवक हातात सकाळच्या वृत्तपत्राचा ताजा अंक घेऊन आत शिरले.

गाइल्स डोळे मिटून धपकन खुर्चीत बसला. पण क्षणभरात त्याला ग्रिफच्या मोठ्यांदा हसण्याचा आवाज आल्याने त्याने दचकून डोळे उघडले. ग्रिफ खरंच हसत होता. त्याने 'डेली मेल' वृत्तपत्राचा अंक गाइल्सच्या हातात ठेवला. "आपला विजय अजून निश्चित झालेला नसला, तरी आपण परत शर्यतीत आलो आहोत हे नक्की, भिडू."

गाइल्स वृत्तपत्रातील त्या सुंदर तरुणीच्या फोटोकडे पाहत राहिला. त्याला ती लगेच ओळखू आली नाही. 'द बेनी हिल शो'वर ती लवकरच झळकणार होती. या इतक्या मोठ्या टी.व्ही. शो वर झळकण्याची संधी मिळण्याआधी ही गोष्ट केली, हे तिने मुलाखतीत त्या वृत्तपत्राच्या बातमीदाराला सांगितलं होतं. तिचे शब्द त्याने तसेच्या तसे छापले होते.

"एका कॉन्झर्व्हेटिव्ह पक्षाच्या उमेदवाराची प्रेयसी म्हणून त्याच्या प्रचारदौऱ्यात त्याच्याबरोबर त्याच्या मतदारसंघातून फिरण्याचं, त्याची प्रेयसी असल्याचं सर्वांना सांगण्याचं कामसुद्धा मी केलं. त्याबद्दल मला दिवसाला दहा पौंड्स मिळत होते."

त्या फोटोत तिच्या शेजारी उभा असणारा फिशर काही खास चांगला दिसत नव्हता, अशा विचाराने गाइल्सला हसू फुटलं.

✳

'डेली मेल' वृत्तपत्रातला तो फोटो पाहून फिशरने मोठ्यांदा शिवी हासडली.

कॉफीचा तिसरा कप रिकामा करून तो पक्षाच्या मुख्यालयाकडे निघाला. एवढ्यात टपाल आलं. खरं तर आत्ता पत्रव्यवहारावर नजर टाकायलासुद्धा त्याच्याकडे वेळ नव्हता. पण तेवढ्यात त्याचं लक्ष एका लिफाफ्यावर पडलं. त्यावर बॅरिंग्टन्सची मोहर होती. त्याने खाली वाकून ते पत्र उचलून उघडलं. आतून दोन चेक्स निघाले. त्यातला एक त्याच्या नावे होता. तो एक हजार पौंडांचा होता. बॅरिंग्टन्सच्या डायरेक्टर बोर्डावर असल्याबद्दल एका तिमाहीचं ते मानधन होतं. दुसरा चेक जरी 'मेजर ॲलेक्झांडर फिशर' या नावाने काढण्यात आला असला, तरी ते लेडी व्हर्जिनियाच्या वाट्याचं वार्षिक डिव्हिडंड होतं. हा दुसरा चेक ७३४१ पौंडांचा होता. लेडी व्हर्जिनिया कंपनीच्या साडेसात टक्क्यांची मालकीण असल्याचं कुणाला समजू नये यासाठी बँकेत 'मेजर ॲलेक्झांडर फिशर' या नावाचं खातं मुद्दाम उघडण्यात आलं होतं; परंतु ती रक्कम व्हर्जिनियाच्या मालकीची होती. तिच्या या साडेसात टक्के मालकी हक्काच्या जोरावर तर तिचा प्रतिनिधी म्हणून फिशर बॅरिंग्टन्सच्या बोर्डवर मिरवत होता; परंतु आता तो खेळ संपुष्टात आला होता.

आज सायंकाळी परत आल्यावर त्याला लेडी व्हर्जिनियाच्या नावे चेक काढून तिचे पैसे परत करावे लागणार होते. 'आत्ता जर आपण तिला फोन केला, तर ते फार लवकर तर होणार नाही ना?' असा विचार करून त्याने घड्याळात पाहिलं. आत्ता नुकतेच आठ वाजून गेले होते. जरा वेळात टेंपल मीड्स स्टेशनवरून ट्रेन पकडून अनेक लोक आपापल्या कामावर निघणार होते. त्या आधी तिथे पोहोचून त्यांची भेट घेणं हा आजच्या प्रचारदौऱ्यातला एक भाग होता. व्हर्जिनिया आता जागी झाली असेल, असा विचार करून त्याने तिचा नंबर फिरवला.

बराच वेळ घंटा वाजत राहिली. अखेर झोपाळू आवाजात तिने फोन उचलला.

"कोण आहे?" व्हर्जिनिया खेकसली.

"मी ॲलेक्स फिशर. तुम्हाला एक गोष्ट सांगण्यासाठी फोन केला आहे, की मी तुमच्या मालकीचे बॅरिंग्टन कंपनीचे सगळे शेअर्स विकले असून, त्यात तुम्हाला सत्तर हजाराच्या वर फायदा झाला आहे." एवढं बोलून तो थांबला. ती 'थँक यू' तरी म्हणेल, अशा अपेक्षेने. पण तसं काहीही घडलं नाही. "मी काय म्हणत होतो, ते शेअर्स पुन्हा खरेदी करण्याचा तुमचा काही बेत आहे का?" तो म्हणाला. "त्याचं काय आहे, मी जितके दिवस बॅरिंग्टन्सच्या बोर्डवर होतो, तेवढ्या दिवसांत मी तुमचा प्रचंड आर्थिक फायदा करून दिलेला आहे."

"होय, मेजर. मी तुम्हाला त्याविषयी पुन्हा काही सांगण्याची गरज नाही. फक्त एकच सांगते, बॅरिंग्टन्सविषयी माझा बेत आता बदलला आहे," ती म्हणाली.

"अहो, पण तुम्ही जर ते साडेसात टक्के शेअर्स परत खरेदी केले नाहीत, तर मी बॅरिंग्टनचा बोर्डवरचं माझं स्थान गमावून बसेन ना," फिशर म्हणाला.

"मला त्याची फारशी फिकीर वाटत नाही, मेजर."

"पण मी काय म्हणत होतो, सद्य परिस्थिती विचारात घेता—"

"कुठली परिस्थिती?"

"मला काय म्हणायचं होतं, माझ्या कामाचा छोटासा मोबदला जर तुम्ही मला दिलात—," फिशर हातातल्या ७३४१ पौंडाच्या डिव्हिडंडच्या चेककडे बघत म्हणाला.

"छोटासा, म्हणजे किती छोटा?" ती म्हणाली.

"पाच हजार पौंड?" मेजर फिशर आशेने म्हणाला.

"ठीक आहे. मी विचार करते," व्हर्जिनिया म्हणाली. त्यानंतर फोनवर जरा वेळ शांतता पसरली. तिने फोन कट् केला की काय, असं क्षणभर फिशरला वाटलं. इतक्यात ती म्हणाली, "मी तुमच्या म्हणण्यावर विचार केला, मेजर आणि असं ठरवलं, की तुम्हाला काहीही द्यायचं नाही."

"मग निदान कर्जाऊ तरी—" फिशर आवाजातील अस्वस्थता आणि नैराश्य लपवण्याचा आटोकाट प्रयत्न करत म्हणाला.

"काय हो मेजर फिशर, कधी कुणाकडे पैशासाठी हात पसरू नये आणि कधी कुणाला पैसे उसने देऊ नये, असं तुम्हाला सांभाळायला ठेवलेल्या नोकराणीने तुम्हाला शिकवलं नाही वाटतं? पण कसं शिकवलं असणार म्हणा? कारण तुम्हाला सांभाळायला नोकराणी होतीच कुठे?" असं म्हणत व्हर्जिनिया फोनपासून जरा दूर झाली. तिने स्वतःच पलंगाच्या लाकडी पाठीवर हाताने मोठ्यांदा टकटक असा आवाज केला आणि म्हणाली, "अहो मेजर, माझी नोकराणी माझा नाश्ता घेऊन दारात उभी आहे. तेव्हा मी तुम्हाला आता 'गुडबाय' म्हणते. आणि मी जेव्हा कुणाला 'गुडबाय' म्हणते, तेव्हा त्याचा अर्थ खरोखरच 'गुडबाय' असा असतो."

तिने फोन ठेवला. त्याच्या हातात अजूनही 'मेजर ॲलेक्झांडर फिशर' या नावाने काढण्यात आलेला तो ७३४१ पौंडांचा चेक होता. त्याला आपला शेअर ब्रोकर बेनी ड्रिस्कॉलचे शब्द आठवले. 'लेडी व्हर्जिनिया यांच्यावर तुमचे मोठेच उपकार आहेत' असं तोच म्हणाला होता. या पैशांवर खरोखर आपलाच हक्क आहे, असं त्याच्या मनात आलं.

२४

निवडणुकीच्या दिवशी पहाटे पाचलाच गाइल्स उठला होता. तो खाली जाताच डेन्बी ब्रेकफास्ट रूमचा दरवाजा उघडून म्हणाला, ''गुड मॉर्निंग सर गाइल्स.'' त्याचा चेहरा निर्विकार होता. जणू काही सार्वत्रिक निवडणुका ही नित्याचीच गोष्ट असल्यासारखा.

गाइल्सने नाश्त्यासाठी कॉर्नफ्लेक्स आणि फळं घेतली. एकीकडे दिवसभराच्या कार्यक्रमावरून नजर टाकत तो नाश्ता करू लागला, तेवढ्यात दार उघडून सेबॅस्टियन आत आला. निळ्या ब्लेझरमध्ये तो चांगलाच स्मार्ट दिसत होता.

''अरे सेब, तू कधी परत आलास?''

''काल रात्रीच आलो, अंकल गाइल्स. बऱ्याच शाळांना निवडणुकीची सुटी मिळाली आहे, कारण तिथे मतदान केंद्रं उभारण्यात आली आहेत. त्यामुळे मी इकडेच आलो, तुमच्या मदतीला.''

डेन्बीने त्याच्यासमोर नाश्त्याची प्लेट ठेवली. ''तुला कशा प्रकारची मदत करायला आवडेल?'' गाइल्स म्हणाला.

''तुम्ही जिंकण्यासाठी जे काही करावं लागेल, ते मी करीन,'' सेबॅस्टियन म्हणाला.

''तुला जर मदत करायचीच असेल, तर माझं बोलणं नीट ऐक. निवडणुकीच्या दिवशी पूर्ण मतदारसंघात पक्षाच्या आठ कमिटी रूम्स आहेत. तिथे स्वयंसेवक काम करतात. काही स्वयंसेवकांना डझनावारी निवडणुकांचा अनुभव आहे. त्यांच्या अखत्यारीत असलेल्या प्रभागाचा व्यवस्थित आराखडा त्यांच्यापाशी असतो. आपल्या

पक्षाशी एकनिष्ठ असलेल्या मतदारांची नावं, पत्ते त्यांच्याकडे असतात. प्रत्येक मतदान केंद्राच्या बाहेर आपला एक स्वयंसेवक टेबल टाकून बसलेला असतो. ज्या लोकांनी मतदान केलेलं आहे, त्यांच्या नावापुढे तो लगेच खूण करतो. आपल्या समोरची मुख्य अडचण हीच आहे, की प्रत्येक मतदान केंद्राबाहेर बसलेल्या आपल्या स्वयंसेवकांकडून मतदान केलेल्या व्यक्तींची यादी आपल्या त्या विभागातील कमिटीरूमपर्यंत नेऊन पोहोचवणं. त्यावरून आपल्या बाजूच्या किती मतदारांनी अजून मतदान केलेलं नाही, त्यांची नावं काय हे आपल्याला कळू शकतं. मग अशा मतदारांना मतदान समाप्त होण्यापूर्वी मतदान केंद्रावर घेऊन जाणं, हे एक मोठंच काम असतं. सर्वसाधारणपणे असा नियम आहे, की आपले मतदार मतदान केंद्र खुली होताच, म्हणजे सकाळी आठ ते दहाच्या दरम्यान मतदानासाठी बाहेर पडतात. त्यानंतर दहा वाजता कॉन्झर्व्हेटिव्ह पक्षाशी एकनिष्ठ असलेले मतदार मतदानासाठी येतात, त्यांचा ओघ दुपारी चारपर्यंत चालू असतो. त्यानंतर राहिलेले मतदार मात्र ऑफिसातून घरी परत जाताना वाटेत थांबून मतदान करतात. हा वेळ अत्यंत महत्त्वाचा असतो. कारण जर त्यांनी ऑफिसातून घरी जाण्यापूर्वी मतदान केलं नाही, तर मग त्यांना घराबाहेर काढून मतदानासाठी नेणं जवळजवळ अशक्यप्राय असतं.''

गाइल्स बोलत असतानाच एमा आणि हॅरी तिथे आले.

''आज ग्रिफने तुम्हा दोघांना काय काम दिलंय?'' गाइल्स म्हणाला.

''मी एका कमिटीरूमची जबाबदारी सांभाळते आहे,'' एमा म्हणाली.

''मी आपल्या बाजूच्या मतदारांना हुडकण्याचं काम करतोय आणि त्यांच्यातल्या कुणाला गाडीत घालून मतदान केंद्रावर न्यायचं असेल, तर त्याची व्यवस्थापण करतोय.''

''एक गोष्ट लक्षात ठेव हॅरी, आपले हे मतदार गरीब असतात. कदाचित गेल्या निवडणुकीच्या वेळी त्यांना कुणीतरी असंच गाडीत घालून मतदानासाठी नेलं असेल. त्यानंतर पुन्हा गाडीत बसायची वेळ आज त्यांच्यावर आली असेल. कुटुंबात कुणाचं लग्न असेल किंवा कुणाची अन्त्ययात्रा असेल, तरच या लोकांवर कारमध्ये बसण्याचा प्रसंग येतो. ग्रिफने तुला कोणत्या भागातल्या कमिटीचं काम दिलंय?'' तो एमाकडे वळून म्हणाला.

''मी वुडबाईन इस्टेटवरच्या कमिटीत मिसेस पॅरिश यांच्याबरोबर काम करणार आहे.''

''तसं असलं, तर ही तुझ्यासाठी सुवर्णसंधीच आहे. मिस पॅरिश यांचं काम खरोखर वाखाणण्यासारखं आहे. या कामाचा प्रदीर्घ अनुभव त्यांच्या गाठीशी आहे. मोठी मोठी माणसं मिस पॅरिश यांच्या भीतीने आळस झटकून मतदानासाठी

बाहेर पडतात आणि हो, सेबॅस्टियनसुद्धा 'रनर' म्हणून तुमच्या कमिटीसाठी काम करणार आहे. त्याला काय काय करावं लागेल, हे मी नीट स्पष्ट करून सांगितलंच आहे.''

एमा आपल्या मुलाकडे पाहून हसली.

''मग मी आता निघतो,'' गाइल्स म्हणाला. त्याने उठताना ब्रेड हातात उचलून घेतला. एमाला आपल्या आईची, एलिझाबेथची खूप आठवण झाली.

''मी आजच्या दिवसभरात प्रत्येक कमिटीला एकदा तरी येऊन भेटणारच आहे, त्यामुळे तिथे आपली भेट होईल.''

डेन्बी दाराबाहेर त्याची वाट बघत थांबला होता.

''सर, तुम्हाला त्रास देत आहे त्याबद्दल क्षमस्व; पण आपल्या घरच्या संपूर्ण नोकरवर्गाला आज दुपारी चार ते साडेचार अशी अर्धा तास सुटी हवी आहे,'' तो म्हणाला.

''काही खास कारणाने हवी आहे का सुटी?''

''मतदान करायचं आहे, सर.''

गाइल्सच्या चेहऱ्यावर ओशाळल्याचे भाव उमटले. ''किती मतं?'' तो कुजबुजत्या स्वरात म्हणाला. ''तुम्हाला सहा तर नक्की मिळणार, सर. पण एकाचा निर्णय अजून झालेला नाही,'' डेन्बी म्हणाला. ''आपला नवा माळी आहे ना सर? तो स्वत:ला जरा उच्च समजतो. त्याला वाटतं, तो कॉन्झर्व्हेटिव्ह पक्षाचा पाठीराखा आहे.''

''तसं असेल, तर मग या निवडणुकीत माझा तेवढ्या एका मताने पराभव व्हायला नको,'' असं म्हणत गाइल्स निघून गेला.

कारपाशी जेसिका दार उघडून थांबली होती. हा तिचा रोज सकाळचा शिरस्ता होता. ''मी तुमच्यासोबत येऊ का, अंकल गाइल्स?'' ती म्हणाली.

''या खेपेला नको, बेटा. पण पुढच्या निवडणुकीत मी नक्की तुला माझ्याबरोबर घेऊन जाईन. तू माझी गर्लफ्रेंड आहेस असं मी सर्वांना सांगेन आणि मग मी प्रचंड बहुमताने निवडून येईन.''

''पण मग मी तुम्हाला मदत करण्यासाठी काय करू?''

''अं? काय बरं करशील? हां— अगं, तुला आपला तो नवा माळी माहीत आहे ना?''

''अल्बर्ट? हो. माहीत आहे. तो खूप चांगला आहे.''

''हं, तोच. तर तो कॉन्झर्व्हेटिव्ह पक्षाला मत देण्याचा विचार करतोय. तू आज दुपारी चारपर्यंत त्याचं मन वळवून त्याला आपल्या बाजूला घेता येतंय का, ते बघ ना.''

"नक्की बघते,'' जेसिका म्हणाली. गाइल्स कारमध्ये बसला.

✳

सकाळी सात वाजण्यापूर्वीच गाइल्सने कार डॉकलँड्सच्या बाहेर उभी केली. सकाळच्या शिफ्टसाठी आत निघालेल्या प्रत्येक कामगाराशी त्याने हसून हस्तांदोलन केलं. शिवाय रात्रपाळी संपवून बाहेर पडणाऱ्या प्रत्येक कामगाराला तो जातीने भेटला. अनेक कामगार मुद्दाम त्याच्याशी बोलायला थांबले. त्याला आश्चर्य वाटलं.

"आम्ही तुमच्याच बाजूने आहोत.''

"आम्ही आता मत देऊन मगच घरी जाणार.''

"आपलं मत तर तुम्हालाच.''

अखेर नाईट शिफ्टचा फोरमन डेव्ह कोलमन दिसताच गाइल्सने त्याला बाजूला बोलावून कामगारांचा कौल काय, असं विचारलं. डेव्ह कोलमन त्याच्या स्पष्टवक्तेपणासाठी प्रसिद्धच होता. तो म्हणाला, "तुमच्या कौटुंबिक समस्या, ते घटस्फोटाचं प्रकरण तुम्ही आता लवकरात लवकर निकालात काढावं, असंच सगळ्यांना वाटतं. पण खरं सांगायचं ना, तर त्या हरामखोर मेजर फिशरविषयी सर्वांच्या मनात इतकी चीड आहे, की आमच्या अडचणी सोडवण्यासाठी त्याला निवडून द्यावं, असं कुणालाही वाटणार नाही. त्या फिशरने कधी डॉक्सवर येऊन आम्हाला एकदा जरी तोंड दाखवलं असतं, तरी मला त्याच्याविषयी किंचित तरी आदर वाटला असता. खरं तर आपल्या कामगार संघटनेतसुद्धा मूठभर कॉन्झर्व्हेटिव्ह पक्षाचे समर्थक आहेत. पण त्या फिशरने मुळी कधी त्यांची साधी दखलसुद्धा घेतलेली नाही.''

गाइल्सने त्यानंतर डब्ल्यू.डी. अँड एच.ओ. विल्स सिगरेट फॅक्टरीच्या परिसरात चक्कर मारली. त्याचप्रमाणे तो ब्रिस्टॉल एरोप्लेन कंपनीच्या कामगारांची भेट घेण्यासाठीसुद्धा गेला. या सर्व ठिकाणी त्याचं अत्यंत प्रेमाने स्वागत झालं; परंतु त्यावरून काहीच सांगता आलं नसतं. प्रत्येक उमेदवाराला निवडणुकीच्या दिवशी फक्त आपलाच विजय होणार, असं वाटत असतं. अगदी लिबरल पक्षाच्या उमेदवारालाही तसंच वाटतं.

दहा वाजून गेल्यावर गाइल्स पहिल्या कमिटीरूममध्ये शिरला. स्थानिक चेअरमनकडून त्याला असं कळलं की, त्यांच्याशी एकनिष्ठ असणाऱ्या मतदारांपैकी बावीस टक्के मतदारांचं मतदान करून झालं होतं. १९५१ सालच्या निवडणुकीत जेव्हा गाइल्स ४१४ मतांनी जिंकला होता, तेव्हाची स्थितीही अगदी अशीच होती.

"आणि कॉन्झर्व्हेटिव्हजचं काय?'' गाइल्स म्हणाला.

"सोळा टक्के.''

"१९५१ साली त्यांची स्थिती काय होती?''

"या खेपेस ते एक टक्क्याने पुढे आहेत," कमिटी चेअरमन म्हणाला.

गाइल्स आठव्या कमिटीच्या भेटीला पोहोचला, तेव्हा दुपारचे चार वाजून गेले होते. मिस पॅरिश दारापाशी त्याची वाटच पाहत होत्या. त्यांच्या एका हातात सँडविचची बशी आणि दुसऱ्या हातात दुधाचा ग्लास होता. वुडबाईन इस्टेटमध्ये राहणाऱ्या काही मोजक्याच लोकांच्या घरी फ्रीझ होते. मिस पॅरिश त्यांच्यापैकी एक होत्या.

"काय, कसं चाललंय?" गाइल्स म्हणाला.

"देवाच्या कृपेने दहा ते चार याच वेळात नेमका पाऊस आला. पण आता सूर्य बाहेर आलाय. देव नक्की समाजवादी आहे, असं मला आता वाटू लागलंय. पण आता राहिलेल्या तासात आपल्याला सर्वांनाच प्रचंड काम करावं लागणार आहे."

"आजपर्यंत तुमचा अंदाज कधीही चुकलेला नाहीये. तुम्हाला काय वाटतं?"

"खरं सांगू?"

"अगदी खरं."

"फार अटीतटीचा सामना होणार आहे."

"मग चला, कामाला लागू या." असं म्हणून गाइल्स कक्षात फेरफटका मारण्यासाठी निघून गेला. कामात बुडालेल्या प्रत्येकाची त्याने जातीने विचारपूस केली.

"तुमच्या घरचे लोक तुमच्या मदतीला धावून आले आहेत. केवढं काम करत आहेत. खरं तर ते कॉन्झर्व्हेटिव्ह पक्षाचे समर्थक आहेत ना?" मिस पॅरिश म्हणाल्या.

"एमाने एकदा एखादं काम अंगावर घेतलं, की ते पार पडलंच म्हणून समजा."

"हो. खूप जबाबदारीने काम करते ती," मिस पॅरिश म्हणाल्या. एमा एका मतदान केंद्रावरून नुकतेच आलेले आकडे एका भल्या मोठ्या लांबलचक पसरलेल्या कागदावर नीटनेटकेपणे वेगवेगळ्या रकान्यांमध्ये भरत होती. "पण अगदी खरं सांगू? तुमचा भाचा सेबॅस्टियन तर अगदी सुपरस्टारच आहे. अशी दहा मुलं जर आपल्या मदतीला असती ना, तर आपण निवडणूक कधी हरूच शकलो नसतो," मिस पॅरिश कौतुकाने म्हणाल्या.

गाइल्स हसला. "पण आमचा तो सुपरस्टार आत्ता नक्की आहे कुठे?"

तो एकतर मतदान केंद्राकडे निघाला असेल, नाहीतर केंद्राकडून परत इकडे येत असेल. तो मुळी एका जागी स्थिर उभा राहतच नाही.

*

पण आत्ता या क्षणी मात्र सेबॅस्टियन शांत उभा होता. मतदान केंद्रासमोरच्या टेबलापाशी. तिथला माणूस मतदान करून बाहेर पडलेल्या मतदारांची ताजी यादी बनवून त्याला देत होता. एकदा ती हाती आली, की तो पळत मिस पॅरिश यांच्याकडे जाणार होता. त्याच्या प्रत्येक खेपेनंतर मिस पॅरिश त्याला दूध, चॉकोलेट असं खाऊ घालायच्या. त्याची आई – एमा – कधीतरी त्याबद्दल नाराजीपण व्यक्त करायची; पण त्या तिच्याकडे दुर्लक्ष करायच्या.

"एक प्रॉब्लेम काय आहे सांगू का? ते समोर रस्त्यापलीकडे मिलर कुटुंब राहतं ना, त्यांच्या घरात सहा मतदार आहेत. ते मतदानासाठी साधा रस्ता क्रॉस करून इथपर्यंत यायलासुद्धा तयार नाहीत. नेहमी सध्याच्या कॉन्झर्व्हेटिव्ह पक्षाच्या सरकारला इतक्या शिव्या घालत असतात. पण आज बघा! आता आपण जर सहा मतांनी हरलो, तर त्याला कोण जबाबदार?" टेबलापाशी बसलेला माणूस आपल्या मित्राला सांगत होता.

"तू मिस पॅरिशना त्यांच्यावर सोड ना मग," तो मित्र त्याला म्हणाला.

"त्या आधीच इतक्या कामात बुडलेल्या आहेत, की त्यांना कुठे त्रास द्यायचा? खरं तर मी स्वत: तिकडे जाऊन त्यांची मनधरणी करून त्यांना इकडे आणलं असतं, पण मला इथून हलता येत नाही ना?" तो टेबलापाशी बसलेला माणूस म्हणाला.

ते ऐकताच सेबॅस्टियन तिथून पाठ फिरवून निघाला, तो सरळ रस्त्यापलीकडे असलेल्या २१ नंबरच्या घरासमोर जाऊन थांबला. त्याने सगळा धीर गोळा करून दरवाज्याची घंटी वाजवली. एका महाकाय पुरुषाने दार उघडलं. त्याला पाहून सेबॅस्टियनची भीतीने गाळणच उडाली.

"काय रे पोरा, काय हवंय?" तो माणूस खेकसला.

सेबॅस्टियन खोटा नाटकी आवाज काढून पब्लिक स्कूलमध्ये शिकणाऱ्या श्रीमंत मुलाच्या थाटात म्हणाला, "हे पाहा, मी कॉन्झर्व्हेटिव्ह पक्षाच्या मेजर फिशर यांचा प्रतिनिधी आहे. आजची निवडणूक फार अटीतटीची होणार असल्याने तुमचं मत फार मोलाचं आहे. तरी तुम्ही तुमचं बहुमूल्य मत मेजर फिशर यांनाच द्यावं आणि त्यांना ही निवडणूक जिंकण्यास मदत करावी, असं माझं तुम्हाला सांगणं आहे."

"ए पोरट्या... मी तुझा कान धरून तुला इथून हाकलून काढण्याआधी इथून चालता हो," असं म्हणून त्या माणसाने, म्हणजे मिस्टर मिलर यांनी दार आदळून बंद केलं.

सेबॅस्टियन परत मतदान केंद्रापासून थोड्या अंतरावर उभारलेल्या लेबर पक्षाच्या बूथकडे पळाला. त्याने तिथल्या माणसाकडून मतदानाची ताजी आकडेवारी गोळा केली आणि हळूच मागे वळून पाहिलं. २१ नंबरच्या घराचं दार उघडून तो महाकाय

मिस्टर मिलर आपल्या पाच कुटुंबीयांना सोबत घेऊन रस्त्यापलीकडे असलेल्या मतदान केंद्राकडे निघाला होता. कमिटीरूमकडे परत जाण्यापूर्वी सेबॅस्टियनने हातातल्या चिठ्ठीवर मिलर कुटुंबाची सहा मतं लिहिली.

❊

संध्याकाळी सहा वाजता गाइल्स परत डॉक्समध्ये पोहोचला. दिवसपाळीचे कामगार एक एक करत बाहेर पडत होते आणि रात्रपाळीचे कामगार आत शिरत होते.

"साहेब, तुम्ही दिवसभर इथेच उभे आहात की काय?" घरी निघालेला एक कामगार म्हणाला.

"हो ना... मलाही आता अगदी असंच वाटायला लागलंय," गाइल्स आणखी एका माणसाचा हात हातात घेत म्हणाला.

गाइल्सला तिथे थांबलेलं पाहून एक-दोघं कामगार घरचा रस्ता सोडून जवळच्या मतदान केंद्राकडे निघाले.

साडेसहाच्या सुमाराला रस्त्यावर शुकशुकाट झाला. रात्रीच्या शिफ्टचे कामगार आत शिरून कामाला लागले होते. तर दिवसपाळी संपवून बाहेर पडलेले कामगार मतदान करून आपापल्या घरी गेले होते. गेल्या दोन निवडणुकांच्या वेळी गाइल्सने जे केलं होतं, तेच त्याने आत्तासुद्धा केलं. डॉक्सकडून गावाकडे निघालेल्या एका डबलडेकर बसमध्ये तो चढला.

बसच्या वरच्या मजल्यावर तो पोहोचला, तेव्हा त्याला तिथे पाहून अनेक प्रवाशांच्या चेहऱ्यांवर आश्चर्य पसरलं. त्या सर्वांशी त्याने हस्तांदोलन केलं. प्रत्येक उतारूची व्यक्तिश: गाठ घेतल्यानंतर तो उतरून बसच्या खालच्या भागात आला. तेथील उतारूंना भेटून त्यांची विचारपूस करून झाल्यावर तो बसमधून उतरून दुसऱ्या एका बसमध्ये शिरला. त्यानंतर पुढचे अडीच तास सतत तो वेगवेगळ्या बसेसमध्ये शिरून तिथल्या लोकांशी बोलत होता. त्यांची चौकशी करत होता. नऊ वाजून एक मिनीट होईपर्यंत त्याचं हे सत्र चालूच होतं.

शेवटच्या बसमधून खाली उतरल्यावर तो एकटाच बसस्टॉपवर बसून राहिला. आता ही निवडणूक जिंकण्यासाठी जेवढे प्रयत्न करणं शक्य होतं, ते सगळे करून झाले होते.

❊

गाइल्सला दूरवरून घड्याळाचा एक ठोका ऐकू आला. त्याने घड्याळात पाहिलं. साडेनऊ. आता निघायची वेळ झाली. आता मात्र आपल्याला आणखी

एकदा बसचा प्रवास करणं शक्य नाही, असं त्याने ठरवलं आणि तो पायीच चालू लागला. आता जरा वेगात मतमोजणीला सुरुवात होणार होती. मनात विचारांचं काहूर माजलं होतं. रात्रीच्या थंड हवेने ते जरासं शमेल, अशी त्याने आशा केली.

'आता एक एक करून सर्व मतदान केंद्रांवरच्या मतपेट्या सिटी हॉलमध्ये आणण्याची धावपळ सुरू झाली असेल. त्या सगळ्या प्रक्रियेला किमान एक तास तरी लागेल. एकदा का सगळ्या मतपेट्या एका जागी आल्या, की सिटी हॉलमधले क्लार्क मिस्टर वेनराईट यांच्या देखरेखीखाली सगळ्या मतपेट्यांची सीलं तोडली जातील. त्यानंतर मतमोजणीला सुरुवात होईल,' गाइल्सचं विचारचक्र चालूच होतं. 'निकाल जाहीर व्हायला मध्यरात्रीचा एक तरी निश्चितच वाजेल. त्या आधी मतमोजणी पूर्ण होणं शक्यच नाही.'

सॅम वेनराईट हे सर्वच बाबतीत सनदशीर मार्गाने जाणारे गृहस्थ. त्यांनी आजवरच्या आयुष्यात कधी वाहतुकीचा नियमदेखील मोडला नव्हता. 'स्लोली बट शुअरली' हे जणू त्यांचं घोषवाक्यच असावं. गेल्या दहा वर्षांत गाइल्सचा कामाच्या निमित्ताने त्यांच्याशी अनेकदा संबंध आला होता. पण अजूनही त्यांचा पाठिंबा नेमका कोणत्या पक्षाला आहे, हे काही तो सांगू शकला नसता. गाइल्सला तर असा संशय होता, की मिस्टर वेनराईट यांनी कधी मतदानच केलेलं नव्हतं. गाइल्सला फक्त एकच गोष्ट ठाऊक होती. मतमोजणीवर देखरेख करण्याची वेनराईट यांची ही शेवटची वेळ होती. या वर्षाखेरीस ते निवृत्त होणार होते. त्यांच्यानंतर इतका सरळमार्गी, विश्वासार्ह आणि निष्ठेने काम करणारा दुसरा माणूस या कामासाठी मिळणं गाइल्सच्या मते अवघडच होतं. अमेरिकेचे फ्रान्समधील राजदूत म्हणून थॉमस जेफरसन हे बेंजामिन फ्रँकलिन यांच्यानंतर जेव्हा कामावर रुजू झाले, तेव्हा त्यांनी फ्रँकलिन यांच्याबद्दल जे उद्गार काढले होते, तेच उद्गार गाइल्सला वेनराईट यांच्याविषयी सार्थ वाटले. त्याच्या मते वेनराईट यांच्यानंतर त्यांच्या जागी दुसरा कुणीतरी नक्कीच येईल, पण त्यांची जागा मात्र कुणीच घेऊ शकणार नाही.

गाइल्स रमतगमत सिटी हॉलकडे निघाला. रस्त्यात जाणाऱ्या एक दोघांनी त्याच्याकडे पाहून हात हलवला. तर बाकीचे निर्विकारपणे त्याच्या जवळून चालत पुढे निघून गेले. गाइल्सच्या मनात स्वतःच्या आयुष्याबद्दलचे विचार सुरू झाले. 'या निवडणुकीत जर आपण डॉकलँड्समधून संसद सदस्य म्हणून निवडून आलो नाही तर?' काही आठवड्यातच त्याचा पस्तिसावा वाढदिवस होता. पस्तीस म्हणजे काही फार वय नाही, हे त्यालाही माहीत होतं. पण युद्धावरून ब्रिस्टॉलला परतल्यानंतर आत्तापर्यंत त्याने केवळ एवढी एकच गोष्ट केली होती. दुसरं काहीच केलं नव्हतं. दुसरं काही काम करण्यासाठी आवश्यक ती पात्रताही त्याच्याकडे

नव्हती. ज्या संसद सदस्यांची जागा पक्की नसते, पुढील निवडणुकीत निवडून येण्याची ज्यांना खातरी नसते, अशांच्यापुढे ही समस्या नेहमीच असते.

त्यानंतर त्याच्या मनात व्हर्जिनियाचे विचार आले. सहा महिन्यांपूर्वी एका कागदावर तिने जर सुखासुखी सही केली असती, तर त्याचं आयुष्य किती सुरळीत झालं असतं. पण तसं होऊ देण्याची तिची कधीच इच्छा नव्हती. निवडणुकीचा निकाल जाहीर झाल्यानंतरच पुढे काय ते करायचं, असंच तिने ठरवलं होतं. काहीही करून गाइल्सला जास्तीत जास्त त्रास देणं, त्याला मान खाली घालायला लावणं हाच तिचा हेतू होता. बॅरिंग्टन्सच्या बोर्डवर फिशरला आणून बसवण्यात तिचाच हात होता, हे एव्हाना त्याला कळून चुकलं होतं. आपण गाइल्सला निवडणुकीत सहज हरवू शकू आणि संसद सदस्य म्हणून निवडून येऊ शकू, हे विचार त्याच्या मनात नक्की तिनेच भरवले असणार.

'आत्ता बहुतेक ती बया लंडनमधल्या तिच्या फ्लॅटमध्ये बसून निवडणुकीचे निकाल जाहीर होण्याची वाट पाहत असेल,' असं गाइल्सच्या मनात आलं. पण खरं तर तिला फक्त एकाच जागेच्या निकालाशी देणंघेणं होतं. बॅरिंग्टन कुटुंबीयांची पुरती धूळधाण उडवून त्यांना गुडघे टेकून शरण यायला लावण्यासाठी कंपनीच्या शेअर्सवर आणखी एकदा धाड घालायचा तर तिचा बेत नव्हता ना? पण गाइल्सला एका गोष्टीची खातरी होती, ती म्हणजे रॉस बुखानन आणि एमा हे दोघं मिळून त्या महामायेशी टक्कर देण्यास समर्थ होते.

या व्हर्जिनियाचं खरं रूप अखेर गाइल्सच्या धाकट्या बहिणीने – ग्रेसनेच – त्याच्यासमोर उघडकीला आणलं होतं. त्याची एकदा खरमरीत कानउघाडणी केल्यानंतर मात्र तिने त्याच्यासमोर परत तो विषय कधीही काढला नव्हता. ग्रेसचे त्याच्यावर आणखीही उपकार होतेच की. त्याची आणि ग्वेनेथची ओळख होण्यासही तीच कारणीभूत होती. खरंतर त्याच्या प्रचारदौऱ्याच्या वेळी ब्रिस्टॉलला येऊन त्याला मदत करण्याची ग्वेनेथची खूप इच्छा होती; पण आपण केंब्रिज सोडून इकडे गाइल्सच्या प्रचाराला आल्याचं कळलं, की फिशरच त्या गोष्टीचा अपप्रचार करून स्वत:चा फायदा करून घेईल, याची तिला पुरेपूर कल्पना होती.

रोज सकाळी उठून पक्षाच्या मुख्यालयात जाण्याआधी गाइल्स रोज केंब्रिजला फोन करून ग्वेनेथशी बोलायचा. रात्री मात्र त्याला घरी यायला खूप उशीर व्हायचा. मध्यरात्र उलटून जायची. त्यामुळे तो रात्री तिला फोन करून झोपेतून उठवत नसे. आपण आज जर निवडणूक हरलो, तर उद्या पहाटेच उठून कारने केंब्रिजला ग्वेनेथकडे निघून जायचं, असं त्याने मनोमन ठरवलं होतं. मनावरचं सगळं ओझं तिच्यापाशी हलकं करायचं, हेही पक्कं ठरलं होतं. पण जर आपण विजयी झालो, तर दुपारी तिच्याकडे जाऊन तिच्यासमवेत त्या विजयाचा आनंद साजरा करायचा,

असा त्याचा बेत होता. या निवडणुकीचं काय व्हायचं ते होवो, पण आपण ग्वेनेथला मात्र कधीच गमवायचं नाही, हे त्याने मनोमन ठरवलं होतं.

"गुडलक सर गाइल्स," जाणारं कुणीतरी मोठ्यांदा म्हणालं आणि तो दचकून भानावर आला. "तुम्ही नक्कीच विजयी होणार," तो माणूस म्हणत होता. गाइल्सने चेहऱ्यावर आत्मविश्वास धारण करून नेहमीचं हास्य केलं, पण त्याला मनातून मात्र तशी खातरी वाटत नव्हती.

आता समोरच्या बाजूला सिटी हॉलची भव्य वास्तू दृष्टिपथात आली होती. वास्तूच्या दोन्ही बाजूंना छपरावर उंच जागी दोन युनिकॉर्नच्या सोनेरी आकृती होत्या. त्या एकेका पावलाबरोबर मोठ्या मोठ्या होत चालल्या होत्या.

मतमोजणीसाठी ज्या स्वयंसेवकांना निवडण्यात आलं होतं, ते आपापल्या जागी बसले होते. ही मतमोजणीत सहभागी होण्याची जबाबदारी फार मोठी असल्याने निवृत्त वयस्कर अधिकारी किंवा पक्षात मोठं पद भूषविणाऱ्या व्यक्तींचीच या कामासाठी निवड होत असे. सहा लेबर पक्षाच्या निरीक्षकांच्या गटाच्या मिस पॅरिश या प्रमुख होत्या. गेल्या चारही निवडणुकांमध्ये त्यांनी ही जबाबदारी पार पाडली होती. त्यांनी स्वत:च्या हाताखाली काम करणाऱ्या स्वयंसेवकांच्या तुकडीत हॅरी आणि एमा यांना मुद्दाम घेतलं होतं.

"मी खरं तर सेबॅस्टियनला पण घेणार होते, पण तो अजून लहान आहे ना," त्यांनी गाइल्सला सांगितलं होतं.

"तो जरा हिरमुसला होईल," गाइल्स त्यावर म्हणाला होता.

"हो, ते कळल्यावर तो हिरमुसला झालाच होता. पण मी त्याला मुद्दाम एक पास दिला आहे. त्यामुळे मतमोजणीचं काम चालू असताना त्याला गॅलरीत बसून पाहता येईल," त्या म्हणाल्या.

"थँक यू."

"माझे नका आभार मानू," मिस पॅरिश म्हणाल्या. "खरं तर या संपूर्ण प्रचारदौऱ्यात तो माझ्यासोबत असायला हवा होता," त्या म्हणाल्या.

आता गाइल्स एक जड नि:श्वास टाकून सिटी हॉलच्या पायऱ्या चढू लागला. आजचा निकाल काही का लागेना, पण आपल्याला ज्या लोकांनी पाठिंबा दिला आणि सहकार्य केलं, त्यांचे आभार मानायला आपण विसरायचं नाही, असं त्याने ठरवलं. खरं तर आपण ही निवडणूक जिंकणं, हाच त्या लोकांच्या कामाचा खरा मोबदला आहे, असं त्याच्या मनात आलं. मग त्याला ओल्ड जॅक यांचे शब्द आठवले– 'उत्तम जेता तर कुणीही होऊ शकतो. पण जो पराभवाचा धीरोदात्तपणे सामना करू शकतो, तोच खरा महान असतो.'

२५

सिटी हॉलच्या लॉबीत ग्रिफ हास्किन्स अस्वस्थपणे फेऱ्या घालत होता, इतक्यात त्याला गाइल्स त्याच्याकडे चालत येताना दिसला. दोघांनी एकमेकांच्या जवळ येताच एकमेकांचे हात हातात घेतले. जणू काही दोन मित्र खूप वर्षांनी भेटत असावेत, तसे.

"मी जर जिंकलो, तर तू—"

"हे बघ, जास्त भावनाविवश वगैरे होण्याची गरज नाहीये," ग्रिफ म्हणाला. "आपल्याला अजून खूप काम आहे."

झुलत्या दारांमधून दोघं प्रेक्षागृहात शिरले. नेहमीच्या एक हजार खुर्च्या गायब होऊन त्याऐवजी तिथे डझनभर टेबलं एका ओळीत मांडण्यात आली होती. त्या टेबलांच्या दोन्ही बाजूंना लाकडी खुर्च्या ठेवण्यात आल्या होत्या.

सॅम वेनराईट कमरेवर हात ठेवून व्यासपीठाच्या मधोमध उभे होते. त्यांनी मोठ्यांदा शिट्टी वाजवून मतमोजणीला सुरुवात होत असल्याची घोषणा केली. कातऱ्यांनी सील्स तोडण्यात आली. मतपेट्या उघडून टेबलांवर उपड्या करण्यात आल्या. घड्या केलेल्या हजारो मतपत्रिकांचा ढीग टेबलावर जमा झाला. प्रत्येक मतपत्रिकेवर तीन उमेदवारांची नावं छापण्यात आली होती.

सुरुवातीला मतपत्रिकांचे तीन ढीग करण्यात आले. तिघा उमेदवारांना पडलेली मतं वेगळी करून झाल्यावर प्रत्यक्ष मतमोजणीला सुरुवात झाली. फिशर आणि गाइल्सच्या मानाने एल्सवर्दीला फारच कमी मतं पडली होती.

गाइल्स आणि ग्रिफ अस्वस्थपणे सभागृहात येरझाऱ्या घालत होते. मधूनच ते

मतपत्रिकांच्या ढिगाऱ्यांवर नजर टाकून कोण आघाडीवर आहे, हे आजमावण्याचा प्रयत्न करत होते. पण नीट पाहिल्यावर दोघांनाही एक कळून चुकलं, की फिशर आणि गाइल्स यांच्यात नक्की कोण आघाडीवर आहे, हे सांगणं फार कठीण होतं. वुडबाईन इस्टेट विभागातून गाइल्स आघाडीवर होता, तर आर्केडिया विभागातून फिशर आघाडीवर होता. ग्रिफ आणि गाइल्स यांनी अंदाज घेण्यासाठी सभागृहात आणखी एकदा चक्कर मारली. तरीही चित्र स्पष्ट झालंच नाही. एकच गोष्ट नक्की होती, ती म्हणजे लिबरल पक्षाला सर्वांत कमी मतं मिळणार होती.

इतक्यात सभागृहाच्या पलीकडच्या कोपऱ्यातून टाळ्यांचा कडकडाट ऐकू आल्यामुळे गाइल्सने चमकून वर पाहिलं. फिशर आपल्या एजंटबरोबर सभागृहात शिरला होता. त्याच्यामागे त्याचे थोडे समर्थकसुद्धा होते. त्यातील काही मंडळींना गाइल्सने ओळखलं, कारण उमेदवारांची समोरासमोर चर्चा ठेवण्यात आली होती, त्या कार्यक्रमाला ते उपस्थित होते. गाइल्सच्या नजरेने एक गोष्ट टिपली. फिशर कपडे बदलून व्यवस्थित तयार होऊन, झकपक सूट-बूट असा संसद सदस्याला शोभेसा पोशाख करून आला होता. एक-दोन लोकांशी बोलल्यानंतर त्यानेही सभागृहातून एक फेरफटका मारण्यास सुरुवात केली. पण गाइल्सशी समोरासमोर गाठ पडू नये याची मात्र तो व्यवस्थित काळजी घेत होता.

गाइल्स, ग्रिफ, हॅरी आणि एमा हेसुद्धा असेच सभागृहातून फेरफटका मारत होते. मधूनच ते मतमोजणीच्या चालू असलेल्या शिस्तबद्ध कामाकडे कुतूहलाने पाहत होते. दहा-दहा मत पत्रिकांच्या गठ्ठ्यांना रबरबँड्स लावून त्यानंतर असे दहा दहा गठ्ठे एकत्र करून ठेवण्यात येत होते. उमेदवाराच्या नावानुसार निळे, पिवळे आणि लाल रबरबँड्स वापरण्यात आले होते. त्यानंतर शंभर-शंभर गठ्ठ्यांची पुढे आणखी मोठी बंडलं बांधून पाचपाचशे मतपत्रिका एकत्र ठेवण्यात येत होत्या. टेबलावर ओळीने मांडून ठेवलेली ती बंडलं लढाईवर निघालेल्या सैनिकांच्या परेडसारखी दिसत होती. निरीक्षक एक एक गठ्ठा हातात घेऊन चुकून कुठे एखादी मतपत्रिका जास्त किंवा कमी नाही ना, तेही काळजीपूर्वक तपासत होते. एखाद्या गठ्ठ्यात काही जास्त कमी झाल्याचा संशय आलाच, तर मिस्टर वेनराईट यांना बोलावून घेऊन त्यांच्या उपस्थितीत तेवढाच गठ्ठा सोडण्यात येऊन त्यातील मतपत्रिकांची पुनर्मोजणी होत होती. त्यामुळे मतगणना करणाऱ्या स्वयंसेवकांनी डोळ्यांत तेल घालून काम केलं पाहिजे, असं मिस पॅरिश यांनी आपल्या गटाला बजावून ठेवलं होतं.

मतमोजणीला सुरुवात होऊन दोन तास उलटून गेले होते. गाइल्सने ग्रिफला कुजबुजत्या स्वरात त्याचा अंदाज विचारला. पण ग्रिफने काही न बोलता नुसते खांदे उडवले. खरं तर १९५१ च्या निवडणुकीत दोन तासांनंतर गाइल्सचाच विजय

होणार, हे चित्र स्पष्ट झालं होतं; पण आज तसं नव्हतं. गाइल्स आणि फिशरमध्ये अटीतटीचा सामना सुरू होता.

अखेर सर्व मतपत्रिकांचे पाचशेचे गठ्ठे करून ठेवण्याचं काम पूर्ण झालं. स्वयंसेवकांनी क्लार्क वेनराईट यांना बोलावून घेतलं. आता अंतिम निकालाची वेळ जवळ आली होती. मिस्टर वेनराईट यांनी मोठ्यांदा शिटी फुंकून घोषणा केली. ''प्रत्येक ढीग पुन्हा एकदा चेक करा.'' मग ते पुढे म्हणाले, ''सर्व उमेदवारांनी आपापल्या एजंट्ससह माझ्यामागे व्यासपीठावर यावं.''

गाइल्स आणि ग्रिफ सर्वांत आधी व्यासपीठावर चढले. त्यांच्या मागोमाग फिशर आणि एल्सवर्दी पण चढले. व्यासपीठावरील टेबलाच्या मधोमध मतपत्रिकांचा एक लहानसा गठ्ठा होता. जास्तीत जास्त दहा नाहीतर बारा असतील.

''जंटलमेन,'' क्लार्क वेनराईट म्हणाले. ''ही मतं वाया गेली आहेत. निवडणूक कायद्यानुसार मतगणना पूर्ण झाल्यानंतर या मतपत्रिकेपैकी एखादी मतपत्रिका ग्राह्य म्हणून मतमोजणीत धरायची की नाही, हे ठरवण्याचा पूर्ण अधिकार केवळ माझाच आहे. अर्थात मी दिलेला निर्णय अमान्य करण्याचा अधिकार तुम्हाला आहेच.''

एवढं बोलून वेनराईट यांनी चश्मा सारखा करून त्या छोट्याशा गठ्ठ्यातील सर्वांत वरची मतपत्रिका उघडली. त्यावर मतदाराने फिशरच्या नावासमोरच्या चौकोनात खूण केली होती. पण त्याच्याबरोबर मतपत्रिकेच्या कोऱ्या भागात लिहून ठेवलं होतं : 'गॉड सेव्ह द क्वीन.'

''हे मत मला आहे, हे अगदी स्पष्ट आहे,'' वेनराईट यांना निर्णय देण्याची संधीही न देता फिशर म्हणाला.

क्लार्क वेनराईट यांनी गाइल्सकडे पाहिलं; त्यानंतर एल्सवर्दीकडेही पाहिलं. दोघांनी मानेने होकार दिला. त्यानंतर वेनराईट यांनी ती मतपत्रिका स्वत:च्या उजव्या हाताला ठेवली. दुसऱ्या मतपत्रिकेवर फिशरच्या नावापुढच्या चौकटीत मतदाराने फुली मारण्याऐवजी टिक्मार्क (✓) करून ठेवला होता.

''हे मत मला दिलेलं आहे, हे अगदी उघड आहे,'' परत फिशर ठामपणे म्हणाला. परत एकदा गाइल्स आणि एल्सवर्दी यांनी होकार दिला.

क्लार्क वेनराईट यांनी ही मतपत्रिकासुद्धा फिशरच्या मतांमध्ये समाविष्ट करण्यासाठी ठेवून दिली. फिशरच्या चेहऱ्यावर हसू फुटलं; परंतु त्यानंतर सलग तीन मतपत्रिकांवर मतदारांनी गाइल्स बॅरिंग्टनच्या नावापुढील चौकटीत फुल्यांऐवजी टिक्मार्क करून ठेवले होते.

त्यापुढील एका मतपत्रिकेवर मतदाराने तीनही उमेदवारांच्या नावांवर काट मारून रिकाम्या जागेत लिहिलं होतं 'डेस्परेट डॉनला मत द्या!' मग सर्वानुमते ती मतपत्रिका अग्राह्य ठरवून निकालात काढण्यात आली. त्यानंतरच्या मतपत्रिकेत

एल्सवर्दीच्या नावापुढील चौकटीत मतदाराने फुलीऐवजी टिक्मार्क करून ठेवला होता. ते मत एल्सवर्दीचं असल्याचं एकमताने ठरलं. आठव्या मतपत्रिकेत 'फाशीची शिक्षा रद्द करा' अशी घोषणा लिहिण्यात आली होती. परत एकदा एकमताने ती मतपत्रिका रद्दबातल ठरवण्यात आली. नवव्या मतपत्रिकेत गाइल्स बॅरिंग्टनच्याच नावासमोरील चौकटीत टिक्मार्क होता. ते मत गाइल्सचं असल्याचं फिशरला नाइलाजाने मान्य करावंच लागलं. त्यामुळे त्या बाजूला काढलेल्या मतपत्रिकांमधून गाइल्सला आणखी चार, तर फिशरला दोनच मतं मिळाली. आता आणखी दोनच मतपत्रिका उघडायच्या राहिल्या होत्या. क्लार्क वेनराईट यांनी पुढची पत्रिका उघडली. त्यात गाइल्स बॅरिंग्टनच्या नावापुढील चौकटीत टिक्मार्क होता आणि फिशरच्या नावापुढे 'कदापि नाही' असं लिहिलेलं होतं.

"ही मतपत्रिका ग्राह्य धरता येणार नाही," फिशर म्हणाला.

"बरं. पण मग तसं असेल, तर 'गॉड सेव्ह द क्वीन' असा मजकूर लिहिलेली पत्रिकाही मला ग्राह्य धरता येणार नाही," मिस्टर वेनराईट म्हणाले.

"हे योग्य आहे. त्या दोन्ही मतपत्रिका रद्द करून टाका," एल्सवर्दी म्हणाला.

"माझं मत मेजर फिशर यांच्यासारखंच आहे," गाइल्स म्हणाला. तसं झालं, तर आपल्यात चारास दोनऐवजी चारास एक अशी तफावत राहील, हे त्याच्या लक्षात आलं. फिशर काहीच बोलला नाही, पण त्याने रागाने गाइल्सकडे पाहिले.

त्या सर्वांनी शेवटच्या मतपत्रिकेकडे पाहिलं. त्यांना हसू फुटलं. "ही मतपत्रिका तर मी या जन्मी ग्राह्य धरणार नाही," ते म्हणाले. त्यावर 'स्कॉटलंडला स्वातंत्र्य मिळालंच पाहिजे' असं कुणीतरी खरडून ठेवलं होतं. त्यांनी ती बाद करून बाजूलाच काढली.

वेनराईट यांनी परत एकदा सर्व मतपत्रिका नीट तपासल्या. मग म्हणाले, "या ढिगाऱ्यातून बॅरिंग्टन यांना चार मतं तर फिशर यांना एक आणि एल्सवर्दी यांना एक मत प्राप्त होत आहे." मग त्यांनी हातातील नोंदवहीत ते आकडे नोंदवून ठेवले आणि म्हणाले, "थँक यू जंटलमेन."

"आज रात्री तुला केवळ ही चारच मतं पडलेली असू नयेत म्हणजे झालं," ग्रिफ गाइल्सच्या कानात कुजबुजला. ग्रिफ आणि गाइल्स व्यासपीठावरून खाली उतरून मिस पॅरिश यांच्यापाशी आले.

क्लार्क वेनराईट यांनी परत एकदा व्यासपीठाच्या मध्यभागी उभं राहून जोरात शिट्टी वाजवली. त्यांचे मदतनीस तातडीने प्रत्येक काऊंटरपाशी जाऊन त्यांच्याकडून आकड्यांची नोंद करून घेऊ लागले; आणि तातडीने ते आकडे व्यासपीठावरच्या मिस्टर वेनराईट यांना नेऊन देऊ लागले.

मिस्टर वेनराईट यांच्यासमोर एक गणकयंत्र होतं. त्यात ते हातातील चिठ्ठ्यांमधले आकडे अत्यंत काळजीपूर्वक नोंदवू लागले. त्यानंतर त्यांनी गणकयंत्राला आकड्यांची

बेरीज करण्याची कमांड देणारं बटण दाबलं. अशा प्रकारे तीनही उमेदवारांना प्राप्त झालेल्या मतांची संख्या काढल्यावर त्यांनी एका कागदावर त्या त्या उमेदवाराच्या नावापुढे त्याला मिळालेल्या मतांची संख्या लिहिली. त्यांनी क्षणभर त्या संख्यांकडे निरखून पाहिलं आणि त्यानंतर तिघाही उमेदवारांना व्यासपीठावर बोलावून घेतलं. त्यांनी निकाल त्या तिघांना सांगितला. त्यानंतर गाइल्सने त्यांना एक विनंती केली, ती त्यांनी मान्य केली.

व्यासपीठावरून फिशरने आपल्या समर्थकांकडे हसून पाहत अंगठा उंच उचलून खूण केल्याचं पाहताच, तो विजयी झाल्याचं मिस पॅरिश यांच्या लक्षात आलं. त्यांच्या कपाळावर आठी पडली. त्यांचं लक्ष गॅलरीकडे गेलं. तिथून सेबॅस्टियन त्यांना दोन्ही हात हवेत हलवून जोरजोरात खुणा करत होता. त्यांनी पण त्याच्याकडे पाहून हात हलवला. इतक्यात टाऊनक्लार्क मिस्टर वेनराईट यांनी माईक चालू करून त्यावर बोटांनी टक्‌टक्‌ असा आवाज केला. सभागृहात तत्काळ उत्सुकतापूर्ण शांतता पसरली.

“ब्रिस्टॉल डॉकलँड्स मतदारसंघाचा रिटर्निंग ऑफिसर या नात्याने मी आता प्रत्येक उमेदवाराला प्राप्त झालेल्या मतांची संख्या येथे अधिकृतपणे जाहीर करत आहे.

सर गाइल्स बॅरिंग्टन	१८,७१४
मिस्टर रेजिनाल्ड एल्सवर्दी	३,४७२
मेजर अ‍ॅलेक्झांडर फिशर	१८,९०८

फिशरच्या समर्थकांच्या गटातून टाळ्यांचा प्रचंड मोठा कडकडाट झाला. वेनराईट क्षणभर थांबले. सभागृहात शांतता पसरल्यावर म्हणाले, “एका उमेदवाराने पुनर्मोजणीची विनंती केली असून, मी ती मान्य केली आहे. तेव्हा मतगणना अधिकाऱ्यांनी पुन्हा आपल्या जवळचे गठ्ठे परत एकदा व्यवस्थित मोजावेत. या खेपेस कोणत्याही प्रकारची चूक होणार नाही, अशी कृपया दक्षता घ्या.”

फेरमतमोजणी सुरू झाली. आधी दहाचे गठ्ठे, मग १००चे गठ्ठे आणि सरतेशेवटी ५००ची बंडलं, नीट मोजल्यावर एकेका अधिकाऱ्याने हात वर करून सोपवलेलं काम पार पाडलं असल्याचं सांगितलं.

गाइल्स देवाचा मूकपणे धावा करत बसला होता. त्याचं समोर लक्ष गेलं, तर गॅलरीतून सेबॅस्टियन जोरजोरात हातवारे करत होता. इतक्यात ग्रिफ म्हणाला, “आता तू काय भाषण करायचं ते ठरव.” ग्रिफच्या बोलण्यामुळे गाइल्सचं सेबॅस्टियनकडे दुर्लक्ष झालं. ग्रिफ पुढे म्हणाला, “टाऊनक्लार्क, त्यांचे सहकारी, तुझे स्वत:चे सहकारी या सर्वांचे आभार न विसरता मानायचे. आणि हो, फिशरचा

विजय झाला, तरीही तू धीरोदात्त मुद्रेने उभं राहायचं. चेहऱ्यावर भाव दिसू द्यायचे नाहीत. ही नाही तर पुढची निवडणूक आहेच!''

पण इथून पुढे आपण आणखी एखादी निवडणूक लढू, असा गाइल्सला स्वत:लाच विश्वास वाटत नव्हता. तो हे ग्रिफपाशी बोलून दाखवणार इतक्यात मिस पॅरिश लगबगीने तिथे येऊन म्हणाल्या, ''अहो, ते पाहा. सेबॅस्टियन मगाचपासून तुम्हाला काहीतरी खुणा करतोय.''

गाइल्स आणि ग्रिफ या दोघांनीही वर गॅलरीकडे पाहिलं तर सेबॅस्टियन गॅलरीतून अर्धाअधिक बाहेर ओणावून त्यांच्यातील किमान एकाने तरी आपल्याला भेटायला यावं, अशी खाणाखुणांच्या साहाय्याने विनवणी करत होता.

ग्रिफ म्हणाला, ''मिस पॅरिश, तुम्हीच जरा त्याच्यापाशी जाऊन काय प्रॉब्लेम आहे ते पाहता का? मी आणि गाइल्स जरा पुढची तयारी करतो.''

मिस पॅरिश पायऱ्या चढून सेबॅस्टियनकडे गेल्या. त्या त्याच्या जवळ पोहोचताच त्याने त्यांचा दंड पकडून त्यांना खेचत गॅलरीच्या कठड्यापाशी नेलं आणि सभागृहाच्या खालच्या भागात असलेल्या एका माणसाकडे त्यांचं लक्ष वेधलं. ''तो तिसऱ्या रांगेत बसलेला हिरव्या रंगाचा शर्ट घातलेला माणूस दिसतोय का?''

मिस पॅरिश यांनी त्या माणसाकडे पाहिलं. ''हो. त्याचं काय?''

''तो खोटेपणा करतोय.''

''तू असं कशावरून म्हणतोयस?'' मिस पॅरिश शांत आवाजात म्हणाल्या.

''त्याने डेप्युटी क्लार्कला सांगितलं, की फिशरला त्याच्या काऊंटरवर पाचशे मतं पडली आहेत.''

''हो. बरोबरच आहे. त्याच्या समोर शंभर शंभर मतपत्रिकांचे पाच गठ्ठे ठेवलेले आहेत.''

''हो, ते मला माहीत आहे. पण त्यापैकी एका गठ्ठ्यात फक्त वरची मतपत्रिका फिशरसाठी आहे. बाकी नव्याण्णव मतं तर अंकल गाइल्सना पडलेली आहेत.''

''तुझी अशी खातरी आहे?'' मिस पॅरिश म्हणाल्या. ''कारण ग्रिफने मिस्टर वेनराईट यांना स्वत:च्या हाताने मतपत्रिकांचे गठ्ठे तपासण्याची विनंती केली आणि तुझं म्हणणं जर का खोटं ठरलं...''

''माझं म्हणणं खरं आहे. माझी खातरी आहे तशी,'' सेबॅस्टियन जरा जोरात म्हणाला.

मिस पॅरिश यांच्या चेहऱ्यावर अजूनही अविश्वासाचे भाव होते. तरीही त्या अक्षरश: पळत सुटल्या. त्या सभागृहात गाइल्सपाशी आल्या. तो हॅरी आणि एमाशी बोलत बसला होता. त्याने चेहऱ्यावर उसना आत्मविश्वास धारण केला होता.

सेबॅस्टियनचं काय म्हणणं आहे, ते त्यांनी गाइल्सला सांगितलं. ते ऐकून ग्रिफ, गाइल्स, एमा आणि हॅरी या चौघांच्या चेहऱ्यावर अविश्वासाचे भाव होते. चौघांनी गॅलरीकडे पाहिलं. तिथून सेबॅस्टियन जोरजोरात त्या हिरव्या शर्टातल्या माणसाकडे बोट दाखवत होता.

"मला वाटतं, सेबॅस्टियनचं म्हणणं खरंच असावं. त्या माणसाला असं करणं सहज शक्य आहे."

"तुला असं का वाटतं? तू त्याला गाइल्सच्या मतांच्या ढिगाऱ्यावर फिशरचं मत असलेली पत्रिका ठेवताना स्वत: पाहिलंस का?" गाइल्सने विचारलं.

"नाही," एमा म्हणाली. "पण गेल्या शुक्रवारी जी उमेदवारांची खुली चर्चा झाली, त्या वेळी त्या माणसाला मी पाहिलं. गेल्या खेपेला संसद सदस्य म्हणून निवडून आल्यानंतर गाइल्स स्वत:च्या मतदारसंघाला भेट देण्याऐवजी सारखा ऑक्सफर्डला का जायचा, असा प्रश्न त्यानेच तर विचारला होता."

आता गाइल्सने त्या माणसाकडे नीट निरखून पाहिलं. आता विविध काऊंटर्सवरून फेरमतमोजणी पूर्ण झाल्याचं सूचित करणारे हात वर होऊ लागले होते.

"मला तुझं म्हणणं पटतंय," गाइल्स म्हणाला.

त्यानंतर तो आणखी काहीही न बोलता तातडीने परत व्यासपीठावर गेला. टाऊनक्लार्क मिस्टर वेनराईट यांना त्याने बाजूला बोलावून घेतलं.

वेनराईट यांनी गाइल्सचं म्हणणं शांतपणे ऐकून घेतल्यावर मान वर करून गॅलरीत उभ्या असलेल्या सेबॅस्टियनकडे पाहिलं. त्यानंतर तिसऱ्या ओळीतील हिरव्या शर्टमधील माणसाकडे पाहिलं.

"हे बघा, एका लहान मुलाच्या सांगण्यावर विश्वास ठेवून तुम्ही हा खूप गंभीर आरोप करत आहात," ते परत एकदा वळून सेबॅस्टियनवर नजर टाकत गाइल्सला म्हणाले.

"तो काही लहान मुलगा नाही. तो तरुण मुलगा आहे," गाइल्स म्हणाला. "आणि तुम्ही वैयक्तिक लक्ष घालून त्या विशिष्ट गठ्ठ्यांची तपासणी करावी, अशी माझी तुम्हाला औपचारिक विनंती आहे."

"तसं असेल, तर मग तुमची मान सुळावर ठेवत आहात हे लक्षात असू दे. चला माझ्याबरोबर," वेनराईट म्हणाले. त्यांनी स्वत:च्या दोन डेप्युटीजना सोबत घेतलं आणि ते त्या विशिष्ट काऊंटरकडे निघाले.

तिघंही व्यासपीठावरून खाली उतरून हिरव्या शर्टवाल्या माणसापाशी गेले. मागोमाग गाइल्स आणि ग्रिफ होतेच. टाऊनक्लार्क वेनराईट हिरव्या शर्टवाल्या माणसाला म्हणाले, "जरा उठा आणि मला बसायला जागा द्या. सर

गाइल्स यांच्या एजंटने तुम्ही मोजलेल्या मतपत्रिकांचे गठ्ठे तपासण्याची अधिकृत विनंती केली आहे.''

तो माणूस सावकाश उठून उभा राहिला. त्याने रिकाम्या करून दिलेल्या खुर्चीत वेनराईट बसले. समोरच्या टेबलावर फिशरला पडलेल्या मतांचे पाच गठ्ठे होते.

वेनराईट यांनी पहिला गठ्ठा उचलला. निळ्या रंगाचा रबरबँड काढून एक एक मतपत्रिका उघडून तपासली. त्यांनी अगदी भराभर त्या गठ्ठ्यातील सर्व मतपत्रिका उघडून त्यांवरून नजर टाकली. सगळी मतं खरोखरच फिशरला मिळालेली होती, हे त्यांच्या लगेच लक्षात आलं. दुसऱ्या गठ्ठ्यातूनही तेच निष्पन्न झालं. तिसऱ्या गठ्ठ्याच्या वेळीही तसंच घडलं. आता मात्र सेबॅस्टियनच्या म्हणण्यात कुणालाच तथ्य वाटेना. फक्त सेबॅस्टियनच्या चेहऱ्यावर अजूनही आत्मविश्वास होता.

चौथ्या गठ्ठ्यातील पहिली फिशरची मतपत्रिका वेनराईट यांनी बाजूला ठेवली व त्याखालची उघडली. ते मत बॅरिंग्टनला होतं. त्याने राहिलेला गठ्ठा काळजीपूर्वक तपासला. सगळी नव्व्याण्णव मतं बॅरिंग्टनलाच होती. अखेर त्यांनी पाचवा गठ्ठा तपासला. त्यातील सर्व मतं फिशरला पडली होती.

त्या काऊंटरभोवती जमा झालेल्या लोकांमध्ये फिशरपण येऊन उभा राहिल्याचं कुणाच्या लक्षात आलेलं नव्हतं.

''काही प्रॉब्लेम आहे का?'' फिशर म्हणाला.

''मी सगळं व्यवस्थित हाताळतो आहे,'' टाऊनक्लार्क वेनराईट म्हणाले. मग ते त्यांच्या एका डेप्युटीकडे वळून म्हणाले, ''पोलिसांना बोलावून घ्या आणि या माणसाला येथून बाहेर न्यायला सांगा.''

त्यानंतर ते आपल्या सेक्रेटरीशी काहीतरी बोलले आणि परत एकदा व्यासपीठावर येऊन गणकयंत्रापाशी बसले. परत एकदा डेप्युटीजनी गोळा करून आणलेले आकडे सावकाश आणि काळजीपूर्वक त्यांनी गणकयंत्रात एंटर केले. त्यानंतर त्यांनी बेरीज करण्यासाठी बटण दाबलं. गणकयंत्राने जो काही निकाल दिला तो ऐकल्यावर मात्र गाइल्सने फेरमोजणी करण्याची विनंती केली नाही.

दुसऱ्यांदा मतमोजणी झाल्यानंतर प्रेक्षकांना निकाल सांगण्यासाठी वेनराईट यांनी मायक्रोफोन हाती घेतला. सभागृहातील कुजबूज एकदम शांत झाली.

''मी प्रत्येक उमेदवाराला प्राप्त झालेल्या मतांची संख्या आता जाहीर करतो.

सर गाइल्स बॅरिंग्टन	१८,८१३
मिस्टर रेजिनाल्ड एल्सवर्दी	३,४७२
मेजर ॲलेक्झांडर फिशर	१८,८०९

यानंतर लेबर पक्षाच्या समर्थकांनी शिट्ट्या-टाळ्यांना सुरुवात करून एकच गोंधळ उडवून दिला. तो हलकल्लोळ जरा शांत झाल्यावर टाऊनक्लार्क वेनराईट यांनी उपस्थितांपुढे जाहीर केलं, ''मेजर फिशर यांनी फेरमतमोजणीची मागणी केली आहे.''

मग ते सर्व स्वयंसेवकांना उद्देशून म्हणाले, ''प्रत्येक काऊंटरवरील स्वयंसेवकाने आपल्याकडे देण्यात आलेल्या मतांची काळजीपूर्वक फेरमोजणी करावी. या आधीच्या मतमोजणीपेक्षा या मोजणीत जर काही फरक आढळला, तर डेप्युटींना ताबडतोब तशी कल्पना द्यावी.''

एवढं बोलून टाऊनक्लार्क वेनराईट आपल्या टेबलापाशी परतले. त्यांच्या मागणीनुसार त्यांच्या सेक्रेटरीने 'मेकॉलेज इलेक्शन लॉ' नावाचं भलंमोठं जाडजूड पुस्तक आणून ठेवलं होतं. ते त्याने त्यांच्या हातात दिलं. वेनराईट यांनी पानं उलटून त्यांना हवं असलेलं पान उघडून त्यावरील नियम अगदी मन लावून वाचला. रिटर्निंग ऑफिसरची कर्तव्यं काय असावीत, हे त्यांनी अगदी नीट समजावून घेतलं. इकडे फिशरची स्क्रुटिनी टीम या काऊंटरपासून त्या काऊंटरकडे आरडाओरडा करत निघाली होती. ते बॅरिंग्टनला पडलेल्या मतांच्या प्रत्येक गठ्ठ्यातील वरून दुसरी मतपत्रिका उघडून पाहण्याची मागणी करत होते.

या सर्व फेरमोजणीत चाळीस मिनिटं गेली. त्यानंतर परत एकदा वेनराईट यांनी मायक्रोफोन हातात घेऊन एवढंच सांगितलं : ''मगाशी मी जो निकाल सांगितला, तोच कायम आहे. त्यात काहीही बदल झालेला नाही.'' ''तीन वेगवेगळ्या वेळी मतमोजणी करूनही आकडे कायम राहिले आहेत—'' त्यांनी मेकॉलेजच्या नियमावलीत वापरलेले शब्द जसेच्या तसे उच्चारत सांगितलं.

''पण इथे तसं अजिबात घडलेलं नाही,'' फिशर गुरकावत म्हणाला. ''केवळ दोन वेळच्या मतमोजणीत आकडे कायम राहिले आहेत. तुम्हाला आठवत असेल, तर पहिल्या मतमोजणीमध्ये मी विजयी झालो होतो, हे अगदी निर्विवाद सत्य आहे.''

''तीन वेगवेगळ्या वेळी मतमोजणी करूनही उमेदवारांना मिळालेल्या मतांची संख्या तीच आहे,'' वेनराईट ठामपणे म्हणाले. ''तुमच्या सहकाऱ्याच्या हातून पहिल्या मतमोजणीच्या वेळी दुर्दैवाने चूक झाली होती, हे विसरू नका.''

''माझा सहकारी?'' फिशर म्हणाला. ''माझ्या चारित्र्यावर ही फार मोठी चिखलफेक आहे. त्या माणसाला आजवरच्या आयुष्यात मी कधी पाहिलेलंसुद्धा नाही. तुम्ही तुमचं हे विधान मागे घेऊन फेरमतमोजणीला जर तयार नसाल, तर उद्या सकाळीच मला माझ्या वकिलांशी बोलावं लागेल. माझ्याकडे दुसरा काहीच पर्याय नाही.''

"तसं झालं, तर ते दुर्दैवच म्हणावं लागेल," वेनराईट म्हणाले. "कारण कौन्सिलर पीटर मेनार्ड यांना साक्षीदाराच्या पिंजऱ्यात उभं राहावं लागावं, अशी काही माझी इच्छा नाही. कारण ते ज्या पक्षाचे कौन्सिलर आहेत, त्याच पक्षाच्या लोकल पार्टी चेअरमनला ते ओळखत नाहीत आणि तो चेअरमन आज त्यांच्याच कॉन्झर्व्हेटिव्ह पक्षाची निवडणूक लढवतो आहे, असं असूनसुद्धा ते त्याला आजवर कधीच भेटलेले नाहीत, ही गोष्ट ते कोर्टाला कशी काय पटवून देऊ शकतील?"

ते शब्द ऐकताच फिशरचा चेहरा पडला आणि तो पाठ फिरवून ताड्ताड् व्यासपीठावरून निघून गेला.

मिस्टर वेनराईट उठून उभे राहिले. ते सावकाश चालत व्यासपीठाच्या मध्यावर आले. परत अखेरच्या वेळी मायक्रोफोनवर बोटांनी टक्टक् असा आवाज करून ते घसा साफ करून म्हणाले, "ब्रिस्टॉल डॉकलँड्स मतदारसंघाचा रिटर्निंग ऑफिसर या नात्याने मी प्रत्येक उमेदवाराला प्राप्त झालेली मतं येथे जाहीर करत आहे.

सर गाइल्स बॅरिंग्टन	१८,८१३
मिस्टर रेजिनाल्ड एल्सवर्दी	३,४७२
मेजर ॲलेक्झांडर फिशर	१८,८०९

त्यामुळे या निवडणुकीत सर गाइल्स बॅरिंग्टन हे विजयी झाल्याचं मी जाहीर करतो. ते ब्रिस्टॉल डॉकलँड्स मतदारसंघातून निर्वाचित संसद सदस्य असल्याचं मी जाहीर करतो."ब्रिस्टॉल डॉकलँड्स मतदारसंघातून विजयी झालेला संसद सदस्य टाळ्यांच्या कडकडाटात उठून उभा राहिला; पण सर्वांत प्रथम त्याने गॅलरीकडे वळून सेबॅस्टियनला अभिवादन केलं.

सेबॅस्टियन क्लिफ्टन
१९५५-१९५७

२६

‘‘**ज्या**ने ही निवडणूक जिंकून दिली त्या माणसासाठी आधी आपापले ग्लास उंचावून चिअर्स म्हणा,’’ ग्रिफ स्वत:च्या हातातला शँपेनचा ग्लास उंचावत म्हणाला. तो एका हातात शँपेन आणि दुसऱ्या हातात सिगरेट पकडून खोलीतून हिंडत होता.

‘‘टू सेबॅस्टियन,’’ सगळे एका आवाजात ओरडले. त्याबरोबर टाळ्यांचा कडकडाट आणि हास्याचा खळखळाटसुद्धा झाला.

ग्रिफ जरासा झोकांड्या खात सेबॅस्टियनपाशी जाऊन पोहोचला. ‘‘काय रे, तू आजवर कधी शँपेन घेतली आहेस का?’’ त्याने विचारलं.

‘‘फक्त एकदाच,’’ सेबॅस्टियन म्हणाला. ‘‘माझ्या मित्राचा, ब्रूनोचा पंधरावा वाढदिवस होता, तेव्हा त्याच्या वडिलांनी आम्हाला दोघांना इथल्या जवळच्याच एका पबमध्ये जेवायला नेलं होतं. तेव्हा हा आत्ता घेतलेला ग्लास म्हणजे माझा शँपेनचा दुसरा ग्लास आहे.’’

‘‘माझा सल्ला ऐक,’’ ग्रिफ म्हणाला. ‘‘उगाच शँपेनची सवय लागू देऊ नको. हे सगळे श्रीमंतांचे शौक आहेत. आपण कामगारवर्गातली माणसं,’’ असं म्हणून त्याने सेबॅस्टियनच्या खांद्याभोवती हात टाकला. ‘‘आपल्याला सटीसामाशी कधी तरी एखादा ग्लास शँपेन मिळणार, तीही दुसऱ्यांच्या खर्चाने.’’

‘‘पण मी श्रीमंत होणार आहे,’’ सेबॅस्टियन म्हणाला.

‘‘खरं सांगू? तुझं बोलणं ऐकून मला मुळीच आश्चर्य वाटलं नाही,’’ ग्रिफ आणखी एक ग्लास भरून घेत म्हणाला. ‘‘म्हणजे तू शँपेन पिणारा समाजवादी होणार तर? तसले खूप आहेत आमच्या पक्षात.’’

‘‘हे बघा, मी काही तुमच्या पक्षात नाही,’’ सेबॅस्टियन ठामपणे म्हणाला.

"माझा माझ्या अंकल गाइल्सना पाठिंबा असला, तरी त्यांचा मतदारसंघ वगळता इतर सर्व ठिकाणांहून कॉन्झर्व्हेटिव्ह पक्षच निवडून यावा असं मला वाटतं."

"तसं असलं, तर तुला इकडे ब्रिस्टॉलमध्ये येऊन राहावं लागेल," ग्रिफ म्हणाला, इतक्यात नवनिर्वाचित संसद सदस्य तिथे येऊन हजर झाला.

"ते तसलं काही होणं शक्यच नाही," गाइल्स म्हणाला. "त्याच्या आई-वडिलांच्या त्याच्याकडून फार मोठ्या अपेक्षा आहेत. त्याने शिष्यवृत्ती मिळवून केंब्रिजला जावं, अशी त्यांची इच्छा आहे."

"वेल्, ब्रिस्टॉलऐवजी तू जर केंब्रिजला जाऊन राहिलास, तर मग तुझे अंकल गाइल्स आमच्यापेक्षा तुलाच जास्त वेळा भेटतील."

"ग्रिफ, तुला जरा जास्तच चढली आहे," गाइल्स म्हणाला. त्याने स्वतःच्या हातातला ग्लास रिकामा केला. "एक गोष्ट विसरू नको. त्या कॉन्झर्व्हेटिव्हजचं सभागृहातलं बहुमत जास्त झालं आहे."

मग तो सेबॅस्टियनकडे वळून म्हणाला, "सेब, तू आता लवकर घरी जाऊन झोप. उद्या तुला व्यवस्थितपणे शाळेत जायचंय ना? गेल्या काही तासांत तू किती नियमांचं उल्लंघन केलं आहेस, ते फक्त देवच जाणे."

"मी घरी जाण्याआधी मिस पॅरिश यांना भेटून त्यांचा निरोप घेऊ?"

"हो, घे ना. तू त्यांना भेटून ये, तोपर्यंत मी ड्रिंक्सचं बिल चुकवून येतो. आता निवडणूक संपलेली असल्यामुळे ड्रिंक्सचा खर्च माझा."

स्वयंसेवकांच्या घोळक्यातून वाट काढत सेबॅस्टियन मिस पॅरिश यांच्याकडे निघाला. काही स्वयंसेवक इतके तर्र झाले होते, की वाऱ्यावर झाडाच्या फांद्या हलाव्या, तसे ते डुलत होते. काही मंडळी टेबलावर डोकं टेकून समाधी अवस्थेत गेलेली होती, तर काही पुतळ्यासारखी स्तब्ध बसून होती. कोपऱ्यातल्या एका टेबलापाशी मिस पॅरिश बसल्या होत्या. त्यांच्यासमोर टेबलावर शँपेनच्या दोन रिकाम्या बाटल्या होत्या. सेबॅस्टियन त्यांच्या समोर जाऊन उभा राहिला, पण त्यांनी बहुदा त्याला ओळखलं नसावं.

"मिस पॅरिश, तुम्ही मला तुमच्या टीममध्ये समाविष्ट करून घेतलंत आणि तुमच्या हाताखाली काम करण्याची मला संधी दिलीत, त्याबद्दल थँक यू. मला तुमच्याकडून खूप काही शिकायला मिळालं. तुम्ही जर आमच्या शाळेत मला शिकवायला असता, तर किती बरं झालं असतं."

"माझ्या दृष्टीने ही फार मोठी कॉप्लिमेंट आहे, सेबॅस्टियन," मिस पॅरिश म्हणाल्या. "पण खरं सांगू? मी चुकीच्या शतकात जन्माला आले आहे. फक्त मुलांसाठी असलेल्या शाळेत स्त्रियांना शिकवण्याची संधी मिळण्यासाठी अजून फार काळ जावा लागेल," असं म्हणून त्या उठून उभ्या राहिल्या आणि त्यांनी

सेबॅस्टियनला जवळ घेतलं. ''गुडलक, सेबॅस्टियन. तुला केंब्रिजची शिष्यवृत्ती नक्की मिळेल.''

सेबॅस्टियन नंतर गाइल्सच्या कारमधून मॅनोर हाऊसमध्ये परत निघाला असताना त्याने गाइल्सला मिस पॅरिशच्या बोलण्याचा अर्थ विचारला. गाइल्स म्हणाला, ''अरे, त्यांच्या काळात त्यांना स्वत:ला जे काही शिक्षण घ्यायचं असेल, जे काही करायचं असेल, ते करण्याचं स्वातंत्र्यच नव्हतं. खरं तर त्या एक उत्तम शिक्षिका बनू शकल्या असत्या. त्यांच्या बुद्धिमत्तेचा, व्यवहारचातुर्याचा हजारो विद्यार्थ्यांना लाभ झाला असता. एक कटु सत्य असं आहे, की महायुद्धात आपण पुरुषांच्या दोन पिढ्या गमावल्या आहेत आणि स्त्रियांना पुरुषांची जागा घेण्याची संधी नाकारून आपण स्त्रियांच्याही दोन पिढ्या गमावल्या आहेत.''

''तुमचं बोलणं तर फार छान आहे, अंकल गाइल्स,'' सेबॅस्टियन म्हणाला. ''पण तुम्ही या बाबतीत कार्य करायचं ठरवलंय?''

गाइल्स जोरात हसला. ''आमच्या पक्षाने जर ही निवडणूक जिंकली असती, तर माझा कॅबिनेट मंत्रिमंडळात समावेश झाला असता. मग मी बरंच काही करू शकलो असतो. पण आता मला परत एकदा विरोधी पक्षातच बसावं लागणार आहे.''

''माझ्या आईलासुद्धा अशाच अन्यायाला सामोरं जावं लागणार का? खरं तर ती संसद सदस्य बनली, तर उत्कृष्ट कामगिरी बजावेल.'' सेबॅस्टियन म्हणाला.

''नाही,'' गाइल्स म्हणाला. ''पण तिची राजकारणात येण्याची इच्छा असेल, असं मला नाही वाटत. तिला मूर्ख लोक आसपास असलेले सहन होत नाहीत आणि आमचा तर रोजचाच मूर्खांशी सामना असतो. पण मला वाटतं, ती आपल्याला सगळ्यांनाच आश्चर्याचा सुखद धक्का देईल.''

गाइल्सने मॅनोर हाऊसच्या समोर कार थांबवली. इंजिन बंद करून तोंडावर बोट ठेवून सेबॅस्टियनला गप्प करत म्हणाला, ''मी जेसिकाला उठवणार नाही, असं तुझ्या आईला वचन दिलं होतं.''

दोघं चोरपावलांनी, चवड्यावर चालत हळूच घरापाशी आले. गाइल्सने घराचं दार अलगद उघडलं. दोघं दिवाणखान्यातून पलीकडे जात असताना त्यांना ती दिसली. कोचावर पाय पोटाशी घेऊन ती झोपून गेली होती. गाइल्सने तिला अलगद उचलून घेतलं आणि तो सावकाश जिन्याच्या पायऱ्या चढून वर निघाला, इतक्यात डोळे किलकिले करून ती म्हणाली, ''अंकल गाइल्स, आपण जिंकलो का?''

''होय जेसिका. आपण चार मतांनी जिंकलो.''

''मग त्यातलं एक माझं होतं,'' जेसिका एक भली मोठी जांभई देऊन म्हणाली. ''मी आपल्या अल्बर्ट माळ्याचं मन वळवून त्याला तुम्हाला मत द्यायला सांगितलं.''

"अरे वा! म्हणजे तर तू फार मोठी कामगिरी केलीस," सेबॅस्टियन म्हणाला. पण त्याचं कौतुक ऐकण्याआधीच ती गाढ झोपी गेली होती.

⁜

गाइल्स दुसऱ्या दिवशी उठून तयार होऊन नाश्त्यासाठी म्हणून खाली आला, तेव्हा इतका उशीर झाला होता, की नाश्त्याऐवजी जेवणाचीच वेळ होत आली होती.

टेबलाभोवती एक गोल चक्कर मारत गाइल्स आपल्या जागी जाऊन बसत असताना म्हणाला, "गुड मॉर्निंग, गुड मॉर्निंग, गुड मॉर्निंग." मग त्याने स्वत:ची प्लेट शाळकरी मुलासारखी गच्च भरून घेत सेबॅस्टियन आणि जेसिकाच्या मधोमध बैठक मारली.

"ममी म्हणते, आधी ताजा फ्रूट ज्यूस आणि दूध कॉर्नफ्लेक्स खायचे आणि मगच बाकीचं खायचं," जेसिका म्हणाली.

"तुझ्या ममीचं बरोबरच आहे. पण मला माझ्या आवडत्या गर्लफ्रेंडच्या शेजारी बसायला आवडतं," गाइल्स म्हणाला.

"मी काही तुमची आवडती गर्लफ्रेंड नाहीये," जेसिका म्हणाली. "ममी म्हणते, ती ग्वेनेथ आहे ना, ती तुमची आवडती गर्लफ्रेंड आहे." त्यानंतर ती आपल्या आईची हुबेहूब नक्कल करत म्हणाली, "हे राजकारणी म्हणजे ना—" त्याबरोबर गाइल्स आणि सेबॅस्टियन या दोघांना जोरात हसू फुटलं.

मग गाइल्स विषय बदलण्यासाठी सेबॅस्टियनकडे वळून म्हणाला, "या वर्षी तू खेळणार आहेस की नाही?"

"नाही नाही. आमच्या शाळेचा संघ जिंकावा अशी माझी इच्छा असल्यामुळेच मी नाही खेळणार. मला आधी भरपूर अभ्यास करून आठ ओ लेव्हल्स पास करायच्या आहेत. तरच काहीतरी शक्यता आहे पुढे जाण्याची," सेबॅस्टियन म्हणाला.

"तसं जर करून दाखवलंस, तर तुझी आंट ग्रेस खूश होईल."

"आणि त्याची आईपण खूशच होईल की," एमा वर्तमानपत्रातून डोकं वर न करताच म्हणाली.

"पण तू विषय कोणते निवडणार आहेस?" गाइल्स म्हणाला.

"आधुनिक भाषा आणि गणित हा माझा बॅकअप असणार आहे."

"वेल्, तू जर केंब्रिजची शिष्यवृत्ती पटकावलीस ना, तर तू तुझ्या वडिलांच्या आणि माझ्या पुढे गेलास, असंच म्हणावं लागेल," गाइल्स म्हणाला.

"हो, पण माझी ममा आणि आंट ग्रेस यांच्या पुढे गेलो, असं नाही म्हणता येणार." सेबॅस्टियन म्हणाला.

"खरं आहे," असं म्हणत गाइल्सने आपलं लक्ष मार्सडेनने बॅरिंग्टन हॉलमधून

आणलेल्या पत्रांकडे वळवलं. एक पांढरा शुभ्र लिफाफा त्याने उचलून उघडला. गेले सहा महिने तो त्या पत्राची अपेक्षा करत होता. त्याने ते पत्र दोनवेळा वाचलं त्यानंतर उठून एक उंच उडी मारली. सगळे आश्चर्याने त्याच्याकडे बघत राहिले. अखेर हॅरी म्हणाला, "काय रे बाबा? राणीने सरकार स्थापन करण्याची तुला विनंती केली आहे की काय?"

"नाही, नाही. त्याहूनही कितीतरी चांगली बातमी आहे. अखेर व्हर्जिनियाने घटस्फोटाच्या पेपर्सवर सही केली आहे. मी अखेर मुक्त झालो आहे."

"मला वाटतं, तिने अगदी योग्य वेळी हे काम केलेलं आहे," एमा 'डेली एक्सप्रेस' वाचता वाचता मान वर करून म्हणाली.

"म्हणजे काय?" गाइल्स म्हणाला.

त्यावर एमाने तिचा फोटो छापून आलेला त्याला दाखवला आणि म्हणाली, "ती चांगली सात महिन्याची गर्भारशी दिसते आहे."

"तिच्या त्या बाळाचा पिता कोण असावा, त्याबद्दल काही छापून आलंय का?"

"नाही. पण या फोटोत तिच्या गळ्यात हात टाकून उभ्या असलेल्या माणसाचं नाव आहे ड्यूक ऑफ अरेझो." असं म्हणून एमाने ते वर्तमानपत्र गाइल्सच्या हातात ठेवलं. "आपल्याला किती आनंद झालेला आहे, हे त्याला जगाला ओरडून सांगायचं असावं, असं वाटतंय."

"याचा अर्थ मला आता त्या लेडी व्हर्जिनियाशी परत बोलावं लागणार नाही?" जेसिका म्हणाली.

"हो. अगदी बरोबर," गाइल्स म्हणाला.

"येऽऽ!" जेसिकाने आनंदाने चित्कार काढला.

गाइल्सने आणखी एक लिफाफा उघडून एक चेक बाहेर काढला. तो बारकाईने निरखून पाहत त्याने मनोमन दोन माणसांना सलाम केला. एक म्हणजे त्याचे स्वत:चे आजोबा सर वॉल्टर बॅरिंग्टन आणि दुसरा बॅरिंग्टन कंपनीचा सध्याचा चेअरमन रॉस बुखानन.

एमाच्या हातात त्याने तो चेक देताच ती मान हलवून म्हणाली, "मला पण असाच एक आलाय."

काही क्षणात डेन्बी आत येऊन अदबीने म्हणाला, "सॉरी टू डिस्टर्ब यू सर, पण डॉ. ह्यूजेस फोनवर आहेत."

"मी आत्ता तिलाच फोन करणार होतो," असं म्हणून वर्तमानपत्र हातात घेऊन गाइल्स पळतच निघाला.

"तू माझ्या स्टडीत जाऊन फोन घे, म्हणजे तुला कुणी डिस्टर्ब करणार नाही," हॅरी म्हणाला.

"थँक यू," असं म्हणून गाइल्स आपल्या प्रेयसीचा फोन घेण्यासाठी धावत बाहेर पडला.

"आणि सेबॅस्टियन, आता आपल्याला लगेच निघायला हवं, तरच आपण तुझ्या शाळेत वेळेत पोहोचू," हॅरी सेबॅस्टियनला म्हणाला.

सेबॅस्टियनने क्षणभर एमापाशी थांबून तिला जरा नाखुशीनेच आपल्या गालाचा पापा घेऊन दिला आणि मग तो वरच्या मजल्यावर सामान आवरण्यासाठी पळाला. जरा वेळात तो सामान घेऊन जिन्याने खाली आला, तेव्हा डेन्बी दार उघडून अदबीने उभा होता.

"गुडबाय मास्टर सेबॅस्टियन. आता उन्हाळ्याच्या सुटीत आम्ही तुमची वाट पाहू," तो म्हणाला.

"थँक यू, डेन्बी," असं म्हणून तो पळतच बाहेर उभ्या असलेल्या कारकडे गेला, तर जेसिका कारचं दार उघडून उभी होती. त्याने पुढे आपल्या वडिलांशेजारी बसकण मारण्याआधी तिला घट्ट मिठी मारली.

"तू सगळ्याच्या सगळ्या आठ ओ लेव्हल्स नीट पार कर हं," जेसिका म्हणाली. "म्हणजे माझा दादा किती मोठा आहे, हे मी माझ्या सगळ्या मैत्रिणींना सांगेन."

२७

बीचक्रॉफ्ट ॲबे स्कूलमधून जो शाळकरी मुलगा आपल्या अंकल गाइल्सच्या निवडणूक प्रचारात मदत करण्यासाठी काही दिवसांची सुटी घेऊन गेला होता, तो जेव्हा काम संपवून परत आला, तो अंतर्बाह्य बदलूनच. ही गोष्ट मुख्याध्यापकांच्या तसेच शाळेतील इतर शिक्षकांच्या नजरेतून सुटली नाही.

सेबॅस्टियन क्लिफ्टनचे हाऊसमास्टर मिस्टर रिचर्ड्स यांच्या एक गोष्ट लक्षात आली, ती म्हणजे तो आता प्रचंड जिद्दीने वार्षिक परीक्षेच्या अभ्यासाला जुंपला होता. पूर्वीप्रमाणे भाषांची निसर्गदत्त देणगी आणि जात्याच अंगी असलेली बुद्धिमत्ता या बळावर मारून नेण्याची त्याची प्रवृत्ती लोप पावली होती. ब्रूनो मार्टिनेझ आणि व्हिक् काऊफमान या आपल्या तुल्यबल प्रतिस्पर्धी मित्रांइतकाच तोही आता परीक्षेच्या तयारीला लागला होता.

त्यांच्या ओ लेव्हल परीक्षेचा जेव्हा निकाल लागला, तेव्हा या सर्वच मुलांना त्यात उत्तम यश मिळालं. इतकंच नव्हे, तर केंब्रिजच्या शिष्यवृत्ती प्रवेशपरीक्षेसाठी ज्या काही निवडक मुलांची निवड झाली, त्यात चक्क सेबॅस्टियनचीही निवड झाली होती. ही परीक्षा पुढच्या वर्षी होणार होती. सेबॅस्टियनची निवड झाल्याचं ऐकून अनेकांना आश्चर्याचा धक्का बसला. फक्त सेबॅस्टियनची आंट ग्रेस हिचा तेवढा अपवाद.

✳

सेबॅस्टियनचे हाऊसमास्टर रिचर्ड्स यांचा असा आग्रह होता, की त्याने मार्टिनेझ

आणि काऊफमान या दोघांच्या बरोबर वर्षभर एकत्र अभ्यास करावा. मिस्टर रिचर्ड्स यांना मनातून सारखी भीती वाटायची, की सेबॅस्टियनचा हा अभ्यास करण्याचा उत्साह फार काळ टिकणार नाही आणि तो परत पूर्वीसारखा उनाडक्या करायला लागेल. त्यांनी तसं मुख्याध्यापकांना बोलूनसुद्धा दाखवलं होतं. त्यांची ही भीती अनाठायी नसल्याचं नंतर लागोपाठ घडलेल्या चार प्रसंगांमुळे सिद्धच झालं. बीचक्रॉफ्ट ॲबे स्कूलमध्ये घडलेल्या या घटनांचा सेबॅस्टियनच्या जीवनावर दूरगामी परिणाम होणार, हे जणू विधिलिखितच होतं.

नवीन शैक्षणिक वर्ष सुरू झाल्यानंतर काही थोड्याच दिवसांत त्यातली पहिली घटना घडली. ब्रूनोने परीक्षेतील यश साजरं करण्यासाठी सेबॅस्टियन आणि व्हिक् काऊफमान या दोघांनाही जेवणाचं निमंत्रण दिलं. ब्रूनोचे वडील या तीनही मुलांना जवळच्या एका पबमध्ये घेऊन जाणार होते. सेबॅस्टियनने ते निमंत्रण आनंदाने स्वीकारलं. त्याला आयुष्यात प्रथमच शँपेनची चव चाखायला मिळणार होती. त्याची तो उत्सुकतेने वाट बघत होता. पण अगदी अखेरच्या क्षणी तो कार्यक्रम रद्द झाला. आयत्या वेळी काहीतरी महत्त्वाचं काम निघाल्यामुळे आपल्या वडिलांनी हा जेवणाचा कार्यक्रम रद्द केल्याचं ब्रूनोने आपल्या मित्रांना सांगितलं.

ब्रूनो कोरसच्या सरावासाठी निघून गेल्यावर व्हिक् काऊफमान म्हणाला, ‘‘महत्त्वाचं काम वगैरे काही नसेल. त्यांनी दुसऱ्याच कारणाने हा बेत बदलला असणार.’’

‘‘तुला काय म्हणायचंय?’’ सेबॅस्टियन म्हणाला.

‘‘तुला ते नंतर समजेलच. हे बघ, मी ज्यू आहे हे कळल्यावर ब्रूनोच्या वडिलांनी मला जेवणाचं निमंत्रण देण्याची त्याला मनाई केली असेल आणि ब्रूनोने माझ्याशिवाय हे यश साजरं करायला नक्कीच नकार दिला असणार. म्हणून मग ते जेवणच रद्द झालं.’’

‘‘हे बघ लेका व्हिक्, तू अत्यंत रड्या आणि कंटाळवाणा आहेस म्हणून जर त्याने हा सगळा कार्यक्रम रद्द केला असला, तर मी ते समजू शकतो. पण तू ज्यू आहेस याच्याशी कुणाला काय देणं-घेणं असणार?’’

‘‘तुला कल्पना नाही सेब, पण बऱ्याच लोकांना याच गोष्टीशी देणं-घेणं असतं,’’ व्हिक् म्हणाला. ‘‘तुला आठवतं का सेब? ब्रूनोच्या पंधराव्या वाढदिवसाची पार्टी होती. तेव्हा त्याने काय निमित्त सांगितलं होतं? म्हणे, त्याला फक्त एकाच मित्राला बोलावण्याची परवानगी होती. त्या वेळी त्याने फक्त तुलाच बोलावलं आणि पुढच्या वेळी नक्की मला बोलावण्याचं त्याने वचन दिलं. आम्ही ज्यू अशा गोष्टी कधी विसरत नाही.’’

‘‘पण केवळ तू ज्यू आहेस या कारणाने मिस्टर मार्टिनेझ सगळा जेवणाचा

कार्यक्रमच रद्द करतील, हे मला अजूनही खरं वाटत नाहीये,'' सेबॅस्टियन म्हणाला.

"तुला खरं वाटणारच नाही सेब, कारण तुझे आई-वडील सुसंस्कृत आहेत. कोण माणूस कुठल्या घरात जन्माला आला आहे, यावरून ते त्याची पारख करत नाहीत आणि त्यांनी तुझ्यावर पण तुझ्या नकळत तसेच संस्कार केले आहेत. पण दुर्दैवाने बहुतांशी लोक तुझ्यासारखे नसतात रे. अगदी आपल्या शाळेतलेसुद्धा नसतात.''

सेबॅस्टियन त्याच्या बोलण्याला विरोध दर्शवणार इतक्यात व्हिक् काऊफमान पुढे म्हणाला, "काही लोकांना असं वाटतं, की हॉलोकॉस्टबद्दल आम्हा ज्यू लोकांच्या मनात अकारण भीती आहे. पण खरं सांगायचं, तर त्या जर्मन लोकांच्या छळछावण्यांमध्ये जे काही घडलं, त्या ज्या बातम्या जेव्हा बाहेर आल्या, त्या ऐकल्यावर आमची ती भीती अनाठायी होती, असं मला मुळीच वाटत नाही. सेब, खरं सांगू, एखादा माणूस जर ज्यू-द्वेष्टा असेल ना, तर तीस फुटांवरून मला वास येतो. काही काळानंतर तुझ्या बहिणीलासुद्धा या सगळ्याला सामोरं जावं लागेल.''

सेबॅस्टियन त्यावर खो खो हसत सुटला. "जेसिका ज्यू नाहीये. ती जराशी कलंदर आहे, हे खरं आहे. स्वतंत्र विचारांची, थोडी वेगळी आहे. पण ज्यू नाही.''

"सेब, मी तुला खातरीपूर्वक सांगतो. ती ज्यूच आहे. मी तिला फक्त एकदाच भेटलोय, पण त्यावरूनसुद्धा मी हे सांगू शकतो.''

सेबॅस्टियनला गप्प करणं ही काही साधी सोपी गोष्ट नव्हती, पण आज व्हिक्च्या बोलण्यावर काय बोलावं हे न सुचून तो नुसता बघत राहिला होता.

दुसरा प्रसंग उन्हाळ्याच्या सुटीत घडला. सेबॅस्टियन प्रगतिपुस्तक घेऊन वडिलांना दाखवायला त्यांच्या अभ्यासिकेत गेला. हॅरीच्या टेबलावर बरेच जुने जुने फोटो मांडून ठेवलेले होते. तेव्हा त्या फोटोंचं बारकाईने निरीक्षण करता करता सेबॅस्टियनचं लक्ष एका विशिष्ट फोटोकडे गेलं. त्यात त्याची आई एमा तिच्या स्वतःच्या वडिलांच्या हातात हात घालून उभी होती. वडिलांचा दुसरा हात हातात घेऊन त्याचे अंकल गाइल्स उभे होते. मॅनोर हाऊसच्या हिरवळीवर हा फोटो काढण्यात आला होता. त्याची मॉम त्या वेळी बारा-तेरा वर्षांची असेल. तिच्या अंगात तिचा शाळेचा गणवेश होता. तिला पाहून क्षणभर ती जेसिकाच आहे की काय, असा सेबॅस्टियनला भास झाला. त्या दोघींमध्ये इतकं विलक्षण साम्य होतं. कदाचित तिच्या चेहऱ्यावर प्रकाश पडलेला असल्यामुळेच आपल्याला तसा भास झाला असावा, अशी त्याने मनाची समजूत करून घेतली. मग त्याला डॉक्टर

बर्नार्डो यांच्या अनाथाश्रमातील प्रसंग आठवला. त्याने जेव्हा जेसिकाला घरी आणण्याचा हट्ट धरला होता, तेव्हा त्याच्या आई-वडिलांनी फारच पटकन त्याची ही मागणी मान्य केली होती.

"तुझी प्रगती तशी बरी आहे," सेबॅस्टियनचे वडील त्याच्या प्रगतिपुस्तकाचं शेवटचं पान वाचून झाल्यावर म्हणाले. "तुला लॅटिन सोडावं लागतंय, हे पाहून मला वाईट वाटलं. पण तुझ्या मुख्याध्यापकांनी तुला तसं करायला सांगण्यापाठीमागे तसंच काहीतरी कारण असणार. शिवाय डॉक्टर बँक्स-विल्यम्स यांच्याप्रमाणे माझंही हेच मत आहे, की तू जर पुरेशी मेहनत केलीस, मन लावून अभ्यास केलास, तर तुला केंब्रिजची शिष्यवृत्ती मिळू शकेल." असं म्हणून हॅरी हसला. "डॉक्टर बँक्स-विल्यम्स हे काही उगाच कुणाची स्तुती वगैरे करणारे नाहीत. पण भाषणाच्या दिवशी त्यांनी मला आपण होऊन असं सांगितलं, की त्यांच्या जुन्या कॉलेजात ते तुला एकदा घेऊन जाणार आहेत. ते तिथले पुरस्कारविजेते आहेत."

सेबॅस्टियन मात्र अजूनही त्या फोटोकडेच रोखून पाहत उभा होता.

"मी आत्ता काय सांगितलं तुला? तुझं लक्ष तरी आहे का, सेब?"

"पपा," सेबॅस्टियन म्हणाला, "तुम्हाला असं नाही का वाटत, की जेसिकाच्या बाबतीतलं सत्य मला सांगायची वेळ आली आहे?"

त्यावर हॅरीने हातातलं प्रगतिपुस्तक दूर ठेवलं. तो क्षणभर घुटमळला. मग खुर्चीत आरामात टेकून बसून त्याने सेबॅस्टियनला सगळी हकिकत सांगितली. सेबॅस्टियनचे आजोबा सर ह्यूगो बॅरिंग्टन यांचा ओल्गा पिट्रोव्हस्का यांच्या हातून कसा अपघाती मृत्यू झाला, हे त्याने सांगितलं. त्या वेळी आजोबांच्या ऑफिसात एका बास्केटमध्ये एक तान्ही मुलगी सापडली होती, हेही त्याने सांगितलं. सेबॅस्टियनच्या ममाने तिचा कसा शोध घेतला आणि अखेर ती ब्रिजवॉटरमधल्या डॉक्टर बर्नार्डो यांच्या आश्रमात कशी सापडली, हेही सांगितलं. सगळी हकिकत ऐकल्यावर सेबॅस्टियन म्हणाला, "तुम्ही तिला हे सत्य कधी सांगणार?"

"मी हा प्रश्न स्वत:ला रोजच विचारतो," हॅरी म्हणाला.

"पण मग तुम्ही एवढी वर्षं का थांबलात?"

"कारण तुझा मित्र व्हिक् काऊफमान याला रोज ज्या प्रसंगातून जावं लागतं, ती वेळ तिच्यावर येऊ नये, असं मला मनापासून वाटतं. तूच सांगितलं होतंस ना मला, तुझ्या मित्राला काय काय अनुभव आले ते?"

"पण जेसिकाला जर तुम्ही सत्य सांगितलं नाही आणि तिला स्वत:हूनच ते समजलं, तर तिला त्या गोष्टीचा फार त्रास होईल," सेबॅस्टियन म्हणाला.

त्यानंतर त्याने हॅरीला जे विचारलं, ते ऐकून तर हॅरी स्तंभितच झाला.

"डॅड, तुम्हाला पाहिजे तर मी हे तिला सांगू शकतो."

हॅरी आपल्या सतरा वर्षांच्या मुलाकडे थक्क होऊन बघत राहिला. 'काल-परवापर्यंत लहान मुलगा असलेला आपला सेब मोठा कधी झाला?' त्याच्या मनात आलं. ''नाही,'' हॅरी ठामपणे म्हणाला. ''ती जबाबदारी माझी आणि तुझ्या ममाची आहे. पण त्यासाठी योग्य वेळ यायला हवी.''

''तशी योग्य वेळ कधीच येत नाही,'' सेब म्हणाला.

हेच शब्द आपण यापूर्वी कधी ऐकले होते, हे आठवण्याचा हॅरी प्रयत्न करू लागला.

त्यानंतर सेबॅस्टियनच्या आयुष्यात आणखी एक प्रसंग घडला. तो पहिल्यांदाच प्रेमात पडला. पण तो एखाद्या तरुणीच्या नव्हे; तर एका शहराच्या. त्याला प्रथमदर्शनी प्रेम म्हणावं लागेल, कारण आजवरच्या आयुष्यात त्याने इतकं सुंदर काहीच पाहिलेलं नव्हतं. एकाच वेळी देखणं, आपल्या मनाची पकड घेणारं, हवंहवंसं वाटणारं, आकर्षित करणारं. तो जेव्हा आपल्या बीचक्रॉफ्ट बे स्कूलमध्ये परत जाण्यासाठी मागे फिरला, तेव्हा कसंही करून शिष्यवृत्ती मिळवून इथे शिकायला येण्याचा त्याचा निर्धार पक्का झाला.

केंब्रिजहून परत आल्यावर त्याने वेळाकाळाचं भान विसरून अहोरात्र मेहनत करायला सुरुवात केली. आता तर कदाचित अशक्य ते शक्य होईल, अशी आशा त्याच्याबाबतीत त्याच्या मुख्याध्यापकांनासुद्धा वाटू लागली. पण त्यानंतर आणखी एक प्रसंग सेबॅस्टियनच्या आयुष्यात घडला. त्याला त्याचं दुसरं प्रेम भेटलं.

रुबीकडे गेल्या काही दिवसांपासून त्याचं लक्ष जायला सुरुवात झालीच होती. पण ब्रीचक्रॉफ्टच्या शेवटच्या सहामाहीत त्याने तिला अगदी नीट निरखून पाहिलं. वसतिगृहाच्या भोजनगृहात तो नाश्त्यासाठी टेबलापाशी हातात प्लेट घेऊन रांगेत उभा असताना, तिने त्याला स्पर्श केला. ती त्याला वाढत असताना तिचा हात चुकून त्याच्या हाताला लागला, का तिने मुद्दाम स्पर्श केला हे काही त्याला कळलं नाही.

मग परत एकदा तो रांगेत जाऊन दुसऱ्यांदा वाढून घेण्यासाठी उभा राहिला. या खेपेस तिने त्याच्या हाताला नुसता स्पर्शच केला नाही, तर त्याच्या हातात एक छोटी चिठ्ठीसुद्धा कोंबली. अभ्यासिकेत जाऊन एकांतात त्याने ती उघडली.

''पाच वाजता स्कूल लेनमध्ये भेटायला येशील का?''

स्कूल लेनमध्ये जायची विद्यार्थ्यांना खरं तर परवानगीच नव्हती. शिवाय आपल्याला जर तिथे कुणी पकडलं, तर आपली काही खैर नाही. मुख्याध्यापक तर आपली गचांडीच धरतील, याची सेबॅस्टियनला पूर्ण कल्पना होती. पण तरीही हा धोका पत्करण्यासाठी तो अधीर झाला.

शेवटचा तास संपल्याची घंटा होताच सेबॅस्टियन वह्या-पुस्तकं घाईघाईने गोळा

करून वर्गाबाहेर सटकला. शाळेच्या मैदानाला गोल चक्कर मारून कुणाच्या लक्षात न येईल अशा बेताने तो मागील बाजूस असलेल्या लाकडी कुंपणापाशी आला. कुंपणावर चढून त्याने पलीकडच्या स्कूल लेनमधील एका बाकावर उडी मारली. ठरलेल्या वेळेपेक्षा त्याला पंधरा मिनिटं उशीरच झाला होता. पण त्याला पाहताच झाडाच्या आडोशाला उभी असलेली रुबी बाहेर आली. तिच्या अंगात वेट्रेसचा एप्रन नव्हता. पांढरा शुभ्र ब्लाऊज आणि काळा प्लेटेड स्कर्ट घालून तिथे उभी असलेली रुबी त्याला वेगळीच भासली. तिने केस मोकळे सोडले होते आणि ओठांना लिपस्टिक लावली होती.

त्या दोघांना एकमेकांशी बोलायला फारसे काही विषय सापडले नाहीत, पण या पहिल्या भेटीनंतर ते लगेच आणखी दोन वेळा भेटले. पण प्रत्येक वेळी त्यांना अर्ध्या तासाहून जास्त वेळ एकमेकांसोबत घालवता आला नाही, कारण दोघांनाही संध्याकाळच्या जेवणापूर्वी, म्हणजे सातच्या आत परत जावं लागलं.

दुसऱ्या भेटीत सेबॅस्टियनने रुबीला अनेकदा किस केलं. काही दिवसांतच तिने त्याला त्यातील आणखी काही खुब्या शिकवल्या. पण सेबॅस्टियनची तिला घट्ट मिठी मारून इकडेतिकडे चाचपण्याच्या पुढे फारशी काही प्रगती होऊ शकली नाही. अखेर ती सहामाही संपण्याच्या केवळ पंधरा दिवस आधी तिने त्याला आणखी थोडं स्वातंत्र्य घेऊ दिलं. त्यानंतर एका आठवड्याने गाडी आणखी पुढे सरकली. आता एकदा वार्षिक परीक्षा झाली, की आपण अभ्यासाच्या पदवीसोबत याही विषयात प्रावीण्य मिळवणार, असा त्याने मनातल्या मनात अंदाज केला. पण इथेच सगळं चुकलं.

२८

"**म**ला काढून टाकणार?"

"तू माझ्यापुढे दुसरा काही पर्यायच ठेवला नाहीस, सेबॅस्टियन क्लिफ्टन."

"पण सर, आता हे वर्ष संपायला किती थोडे दिवस राहिले आहेत."

"हो, पण मी जर तुला आत्ता काढून टाकलं नाही, तर या राहिलेल्या दिवसात तू काय गुण उधळशील, देव जाणे!" मुख्याध्यापक म्हणाले.

"पण सर, एवढी कडक शिक्षा देण्याएवढं मी काय केलंय?"

"क्लिफ्टन, मी कशाविषयी बोलतोय, त्याची तुला व्यवस्थित कल्पना आहे. पण गेल्या काही दिवसांत तू किती नियमांचा भंग केला आहेस, याची यादी मी तुला वाचून दाखवावी अशी जर तुझी इच्छा असेल, तर मी आनंदाने तसं करायला तयार आहे."

अगदी शेवटच्या खेपेला आपण रुबीसोबत काय काय केलं होतं, याची सेबॅस्टियनला आठवण होऊन त्याला हसू फुटणार होतं, पण त्याने ते कसंबसं दाबलं.

मुख्याध्यापक डॉक्टर बँक्स-विल्यम्स जरा वेळ खाली मान घालून आपल्या हातातील टिपणं वाचत होते. थोड्या वेळाने ते पुन्हा म्हणाले, "खरं म्हणजे आता वर्ष संपायला एका आठवड्याहूनही कमी दिवस शिल्लक उरले आहेत. तुझी वार्षिक परीक्षा तर संपलेली आहे. तू जर केवळ जुन्या पॅव्हेलियनमध्ये चोरून सिगरेट ओढताना सापडला असतास, इतर काही दिवे लावले नसतेस, तर मी या तुझ्या गुन्ह्याकडे काणाडोळा केलाही असता. अगदी तुझ्या पलंगाखाली सापडलेल्या

बिअरच्या रिकाम्या बाटलीकडेसुद्धा एकवेळ दुर्लक्ष केलं असतं रे. पण नुकतेच तुझे जे काही कारभार माझ्या कानावर आले आहेत ना, ते इतक्या सहजासहजी सोडून देण्यासारखे नाहीयेत.''

"माझे कारभार?'' सेबॅस्टियनने मुद्दामच साळसूदपणाचा आव आणून विचारलं. खरं तर मुख्याध्यापकांना त्याबद्दल बोलताना खूप अवघडल्यासारखं होत असणार याची त्याला कल्पना होती. त्यामुळे त्याला मनातून गंमत वाटत होती.

"रात्रीचे दिवे मालवण्यात आल्यानंतर तू तुझ्या खोलीत नोकराणीबरोबर सापडला होतास.''

सेबॅस्टियनला मनातून हसू फुटलं. त्याला विचारावंसं वाटलं, 'समजा ती मुलगी वेट्रेस नसती आणि समजा दिवे उघडे असताना मी पकडला गेलो असतो, तर चाललं असतं की काय?' फक्त असला आगाऊपणा जर आपण केला, तर आपण पूर्णपणे गोत्यात येऊ, हे त्याला माहीत होतं. त्यांच्या शाळेतून गेल्या कित्येक वर्षांत एकही विद्यार्थी शिष्यवृत्ती मिळवून केंब्रिजला गेलेला नव्हता आणि आपल्याला ती मिळाली असल्यामुळेच आपल्यावर ही 'रस्टिकेट' करण्याची केवळ तात्पुरती कारवाई करण्यात येत आहे, अन्यथा सरांनी सरळ आपलं नाव शाळेच्या पटावरून कमी करण्यासही मागेपुढे पाहिलं नसतं, याची सेबॅस्टियनला पूर्ण कल्पना होती. पण आता कसंही करून 'रस्टिकेट' होण्याच्या बदनामीपासून स्वतःला कसं वाचवायचं, हा त्याच्यापुढचा मुख्य प्रश्न होता. रुबी थोड्याशा बक्षिशीच्या रकमेच्या मोबदल्यात बरंच काही करायला तयार होती, हे तिने त्याला स्पष्ट केल्यावर त्याने तिच्या बऱ्याचशा अटी मान्य केल्या होत्या. त्यानंतर त्याच दिवशी रात्री वसतिगृहाचे दिवे मालवण्यात आल्यावर ती खिडकीतून त्याच्या खोलीत उतरून आली होती. सेबॅस्टियनची कोणत्याही स्त्रीला असं कापड्यांशिवाय पाहण्याची जरी ही पहिलीच वेळ असली, तरीही त्या बाईसाहेबांची मात्र अशी वसतिगृहाच्या खिडकीतून उतरून खोलीत येण्याची ही पहिली वेळ नव्हती, हे उघडच होतं. मुख्याध्यापकांनी त्याची तंद्री भंग केली.

"हे बघ, मी तुला स्पष्टच 'मॅन टू मॅन' विचारतो,'' ते नेहमीपेक्षाही जास्त आढ्यताखोर स्वरात म्हणाले. "केंब्रिजमध्ये विद्यार्थ्यांना प्रवेश देणाऱ्या कमिटीच्या माणसाला सांगून मी तुझी शिष्यवृत्ती थांबवू शकतो. तुला ते प्रवेश नाकारू शकतात. मी तसं करू का? बोल. मी आता यानंतर तुला जो प्रश्न विचारणार आहे, त्याचं तू अगदी खरंखुरं उत्तर द्यायचं आहेस. कारण मी त्या माणसाला फोन करायचा का नाही, हे तुझ्या उत्तरावरच अवलंबून असेल. हे बघ, केंब्रिजने शिष्यवृत्ती मिळालेल्या एका विद्यार्थ्याला गैरवर्तणुकीबद्दल प्रवेश नाकारणं, ही तुझ्याइतकीच आपल्या बीचक्रॉफ्ट शाळेसाठीही मानहानीची गोष्ट असू शकते. शाळेची प्रतिष्ठाच इथे पणाला लागली आहे, असं समज.''

सेबॅस्टियनने हाताच्या मुठी घट्ट आवळत शांत राहण्याचा आटोकाट प्रयत्न केला. शाळेतून तात्पुरतं रस्टिकेट करणं ही एक गोष्ट होती. पण केंब्रिजमध्ये प्रवेश नाकारला जाणं, ही फारच गंभीर बाब होती. तो काही न बोलता मुख्याध्यापक पुढे काय म्हणतात याची वाट बघत उभा राहिला.

"क्लिफ्टन, माझ्या पुढच्या प्रश्नाचं उत्तर अगदी नीट विचार करून दे, कारण तुझं भविष्य तुझ्या उत्तरावर अवलंबून असणार आहे. हे बघ, मार्टिनेझ किंवा काऊफमान या दोघा मुलांचा तुझ्या त्या सगळ्या–" त्यानंतर मुख्याध्यापक बराच वेळ योग्य शब्दासाठी चाचपडत राहिले. मग योग्य शब्द न सापडल्याने म्हणाले, "– कारभारांमध्ये काही हात होता का?"

आता मात्र सेबॅस्टियनला हसू आवरणं फारच कठीण गेलं. व्हिक्टर काऊफमानने रुबीच्या अंगावरची अंतर्वस्त्रं उतरवणं तर बाजूलाच राहिलं, पण त्या अंतर्वस्त्रांना नक्की काय म्हणतात याचा त्याने शब्दात उच्चार करणं ही कल्पनासुद्धा कुणालाही प्रचंड हास्यास्पद वाटली असती. बिचारा व्हिक्टर इतका गरीब आणि सज्जन होता!

"मी तुम्हाला एक गोष्ट खातरीपूर्वक सांगतो, सर. माझ्या माहितीप्रमाणे व्हिक्टरने आयुष्यात कधीही सिगरेट ओढलेली नाही किंवा बिअरला स्पर्शही केलेला नाही. आणि स्त्रियांच्या बाबतीत बोलायचं झालं, तर त्याला मेट्रनबाईंच्या समोर कपडे काढून उभं राहावं लागतं, तेव्हासुद्धा तो लाजेने अर्धमेला होतो."

मुख्याध्यापकांच्या चेहऱ्यावर स्मित हास्य पसरलं. त्यांना अगदी हेच सेबॅस्टियनच्या तोंडून ऐकायचं होतं आणि शिवाय व्हिक्टर काऊफमानबद्दल त्याने जे काही सांगितलं, ते तंतोतंत खरं होतं.

"आणि मार्टिनेझ?"

आता मात्र सेबॅस्टियनला झटपट विचार करून काहीतरी थाप मारणं भाग होतं. आपल्या जिवलग मित्राला वाचवण्यासाठी काहीतरी करणं भाग होतं. शाळेत प्रवेश घेतल्यानंतर पहिल्या सहामाहीतच त्याची आणि ब्रूनोची गाढ मैत्री झाली होती आणि तेव्हापासून त्यांना एकमेकांवाचून करमत नसे. ब्रूनो हा 'फॉरिनर' होता आणि शिवाय त्याच्या देशात क्रिकेट या खेळाला काहीच महत्त्व नव्हतं, एवढाच त्याचा गुन्हा! त्यामुळे पहिल्या दिवशीच शाळेतल्या मुलांनी त्याच्या खोड्या काढून त्याला मारहाण करण्यास सुरुवात केली. त्या वेळी सेबॅस्टियनने त्याची बाजू घेऊन त्या मुलांना चांगलाच इंगा दाखवला. त्या दिवसापासून तर ते एकमेकांचे अगदी सख्खे मित्र झाले होते. सेबॅस्टियनला क्रिकेटचा तिटकाराच होता. त्यामुळे त्या मुद्द्यावरही दोघांचं एकमत झालं. ब्रूनो क्वचित कधीतरी एखादी सिगरेट ओढायचा. एकदा परीक्षेनंतर तो आणि सेबॅस्टियन जवळच्या पबमध्ये बिअर घ्यायलासुद्धा गेले होते. शिवाय रुबीने त्याला जर काही देऊ केलंच असेल, तर ब्रूनो त्या बाबतीत मागे

हटणार नाही, हेही सेबॅस्टियनला माहीत होतं. पण मुख्याध्यापकांना ब्रूनोविषयी नक्की काय काय समजलं होतं, याचा त्याला अंदाज येत नव्हता. त्यात ब्रूनोलासुद्धा केंब्रिजमध्ये प्रवेश मिळणार होता. आणखी एक महत्त्वाची गोष्ट म्हणजे तो एकदाच ब्रूनोच्या वडिलांना भेटला होता. पण त्यावरून एक गोष्ट त्याच्या अगदी नीट लक्षात आली होती. ब्रूनोला केंब्रिजमध्ये प्रवेश न मिळण्यास जर आपण कारणीभूत झाल्याचं त्याच्या वडिलांना कळलं, तर मात्र आपलं काही खरं नाही.

"आणि मार्टिनेझ?" मुख्याध्यापक परत एकदा जरा जोरात म्हणाले.

"सर, तुम्हाला तर माहीतच आहे, ब्रूनो हा अगदी कडवा रोमन कॅथॉलिक आहे आणि त्याने मला आजवर एक गोष्ट अनेक वेळा सांगितली आहे, की विवाहापूर्वी स्त्रीसुखाचा विचारही मनात आणणं हे पाप आहे." यातलं थोडंसं खरं होतं. अगदी नवीन ओळख झाल्यावर ब्रूनोने अशा तऱ्हेचे विचार सेबॅस्टियनपाशी व्यक्त केलेले होते; परंतु गेल्या काही दिवसांत मात्र तो अशा तऱ्हेचं काहीही बोललेला नव्हता.

मुख्याध्यापकांनी जरा वेळ विचार केला. आपली थाप पचली की काय, असं क्षणभर सेबॅस्टियनला वाटलं. इतक्यात मुख्याध्यापक डॉक्टर बँक्स-विल्यम्स म्हणाले, "आणि सिगरेट ओढणं, दारू पिणं याचं काय?"

"त्याने सुटीत एकदा सिगरेट ओढून पाहिली होती," सेबॅस्टियन म्हणाला. "पण त्याचा त्याला त्रास झाला. उलट्या वगैरे झाल्या. त्यानंतर माझ्या माहितीप्रमाणे तो काही परत त्या वाटेला गेला नाही." सेबॅस्टियनला मनातून हसू फुटत होतं. 'निदान काल रात्रीपासून आत्तापर्यंत तरी त्याने सिगरेट ओढली नसावी,' असं त्याला म्हणावंसं वाटत होतं. सेबॅस्टियनचं बोलणं मुख्याध्यापकांना फारसं पटलेलं दिसत नव्हतं. "आणि एकदा त्याला एक ग्लास शँपेन घेताना मी पाहिलं आहे. त्याला केंब्रिजला प्रवेश मिळणार आहे, अशी बातमी कळल्यावरच तो आनंद साजरा करण्यासाठी आम्ही गेलो होतो. त्याच्या वडिलांनीच आम्हा दोघांना नेलं होतं."

सेबॅस्टियनने मुख्याध्यापकांपासून एक गोष्ट लपवली. ती म्हणजे, ब्रूनोचे वडील आपल्या लाल रोल्स-रॉईस कारमधून परत गेल्यावर सेबॅस्टियनने चोरून एक बाटली आपल्या खोलीत नेली होती आणि दोघांनी मिळून रात्री जागून ती संपवली होती; परंतु सेबॅस्टियन एक अक्षरही न बोलता गप्प राहिला. त्याने आपल्या वडिलांनी लिहिलेल्या सगळ्या रहस्यकथांचा फडशा पाडला होता. त्यामुळे अपराधी माणसं नेहमी नको तेवढं जास्त बोलतात आणि गोत्यात येतात, याची त्याला पूर्ण कल्पना होती.

"तू इतक्या मनमोकळेपणे सगळं काही खरं खरं सांगून टाकलंस, हे फार बरं झालं, क्लिफ्टन. आपल्या मित्राविषयी आपल्याला जेव्हा कुणी प्रश्न विचारतं, तेव्हा त्यांची उत्तरं देणं ही सोपी गोष्ट नाही. ते मित्रांशी गद्दारी करण्यासारखंच असतं."

एवढं बोलून मुख्याध्यापक बराच वेळ गप्प राहिले. पण सेबॅस्टियनने त्यांच्या शांततेचा अजिबात भंग केला नाही.

"आता मला त्या बिचाऱ्या व्हिक्टर काऊफमानची चौकशी करून त्याला त्रास देण्याचं काहीच कारण नाही," अखेर मुख्याध्यापक कसंबसं म्हणाले. "पण हो, त्या मार्टिनेझशी मात्र मला बोलायलाच हवं. आता बीचक्रॉफ्ट स्कूलमधले हे शेवटचे थोडेच दिवस उरले आहेत. त्यात त्याने कोणताही नियम मोडू नये."

सेबॅस्टियन कसंनुसं हसला, पण त्याच्या कपाळावर घाम चमकू लागला. तो मनातून घाबरला.

"बरं, ते जाऊ दे. मी नुकतंच तुझ्या वडिलांना पत्र लिहिलं आहे. तू ठरलेल्या वेळेच्या काही दिवस आधीच घरी का परतत आहेस, याचं कारणसुद्धा लिहिलं आहे. पण तू मोकळेपणाने सगळं खरं खरं सांगून टाकलंस, त्यामुळेच मी आता केंब्रिजमध्ये विद्यार्थ्यांना प्रवेश देणाऱ्या कमिटीला तुझ्या इथल्या कारवायांविषयी काही माहिती देणार नाहीये. तुला 'रस्टिकेट' केल्याचंही मी त्यांना सांगणार नाहीये."

"मी तुमचा खरंच खूप ऋणी आहे, सर," सेबॅस्टियन मनापासून म्हणाला.

"आता तू ताबडतोब तुझ्या खोलीत जायचं, सगळं सामान बांधायचं आणि लगेच घरी जाण्याची तयारी करायची. तुझ्या हाऊसमास्टरला मी आधीच कळवून ठेवलं आहे, त्यामुळे तुझ्या ब्रिस्टॉलच्या प्रवासाची सगळी व्यवस्था ते करतील."

"थँक यू, सर," सेबॅस्टियन मान खाली घालून म्हणाला. आपल्या चेहऱ्यावर उमटलेला आनंद सरांना दिसू नये, म्हणून त्याने ही काळजी घेतली होती.

"आणखी एक गोष्ट. ही शाळा सोडण्यापूर्वी जर का तू काऊफमान किंवा मार्टिनेझ यांना गाठून यातलं काहीही सांगण्याचा प्रयत्न केलास, तर गाठ माझ्याशी आहे. क्लिफ्टन, शाळेच्या शेवटच्या दिवसापर्यंत सर्व विद्यार्थ्यांना शाळेचे नियम लागू होतात, हे काही मी तुला वेगळं सांगायला नको. तू इथून पुढे एकदा जरी शाळेच्या नियमाचा भंग केलास ना, तरी तुझ्या केंब्रिजच्या प्रवेशाच्या बाबतीत काय करायचं याचा मला फेरविचार करावा लागेल, एवढं ध्यानात ठेव. समजलं ना?"

"हो. व्यवस्थित समजलं," सेबॅस्टियन म्हणाला.

"क्लिफ्टन, या अनुभवावरून तुला आता थोडं तरी शहाणपण आलं असेल, अशी आपण आशा करू. हा आत्ता जो काही धडा शिकला आहेस ना, याचा भविष्यात तुला नक्कीच उपयोग होईल."

"हो, माझ्या नीट लक्षात राहील," सेबॅस्टियन म्हणाला. मुख्याध्यापकांनी उठून त्याच्या हातात एक पत्र दिलं. "हे बघ, घरी गेल्यावर ताबडतोब हे पत्र वडिलांना दे."

“नक्की देईन, सर,” ते पत्र खिशात ठेवत सेबॅस्टियन म्हणाला.

मुख्याध्यापकांनी हस्तांदोलनासाठी पुढे केलेला हात सेबॅस्टियनने जिवावर आल्यासारखा हातात घेतला.

“गुडलक, क्लिफ्टन,” मुख्याध्यापक एक उपचार म्हणून म्हणाले.

“थँक यू, सर,” असं म्हणून सेबॅस्टियन तिथून निघाला.

✻

मुख्याध्यापक परत खुर्चीत बसले. सेबॅस्टियनबरोबरची ही चर्चा त्यांच्या मनाप्रमाणे व्यवस्थित पार पडली होती. या असल्या घाणेरड्या प्रकरणात व्हिक्टर काऊफमान गुंतलेला नव्हता, याबद्दल त्यांना मनातून हायसं वाटलं. कारण त्याचे वडील सोल काऊफमान हे त्यांच्या शाळेचे गव्हर्नर तर होतेच; पण लंडन शहरातील काही नावाजलेल्या वित्तसंस्थांपैकी एका गणल्या जाणाऱ्या काऊफमान्स बँकेचे ते चेअरमन होते.

शिवाय मार्टिनेझच्या वडिलांचा रोषसुद्धा ओढवून घेण्याची मुख्याध्यापकांची अजिबात इच्छा नव्हती. आपल्या मुलाला जर खरोखरच केंब्रिजला प्रवेश मिळाला, तर आपण शाळेच्या ग्रंथालयाला दहा हजार पौंडाची देणगी देणार आहोत, असं मिस्टर मार्टिनेझ यांनी नुकतंच मुख्याध्यापकांजवळ सूचित केलं होतं. मिस्टर डॉन पेड्रो मार्टिनेझ हे नक्की कुठल्या मार्गाने पैसा कमावतात याची मुख्याध्यापकांना जरी नीटशी कल्पना नसली, तरी ब्रूनो मार्टिनेझ याची फी मात्र अगदी वेळेत पोहोचती होत असे.

या उलट तो क्लिफ्टन पोरगा. शाळेत पाऊल टाकल्यापासूनच त्या पोराने भरपूर कटकटी निर्माण केल्या होत्या. त्या मुलांच्या आई-वडिलांना ज्या काही भयंकर दिव्यातून जावं लागलं, त्याबद्दल मुख्याध्यापकांना सहानुभूतीच होती. पण शाळा सहन तरी किती करेल? त्यालाही काही मर्यादा होतीच ना? खरं तर त्या क्लिफ्टनला जर केंब्रिजला प्रवेश मिळण्याची शक्यता नसती, तर मुख्याध्यापक डॉक्टर बँक्स-विल्यम्स यांनी केव्हाच त्याच्या उचापतींबद्दल त्याचं पटावरून नाव कमी करून त्याची शाळेतून हकालपट्टी केली असती. तो क्लिफ्टन आपल्या नजरेसमोरून एकदाचा निघून गेला, याबद्दल त्यांनी सुटकेचा नि:श्वास सोडला.

जरा वेळाने त्यांना लंडनला प्रयाण करायचं होतं. आज संध्याकाळी स्कूल कमिटीपुढे त्यांचं भाषण होतं. तिथे त्यांना वार्षिक अहवाल सादर करायचा होता. हे त्यांच्या कारकिर्दीतलं शेवटचंच भाषण असणार होतं. पंधरा वर्षं मुख्याध्यापक म्हणून काम केल्यावर आता लवकरच ते निवृत्त होणार होते. त्यांच्यानंतर त्यांच्या जागी एक वेल्श माणूस मुख्याध्यापक म्हणून येणार होता. व्यवस्थितपणे टापटिपीत

सूट, टाय वगैरे कधीच न घालणारी एक जमात असते. त्यातलाच तो होता. त्याने बहुदा या क्लिफ्टनला काहीही न बोलता खुशाल मोकाट सोडलं असतं.

त्यांच्या सेक्रेटरीने त्यांचं भाषण व्यवस्थित टाईप करून त्याची एक प्रत त्यांच्या टेबलावर ठेवली होती. निघण्यापूर्वी ते एकदा नजरेखालून घालून त्यात काही बदल करायचे असले तर करता यावेत, म्हणून. खरं तर निघण्यापूर्वी ते भाषण एकदा वाचण्याची त्यांची इच्छा होती. पण या क्लिफ्टनच्या भानगडी निस्तरताना वेळच उरला नव्हता. आता शेवटच्या घटकेला जर काही बदल करायचे असतील, तर ते ट्रेनच्या प्रवासात हातानेच करावे लागणार होते.

त्यांनी एकदा घड्याळात पाहिलं आणि ते भाषण ब्रीफकेसमध्ये ठेवून ते वरच्या मजल्यावर असलेल्या आपल्या घरी निघाले. त्यांच्या पत्नीने त्यांचा सूट, बूट, शर्ट, टाय इत्यादी सर्व सामान व्यवस्थित बॅगेत भरून ठेवल्याचं पाहून त्यांना जरा हायसं वाटलं. कमिटीच्या वार्षिक स्नेहभोजनाच्या वेळी डिनर जॅकेट, टाय इत्यादी औपचारिक पेहराव करण्याची सक्ती नुकतीच एका ठरावाद्वारे काढून टाकण्यात आली होती. पण वैयक्तिकरीत्या त्यांना हे मुळीच पटलं नव्हतं.

त्यांच्या पत्नीने कारने त्यांना स्टेशनवर सोडलं. लंडनला जाणारी पॅडिंग्टन एक्सप्रेस येण्यास थोडाच वेळ होता. त्यांनी लंडनचं पहिल्या वर्गाचं तिकीट काढलं आणि ते प्लॅटफॉर्मच्या एका टोकाला असलेल्या डब्याकडे निघाले. समोरच एक इंजिन भकभक धूर ओकत उभं होतं. त्यांनी थांबून परत एकदा घड्याळात पाहिलं. त्यांच्या गाडीला अजून चार मिनिटं अवकाश होता. गार्ड हातातलं लाल निशाण खाली ठेवून हिरवं निशाण हातात घेत होता.

''सर्वांनी आत चढा,'' तो जोरात ओरडला. मुख्याध्यापक प्रथम श्रेणीच्या डब्यात शिरले.

ते आत गेल्यावर एका कोपऱ्यातील सीटवर जाऊन बसले. इतक्यात जवळून सिगरेटच्या धुराचा भला मोठा ढग त्यांच्या दिशेने आला. त्यांना शिसारी आली. सिगरेट ओढणाऱ्यांचा त्यांना तिटकारा होता. नुकतंच दै. 'टाइम्स'मध्ये एक मत व्यक्त करण्यात आलं होतं. प्रथम वर्गाने प्रवास करणाऱ्या लोकांसाठी धूम्रपान निषिद्ध असणाऱ्या वेगळ्या डब्याची योजना असली पाहिजे, असं त्यात म्हटलं होतं. त्यांना ते पटलं होतं.

मुख्याध्यापकांनी ब्रीफकेसमधून आपलं भाषण बाहेर काढून मांडीवर ठेवलं. समोरचा धुराचा लोट जरा कमी झाल्यावर त्यांनी नीट निरखून पाहिलं, तर डब्याच्या विरुद्ध टोकाला तो बसलेला त्यांना दिसला.

२१

सेबॅस्टियनने सिगरेटचं थोटूक विझवलं, तो उडी मारून उठला आणि सूटकेस उचलून घाईघाईने डब्याबाहेर पळाला. मुख्याध्यापक आपल्याला पाहून जरी काही बोलले नसले, तरी त्यांची नजर आपल्यावरच खिळलेली आहे, याची त्याला पूर्ण कल्पना होती.

आपली सूटकेस ओढत फरपटत तो ट्रेनच्या शेवटच्या डब्यापर्यंत पळत गेला आणि एका अत्यंत गर्दीने भरलेल्या तिसऱ्या वर्गाच्या डब्यात जाऊन कसाबसा अंग चोरून उभा राहिला. खिडकीबाहेर बघत असताना त्याच्या मनात फक्त एकच विचार होता, तो म्हणजे आता या नव्याने उद्‌भवलेल्या संकटातून स्वतःची सुटका कशी करून घ्यायची.

त्याच्या मनात विचारचक्र सुरूच होतं. 'आपण आत्ता पहिल्या वर्गाच्या डब्यात परत जावं आणि मुख्याध्यापकांना सांगावं, की आपण लंडनला आपल्या अंकल गाइल्ससोबत थोडे दिवस राहायला चाललो आहोत.' पण मुळात त्याने हे असं करणंच अपेक्षित नव्हतं. त्याने शाळेतून निघाल्यावर ताबडतोब ब्रिस्टॉलला आपल्या घरी जाऊन मुख्याध्यापकांचं पत्र आपल्या वडिलांना दाखवणं अपेक्षित होतं ना? वस्तुस्थिती अशी होती, की त्याचे आई-वडील आत्ता अमेरिकेत होते. त्याच्या आईने नुकतीच एम.बी.ए.ची पदवी संपादन केली होती. त्याच्या पदवीदान समारंभासाठी ते दोघंही लॉस एंजलिसला गेले होते आणि या आठवड्याच्या अखेरीपर्यंत ते दोघंही इंग्लंडला परत येण्याची काहीही शक्यता नव्हती.

'पण क्लिफ्टन, ही गोष्ट तू मला आधीच का नाही सांगितलीस?' —

सेबॅस्टियनला मनातल्या मनात मुख्याध्यापकांचा आवाज अक्षरश: ऐकू आला. 'कारण तू जर खरं खरं सांगितलं असतंस, तर तुझ्या हाऊसमास्टरने तुला योग्य ते तिकीट काढून दिलं असतं.' पण मुळात आई-वडील घरी परतण्याआधीच आपण लंडनहून घरी येऊन थांबायचं, म्हणजे त्यांना काहीच कळणार नाही, असाच सेबॅस्टियनचा बेत होता. तो जर पहिल्या वर्गाच्या डब्यात चढून धूम्रपान करत बसला नसता, तर त्याचा हा सगळा बेत यशस्वी झालाही असता. पण आता पश्चात्ताप करून काहीच उपयोग नव्हता. शाळेचं वर्ष संपायच्या आत त्याने एक जरी नियम मोडला, तरी त्याचे महाभयंकर परिणाम होतील, अशी धमकी मुख्याध्यापकांनी त्याला देऊन ठेवली होती आणि इथे त्याने शाळेतून बाहेर पडून एक तास व्हायच्या आतच तीन नियम मोडले होते. पण त्या मुख्याध्यापकांचं तोंड आयुष्यात पुन्हा कधी आपल्याला पाहावं लागेल, अशी शंकासुद्धा त्याच्या मनात आली नव्हती.

त्याला म्हणावंसं वाटत होतं, 'मी आता मोठा झालो आहे. मला जे पाहिजे, ते मी करू शकतो.' पण तसं म्हणून काहीच फायदा नव्हता, हे त्यालासुद्धा माहीत होतं. 'आपण आता परत पहिल्या वर्गाच्या डब्यात जाऊन बसावं का?' त्याच्या मनात आलं. पण तसं करण्यात धोका होता. त्याच्याकडे तिसऱ्या वर्गाचं तिकीट आहे, हे मुख्याध्यापकांना माहीत होतं. जेव्हा कधी शाळा उघडण्याच्या वेळी घरून शाळेत किंवा शाळा संपल्यावर शाळेतून घरी जाताना तो नेहमी ही हमखास यशस्वी होणारी क्लृप्ती वापरत असे.

तो पहिल्या वर्गाच्या डब्यात एका कोपऱ्यात जाऊन बसायचा. समोरच्या कॉरिडॉरमधून येणारे-जाणारे स्पष्ट दिसतील अशाच तऱ्हेने बसायचा. समोरच्या बाजूला लांबवरून तिकीट तपासनीस येतोय हे समजलं, की तो लगेच जवळच्या स्वच्छतागृहात दडी मारून बसायचा. पण तो आतून कडी लावून घ्यायचा नाही, त्यामुळे स्वच्छतागृह रिकामं आहे, असंच बाहेरून वाटायचं. तिकीट तपासनीस एकदा का पुढच्या डब्यात गेला, की परत स्वच्छतागृहाच्या बाहेर येऊन तो उरलेला प्रवास आरामात पहिल्या वर्गाच्या डब्यातून करायचा. त्याच्या शाळेपासून घरापर्यंतचा प्रवास नॉन-स्टॉप असल्यामुळे त्याची ही क्लृप्ती नेहमीच यशस्वी होत असे. फक्त एकदाच त्याच्यावर फजितीची वेळ आली होती. त्याच्या डब्यातून पुढे निघून गेलेला तिकीट तपासनीस अचानक मागे आला आणि त्याने सेबॅस्टियनला पकडलं. त्या वेळी त्याने डोळ्यांत ताबडतोब अश्रू आणून गयावया करत त्या तपासनिसाला असं पटवून दिलं, की आपले आई-वडील त्याला घेऊन नेहमीच पहिल्या वर्गाने प्रवास करत असल्यामुळे ट्रेनला तिसऱ्या वर्गाचा डबा असतो, हे मुळी आपल्या लक्षातच आलं नाही. त्या वेळी त्याची ही थाप

पचून गेली, कारण तो तेव्हा फक्त अकरा वर्षांचा होता. पण आता तो सतरा वर्षांचा झाला होता. त्यामुळे तिकीट तपासनिसाचा काय, पण कुणाचाच त्याच्यावर विश्वास बसला नसता.

आता आपली काही सुटका नाही, आता येत्या सप्टेंबर महिन्यात आपल्याला केंब्रिजमध्ये प्रवेश मिळणारच नाही, या सत्याचा अखेर स्वीकार करण्यावाचून काही गत्यंतरच नव्हतं. त्यामुळे ही ट्रेन पॅडिंग्टन स्टेशनमध्ये थांबल्यानंतर उतरून आपण कुठे जायचं, काय करायचं याचा विचार करण्याची आता वेळ आली होती.

❈

ट्रेन लंडनच्या दिशेने धावत असताना मुख्याध्यापकांनी एकदाही आपल्या हातातल्या भाषणाकडे नजरसुद्धा टाकली नाही.

आपण उठून त्या पोराला शोधून घडल्या प्रकाराचं त्याच्याकडे स्पष्टीकरण मागावं का? क्लिफ्टनच्या हाऊसमास्टरांनी त्याला ब्रिस्टॉलकडे जाणाऱ्या ट्रेनचं तिसऱ्या वर्गाचं तिकीट काढून दिलं, हे मुख्याध्यापकांना शंभर टक्के माहीत होतं. मग तो लंडनला जाणाऱ्या ट्रेनच्या पहिल्या वर्गाच्या डब्यात काय करत होता? तो चुकून या ट्रेनमध्ये चढला होता की काय? पण ते शक्य नव्हतं. आपण कोणती ट्रेन घेऊन कुठे जायचंय, हे त्याला अगदी नीट माहीत होतं. फक्त आपण पकडले जाऊ अशी शक्यता त्याने गृहीत धरली नव्हती. शिवाय महत्त्वाची गोष्ट अशी, की तो सिगरेट ओढत बसला होता. शाळेच्या अखेरच्या दिवसापर्यंत एकदाही नियमभंग करायचा नाही, अशी सक्त ताकीद देण्यात आलेली असूनही, तो खुशाल सिगरेटी फुंकत होता. ही काही साधीसुधी बाब नव्हती. या क्लिफ्टन पोरट्याने मुख्याध्यापकांपुढे दुसरा काही पर्यायच ठेवलेला नव्हता. त्याच्यावर कडक कारवाई करणं गरजेचं होतं.

उद्याच्या असेंब्लीमध्ये या क्लिफ्टनला शाळेतून काढून टाकून त्याचं नाव पटावरून कमी केल्याचं आपण जाहीर करायचं, असं त्यांनी ठरवलं. त्याचप्रमाणे केंब्रिजमध्ये विद्यार्थ्यांच्या प्रवेशासाठी जबाबदार असणाऱ्या व्यक्तीला क्लिफ्टनच्या कारवायांची माहिती द्यायची, त्याचप्रमाणे त्याचे वडील मिस्टर हॅरी क्लिफ्टन यांच्या कानावरही त्यांच्या चिरंजिवांचे प्रताप नक्की घालायचे, असा त्यांनी निर्णय घेऊन टाकला. अखेर आपल्या बीचक्रॉफ्ट ॲबे शाळेचं नाव खराब होणार नाही, याची काळजी घेणं मुख्याध्यापक डॉक्टर बँक्स-विल्यम्स यांचं कर्तव्यच होतं. गेली पंधरा वर्षं त्यांनी शाळेच्या उज्ज्वल प्रतिमेची प्राणपणाने जपणूक केली होती.

त्यांनी आपल्या हातातलं भाषण उघडून त्याची पाने उलटली. त्यांना हवा तो

परिच्छेद सापडला. त्यात त्यांनी क्लिफ्टनच्या कर्तबगारीची प्रशंसा केली होती. त्यांनी पेनने त्या वाक्यांवर काट मारली.

⁂

ट्रेन पॅडिंग्टन स्टेशनात येऊन थांबल्यावर आपण सर्वांत आधी उतरून धूम ठोकायची, का सर्व उतारू गाडीतून बाहेर पडेपर्यंत वाट बघून मग सावकाश उतरायचं, हे सेबॅस्टियनचं ठरत नव्हतं. पण काहीही करून पुन्हा त्या मुख्याध्यापकांचं तोंड बघायला लागू नये, अशी त्याची इच्छा होती.

ट्रेन थांबताच ताबडतोब आपण पळ काढायचा, असं त्याने ठरवलं. प्रवासाची शेवटची वीस मिनिटं तो अधिरतेने आपल्या सीटच्या टोकावर कसाबसा बसून होता. त्याने खिशातून आपल्याजवळचे पैसे काढून मोजले. ते एक पौंड, बारा शिलिंग्ज आणि सहा पेन्स भरले. नेहमीपेक्षा आज त्याच्या खिशात जरा जास्तच पैसे खुळखुळत होते, कारण त्याच्या हाऊसमास्टरने सेबॅस्टियनचा हातखर्च भागवल्यावर शिल्लक राहिलेले सगळे पैसे त्याला परत केले होते.

ब्रिस्टॉलला घरी जाण्याआधी थोडे दिवस लंडनमध्ये घालवायचे, असा त्याने आधी बेत केला होता. मुख्याध्यापकांचं पत्र आई-वडिलांना तो दाखवणारच नव्हता आणि शाळेला खरोखरची सुटी पडेल तेव्हा नेहमीसारखं घरी जाऊन पोहोचण्याचा त्याचा बेत होता. मुख्याध्यापकांनी वडिलांना लिहिलेलं पत्र त्याने खिशातून बाहेर काढलं.

'श्री. रा. रा. एच. ए. क्लिफ्टन यांस' असं त्यांनी त्या पत्रावर लिहिलं होतं व त्यावर 'खासगी व गोपनीय' असंही लिहून ठेवलं होतं. सेबॅस्टियनने ट्रेनच्या डब्यात इकडे तिकडे पाहिलं. आपल्याकडे कुणाचंही लक्ष नाही असं पाहून त्याने ते उघडून वाचलं. अगदी सावकाश वाचलं. मुख्याध्यापकांनी त्याच्याविषयी काहीही वेडंवाकडं लिहिलं नव्हतं. अगदी सौम्य शब्दात तोलूनमापून त्यांनी झालेल्या गोष्टींविषयी लिहिलं होतं. नवल असं, की रुबीचा त्यात उल्लेखही नव्हता. 'आपण उगीच या लंडनच्या ट्रेनमध्ये शिरलो. त्याऐवजी सरळ ब्रिस्टॉलची ट्रेन पकडून घरी गेलो असतो आणि आपले आई-वडील अमेरिकेहून परतल्यावर त्यांच्या हातात हे पत्र ठेवलं असतं, तर किती बरं झालं असतं. हे आत्ता जे काही घडलं, ते तरी झालं नसतं,' असं त्याच्या मनात आलं. त्याने मनातल्या मनात एक शिवी हासडली. मुळात हे मुख्याध्यापक महाशय नेमके या लंडनच्या ट्रेनमध्ये काय करत होते?

सेबॅस्टियनने ते पत्र परत खिशात ठेवलं आणि लंडनमध्ये नक्की काय करायचं, याचा तो विचार करू लागला. या सगळ्या प्रकरणावर पडदा पडल्याशिवाय

ब्रिस्टॉलला परत जाण्यात काहीच अर्थ नव्हता आणि तसं इतक्यात घडण्याची काहीही शक्यता नव्हती. पण जवळच्या एक पौंड, बारा शिलिंग्ज आणि सहा पेन्स इतक्या तुटपुंज्या रकमेत आपला निभाव तरी कसा काय लागणार, हीच त्याच्यापुढची खरी चिंता होती. तो उलगडा आता लवकरच होणार होता.

ट्रेन पॅडिंग्टन स्टेशनमध्ये शिरण्याआधीच तो दारात येऊन उभा होता. ट्रेन थांबताक्षणीच घाईघाईने उडी मारून बाहेर पडून त्याने धूम ठोकली. हातातली अवजड सूटकेस कशीबशी सांभाळत त्याने प्रवेशद्वारापाशी उभ्या असलेल्या तिकीट तपासनिसाच्या हातात तिकीट ठेवलं आणि तो समोरच्या गर्दीत घुसला.

सेबॅस्टियन या आधी फक्त एकदाच लंडनला आला होता. त्या वेळी त्याचे आई-वडील त्याच्या सोबत होते. ते स्टेशनवर पोहोचले, तेव्हा त्यांना आणायला एक कार आधीच बाहेर येऊन थांबली होती. तिथून ते सगळे थेट अंकल गाइल्सच्या स्मिथ स्क्वेअरमध्ये असलेल्या घरी गेले होते. त्यानंतर अंकल गाइल्स सर्वांना घेऊन टॉवर ऑफ लंडनमधलं म्यूझियम, तिथलं जडजवाहीर असं दाखवायला घेऊन गेले होते. तिथून ते सर्व जण मादाम तूसांच्या म्यूझियममध्ये गेले होते. तिथे एडमंड हिलरी, बेटी ग्रॅबल, डॉन ब्रॅडमन इत्यादी सुप्रसिद्ध व्यक्तींच्या मेणाने बनवलेल्या प्रतिकृतींचं प्रदर्शन पाहून ते सर्व जण हरखून गेले होते. त्यानंतर सर्वांनी रीजंट हॉलेमध्ये जाऊन चहा घेतला होता. दुसऱ्या दिवशी सर्वांनी 'हाऊस ऑफ कॉमन्स'ला भेट दिली होती. विन्स्टन चर्चिल यांना पहिल्या बाकावरून जोराजोरात वादविवाद करताना पाहून सेबॅस्टियनला गंमत वाटली होती. त्यांची ती छोटीशी मूर्ती पाहून त्याला आश्चर्याचा धक्का बसला होता.

अखेर त्यांचा लंडनमधला मुक्काम संपुष्टात येऊन घरी परत जायची वेळ आली, तेव्हा सेबॅस्टियन आपल्या अंकल गाइल्सना म्हणाला, ''मला परत इकडे कधी येतो, असं झालंय.'' आणि आता तो खरोखरच पुन्हा एकदा लंडनमध्ये येऊन दाखल झाला होता. कोणत्याही परिस्थितीत त्याला अंकल गाइल्सच्या नजरेस पडून चालणार नव्हतं. पण आजची रात्र आपण कुठे काढणार आहोत याविषयी त्याला काहीही कल्पना नव्हती.

तो गर्दीतून वाट काढत पुढे जात असताना अचानक त्याला कुणाचा तरी जोरात धक्का लागला. तो कोलमडला. त्याने मागे वळून पाहिलं, तर एक तरुण घाईघाईने कुठेतरी चालला होता. धक्का लागल्याबद्दल त्याने सेबॅस्टियनची माफी मागण्याचेही कष्ट घेतले नाहीत. सेबॅस्टियन एकदाचा गर्दीतून बाहेर पडून मोकळ्यावर आला. समोर व्हिक्टोरियन धर्तीची सुबक घरं होती. बऱ्याच घरांचं रूपांतर 'बेड अँड ब्रेकफास्ट' हॉटेलांमध्ये करण्यात आल्याचं त्यांच्यावर लटकणाऱ्या पाट्यांवरून स्पष्ट होत होतं. त्याने एका चकचकीत पिवळी मूठ असलेल्या दाराची घंटा

वाजवली. नायलॉनच्या फुलाफुलांच्या कापडाचा हाऊसकोट घातलेल्या एका आकर्षक स्त्रीने दार उघडलं. ती या नव्या गिऱ्हाइकाकडे पाहून प्रसन्न हसली. सेबॅस्टियनच्या अंगातला शाळेचा गणवेश पाहून तिला मनातून आश्चर्य वाटलंच असणार. पण तसं तिने चेहऱ्यावर अजिबात दिसू दिलं नाही.

"आत या ना. तुम्हाला उतरायला खोली हवी आहे का, सर?"

"होय," सेबॅस्टियन म्हणाला. तिने आपल्याला 'सर' म्हणून संबोधलं याचं त्याला नवल वाटलं होतं. "मला एका रात्रीसाठी खोली हवी आहे. पण इथला दर काय आहे?"

"एका रात्रीचे चार शिलिंग्ज. त्यात आम्ही ब्रेकफास्टपण देतो आणि एक आठवडा राहायचं असेल, तर एक पौंड पडेल."

"नको, नको. मला फक्त आजच्या रात्रीपुरताच मुक्काम करायचाय," सेबॅस्टियन मनातल्या मनात हिशेब करत म्हणाला. लंडनमध्ये आपल्याला जर जास्त दिवस राहायचं असेल, तर याहून स्वस्तातलं हॉटेल शोधायला हवं, असं त्याच्या मनात आलं.

"ठीक आहे," असं म्हणून त्याची सूटकेस उचलून ती कॉरिडॉरमधून चालत निघाली.

एखाद्या स्त्रीला असं सूटकेस उचलताना सेबॅस्टियनने कधीच पाहिलं नव्हतं. पण तो तिला काही म्हणणार तोपर्यंत ती अर्धा जिना चढून वरसुद्धा पोहोचली होती.

"माझं नाव मिसेस टिबेट. पण इथे नेहमी उतरणारे लोक मला 'टिबी'च म्हणतात," ती म्हणाली. एव्हाना दोघं पहिल्या मजल्यावर पोहोचले होते. "मी तुम्हाला सात नंबरची खोली देते. ही खोली मागच्या बाजूला असल्यामुळे सकाळच्या वर्दळीमुळे तुमची झोपमोड तरी होणार नाही."

ती कशाबद्दल बोलतेय हे सेबॅस्टियनला कळेना, कारण आजवरच्या आयुष्यात रस्त्यावरच्या रहदारीच्या आवाजाने त्याची झोपमोड कधीच झाली नव्हती.

मिसेस टिबेटने त्याला सात नंबरची खोली उघडून दिली आणि ती दारापाशी एका बाजूला उभी राहिली. तो आत शिरला. त्याच्या बीचक्रॉफ्टमधल्या वसतिगृहाच्या खोलीपेक्षाही ही खोली छोटीच होती, पण हॉटेलच्या मालकिणीप्रमाणेच ही अत्यंत नीटनेटकी, स्वच्छ होती. खोलीत एक पलंग होता. त्यावर स्वच्छ चादर घातलेली होती. कोपऱ्यात वॉश बेसिन होतं.

"कॉरिडॉरच्या तिकडच्या टोकाला बाथरूम आहे," त्याने विचारण्याआधीच मिसेस टिबेट म्हणाली.

"मिसेस टिबेट, माझा विचार बदललाय. मी आठवडाभर इथे राहीन," सेबॅस्टियन म्हणाला.

खिशातून खोलीची किल्ली काढून त्याच्या हातात ठेवत त्या म्हणाल्या, ''मग एक पौंड भाडं पडेल, पण ते आत्ताच द्यावं लागेल.''

''हो, अर्थातच!'' सेबॅस्टियन म्हणाला. त्याने पँटच्या खिशात हात घातला, पण खिसा रिकामा होता. मग त्याने सगळे खिसे तपासून पाहिले, पण पैसे कुठेच सापडेनात. अखेर गुडघ्यावर बसून त्याने सूटकेस उघडून आतले सगळे कपडे बाहेर काढले. पैशांचा पत्ताच नव्हता.

मिसेस टिबेट कमरेवर हात ठेवून सगळा प्रकार बघत उभ्या होत्या. त्यांच्या चेहऱ्यावरचं हसू आता मावळलं होतं. सेबॅस्टियन अजूनही शोधतच होता, पण त्याचा काहीही उपयोग झाला नाही. अखेर हताश होऊन तो पलंगावर कोसळला. 'ही टिबी नावाची बाई त्या मुख्याध्यापक महाशयांपेक्षा जरा मऊ स्वभावाची असू दे,' असा त्याने मनातल्या मनात देवाचा धावा केला.

⁂

मुख्याध्यापक रिफॉर्म क्लबमध्ये उतरले होते. त्यांनी खोलीत पाऊल टाकल्यावर आधी अंघोळ केली आणि नंतर ते रुबाबदार डिनर जॅकेट चढवून तयार झाले. बेसिनवरच्या आरशात पाहून आपला नेकटाय ठाकठीक करून झाल्यावर ते जिन्याने खाली गेले.

कमिटी चेअरमन निक जूड त्यांची वाटच पाहत होते. ते आजच्या प्रमुख पाहुण्यांना, म्हणजेच मुख्याध्यापक डॉक्टर बँक्स-विल्यम्स यांना घेऊन रिसेप्शन रूममध्ये गेले. तिथल्या बारपाशी बरेच कमिटी मेंबर्स जमले होते.

''तुम्ही कोणतं ड्रिंक घेणार?'' चेअरमन म्हणाले.

''मला फक्त ड्राय शेरी.''

चेअरमन मिस्टर जूड म्हणाले, ''पण त्याआधी तुमचं हार्दिक अभिनंदन.'' त्यांच्या तोंडचे शब्द ऐकून मुख्याध्यापक बुचकळ्यात पडले. मिस्टर जूड पुढे म्हणाले, ''तुमच्या शाळेला इतकी मानाची शिष्यवृत्ती मिळाली आहे. तुमच्या नोकरीच्या शेवटच्या वर्षांत तुम्ही हा मानाचा तुरा मिळवला आहे, असंच म्हणावं लागेल.''

मुख्याध्यापक काही बोलले नाहीत. पण त्यांनी काही वेळापूर्वी त्यांच्या भाषणातल्या तीन ओळींवरती काट मारली होती. पण त्या ओळींचा त्यांना आता आपल्या भाषणात समावेश करून घ्यावा लागणार होता. क्लिफ्टनला शाळेतून काढून टाकल्याची घोषणा आत्ताच करण्यात काही अर्थ नव्हता, कारण त्या पोरट्याला केंब्रिजला प्रवेश मिळाल्याचं जाहीर झालं होतं. त्यामुळे उद्या सकाळी केंब्रिजच्या माणसांशी प्रत्यक्ष बोलणं होईपर्यंत तरी त्यात काहीच बदल होणार नव्हता.

पण त्यानंतर चेअरमनप्रमाणेच इतर अनेकांनी त्या क्लिफ्टन पोरट्याच्या यशाबद्दल मुख्याध्यापकांचं मन:पूर्वक अभिनंदन केलं. अखेर ते जेव्हा भाषणासाठी उठून उभे राहिले, तेव्हा या क्लिफ्टन पोरट्याच्या संदर्भात आपण केंब्रिजला फोन करून योग्य ती कारवाई करणार असल्याचा उल्लेख त्यांनी कुणापाशीच केला नाही. त्यांच्या शाळेतील विद्यार्थ्यांना इतकी मानाची शिष्यवृत्ती मिळाल्याचं ऐकून उपस्थितांनी जो काही टाळ्यांचा कडकडाट केला, तो पाहून मुख्याध्यापकांनाही जरा आश्चर्यच वाटलं.

अखेर भाषण संपवून मुख्याध्यापक डॉक्टर बँक्स-विल्यम्स खाली बसले, तेव्हा अनेकांनी येऊन त्यांचं अभिनंदन केलं. अखेर जाण्याची शेवटची ट्रेन त्यांना कशीबशीच पकडता आली. पहिल्या वर्गाच्या डब्यात चढून आपल्या जागेवर बसताक्षणीच त्यांच्या मनात सेबॅस्टियन क्लिफ्टनचे विचार आले. दुसऱ्या दिवशी सकाळी शाळेच्या असेंब्लीमध्ये ते जे काही बोलणार होते, त्याची पूर्वतयारी म्हणून त्यांनी आपल्या डायरीत थोडे शब्द लिहून काढले. 'दर्जा, सभ्यता, आदर, शिस्त, आत्मसन्मान' असे थोडे शब्द त्यांना सुचले. अखेर ट्रेन ब्रिस्टॉल स्टेशनमध्ये शिरली तेव्हा त्यांच्या भाषणाचा कच्चा मसुदा तयार करून झाला होता.

ते स्टेशनबाहेर पडले तेव्हा त्यांची पत्नी त्यांची वाट पाहत तिथे थांबली होती. ती कार घेऊन त्यांना न्यायला आली होती. रात्र बरीच झाली होती.

"कसा झाला कार्यक्रम?" गाडीत बसता बसता ती म्हणाली.

"मला वाटतं, जी काही परिस्थिती सध्या उद्भवलेली आहे, ती विचारात घेता चांगलाच झाला असं म्हणायचं. माझं भाषण सर्वांनाच फार आवडलं," ते म्हणाले.

"कोणती परिस्थिती?"

त्यानंतर घरी पोहोचेपर्यंत मुख्याध्यापकांनी आपल्या पत्नीला सेबॅस्टियन क्लिफ्टनच्या बाबतीत जे जे घडलं, ते सगळं सविस्तर सांगितलं. लंडनच्या ट्रेनमध्ये आपल्याला काय पाहायला मिळालं, तेही सांगितलं.

"मग, तुम्ही आता काय करायचं ठरवलंय?" घराचं कुलूप उघडत ती म्हणाली.

"काय करणार? त्याने माझ्यापुढे काही पर्यायच ठेवलेला नाही. उद्या शाळेत सकाळच्या असेंब्लीच्या वेळी क्लिफ्टनचं नाव शाळेच्या पटावरून कमी करण्यात आलं असल्याची घोषणा करणार आहे. त्यामुळे दुर्दैवाने त्याला सप्टेंबरपासून केंब्रिजला जाता येणार नाही," ते म्हणाले.

"पण ही शिक्षा जरा अतीच कठोर आहे, असं नाही का तुम्हाला वाटत?" त्याची पत्नी म्हणाली. "अहो, त्या वेळी तो लंडनला जात होता, त्यामागे तसंच काहीतरी सबळ कारण असू शकतं ना?"

"पण मग मला बघताक्षणी त्या डब्यातून त्याने पळ का काढला?"

"अहो, तो सगळा प्रवास तुमच्या सहवासात काढण्याची त्याची इच्छा नसेल. तुम्ही किती भीतिदायक आहात!"

"पण तू एक विसरू नको, मी त्याला सिगरेट ओढताना पकडलंय," ते पत्नीच्या बोलण्याकडे दुर्लक्ष करत म्हणाले.

"पण त्याने सिगरेट ओढली तर काय झालं? त्या वेळी तो काही शाळेच्या आवारात तर नव्हता ना? मग त्याला शाळेचे नियम कसे काय लागू पडतात?" ती म्हणाली.

"हे बघ, ही सहामाही संपेपर्यंत त्याला शाळेच्या नियमांचं पालन करावंच लागेल, हे मी त्याला अगदी स्पष्ट शब्दात सांगितलं होतं आणि त्याने नियमभंग केला, तर त्याला त्याचे परिणाम भोगावे लागतील, असंही बजावलं होतं."

"तुम्ही एखादं ड्रिंक घेणार का?" ती विषय बदलून म्हणाली.

"नको. थँक यू. मला आता झोपलं पाहिजे. उद्याचा दिवस फार कठीण आहे," ते म्हणाले.

"तुमच्यासाठी का त्या क्लिफ्टनसाठी?" दिवे मालवण्यापूर्वी ती म्हणाली.

*

सेबॅस्टियनने पलंगावर बसून मिसेस टिबेट यांना त्या दिवसभरात घडलेली सगळी हकिकत जशीच्या तशी सांगितली. त्याने काहीही हातचं राखून ठेवलं नाही. मुख्याध्यापकांनी आपल्याला वडिलांना लिहिलेलं पत्रही त्याने मिसेस टिबेट यांना दाखवलं.

"हे बघ, तू आत्ता घरी परत जाण्यातच शहाणपणा आहे, असं नाही का तुला वाटत? तुझे आई-वडील जेव्हा परत येतील, तेव्हा तू घरी नाहीस हे पाहून ते किती काळजीत पडतील बरं? त्यांचे तर प्राण कंठाशी येतील आणि शिवाय मुख्याध्यापक खरंच तुला शाळेतून काढून टाकतील, असं थोडंच आहे?"

"माझ्यावर विश्वास ठेवा मिसेस टिबेट. त्यांचा निर्णय पक्का झालेला असेल. उद्याच्या असेंब्लीत ते तशी घोषणाही करतील."

"पण तरीही मला वाटतं, तू घरी जावंस."

"पण मी आता कसा घरी जाऊ? मी माझ्या आई-वडिलांची केवढी निराशा केली आहे. त्यांचा स्वप्नांचा चक्काचूर केला आहे. मी केंब्रिजला जावं, एवढी एकुलती एक अपेक्षा त्यांनी माझ्याकडून केली होती. ते मला क्षमा करणार नाहीत."

"मला नाही असं वाटत," मिसेस टिबेट म्हणाल्या. "पण काहीही असलं, तरी आत्ता तू झोप बघू. माझे वडील नेहमी म्हणायचे, कितीही मोठा निर्णय घेण्याची

वेळ आली, तरी आधी झोप काढावी आणि उठल्यावर नीट विचार करून निर्णय घ्यावा, म्हणजे मागाहून पश्चात्ताप करण्याची वेळ येत नाही. शिवाय झोपेतून उठल्यावर सकाळी कोणत्याही समस्येची तीव्रता कमी झालेली असते.''

''पण मला झोपायला जागासुद्धा नाहीये,'' सेबॅस्टियन म्हणाला.

''वेडा आहेस का?'' त्या सेबॅस्टियनला प्रेमाने जवळ घेऊन थोपटत म्हणाल्या. ''आजची रात्र तू खुशाल इथे राहा. पण उपाशीपोटी झोपलेलं नाही हं चालणार. तू सामान नीट लाव आणि मग खाली किचनमध्ये ये. आपण जेवू.''

३०

“**ती**न नंबरच्या टेबलचा काहीतरी प्रॉब्लेम आहे,” वेट्रेस झुलतं दार ढकलून घाईघाईने किचनमध्ये शिरत म्हणाली.

“कसला प्रॉब्लेम, जॅनिस?” मिसेस टिबेट शांतपणे म्हणाल्या. एकीकडे त्यांनी दोन अंडी फोडून फ्रायपॅनमध्ये टाकली.

“ते लोक काय सांगतायत त्यातलं अक्षरसुद्धा मला समजत नाहीये.”

“आ... ते मिस्टर आणि मिसेस फेरर ना? अगं, ते फ्रेंच आहेत. तुला फक्त उन, दो, ऑाई वगैरे आवाज काढता आले ना, की झालं.” पण जॅनिसला ते काही पटलेलं दिसत नव्हतं. “अगं, अगदी सावकाश एकेक शब्द उच्चारत बोल,” मिसेस टिबेट म्हणाल्या, “आणि हो, उगाच आवाज चढवू नकोस. आता त्यांना इंग्रजी येत नाही, हा काय त्यांचा दोष आहे का?”

आपल्या हातातील काटा आणि सुरी खाली ठेवत सेबॅस्टियन म्हणाला, “मी त्यांच्याशी बोलून पाहू का?”

“पण तुला फ्रेंच येतं का?” हातातलं फ्राईंग पॅन परत स्टोव्हवर ठेवत मिसेस टिबेट म्हणाल्या.

“हो, येतं ना.”

“मग जरूर बोल.”

सेबॅस्टियन जॅनिसबरोबर बाहेर नाश्त्यासाठी येऊन बसलेल्या त्या लोकांपाशी गेला. डायनिंग रूममधली नऊच्या नऊ टेबल्स भरलेली होती. जॅनिसने त्याला ज्या टेबलापाशी नेलं, ते टेबल खोलीच्या एका कोपऱ्यात होतं. तिथे एक मध्यमवयीन

जोडपं बसलेलं होतं. सेबॅस्टियन त्यांना फ्रेंचमध्ये म्हणाला, "हॅलो सर, मी तुमची काही मदत करू का?"

त्या जोडप्याच्या चेहऱ्यावर बुचकळ्यात पडल्याचे भाव होते. "स्पॅनिश आहोत."

"गुड मॉर्निंग सर. काही मदत करू का?" सेबॅस्टियन स्पॅनिशमध्ये म्हणाला. जॅनिस त्यांचं संभाषण ऐकत नुसती उभी होती. "एक मिनिटात आलोच," असं म्हणून सेबॅस्टियन किचनकडे गेला.

"मग, आपल्या फ्रेंच पाहुण्यांना काय हवंय?" मिसेस टिबेट आणखी दोन अंडी फोडत म्हणाल्या.

"ते लोक स्पॅनिश आहेत. फ्रेंच नाहीत," सेबॅस्टियन म्हणाला. त्यांना जरा बेताने भाजलेला ब्राऊन ब्रेड, तीन मिनिटं उकडलेली अंडी आणि दोन कप ब्लॅक कॉफी हवी आहे.

"आणखी काही?"

"हो. स्पॅनिश एम्बसीत कसं जायचं ते विचारत होते."

"जॅनिस, तू त्यांच्यासाठी कॉफी घेऊन जा. मी अंडी उकडायला ठेवते."

"आणि मी काय करू?" सेबॅस्टियन म्हणाला.

"हे बघ, हॉलमधल्या टेबलावर टेलिफोन डिरेक्टरी आहे. त्यात स्पॅनिश एम्बसीचा पत्ता शोधून काढ. तिथेच कुठेतरी लंडनचा नकाशा तुला सापडेल. त्यात पाहून त्यांना तिथे कसं पोहोचायचं, ते समजावून सांग."

"आणि हो," सहा पेन्स मिसेस टिबेटच्या हातात देत सेबॅस्टियन म्हणाला, "हे मला त्या लोकांनी दिले."

मिसेस टिबेट हसल्या. "तुझी पहिली टिप."

"मी स्वत: कमावलेली ही पहिलीच रक्कम आहे," सेबॅस्टियन म्हणाला. "हे तुमच्याकडेच ठेवा. राहिलेले पैसेसुद्धा मी फेडीन."

किचनमधून डायनिंग हॉलमध्ये जाऊन त्याने टेलिफोन डिरेक्टरी उचलून स्पॅनिश एम्बसीचा पत्ता आणि फोननंबर शोधून काढला. त्यानंतर नकाशाच्या आधारे तिकडे कसं जायचं, हे त्याने मिस्टर आणि मिसेस फेरर यांना व्यवस्थित समजावून सांगितलं. काही वेळात हातात सहा पेन्सचं आणखी एक नाणं पकडून तो किचनमध्ये आला.

"हे जर असेच पैसे कमावत राहिलास, तर लवकरच तुला पार्टनर करून घ्यावं लागेल," मिसेस टिबेट हसून म्हणाल्या.

सेबॅस्टियनने अंगातलं जाकीट काढून ठेवलं, शर्टच्या बाह्या दुमडत तो किचन सिंकपाशी गेला.

"हे आता काय करतोयस तू?"

“मी भांडी विसळून टाकतो,” असं म्हणत त्याने गरम पाण्याचा नळ सोडला. “सिनेमात नाही का जर कुणाला जेवणाचं बिल चुकवता आलं नाही, तर त्यांना भांडी घासावी लागतात?”

“मला वाटतं, हे असं करण्याचीसुद्धा तुझी ही पहिलीच वेळ असणार, नाही का?” मिसेस टिबेट म्हणाल्या. त्यांनी नाश्त्याने भरलेल्या दोन प्लेट्स जॅनिसच्या हातात ठेवल्या. “टेबल नंबर एक, जॅनिस. यॉर्कशायरहून आलेले मिस्टर अँड मिसेस रॅम्स बॉटम.”

“त्यांच्या बोलण्यातलंसुद्धा एक अक्षरही मला कळत नाही.” जॅनिस त्या प्लेट्स घेऊन बाहेर गेली.

मग त्या सेबॅस्टियनकडे वळून म्हणाल्या, “मला एक गोष्ट सांग, सेबॅस्टियन. तुला आणखी काही भाषा बोलता येतात का?”

“जर्मन, इटालियन, फ्रेंच आणि हिब्रू.”

“काय? हिब्रू? तू ज्यू आहेस का?”

“नाही, नाही. पण माझा शाळेतला एक दोस्त हिब्रू होता. केमिस्ट्रीच्या तासाला मागे बसल्या बसल्या तो मला हिब्रू शिकवायचा.”

मिसेस टिबेट मोठ्यांदा हसल्या. “मला वाटतं, तू लवकरात लवकर केंब्रिजमध्ये शिकायला जा. तुझी ताटं-वाट्या धुण्याची लायकीच नाहीये!”

“मिसेस टिबेट, मला केंब्रिजला जाता येणार नाहीये आणि हे सगळं केवळ माझ्याच चुकीमुळे झालेलं आहे. पण मी एक गोष्ट मात्र करणारच आहे. मी लवकरच ईटन स्क्वेअरला जाणार आहे आणि माझा मित्र ब्रूनो मार्टिनेझ याचं घर शोधून काढणार आहे. तो शुक्रवारी दुपारपर्यंत शाळेतून घरी येऊन पोहोचला असेल.”

“चांगली कल्पना आहे. त्याला नक्कीच माहीत असेल, की तुझं नाव शाळेच्या पटावरून कमी केलंय का तुला नुसतं तात्पुरतं... ते काय ते... केलंय?” मिसेस टिबेट यांना शब्द आठवेना.

“रस्टिकेट,” सेबॅस्टियन म्हणाला. एवढ्यात जॅनिस दोन चाटूनपुसून स्वच्छ केलेल्या प्लेट्स घेऊन किचनमध्ये उगवली. मिसेस टिबेट यांच्या पाककौशल्याला पाहुण्यांनी दिलेली ती पसंतीची पावतीच होती. त्या सेबॅस्टियनकडे धुवायला देत मिसेस टिबेट यांनी आणखी दोन उकडलेली अंडी हातात घेतली.

“टेबल नंबर पाच,” त्या जॅनिसला म्हणाल्या.

“आणि नऊ नंबरच्या टेबलावर आणखी कॉर्नफ्लेक्स हवे आहेत,” जॅनिस म्हणाली.

“अगं बये, मग कपाटातून नवीन पुडा घेऊन उघड ना!”

दहा वाजेपर्यंत सेबॅस्टियन काटे, चमचे आणि बश्या विसळण्याचं काम अव्याहत करत होता. ते झाल्यावर तो म्हणाला, "आता आणखी काय करू?"

"जॅनिस आता बाहेरचा हॉल स्वच्छ करून घेईल आणि उद्याच्या नाश्त्यासाठीची तयारी करून ठेवेल. त्याच वेळी मी किचन साफ करीन. बारा वाजता चेक आऊटची वेळ असते, त्या वेळी ज्या खोल्या रिकाम्या होतील त्या झाडून, आतली साफसफाई करून अभ्रे, चादरी बदलणं वगैरे कामं आम्ही करतो. कुंड्यातल्या झाडांना पाणी घालायचं असतं."

"मग यातलं मी काय करू?"

"तू सरळ बस घेऊन ईटन स्क्वेअरला जा आणि तुझा तो मित्र नक्की शुक्रवारी घरी परत येणार आहे की नाही, याची माहिती काढ."

हे ऐकून सेबॅस्टियनने शर्टच्या बाह्या सारख्या करत जाकीट अंगात चढवलं.

"जाण्यापूर्वी स्वतःच्या खोलीची साफसफाई करून गादी घालून मगच बाहेर पड," मिसेस टिबेट म्हणाल्या.

तो मोठ्यांदा हसला. "आत्ता तुम्ही अगदी माझ्या आईसारखं बोललात."

"माझ्या दृष्टीने ही छान कॉम्प्लिमेंटच आहे. बरं, पण दुपारी एकच्या आत परत ये. माझ्याकडे काही जर्मन पाहुणे येणार आहेत. तेव्हा कदाचित मला तुझी गरज लागेल," मिसेस टिबेट म्हणाल्या.

सेबॅस्टियन दाराकडे निघाला इतक्यात त्याला थांबवून त्याच्या हातात सहा पेन्सची दोन नाणी देत त्या म्हणाल्या, "हे बघ, तुला या पैशांची गरज पडेल. का तुझा ईटन स्क्वेअरला चालत जाऊन चालत परत येण्याचा बेत आहे?"

"थँक यू मिसेस टिबेट," सेबॅस्टियन भारावून म्हणाला.

"आता हे अहो-जाहो पुरे झालं. मी तुझ्या आईसारखी आहे, म्हणालास ना? मग आता 'टिबी' म्हणत जा मला."

सेबॅस्टियनने ते पैसे घेतले आणि त्यांना मिठी मारली. त्या एकदम गप्प झाल्या.

मग अचानक त्यांना सोडून तो उड्या मारत वरच्या मजल्यावर गेला आणि घाईघाईने आपली खोली स्वच्छ करून तो परत खालच्या मजल्यावर आला. त्याने नकाशात पाहिलं. त्याला एका गोष्टीचं जरा आश्चर्य वाटलं. आपल्या अंकल गाइल्सना 'ईटन स्कूल'मध्ये कोणत्या तरी कारणाने प्रवेश नाकारण्यात आला होता, हे त्याला ऐकून माहीत होतं. पण त्याविषयी घरात कुणीच कधी काही बोलत नसे. त्या 'ईटन स्कूल'मधल्या 'ईटन' या शब्दाचं स्पेलिंग 'ईटन स्क्वेअर'मधल्या ईटनपेक्षा वेगळं होतं.

निघण्याआधी त्याला जॅनिसने सांगितलं, छत्तीस नंबरची बस घे, स्लोन स्क्वेअरला उतर आणि तिथून चालत जा.

सेबॅस्टियन दार उघडून रस्त्यावर आला तेव्हा तिथली गर्दी पाहून त्याला नवल वाटलं. सगळी माणसं अत्यंत घाईघाईत वेगवेगळ्या दिशांना निघाली होती. ब्रिस्टॉलच्या रस्त्यावरच्या लोकांचा संथपणा इथे नव्हता. मग तो बसस्टॉपच्या रांगेत उभा राहिला. अनेक लाल रंगाच्या डबलडेकर बसेस येऊन गेल्यावर अखेर एकदाची त्याची छत्तीस नंबरची बस आली. तो बसमध्ये चढून वरच्या मजल्यावर जाऊन एकदम पुढची जागा पकडून बसला आणि समोरच्या काचेतून दिसणाऱ्या दृश्याचं बारकाईने निरीक्षण करून पाहू लागला.

"कुठं जायचं?" कंडक्टर म्हणाला.

"स्लोन स्क्वेअर. आणि प्लीज, माझा स्टॉप आला की मला सांगा हं," सेबॅस्टियन म्हणाला.

"दोन पेन्स," कंडक्टर म्हणाला.

"त्यानंतर मार्बल आर्च, पार्क लेन, हाईड पार्क अशा वेगवेगळ्या जागी थांबत बस पुढे निघाली. सेबॅस्टियन रस्त्यांचं बारकाईने निरीक्षण करत होता. पण एकीकडे बसमधून खाली उतरल्यावर नक्की काय काय करायचं, याचा विचारसुद्धा त्याच्या मनात चालूच होता. आपला मित्र ब्रूनो ईटन स्क्वेअरमध्ये राहतो, एवढंच फक्त त्याला ठाऊक होतं. पण त्याचा घरनंबर माहीत नव्हता. हा ईटन स्क्वेअर अगदी लहानसा भाग असावा, अशी त्याने मनोमन प्रार्थना केली."

"स्लोन स्क्वेअर," कंडक्टर जोरात ओरडला आणि डब्ल्यू. एच. स्मिथ या भल्यामोठ्या पुस्तकांच्या दुकानापाशी त्याची बस येऊन थांबली.

सेबॅस्टियन घाईघाईने पळत जिना उतरून खाली येऊन बसच्या बाहेर पडला. त्याने आजूबाजूचा परिसर न्याहाळला. महत्त्वाच्या खुणा लक्षात ठेवणं गरजेचं होतं. समोरच रॉयल कोर्ट थिएटरची भव्य वास्तू होती. जॉन प्लाऊराईट याचं 'द चेअर्स' हे सुप्रसिद्ध नाटक तिथे चालू होतं. त्याने नकाशात बघत त्या नाट्यगृहावरून पुढे जाऊन उजव्या हाताचा रस्ता पकडला. नकाशावरून त्याच्या असं लक्षात आलं, की ईटन स्क्वेअर तिथून शंभर यार्ड अंतरावर होता.

जरा वेळात तो जवळ पोहोचला. ब्रूनोचे वडील डॉन पेड्रो यांची लाल रंगाची रोल्स रॉईस कार पुढे दिसते का, ते त्याने पाहिलं. पण ती कुठे दिसली नाही. आता आपलं नशीब जोरावर असेल तरच ब्रूनोचं घर आपल्याला लगेच सापडेल, नाहीतर उगाच तासन्‌तास घर शोधत हिंडावं लागेल, असं त्याच्या मनात आलं.

रस्त्याच्या कडेने चालत असताना त्याच्या एक गोष्ट लक्षात आली– अर्ध्याअधिक जुन्या इमारती पाडून तिथे फ्लॅट्‌स बनवण्यात आले होते. प्रत्येक अपार्टमेंट ब्लॉकच्या खाली फ्लॅटधारकांच्या नावांची पाटी आणि नावापुढे फ्लॅटचा क्रमांक व्यवस्थित लिहिलेला होता. पण त्या रस्त्यावर काही जुनी घरं मात्र

तशीच उभी होती. त्यांच्यावर मात्र राहणाऱ्याचं नाव, घर नंबर वगैरे काही नव्हतं. बाहेरच्या लोकांना दार वाजवण्यासाठी प्रत्येक दारावर पितळीचा नॉकर आणि फिरत्या विक्रेत्यांसाठी स्वतंत्र घंटी होती. घंटीखाली 'विक्रेत्यांकरिता' अशी पाटी होती. सेबॅस्टियनला एका गोष्टीची मनातून खातरीच होती, की ब्रूनोच्या वडिलांचा स्वतंत्र मोठा बंगला असणार.

एक नंबरच्या घराच्या पायऱ्या चढून त्याने जोरात दाराची घंटी वाजवली. जरा वेळात एक गणवेशधारी बटलर अवतीर्ण झाला. त्याच्या काळ्या कोटाकडे आणि पांढऱ्या टायकडे पाहून सेबॅस्टियनला बॅरिंग्टन हॉलमधल्या मार्सडेनची आठवण झाली.

"मिस्टर मार्टिनेझ इथे राहतात का?" सेबॅस्टियन म्हणाला.

"या नावाचं कुणीही इथे राहत नाही," असं म्हणून त्या बटलरने सेबॅस्टियनच्या तोंडावर दरवाजा लावून घेतला. 'मिस्टर मार्टिनेझ कुठे राहतात, हे तुम्ही सांगू शकाल का?' हे वाक्य सेबॅस्टियनच्या मनातच राहिलं.

पुढच्या एक तासात कधी गोड शब्दांत तर कधी सेबॅस्टियनच्या तोंडावर धाडकन दार आदळत सर्वांनी त्याला हेच उत्तर दिलं. अखेर दोन तासांनी मिस्टर मार्टिनेझ यांचा पत्ता शोधत सेबॅस्टियन ईटन स्क्वेअरच्या पलीकडच्या टोकाला पोहोचल्यावर एका नोकराणीने त्याला विचारलं, "म्हणजे ते लाल रंगाची रोल्सराईस गाडी चालवणारे परदेशी गृहस्थ का?"

"हो, हो. त्यांनाच शोधतोय मी," सेबॅस्टियन सुटकेचा निःश्वास टाकत म्हणाला.

"मला वाटतं, ते चव्वेचाळीस नंबरच्या घरात राहतात. इकडून आणखी दोन घरं टाकून पलीकडे," ती नोकराणी उजवीकडे बोट दाखवत म्हणाली.

तिचे आभार मानून सेबॅस्टियन झपाझप निघाला. चव्वेचाळीस नंबरच्या घराच्या पायऱ्या चढून दारात पोहोचल्यावर त्याने एक दीर्घ श्वास घेतला आणि पिवळ्या चमकदार नॉकरच्या साहाय्याने दरवाजा जोरात खटखट वाजवला.

जरा वेळाने एका धष्टपुष्ट माणसाने दार उघडलं. तो किमान सहा फुटांहून जास्त उंच होता आणि तो बटलर कसला, बॉक्सरच दिसत होता.

"काय पाहिजे?" तो जोरात हेल काढून म्हणाला. त्याच्या उच्चारांच्या धाटणीवरून त्याची मातृभाषा काही सेबॅस्टियनला ओळखू आली नाही.

"ब्रूनो मार्टिनेझ इथेच राहतो का?"

"कुणाला हवीय ही माहिती?"

"मलाच हवी आहे. माझं नाव सेबॅस्टियन क्लिफ्टन."

ते ऐकून तो धटिंगण माणूस मोठ्यांदा हसला. "हां, हां. हे नाव मी ब्रूनोच्या तोंडून ऐकलंय. पण तो इथे नाहीये."

"पण तो घरी कधी येईल, याची तुम्हाला काही कल्पना आहे का?"

"मिस्टर मार्टिनेझ यांच्या असं बोलण्यात आलं, की तो शुक्रवारी येईल."

आता आपण याच्याजवळ उगाच आणखी काही चौकशा करायच्या नाहीत, असं सेबॅस्टियनने ठरवलं. तो फक्त 'थँक यू,' इतकंच म्हणाला. त्या धटिंगणाने फक्त मान हलवली आणि सेबॅस्टियनच्या तोंडावर धाडकन दार बंद केलं.

सेबॅस्टियन पळतच स्लोन स्क्वेअरकडे निघाला. शक्य तेवढ्या वेळेत परत जायचं आणि जर्मन पाहुणे जर आले असतील, तर मिसेस टिबेट यांना मदत करायची, असा त्याने मनोमन निर्धार केला होता. त्याने पॅडिंग्टनकडे निघालेली बस घेतली. तो परत येऊन मिसेस टिबेट आणि जॅनिसच्या ताबडतोब मदतीला लागला.

तो किचनमध्ये खुर्चीवर बसायच्या आतच मिसेस टिबेट म्हणाल्या, "काय रे सेब, काही कळलं का?"

"मी ब्रूनोचं घर शोधून काढलं," सेबॅस्टियन विजयी मुद्रेने म्हणाला. "आणि हो—"

इतक्यात मिसेस टिबेट म्हणाल्या, "६२ नंबर चव्वेचाळीस, ईटन स्क्वेअर." त्यांनी खाण्याची बशी त्याच्या समोर ठेवली.

"पण तुम्हाला कसं कळलं?"

"अरे, टेलिफोन डिरेक्टरीत मिस्टर मार्टिनेझ यांचं नाव पत्ता मिळाला. पण मला हे सुचण्याआधीच तू निघाला होतास. बरं, पण ब्रूनो कधी घरी येणार आहे, याविषयी काही कळलं का?"

"हो, शुक्रवारी कधीतरी येणार आहे."

"म्हणजे आता आणखी काही दिवस तुला इथे सहन करावं लागणार तर?" त्या म्हणाल्या.

सेबॅस्टियन ओशाळला. ते पाहताच त्या हसून म्हणाल्या, "अरे, उलट झालं ते बरंच झालं. ते जर्मन पाहुणे शुक्रवारी दुपारपर्यंत राहणार आहेत. तेव्हा तू–"

इतक्यात दारावर जोराची थाप पडली.

मिसेस टिबेट म्हणाल्या, "नक्कीच मिस्टर क्रोल आणि त्यांची मित्रमंडळी आलेली दिसताहेत. सेब, तू चल माझ्याबरोबर. त्यांचं बोलणं तुला कळतंय का बघू."

सेबॅस्टियन मोठ्या कष्टानेच हातातली बशी खाली ठेवून उठला. मिसेस टिबेट दारापाशी पोहोचून दार उघडतच होत्या तोपर्यंत तो तिथे जाऊन पोहोचला.

❋

पुढच्या अठ्ठेचाळीस तासांत त्याला फारच कमी झोप मिळाली. सूटकेसेस जिन्याने वर-खाली नेणं, टॅक्सी बोलावून आणणं, पाहुण्यांना त्यांच्या पसंतीची

ड्रिंक्स नेऊन देणं आणि त्यांच्या विविध शंकांना त्यांच्या भाषेत उत्तरं देणं अशी विविध कामं त्याला करावी लागली. पाहुण्यांच्या प्रश्नांचं भाषांतर करून मिसेस टिबेटना सांगताक्षणीच त्या गाईड किंवा नकाशात न बघताच त्याचं उत्तर देत होत्या. मग ते तो पुन्हा पाहुण्यांना त्यांच्या भाषेत समजावून सांगत होता. अखेर गुरुवारी रात्री पाहुण्यांनी जो प्रश्न विचारला, तो ऐकून सेबॅस्टियन लाजला. मग मिसेस टिबेट यांनी त्याही प्रश्नाचं उत्तर दिलं.

"त्यांना सांग, त्यांना हव्या तसल्या मुली सोहो भागातल्या विंडमिल थिएटरच्या बाहेर असतात.''

ते ऐकून जर्मन पाहुण्यांनी खाली वाकून अभिवादन केलं.

शुक्रवारी दुपारी जायला निघाल्यावर मिस्टर क्रोल यांनी सेबॅस्टियनच्या हातावर चांगली घसघशीत एका पौंडाची टिप ठेवली. शिवाय त्याचा हात हातात घेऊन त्यांनी प्रेमाने दाबला. सेबॅस्टियन ते पैसे मिसेस टिबेटकडे देऊ लागला. पण त्यांनी ते घ्यायला नकार दिला. त्या म्हणाल्या, "ते पैसे तुझे आहेत. तुझ्या कमाईचे आहेत.''

"पण मी इथल्या लॉजिंग-बोर्डिंगचे पैसे कुठे भरले आहेत? माझी आजी ब्रिस्टॉलच्या ग्रँड हॉटेलमध्ये मॅनेजर आहे. तिला जर हे कळलं, तर तिला ते मुळीच आवडणार नाही.''

मिसेस टिबेट त्याला मायेने जवळ घेत म्हणाल्या, "गुड लक, सेब.'' जरा वेळाने त्यांनी त्याला सोडलं आणि त्याच्या अंगावरच्या कपड्यांकडे निरखून बघत म्हणाल्या, "आधी तुझी पँट काढ बरं.''

सेबॅस्टियन त्यांचे शब्द ऐकून लाजेने चूर झाला. सकाळी मिस्टर क्रॉल यांनी त्याला खासगीत अर्धनग्न मुलींच्या नृत्यालयाचा पत्ता विचारला होता, तेव्हासुद्धा तो इतका लाजला नसेल.

"अरे, तुझ्या पँटला जरा धुऊन इस्त्री करून देते. किती मळली आहे! जणू काही तू कारखान्यातून काम करून नुकताच परत आला आहेस, असं वाटतंय.''

३१

"तो अजून आला आहे की नाही, माहीत नाही," तो माणूस सेबॅस्टियनला म्हणाला. त्याचा चेहरा असा होता, की तो सेबॅस्टियन जन्मात विसरू शकला नसता. "पण मी आत जाऊन बघतो."

"सेब!" एक आवाज संगमरवरी कॉरिडॉरमध्ये दुमदुमला. "अरे मित्रा, किती दिवसांनी भेटतोय रे आपण!" ब्रूनो आपल्या मित्राचे हात हातात घेत म्हणाला. "मी ऐकलेल्या अफवा जर खऱ्या असतील, तर आता तुझी-माझी गाठ कधीच पडणार नाही, अशी मला भीती वाटत होती."

"कुठल्या अफवा?"

"कार्ल," ब्रूनो त्या माणसाकडे वळून म्हणाला, "जरा ईलिनाला दिवाणखान्यात चहा आणायला सांग."

मग ब्रूनोने सेबॅस्टियनला घरात नेलं. बीचक्रॉफ्ट स्कूलमध्ये असताना सेबॅस्टियन सगळीकडे नेहमीच पुढे असायचा आणि ब्रूनो त्याच्या मागोमाग सगळीकडे जायचा. पण आता त्यांच्या भूमिका बदलल्या होत्या. ब्रूनोकडे यजमानपद असल्याने सेबॅस्टियन त्याच्या मागोमाग घरात शिरला. आजवर आपण अत्यंत ऐषारामात लहानाचे मोठे झालो असल्याचा सेबॅस्टियनचा समज होता. पण या घरात त्याच्या नजरेला जे काही वैभव पडलं, ते एखाद्या राजमहालालाच साजेसं होतं. भिंतीवर टांगलेली तैलचित्रं, उंची सामानसुमान आणि जमिनीवर अंथरण्यात आलेले गालिचे हे सगळंच एखाद्या म्यूझियममध्ये शोभेल, असंच होतं.

"अफवा? कुठल्या अफवा?" एका सोफ्याच्या कडेवर कसंबसं बसत सेबॅस्टियन अस्वस्थपणे म्हणाला.

"ते सगळं मी तुला सावकाश सांगीनच," ब्रूनो म्हणाला. "पण आधी मला हे सांग, की तू इतक्या तडकाफडकी शाळा सोडून इकडे का निघून आलास? आधीच्या क्षणी तू माझ्याबरोबर आणि व्हिक्‌बरोबर अभ्यास करत होतास आणि पुढच्याच क्षणी एकदम गायबच झालास."

"ब्रूनो, त्यानंतर दुसऱ्या दिवशी असेम्ब्लीत याविषयी हेडमास्तर काहीच म्हणाले नाहीत का?"

"नाही ना. एक शब्दही नाही. त्यामुळेच तर हे कोडं अधिकच गुंतागुंतीचं होऊन बसलं. प्रत्येकाने आपापला अंदाज बांधला. पण आपले हाऊसमास्टर आणि डॉक्टर बँक्स-विल्यम्स मात्र तोंडातून त्याबद्दल एक अक्षरही काढायला तयार नव्हते. त्यामुळे खरं काय, खोटं काय, कुणालाच काही कळेना. मी मेट्रनबाईंनाही विचारलं. त्यांना तर सगळ्या जगाची बित्तंबातमी असते; पण त्यांच्यासमोर तुझं नुसतं नाव काढताच त्या एकदम तोंडात मिठाची गुळणी धरल्यासारख्या गप्प झाल्या. खरं तर हे अगदी आश्चर्यच आहे. त्या अशा गप्प तर कधीच बसत नाहीत. व्हिक्‌ला तर वेगळीच भीती वाटत होती. पण तुला तर माहीतच आहे, तो नेहमी नकारात्मकच विचार करतो. त्याला वाटलं, तुझं नाव शाळेच्या पटावरून कमी करून टाकलं असून, इथून पुढे तू आम्हाला कधीच भेटणार नाहीस. पण मी त्याला सांगितलं, आपण सगळे परत केंब्रिजमध्ये नक्की भेटू."

"मला नाही वाटत, आता ते शक्य होईल," सेबॅस्टियन म्हणाला. "व्हिक् जे म्हणतोय, ते खरं आहे." त्यानंतर त्याने ब्रूनोला जे जे काही घडलं होतं, ते तसंच्या तसं सांगितलं. अगदी मुख्याध्यापकांच्या खोलीत झालेल्या संभाषणापासून आत्तापर्यंत. आपल्याला केंब्रिजमध्ये आता प्रवेश मिळणं शक्यच नाही व त्यामुळे आपली मन:स्थिती किती उद्ध्वस्त झालेली आहे, हे त्याने ब्रूनोला सांगितलं.

त्याची सर्व हकिकत सांगून झाल्यावर ब्रूनो म्हणाला, "तरीच... बुधवारची असेम्ब्ली झाल्यावर त्या हिली-बिलीने मला त्याच्या खोलीत बोलावून घेतलं."

"त्याने तुला काय शिक्षा दिली?"

"अरे, मला त्याने प्रिफेक्टच्या जागेवरून काढून टाकलं. शिवाय त्याने मला धमकी पण दिली, की पुन्हा जर मी काही चुकीचं वागलो, तर मला रस्टिकेट करण्यात येईल."

"अरे, खरं तर मीसुद्धा नुसता रस्टिकेटच झालो असतो. पण नेमकं त्या हिली-बिलीने मला लंडनच्या ट्रेनमध्ये सिगरेट ओढताना पाहिलं."

“अरे, पण तुझ्याकडे तर ब्रिस्टॉलचं तिकीट होतं ना? मग तू मुळात लंडनला जायला निघालासच का?” ब्रूनो म्हणाला.

“मी शुक्रवारपर्यंत इथे लंडनमध्ये वेळ काढून मग शाळा संपायच्या शेवटच्या दिवशी घरी जायचं, असं ठरवलं होतं. मॉम आणि डॅड उद्या अमेरिकेहून परत येणार आहेत. त्यामुळे त्यांना हे सगळं प्रकरण कळायला काही मार्ग नव्हता. नेमका तो हिली-बिली ट्रेनमध्ये भेटला रे. नाहीतर मी सहीसलामत सुटलो असतो.”

“पण जर तू आजच्या आज ट्रेन घेऊन ब्रिस्टॉलला परत गेलास, तर त्यांना अजूनही काहीही कळणार नाही.”

“आता तसं काही घडण्याची शक्यताच नाही,” सेबॅस्टियन म्हणाला. “तो हिली-बिली काय म्हणाला, माहिती आहे? शाळेच्या शेवटच्या दिवसापर्यंत शाळेचे नियम लागू होतात,” तो मुख्याध्यापकांची नक्कल करून बोलत होता. त्याने त्यांच्याप्रमाणे शर्टसुद्धा दोन्ही हातांनी खाली ओढला. “तू इथून पुढे एकदा जरी शाळेच्या नियमाचा भंग केलास ना, तरी तुझ्या केंब्रिजच्या प्रवासाच्या बाबतीत काय करायचं, याचा मला फेरविचार करावा लागेल एवढं ध्यानात ठेव. समजलं ना? त्यांच्या ऑफिसातून बाहेर पडल्यानंतर एक तासाच्या आतच मी तीन नियम मोडले. अगदी त्यांच्या नाकावर टिच्चून.”

इतक्यात एक नोकराणी हातात भलामोठा चांदीचा ट्रे घेऊन तिथे आली. आजपर्यंत बीचक्रॉफ्ट शाळेत कधी बघायलासुद्धा न मिळालेल्या खाऊने तो ट्रे गच्च भरला होता.

ब्रूनो केक उचलून म्हणाला, “आपला चहा पिऊन झाला की लगेच तू गेस्ट हाऊसला जा आणि तुझं सामानसुमान घे. आजची रात्र तू इथेच राहा आणि तुझ्या बाबतीत काय करायचं, ते आपण उद्या पाहू.”

“पण तुझ्या डॅडींना काय वाटेल?”

“अरे, आत्ता आम्ही इकडे येत असताना मी त्यांना सांगितलं, की आपण दोघांनी मिळून केलेल्या गुन्ह्याची सगळी जबाबदारी तू एकट्याने स्वतःच्या डोक्यावर घेतल्यामुळेच सप्टेंबरमध्ये मला केंब्रिजला जायला मिळणार आहे. त्यावर ते मला म्हणाले, ‘असा मित्र मिळायला भाग्य लागतं.’ त्यांना तुझे व्यक्तिशः आभार मानायचे आहेत.

“पण बँक्स-विल्यम्सने जर तुला आधी पकडलं असतं, तर तूही अगदी हेच केलं असतंस, ब्रूनो.”

“प्रश्न तो नाहीये, सेब. त्याने तुला आधी पाहिलं आणि त्यामुळे माझी नुसती बोलणी खाऊन सुटका झाली. व्हिक् तर काय, सहीसलामत सुटला आणि तो लेकाचा अगदी वेळेत सुटला, बरं का. कारण रुबीशी लफडं करण्यासाठी त्याची पुष्कळ धडपड चालली होती.”

"रुबी?" सेबॅस्टियन म्हणाला. "अरे तिचं काय झालं, काही कळलं का?"

"तू ज्या दिवशी गायब झालास, त्याच दिवशी तीही गायब झाली. कँटिनच्या कुकने सांगितलं, ती आता इकडे परत येणार नाही," ब्रूनो म्हणाला.

"एवढं सगळं झाल्यावर अजूनही तुला असं वाटतं, की मला केंब्रिजला जाण्याची संधी मिळेल?"

दोन्ही मुलं गप्प झाली.

इतक्यात नोकराणी एक भला मोठा फ्रूट केक घेऊन आली. "इलीना, माझा हा मित्र पॅडिंग्टनला त्याचं सामान आणायला निघाला आहे. तू ड्रायव्हरला गाडी काढायला सांग. आणि हो, त्याच्यासाठी एक खोली तयार करून ठेव."

त्यावर ती म्हणाली, "पण ड्रायव्हर तर तुमच्या वडिलांना ऑफिसातून आणायला गेलाय आणि ते जेवायच्या वेळेपर्यंत तरी येणार नाहीत."

"ठीक आहे, सेब. मग तुला टॅक्सी करावी लागेल. पण त्या आधी या फ्रूट केकची चव तरी घे."

त्यावर सेबॅस्टियन त्याच्या कानात कुजबुजला, "अरे लेका, पण माझ्याकडे बसलासुद्धा पैसे नाहीयेत. टॅक्सी कुठून करू?"

"मी तुझ्यासाठी टॅक्सी मागवतो आणि त्याचं बिल माझ्या वडिलांच्या खात्यावर नोंदवतो." ब्रूनो म्हणाला.

✳

सेबॅस्टियनने दुपारी जे जे काही घडलं ते मिसेस टिबेटच्या कानावर घातलं.

"हे तर फारच चांगलं झालं," त्या म्हणाल्या. "पण सेबॅस्टियन, मला अजूनही असंच वाटतं, की तू तुझ्या आई-वडिलांना फोन करून तुझा ठावठिकाणा सांगायला हवास. काही झालं तरी तुझी केंब्रिजमधली सीट गेली आहे, असं आपल्याला अजून पक्कं कुठे ठाऊक आहे?"

"रुबीला हाकलून देण्यात आलंय. हाऊसमास्टर माझं नाव पण काढायला तयार नाहीत. आणि आमच्या मेट्रनबाई– त्या तर जगातल्या सगळ्या गोष्टींवर सतत भाष्य करत असतात, त्याही याविषयी मौन बाळगून आहेत. मी तुम्हाला एक नक्की सांगतो मिसेस टिबेट, मी काही आता केंब्रिजला जात नाही. शिवाय माझे आई-वडील उद्यापर्यंत अमेरिकेहून परत येतच नाहीयेत. त्यामुळे माझी इच्छा असती, तरीसुद्धा मी त्यांच्याशी संपर्क साधू शकलोच नसतो."

मिसेस टिबेट त्यावर काही न बोलता गप्प राहिल्या. "वेल, मग तू जर जाणारच असशील, तर लगेच सामान बांध आणि खोली खाली कर. मला ती खोली इतरांसाठी वापरता तरी येईल. सकाळपासून तीन लोकांना मी खोली रिकामी

नसल्यामुळे परत पाठवलंय.''

"मी अगदी लवकरात लवकर आवरतो,'' असं म्हणून सेबॅस्टियन किचनमधून निघाला. तो जिन्याने पळतच आपल्या खोलीकडे गेला. तो सामान आवरून बॅग घेऊन खाली उतरला, तर मिसेस टिबेट आणि जॅनिस त्याचीच वाट बघत उभ्या होत्या.

"हा आठवडा फारच वेगळा गेला,'' पुढचं दार उघडून धरत मिसेस टिबेट म्हणाल्या. "या आठवड्यात जे काही घडलं, ते जॅनिस आणि मी कधीच विसरणार नाही.''

"मी जेव्हा माझ्या आठवणी लिहीन ना टिबी, तेव्हा तुमच्यावर एक अख्खं प्रकरण लिहीन,'' सेबॅस्टियन म्हणाला. दोघं एकत्र बाहेर पडून फुटपाथवर आले.

"कुठलं काय? तोपर्यंत तू आम्हा दोघींना विसरून पण गेला असशील,'' त्या उदासपणे म्हणाल्या.

"ते शक्यच नाही,'' सेबॅस्टियन म्हणाला. "हे तर माझं दुसरं घर आहे. मी कसा विसरेन? बघाच तुम्ही.'' असं म्हणून सेबॅस्टियनने आधी जॅनिसला जवळ घेतलं आणि नंतर मिसेस टिबेट यांना कडकडून मिठी मारली. "तुमची काही माझ्या तावडीतून इतक्या लवकर सुटका होणार नाही,'' असं म्हणत तो उभ्या असलेल्या टॅक्सीत बसला.

टॅक्सी ईटन स्क्वेअरकडे निघाली. मिसेस टिबेट आणि जॅनिस बराच वेळ दारात उभ्या होत्या. परत एकदा त्याला ओरडून सांगावं, की 'अरे बाबा, तुझी आई अमेरिकेहून घरी परत येताक्षणीच तिला फोन कर आणि तुझा ठावठिकाणा सांग.' पण तसं करण्यात काहीच अर्थ नव्हता, हे त्यांनासुद्धा ठाऊक होतं.

टॅक्सी सरळ जाऊन उजवीकडे वळून दिसेनाशी झाल्यावर त्या जॅनिसला म्हणाल्या, "सात नंबरच्या खोलीतले अभ्रे बदलायचे आहेत.''

मिसेस टिबेट आत आल्या. या सेबने जर आपल्या आईला काहीच कळवलं नाही, तर आपण कळवायचं, असा त्यांनी मनाशी पक्का निर्धार केला.

❋

त्या रात्री ब्रूनोच्या वडिलांनी दोघा मुलांना रिट्झ हॉटेलमध्ये जेवायला नेलं. तिथे त्यांनी परत एकदा शँपेन प्यायली आणि सेबॅस्टियनला पहिल्यांदाच ऑईस्टर्सची चव चाखायला मिळाली. सेबॅस्टियनने आपल्याला 'डॉन पेड्रो' अशीच हाक मारावी, असा ब्रूनोच्या वडिलांचा आग्रह होता. सेबॅस्टियनने सगळा दोष स्वत:वर घेतला आणि केवळ त्यामुळेच ब्रूनोला केंब्रिजला जाण्याची संधी मिळते आहे, याबद्दल त्यांनी सेबॅस्टियनचे अनेकदा आभार मानले. "अगदी ब्रिटिश लोकांना साजेसं वागणं आहे तुझं,'' ते म्हणाले.

ब्रूनो सर्व वेळ जेवण नुसतं चिवडत बसला होता. त्याने संपूर्ण वेळ संभाषणात काहीही भाग घेतला नाही. दुपारी इतक्या धिटाईने बोलणाऱ्या ब्रूनोचा आत्मविश्वास आपल्या वडिलांच्या उपस्थितीत कुठे पळून गेला होता, देव जाणे. पण त्यानंतर 'डॉन पेड्रो'ने जे काही सांगितलं, ते ऐकून सेबॅस्टियनला प्रचंड धक्का बसला. ब्रूनोला दोन मोठे भाऊ होते. दिएगो आणि लुई. पण ब्रूनोने आजवर सेबॅस्टियनपाशी कधी या गोष्टीचा उल्लेखसुद्धा केला नव्हता. शिवाय बीचक्रॉफ्ट ॲबे स्कूलमध्ये ते ब्रूनोला भेटायला कधीच आले नव्हते. सेबॅस्टियनला त्याचं कारण जाणून घ्यायचं होतं. पण आपला मित्र मान खाली घालून बसलेला पाहून आता हा विषय आपण दोघं एकटे असल्यावर मगच काढायचा, असं सेबॅस्टियनने ठरवलं.

"ते दोघं माझ्याबरोबर आमच्या फॅमिली बिझिनेसमध्ये आहेत," डॉन पेड्रो म्हणाला.

"तुमचा फॅमिली बिझिनेस काय आहे?" सेबॅस्टियन निरागसपणे म्हणाला.

"इंपोर्ट-एक्सपोर्टचा," डॉन पेड्रोने मोघम उत्तर दिलं.

त्यानंतर डॉन पेड्रोने आपल्या या तरुण पाहुण्याला क्यूबन सिगार ओढायला दिली. सेबॅस्टियनने या आधी कधी सिगार ओढली नव्हती. "आता तू तर काही केंब्रिजला जाणार नाहीस. मग तू पुढे काय करायचं ठरवलंयस?" डॉन पेड्रो सेबॅस्टियनला म्हणाला. त्यावर सेबॅस्टियन खूप संकोचला. त्याने उत्तर देण्याआधी घसा खाकरून साफ केला. "काय करणार आता? कुठं तरी काम बघावं, म्हणतोय."

"तुला शंभर पौंड रोख कमवायचे आहेत का? ब्युनॉस आयर्सला जाऊन तू जर माझं एक छोटंसं काम केलंस, तर मी तुला १०० पौंड देईन आणि या महिना अखेरीपर्यंत तू इंग्लंडला परतसुद्धा येशील."

"थँक यू सर! हा खरं म्हणजे तुमचा चांगुलपणा आहे. पण या एवढ्या मोठ्या रकमेच्या मोबदल्यात मला नक्की काय काम करावं लागेल?"

"पुढच्या सोमवारी माझ्यासोबत ब्युनॉस आयर्सला चल. तिथे थोडे दिवस माझा पाहुणा म्हणून राहा आणि येताना 'क्विन मेरी' जहाजाने साऊथ हॅम्प्टनला परत यायचं. येताना एक छोटंसं पार्सल घेऊन यायचं."

"पण त्यासाठी मीच का? तुमच्याकडे इतके कर्मचारी आहेत. हे एवढंसं काम तर कुणीही करू शकेल."

"त्याचं कारण त्या पार्सलमध्ये आमच्या घराण्यातली वंशपरंपरेने चालत आलेली एक मौल्यवान वस्तू आहे," डॉन पेड्रो डोळ्याची पापणीही न हलवता म्हणाला. "शिवाय मला स्पॅनिश आणि इंग्लिश अशा दोन्ही भाषा येणाऱ्या अत्यंत विश्वासू व्यक्तीची गरज आहे. आपला जिवलग मित्र ब्रूनो संकटात आहे हे पाहून तू

ज्या पद्धतीने वागलास, त्यावरून मला हवा असलेला माणूस तूच आहेस, अशी माझी खातरीच पटली आहे.'' त्यानंतर तो ब्रूनोकडे बघत म्हणाला, ''तुझे ऋण फेडण्याचा हा एक मार्ग आहे असं समज.''

''हा तुमच्या मनाचा मोठेपणा आहे, सर,'' सेबॅस्टियन म्हणाला. त्याचा आपल्या नशिबावर विश्वासच बसत नव्हता.

''हे दहा पौंड मी तुला आत्ताच देऊन ठेवतो,'' डॉन पेड्रो खिशातून पाकीट काढत म्हणाला. ''ज्या दिवशी तू परत इंग्लंडला येशील, त्या दिवशी राहिलेले नव्वद पौंड तुला मिळतील.'' त्याने पाकिटातून पाच पौंडांच्या दोन नोटा काढून सेबॅस्टियनला दिल्या. सेबॅस्टियनला आजवरच्या आयुष्यात एकरकमी एवढे पैसे कधीच मिळाले नव्हते. ''आता तू आणि ब्रूनो या वीकएंडला मजा करा. तुमचा दोघांचा हक्कच आहे तो.''

ब्रूनो त्यावर काहीच बोलला नाही.

⁂

सगळ्या पाहुण्यांचा नाश्ता झाल्यावर डायनिंग हॉल रिकामा झाला. मिसेस टिबेटने जॅनिसला तिथली साफसफाई करून दुसऱ्या दिवशीच्या नाश्त्याची तयारी करायला सांगितली. त्याआधी भांडी धुऊन ठेवायचीही आठवण केली. खरं तर जॅनिस ही सगळी कामं अगदी न चुकता रोजच करत असे. तरीही त्यांनी तिला सगळ्याची आठवण करून दिली. त्यानंतर मिसेस टिबेट वरच्या मजल्यावर निघून गेल्या. आता त्या वरच्या मजल्यावरच्या ऑफिसात जाऊन वाणीसामानाची यादी करायला घेतील, असं जॅनिसला वाटलं. पण प्रत्यक्षात मात्र मिसेस टिबेट आपल्या टेबलापाशी नुसत्या फोनकडे एक टक बघत बसून राहिल्या होत्या. मग त्यांनी ग्लासमध्ये स्वत:साठी थोडी व्हिस्की ओतून घेतली. खरं तर अगदी रात्र होऊन शेवटचा माणूस खोलीत जाऊन झोपेपर्यंत त्या कधीच ड्रिंक घेत नसत. पण आज मात्र त्यांनी एका घोटात ती व्हिस्की संपवून फोनचा रिसीव्हर उचलला.

''डिरेक्टरी इनक्वायरीज,'' त्या म्हणाल्या. त्या जरा वेळ स्वस्थ बसून राहिल्या. अखेर फोनमधून आवाज आला. ''नाव काय?''

''मिस्टर हॅरी क्लिफ्टन.''

''कोणतं गाव?''

''ब्रिस्टॉल.''

''आणि पत्ता?''

''पत्ता मला माहीत नाही, पण ते खूप प्रसिद्ध लेखक आहेत,'' मिसेस टिबेट म्हणाल्या. जणू काही ते लेखक त्यांच्या परिचयाचेच होते. मग बराच वेळ फोनवर

शांतता पसरली. आपला फोन पलीकडून कट केला गेला की काय, असं त्यांना वाटलं. इतक्यात तो आवाज म्हणाला, "मॅडम, त्यांचा नंबर अनलिस्टेड आहे, त्यामुळे त्यांचा नंबर डिरेक्टरीत नाही. सॉरी, मी तुम्हाला फोन लावून देऊ शकत नाही."

"अहो, पण ही इमर्जन्सी आहे."

"सॉरी मॅडम, तुम्ही अगदी इंग्लंडची राणी असलात, तरीही मी तुमचा फोन जोडून देऊ शकत नाही."

मिसेस टिबेट फोन खाली ठेवून जरा वेळ बसून राहिल्या. मिसेस क्लिफ्टन यांच्याशी संपर्क करण्याचा आणखी कोणता मार्ग असू शकेल, याचा विचार करत बसल्या. मग त्यांच्या मनात जॅनिसचा विचार आल्यामुळे त्या किचनमध्ये परत आल्या.

"तू सारखी त्या पुस्तकांमध्ये डोकं खुपसून बसलेली असतेस. ती पुस्तकं तू कुठून आणतेस गं?" त्या म्हणाल्या.

"इथून काम संपवून घरी जाताना स्टेशनवर विकत घेते," जॅनिस भांडी विसळता विसळता म्हणाली. मिसेस टिबेट एकीकडे स्टोव्ह साफ करता करता तिच्या उत्तरावर विचार करू लागल्या. साफसफाईचं काम पूर्ण होताच त्यांनी अंगातला एप्रन काढून त्याची नीटशी घडी करून ठेवली आणि पिशवी उचलून बाहेर पडताना म्हणाल्या, "मी जरा बाजारहाट करून येते हं."

पण गेस्ट हाऊसमधून बाहेर पडल्यानंतर मात्र रोजच्यासारख्या उजवीकडे वळून दुकानांच्या दिशेने न जाता त्या डावीकडे वळून सरळ पॅडिंग्टन स्टेशनकडे निघाल्या.

त्यांनी आपली पर्स घट्ट पकडून ठेवली होती. लंडन स्टेशनच्या बाहेर पाऊल ठेवताक्षणीच चोरट्यांनी आपली पर्स लांबवल्याची तक्रार आजपर्यंत हॉटेलात उतरण्यासाठी आलेल्या अनेक लोकांनी त्यांच्यापाशी केली होती. त्याची त्यांना आठवण झाली. अगदी अलीकडचंच उदाहरण सेबॅस्टियनचं होतं. तो त्याच्या वयाच्या मानाने खूपच जास्त समजूतदार होता, तरी पण तसा भोळाच होता.

रस्ता ओलांडून पलीकडे जात असताना मिसेस टिबेट मनातून जरा घाबरलेल्या होत्या. स्टेशनात घाईघाईने शिरणाऱ्या लोकांच्या गर्दीत त्यापण घुसल्या. या आधी कधीच त्या कोणत्याही पुस्तकाच्या दुकानात गेल्या नव्हत्या. पंधरा वर्षांपूर्वी त्या जिथे राहत होत्या, त्या लंडनच्या ईस्टएंड भागात झालेल्या बाँबहल्ल्यात त्यांचा पती आणि लहान बाळ हे दोघं मृत्युमुखी पडले होते. आज त्यांचा मुलगा जिवंत असता, तर तो सेबॅस्टियनच्याच वयाचा असता.

डोक्यावरचं छप्पर असं अचानक गेलं. मग घरटं विस्कटलेला पक्षी जसा चारापाण्याच्या शोधात भटकतो, तशी भटकत टिबी लंडनच्या या पश्चिम भागात

आली. सेफहेवन गेस्ट हाऊसमध्ये तिला नोकरी मिळाली. सुरुवातीला पडेल ते काम करावं लागे. अशी तीन वर्षं गेल्यावर तिला वेट्रेसचं काम देण्यात आलं. काही दिवसांनंतर गेस्ट हाऊसच्या मालकांचं निधन झालं. कर्जाचा बोजा मागे ठेवून ते गेले. गेस्ट हाऊस बँकेकडे गहाण पडलेलं होतं. ते सोडवून घेण्याची टिबीने तयारी दाखवल्यावर बँकेने ते तिला चालू ठेवण्याची परवानगी दिली.

कर्जाचे हप्ते फेडता फेडता टिबीचं कंबरडं मोडलं. पण १९५१ साली झालेल्या 'फेस्टिव्हल ऑफ ब्रिटन'साठी हजारोच्या संख्येने पर्यटक लंडनमध्ये येऊन दाखल झाले. त्या वर्षी पहिल्यांदाच गेस्ट हाऊसला थोडाफार तरी नफा झाला. त्यानंतर पुढच्या प्रत्येक वर्षी हळूहळू त्या नफ्यात वाढ होत राहिली. अलीकडेच सगळं कर्ज फिटून तो व्यवसाय पूर्णपणे तिच्या मालकीचा झाला होता. हिवाळ्याच्या दिवसात तिच्या गेस्ट हाऊसमध्ये नियमितपणे उतरायला येणाऱ्या लोकांमुळे तिचा निभाव लागत असे. या व्यवसायात टिकून राहायचं असेल, तर नियमितपणे दरवर्षी मुक्कामाला येणाऱ्या लोकांनाच धरून ठेवावं लागतं, अन्यथा तुमचा धंदा बंद करण्याची वेळ येते, हे सत्य टिबीला उमगलं होतं.

मिसेस टिबेट आपल्या या भूतकाळाच्या आठवणींमधून भानावर आल्या. स्टेशनमध्ये आजूबाजूला नजर टाकल्यावर त्यांना डब्ल्यू. एच. स्मिथ हे दुकान दिसलं. प्रवासी मंडळी घाईने दुकानाच्या आतबाहेर करत होती. बरेचसे लोक वर्तमानपत्र घेऊन बाहेर पडत होते; पण काही मंडळी पुस्तकं चाळत आत उभी होती.

मिसेस टिबेट दुकानात शिरल्या खऱ्या, पण गोंधळून नुसत्याच दुकानाच्या मध्यभागी उभ्या राहिल्या. येणाऱ्या-जाणाऱ्या गिऱ्हाइकांच्या वाटेतच. इतक्यात दुकानाच्या मागच्या भागात एक स्त्री शेल्फमध्ये पुस्तकं लावत होती. मिसेस टिबेट तिच्यापाशी जाऊन नुसत्याच उभ्या राहिल्या.

त्या सेल्सगर्लने वर पाहिलं. "काही मदत हवी आहे का, मॅडम?"

"तुम्ही हॅरी क्लिफ्टन या लेखकाचं नाव ऐकलं आहे का?"

"हो ऐकलंय ना," ती मुलगी म्हणाली. "ते आमच्या दुकानात येणाऱ्या वाचकांमध्ये फार लोकप्रिय आहेत. तुम्हाला त्यांचं एखादं विशिष्ट पुस्तक हवं आहे का?"

त्यावर मिसेस टिबेट यांनी नकारार्थी मान हलवली. मग ती म्हणाली, "बरं, मग चला माझ्याबरोबर. आमच्याकडे त्यांची कुठली कुठली पुस्तकं शिल्लक आहेत, ते तरी बघू."

मग ती मुलगी तरातरा चालत दुसऱ्या एका विभागात गेली. मिसेस टिबेट तिच्या मागोमाग गेल्या. त्या विभागावर 'रहस्यकथा विभाग' अशी पाटी होती. 'विल्यम वॉरविक'च्या साहसकथांचा एक मोठाच्या मोठा ढीग नीट रचून ठेवलेला

दिसत होता. हा लेखक खरोखरच खूप लोकप्रिय असावा, कारण शेल्फात त्याच्या पुस्तकांचे स्वतंत्र कप्पे होते आणि त्यात बऱ्याच जागा रिकाम्या होत्या. म्हणजे रोज त्याची बरीच पुस्तकं खपत असणार. ''याशिवाय इतरही बरीच पुस्तकं आहेत बरं का आमच्याकडे!'' ती मुलगी म्हणाली. '' 'प्रिझन डायरीज' आहे, शिवाय लॉर्ड प्रेस्टनचं चरित्र आहे. त्याचं नाव 'द हेरिडिटरी प्रिन्सिपल.' तो गाजलेला क्लिफ्टन-बॅरिंग्टन वारसा हक्काचा खटला आहे ना, त्याच्याविषयीचंच ते पुस्तक आहे. तुम्हाला तो खटला आठवत असेल ना? वर्तमानपत्रात कित्येक आठवडे रकानेच्या रकाने भरून येत होते.''

''मिस्टर क्लिफ्टन यांची कोणती कादंबरी तुम्ही सुचवाल?''

''मला एखाद्या लेखकाबद्दल कुणीही हा प्रश्न विचारला, की माझं उत्तर ठरलेलं असतं. तुम्ही आधी त्याचं पहिलं पुस्तक वाचा,'' असं म्हणून तिने शेल्फमधून 'विल्यम वॉरविक अँड द केस ऑफ द ब्लाईंड विटनेस' हे पुस्तक काढून त्यांच्या हाती ठेवलं.

''तुम्ही ते कुठलं पुस्तक म्हणत होता... ते हेरिडिटी प्रिन्सिपल की काय ते... त्याच्यावरून मला त्या क्लिफ्टन परिवाराविषयी जास्त माहिती मिळेल का?''

''हो. मिळेल ना. शिवाय ते इतकं उत्कंठावर्धक आहे, की आपण जणू काही एखादी कादंबरीच वाचतोय की काय, असा तुम्हाला भास होईल,'' असं म्हणत ती मुलगी चरित्रग्रंथांच्या विभागाकडे गेली. ती दोन्ही पुस्तकं मिसेस टिबेट यांच्या हातात ठेवत ती म्हणाली, ''तीन शिलिंग्ज झाले, मॅडम.''

दुपारच्या जेवणाच्या वेळेपर्यंत मिसेस टिबेट गेस्ट हाऊसला परतल्या. त्यांच्या हातातल्या पिशव्या रिकाम्या असलेल्या पाहून जॅनिसला आश्चर्य वाटलं. त्यानंतर मिसेस टिबेटने वर जाऊन स्वत:ला ऑफिसात कोंडून घेतलेलं पाहून तर तिच्या आश्चर्याला पारावारच उरला नाही. अखेर कुणीतरी गिऱ्हाईक गेस्ट हाऊसचं दार वाजवू लागलं, तेव्हा अखेर त्या ऑफिसमधून बाहेर आल्या.

'द हेरिडिटरी प्रिन्सिपल' हे पुस्तक त्यांनी दोन दिवस दोन रात्रीत वाचून संपवलं. ते वाचल्यानंतर त्यांच्या मनात एक निर्धार पक्का झाला. आज ज्या ठिकाणी जाण्याचा स्वप्नातही विचार केला नव्हता, त्या ठिकाणी जायचं त्यांनी ठरवलं. पण नुसत्या विचारानेसुद्धा त्यांना कापरं भरलं. पुस्तकाच्या दुकानात जाण्यापेक्षा हे काम फारच कठीण होतं.

※

सेबॅस्टियन सोमवारी सकाळी लवकर उठून नाश्त्यासाठी खाली आला. ब्रूनोचे वडील कामासाठी बाहेर पडण्याआधी त्याला त्यांच्याशी बोलायचं होतं.

"गुड मॉर्निंग, सर," तो टेबलापाशी बसत म्हणाला.

हातातलं वर्तमानपत्र खाली ठेवत डॉन पेड्रो म्हणाला, "गुड मॉर्निंग, सेबॅस्टियन." मग काय, तू माझ्याबरोबर ब्युनॉस आयर्सला येणार की नाही? काय ठरलं तुझं?"

"होय, सर. माझं ठरलंय. मी येणार आहे. मला खूप आवडेल यायला. पण मी सांगायला फार उशीर नाही ना केला?" सेबॅस्टियन म्हणाला.

"काहीच प्रॉब्लेम नाही. फक्त मी घरी येण्याआधी तयार राहा."

"सर, आपण कितीला निघायचंय?"

"पाचच्या सुमारास."

"मी तयार राहीन," सेबॅस्टियन म्हणाला. इतक्यात ब्रूनो तिथे आला.

"ब्रूनो, एक आनंदाची गोष्ट सांगायची आहे. सेबॅस्टियन माझ्यासोबत ब्युनॉस आयर्सला येतोय," पेड्रो आपल्या मुलाकडे बघत म्हणाला. "या महिना अखेरीस तो लंडनहून परत येईल. तो परत आला, की इथे तू त्याची नीट काळजी घे."

ब्रूनो तोंड उघडून काही बोलणार, इतक्यात इलीना तिथे आली. तिने गरम टोस्टची चळत टेबलावर ठेवली."

"तुम्ही नाश्त्याला काय घेणार, सर?" ती ब्रूनोकडे पाहून अदबीने म्हणाली.

"दोन उकडलेली अंडी."

"मला पण," सेबॅस्टियन म्हणाला.

"मला आता निघायला हवं," असं म्हणत डॉन पेड्रो उठला. "मला बाँड स्ट्रीटला जायचंय. एकाला भेटायचंय." मग तो सेबॅस्टियनकडे वळून म्हणाला, "पाच वाजता तुझं सामान आवरून तयार राहा. आपल्याला उशीर करून चालणार नाही."

"मला पण कधी एकदा तिकडे जातो असं झालंय, सर," सेबॅस्टियन म्हणाला. त्याच्या आवाजातून उत्साह ओसंडून वाहत होता.

"हॅव अ गुड डे, पापा," ब्रूनो पेड्रोकडे बघत म्हणाला. त्यानंतर पेड्रो बाहेर पडून पुढचं दार बंद झाल्याचा आवाज येईपर्यंत तो काही बोलला नाही. त्यानंतर मात्र समोर बसलेल्या आपल्या मित्राकडे पाहत तो म्हणाला, "तू नीट विचार करून हा निर्णय घेतला आहेस ना?"

✻

मिसेस टिबेट अक्षरशः थरथर कापत होती. जे काही करायचं आपण ठरवलंय, ते आपण पार पाडू शकू की नाही, अशी तिला खातरीच वाटत नव्हती. त्या दिवशी डायनिंग हॉलमध्ये नाश्त्यासाठी आलेल्या बिचाऱ्या लोकांना अती जास्त शिजलेली अंडी, जळलेले टोस्ट आणि गार चहा मिळाला. शिवाय त्याबद्दल जॅनिसला

लोकांची बोलणी खावी लागली, ते वेगळंच. गेल्या दोन दिवसांत मिसेस टिबेट वाणीसामान खरेदीला बाहेरच पडलेल्या नव्हत्या. ब्रेड शिळा होता. फळं जास्त पिकलेली होती आणि इतर बऱ्याच गोष्टी तर संपलेल्याच होत्या. एकदाचा शेवटचा माणूस नाश्ता करून बाहेर पडल्यावर जॅनिसने सुटकेचा नि:श्वास सोडला. त्यातल्या एकाने तर चिडून बिल भरायलासुद्धा नकार दिला.

मिसेस टिबेट यांची प्रकृती बरी नाही की काय, हे पाहण्यासाठी जॅनिस किचनमध्ये गेली. पण तिथे तर त्यांचा पत्ताच नव्हता. त्या कुठे असतील, अशी जॅनिसला काळजी वाटू लागली.

त्या वेळी मिसेस टिबेट १४८ नंबरच्या बसमध्ये बसून व्हाईट हॉलकडे निघाल्या होत्या. आपल्याला हे सगळं नीट जमेल की नाही, याची त्यांना अजूनही नीटशी खातरी वाटत नव्हती. 'समजा ते आपल्याला भेटायला तयार झाले, तरी आपण त्यांना काय सांगणार? तसं बघायला गेलं, तर या सगळ्याशी आपला संबंध तरी काय?' या आणि अशाच प्रकारच्या विचारांमध्ये त्या इतक्या गुंग होऊन गेल्या, की त्यांच्या बसने वेस्टमिन्स्टर ब्रिज ओलांडल्यावर त्या भानावर आल्या. मग त्या खाली उतरून सावकाश चालत निघाल्या. पण पर्यटकांप्रमाणे थेम्स नदीचं रमणीय दृश्य निरखून पाहण्यासाठीचं ते रमतगमत चालणं नव्हतं.

पार्लमेंट स्क्वेअरपाशी पोहोचेपर्यंत त्यांची मन:स्थिती द्विधा होती. जवळ पोहोचल्यावर तर त्या अधिकच सावकाश चालू लागल्या. अखेर 'हाऊस ऑफ कॉमन्स'च्या प्रवेशद्वारापाशी पोहोचल्यावर त्या थांबल्या आणि तिथल्या तिथे थिजल्यासारख्या उभ्या राहिल्या.

तिथल्या डोअरकीपरला या अशा गोष्टींची सवय होती. अनेक लोकांच्या मनावर वेस्टमिन्स्टरची भव्य वास्तू बघून दडपण येत असे आणि ते असे जागच्याजागी थिजल्यासारखे थांबत. तो त्या थिजून उभ्या राहिलेल्या बाईंकडे बघत हसून म्हणाला, "काही मदत हवी आहे का, मॅडम?"

"मला जर कुणा संसद सदस्यांना भेटायचं असलं, तर इथेच यावं लागतं ना?"

"तुम्ही आधी अपॉइंटमेंट घेतली आहे का?"

"नाही घेतली," मिसेस टिबेट म्हणाल्या. आता याने आपल्याला इथून घालवून दिलं तर किती बरं होईल, असं त्यांना मनातून वाटलं.

"काळजी नका करू. बऱ्याच लोकांनी अपॉइंटमेंट घेतलेलीच नसते, पण तुम्हाला ज्या संसद सदस्यांना भेटायचंय ते आत्ता सभागृहात उपस्थित असावेत आणि मुख्य म्हणजे त्यांना तुमची भेट घेण्याइतका वेळ असावा, अशी देवाची प्रार्थना करा. तुम्हाला जर रांगेत उभं राहायचं असलं, तर माझा हा सहकारी तुम्हाला मदत करेल."

मिसेस टिबेट पायऱ्यांपाशी चालत गेल्या. वेस्टमिन्स्टर हॉल पार करून पलीकडे असलेल्या रांगेत जाऊन उभ्या राहिल्या. सुमारे एक तास रांगेत उभं राहिल्यावर अखेर त्या बऱ्याच पुढे जाऊन पोहोचल्या. मग त्यांना अचानक आठवण झाली. आपण कुठे जात आहोत, हे त्यांनी जॅनिसला सांगितलंच नव्हतं.

त्यांना कुणीतरी सेंट्रल लॉबीपाशी आणून सोडलं. मग तिथून एक अधिकारी त्यांना रिसेप्शन डेस्कपाशी घेऊन गेला.

"गुड आफ्टरनून मॅडम," तिथे बसलेला क्लार्क म्हणाला. "तुम्ही कोणत्या संसद सदस्यांना भेटायला आला आहात?"

"सर गाइल्स बॅरिंग्टन."

"मॅडम, तुम्ही त्यांच्या मतदारसंघातून आला आहात का?"

'चला, कदाचित या कारणामुळे आपल्याला इथून घालवून देतील आणि आपली सुटका होईल,' असा विचार क्षणभरच त्यांच्या मनात चमकून गेला. पण तो दूर सारून त्या म्हणाल्या, "नाही, माझं त्यांच्याशी खासगी काम आहे. त्याविषयी त्यांच्याशी बोलायचंय."

"आलं लक्षात," तो क्लार्क शांतपणे म्हणाला. आपल्याला कोणत्याही गोष्टीचा धक्का बसत नाही, हे त्याने आपल्या निर्विकार चेहऱ्यावरून दाखवून दिलं. "तुम्ही मला तुमचं नाव सांगा, म्हणजे मी तुमचं व्हिजिटर्स कार्ड भरतो."

"मिसेस फ्लॉरेन्स टिबेट."

"आणि तुमचा पत्ता?"

"सदतीस, प्रेड स्ट्रीट, पॅडिंग्टन."

"आणि तुम्हाला सर गाइल्स यांच्याशी कोणत्या विषयाबाबत बोलायचंय?"

"त्यांचा भाचा सेबॅस्टियन क्लिफ्टन याच्याबद्दल."

मग त्या क्लार्कने ते कार्ड भरून एका शिपायाच्या हाती दिलं.

"मला इथे किती वेळ थांबावं लागेल?"

"जर संसद सदस्य सभागृहात हजर असतील, तर ते जास्त वेळ वाट पाहायला लावत नाहीत. पण तुम्हाला इथे वाट बघावी लागणारच आहे, तर तुम्हाला बसायला आवडेल का?" असं म्हणून त्या क्लार्कने सेंट्रल लॉबीच्या भिंतीच्या कडेने मांडलेल्या हिरव्या खुर्च्यांकडे बोट दाखवलं. सभागृहात सदस्यांची गर्दी जमली होती. एक्सचेकरचे चॅन्सेलर पीटर थॉर्नेक्रॉफ्ट यांचं भाषण ऐकण्यासाठी सर्व जण उत्सुक होते. सुएझ कालव्याबाबतची गंभीर परिस्थिती आता संपुष्टात आल्या कारणाने आता लवकरच पेट्रोलवरचं रेशनिंग उठणार असल्याची घोषणा ते आज करणार होते.

शिपायाला सर गाइल्स बॅरिंग्टन त्यांच्या नेहमीच्या जागी बसलेले दिसले. त्याने सभागृहात शिरून आणखी एका शिपायाच्या हातात ते कार्ड दिलं. तो शिपाई त्वरेने

ते सर गाइल्स यांच्याकडे घेऊन गेला. त्याने ते पहिल्या खुर्चीत बसलेल्या सदस्याकडे दिलं. या सदस्याकडून पुढच्या सदस्याकडे असा प्रवास करत अखेर ते कार्ड सर गाइल्स बॅरिंग्टन यांच्या हातात जाऊन पोहोचलं.

सभागृहात प्रश्नोत्तरं चालू होती. फॉरेन सेक्रेटरींना जो प्रश्न विचारण्यात आला होता, त्याचं उत्तर त्यांनी नुकतंच दिलं होतं. त्यामुळे गाइल्स ते कार्ड तसंच खिशात टाकून घाईने उठून उभा राहिला आणि त्याने सभापतींचं लक्ष वेधून घेण्याचा प्रयत्न केला.

"सर गाइल्स बॅरिंग्टन," सभापती म्हणाले.

"राष्ट्राध्यक्षांच्या घोषणेचा ब्रिटिश उद्योग क्षेत्रावर; विशेषत: राष्ट्रीय सुरक्षेच्या क्षेत्रात काम करणाऱ्या आपल्या नागरिकांवर कसा परिणाम होईल, हे फॉरेन सेक्रेटरी कृपया विशद करून सांगतील का?"

मिस्टर सेल्विन लॉईड परत एकदा उठून उभे राहिले. ते म्हणाले, "माझ्या आदरणीय आणि साहसी सहकारी मित्रास मी असं सांगू इच्छितो, की वॉशिंग्टनमधील आपल्या राजदूताच्या मी सतत संपर्कात आहे. आणि त्यांनी मला असं आश्वासन दिलंय, की—"

मिस्टर लॉईड यांनी गाइल्सच्या प्रश्नाचं उत्तर देण्यास तब्बल चाळीस मिनिटं घेतली. ते जेव्हा खाली बसले, तेव्हापर्यंत गाइल्स खिशात टाकलेल्या त्या कार्डाबद्दल साफ विसरून गेला होता.

त्यानंतर सुमारे एक तासाने तो जेव्हा आपल्या सहकाऱ्यांबरोबर चहा घ्यायला गेला तेव्हा त्याने खिशात हात घालून आपलं पैशांचं पाकीट बाहेर काढलं. तेव्हा ते कार्ड खाली पडलं. गाइल्सने ते उचलून त्यावरून नजर फिरवली. पण मिसेस टिबेट हे नाव वाचून त्याच्या काही लक्षात आलं नाही. पण त्याने कार्ड पालथं करून त्याची पाठीमागची बाजू वाचली, त्या क्षणी तो एखाद्या तीरासारखा सेंट्रल लॉबीतून बाहेर पडला. ही मिसेस टिबेट आपली वाट पाहून कंटाळून घरी गेलेली नसावी, अशी त्याने मनोमन प्रार्थना केली. ड्यूटी क्लार्कच्या डेस्कपाशी थांबून त्याने त्याला माईकवरून मिसेस टिबेट यांच्या नावाची घोषणा करण्याची विनंती करताच क्लार्क म्हणाला, "सॉरी सर. त्या बाई बराच वेळ थांबल्या होत्या. त्या आत्ताच इथून गेल्या. 'काम असल्यामुळे आता जाणं भाग आहे,' असं म्हणत होत्या."

"डॅम," असं म्हणून गाइल्सने त्या कार्डावरचा पत्ता वाचून पाहिला.

३२

"ग्रेड स्ट्रीट, पॅडिंग्टन," बाहेर पडून टॅक्सीत बसता बसता गाइल्स म्हणाला. "आणि हे बघा, मला आधीच खूप उशीर झालाय. तेव्हा जरा जोरात."

"अहो, पण मी वेगमर्यादा कशी ओलांडणार?" ड्रायव्हर मुख्य प्रवेशद्वारातून टॅक्सी बाहेर काढून पार्लमेंट स्क्वेअरच्या दिशेने पिटाळत म्हणाला.

'आज मला चालेल,' असं गाइल्सच्या ओठावर आलं होतं. पण तो काहीच बोलला नाही. त्या परक्या बाईचा निरोप वाचल्यावर आधी गाइल्सने तातडीने आपल्या मेहुण्याला, हॅरीला फोन लावला आणि घडल्या प्रकाराबद्दल सांगितलं. ते ऐकताच हॅरी लगेच ट्रेन पकडून लंडनलाच यायला निघाला, पण गाइल्सने त्याला तसं न करण्याचा सल्ला दिला. "कदाचित सेबॅस्टियन लंडनला परत निघालेला असू शकेल," तो हॅरीला म्हणाला.

गाइल्स टॅक्सीत अस्वस्थपणे सीटच्या कडेवर बसला होता. वाटेत जर लाल सिग्नल लागलाच, तर तो लगेच हिरवा होऊ दे, यासाठी देवाचा धावा करत होता. ड्रायव्हरने गर्दी टाळण्यासाठी गल्लीबोळांमधून गाडी काढावी, म्हणून त्याच्या सारखा विनवण्या करत होता. गेल्या दोन दिवसांत हॅरी आणि एमाच्या मनात काय वादळ चालू असेल, याची तो कल्पनाही करू शकत नव्हता. 'त्यांनी अजून जेसिकाला सांगितलं असेल का? आणि जर सांगितलं असलं, तर ती बिचारी मॅनोर हाऊसच्या दारात पायऱ्यांवर सेबॅस्टियनची वाट बघत बसून असेल,' गाइल्सच्या मनात आलं.

टॅक्सी पॅडिंग्टनमधल्या ३७ नंबरच्या एका लहानशा गेस्ट हाऊसपाशी थांबली. 'या एवढ्या मोठ्या संसद सदस्यांचं या छोट्याश्या गेस्ट हाऊसमध्ये एवढं तातडीचं

काम काय असेल?' असं त्या टॅक्सी ड्रायव्हरच्या मनात आलं. पण त्याचा या गोष्टीशी काहीच संबंध नव्हता. शिवाय या साहेबांनी त्याला भली मोठी टिप दिली होती.

गाइल्स टॅक्सीतून उडी मारून खाली उतरला. दरवाज्यापाशी पळत जाऊन त्याने चार-पाच वेळा दरवाजा खट्खट् असा वाजवला. जरा वेळात दरवाजा उघडून एक तरुणी म्हणाली, "सॉरी सर, पण एकसुद्धा खोली शिल्लक नाही."

"हे बघा, मला इथे खोली वगैरे नको आहे," गाइल्स तिला म्हणाला. मग कार्डावर एक नजर टाकत म्हणाला, "मला मिसेस टिबेट यांना भेटायचं होतं."

"कोण आलंय म्हणून सांगू?"

"सर गाइल्स बॅरिंग्टन."

"तुम्ही प्लीज इथे थांबता का, सर? मी आत्ता त्यांना जाऊन सांगते," असं म्हणून दरवाजा लावून ती आत निघून गेली.

गाइल्स विचारमग्न अवस्थेत दरवाज्याबाहेर फुटपाथवर उभा होता. 'हे सगळे दिवस हा बेटा सेबॅस्टियन रेल्वे स्टेशनच्या इतक्या जवळ असलेल्या गेस्ट हाऊसमध्ये राहत होता की काय?' त्याच्या मनात आलं. काही मिनिटांतच दार उघडलं.

"आय ॲम सो सॉरी, सर गाइल्स," मिसेस टिबेट संकोचून म्हणाल्या. "तुम्ही कोण आहात याची जॅनिसला काही कल्पनाच नव्हती. प्लीज आत या ना."

गाइल्स एका खुर्चीत आरामात बसल्यावर मिसेस टिबेट यांनी त्याला चहा विचारला.

"नको. थँक यू," तो म्हणाला. "आधी मला सांगा, तुम्हाला सेबबद्दल काय माहिती आहे? त्याच्या आई-वडिलांना त्याच्या काळजीने अक्षरश: वेड लागायची पाळी आली आहे."

"अगदी खरं आहे. बिचारे!" मिसेस टिबेट म्हणाल्या. "त्याने आपल्या आईला फोन करायला हवा, असं मी त्याला कितीदा समजावून सांगितलं, पण..."

"पण काय?" गाइल्स मधेच म्हणाला.

"ती एक मोठीच कहाणी आहे, सर गाइल्स. पण मी जास्त लांबड न लावता तुम्हाला सगळं सांगते."

दहा मिनिटांनंतर मिसेस टिबेट यांचं सांगून संपलं. आपण सेबॅस्टियनला शेवटचं टॅक्सीत बसून ईटन स्क्वेअरला जाताना पाहिलं असून त्यानंतर आपला त्याच्याशी काही संपर्क झाला नसल्याचं त्यांनी सांगितलं.

"म्हणजे तुमच्या माहितीप्रमाणे सेबॅस्टियन सध्या तरी त्याचा मित्र ब्रूनो मार्टिनेझ याच्या घरी, ४४ ईटन स्क्वेअर या पत्त्यावर राहतोय तर?"

"होय, सर गाइल्स. पण मी त्याला –"

"तुमचं माझ्यावर फार मोठं ऋण आहे, मिसेस टिबेट," गाइल्स उठून उभा राहत खिशातून पैशांचं पाकीट काढत म्हणाला.

पण हात हलवून त्याच्याकडून पैसे घेण्यास नकार देत मिसेस टिबेट म्हणाल्या, "तुम्ही माझं काहीही देणं लागत नाही. मी जे काही केलं, ते फक्त सेबॅस्टियनसाठी केलं, तुमच्यासाठी नाही. पण मी जर तुम्हाला एक सल्ला दिला, तर चालेल का?"

"हो, अर्थातच चालेल," गाइल्स परत खाली बसत म्हणाला.

"सेबॅस्टियनची अशी समजूत झाली आहे, की त्याने स्वत:च्या मूर्खपणामुळे केंब्रिजची सीट गमावलेली असल्यामुळे त्याचे आई-वडील त्याच्यावर संतापलेले असतील, आणि—"

"अहो, पण त्याने केंब्रिजची सीट गमावलेली नाहीये," गाइल्स त्यांना मधेच थांबवत म्हणाला.

"गेल्या पूर्ण आठवड्यात पहिल्यांदा मी आज इतकी चांगली बातमी ऐकली. तुम्ही ताबडतोब त्याला शोधून ही गोष्ट त्याच्या कानावर घाला. कारण आपले आई-वडील आपल्यावर चिडून आहेत, या कल्पनेने तो घाबरलाय. त्यामुळे तो घरी जायला घाबरत असणार," मिसेस टिबेट म्हणाल्या.

"आता इथून मी ४४, ईटन स्क्वेअर इथेच जाणार आहे," असं म्हणून गाइल्स पुन्हा उठून उभा राहिला.

"पण तुम्ही जाण्यापूर्वी आणखी एक गोष्ट तुम्हाला सांगायची आहे," त्याला अडवत मिसेस टिबेट म्हणाल्या. "त्याने सगळ्या चुकांची जबाबदारी स्वत:च्या शिरावर घेतली. त्यामुळे त्याचा मित्र ब्रूनो मार्टिनेझ काहीही शिक्षा न होता सहीसलामत सुटला. त्यामुळे तुम्ही जेव्हा त्याला भेटाल, तेव्हा त्याला जवळ घेऊन शाबासकी द्या हं. त्याला रागावू नका प्लीज."

"तुम्ही इथे या गेस्टहाऊसमध्ये काय करताय मिसेस टिबेट? तुम्ही तर डिप्लोमॅटिक सर्व्हिसमध्ये असायला हवं होतं," गाइल्स म्हणाला.

"आणि सर गाइल्स, सगळ्या संसद सदस्यांप्रमाणे तुम्हालाही समोरच्याला हरबऱ्याच्या झाडावर चढवण्याची कला अवगत आहे," मिसेस टिबेट म्हणाली. "पण मी तुमचा जास्त वेळ घेत नाही."

"परत एकदा तुमचे मन:पूर्वक आभार!" गाइल्स म्हणाला. "एकदा हा सेबॅस्टियन सापडला आणि सगळं काही पूर्ववत सुरळीत झालं, की तुम्ही 'हाऊस ऑफ कॉमन्स'मध्ये सेबॅस्टियन आणि माझ्यासोबत चहापानासाठी जरूर या."

"तुम्ही असं निमंत्रण देणं हा तुमचा चांगुलपणा, सर गाइल्स. पण एका आठवड्यात दोन वेळा कामावरून सुटी घेणं मला परवडण्यासारखं नाही."

"तसं असलं, तर मग आपण पुढच्या आठवड्यात भेटू," गाइल्स दार उघडून फुटपाथवर येत म्हणाला. "मी तुम्हाला आणायला कार पाठवेन."

"तुमचा खरंच खूप चांगुलपणा, सर गाइल्स. पण मी –"

"पण वगैरे काही नाही. आमचा सेबॅस्टियन इथे ३७ नंबरच्या पत्त्यापाशी थांबला, हे खरंच त्याचं खूप मोठं नशीबच म्हणायचं."

✳

फोनची घंटा वाजली. पण डॉन पेड्रोने फोन घाईने उचलला नाही. आधी आपल्या अभ्यासिकेचा दरवाजा नीट बंद असल्याची खातरी करून मगच त्याने फोन उचलला.

"ब्युनॉस आयर्सवरून तुमच्यासाठी इंटरनॅशनल कॉल आहे," ऑपरेटर म्हणाला.

त्यानंतर 'क्लिक' असा आवाज आला आणि मग कुणीतरी म्हणालं, "मी दिएगो बोलतोय."

"नीट ऐक, दिएगो. सगळी काही सोय झाली आहे. आपल्या ट्रोजन हॉर्सचीसुद्धा सोय झाली आहे," पेड्रो म्हणाला.

"काय सांगताय? म्हणजे 'सोद्बीज' या गोष्टीला तयार झाले आहेत?" दिएगो म्हणाला.

"या महिना अखेरीस ते जो सेल लावणार आहेत, त्यात ते शिल्प विक्रीस ठेवण्यात येईल."

"म्हणजे आता आपल्याला फक्त एका 'कुरियर'ची गरज आहे," दिएगो म्हणाला.

"त्यासाठी माझ्याकडे योग्य माणूस आहे. ब्रूनोचा एक मित्र आहे. त्याच्याच वर्गातला. त्याला नोकरी हवीच आहे. तो उत्तम स्पॅनिश बोलतो. त्याहूनही महत्त्वाची गोष्ट म्हणजे त्याचे अंकल संसद सदस्य आहेत. शिवाय त्याचे एक आजोबा लॉर्ड होते. त्यामुळे त्या मुलाच्या अंगात खानदानी इंग्लिश रक्त वाहतंय, असं म्हटलास तरी चालेल. त्यामुळे आपलं काम फारच सोपं होऊन जाईल."

"पण तुम्ही त्याचीच निवड का केली, हे त्याला माहीत आहे का?"

"नाही ना. ही गोष्ट सिक्रेटच ठेवायची आहे. बेस्ट केप्ट सीक्रेटच म्हण ना. त्यामुळे या सगळ्या गोष्टीपासून आपण दूर राहू शकू. कुणाला संशयही येणार नाही," पेड्रो म्हणाला.

"तो मुलगा ब्युनॉस आयर्सला कधी येऊन दाखल होईल?"

"आज संध्याकाळी तो माझ्याबरोबरच जहाजाने निघणार आहे आणि आम्ही तिथे नक्की कशासाठी गेलो होतो, हे कुणाच्या लक्षात येण्याआधीच तो इंग्लंडला

परतसुद्धा येईल.''

''पण ही इतकी महत्त्वाची जबाबदारी पार पाडण्याएवढा तो मोठा आहे का?''

''तो मुलगा त्याच्या वयाच्या मानाने खूपच प्रौढ आणि समजूतदार आहे आणि सर्वांत महत्त्वाचं म्हणजे बऱ्यापैकी धाडसी आणि धोका पत्करण्याची तयारी असणारा आहे.''

''ते तर आपल्या पथ्यावरच पडलं म्हणायचं. बरं, पण तुम्ही ब्रूनोला या सगळ्याची कल्पना दिली आहे का?''

''नाही, नाही. त्याला जितकी कमी माहिती असेल, तेवढं बरं.''

''हे मात्र बरोबर आहे. बरं, तुम्ही इकडे येऊन पोहोचण्याआधी आणखी काही काम आहे का?''

''आपल्याला जे सामान पाठवायचंय, ते व्यवस्थित पॅक करून शिपिंगसाठी तयारीत ठेव आणि 'क्विन मेरी' शिपवर कार्गो बुक करून ठेव.''

''आणि बँक नोटांचं काय करू?''

इतक्यात दरवाज्यावर टक्‌टक् झाल्यामुळे पेड्रो बोलायचा थांबला. इतक्यात दार उघडून सेबॅस्टियन आता आला. ''सर, मी तुमच्या कामात त्रास तर नाही ना दिला?''

''नाही, नाही,'' डॉन पेड्रो म्हणाला. त्याने फोन ठेवून दिला. या सगळ्यात भल्यामोठ्या जिगसॉ पझलचा शेवटचा तुकडा असलेल्या त्या तरुण मुलाकडे पाहून तो प्रेमाने हसला.

⁂

आपण सेबॅस्टियनच्या मित्राकडे जाण्याआधी वाटेत एखाद्या टेलिफोन बूथपाशी थांबून सेबॅस्टियनचा शोध लागल्याची बातमी हॅरीला द्यावी आणि आपण आत्ता त्यालाच आणायला निघालो असल्याचंही त्याच्या कानावर घालावं, असा गाइल्सने विचार केला. पण मग नंतर त्याच्या असं मनात आलं, की आधी सेबॅस्टियनला प्रत्यक्ष भेटणंच जास्त बरं.

पार्क लेनवर प्रचंड रहदारी होती. ड्रायव्हरला टॅक्सी पुढे दामटण्याची फारशी घाई दिसत नव्हती. तो धीम्या गतीने पुढे चालला होता. गाइल्सने एक दीर्घ श्वास घेतला. नाहीतरी पाच मिनिटं इकडे तिकडे होऊन असा काय मोठा फरक पडणार होता? इतक्यात ड्रायव्हरने हाईड पार्कच्या कोपऱ्यावरून टॅक्सी वळवली.

अखेर एकदाची ४४ ईटन स्क्वेअर या पत्त्यापाशी टॅक्सी येऊन थांबली. मीटर पाहून पैसे चुकते करून गाइल्स उतरला. त्याने घरच्या पायऱ्या चढून दरवाजा खटखटवला. एका महाकाय माणसाने दार उघडलं. जणू काही गाइल्सची वाट पाहत असल्यासारखा तो माणूस गाइल्सकडे बघून हसला.

"सर, काय मदत करू आपली?"

"माझा भाचा सेबॅस्टियन क्लिफ्टन इथे आपला मित्र ब्रूनो मार्टिनेझ याच्याबरोबर राहत असल्याची माहिती मला मिळाली आहे. मी त्यालाच शोधायला इथे आलोय."

"सर, तो इथे राहत होता," तो बटलर अदबीने म्हणाला. "पण ते वीस मिनिटांपूर्वी लंडन एअरपोर्टकडे गेले."

"ते किती वाजताची फ्लाईट घेणार आहेत?" गाइल्स म्हणाला. "ते कुठे निघाले आहेत?"

"ते मी त्यांना नाही विचारलं, सर," परत तो बटलर नम्रपणे म्हणाला.

"थँक यू," गाइल्स म्हणाला. आता या माणसाकडून आणखी काहीही माहिती काढता येणार नाही, हे अनुभवाने त्याला कळून चुकलं होतं. तो माघारी वळताच दार बंद झालं. त्याने समोरून चाललेल्या टॅक्सीला हात केला. टॅक्सी 'यू टर्न' घेऊन त्याच्यापाशी येऊन थांबली.

टॅक्सीत बसता बसता तो म्हणाला, "लंडन एअरपोर्ट. आणि तुम्ही मला जर चाळीस मिनिटांच्या आत नेऊन पोहोचवलंत तर मी मीटरच्या दामदुप्पट भाडं देईन." त्यांची टॅक्सी निघणार इतक्यात चव्वेचाळीस नंबरच्या घरातून एक तरुण मुलगा पळत पळत बाहेर आला आणि जोराजोरात हात हलवून गाइल्सला थांबण्याची खूण करू लागला.

गाइल्सने तडकाफडकी ड्रायव्हरला टॅक्सी थांबवण्याचा इशारा केला. "अरे! एक काय ते सांगा ना राव!" ड्रायव्हर वैतागून म्हणाला.

तो मुलगा पळत पळत टॅक्सीपाशी येताच गाइल्सने खिडकीची काच खाली केली.

"माझं नाव ब्रूनो मार्टिनेझ. ते एअरपोर्टवर गेलेलेच नाहीयेत. ते साऊथ हॅम्प्टनच्या बंदरात गेले आहेत. ते 'एस. एस. साऊथ अमेरिका' या जहाजाने जाणार आहेत."

"जहाज कितीला सुटेल?" गाइल्स म्हणाला.

"आज रात्री नऊ वाजता."

"थँक यू," गाइल्स म्हणाला. "मी सेबॅस्टियनला सांगेन, की—"

"नको, नको. प्लीज तसं काही करू नका, सर," ब्रूनो म्हणाला. "आणि मी तुम्हाला हे सगळं सांगितल्याचं माझ्या वडिलांना तुम्ही चुकूनसुद्धा कळू देऊ नका."

कुणीतरी ४४ नंबरच्या घराच्या खिडकीतून आपल्यावर नजर ठेवून आहे, हे ब्रूनो आणि गाइल्स या दोघांनाही कळलं नाही.

✳

सेबॅस्टियनला रोल्स रॉईससारख्या आलिशान गाडीतून जाताना खूप मजा वाटत होती. पण अचानक ते बॅटरसी या भागात येऊन थांबल्यावर त्याला आश्चर्य वाटलं.

''काय रे, तू कधी हेलिकॉप्टरमध्ये बसला आहेस का?'' डॉन पेड्रो म्हणाला.

''नाही, सर. मी तर अजून विमानातसुद्धा बसलेलो नाही.''

''आत्ता आपले प्रवासातले दोन तास कमी होतील बघ. तू जर माझ्यासाठी काम करणार असलास तर लवकरच 'टाईम इज मनी' हे सूत्र तुझ्या लक्षात येईल.''

हेलिकॉप्टर आकाशात उडलं आणि एक गिरकी मारून उजवीकडे वळून साऊथ हॅम्प्टनच्या दिशेने निघालं. सेबॅस्टियनने खाली पाहिलं. संध्याकाळी लंडन शहरात रहदारी तुंबली होती. मोटारींच्या रांगा गोगलगाईच्या गतीने पुढे सरकत होत्या.

❈

''तुम्हाला मी साऊथ हॅम्प्टनला चाळीस मिनिटांत नाही पोहोचवू शकणार, साहेब,'' टॅक्सी ड्रायव्हर म्हणाला.

''ते ठीक आहे. पण 'एस.एस. साऊथ अमेरिका' हे जहाज सुटण्यापूर्वी जर तू मला बंदरात पोहोचवलंस, तर मी तुला दुप्पट भाडं देईनच,'' गाइल्स म्हणाला.

त्यानंतर तो ड्रायव्हर बाणासारखा सुटला. त्या तुफान गर्दीतून गाडी पुढे काढताना त्याला प्रयत्नांची पराकाष्ठा करावी लागत होती. गाइल्सला माहिती नसलेल्या गल्लीबोळांमधून तो गाडी पळवत होता. सिग्नल तोडत तो पुढे चालला होता, पण तरीही विंचेस्टर रोडवर पोहोचायला त्यांना एक तास लागला. नेमकं त्या रस्त्यावर खोदून ठेवण्यात आलं होतं, त्यामुळे फार वेगात पुढे जाणं अशक्यच होतं. गाइल्सने खिडकीतून बाहेर पाहिलं. फारसे कामगार रस्त्याचं काम करताना दिसतच नव्हते.

गाइल्स सारखा हातातल्या घड्याळाकडे बघत होता. सेकंदकाटा भराभरा पुढे सरकत होता. नऊ वाजण्यापूर्वी बंदरात पोहोचण्याची शक्यता हळूहळू कमी होत चालली होती. 'आता निदान जहाज तरी उशिरा सुटू दे' अशी गाइल्सने मनोमन देवाची प्रार्थना केली. पण तशी शक्यता नव्हती. जहाजाचा कॅप्टन भरतीची वेळ चुकवणार नाही, याची त्याला कल्पना होती.

गाइल्सने जरा रेलून बसत ब्रूनोच्या बोलण्यावर विचार केला. 'मी तुम्हाला हे सगळं सांगितल्याचं तुम्ही माझ्या वडिलांना चुकूनसुद्धा कळू देऊ नका' असं तो अजिजीने म्हणाला होता. या ब्रूनोला आपल्या मित्राची, सेबॅस्टियनची खरोखरच खूप काळजी असणार. त्याने घड्याळात परत एकदा पाहिलं. साडेसात. बटलरने

आपल्याला 'ते लंडन एअरपोर्टला गेले' असं का बरं सांगितलं? ही अशी चूक बटलर कशी काय करेल?... घड्याळात पावणेआठ. त्या बटलरने हे असं चुकून सांगितलं नव्हतं, हे नक्कीच! आणि त्या बटलरने आपल्याला 'सर गाइल्स' अशी हाक कशी काय मारली? आपण तिथे सेबॅस्टियनला शोधत जाणार आहोत, हे त्याला माहीत असण्याची शक्यताच नव्हती. किंवा असं तर नसेल... घड्याळात आठ. बटलर म्हणाला होता, ते विमानतळावर गेले आहेत. ते? कोण ते? सेबॅस्टियनबरोबर आणखी कोण होतं? ब्रूनोचे वडील तर नाही?... घड्याळात सव्वाआठ. अजूनही गाइल्सला अनेक प्रश्नांची समाधानकारक उत्तरं तर काही मिळत नव्हती. आता टॅक्सी बंदराच्या दिशेने धावत होती. घड्याळात साडेआठ. गाइल्सने मनात येणारे सगळे वाईट विचार जरा वेळासाठी बाजूला सारले. जहाज सुटण्यापूर्वी जर आपण बंदरात जाऊन दाखल झालोच, तर तिथे नक्की काय करायचं होतं, हे आत्ताच ठरवण्याची गरज होती. घड्याळात पावणेनऊ.

"आणखी जोरात चला," गाइल्स ड्रायव्हरवर ओरडला. पण त्याला याहून अधिक वेगाने जाणं शक्य नाही, हे गाइल्सला कळून चुकलं होतं. अखेर दुरून ते महाकाय जहाज दृष्टीस पडलं. जसजशी टॅक्सी पुढे जात होती, तसतसं ते अधिकच भव्य दिसत होतं. कदाचित जहाज सुटण्याआधी आपण बंदरात पोहोचू अशी त्याला आशा वाटू लागली. पण कॅप्टन भरतीची वेळ चुकवणं शक्य नव्हतं. इतक्यात कर्णकटू भोंगा वाजण्यास सुरुवात झाली.

जहाज सुटत असल्याची ती नांदी होती.

"काळ कुणासाठी थांबत नसतो," टॅक्सी ड्रायव्हर तत्त्ववेत्त्याच्या थाटात म्हणाला. गाइल्स वैतागला. त्यांची टॅक्सी 'एस. एस. साऊथ अमेरिका' जहाजाच्या जवळ येऊन थांबली. पण प्रवाशांना आत जाण्यासाठी असलेला झुलता पूल आत ओढून घेण्यात आला होता. नांगर उचलून जहाज हळूहळू किनारा सोडून निघालं होतं. समुद्राकडे.

जहाज दूर जाताना पाहून गाइल्स नुसता हताशपणे तिथेच उभा राहिला. मग अचानक तो टॅक्सीवाल्याकडे पाहून ओरडला, "बंदराच्या मुख्य अधिकाऱ्याच्या ऑफिसकडे चला." पण ते ऑफिस नक्की कुठे आहे, हे त्याला आणि त्या ड्रायव्हरला माहीतच नव्हतं. वाटेत दोनदा ड्रायव्हरने टॅक्सी थांबवून लोकांना पत्ता विचारला. अखेर एकदाचे ते ऑफिसपाशी येऊन पोहोचले. आत दिवे चालू होते.

गाइल्सने टॅक्सीतून उतरून ऑफिसकडे धाव घेतली. दरवाज्यावर टक्‌टक् करण्याचे कष्ट न घेताच तो आत घुसला. आत बसलेली तीन माणसं दचकून त्याच्याकडे पाहू लागली.

"कोण आहात तुम्ही?" पोर्ट ॲथॉरिटीचा गणवेश घातलेला एक माणूस उठून उभा राहत ओरडला.

"सर गाइल्स बॅरिंग्टन. माझा भाचा त्या जहाजावर आहे,'' गाइल्स दूर जाणाऱ्या जहाजाकडे बोट दाखवत म्हणाला. "त्याला तिथून खाली उतरवण्याचा काही मार्ग आहे का?''

"मला नाही वाटत, ते शक्य होईल. पण जर कॅप्टन जहाज थांबवण्यास तयार झाला आणि आपण त्याला आमच्या पायलट बोटीवर उतरवून घेतलं, तर ते कदाचित जमू शकेल. शक्यता फारच कमी आहे. तरी पण आपण प्रयत्न करू. प्रवाशाचं नाव काय?''

"सेबॅस्टियन क्लिफ्टन. तो अल्पवयीन आहे. त्याला त्या जहाजातून खाली उतरवण्यासाठी त्याच्या आई-वडिलांची परवानगी आहे. मला त्यांनी तसा अधिकार दिला आहे,'' गाइल्स म्हणाला.

त्या अधिकाऱ्याने मायक्रोफोन उचलून समोरच्या बोर्डवरची काही बटणं दाबण्यास सुरुवात केली. एकीकडे तो गाइल्सला म्हणाला, "मी तुम्हाला उगाच खोटी आशा दाखवणार नाही. पण मी आणि कॅप्टन रॉयल नेव्हीत बरोबर होतो, त्यामुळे...''

"एस. एस. साऊथ अमेरिका जहाजाचा कॅप्टन बोलतोय,'' एक इंग्लिश आवाज म्हणाला.

"मी बॉब वॉल्टर. हे बघ, इथे थोडा प्रॉब्लेम झालाय. तू मला जर काही मदत केलीस तर फार बरं होईल, दोस्ता.'' असं म्हणून अधिकाऱ्याने कॅप्टनला गाइल्सचा निरोप सांगितला.

"जर नेहमीची परिस्थिती असती ना, तर मी नक्की मदत केली असती, बॉब,'' कॅप्टन म्हणाला. "पण जहाजाचा मालकच आज आमच्यासोबत प्रवास करतोय. त्यामुळे आधी त्याची परवानगी घ्यावी लागेल.''

"थँक यू,'' तो बॉब नावाचा अधिकारी आणि गाइल्स असे दोघं एकदमच म्हणाले आणि पलीकडून फोन बंद झाला.

"एखाद्या विशिष्ट परिस्थितीत तुम्ही कॅप्टनवर तुमचा अधिकार गाजवू शकता का?'' गाइल्स म्हणाला. दोघं कॅप्टनच्या फोनची वाट बघत होते.

"जोपर्यंत कॅप्टनचं जहाज बंदरात मुखापाशी असतं, तोपर्यंतच माझी हुकमत चालते. एकदा उत्तरेकडचा दीपस्तंभ पार करून ते पुढे निघालं, की मग माझी काही सत्ता चालत नाही.''

"पण जर जहाज खाडीतच असेल, तर तुम्ही कॅप्टनला आज्ञा देऊ शकता ना?''

"होय, सर. पण एक विसरू नका. हे जहाज परकीय आहे. दोन्ही देशांमध्ये तणाव निर्माण होईल अशी परिस्थिती आपण इथे निर्माण करून चालणार नाही ना? जहाजावर जर एखादा सराईत गुन्हेगार दडी मारून बसला असेल, तरच फक्त मी असा धोका पत्करायला तयार आहे.''

"त्यांना उत्तर द्यायला इतका वेळ का लागतोय?" गाइल्स अस्वस्थ होऊन म्हणाला. इतक्यात फोन वाजला.

"सॉरी बॉब," कॅप्टन म्हणाला. "आता आम्ही खाडीत शिरत आहोत, त्यामुळे मालकांनी परवानगी नाकारली आहे."

गाइल्सने घाईने फोन ओढून स्वत:कडे घेतला. "मी सर गाइल्स बॅरिंग्टन बोलतोय. त्या मालकांकडे फोन द्या. मी त्यांच्याशी स्वत: बोलतो."

"आय ॲम सॉरी, सर गाइल्स," कॅप्टन म्हणाला. "पण मिस्टर मार्टिनेझ आत्ताच इथून परत गेले. ते त्यांच्या केबिनमध्ये विश्रांती घेत आहेत. आपल्याला कुणीही डिस्टर्ब करू नये, अशी त्यांची सक्त ताकीद आहे."

हॅरी क्लिफ्टन
१९५७

३३

सेबॅस्टियनला केंब्रिजची शिष्यवृत्ती मिळाल्याचं हॅरीला जेव्हा कळलं, तेव्हा त्याचा ऊर अभिमानाने भरून आला. 'जगात याहून अधिक आनंदाची गोष्ट असू शकेल का?' असं त्याला वाटलं. पण त्याचं ते वाटणं चुकीचं होतं. स्टॅनफोर्ड युनिव्हर्सिटीच्या प्रेसिडेंटच्या हातून आपल्या पत्नीला पदवी स्वीकारताना पाहून परत एकदा त्याची छाती प्रचंड अभिमानाने फुलून आली होती.

प्रोफेसर फेल्डमान यांच्या अपेक्षांना पुरे पडण्यासाठी एमाने किती प्रयत्नांची पराकाष्ठा केली होती, हे हॅरीने जवळून पाहिलं होतं.

पदवीदान समारंभाचा अंगरखा आणि कॅप घालून पदवीचा स्वीकार करून ती व्यासपीठाच्या पायऱ्या उतरून खाली येत होती. तिनेही इतर सगळ्या विद्यार्थ्यांप्रमाणे हात वर करून जोरात आनंदाचा चीत्कार केला. तिचा तो बालिश आनंद पाहून हॅरीला एलिझाबेथची आठवण झाली. 'आपली छत्तीस वर्षांची मुलगी अशी पोरकटपणे नाचत असताना पाहून तिची काय बरं प्रतिक्रिया झाली असती?' असं त्याच्या मनात आलं.

त्यानंतर हॅरीची नजर पहिल्या रांगेत बसून कौतुकभरल्या नजरेने एमाकडे निरखून पाहणाऱ्या प्रोफेसर फेल्डमान यांच्यावर पडली. आपल्या या आवडत्या विद्यार्थिनीविषयी वाटणारं प्रेम व्यक्त करताना ते जराही कचरत नसत. एमाला पाहून पहिली टाळी त्यांनीच वाजवली. मोठेमोठे रथी महारथी, विद्वान तत्त्ववेत्तेसुद्धा आपल्या पत्नीच्या एका इशाऱ्यावर कसे काय नाचतात, याची हॅरीला मोठी गंमत वाटली. एमाने हा गुण आपल्या आईकडून उचलला होता.

'आज एमाची आई हयात असती, तर आपल्या लेकीच्या या यशाबद्दल तिला केवढा अभिमान वाटला असता,' असं त्याच्या मनात आलं. पण एक गोष्ट तितकीच खरी होती. हॅरीच्या स्वतःच्या आईला, मेसीलासुद्धा एमाचा तितकाच

अभिमान वाटला असता. तिने स्वत:सुद्धा मुळाक्षरं गिरवण्यापासून सुरुवात करून कठोर परिश्रमानंतर अखेर बी.ए.ची पदवी प्राप्त केली होती.

पदवीदान समारंभाच्या आदल्या दिवशीच हॅरी आणि एमा यांनी प्रोफेसर फेल्डमान आणि त्यांची आजारी पत्नी एलन यांच्यासोबत रात्रीचं भोजन केलं होतं. फेल्डमान सारखे एमाकडे टक लावून बघत बसले होते. तिने स्टॅनफोर्डलाच येऊन राहावं आणि आपल्या हाताखाली पीएच.डी. करावी, असंसुद्धा त्यांनी सुचवून पाहिलं.

''आणि मग माझ्या या बिचाऱ्या नवऱ्याचं काय?'' एमा हॅरीचा हात हातात घेत म्हणाली.

''त्यांना तुझ्याशिवाय काही वर्षं तिकडे राहू देत की,'' प्रोफेसर फेल्डमान म्हणाले. त्यांना एमाबद्दल जे काही वाटत होतं, ते त्यांनी लपवण्याचा प्रयत्नसुद्धा केला नाही. हॅरीच्या जागी दुसरा कुणी तापट इंग्लिश माणूस असता, तर आपल्या पत्नीकडे वाकड्या नजरेने पाहणाऱ्या प्रोफेसरच्या नाकावर ठोसा ठेवल्याशिवाय राहिला नसता. प्रोफेसरसाहेबांच्या आधीच्या तीन बायका तर सोडून गेल्याच होत्या, पण ही चौथी पत्नी मात्र शांत आणि सहनशील दिसत होती. तिने चेहऱ्यावर काही दिसू दिलं नाही. आपल्या पतीच्या वागण्याकडे दुर्लक्ष केलं.

पदवीदान समारंभ झाला की ताबडतोब विमानाने इंग्लंडला परत जावं, असा एमाचा आग्रह होता. शाळेचं वर्ष संपत आलं होतं. बीचक्रॉफ्ट शाळेतून सेबॅस्टियन घरी येणार होता. तोपर्यंत तिला घरी पोहोचायचं होतं. 'सेबॅस्टियन काही आता लहान राहिलेला नाही' तिच्या मनात आलं.

पदवीदान समारंभ पार पडल्यावर एमाने हिरवळीवर फेरफटका मारला. तिथल्या विद्यार्थी-विद्यार्थिनींशी ओळख करून घेतली आणि त्या उत्साही सुंदर वातावरणाचा मनमुराद आनंद लुटला. तिला कितीतरी नवनवीन मित्र-मैत्रिणी मिळाल्या. एकमेकांना घरच्यांचे फोटो दाखवून झाले. पत्त्यांची देवाणघेवाण झाली.

अखेर सहा वाजता वेटर्स हिरवळीवरील घडीच्या खुर्च्या उचलून नेण्यासाठी आले, तिथली साफसफाई करू लागले, तेव्हा आता हॉटेलात परत जाण्याची वेळ आली, असं हॅरीने एमाला सुचवलं.

फेअरमाँटला हॉटेलात परत येईपर्यंत एमाची बडबड चालूच होती. नंतर सामानाची आवराआवर करून टॅक्सीने एअरपोर्टला जातानाही तिच्या तोंडाला खीळ नव्हती. त्यानंतर विमानात बसल्यावर मात्र ती गाढ झोपून गेली.

✳

''तू आत्ता अगदी एखाद्या मिडल एज्ड माणसासारखा बोलतोयस हे,'' लंडन एअरपोर्टवरून मॅनोर हाऊसकडे निघाल्यावर एमा हॅरीला म्हणाली.

“अगं पण, मी मिडल एज्डच आहे,” हॅरी म्हणाला. “मी चांगला सदतीस वर्षांचा आहे. आणि हो, सगळ्यात वाईट गोष्ट म्हणजे आजकाल तरुण, सुंदर मुली मला ‘सर’ म्हणून हाक मारतात.”

“ए, पण मला नाही हं अजून मिडल एज्ड झाल्यासारखं वाटत,” एमा हातातल्या नकाशामध्ये घरी जाण्याचा रस्ता शोधत म्हणाली. तिने ड्रायव्हरला रस्ता सांगितला.

“अगं, त्याचं कारण तुझं आयुष्य खऱ्या अर्थाने आत्ता कुठे सुरू होतंय,” हॅरी म्हणाला.

“म्हणजे काय? मला नाही समजलं,” एमा म्हणाली.

“अगं, आत्ता तुला पदवी मिळाली आहे. शिवाय बॅरिंग्टन्सच्या बोर्डवर तुझी नेमणूकही झाली आहे. त्यामुळे एका अर्थाने तुझं नवं आयुष्यच सुरू झालंय. जरा विचार कर, वीस वर्षांपूर्वी यातलं काहीतरी शक्य होतं का?”

“माझ्याबाबतीत हे शक्य झालं याचं एकमेव कारण म्हणजे प्रोफेसर फेल्डमान आणि बॅरिंग्टन्सचे चेअरमन रॉस बुखानन हे दोघेही पुरोगामी वृत्तीचे आहेत. स्त्री-स्वातंत्र्याचा सन्मान करणारे आहेत. शिवाय एक गोष्ट विसरू नको. गाइल्सची आणि माझी या कंपनीत एकत्रितपणे बावीस टक्क्यांची मालकी आहे, पण गाइल्सने आजवर कंपनीच्या कामकाजात काडीइतकाही रस घेतलेला नाही. त्याला बोर्ड मेंबर होण्याची अजिबात इच्छा नाही.”

“तुझं म्हणणं खरं असेलही. पण एकदा तू स्त्री असूनही बोर्ड मेंबर झाली आहेस हे पाहून कदाचित इतर कंपन्यांचे चेअरमन रॉस बुखाननचा धडा गिरवतील आणि स्त्रियांना पुढे येण्याची संधी देतील.”

“मला नाही असं वाटत,” एमा म्हणाली. “पुरुषांनी स्त्रियांची कर्तबगारी ओळखून त्यांना आपण होऊन संधी देण्याचा दिवस उजाडण्यासाठी अजून कित्येक दशकं जावी लागतील.”

“मग निदान जेसिका मोठी होईपर्यंत तरी हे चित्र पालटेल, अशी आपण प्रार्थना करूया. माझी अशी इच्छा आहे, की जेव्हा ती शिक्षण संपवून बाहेर पडेल तेव्हा केवळ चूल, मूल आणि संसार एवढं मर्यादित ध्येय तिचं असू नये,” हॅरी म्हणाला.

“तुला काय वाटतं, माझं तेवढंच ध्येय होतं?” एमा म्हणाली.

“तसं जर तुझं असलं, तर मग तू त्यात अनुत्तीर्ण झालीस असंच म्हणावं लागेल,” हॅरी हसून म्हणाला. “एक विसरू नको, तू वयाच्या अकराव्या वर्षीच नवरा म्हणून माझी निवड केली होतीस.”

“नाही नाही. दहाव्या,” एमा म्हणाली. “पण तुझ्या डोक्यात प्रकाश पडायला आणखी सात वर्षं जावी लागली ना!”

"पण एक गोष्ट विसरू नको," हॅरी म्हणाला. "आपण दोघांनी ऑक्सफर्डला प्रवेश मिळवला आणि ग्रेस केंब्रिजला गेली, याचा अर्थ असा नाही, की जेसिकालाही हाच मार्ग निवडायला आवडेल."

"पण तिला या वाटेने जाण्याची गरजच काय? ती इतकी प्रतिभावान कलावंत आहे. सेबने जे यश मिळवलंय, त्याबद्दल तिला त्याचं प्रचंड कौतुक आहे, याची मला पूर्ण कल्पना आहे. पण तिच्या डोळ्यासमोरचे आदर्श वेगळेच आहेत. बार्बारा हेपवर्थ, मेरी कॅसाट. म्हणून तर तिच्यापुढे काय काय वेगळ्या संधी खुल्या आहेत, हेच मी सध्या शोधते आहे." एमाने हातातल्या नकाशात पाहिलं. "इथून अर्धा मैल पुढे गेल्यावर उजवीकडे वळायचं आहे," ती म्हणाली.

"काय गं, तू आणि जेसिका माझ्यामागे काय काय गुप्त खलबतं करत असता?" हॅरी म्हणाला.

"जेसिकाने आपली गुणवत्ता जर सिद्ध केली, तर तिने रॉयल कॉलेज ऑफ आर्ट किंवा स्लेड स्कूल ऑफ फाईन आर्टमध्ये प्रवेश मिळवण्यासाठी तयारी करायला हरकत नाही, असं तिच्या शाळेच्या कलाशिक्षकांचं म्हणणं आहे. त्यांच्यामते तेवढी पात्रता तिच्या अंगी नक्कीच आहे."

"मिस फिल्डिंगसुद्धा स्लेडलाच शिकल्या ना?"

"होय, आणि त्यांच्यामते त्या स्वत: डिप्लोमा करत असताना चित्रकलेत जेवढ्या निष्णात होत्या, त्याहून आपली जेसिका आत्ताच, पंधराव्या वर्षीच कितीतरी जास्त तरबेज आहे."

"ही गोष्ट त्यांच्या दृष्टीने किती लाजिरवाणी असेल नाही?" हॅरी म्हणाला.

"बोललास का? तुझी पुरुषी वृत्तीच दिसते बरं का यातून," एमा म्हणाली. "खरं सांगायचं, तर जेसिकाच्या अंगात जे निसर्गदत्त गुण आहेत, त्यांचा पूर्णपणे विकास झाला पाहिजे असं मिस फिल्डिंग यांना मनापासून वाटतं. रेड मेड्स शाळेतून रॉयल कॉलेजमध्ये प्रवेश मिळवणारी जेसिका ही पहिली मुलगी असावी, असंच त्यांना वाटतं."

"वा! म्हणजे दुहेरी आनंदाचीच गोष्ट होईल. बीचक्रॉफ्ट ॲबे शाळेतून शिष्यवृत्ती मिळवून केंब्रिजला जाणारा सेबॅस्टियन हा पहिला मुलगा आहेच," हॅरी म्हणाला.

"१९२२ सालानंतरचा पहिला," एमाने त्याची चूक दुरुस्त केली. "आता पुढच्या वळणावर डावीकडे."

"बॅरिंग्टनच्या बोर्ड मेंबर्सची तू आवडती असशील ना?" हॅरी म्हणाला. "अगं हो, एक सांगायचंच राहिलं. माझं नवीन पुस्तक पुढच्याच आठवड्यात येतंय."

"त्या पुस्तकाच्या प्रसिद्धीसाठी ते तुला कुठल्या छान जागी पाठवणार आहेत का?"

“मी येत्या शुक्रवारी यॉर्कशायर पोस्टच्या साहित्यिक स्नेहभोजनाच्या प्रसंगी भाषण देणार आहे. मला त्यांनी असं सांगितलं; की या कार्यक्रमाची इतकी जास्त तिकिटं खपली, की त्यांना भाषण तिथल्या हॉटेलऐवजी रेसकोर्सवर आयोजित करावं लागणार आहे.”

एमाने त्याच्या जवळ सरकून त्याच्या गालांवर ओठ टेकले. “हार्दिक अभिनंदन, डिअर.”

“अगं, हे काही माझ्यामुळे नव्हे. त्या कार्यक्रमात मी काही एकटाच वक्ता नाहीये.”

“हो का? मग तिथे तुझा प्रतिस्पर्धी कोण असणार आहे, ते तरी सांग. म्हणजे त्याच्या खुनाची सुपारी देते.”

“तो नाही, ती आहे. ॲगाथा ख्रिस्ती नावाची लेखिका आहे.”

“ओ! ॲगाथा ख्रिस्ती होय? मग त्यांच्या हरक्यूल पॉयराला तुझा विल्यम वॉरविक टक्कर देणार की नाही?”

“अजून तरी नाही. पण मिस ख्रिस्ती यांच्या एकोणपन्नास कादंबऱ्या प्रसिद्ध झाल्या आहेत आणि माझी तर आत्ताशी फक्त पाचवी आहे.”

“मला वाटतं, तुझी एकोणपन्नासावी कादंबरी जेव्हा निघेल, तेव्हा तूही त्यांच्याइतकाच प्रसिद्ध झालेला असशील.”

“तसं झालं, तर ते माझं फार मोठं भाग्यच असेल बरं. पण मी देशभर माझ्या पुस्तकाचा प्रचार करत जेव्हा हिंडत असेन, तेव्हा इकडे तू काय करशील?”

“मी चेअरमन रॉस बुखानन यांना कळवून ठेवलंय, की मी सोमवारी ऑफिसात जाऊन त्यांची भेट घेईन. त्यांनी बकिंगहॅम जहाजाच्या बांधणीला सुरुवात करू नये, म्हणून मी त्यांचं मन वळवण्याचा प्रयत्न करणार आहे.”

“पण का?”

“कारण ही एवढी गुंतवणूक करण्यासाठी सध्याची परिस्थिती अनुकूल नाही. प्रवासी आता लक्झरी जहाजाने प्रवास करण्याऐवजी विमानप्रवास करणं पसंत करू लागले आहेत.”

“तुझा मुद्दा माझ्या लक्षात आला. पण मला व्यक्तिश: न्यूयॉर्कला विमानाने जाण्यापेक्षा जहाजाने जायला कधीही आवडेल.”

“त्याचं कारण तू आता मध्यमवयीन झाला आहेस ना?” एमा त्याला चिडवत म्हणाली. “मी गाइल्सला कबूल केलंय. मी बॅरिंग्टन हॉलला जाऊन मार्सडेनकडून सगळी तयारी करून घेणार आहे. या वीकएंडला गाइल्स आणि ग्वेनेथ येणार आहेत.”

“मार्सडेन सगळी तयारी करायला समर्थ आहे.”

“अरे, तो पुढच्या वर्षी साठ वर्षांचा होतोय. तो निवृत्त होण्याचा विचार करतोय.”

“मार्सडेन गेल्यावर त्याच्या जागी त्याच्यासारखा दुसरा कुणी मिळणं फार अवघड आहे,” हॅरी म्हणाला. त्यांची गाडी आता ब्रिस्टॉलच्या जवळ येऊन पोहोचली होती.

“पण त्याच्या जागी दुसरा कुणी नेमण्याचा ग्वेनेथचा बेतच नाही. ती म्हणते, आता विसाव्या शतकाचा उत्तरार्ध आला आहे, याची गाइल्सला जाणीव झालीच पाहिजे.”

“तिचा नक्की काय बेत आहे?” हॅरी म्हणाला.

“तिला असं वाटतं, की पुढच्या निवडणुकीनंतर नक्कीच लेबर पक्षाचं सरकार येईल आणि तसं झालं, तर गाइल्सचा मंत्रिमंडळात समावेश होणार हे नक्की. त्याची आत्तापासूनच या गोष्टीसाठी मानसिक तयारी करण्याचा ग्वेनेथचा बेत आहे. नोकराचाकरांनी गाइल्सचे नसते लाड पुरवणं, त्याची सेवा करणं हे काही तिला रुचत नाही. तिच्यामते, त्याला आता फक्त त्याच्या कार्यालयीन कामकाजात मदत करणाऱ्या सहाय्यकांची गरज आहे.”

“गाइल्सला ग्वेनेथ भेटली हे त्याचं खरोखरच भाग्य आहे.”

“पण खरं सांगू? आता त्याने तिला लग्नाची मागणी घालायला हवी, असं तुला नाही का वाटत?” एमा म्हणाली.

“ते तर खरंच आहे,” हॅरी म्हणाला. “पण व्हर्जिनियाच्या अनुभवाने तो पोळला आहे. त्यामुळे परत एकदा बंधनात अडकायला तो कचरतो आहे.”

“पण त्याने आता लवकरच ते पाऊल उचलायला हवं. ग्वेनेथसारख्या मुली काही सहजासहजी मिळत नाहीत,” एमा परत एकदा आपलं लक्ष नकाशाकडे वळवत म्हणाली.

इतक्यात एक लॉरी त्यांच्या जवळून गेली. हॅरी म्हणाला, “सेबॅस्टियन काही आता शाळकरी मुलगा राहिलेला नाही, ही कल्पना मला अजूनही पचत नाहीये.”

“तो शाळेतून घरी आल्यानंतरच्या पहिल्या वीकएंडसाठी तू काही खास बेत ठरवला आहेस का?” एमाने विचारलं.

त्यावर हॅरी म्हणाला, “हो. मी उद्याच त्याला ग्ल्यूस्टरशायर आणि ब्लॅकहीथ यांच्यातला सामना बघायला घेऊन जाणार आहे.”

एमा हसली. “वा, वा! म्हणजे सेबच्या व्यक्तिमत्त्व विकासाचाच कार्यक्रम तू हाती घेणार आहेस तर.”

तिच्या थट्टेकडे दुर्लक्ष करत तो म्हणाला, “आणि पुढच्या आठवड्यात आपण सगळेच ओल्ड व्हिक् येथे जाऊ.”

“तिथे सध्या काय चालू आहे?” एमा म्हणाली.

“हॅम्लेट.”

"राजपुत्राची भूमिका कोण करतोय?"

"पीटर ओ'टुली नावाचा एक तरुण अभिनेता आहे. सेबच्या मते हा सध्याची 'इन थिंग' आहे. म्हणजे नक्की काय, देव जाणे!"

"खरंच उन्हाळ्याच्या सुटीत सेब घरी असला, की किती मजा येईल ना? तो केंब्रिजला जाण्याआधी आपण त्याच्यासाठी एक पार्टी ठेवू. त्याला तरुण मुलींना भेटता येईल."

"हे बघ, मुलींना भेटायला नंतर त्याच्याकडे पुष्कळ वेळ असेल. खरं तर सरकारने आता तरुण मुलांना लष्करात एक-दोन वर्षं भरती होऊन काम करण्याची सक्ती काढून टाकली, ही खरंच दुर्दैवाची गोष्ट आहे. सेब फार उत्तम लष्करी अधिकारी झाला असता. इतरांच्या आयुष्याची जबाबदारी आपल्या शिरावर घेणं म्हणजे काय असतं, ते त्याला नीट कळलं असतं."

"तू नुसता मध्यमवयीनच नाहीस, तर बाबा आदमच्या काळातला आहेस," एमा म्हणाली. त्यांची गाडी वळली.

मॅनोर हाऊससमोर गाडी थांबल्यावर हॅरी मोठ्यांदा हसला. जेसिका घराच्या वरच्या पायरीवर त्यांची वाट पाहत बसून होती. तिला पाहून त्याला अत्यानंद झाला.

गाडीतून उतरून जेसिकाला जवळ घेता घेताच एमाने विचारलं, "सेब कुठे आहे?"

"काल तो शाळेतून घरी आलाच नाही. कदाचित तो थेट बॅरिंग्टन हॉलला गेला असेल आणि रात्रीचा अंकल गाइल्सच्या सोबत राहिला असेल," जेसिका म्हणाली.

"पण माझ्या माहितीप्रमाणे गाइल्स तर लंडनला आहे," हॅरी म्हणाला. "मी आत्ताच त्याला फोन करून चौकशी करतो आणि त्या दोघांना रात्रीच्या जेवणाला इथेच यायला सांगतो."

हॅरी पायऱ्या चढून घरात शिरला. त्याने लगेच दिवाणखान्यातला फोन उचलून लोकल नंबर फिरवला.

"आम्ही परत आलो," फोनवर गाइल्सचा आवाज ऐकताच तो म्हणाला.

"वेलकम होम, हॅरी. तुमचा अमेरिकेचा मुक्काम कसा काय झाला?"

"अरे, फारच सुंदर झाला. एमा तर चांगलीच झळकली. मला वाटतं, तो प्रोफेसर फेल्डमान तिच्या भलताच प्रेमात आहे. पाचवं लग्न तिच्याशीच करायचा त्याचा बेत दिसतोय," हॅरी हसून म्हणाला.

"वा, छान! त्याचेही बरेच फायदे आहेत," गाइल्स त्याच्या सुरात सूर मिळवत म्हणाला. "त्या माणसाशी लग्न केल्यावर, ते काही जास्त काळ टिकणार नाही. शिवाय तो कॅलिफोर्नियात राहतो. म्हणजे घटस्फोटानंतर चांगला घसघशीत माल हाती येईल ते वेगळंच."

हॅरी खो खो हसला. ''बरं, गाइल्स, सेब तिथे आहे का?''

''नाही. खरं सांगायचं तर माझी आणि त्याची बऱ्याच दिवसांत गाठच झालेली नाही. पण तो नक्की जवळपासच कुठेतरी असेल. तू शाळेत फोन करून जरा चौकशी कर ना! आणि त्याचा ठावठिकाणा लागला, की लगेच मला फोन कर. तुला एक बातमी सांगायची आहे.''

''नक्की सांगतो,'' हॅरी म्हणाला. त्याने टेलिफोन डिरेक्टरी काढून शाळेच्या मुख्याध्यापकांचा नंबर शोधला.

एमाच्या चेहऱ्यावरची काळजी पाहून तो तिला शांत करत म्हणाला, ''अगं, तू इतकी चिंता नको करू. तो काही आता शाळकरी मुलगा राहिलेला नाही, असं तूच तर मला सांगत असतेस ना? अगं, कुठेतरी इकडेच जवळपास असेल तो.'' असं म्हणत त्याने एकीकडे बीचक्रॉफ्ट शाळेचा नंबर फिरवला आणि एमाला जवळ घेतलं.

''डॉक्टर बँक्स-विल्यम्स बोलतोय.''

''हेडमास्तर सर, मी हॅरी क्लिफ्टन बोलतोय. शाळा संपल्यानंतर तुम्हाला असा फोन करून त्रास देतोय त्याबद्दल माफ करा. पण माझा मुलगा सेबॅस्टियन कुठे असेल, याची तुम्हाला काही कल्पना आहे का?''

''मला काही कल्पना नाही, मिस्टर क्लिफ्टन. या आठवड्याच्या सुरुवातीलाच त्याला शाळेतून रस्टिकेट करण्यात आलं होतं. त्यानंतर त्याला मी पाहिलेलं नाही.''

''तुम्ही त्याला रस्टिकेट केलं?''

''हो, मिस्टर क्लिफ्टन. मी तरी काय करणार? त्याने माझ्यापुढे दुसरा काही पर्यायच ठेवला नाही.''

''पण त्याने असं केलं तरी काय?''

''त्याने बारीकसारीक असंख्य गुन्हे केले आहेत. सिगरेट्ससुद्धा ओढल्या.''

''आणि काही मोठे गुन्हे केले का?''

''तो त्याच्या खोलीत एका नोकराणीबरोबर मद्यपान करताना सापडला.''

''आणि या गुन्ह्यावरून तुम्ही त्याला रस्टिकेट केलं?''

''तो शाळेचा शेवटचा दिवस असल्यामुळे मी या गोष्टीकडे काणाडोळासुद्धा केला असता; पण दुर्दैवाने मी तसं करू शकलो नाही. दोघांच्याही अंगावर कपडा नव्हता, मिस्टर क्लिफ्टन.''

हॅरीला मोठ्यांदा हसू फुटणार होतं, पण ते त्याने कसंतरी दाबलं. एमाला मुख्याध्यापकांचं बोलणं ऐकू येत नाहीये हेच नशीब, असं त्याला वाटलं.

''त्यानंतर दुसऱ्या दिवशी मी त्याला बोलावून घेतलं. मी त्याच्या हाऊस-

मास्टरशीसुद्धा या संदर्भात चर्चा केली. मग त्याला रस्टिकेट करण्यावाचून माझ्यासमोर काही पर्यायच उरला नव्हता. मग मी त्याच्याकडे तुम्हाला देण्यासाठी लेखी पत्र दिलं; परंतु ते त्याने तुम्हाला दिलेलं नाही, हे तर आता स्पष्टच झालं आहे.''

''पण मग तो आता कुठे असेल?'' हॅरी काळजीने म्हणाला.

''मला त्याची काहीच कल्पना नाही,'' मुख्याध्यापक म्हणाले. ''मी तुम्हाला एक गोष्ट सांगू शकतो. त्याच्या हाऊसमास्टरने त्याला घरी जाण्यासाठी टेंपल मीड्सचं तिसऱ्या वर्गाचं तिकीट दिलं होतं. मला वाटलं, माझ्या ऑफिसातून तो थेट घरी जाईल. पण तसं झालं नाही. मला त्याच संध्याकाळी काही कामानिमित्त ट्रेनने लंडनला जावं लागलं आणि धक्कादायक गोष्ट अशी, की तोही त्याच ट्रेनमधून लंडनला चालला होता.''

''पण तो लंडनला कशासाठी चाललाय, हे तुम्ही त्याला विचारलंत का?'' हॅरी म्हणाला.

''मी त्याला तसं नक्कीच विचारलं असतं,'' मुख्याध्यापक तुटकपणे म्हणाले. ''पण मला बघताच तो त्या डब्यातून पळून गेला.''

''पण त्याने असं का केलं?'' हॅरी म्हणाला.

''त्याचं कारण एकच असू शकतं. मी त्याला पाहिलं, तेव्हा तो ट्रेनमध्ये सिगरेट ओढत बसला होता आणि जरा वेळापूर्वीच मी त्याला अशी सक्त ताकीद दिली होती, की त्याने इथून पुढे आणखी काही नियम मोडले, तर त्याचं नाव शाळेच्या पटावरून कमी करण्यात येईल. त्याचा अर्थ नेमका काय, हे त्याला नक्की माहिती होतं. त्यानंतर माझा केंब्रिजला फोन जाणार, मग त्याची शिष्यवृत्ती रद्द होणार आणि केंब्रिजमध्ये त्याला प्रवेश नाकारला जाणार, हे सगळं त्याला नीट माहीत होतं.''

''पण मग तुम्ही केंब्रिजला फोन केलात का?''

''नाही. मी त्यांना फोन नाही केला. त्याबद्दल तुम्ही खरंतर माझ्या पत्नीचे आभार माना. जर मी तसं केलं असतं, तर त्याची शाळेतून हकालपट्टी झाली असती आणि त्याची केंब्रिजची जागासुद्धा गेली असती.''

''केवळ तो सिगरेट ओढत होता आणि तोसुद्धा शाळेच्या आवाराच्या बाहेर पडल्यानंतर, एवढ्या कारणाने?'' हॅरी म्हणाला.

''पण तेवढाच गुन्हा नव्हता त्याचा. तो पहिल्या वर्गाच्या डब्यात चढला होता. त्याच्याकडे पहिल्या वर्गाचं तिकीट काढण्याएवढे पैसेसुद्धा नव्हते आणि त्या आधी जरा वेळापूर्वीच आपण आपल्या घरी ब्रिस्टॉलला जात असल्याचं त्याने हाऊसमास्टरला खोटंच सांगितलं होतं. हे इतके सारे गुन्हे केल्यानंतर मी स्वत: ज्या केंब्रिजचा माजी

विद्यार्थी आहे, त्या ठिकाणी शिकायला जाण्याची त्याची योग्यताच नाही, अशी माझी खातरीच पटली; परंतु मी त्याला त्याच्या गुन्ह्याला साजेशी कठोर शिक्षा दिली नाही. माझी खातरी आहे, पुढे कधीतरी मला माझ्या या मऊ वागण्याचा पश्चात्ताप होणारच आहे.''

''आणि ही त्याची आणि तुमची शेवटचीच भेट होती का?'' हॅरी शांत राहण्याचा आटोकाट प्रयत्न करत म्हणाला.

''हो. आणि इथून पुढे त्याचं तोंडही बघण्याची माझी इच्छा नाही,'' असं म्हणून मुख्याध्यापकांनी फोन ठेवला.

हॅरीने नंतर एमाला मुख्याध्यापकांशी काय बोलणं झालं, ते सांगितलं. फक्त सेबॅस्टियनच्या नोकराणीबरोबरच्या उद्योगांविषयी मात्र तिला त्याने सांगितलं नाही.

''पण मग आता तो कुठे असेल?'' एमाने काळजीने विचारलं.

''मी आता आधी गाइल्सला फोन करून घडलेला सगळा प्रकार त्याच्या कानावर घालतो. मगच काय करायचं ते ठरवू.'' असं म्हणून हॅरीने गाइल्सला फोन लावला आणि मुख्याध्यापकांशी झालेलं संभाषण जसंच्या तसं त्याला सांगितलं.

गाइल्स जरा वेळ काहीच बोलला नाही. मग म्हणाला, ''त्या बँक्स-विल्यम्सनी त्याला ट्रेनमध्ये सिगरेट ओढताना पाहिल्यानंतर सेब मनातून किती घाबरला असेल, याची आपल्याला सहज कल्पना करता येईल.''

''मला तर काही सुचतच नाहीये,'' हॅरी म्हणाला.

''तू जरा त्याच्या बाजूने विचार करून बघ,'' गाइल्स म्हणाला. ''त्याला असंच वाटत असणार, की आता मुख्याध्यापकांनी आपल्याला पहिल्या वर्गाच्या डब्यातून लंडनला पळून जाताना पाहिलंय, म्हणजे आपलं नाव शाळेच्या पटावरून नक्कीच कमी करण्यात येणार. शिवाय आता आपली केंब्रिजची सीटसुद्धा गेली असणार. त्यामुळे मला तर वाटतं, आता घरी येऊन तुला आणि एमाला तोंड कसं दाखवायचं, याचीच त्याला धास्ती वाटत असणार.''

''वेल, पण आता तर तसं काही नाहीये. त्याचा केंब्रिजचा प्रवेश रद्द करण्यात आलेलाच नाहीये. पण त्याला शोधून ही गोष्ट त्याच्या कानावर घालणं अत्यंत गरजेचं आहे. मी आजच इथून कारने निघतो आणि थेट लंडनलाच जातो. मी स्मिथ स्क्वेअरला तुझ्या घरी राहिलो, तर चालेल ना?'' हॅरी म्हणाला.

''ऑफ कोर्स चालेल. पण तसं करण्यात काहीच अर्थ नाहीये; हॅरी. तू आता मॅनोर हाऊसमध्ये एमाच्या सोबत राहा. मी लंडनला जातो. म्हणजे दोन्ही कडचं आपल्याला बघता येईल.''

''अरे गाइल्स, पण तुला आणि ग्वेनेथला हा वीकएंड एकत्र घालवायचा होता ना? विसरलास का?''

"आणि सेब माझा भाचा आहे, हे तू विसरलास का, हॅरी?"

"थँक यू," हॅरी म्हणाला.

"मी लंडनला पोहोचलो, की लगेच तुला फोन करतो."

"आणि हो, तू काहीतरी बातमी सांगणार होतास ना?" हॅरी म्हणाला.

"ते काही इतकं महत्त्वाचं नाही. सेबला शोधून काढण्याइतकं महत्त्वाचं तर काहीच नाही," गाइल्स म्हणाला.

✳

गाइल्स ताबडतोब कारने लंडनला निघाला. तो जेव्हा स्मिथ स्क्वेअरमधल्या आपल्या घरी पोहोचला, तेव्हा सेबॅस्टियनचा तिथेही काही पत्ता नव्हता किंवा फोनही आलेला नव्हता, असं त्याच्या हाऊसकीपरकडून त्याला कळलं.

गाइल्सने आधी हॅरीला फोन करून ही गोष्ट कळवली. पुढचा फोन त्याने स्कॉटलंडयार्डच्या असिस्टंट कमिशनरना लावला. ते गाइल्सशी सहानुभूतीने बोलले. त्यांनी मदतीची तयारीही दाखवली. पण त्याचबरोबर लंडन शहरात रोज किमान डझनभर मुलं बेपत्ता झाल्याच्या तक्रारी नोंदवल्या जातात, याचीही त्यांनी गाइल्सला आठवण करून दिली. त्यातली कितीतरी मुलं सेबॅस्टियनपेक्षा खूपच लहान असतात, असंही ते म्हणाले. ऐंशी लाख लोकवस्तीच्या शहरात एखाद्या मुलाचा तपास करणं, म्हणजे गवताच्या गंजीत हरवलेली सुई शोधून काढण्याइतकं कठीण होतं. पण तरीही आपण शहरातील प्रत्येक पोलीस ठाण्यावर आदेश पाठवून ठेवू, असं त्यांनी गाइल्सला वचन दिलं.

हॅरी आणि एमा यांना त्या रात्री झोप लागणं शक्यच नव्हतं. त्यांनी सेबॅस्टियनची आजी मेसी, त्याची मावशी आंट ग्रेस, हॅरीचा मित्र डीकिन्स, बॅरिंग्टन्सचे चेअरमन रॉस बुखानन, गाइल्सचा एजंट ग्रिफ हास्किन आणि मिस पॅरिश अशा सर्वांना फोन करून सेबॅस्टियन बेपत्ता असल्याचं सांगितलं.

पण सेबॅस्टियनचा त्यांच्यापैकी कुणालाच फोन आलेला नव्हता. दुसऱ्या दिवशी हॅरीचं आणि गाइल्सचं अनेकदा फोनवर बोलणं झालं. पण अजूनही सेबॅस्टियनचा तपास लागलेलाच नव्हता.

"गवताच्या गंजीत हरवलेली सुई शोधण्याइतकंच अवघड काम आहे हे," गाइल्स हॅरीला म्हणाला.

"एमा कशी आहे?"

"ती ठीक नाहीये. आता प्रत्येक तासागणिक तिचा धीर सुटत चाललाय."

"आणि जेसिका?"

"ती तर सारखी रडतेच आहे."

"मला ज्या क्षणी काही कळेल, त्या क्षणी मी तुला फोन करीन," गाइल्स म्हणाला.

दुसऱ्या दिवशी दुपारी गाइल्सने हॅरीला हाऊस ऑफ कॉमन्समधून फोन केला. "मी आता पॅडिंग्टन भागात राहणाऱ्या एका बाईंना भेटायला चाललो आहे. त्यांच्याकडे सेबॅस्टियनविषयी काहीतरी बातमी आहे."

हॅरी आणि एमा फोनपाशी बसून होते. गाइल्सचा त्यानंतर सुमारे तासाभरातच फोन येईल, अशी त्यांची अपेक्षा होती. पण त्याचा खूपच उशिरा, रात्रीचे नऊ वाजून गेल्यानंतर फोन आला.

एमाने फोन वाजताच हॅरीच्या हातून हिसकावून घेतला. "सेबॅस्टियन ठीक आहे ना? त्याला कुठे काही इजा तर नाही ना झाली?" ती हुंदके देत म्हणाली.

"हे बघ. तो नीट आहे. त्याला काहीही झालेलं नाहीये," गाइल्स म्हणाला. "पण सध्या तरी मी एवढंच सांगू शकतो. माझ्या माहितीप्रमाणे तो आत्ता ब्युनॉस आयर्सच्या वाटेवर आहे."

"तू हे काय बोलतोयस?" एमा म्हणाली. "सेब कशाला जाईल ब्युनॉस आयर्सला?"

"त्याची मलाही कल्पना नाही. मी तुला फक्त एवढंच सांगू शकतो की, तो आत्ता 'एस. एस. साऊथ अमेरिका' नावाच्या जहाजावर पेड्रो मार्टिनेझ नावाच्या माणसाबरोबर आहे. या पेड्रोचा मुलगा सेबॅस्टियनचा मित्र आहे."

"ओ, म्हणजे ब्रूनो मार्टिनेझ. मग तो ब्रूनो पण आहे का त्याच्या सोबत?" एमाने विचारलं.

"नाही, नाही. ब्रूनो त्याच्याबरोबर नाहीये. कारण ईटन स्क्वेअरमधल्या त्याच्या घरी तो मला भेटला ना," गाइल्स म्हणाला.

"मग आम्ही दोघं ताबडतोब कार घेऊन लंडनला येतो," एमा म्हणाली. "म्हणजे उद्या सकाळी ताबडतोब आपण ब्रूनोला भेटायला जाऊ."

"सध्याच्या परिस्थितीत ते करणं शहाणपणाचं होणार नाही, असं मला वाटतं," गाइल्स म्हणाला.

"पण का?" एमा म्हणाली.

"तशी बरीच कारणं सांगता येतील. पण महत्त्वाचं कारण म्हणजे, कॅबिनेट सेक्रेटरी सर ॲलन रेडमेन यांच्याकडून मला नुकताच फोन आला होता. उद्या सकाळी दहा वाजता त्यांनी मला, तुला आणि हॅरीला डाऊनिंग स्ट्रीटवरच्या त्यांच्या ऑफिसात भेटायला बोलावलं आहे आणि मला वाटतं, त्यामागे तसंच काहीतरी महत्त्वाचं कारण असणार."

३४

"गुड डे, सर ॲलन," गाइल्स म्हणाला. तो, एमा आणि हॅरी असे तिघंही कॅबिनेट सेक्रेटरी सर ॲलन रेडमेन यांच्या ऑफिसात शिरले. "सर, ही माझी बहीण एमा आणि हा माझा मेहुणा हॅरी क्लिफ्टन."

सर ॲलन रेडमेन यांनी हॅरी आणि एमाशी हस्तांदोलन केलं आणि त्यांची मिस्टर ह्यू स्पेन्सर यांच्याशी ओळख करून दिली.

"मिस्टर स्पेन्सर हे ट्रेझरीमध्ये असिस्टंट सेक्रेटरी आहेत," ते म्हणाले. "मी आत्ता त्यांना इथे का बोलावून घेतलंय, ते लवकरच स्पष्ट होईल."

मग ते सर्व जण ऑफिसच्या मध्यभागी असलेल्या गोल टेबलाभोवती बसले.

"आज एका अत्यंत महत्त्वाच्या विषयावर चर्चा करण्यासाठी ही मीटिंग बोलावण्यात आली आहे," सर ॲलन म्हणाले. "पण मीटिंगला सुरुवात करण्यापूर्वी मी तुम्हाला एक सांगू इच्छितो, मिस्टर क्लिफ्टन. मी तुमची पुस्तकं फार आवडीने वाचतो आणि मी तुमचा नायक विल्यम वॉरविक याचा चाहता आहे, बरं का. सध्या तुमचं नवीन प्रकाशित झालेलं पुस्तक माझ्या पत्नीच्या ताब्यात आहे. तिचं पूर्ण वाचून झाल्याशिवाय मला त्याला हातही लावायला मिळणार नाही."

"असं म्हणणं हा तुमचा मोठेपणा, सर." हॅरी संकोचून म्हणाला.

"मी इतक्या तडकाफडकी तुम्हाला इथे का बोलावून घेतलं, हे सर्वांत प्रथम स्पष्ट करून सांगतो," सर ॲलन म्हणाले. मग त्यांचा स्वर एकदम हळुवार झाला. "एक गोष्ट सांगतो मिस्टर अँड मिसेस क्लिफ्टन, तुमच्या मुलाची जेवढी काळजी तुम्हाला आहे ना, तेवढीच आम्हालासुद्धा आहे. आमची कारणं वेगळी आहेत." मग

ते जरा थांबून म्हणाले, "सरकारला डॉन पेड्रो मार्टिनेझ या माणसामध्ये रस आहे. या माणसाचे हात इतक्या गुन्ह्यांनी रंगले आहेत, की आता आमच्या ऑफिसात त्याच्या संदर्भातल्या फाईल्सचं एक अख्खं शेल्फच भरलेलं आहे. मिस्टर डॉन पेड्रो मार्टिनेझ हे अर्जेंटिनाचे नागरिक असून, त्यांचं ईटन स्क्वेअरमध्ये एक घर आहे. शिलिंगफोर्डमध्ये एक फार्म हाऊस आहे. त्यांच्या मालकीची तीन जहाजं आहेत, विंडसर ग्रेट पार्कमधल्या गाईस पोलो क्लबमध्ये त्यांचे स्वत:चे घोडे असून ॲस्कॉटमध्ये त्यांचा स्वतंत्र बॉक्सच आहे. रेसच्या हंगामात ते नेहमी लंडनला येतात. त्यांचा मित्रपरिवार खूप मोठा आहे. ते अत्यंत श्रीमंत अशा सरदार घराण्यातील आहेत, अशी त्यांच्या मित्रांची समजूत आहे आणि त्यांची तशी समजूत होण्यास कारणही तसंच आहे. अर्जेंटिनामध्ये त्यांच्या मालकीची तीन लाख एकरांची चराऊ कुरणं आहेत आणि त्यात पाच लाख गुरं चरतात. या व्यवसायातून त्यांना मोठ्या प्रमाणात नफा होतो, हे तर खरंच आहे; परंतु त्यांचे आणखी बरेच काळे धंदे आहेत आणि ते झाकण्यासाठी या व्यवसायाचा त्यांना उपयोग होतो."

"असे कोणते धंदे आहेत त्यांचे?" गाइल्स म्हणाला.

"अगदी सरळ शब्दांत सांगायचं झालं ना सर गाइल्स, तर हा पेड्रो आंतरराष्ट्रीय कुविख्यात गुन्हेगार आहे. शेरलॉक होम्सच्या कादंबरीतल्या मोरियार्टीलासुद्धा मान खाली घालावी लागेल, असे महाभयंकर कारनामे आहेत त्याचे. आम्हाला या मार्टिनेझविषयी जी काही माहिती आहे, ती तुम्हाला थोडक्यात सांगतो. १९३५ साली पहिल्यांदा याची आणि माझी गाठ पडली. तेव्हा मी स्पेशल असिस्टंट म्हणून वॉर ऑफिससाठी काम करत असे. त्या वेळी हा माणूस जर्मनीबरोबर धंदा करत असल्याचं माझ्या लक्षात आलं. त्याचे आणि हाईनरिश हिमलरचे फार सलोख्याचे संबंध होते. हिमलर हे एस.एस.चे प्रमुख होते. या मार्टिनेझची खुद्द हिटलरशी तीन वेळा प्रत्यक्ष भेट झाल्याची आम्हाला अगदी खातरीलायक माहिती आहे. जर्मनांना युद्धकाळात ज्या काही कच्च्या मालाची गरज पडायची, तो माल हा मार्टिनेझ त्यांना पुरवायचा. पण तो ईटन स्क्वेअरलाच राहत होता."

"पण मग तुम्ही त्याला अटक का नाही केली?"

"त्या वेळी त्याला अटक न करणंच आमच्या हिताचं होतं." सर ॲलन म्हणाले. "त्याचे ब्रिटनमधले साथीदार कोण आहेत, हे आम्हाला जाणून घ्यायचं होतं. त्यांच्या काय कारवाया चालल्या आहेत, याचा छडा लावायचा होता. एकदा युद्ध समाप्त झाल्यावर हा मार्टिनेझ अर्जेंटिनात जाऊन आपला पशुपालनाचा व्यवसाय करू लागला. दोस्तराष्ट्रांनी लंडनमध्ये प्रवेश केल्यानंतर त्याने परत कधीही बर्लिन शहरात पाऊल ठेवलं नाही. पण आपल्या देशात मात्र तो नियमितपणे

येतच राहिला. त्याने स्वत:च्या तीनही मुलांना इंग्लिश पब्लिक स्कूलमध्ये घातलं. त्याची मुलगी सध्या रोडियन येथे आहे.''

''मधे बोलतेय त्याबद्दल माफ करा. पण या सगळ्या गोष्टींचा सेबॅस्टियनशी काय संबंध?'' एमा म्हणाली.

''गेल्या आठवड्यापर्यंत त्याचा या कशाशीही काहीही संबंध नव्हता. पण तो अचानक ४४ ईटन स्क्वेअर येथे राहत असलेल्या आपल्या मित्राला, म्हणजेच ब्रूनो मार्टिनेझ याला भेटायला गेला. ब्रूनोने त्याला राहायचं निमंत्रण दिलं.''

''मी या ब्रूनोला काही वेळा भेटलेलो आहे,'' हॅरी म्हणाला,'' आणि फार गोड, लाघवी मुलगा आहे तो.''

''तो तसाच असणार. माझी खातरी आहे. या मार्टिनेझची जी कुटुंबवत्सल गृहस्थाची प्रतिमा समाजात आहे ना, त्यासाठी त्या गोष्टीची मदतच होते. तो इंग्लंड देशावर प्रेम करतो, असंच सर्वांना वाटतं. आमच्या गुन्हा अन्वेषण विभागाने या डॉन पेड्रो मार्टिनेझला जाळ्यात पकडण्यासाठी गेल्या अनेक महिन्यांपासून जी योजना आखलेली आहे ना, त्यात तुमचा मुलगा गेल्या आठवड्यात त्याच्या स्वत:च्याही नकळत सहभागी झाला. तो जेव्हा या डॉन पेड्रो मार्टिनेझला दुसऱ्यांदा भेटला, तेव्हा अनाहूतपणे तो या प्रकरणात गुंतला आहे.''

''दुसऱ्यांदा भेटला?'' गाइल्स म्हणाला.

सर ॲलन आपल्या हातातील टिपणं चाळत म्हणाले, ''१८ जून १९५४ रोजी आपला मुलगा ब्रूनो याचा वाढदिवस साजरा करण्याच्या निमित्ताने या डॉन पेड्रो मार्टिनेझने सेबॅस्टियनला बीचक्रॉफ्ट आर्म्स पब्लिक हाऊस येथे जेवायला बोलावलं होतं.''

''तुम्ही त्या मार्टिनेझवर इतकी कडी नजर ठेवून आहात?'' गाइल्स म्हणाला.

''अर्थातच. आम्ही अत्यंत कडक पाळत ठेवून आहोत त्याच्यावर.'' असं म्हणून सर ॲलन यांनी टेबलावर पसरलेल्या कागदांमधून एक खाकी रंगाचा लिफाफा हातात घेतला. त्यातून त्यांनी पाच-पाच पौंडांच्या दोन नोटा काढून टेबलावर ठेवल्या. ''आणि त्याच मिस्टर मार्टिनेझने तुमच्या मुलाला शनिवारी या दोन नोटा बक्षीस दिल्या.''

''पण आजवरच्या आयुष्यात एकरकमी एवढे पैसे सेबॅस्टियनला कुणीही कधीच दिलेले नाहीत,'' एमा म्हणाली. ''आम्ही त्याला दर आठवड्याला अडीच शिलिंग्ज हातखर्चासाठी देतो.''

''इतकी मोठी रक्कम पाहून या मुलाचे डोळे विस्फारतील, याची त्या मार्टिनेझला व्यवस्थित कल्पना होती. सेबॅस्टियन आता संकटात सापडलाय हे त्याने बरोबर ओळखलं होतं. म्हणूनच त्याने अशाच वेळी त्याला आपल्यासोबत ब्युनॉस आयर्सला येण्याविषयी विचारलं,'' सर ॲलन म्हणाले.

"पण त्या मार्टिनेझने माझ्या मुलाला दिलेल्या या पाच पौंडांच्या नोटा तुमच्या ताब्यात कशा आल्या?" हॅरी म्हणाला.

"या नोटा अशा नुसत्याच कुठल्यातरी नोटा नाहीयेत," मगाचपासून गप्प उभा असलेला तो ट्रेझरीत काम करणारा माणूस म्हणाला. "गेल्या आठ वर्षांत आम्ही अशा दहा हजारांच्या वर नोटा पकडल्या आहेत. पोलिसांना खातरीलायक सूत्रांकडून मिळालेल्या बातम्यांमुळे आम्हाला या नोटा मिळाल्या."

"कोणती खातरीलायक सूत्रं?" गाइल्स म्हणाला.

"तुम्ही मेजर बर्नहार्ड क्र्यूगर नावाच्या एस. एस. ऑफिसरविषयी ऐकलंय?" स्पेन्सर म्हणाले.

त्यांच्या प्रश्नावर खोलीत सर्वत्र शांतता पसरली. कुणीच त्यांच्याविषयी काहीही ऐकलेलं नव्हतं.

"हा मेजर क्र्यूगर अत्यंत धूर्त, चतुर आणि बुद्धिमान माणूस आहे. एस.एस.मध्ये भरती होण्यापूर्वी तो बर्लिनमध्ये पोलीस इन्स्पेक्टर होता. पुढे तो नकली नोटा बनवणाऱ्या स्क्वाडचा प्रमुख झाला. ब्रिटनने जेव्हा जर्मनीविरुद्ध युद्ध पुकारलं, तेव्हा त्याने हिमलरला असं पटवून दिलं, की ब्रिटनमध्ये जर प्रचंड मोठ्या संख्येने पाच-पाच पौंडांच्या बनावट नोटा आपण चोरट्या मार्गाने पाठवून दिल्या, तर नाझींना ब्रिटनची अर्थव्यवस्था कोलमडून टाकण्यात यश मिळेल; परंतु बनावट नोटा बनवण्यासाठी लागणारी अत्याधुनिक, उत्कृष्ट प्रतीची यंत्रसामग्री त्याचप्रमाणे सॅक्स हाऊसनच्या छळछावणीमधले कुशल कारागीर यांची आपल्याला गरज पडेल, असं त्याने सांगितलं. या छळछावणीचा कमांडर तो स्वतःच होता. पण या मेजर क्र्यूगरने बजावलेली सर्वांत मोठी कामगिरी म्हणजे, त्याने बनावट नोटा छापण्याच्या कामी सॅलोमन स्मॉलियानोफ नावाच्या अत्यंत निष्णात गुन्हेगाराला हाताशी धरलं. या स्मालियानोफचा बनावट नोटा आणि कागदपत्रं बनवण्याच्या कामी कुणीच हात धरू शकलं नसतं. मेजर क्र्यूगर जेव्हा बर्लिन पोलीसखात्यात नोकरीला होता, तेव्हा याच गुन्ह्यावरून त्याने या स्मॉलियानोफला एकंदर तीन वेळा अटक केली होती. एकदा हा स्मॉलियानोफ मेजर क्र्यूगरच्या बनावट नोटा बनवण्याच्या उपक्रमात सहभागी झाल्यावर त्यांच्या टीमने पाच पौंडाच्या एकंदर दोन कोटी सत्तर लाख नोटा छापल्या. त्यांची फेस व्हॅल्यू तेरा कोटी पन्नास लाख इतकी होती."

हा सगळा प्रकार हॅरी 'आ' वासून ऐकत होता.

"१९४५ साली जेव्हा दोस्त राष्ट्रं बर्लिनवर आक्रमण करण्यासाठी सज्ज झाली, तेव्हा नोटा छापणारे सगळे छापखाने नष्ट करण्याची हिटलरने आज्ञा दिली. आणि त्यावेळच्या आमच्या माहितीप्रमाणे ते नष्ट करण्यातही आले होते. पण जर्मनीने युद्धात शरणागती पत्करण्याच्या काही आठवडे आधी जर्मन-स्विस सीमा

पार करून पळून जाण्याचा प्रयत्न करत असताना क्र्यूगरला अटक करण्यात आली. त्याच्या बरोबर एक सूटकेस भरून बनावट नोटा होत्या. मेजर क्र्यूगरला त्यानंतर बर्लिनच्या ब्रिटिश सेक्टरमध्ये तुरुंगात टाकण्यात आलं.

"खरं तर त्याला अटक झाल्यानंतर आम्हाला त्या क्र्यूगरमध्ये काहीही स्वारस्य उरलेलं नव्हतं. पण बँक ऑफ इंग्लंडने आम्हाला सावधगिरीचा इशारा दिला. त्यांच्यामते क्र्यूगरच्या सूटकेसमध्ये सापडलेल्या नोटा बनावट नसून, खऱ्याच होत्या. त्या वेळी जो बँक ऑफ इंग्लंडचा गव्हर्नर होता, त्याचा असा दावा होता, की या पृथ्वीतलावरचा एकही माणूस ब्रिटिश पाच पौंडांच्या बनावट नोटा बनवू शकणार नाही आणि त्याला कुणीही कितीही पटवून देण्याचा प्रयत्न केला, तरी त्याला ते पटत नव्हतं. मग आम्ही क्र्यूगरची उलटतपासणी घेतली. त्याने बनवलेल्या एकंदर किती नोटा सर्क्युलेशनमध्ये आहेत, हे त्याच्याकडून काढून घ्यायचा प्रयत्न केला. पण तो अत्यंत चलाख आणि धूर्त असल्यामुळे त्याने आमच्याशी सुटकेच्या संदर्भात वाटाघाटी केल्या. त्या वाटाघाटी करताना त्याने डॉन पेड्रो मार्टिनेझच्या नावाचा वापर केला."

मिस्टर स्पेन्सर यांनी बोलताना थांबून घोटभर पाणी प्यायलं. सर्व जण गप्प बसून ऐकत होते.

"या क्र्यूगरला एकूण सात वर्षांच्या तुरुंगवासाची शिक्षा ठोठावण्यात आली असली, तरी या वाटाघाटींमध्ये असं ठरलं, की तीन वर्षं शिक्षा भोगून झाल्यावर त्याची सुटका करण्यात यावी; परंतु त्या मोबदल्यात त्याने आम्हाला या बनावट नोटांच्या संदर्भात सगळी खरी खरी माहिती पुरवली पाहिजे. त्याच्याकडून आम्हाला असं कळलं की, युद्ध समाप्त होण्याला काही दिवस उरलेले असताना डॉन पेड्रो मार्टिनेझ याने हिमलरबरोबर एक करार केला होता. त्यानुसार मार्टिनेझ याने पाच पौंडांच्या दोन कोटी ब्रिटिश नोटा जर्मनीबाहेर काढून त्या अर्जेंटिनामध्ये नेऊन सुरक्षित ठेवायच्या आणि हिमलरच्या पुढील आदेशाची वाट बघायची, असं ठरलं. ज्या माणसाने जर्मनीत चोरट्या मार्गाने शस्त्रास्त्रांपासून रशियन पाणबुड्यांपर्यंत सर्व काही नेलेलं होतं, त्याला ही गोष्ट काहीच कठीण नव्हती."

"त्यानंतर आम्ही क्र्यूगरशी आणखी एकदा सौदा केला. त्याने स्वत:ची शिक्षा आणखी एक वर्ष कमी करून घेऊन त्या मोबदल्यात आम्हाला आणखी काही माहिती पुरवली. हिमलरने हिटलरच्या खास मर्जीतल्या काही उच्चपदस्थ अधिकाऱ्यांबरोबर आणि कदाचित खुद्द हिटलरला बरोबर घेऊन जर्मनीतून पलायन करून ब्युनॉस आयर्सला जाण्याचा कट रचला होता. त्यानंतर ते बँक ऑफ इंग्लंडच्या खर्चाने– म्हणजेच त्या बनावट ब्रिटिश नोटांच्या साहाय्याने त्यांचं उर्वरित आयुष्य जगणार होते.

"परंतु थोड्याच दिवसात एक गोष्ट स्पष्ट झाली–" मिस्टर स्पेन्सर पुढे सांगू लागले, "हिमलर आणि त्याचे चमचे अर्जेंटिनात येण्याची काही लक्षणं दिसेनात. त्यामुळे आता त्या दोन कोटी बनावट नोटा मार्टिनेझच्या ताब्यात आल्या आणि त्यांना सन्मार्गी लावण्याची जबाबदारी त्याच्याच शिरावर येऊन पडली. पण हे काम काही सोपं नव्हतं. सुरुवातीला मला या क्र्यूगरच्या भूलथापाच वाटल्या, त्यामुळे मी त्याच्याकडे लक्ष दिलं नाही. पण पुढे एक गोष्ट आमच्या लक्षात आली, हा मार्टिनेझ जेव्हा जेव्हा लंडनमध्ये यायचा तेव्हा अधिकाधिक पाच पौंडांच्या बनावट नोटा चलनात यायच्या. त्याचप्रमाणे मार्टिनेझचा मुलगा लुई हा मॉन्टे कार्लोच्या द्यूतगृहांमध्ये जुगार खेळायला गेला, की परत हीच गोष्ट अनुभवास यायची. त्यामुळे एक मोठं संकट आमच्यासमोर उभं आहे, हे मला कळून चुकलं. अगदी अलीकडे सेबॅस्टियनने कपडे खरेदी करताना तशाच दोन बनावट नोटा वापरल्या, तेव्हा आमचा संशय बळावला."

आता सर ॲलन रेडमेन म्हणाले, "खरं तर दोन वर्षांपूर्वी मी मिस्टर चर्चिल यांच्याशी याबाबत चर्चा केली होती. या जगात ब्रिटनच्या पाच पौंडांच्या बनावट नोटा कुणी बनवूच शकत नाही, असा बँक ऑफ इंग्लंडने जो दुराग्रही पवित्रा घेतला होता, त्याविषयी आम्ही सविस्तर बोललो. त्यानंतर मिस्टर चर्चिल यांनी बुद्धिमत्तेचा अप्रतिम षटकार मारला. लवकरात लवकर संपूर्णपणे नवीन डिझाइनच्या नोटा आणण्याचा बँक ऑफ इंग्लंडला त्यांनी आदेश दिला. अर्थात पूर्णपणे नवीन डिझाइनच्या नोटा बनवून तातडीने सर्क्युलेशनमध्ये आणण्याचं काम काही एका रात्रीत करता येण्यासारखं नव्हतं. अखेर जेव्हा पाच पौंडाच्या पूर्णपणे नवीन नोटा आपण इश्यू करणार असल्याची बँक ऑफ इंग्लंडने अधिकृत घोषणा केली, तेव्हा आता आपल्याकडे जास्त वेळ उपलब्ध नाही, हे मार्टिनेझच्या लक्षात आलं. त्याच्याकडचा बनावट नोटांचा प्रचंड साठा खपवण्यासाठी त्याची धावपळ सुरू झाली."

यानंतर मिस्टर स्पेन्सर बोलू लागले. ते म्हणाले, "बँक ऑफ इंग्लंडने अशीही घोषणा केली, की ३१ डिसेंबर १९३१ च्या आत जेवढ्या जुन्या पाच पौंडांच्या नोटा लोक बँकेत आणून देतील, त्या सर्व नोटांच्या बदली त्यांना नव्या नोटा देण्यात येतील. त्यामुळे आता लवकरात लवकर आपल्याकडच्या बनावट नोटा ब्रिटनमध्ये चोरून आणून बँकेतून त्या बदलून घेणं, हे मार्टिनेझच्या डोळ्यांसमोरचं उद्दिष्ट होतं. आमच्या अंदाजाप्रमाणे आधीच्या दहा वर्षांत मार्टिनेझने पन्नास हजार ते एक लाख पौंड बेमालूमपणे बाजारात आणले होते. पण याचा अर्थ आणखी ऐंशी ते नव्वद हजार पौंड अजूनही अर्जेंटिनातच असणार हे आम्हाला कळून चुकलं. बँक ऑफ इंग्लंडने (ब्रिटिश पाच पौंडांच्या बनावट नोटा कुणीच तयार करू शकणार नाही हा) जो दुराग्रही पवित्रा घेतला होता, त्याच्याबाबत तर आम्ही काहीच करू शकत

नव्हतो. मग आम्ही एक गोष्ट केली, गेल्या वर्षीच्या अंदाजपत्रकात आम्ही एक कलम घातलं. या कलमान्वये कुणीही युनायटेड किंग्डममध्ये एक हजार पौंडापेक्षा जास्त रोख रक्कम आणू शकणार नाही, अशी सूचना जारी करण्यात आली. कुणी तसं केल्यास ते बेकायदेशीर आहे, असं सर्वत्र प्रसिद्ध करण्यात आलं. त्यामुळे एक गोष्ट आता मार्टिनेझला समजून चुकली आहे, तो स्वत: किंवा त्याचा कोणीही साथीदार युरोपची कोणतीही सीमारेषा पार करू लागला, की त्यांच्या सामानसुमानाची तपासणी हमखास होणार.''

''हे सगळं तुम्ही सांगितलंत, पण तरीही सेबॅस्टियन ब्युनॉस आयर्समध्ये काय करतो आहे, याचा मला उलगडा झालेला नाही,'' हॅरी म्हणाला.

''आम्हाला असं खातरीपूर्वक वाटतंय मिस्टर क्लिफ्टन, की मार्टिनेझने तुमच्या मुलाला आपल्या जाळ्यात ओढलं आहे. आमचा असा अंदाज आहे, की हे शेवटचे ऐंशी ते नव्वद हजार पौंड चोरून इंग्लंडमध्ये आणण्यासाठी तो तुमच्या मुलाचा वापर करेल. पण नक्की कसा, कधी आणि कुठे ते अजून आम्हाला कळलेलं नाही.''

''पण मग तसं असेल तर सेबॅस्टियनच्या जिवाला धोका आहे ना?'' एमा कॅबिनेट सेक्रेटरींच्या डोळ्यात रोखून बघत म्हणाली.

''आहेही आणि नाहीही,'' कॅबिनेट सेक्रेटरी सर ॲलन रेडमेन म्हणाले. ''मार्टिनेझने आपल्याला ब्युनॉस आयर्सला सोबत नक्की कशासाठी नेलंय, याचं खरं कारण सेबॅस्टियनला जोपर्यंत ठाऊक नाही, तोपर्यंत त्याच्या केसालाही धक्का लागणार नाही. पण सेबॅस्टियन हा अत्यंत कुशाग्र बुद्धीचा आणि दूरदर्शी मुलगा आहे. त्यामुळे ब्युनॉस आयर्सच्या मुक्कामात जर यदाकदाचित त्याला सत्य उमगलंच, तर मात्र एका क्षणाचाही विलंब न लावता आम्ही त्याला उचलून तिथल्या आमच्या वकिलातीत नेऊन सुरक्षितपणे ठेवू शकतो.''

''पण मग तो तिकडे जहाजातून खाली उतरताक्षणीच तुम्ही त्याला ताब्यात घेऊन सुरक्षित स्थळी का नेऊन ठेवत नाही?'' एमा म्हणाली. ''हे पाहा, कुणाच्याही मालकीच्या एक कोटी पौंडांपेक्षाही आम्हाला आमच्या मुलाचे प्राण जास्त मौल्यवान आहेत.'' तिने आधारासाठी हॅरीकडे पाहिलं.

''पण आम्ही तसं केलं, तर आमचा बेत उघडकीला येईल. आम्ही काय करणार आहोत, ते मार्टिनेझला कळून चुकेल,'' मिस्टर स्पेन्सर म्हणाले.

''पण तुमच्या या खेळात बुद्धिबळातील प्याद्याप्रमाणे माझ्या सेबचा बळी जाण्याचा धोका आहेच ना?''

''एकंदर काय प्रकार चालू आहे हे जोपर्यंत त्याच्या लक्षात येत नाही, तोपर्यंत त्याला कसलाही धोका संभवत नाही. आमची अशी खातरी पटली आहे, की केवळ

तुमच्या मुलाच्या मार्फतच ही रक्कम मार्टिनेझ ब्रिटनमध्ये घेऊन येऊ शकतो. त्याच्यापाशी दुसरा कोणताच पर्याय नाही. त्यामुळे मार्टिनेझ हे सगळं कसं काय जमवून आणतो, हे शोधून काढण्याचा आमच्यापुढे हा एकच मार्ग आहे. सेबॅस्टियनच्या रूपाने ही आमची शेवटची संधी आहे.''

''अहो, तो फक्त सतरा वर्षांचा आहे,'' एमा असहायपणे म्हणाली.

''तुमच्या पतीला जेव्हा खुनाच्या आरोपाखाली अटक झाली होती, तेव्हा त्यांचं तरी वय काय होतं? सर गाइल्स यांना मिलिटरी क्रॉस प्राप्त झाला, तेव्हा त्यांचं वय काय होतं?''

''पण त्यावेळची परिस्थिती पूर्णपणे वेगळी होती,'' एमा ठामपणे म्हणाली.

''शत्रू तोच होता,'' सर ॲलन म्हणाले.

हॅरीने एमाचा हात हातात घेतला. तो म्हणाला, ''आम्हाला एका गोष्टीची खातरी आहे, की सेबला या कामी तुम्हाला जी काही मदत करता येण्यासारखी असेल, ती करायला त्याला नक्कीच आवडेल. पण प्रश्न तो नाहीच आहे. या प्रकरणात फार मोठा धोका आहे.''

''तुमचं म्हणणं अर्थातच खरं आहे,'' कॅबिनेट सेक्रेटरी म्हणाले. ''तुमचं जर असं म्हणणं असेल, की ते जहाज ब्युनॉस आयर्समध्ये जाऊन दाखल होताक्षणीच आम्ही त्याला ताब्यात घेऊन वकिलातीत हलवावं, तर आम्ही नक्की तसंच करू. मी लगेच तशी ऑर्डरही देतो. पण–'' असं म्हणून एमाच्या संमतीची वाटही न बघता ते पुढे म्हणाले, ''आम्ही एक योजना आखली आहे. अर्थात तुमच्या सहकार्याशिवाय ती यशस्वी होऊ शकणार नाही.''

त्यानंतर ते जरा वेळ थांबले; परंतु त्यांच्यासमोर बसलेले तिघं त्यांच्या अपेक्षेप्रमाणे विरोध न करता ते पुढे काय बोलतात ते ऐकून घेण्यासाठी गप्प बसले.

''ते 'साऊथ अमेरिका' नावाचं जहाज आणखी पाच दिवस ब्युनॉस आयर्सच्या बंदरात जाऊन पोहोचणार नाही. जर आमची ही योजना यशस्वी व्हायला हवी असेल, तर सर्वांत आधी जहाज तिथे पोहोचण्यापूर्वी आमच्या ब्युनॉस आयर्समधल्या राजदूतांना एक महत्त्वाचा निरोप द्यावा लागेल.''

''मग तुम्ही सरळ त्यांना फोन का करत नाही?'' गाइल्स म्हणाला.

''हे जर इतकं सरळ, सोपं असतं, तर किती बरं झालं असतं. ब्युनॉस आयर्सच्या इंटरनॅशनल फोनच्या ऑफिसात बारा स्त्रिया स्विचबोर्ड ऑपरेटर म्हणून काम करतात. त्या सर्व जणी मार्टिनेझच्या विश्वासातल्या आहेत. त्यांना मार्टिनेझकडून त्यासाठी वेगळा पगार मिळतो. टेलिग्राफ ऑफिसातही हीच परिस्थिती आहे. त्या सर्वांचं कामच हे आहे, की देशात येणाऱ्या माहितीवर लक्ष ठेवायचं. मार्टिनेझच्या उपयोगी पडणारी कोणतीही गोष्ट कानावर पडली, तरी ती लगेच त्याला कळवायची.

मग ती माहिती राजकारण्यांबद्दल, उद्योजकांबद्दल, बँकर्सबद्दल, पोलीसखात्याच्या कारवाईबद्दल किंवा इतर कोणत्याही महत्त्वाच्या बाबींबद्दल असो, मार्टिनेझ त्याचा वापर स्वत:च्या फायद्यासाठी करून घेतो आणि त्यातून पैसे मिळवतो. कोणत्याही फोनच्या संभाषणात त्याच्या नावाचा नुसता उल्लेख जरी झाला, तरी त्याच्या हस्तकांचे कान टवकारले जातात. त्यानंतर केवळ काही क्षणातच ती बातमी त्याचा मुलगा दिएगो याच्याकडे पोहोचते. कधीकधी तर या व्यवस्थेचा आम्ही फायदासुद्धा घेतलेला आहे. मुद्दामच चुकीची माहिती त्याच्या कानावर पडेल अशी व्यवस्था केलेली आहे. पण या खेपेस मात्र असं काही करणं अत्यंत धोकादायक आहे.''

''सर ॲलन,'' असिस्टंट ट्रेझरी सेक्रेटरी म्हणाले, ''आपली काय योजना आहे ते तुम्ही मिस्टर आणि मिसेस क्लिफ्टन यांना सांगूनच का नाही टाकत? त्यानंतर त्यांना काय तो निर्णय घेऊ दे.''

३५

तो लंडन एअरपोर्टवर शिरला आणि 'कर्मचाऱ्यांसाठी' अशी पाटी असलेल्या दाराकडे निघाला.

''गुड मॉर्निंग, कॅप्टन मे,'' ड्यूटी ऑफिसर त्याच्या पासपोर्टवरून नजर टाकत म्हणाला. ''आज तुम्ही कुठे फ्लाय करणार आहात?''

''ब्युनॉस आयर्स.''

''तुमचा प्रवास सुखाचा होवो.''

एकदा त्याच्या सामानाची तपासणी पार पडल्यानंतर तो कस्टम्स पार करून सरळ अकरा नंबरच्या गेटकडे निघाला. 'वाटेत कुठेही थांबू नका, मागे वळून पाहू नका आणि स्वत:कडे लक्ष वेधून घेऊ नका' अशा सूचना त्याला एका अनोळखी माणसाने नुकत्याच दिल्या होत्या. हा जो अनोळखी माणूस होता, त्याची आजवर अशा तऱ्हेच्या सूचना गुप्तहेरांना द्यायची वेळ आली होती, लेखकांना नाही.

गेले अठ्ठेचाळीस तास प्रचंड धावपळीत गेले होते. एमाने अगदी नाइलाजानेच संमती दिली होती. पण त्यानंतर या योजनेत सहभागी होऊन सर ॲलन यांना काय लागेल ती मदत करायची हॅरीने तयारी दाखवली होती. या योजनेचं नाव होतं 'ऑपरेशन रन आऊट.' एकदा होकार दिल्यानंतर हॅरीचं पाऊल अक्षरश: जमिनीवर ठरत नव्हतं, असं म्हटलं तरी चालेल.

बीओएसी विमान कंपनीच्या कॅप्टनचा गणवेश त्याच्या मापाचा करून घेण्यात एक तास गेला होता. त्याच्यासाठी बनवण्यात आलेल्या खोट्या पासपोर्टकरता त्याचे फोटो काढावे लागले होते. त्याच्या घरची खोटी पार्श्वभूमी तयार करण्यात

आली होती व ती त्याच्याकडून व्यवस्थित घोकून घेण्यात आली होती. या कॅप्टनचा घटस्फोट झालेला असून, त्याला दोन मुलं होती. त्यानंतर बीओएसीच्या कॅप्टनची कामं आणि कर्तव्ये कोणती यावर त्याचं तीन तासांचं बौद्धिक घेऊन झाल्यानंतर ब्युनॉस आयर्सचं ट्रॅव्हल गाईड त्याच्या हातात देण्यात आलं. ते त्याला तातडीने मुखोद्गत करायचं होतं. ही सगळी तयारी पूर्ण झाल्यावरही हॅरीच्या मनात निदान डझनभर शंका होत्या. मग त्याने सर अ‍ॅलन यांच्यासोबत रात्रीचं भोजन केलं. त्या वेळी त्यांनी त्याच्या सगळ्या शंकांचं व्यवस्थित समाधान केलं.

यानंतर रात्री झोपण्यासाठी तो जेव्हा स्मिथ स्क्वेअरला असलेल्या गाइल्सच्या घराकडे जायला निघाला, तेव्हा सर अ‍ॅलन यांनी त्याच्या हातात एक ब्रीफकेस, एक जाडजूड फाईल आणि एक किल्ली ठेवली.

"ब्युनॉस आयर्सच्या प्रवासात या फाईलमधला प्रत्येक कागद नीट वाचून काढा आणि नंतर ही फाईल तिथल्या अँबॅसेडर साहेबांच्या ताब्यात द्या. ते ती नष्ट करून टाकतील. तुमचं मिलोंगा हॉटेलमध्ये बुकिंग केलेलं आहे. शनिवारी सकाळी दहा वाजता आपले तिथले अँबॅसेडर मिस्टर फिलिप मॅथ्युज हे एम्बसीत तुमची वाट पाहत असतील. आपले फॉरेन सेक्रेटरी मिस्टर सेल्विन लॉईड यांचं हे पत्र तुम्ही त्या वेळी अँबॅसेडर साहेबांना द्या. तुम्ही अर्जेंटिनात नक्की कशासाठी आला आहात हे त्या पत्रावरून त्यांना कळेल."

आत्ता विमानतळाच्या अकरा नंबरच्या गेटपाशी पोहोचल्यावर हॅरी थेट रिसेप्शन डेस्कपाशी गेला.

त्याने आपला पासपोर्ट उघडायच्या आतच रिसेप्शनिस्ट म्हणाली, "गुड मॉर्निंग कॅप्टन. तुमचा प्रवास सुखाचा होवो."

त्यानंतर तो सरळ बाहेर धावपट्टीवर उभ्या असलेल्या विमानाकडे गेला आणि जिना चढून त्याने फर्स्ट क्लासच्या केबिनमध्ये प्रवेश केला. ते रिकामंच होतं.

"गुड मॉर्निंग कॅप्टन," हवाईसुंदरीच्या गणवेशातील एक आकर्षक स्त्री म्हणाली. "माझं नाव अ‍ॅनाबेल कॅरिक. मी इथली सीनियर स्ट्युअर्डेस आहे."

स्वत:च्या अंगातला गणवेश, ते शिस्तीचं वातावरण, ती टापटीप पाहून हॅरीला आपले जुने आर्मीतले दिवस आठवले. फक्त आत्ता शत्रू निराळा होता की सर अ‍ॅलन यांच्या म्हणण्याप्रमाणे शत्रूही पूर्वीचाच होता?

"मी तुम्हाला तुमची जागा दाखवते," ती गोड हसून म्हणाली.

"थँक यू, मिस कॅरिक," हॅरी म्हणाला. मग ती त्याला फर्स्ट क्लास केबिनच्या मागच्या भागात घेऊन गेली. तिथे दोन सीट्स रिकाम्या होत्या. पण आपल्या शेजारची सीट रिकामीच राहणार, याची त्याला खातरीच होती. सर अ‍ॅलन यांनी कोणत्याही प्रकारचा धोका पत्करलेला नसणार.

“आपल्या फ्लाईटचा पहिला भाग सात तासांचा असेल,” मिस कॅरिक म्हणाली. “आपण निघण्याआधी तुम्हाला काही ड्रिंक आणून देऊ का, कॅप्टन?”

“फक्त एक ग्लास पाणी द्या. थँक यू.”

मग हॅरीने डोक्यावरची कॅप काढून शेजारच्या सीटवर ठेवली आणि हातातली ब्रीफकेस खाली जमिनीवर ठेवली. विमान सुटल्याशिवाय ती ब्रीफकेस उघडायची नाही आणि कोणत्याही परिस्थितीत त्या फाईलमधल्या कागदपत्रांमधला मजकूर कुणाच्या नजरेस पडता कामा नये, अशी त्याला सूचना होती. त्या फाईलमध्ये मार्टिनेझच्या नावाचा कुठेही उल्लेख नव्हता. सुरुवातीपासून शेवटपर्यंत ‘द सब्जेक्ट’ असंच म्हटलं होतं.

काही क्षणांतच एक एक करत प्रवासी विमानात शिरू लागले. नंतरची तीस मिनिटं प्रवाशांची वर्दळ चालू होती. आपापल्या जागा शोधणं, डोक्यावरच्या कप्प्यात आपलं सामान नीट बसवणं, अंगातील कोट काढणं, जॅकेट्स काढणं, सीटवर बसून सीट बेल्ट्स लावणं, शँपेनचा आस्वाद घेत वृत्तपत्रं, नियतकालिकं चाळणं आणि विमान सुरू होत असल्याच्या कॅप्टनच्या घोषणेची प्रतीक्षा करणं, असं सगळं चालू होतं.

हॅरीच्या मनात एक मजेशीर विचार चमकून गेला. ‘समजा या फ्लाईटमध्ये अचानक पायलटची प्रकृती बिघडली आणि ही हवाईसुंदरी घाईने आपली मदत मागण्यासाठी आली तर? आणि त्यानंतर आपण तिला समजा असं सांगितलं, की बाई गं, मी ब्रिटिश मर्चंट नेव्ही आणि यू. एस. आर्मीमध्ये होतो; पण मी एअरफोर्समध्ये कधीच नव्हतो, तर?’ हे ऐकून तिची प्रतिक्रिया काय होईल, या विचाराने त्याला हसू फुटलं.

विमान हळूहळू धावपट्टीवर धावू लागलं. बघता बघता त्याने वेग घेतला. थोड्याच वेळात विमानाने आकाशात उड्डाण केलं आणि ते हवेत आपला मार्ग आक्रमू लागलं. आता सीट बेल्ट काढला तरी चालेल अशी घोषणा झाल्यानंतर हॅरीने ब्रीफकेसमधून ती जाड फाईल काढली. जणू काही परीक्षेची तयारी करावी इतक्या गंभीरपणे तो ती फाईल वाचू लागला.

जेम्स बाँडच्या रहस्यकथेप्रमाणे तो मजकूर उत्कंठावर्धक होता. हॅरी वाचताना त्यात गुंगून गेला. फक्त फरक एवढाच होता, की आत्ता जेम्स बाँडची भूमिका निभावण्याची जबाबदारी त्याच्या शिरावर येऊन पडली होती. जसजशी हॅरीची पुढची पानं वाचून होत होती, तसतसा या डॉन पेड्रो मार्टिनेझच्या संपूर्ण आयुष्याचा पट त्याच्यासमोर उलगडत जात होता. जरा वेळाने जेवण आलं. तो वाचनातून थोडा वेळ विश्रांती घेण्यासाठी थांबला. एमाचं म्हणणं बरोबर होतं. त्या लोकांनी सेबॅस्टियनला वेळीच का थांबवलं नाही? कशाला या असल्या

माणसाच्या भानगडीत त्यांनी त्याला अडकवलं? या प्रकरणात फार मोठा धोका होता.

पण त्याने एमाला एक गोष्ट कबूल केली होती, ''या संपूर्ण प्रकरणात मला एकदा जरी असं वाटलं, की सेबॅस्टियनच्या जिवाला धोका आहे, तरी मी त्याचक्षणी त्याला बरोबर घेईन आणि ही सगळी मोहीम अर्धवट सोडून सरळ फ्लाईटने त्याला लंडनला घेऊन येईन.''

त्याने विमानाच्या खिडकीतून बाहेर पाहिलं. खरं तर आत्ता त्याला त्याच्या पुस्तकाच्या प्रकाशनपूर्व प्रसिद्धीच्या दौऱ्यासाठी जायचं होतं. ॲगाथा ख्रिस्ती यांना भेटायची पण त्याची अगदी मनापासून इच्छा होती. पण यॉर्कशायर लिटररी लंचच्या कार्यक्रमाला आता त्याला उपस्थित राहता येणार नव्हतं. त्या ऐवजी तो दक्षिण अमेरिकेला निघाला होता. डॉन पेड्रो मार्टिनेझ या माणसाशी आपली समोरासमोर गाठ कधीच पडू नये, अशी इच्छा मनात धरून.

त्याने फाईल बंद करून ब्रीफकेसमध्ये ठेवली आणि ब्रीफकेस सीटच्या खाली ठेवून डोळे बंद करून घेतले. जरा वेळात त्याला झोप लागली. पण झोपेतसुद्धा त्या 'सबेक्ट'चा विचार त्याचा पिच्छा सोडत नव्हता. वयाच्या चौदाव्या वर्षी डॉन पेड्रो मार्टिनेझने शिक्षणाला रामराम ठोकून एका खाटकाच्या दुकानात उमेदवारी सुरू केली. पण काही महिन्यांतच त्याची तेथून हकालपट्टी झाली. ती का झाली, त्याचं कारण अज्ञातच राहिलं; परंतु मृतदेहाचे तुकडे करण्याच्या विद्येत त्याने प्रावीण्य मिळवलं. नोकरी गेल्यानंतर अवघ्या काही महिन्यांतच 'सबेक्ट'ने गुन्हेगारी जगतात प्रवेश केला. लवकरच चोऱ्या, सुरामारी, स्लॉट मशिन्सवर डल्ला मारणं अशा कलांमध्ये तो पारंगत झाला. अशाच एका गुन्ह्यात पकडला गेल्यानंतर सहा महिन्यांसाठी त्याची रवानगी तुरुंगात झाली.

तुरुंगात असताना त्याच्या कोठडीत जुआन डेलगॅडो नावाचा कैदी होता. त्याच्या नावावर असंख्य गुन्हे होते. गुन्हे तसे किरकोळच असले, तरीही आयुष्यातली जास्त वर्षं त्याने गजाआडच काढली होती. शिक्षा भोगून बाहेर पडल्यावर मार्टिनेझ या जुआनच्या टोळीत समाविष्ट झाला. लवकरच तो जुआनचा उजवा हात बनला. जुआनला परत एकदा अटक होऊन त्याची तुरुंगात रवानगी झाल्यानंतर जुआनच्या संपूर्ण साम्राज्याची सूत्रं डॉन पेड्रो मार्टिनेझच्या हातात आली. पण ते साम्राज्य मोडकळीला आलं होतं. त्या वेळी तो वयाने सेबॅस्टियन एवढाच म्हणजे सतरा वर्षांचा होता आणि आता गुन्हेगारी जगतात जन्मभरासाठी दाखल झाला होता. पण नशिबाने एक वेगळंच वळण घेतलं. तो कॉन्सुएला टोरेस नावाच्या एका स्त्रीच्या प्रेमात पडला. ती इंटरनॅशनल टेलिफोन एक्सचेंजमध्ये ऑपरेटर म्हणून काम करत होती; परंतु तिचे वडील स्थानिक राजकारणात कार्यरत होते. ते ब्युनॉस आयर्सच्या

मेयरची निवडणूक लढवण्याच्या विचारात होते. हा गुन्हेगार जावई म्हणून आपल्याला मान्य नसल्याचं त्यांनी आपल्या मुलीला स्पष्टच सांगितलं.

परंतु आपल्या वडिलांच्या सांगण्याकडे दुर्लक्ष करून कॉन्सुएलाने मार्टिनेझशी लग्न केलं आणि त्यानंतर तिला चार मुलं झाली. दक्षिण अमेरिकेतील प्रचलित पद्धतीनुसार पहिली तीन मुलं आणि त्यानंतरची एक मुलगी हा संसार अगदी आदर्श होता. मार्टिनेझने आपल्या सासऱ्यांच्या निवडणुकीसाठी बक्कळ पैसा उभा करून त्यांना या निवडणुकीत जिंकून आणलं आणि अखेर त्यांच्या नजरेत तो वर चढला.

एकदा सासरेबुवांनी आपला मुक्काम सिटी हॉलमध्ये हलवल्यानंतर मार्टिनेझचं उखळ पांढरं झालं. कोणतंही म्युनिसिपल कॉंट्रॅक्ट मार्टिनेझच्या नजरेखालून गेल्याशिवाय ते वर जाणं शक्य नव्हतं. अर्थातच त्यामध्ये पंचवीस टक्के 'सर्व्हिस चार्ज'ची भर पडत असे; परंतु काही दिवसांतच 'सब्जेक्ट'ला आपली पत्नी कॉन्सुएला हिचा आणि तिच्या वडिलांच्या स्थानिक राजकारणाचा कंटाळा आला. त्याने आपले हातपाय दूरवर पसरवण्यास सुरुवात केली. युरोपात युद्धाला तोंड फुटल्यानंतर या युद्धात ज्यांनी स्वत:ला तटस्थ घोषित केलं आहे, त्यांचा प्रमाणाबाहेर फायदा होऊ शकतो, हे त्याला कळून चुकलं.

खरं तर सुरुवातीला मार्टिनेझचा मनोमन ब्रिटिशांना पाठिंबा होता. पण लवकरच जर्मनांनी त्याच्या छोट्याशा साम्राज्याचा फार मोठा विस्तार करण्याची संधी त्याच्या पदरात टाकली.

नाझी राजवटीला मित्रांची गरज होती. आपल्याला जे काही हवं, ते आपल्या दारात आणून पोहोचवू शकतील अशा मित्रांची! एक रिकामी वही हातात घेऊन 'सब्जेक्ट'ने जेव्हा बर्लिन शहरात पाय ठेवला, तेव्हा तो फक्त बावीस वर्षांचा होता. काही महिन्यांनंतर तो मायदेशी परतला, तेव्हा त्याच्या त्या रिकाम्या वहीची पानं मोठमोठ्या याद्यांनी भरून गेली होती. इटालियन पाइपलाइनपासून ग्रीक ऑइल टँकरपर्यंत असंख्य गोष्टी जर्मनांना हव्या होत्या. कोणताही व्यवहार पार पाडत असताना आपली एस.एस.चे प्रमुख राईशफ्यूरर हाईनरिश हिमलरशी किती जवळची दोस्ती आहे आणि आपण अनेकदा हेर हिटलर यांना कसे भेटलो आहोत, याच्या 'सब्जेक्ट' बढाया मारायचा.

नंतरच्या दहा वर्षांमधला बराचसा काळ 'सब्जेक्ट'ने विमानात, जहाजात, ट्रेनमध्ये आणि बसमध्ये प्रवास करत काढला. इतकंच काय, तर क्वचित प्रसंगी घोड्यावरून किंवा बग्गीतूनही तो हिंडला. त्याची जगभर नुसती भ्रमंती चालू होती. जर्मनांना जे काही लागेल, ते तो पुरवत होता.

आता त्याच्या हिमलरबरोबरच्या भेटीगाठी बऱ्याच वाढल्या होत्या. नंतर युद्ध संपत आलं. यात दोस्त राष्ट्रांचा विजय होणार, हे उघड दिसू लागलं. राईशमार्कची

घसरण झाली. एस.एस.चा प्रमुख हिमलर आता 'सब्जेक्ट'सोबत रोखीने व्यवहार करू लागला. त्याला आता करकरीत कोऱ्या पाच पौंडाच्या ब्रिटिश नोटांच्या रूपात आपली बिदागी मिळू लागली. सॅक्सहाऊसनच्या छापखान्यातून नुकत्याच छापून बाहेर पडलेल्या ताज्या ताज्या नोटा. त्या ताब्यात घेऊन तो सीमा पार करून जिनिव्हात जाऊन त्या नोटा बँकेत भरत असे. तेथे ते पैसे आपोआप स्विस फ्रँक्समध्ये जमा होत.

युद्ध संपण्यापूर्वीच डॉन पेड्रो मार्टिनेझने अमर्याद मालमत्ता गोळा केली होती. पण काही दिवसांतच दोस्त राष्ट्रं जर्मनीच्या राजधानीच्या दारातच येऊन ठेपली. त्या वेळी हिमलरने मार्टिनेझपुढे एक प्रस्ताव ठेवला. ती एक सुवर्णसंधीच होती. दोघांमध्ये एक गुप्त करार झाला आणि सब्जेक्ट पाच पाच ब्रिटिश पौंडाच्या बनावट नोटांच्या स्वरूपात एकंदर दोन कोटी पौंड रोख रक्कम घेऊन जर्मनीतून निसटला. हिमलरने त्याला पलायनासाठी त्याची स्वत:ची यू-बोट आणि स्वत:च्या खास विश्वासातला जर्मन लेफ्टनंट बरोबर दिला होता. त्यानंतर मार्टिनेझनं जर्मन भूमीवर कधीही पाऊल ठेवलं नाही.

ब्युनॉस आयर्सला पोहोचल्यावर 'सब्जेक्ट'ने पन्नास लाख पेसोज मोजून एक डबघाईला आलेली बँक विकत घेतली. स्वत:कडचे दोन कोटी पौंड त्या बँकेच्या तिजोरीत दडवून ठेवले. युद्धातून सहीसलामत निसटून ब्युनॉस आयर्सला येऊन पोहोचणाऱ्या नाझी अधिकाऱ्यांची खातिरदारी करण्यासाठी तो वाट बघत थांबला.

⁂

अँबॅसेडरसाहेब आपल्या ऑफिसातल्या कोपऱ्यात टक्‌टक् आवाज करत कागदाचं भेंडोळं बाहेर टाकत उभ्या असलेल्या टेलेक्स मशीनकडे विस्फारित नजरेने पाहत होते.

लंडनकडून संदेश येत होता; परंतु फॉरेन ऑफिसरला येणारा प्रत्येक संदेश अगदी त्याच क्षणी इथून जवळच असणाऱ्या अर्जेंटिनियन गुप्तहेरखात्याच्या ऑफिसातही दाखल होत असतो, याची त्यांना पूर्ण कल्पना होती.

अँबॅसेडरसाहेबांनी वाचलेला संदेश असा होता :

येत्या शनिवारी सकाळी दहा वाजता लॉर्ड्स कसोटी सामन्यास सुरुवात होणार असून, इंग्लंडच्या क्रिकेट संघाचा कर्णधार फलंदाजीने या सामन्याची सुरुवात करणार आहे. या सामन्याची तिकिटं माझ्याकडे आहेत. या ठिकाणी तुमची आणि कॅप्टन पीटर मे यांची प्रत्यक्ष भेट होऊ शकेल, अशी मी आशा करतो.

हा मजकूर वाचून अँबॅसेडर साहेबांना हसू फुटलं. कसोटी सामने नेहमीच गुरुवारी सकाळी साडेअकरा वाजता सुरू होतात आणि पीटर मे हा कधीच ओपनिंग बॅट्समन नसतो, ही गोष्ट तर इंग्लंडमधल्या कोणत्याही शाळकरी पोरालासुद्धा ठाऊक असते. नाहीतरी आजवर क्रिकेट खेळणाऱ्या कोणत्याच राष्ट्राविरुद्ध ब्रिटनचं कधी युद्ध झालं नव्हतं.

❋

"आपण या आधी कधी भेटलोय?"

हॅरीने हातातली फाईल घाईने बंद करून वर पाहिलं. हातात रेड वाईनचा ग्लास पकडून एक मध्यमवयीन तुंदिलतनू माणूस त्याच्या शेजारच्या सीटला टेकून उभा होता.

"मला नाही वाटत तसं," हॅरी म्हणाला.

"पण आपण नक्की भेटलोय. मी अगदी शपथेवर सांगू शकतो," हॅरीकडे निरखून पाहत तो माणूस म्हणाला. "नाहीतर मग कदाचित माझा काहीतरी गैरसमज झाला असेल."

तो माणूस खांदे उडवून हॅरीचा निरोप घेऊन लटपटत, परत पुढच्या रांगेत आपल्या सीटवर जाऊन बसला. हॅरीने भलामोठा सुटकेचा निःश्वास टाकला. हातातली फाईल आणखी एकदा उघडून त्या मार्टिनेझविषयीची माहिती मनात साठवण्याचा त्याचा विचार होता, इतक्यात पुन्हा तो माणूस त्याच्याकडे आला.

"तुम्ही प्रसिद्ध आहात का हो?"

त्याचा प्रश्न ऐकून हॅरीला हसू फुटलं. "अहो मी कुठला प्रसिद्ध? मी बीओएसीचा पायलट म्हणून गेली बारा वर्षं काम करतोय."

"म्हणजे? तुम्ही ब्रिस्टॉलचे नाही का?"

"नाही, नाही," आपल्या नवीन भूमिकेत व्यवस्थित शिरत हॅरी म्हणाला. "माझा जन्म एप्समचा आणि आता मी इवेलला राहतो."

"तुमच्याकडे पाहून मला कुणाची बरं आठवण होतेय? थांबा हं. एक मिनिटात आठवेल मला," असं म्हणून तो माणूस परत एकदा लडखडत आपल्या जागी जाऊन बसला.

हॅरीने परत एकदा फाईल उघडून वाचण्याचा प्रयत्न केला. इतक्यात तो माणूस परत उगवला. आता तर त्याने चक्क शेजारच्या सीटवरची हॅरीची कॅप उचलून तिथे बैठक मारली. "तुम्ही पुस्तकं तर लिहित नाही ना?"

"नाही," हॅरी ठामपणे म्हणाला. इतक्यात मिस कॅरिक कॉकटेल्सचा ट्रे घेऊन अवतीर्ण झाली. त्याने भुवई उचलून तिला खूण केली आणि 'प्लीज मला या माणसाच्या तावडीतून सोडवा,' असं नजरेने सुचवलं.

"तुमच्याकडे पाहून मला ब्रिस्टॉलमध्ये राहणाऱ्या एका लेखकाची आठवण होतेय; पण काही केल्या त्याचं नाव काही मला आठवत नाहीये. तुम्ही नक्की ब्रिस्टॉलचे नाही ना?'' असं म्हणून त्याने हॅरीच्या चेहऱ्याकडे नीट निरखून पाहिलं आणि मग त्याच्या तोंडावर सिगरेटचा धूर सोडला.

हॅरीचं लक्ष गेलं, तर मिस कॅरिक कॉकपिटचं दार उघडत होती.

"एका पायलटचं आयुष्य किती रोमहर्षक असेल नाही?'' तो माणूस म्हणाला.

इतक्यात लाऊडस्पीकरवर घोषणा झाली. "मी या विमानाचा कॅप्टन बोलतोय. बाहेरील खराब हवामानामुळे आपलं विमान आता हेलकावे खाऊ लागेल, त्यामुळे प्रवाशांनी कृपया आपापल्या जागी जाऊन बसावे आणि सीटबेल्ट्स बांधावेत.''

त्यानंतर मिस कॅरिक थेट फर्स्ट क्लास केबिनच्या मागील भागात आली.

"सर, कॅप्टनने असं सांगितलंय की सर्व प्रवाशांनी आपापल्या–''

"हो, हो, मी ऐकलंय ते,'' असं म्हणत तो माणूस कष्टाने उठला आणि हॅरीच्या तोंडावर अजून एकदा धुराचा लोट सोडून आपल्या जागेकडे निघून गेला. जाण्यापूर्वी मागे वळून म्हणाला, "तुम्हाला पाहून मला कुणाची आठवण होते, ते जरा वेळातच मला आठवेल.''

३६

ब्युनॉस आयर्सच्या प्रवासाच्या दुसऱ्या टप्प्यात हॅरीने ती फाईल व्यवस्थित वाचून पूर्ण केली. डॉन पेड्रो मार्टिनेझची सर्व माहिती त्याला आता मुखोद्गत झाली होती.

युद्ध संपल्यावर 'सब्जेक्ट' बराच काळ आरामात अर्जेंटिनातच वास्तव्य करून होता. न्यूरेनबर्गच्या खटल्याला सामोरं जाण्यापूर्वीच हिमलरने आत्महत्या केली होती. त्याच्या सहा साथीदारांना फाशीची शिक्षा ठोठावण्यात आली. आणखी अठरा साथीदारांना तुरुंगात डांबण्यात आलं. त्यांच्यात मेजर बर्नहार्ड क्र्यूगर याचाही समावेश होता. त्यामुळे अर्जेंटिनात डॉन पेड्रो मार्टिनेझचा दरवाजा ठोठावत त्या पैशांची मागणी करायला कुणीच आलं नाही.

हॅरीने परत एकदा फाईल चाळण्यास सुरुवात केली. दुसऱ्या विभागात 'सब्जेक्ट'च्या कुटुंबाची माहिती होती. हॅरी जरा वेळ डोळे मिळून शांत बसला. मग परत त्याने त्या माहितीवरून नजर फिरवली.

मार्टिनेझला चार मुलं होती. त्याचा पहिला मुलगा दिएगो याची लंडनच्या हॅरो स्कूलमधून हकालपट्टी करण्यात आली होती, कारण त्याने एका मुलाला अत्यंत गरम रेडिएटरला बांधून ठेवलं होतं. मग शिक्षण अर्धवट सोडून तो आपल्या मायदेशी परत येऊन वडिलांच्या धंद्यात त्यांची मदत करू लागला. तीन वर्षांनंतर त्याने गुन्हेगारी जगतातील पदवी संपादन केली. हा दिएगो मोठ्या थाटामाटात उंची, भपकेबाज सूट घालून फिरायच्या. त्याच्या वडिलांचे पगारी नोकर असलेले अनेक चमचे जज, पोलीस अधिकारी आणि राजकारणी होते. त्यामुळेच दिएगोने इतके

गुन्हे करूनसुद्धा कैद्याचा गणवेश अंगावर चढवण्याची त्याच्यावर वेळ आली नव्हती.

त्याचा दुसरा मुलगा लुई त्याने तारुण्यात पदार्पण करत असतानाच इतके रंग उधळले, की ते काही दिवसातच रंगेल, लफडेबाज तरुण अशी ख्याती त्याने कमावली. आता त्याचा जागेपणीचा जवळजवळ सर्व वेळ माँटेकार्लोच्या जुगार अड्ड्यांवर जायचा. तिथे आपल्या वडिलांच्या पाच पौंडांच्या नोटांचं तो उजळमाथ्याने फ्रेंच फ्रँक्समध्ये रूपांतर करत होता.

लुई जुगारात जिंकला, की स्विस फ्रँक्सच्या नोटांची बंडलं जिनिव्हाच्या मार्टिनेझच्या बँक खात्यात जमा व्हायची. पण तरीसुद्धा मार्टिनेझला एका गोष्टीचा रागच यायचा. त्या जुगाराच्या अड्ड्याचा नफा त्याच्या स्वत:च्या नफ्याहून जास्त असे.

मार्टिनेझचा तिसरा मुलगा ब्रूनो हा मात्र आपल्या वडिलांसारखा किंवा भावासारखा अजिबात नव्हता. त्याच्या अंगात आपल्या आईचे अनेक चांगले गुण होते. आपल्या वडिलांचा एकही दुर्गुण त्याने घेतला नव्हता. आपला मुलगा ब्रूनो हा पुढच्या सप्टेंबरमध्ये केंब्रिजला शिकायला जाणार आहे, हे मार्टिनेझ आपल्या मित्रमंडळींना अत्यंत अभिमानाने सांगायचा.

मार्टिनेझची सर्वांत धाकटी मुलगी मारिया थेरेसा हिच्याबद्दल मात्र त्या फाईलमध्ये जास्त माहिती नव्हती. ती रोडियन येथे शिकत होती आणि सुटीत ती आपल्या आईकडे जाऊन राहत असे.

मिस कॅरिक ट्रेमध्ये रात्रीचं जेवण घेऊन आल्यावर हॅरीने आपलं वाचन थांबवलं. पण जेवता जेवतासुद्धा त्याच्या मनात त्या डॉन पेड्रो मार्टिनेझचेच विचार घोळत होते.

युद्ध समाप्तीनंतर मार्टिनेझने जी डबघाईला आलेली बँक विकत घेतली होती, ती उजगारीला आणण्यासाठी त्याने प्रयत्न सुरू केले. त्याने आपल्या बँकेचं नाव 'फॅमिली फार्मर्स फ्रेंडली बँक' असं ठेवलं होतं. ज्या शेतकऱ्यांकडे स्वत:ची जमीन होती; पण ती कसायला लागणारा पैसा नव्हता, अशांना ही बँक मदत करत असे. मार्टिनेझच्या ही बँक चालवण्याच्या पद्धती रानटी, पण अत्यंत परिणामकारक होत्या. तो गरजू शेतकऱ्यांच्या जमिनी तारण ठेवून घेऊन त्या मोबदल्यात त्यांना भरमसाट व्याजाने कर्ज द्यायचा.

प्रत्येक तिमाहीमध्ये कर्जदारांनी व्याज भरणं अपेक्षित असे. ते त्यांना भरता आलं नाही, तर 'नव्वद दिवसांत कर्जाची पूर्ण रक्कम व्याजासहित भरा, अन्यथा कारवाईस तयार राहा,' अशी धमकावणी त्यांना दिली जायची. जर गरीब बिचारे शेतकरी कर्जाची सव्याज परतफेड करू शकले नाहीत, तर त्यांच्या जमिनी मार्टिनेझ

घशात घालायचा. बरेचदा शेतकऱ्यांना ते कर्ज फेडणं शक्यच व्हायचं नाही. अशा रीतीने मार्टिनेझच्या मालकीची जमीन दिसामासाने वाढत चालली होती. जर कुणी तक्रार केलीच, तर त्या माणसाला दिएगो जातीने भेट देऊन त्याच्या चेहऱ्याचा नकाशा बदलून ठेवायचा. वकिलांची नेमणूक करण्यापेक्षा ही पद्धत कितीतरी स्वस्त आणि अधिक परिणामकारी होती.

लंडनच्या समाजमनावर या मार्टिनेझची कुलशीलवान श्रीमंत जमीनदार अशी अत्यंत उज्ज्वल प्रतिमा तयार झाली होती; परंतु एक दिवस या प्रतिमेला तडा जाण्याची वेळ आली. डॉन पेड्रो मार्टिनेझ हा एक नंबरचा उलट्या काळजाचा बदमाश आहे, हे आपल्या वडिलांचं मत किती खरं आहे, हे त्याची पत्नी कॉन्सुएला हिला आता कळून चुकलं होतं. त्यामुळे एक दिवस तिने घटस्फोटाची मागणी केली; परंतु हा खटला तिकडे मायदेशी ब्युनॉस आयर्सच्या कोर्टात चालला. त्यामुळे आपली पत्नी कॉन्सुएला हिचं कॅन्सरच्या दुर्धर रोगाने दुःखद निधन झाल्याचं मार्टिनेझने आपल्या इंग्लंडच्या मित्रमंडळींना सांगितलं. त्यामुळे त्याच्या नावाला कलंक लागणं तर सोडाच; पण सर्वांना त्याच्याबद्दल सहानुभूतीच वाटू लागली.

कॉन्सुएलाचे वडील दुसऱ्यांदा मेअर म्हणून निवडून येऊ शकले नाहीत, कारण या खेपला मार्टिनेझने त्यांच्या प्रतिस्पर्ध्याला भक्कम पाठिंबा दिला होता. त्यानंतर कॉन्सुएला ब्युनॉस आयर्सपासून काही मैलांवर असलेल्या एका खेड्यात राहू लागली. तिला दरमहिना उदरनिर्वाहासाठी अगदी मोजकेच पैसे मिळू लागले. त्यामुळे तिला अधूनमधून ब्युनॉस आयर्सला खरेदीसाठी येणंसुद्धा परवडेना. मग परदेश प्रवास ही तर दूरचीच गोष्ट. दुर्दैवाने तिच्या तीन मुलांपैकी एकाच मुलाला तिच्याशी संपर्क ठेवण्यात रस होता. तो म्हणजे ब्रूनो आणि तो तर इंग्लंडला राहत होता.

हॅरीच्या हातातल्या फाईलमध्ये मार्टिनेझ कुटुंबीयांपैकी नसलेल्या एका माणसाबद्दल एक पान भरून माहिती होती. त्याचं नाव कार्ल रमिरेझ. हा मार्टिनचा बटलर होता. पण खरं म्हणजे तो त्याचा हस्तक होता. रमिरेझकडे अर्जेंटिनाचा पासपोर्ट होता; परंतु त्याच्या चेहऱ्यामोहऱ्यात १९३६ सालच्या जर्मन ऑलिंपिक संघामधील एका कुस्तीगिराशी कमालीचं साम्य होतं. त्या कुस्तीगिराचं नाव कार्ल ओटो लून्सडोर्फ. हा कार्ल पुढे एस.एस.मध्ये लेफ्टनंट झाला आणि कैद्यांची उलटतपासणी घेण्यातला विशेषज्ञ म्हणून त्याची ख्याती पसरली. या रमिरेझची सगळी अधिकृत कागदपत्रं ही मार्टिनेझच्या पाच पौंडाच्या नोटांइतकीच अस्सल होती. ती बहुदा त्याच छापखान्यातून छापून आली असावीत.

मिस कॅरिक हॅरीच्या जेवणाची प्लेट, ग्लास इत्यादी उचलून घेऊन गेली. 'कप्टन मे यांना तिने ब्रँडी आणि सिगार हवी का,' असं विचारलं. हॅरीने नकार दिला. मगाशी त्या माणसाच्या तावडीतून सुटका केल्याबद्दल तिचे आभार मानले.

ती हसू लपवत म्हणाली, "पायलटना वादळ येईल अशी भीती वाटत होती, पण आलंच नाही." मग ती म्हणाली, "पायलट सर म्हणाले, तुम्ही जर 'मिलोंगा'मध्येच उतरणार असाल, तर मग तुम्ही खाली उतरल्यावर बीओएसीच्या बसने आमच्या बरोबर चला, म्हणजे त्या मिस्टर बोल्टन यांच्या तावडीत तुम्ही पुन्हा सापडणार नाही." हॅरीच्या चेहऱ्यावर प्रश्नचिन्ह पाहून ती म्हणाली, "अहो, ते नाही का, मगाचचे गृहस्थ? तुम्हाला कुठेतरी पाहिलंय असा हट्टच धरून बसले होते ते."

मिस कॅरिकचं लक्ष अनेकदा हॅरीच्या डाव्या हाताकडे गेल्याचं हॅरीच्या लक्षात आलं. त्याच्या बोटात अंगठी (वेडिंग रिंग) काढल्यानंतर पांढुरका चट्टा उमटलेला दिसत होता. तो ज्या कॅप्टन 'मे'ची भूमिका पार पाडत होता, त्याचा आपली पत्नी अँजेला हिच्याशी दोन वर्षांपूर्वीच घटस्फोट झाला होता. त्यांना दोन मुलं होती. मुलगा जिम दहा वर्षांचा होता. त्याला पुढे इप्सम कॉलेजात शिकायला जायचं होतं. आणि मुलगी सॅली आठ वर्षांची होती. तिने एक छोटं घोड्याचं पिल्लू पाळलं होतं. त्याच्याकडे ही गोष्ट सिद्ध करण्यासाठी मुलांचे फोटोसुद्धा होते. आपल्या हातातली अंगठी घरातून निघण्यापूर्वी त्याने एमाकडे सांभाळून ठेवायला दिली होती. त्याने वेडिंग रिंग अशी काढून ठेवलेली एमाला मुळीच आवडलं नव्हतं.

*

अँबॅसेडर आपल्या सेक्रेटरीला म्हणाले, "लंडनहून संदेश आला आहे. उद्या सकाळी दहा वाजता कॅप्टन पीटर मे मला भेटायला येणार आहेत."

त्यांच्या सेक्रेटरीने डायरीत तशी नोंद करून ठेवली. "या कॅप्टन मे यांच्या पार्श्वभूमीसंबंधी काही नोट्स काढून ठेवाव्या लागतील का, सर?"

"नाही, नाही. मी या कॅप्टन मे यांना भेटावं, असं फॉरेन ऑफिसरला का वाटतंय, देव जाणे. फक्त उद्या ते इथे आले, की त्यांना थेट माझ्या ऑफिसात घेऊन या."

*

अखेरचा प्रवासी विमानातून उतरून जाईपर्यंत हॅरी तसाच बसून राहिला. त्यानंतर तो विमानातल्या कर्मचाऱ्यांसोबत बाहेर पडला. कस्टम्समधून तपासणी झाल्यावर तो जेव्हा विमानतळातून बाहेर पडला, तेव्हा समोरच एक मिनी बस उभी होती.

ड्रायव्हरने त्याचं सामान बसच्या डिकीत ठेवलं. हॅरी बसमध्ये शिरला. मिस कॅरिकने हसून त्याचं स्वागत केलं.

"मी तुमच्या इथे बसू का?" हॅरी म्हणाला.

“हो, बसा ना,” असं म्हणत तिने सरकून त्याला जागा करून दिली.

त्या दोघांनी शेकहँड केल्यावर हॅरी म्हणाला, “माझं नाव पीटर.”

“आणि मी ॲनाबेल. तुम्ही अर्जेंटिनात कसे काय आला आहात? काही काम आहे का?” ती म्हणाली. बस शहराच्या दिशेने धावू लागली होती.

“माझा भाऊ डिक् इथे नोकरी करतो. आम्ही दोघं गेल्या कित्येक वर्षांत एकमेकांना भेटलेलोच नाही. आता त्याचा चाळिसावा वाढदिवस आहे, म्हणून मी मुद्दाम सवड काढून आलो.”

“तुमचा मोठा भाऊ वाटतं?” ॲनाबेल हसून म्हणाली. “तो काय करतो?”

“तो मेकॅनिकल इंजिनिअर आहे. गेली पाच वर्षं तो ‘पराना डॅम प्रोजेक्ट’वर काम करतोय.”

“मी त्याच्याविषयी कधी ऐकलंसुद्धा नाहीये.”

“कसं ऐकणार? ते कुठेतरी भलत्याच ठिकाणी आहे.”

“वेल. मग जेव्हा तो ब्युनॉस आयर्सला येईल, तेव्हा त्याला फार मोठा धक्का बसणार आहे. जगातील नानाविध जाती, धर्म आणि संस्कृतीची माणसं इथे बघायला मिळतात. माझं हे अत्यंत आवडतं शहर आहे,” ती म्हणाली.

“मग या खेपेला इथे तुमचा किती दिवस मुक्काम आहे?” हॅरी मुद्दामच विषय बदलत म्हणाला. कारण या आपल्या नव्या कुटुंबीयांविषयी त्याच्याजवळची माहिती आता हळूहळू संपुष्टात येत चालली होती.

“माझा मुक्काम फक्त अठ्ठेचाळीस तास आहे. तुम्हाला ब्युनॉस आयर्स शहर माहीत आहे का? नसलं, तर तुमची मजा आहे,” ती म्हणाली.

“नाही, मी इथे पहिल्यांदाच येतोय,” हॅरी म्हणाला. आत्तापर्यंत त्याने एकही चूक केलेली नव्हती. सर ॲलन यांनी त्याला सावधगिरीची सूचना दिलीच होती. “तुम्ही तुमचं लक्ष जराही विचलित होऊ देऊ नका. कारण जरा जरी लक्ष ढळलं, तरी माणसाच्या हातून चूक होते.”

“मग तुम्ही जेव्हा ड्यूटीवर असता, तेव्हा कोणता रूट घेता?” ती म्हणाली.

“मी ट्रान्स अटलांटिक फ्लाय करतो – न्यूयॉर्क, बोस्टन आणि वॉशिंग्टन,” हॅरी आत्मविश्वासाने म्हणाला. फॉरेन ऑफिसरच्या त्या अनामिक माणसाने हॅरीची जेव्हा तयारी करून घेतली होती, तेव्हा त्याचा हाच रूट सांगायला सांगितला होता; कारण आपल्या पुस्तकाच्या प्रसिद्धी दौऱ्यावर असताना हॅरीने या तीनही शहरांना भेट दिली होती.

“वा, छान मजा असेल मग!” ती म्हणाली. “पण इथे आलाच आहात, तर इथल्या ‘नाईट लाईफ’चा अनुभव घ्यायला विसरू नका. अर्जेंटिनाचे लोक इतके पुढारलेले आहेत, की अमेरिकन त्यांच्यापुढे जुनाट वाटतील.”

“मी माझ्या भावाला कुठे खास ठिकाणी घेऊन जाऊ का?”

“द लिझर्ड’ नावाच्या क्लबमधले टँगो डान्सर्स फार चांगले आहेत. पण मी तर असंही ऐकलंय, की ‘मॅजेस्टिक’मधलं जेवण फार सुंदर असतं. आम्ही इथे आल्यावर सगळे मिळून इंडिपेंडंट अॅव्हेन्यूमधल्या ‘मेटॅडोर क्लब’मध्ये जातो. त्यामुळे जर तुम्हाला आणि तुमच्या भावाला वेळ असेल, तर तुम्हीसुद्धा आमच्या बरोबर येऊ शकता.”

“थँक यू,” हॅरी म्हणाला. बस हॉटेलच्या बाहेर येऊन थांबली. “कदाचित आम्ही तसं करूसुद्धा,” हॅरी म्हणाला.

त्याने उतरताना अॅनाबेलची सूटकेस उचलून हॉटेलात आणली.

“हे हॉटेल छान आहे आणि तसं स्वस्त आहे,” ती म्हणाली. “पण तुम्हाला जर टब बाथ घ्यायचा असेल, तर मग पाणी तापायची वाट पाहण्यात काही अर्थ नसतो. एकतर रात्री झोपण्यापूर्वी किंवा पहाटे लवकर उठून टब बाथ घ्यायचा,” लिफ्टमध्ये शिरत असताना ती म्हणाली.

लिफ्ट चौथ्या मजल्यावर पोहोचताच तिचा निरोप घेऊन अंधाऱ्या कॉरिडॉरमधून हॅरी त्याच्या ४६९ नंबरच्या खोलीकडे आला. किल्लीने दार उघडून आत शिरल्यावर त्याच्या लक्षात आलं, की कॉरिडॉरइतकीच खोलीही अंधारीच होती. एक भला मोठा डबल बेड होता. त्याच्या गादीला मध्यभागी झोळ आलेला होता. बेसिनचा नळ गळत होता. त्यातून तांबूस पाणी झिरपत होतं. शेजारी एक लहानसा टॉवेल टांगला होता. जेमतेम चेहरा पुसला जाईल, इतकाच. त्याला सर अॅलन यांच्या नोट्सची आठवण झाली. त्यात त्यांनी लिहिलं होतं, ‘तुम्हाला मुद्दामच एका अशा हॉटेलात उतरवण्यात येत आहे, जिथे मार्टिनेझ किंवा त्याची माणसं फिरकणंही शक्य नाही.’ त्यांनी असं का लिहिलं होतं, ते त्याला कळलं. ‘आपली आई इथे व्यवस्थापक म्हणून हवी होती,’ त्याच्या मनात आलं.

आपली कॅप काढून तो पलंगाच्या कडेवर बसला. एमाला फोन करण्याची त्याला इच्छा झाली. तिची खूप तीव्रतेने आठवण येत होती. पण सर अॅलन यांच्या स्पष्ट सूचना होत्या– फोन नाही, नाईट क्लब नाही, प्रेक्षणीय स्थळांना भेटी नाहीत, खरेदी नाही आणि अॅम्बेसेडर साहेबांच्या भेटीसाठी बाहेर पडायला लागेल तोपर्यंत हॉटेलच्या खोलीबाहेर पाऊलही टाकायचं नाही. तो पलंगावर आडवा झाला. त्याच्या मनात विचारांनी पिंगा घालायला सुरुवात केली होती – सेबॅस्टियन, एमा, सर अॅलन, मार्टिनेझ, द मेटॅडोर क्लब... मग कधीतरी निद्रादेवीने कॅप्टन मेचा ताबा घेतला.

३७

झोपेतून जाग येताच हॅरीने पलंगाशेजारचा दिवा लावून घड्याळात किती वाजले ते पाहिलं. मध्यरात्रीचे २:२६ झाले होते. मग त्याच्या लक्षात आलं, तो कपडे न बदलताच झोपी गेला होता.

तो कसाबसा उठून खिडकीपाशी गेला. त्याने खिडकीतून वाकून खाली पाहिलं. रस्त्यावर अजूनही वर्दळ होती. दिव्यांचा लखलखाट होता. शहर अजून झोपलं नव्हतं. त्याने पडदे लावून घेतले आणि कपडे बदलून पुन्हा आडवा झाला. आता लगेच झोप लागेल, असं त्याला वाटलं होतं. पण तसं काहीच झालं नाही. परत एकदा विचारांनी मनात थैमान घातलं. मार्टिनेझ, सेब, सर ॲलन, एमा, गाइल्स आणि जेसिका या सर्वांच्या विचाराने त्याला झोप लागेना.

पहाटेचे साडेचार वाजले तरीही तो जागाच होता. अखेर आपल्याला झोप लागेल ही आशा सोडून देऊन त्याने अंघोळ करायचं ठरवलं आणि त्यानंतर कशी कोण जाणे, त्याला झोप लागली. नंतर त्याला जेव्हा जाग आली, तेव्हा त्याने घाईने उठून पडदे सारले. सूर्याची कोवळी किरणं आत आली. त्याने घड्याळात पाहिलं. सकाळचे सात वाजून दहा मिनिटं. त्याला फार मरगळ आली होती. गरम पाण्याने अंघोळ करावीशी वाटत होती.

खोलीतील कपाटात ड्रेसिंग गाऊन सापडतो का, ते त्याने पाहिलं. पण त्याऐवजी एक लहानसा टॉवेल आणि साबणाची अगदी पातळ वडी त्याला मिळाली. खोलीच्या आत बाथरूम नव्हतीच. तो बाहेर पडून कॉरिडॉरच्या टोकाला असलेल्या बाथरूमकडे निघाला. पण बाथरूममध्ये कुणीतरी अंघोळ करत होतं. दार

बंद होतं आणि आतून पाण्याचा आवाज येत होता. पण हॅरी बाहेर नंबर लावून थांबला. जरा वेळात दार उघडून आतून जो माणूस बाहेर आला, त्याला आयुष्यात पुन्हा कधीही भेटण्याची हॅरीची इच्छा नव्हती.

"गुड मॉर्निंग, कॅप्टन," तो माणूस हॅरीचा रस्ता अडवून म्हणाला.

"गुड मॉर्निंग मिस्टर बोल्टन," असं म्हणत हॅरी त्याला टाळून बाथरूममध्ये शिरू लागला.

"घाई करू नका साहेब. त्या बाथटबमधलं पाणी वाहून जाऊन तो रिकामा व्हायला अजून अर्धा तास तरी लागेल. शिवाय पुन्हा तो भरायला आणखी पंधरा मिनिटं जातील."

त्यावर हॅरी काहीच बोलला नाही. आपण जर काही उत्तरच दिलं नाही, तर हा माणूस त्यावरून काहीतरी समजून घेईल आणि पुन्हा आपल्याशी बोलायला येणार नाही, असा त्याने मनाशी विचार केला. पण तसं काहीही घडलं नाही. "तुम्ही त्यांचे अगदी जुळे भाऊ शोभाल," तो अगोचर माणूस म्हणाला, "गमतीची गोष्ट अशी, की त्या लेखकाच्या पुस्तकांच्या नायकाचं नाव विल्यम वॉरविक असतं, हे मला आठवतंय. पण त्या लेखकाचं नाव काही आठवत नाहीये. माझ्या अगदी ओठांवर आहे ते नाव."

पण बाथटब रिकामा झाल्याचा गुडगुड असा आवाज बाथरूममधून येताच हॅरी लगेच आत शिरण्याचा प्रयत्न करू लागला. आता तो माणूस मोठ्या नाइलाजानेच दूर झाला.

हॅरीने बाथरूममध्ये घुसून दार घाईने आतून लावून घेतलं आणि पाण्याचा नळ सोडला. एवढ्यात त्याला बंद दारापलीकडे कॉरिडॉरमध्ये दोन माणसं बोलत असल्याचा भास झाला. दोन माणसं होती का तीन? दाराबाहेर रांग लागली असावी.

हॉटेलने दिलेला साबण कसाबसा पुरला. हॅरी अंघोळ करून अंग पुसू लागताच एवढासा टॉवेल ओलाचिंब होऊन गेला. हॅरी दार उघडून बाहेर आला तेव्हा उतावीळपणे त्याच्या बाहेर येण्याची वाट पाहणारे अनेक नाराज चेहरे तिथे होते. इतकी मोठी रांग होती, की त्यातला शेवटचा माणूस अंघोळ आटोपून तयार होऊन खालच्या मजल्यावर हॉटेलच्या ब्रेकफास्ट रूममध्ये येईल, तेव्हा त्याला खायला काही शिल्लक तरी असेल की नाही, असा विचार हॅरीच्या मनात आला. 'मिस कॅरिकने जे सांगितलं ते बरोबरच होतं. आपण मध्यरात्री उठून अंघोळ करायला हवी होती,' असं त्याला वाटलं.

खोलीत आल्यावर तो कपडे घालून झटपट तयार झाला. विमानातून उतरल्यानंतर आपण काहीच खाल्लेलं नाही, हे त्याच्या लक्षात आलं. खोली बंद करून तो लिफ्टने खाली ब्रेकफास्टरूममध्ये आला. आत शिरताक्षणी लगेच समोरच ब्रेकफास्ट घेत बसलेले मिस्टर बोल्टन त्याच्या नजरेस पडले. हॅरी तसाच माघारी फिरला. 'खोलीत जाऊन तिथेच नाश्ता मागवावा का? पण या हॉटेलात रूम सर्व्हिस मिळत

तरी असेल का?' असं त्याच्या मनात आलं. अँबॅसेडर साहेबांबरोबरची मीटिंग दहा वाजता होती. हॉटेलपासून एम्बसीपर्यंतचा रस्ता चालत दहा ते पंधरा मिनिटांच्या अंतरावर होता. खरं तर आत्ता हॉटेलच्या बाहेर पडून जवळपासच्या एखाद्या कॅफेत जाऊन नाश्ता घेण्याएवढा वेळ त्याच्याकडे निश्चितच होता. पण उगाच कारण नसताना बाहेर पडायचं नाही, परक्या लोकांच्या नजरेस पडायचं नाही, असं सर ॲलन यांनी त्याला अनेकदा बजावून सांगितलं होतं. मग आपण हॉटेलातून लवकर बाहेर पडून जरा रमतगमत चालत एम्बसीत जायचं, असं त्याने ठरवलं.

तो सावधगिरीने बाहेर पडला. आसपास कुठे ते मिस्टर बोल्टन दबा धरून बसलेले नव्हते, हे पाहून त्याला अगदी हायसं वाटलं. त्यामुळे तो हॉटेलातून व्यवस्थित बाहेर पडू शकला.

उजवीकडे वळून तीन ब्लॉक्स सरळ चालत जायचं त्यानंतर डावीकडे वळून आणखी दोन ब्लॉक्स चालल्यावर प्लाझा-दे-मेयो ही इमारत लागेल, हे त्याने प्रवासी गाईडमध्ये पाहून ठेवलं होतं. त्याचप्रमाणे तो निघाला. चौकात आल्यावर त्याने पाहिलं, तर यूनियन जॅकची निशाणं सर्वत्र फडकताना दिसत होती. ते नेमकं कशासाठी, हे हॅरीला कळेना.

त्याने रस्ता क्रॉस केला. ब्युनॉस आयर्स शहरात ट्रॅफिक लाईट्सच नव्हते. अशा ठिकाणी रस्ता ओलांडून पलीकडे जाणं, हे एक दिव्यच होतं. तो तसाच काँटिनेंटल ॲव्हेन्यूवरून चालत राहिला. वाटेत एस्ट्राडा नावाच्या नेत्याचा पुतळा दिसला. त्याच्यापाशी थांबून हॅरीने त्याचं निरीक्षण केलं. गाईड बुकमध्ये दिलेल्या माहितीनुसार आणखी दोनशे यार्डांवर एम्बसीचं प्रवेशद्वार होतं.

बरोबर नऊ वाजून तेहेतीस मिनिटांनी तो एम्बसीच्या प्रवेशद्वारासमोर उभा होता. अजून बराच अवकाश असल्यामुळे त्याने एम्बसीच्या इमारतीभोवती फेरफटका मारला. परत तो प्रवेशद्वारापाशी आला. तेव्हा नऊ वाजून त्रेचाळीस मिनिटं झाली होती. मग त्याने सावकाश आणखी एक प्रदक्षिणा केली. आता नऊ छपन्न झाले होते. अखेर तो प्रवेशद्वारातून आत शिरून सरळ चालत पुढे गेला. पायऱ्या चढून आतील भव्य दरवाज्यापाशी पोहोचला. बाहेर एका सुरक्षारक्षकाचा सशस्त्र पहारा होता. त्याच्या छातीवर शौर्यपदकं लटकत होती. तोही युद्धात लढून परत आल्याचं ते निदर्शक होतं. खरं म्हणजे टेक्सास रेंजर्सच्या लेफ्टनंट हॅरी क्लिफ्टनला जरा थांबून या सुरक्षा रक्षकाशी गप्पा मारण्याची इच्छा झाली, पण आज ते शक्य नव्हतं. तो रिसेप्शन डेस्कपाशी चालत निघाला इतक्यात एका तरुणीने पुढे होऊन त्याला थांबवलं. ''कॅप्टन मे तुम्हीच का?''

''होय. मीच.''

''माझं नाव बेकी शॉ. मी अँबॅसेडर सरांची प्रायव्हेट सेक्रेटरी आहे. मी तुम्हाला

थेट त्यांच्या ऑफिसात घेऊन यावं, अशी त्यांची सूचना आहे.''

"थँक यू,'' हॅरी म्हणाला. तिने त्याला एका लाल रुजामा घातलेल्या कॉरिडॉरमधून चालत अँबॅसेडर साहेबांच्या ऑफिसात नेलं. दारापाशी क्षणभर थांबून हलके टकटक करून ती दार उघडून आत शिरली. 'आपण भेटायला येऊ हे जर अँबॅसेडर साहेबांना अपेक्षित नसेल, तर काय करायचं?' अशी एक शंका त्याच्या मनाला चाटून गेली होती. पण अँबॅसेडरसाहेब आपलीच वाट बघत आहेत, हे त्याला आत्ता समजलं.

तो एका भल्या मोठ्या ऑफिसात शिरला. अँबॅसेडरसाहेब टेबलामागे खुर्चीवर बसले होते. त्यांच्या मागच्या भिंतीला मोठमोठ्या खिडक्या होत्या. हिज एक्सलन्सी अँबॅसेडर आकाराने लहान चणीचे होते. त्यांचा चेहरा उत्साही होता. ते उठून चालत हॅरीपाशी आले.

"कॅप्टन मे, तुमच्या भेटीचा योग आला, फार आनंद वाटला.'' त्यांनी हॅरीचा हात हातात घेऊन जोरात दाबला. "तुम्ही कॉफी आणि जिंजर बिस्किट्स घेणार का?''

"जिंजर बिस्किट्स? हो चालेल,'' हॅरी म्हणाला.

अँबॅसेडर साहेबांनी सेक्रेटरीला खूण केली. ती ताबडतोब बाहेर निघून गेली.

"मी तुमच्याशी स्पष्टच बोलतो,'' हॅरीला एका आरामशीर खुर्चीकडे घेऊन जात ते म्हणाले. खुर्चीसमोरच्या खिडकीतून एम्बसीचा फुललेला बगीचा आणि हिरवळ दिसत होती. अँबॅसेडर म्हणाले, "आपण एकमेकांना नक्की का भेटतोय याची खरं म्हणजे मला काहीही कल्पना नाही. फक्त कॅबिनेट सेक्रेटरींनी तुमची आणि माझी ही भेट घडवून आणली आहे, त्या अर्थी काहीतरी तसंच महत्त्वाचं कारण असणार, अशी माझी खातरीच आहे. ते उगाच कोणाचा वेळ वाया घालवणार नाहीत.''

त्यावर हॅरीने खिशातून एक लिफाफा काढून तो अँबॅसेडरसाहेबांच्या हाती ठेवला. त्याचबरोबर ब्रीफकेसमधून फाईल काढून त्यांना दिली.

लिफाफ्यावरची मोहर पाहून अँबॅसेडर म्हणाले, "अशा शिक्क्याची पत्रं सहसा मला फारशी येत नाहीत.''

इतक्यात दार उघडून कॉफी आणि बिस्किटांचा ट्रे घेऊन बेकी आत आली. तिने तो ट्रे टेबलावर ठेवला. अँबॅसेडरसाहेबांनी पत्र काढून अगदी सावकाश वाचलं, पण बेकी निघून जाईपर्यंत ते एक शब्दही बोलले नाहीत.

"माझी अशी समजूत होती, की डॉन पेड्रो मार्टिनेझविषयी मला इत्थंभूत माहिती आहे. पण आता मात्र असं वाटतंय, की मी या माणसाला काहीच ओळखलं नाही. तुम्ही मला सगळं काही सुरुवातीपासून सांगता का, कॅप्टन मे?''

"माझं खरं नाव हॅरी क्लिफ्टन,'' हॅरीने सांगण्यास सुरुवात केली. दोन कप कॉफी प्यायल्यावर तो हॉटेल मेलोंगामध्ये येऊन कसा थांबला, इथपर्यंतची हकिकत

सांगून झाली होती. आपण आपल्या मुलाला फोन करून त्याला सावध का करू शकत नाही, त्याला ताबडतोब इंग्लंडला परत का घेऊन जाऊ शकत नाही, हेही त्याने त्यांना स्पष्ट करून सांगितलं.

अँबॅसेडर साहेबांची जी काही प्रतिक्रिया आली, ती ऐकून हॅरीला धक्काच बसला. ते म्हणाले, "मिस्टर क्लिफ्टन, तुम्हाला एक गोष्ट सांगू का? जरी फॉरेन सेक्रेटरी साहेबांनी मला या मार्टिनेझची हत्या करण्याचा हुकूम दिला असता ना, तरी मी अत्यंत आनंदाने त्या हुकमाचं पालन केलं असतं. या नराधमाने आजवर किती जणांना आयुष्यातून उठवलंय, याची तर गणतीच नाही."

"आणि पुढचा नंबर माझ्या मुलाचा आहे," हॅरी म्हणाला.

"मी असं काहीही होऊ देणार नाही. त्याच्या केसालाही मी धक्का लागू देणार नाही. माझ्यामते तुमच्या मुलाची सुरक्षितता ही सर्वांत महत्त्वाची आहे आणि त्यानंतर जर शक्य झालंच, तर हा मार्टिनेझ कुठल्या चोरट्या मार्गाने तो पैसा इंग्लंडमध्ये नेतो, ते आम्हाला शोधून काढायचं आहे. माझी खातरी आहे, सर ॲलन यांचंही अगदीच असंच मत असेल.

"फक्त सर ॲलन यांच्या पत्रावरून तरी असंच वाटतंय, की मार्टिनेझ हा पैसा इंग्लंडला नक्की कोणत्या मार्गाने, कसा नेणार आहे ही गोष्ट केवळ तुमच्या मुलालाच कळण्याची शक्यता आहे. तुम्हाला काय वाटतं मिस्टर क्लिफ्टन?"

"होय सर. पण त्यासाठी मला त्या मार्टिनेझच्या नकळत काहीही करून माझ्या मुलाशी बोलावं लागेल. त्याला सगळी परिस्थिती नीट समजावून सांगावी लागेल," हॅरी म्हणाला.

"हो. आलं लक्षात," अँबॅसेडर म्हणाले. ते क्षणभर डोळे मिटून विचारमग्न अवस्थेत बसून राहिले. ते डोळे न उघडताच म्हणाले, "एक युक्ती अशी आहे, की आपण त्या मार्टिनेझला असं काहीतरी देऊ करायचं, जे त्याला पैशाने कधीच विकत घेता येणार नाही."

मग ते उठून खिडकीपाशी गेले. खाली बगीच्यातील हिरवळीवर मेजवानीची जोरात तयारी चालू होती.

"तुमच्या माहितीप्रमाणे मार्टिनेझ आणि तुमचा मुलगा उद्या ब्युनॉस आयर्सला येऊन दाखल होतील ना?"

"हो. 'एस. एस. साऊथ अमेरिका' हे जहाज उद्या सकाळी सहा वाजता बंदरात येऊन दाखल होणार आहे."

"तुम्हाला हे माहीत आहे ना मिस्टर क्लिफ्टन, की प्रिन्सेस मार्गारेट यांची एम्बसीला ऑफिशियल व्हिजिट आहे?"

"बाहेर मी झेंडे फडकताना पाहिले खरे," हॅरी म्हणाला.

अँबॅसेडर हसले. "हर हायनेस येथे केवळ अठ्ठेचाळीस तास असणार आहेत. त्यांच्या सन्मानार्थ येथे सोमवारी दुपारी गार्डन पार्टी आयोजित करण्यात येत आहे. या पार्टीसाठी ब्युनॉस आयर्समधील काही प्रतिष्ठित व्यक्तींना निमंत्रण करण्यात आलं आहे. या पार्टीला येण्यासाठी मार्टिनेझ अत्यंत उत्सुक असल्याचं माझ्या कानावर आहे, पण अजून तरी आमच्याकडून त्याला निमंत्रण गेलेलं नाही. पण माझ्या मनात जो बेत शिजतोय, तो जर प्रत्यक्षात आणायचा असेल, तर आपल्याला तातडीने हालचाल करावी लागेल."

अँबॅसेडर साहेबांनी टेबलाखालचं बटण दाबलं. क्षणार्धात नोटपॅड आणि पेन्सिल घेऊन मिस शॉ हजर झाली.

"सोमवारच्या रॉयल गार्डन पार्टीचं निमंत्रण मिस्टर डॉन पेड्रो मार्टिनेझ यांना ताबडतोब पाठवून द्या," ते म्हणाले. तिला जरी मनातून आश्चर्य वाटलं असलं, तर ते तिने चेहऱ्यावर निश्चितच दिसू दिलं नाही. "त्याचबरोबर त्यांना एक पत्रसुद्धा पाठवायचं आहे," ते पुढे म्हणाले.

मग त्यांनी डोळे मिटून मनातल्या मनात मजकुराची जुळवाजुळव केली.

"माननीय श्री. डॉन पेड्रो,

मला तुम्हाला कळवण्यास आनंद होतो की– नाही... नाही... असं लिहा– विशेष आनंद होतो, की येत्या सोमवारी एम्बसीच्या रॉयल गार्डनमध्ये होणाऱ्या मेजवानीचं निमंत्रण या पत्रासोबत जोडत आहे. या कार्यक्रमाला हर हायनेस प्रिन्सेस मार्गारेट यांची विशेष उपस्थिती असणार आहे– नाही... नाही... थांबा... विशेष हा शब्द आधी एकदा वापरलाय ना... मग तो खोडून टाका. हे निमंत्रण दोन व्यक्तींसाठी असून, तुम्ही तुमच्यासोबत आणखी एका व्यक्तीस आणू शकता. पण तुमच्याकडे असलेल्या माणसांपैकी इंग्रजी अस्खलितपणे बोलू शकणाऱ्या व्यक्तीला तुम्ही घेऊन आलात, तर प्रिन्सेस मार्गारेट यांना ते नक्कीच आवडेल. तुमच्या भेटीची अपेक्षा... वगैरे वगैरे पुढचं तुम्ही लिहालच ना? आणि हे पत्र पुरेसं दिखाऊ आणि भपकेबाज झालंय ना?"

"हो," मिस शॉ म्हणाली. हॅरी काहीही न बोलता गप्प राहिला.

"आणि मिस शॉ, हे लगेच टाईप करून माझ्याकडे सहीला आणा आणि नंतर ताबडतोब हे मिस्टर मार्टिनेझच्या ऑफिसात पाठवून द्या. म्हणजे उद्या ते इकडे येऊन पोहोचले, की त्यांना ते लगेच मिळेल."

"सर, मी या पत्रावर तारीख कोणती घालू?"

“वा! चांगला प्रश्न आहे. खरंच, याचा नीट विचार करायला हवा,” असं म्हणून अँबॅसेडर साहेब डेस्कवरच्या कॅलेंडरकडे निरखून बघत म्हणाले, “तुमचा मुलगा इंग्लंडहून मार्टिनेझबरोबर नक्की किती तारखेला निघाला?”

“सोमवारी, दहा जूनला, सर.”

मग अँबॅसेडर परत कॅलेंडरवर दृष्टिक्षेप टाकून म्हणाले, “सात तारीख टाका. पत्र उशिरा मिळण्याचं खापर आपण टपालखात्याच्या माथ्यावर फोडू. सगळे नाहीतरी तसंच करतात.”

सेक्रेटरी खोलीतून बाहेर निघून जाईपर्यंत ते काहीच बोलले नाहीत.

“आता मिस्टर क्लिफ्टन, मी तुम्हाला माझा बेत अगदी नीट स्पष्ट करून सांगतो.”

❋

दुसऱ्या दिवशी, पहाटे सहा वाजता मार्टिनेझच्या सोबत जेव्हा ‘एस. एस. साऊथ अमेरिका’ जहाजातून सेबॅस्टियन खाली उतरला, तेव्हा ते पाहायला हॅरी तिथे नव्हता. पण अँबॅसेडर साहेबांच्या सेक्रेटरीने मात्र प्रत्यक्ष डोळ्यांनी पाहून तशी खातरी करून घेतली. तिने नंतर हॅरीच्या हॉटेलात त्याला चिठ्ठी पाठवून ती गोष्ट कळवली. त्याचबरोबर तिने त्याला दुसऱ्या दिवशी दुपारी ठीक दोन वाजता एम्बसीच्या कडेच्या दारापाशी हजर राहण्यास सांगितलं. सर्व निमंत्रित दुपारी तीनपासून येण्यास सुरुवात होणार होती.

अँबॅसेडर साहेबांनी टाकलेल्या गळाला आता या मार्टिनेझचा मासा खरंच लागतो की नाही, याचा विचार करत हॅरी पलंगावर कितीतरी वेळ बसून होता.

❋

“हे निमंत्रण कधी आलं?” मार्टिनेझ एम्बसीकडून आलेली निमंत्रण पत्रिका हातात फडकावत जोरात ओरडला.

“अँबॅसेडर साहेबांचा माणूस काल सकाळी येऊन हे देऊन गेला,” सेक्रेटरी म्हणाला.

“ब्रिटिश लोकांकडून असं शेवटच्या घटकेला कसं काय निमंत्रण आलं?” मार्टिनेझ जरा संशयानेच म्हणाला.

“अँबॅसेडर साहेबांच्या पर्सनल सेक्रेटरीने स्वत: फोन करून दिलगिरी व्यक्त केली. त्यांनी पाठवलेल्या अनेक निमंत्रणांना जेव्हा लोकांकडून काहीच उत्तरं आली नाहीत, तेव्हा त्यांनी एकेका निमंत्रिताला फोन करून निमंत्रण मिळालं की नाही, असं विचारायला सुरुवात केली. तेव्हा टपालखात्याच्या गोंधळामुळे असा प्रकार झाल्याचं

त्यांच्या लक्षात आलं. ती सेक्रेटरी असंही म्हणाली, की आता कदाचित पोस्टाने तुम्हाला आधीचं निमंत्रण मिळेल. त्याच्याकडे दुर्लक्ष करा.''

''हे हरामखोर टपालखातं,'' मार्टिनेझ म्हणाला. त्याने ते निमंत्रण आपल्या मुलाच्या हातात देऊन स्वत: त्यासोबतचं पत्र वाचायला सुरुवात केली.

''या कार्डवर लिहिलेलं पाहिलंस ना?'' तो मुलाला म्हणाला. ''मला आणखी एकाला सोबत घेऊन जाता येईल. तुला यायचंय का?''

''काय विनोद करता की काय?'' त्याचा मुलगा दिएगो उपहासाने म्हणाला. ''त्या इंग्लिश पार्टीत लोकांचे पाय चाटायला मी कशाला येऊ? त्या पेक्षा चर्चमध्ये जाऊन देवासमोर गुडघे टेकेन मी.''

''ठीक आहे. मग मी सेबॅस्टियनलाच माझ्यासोबत घेऊन जाईन. तो शेवटी एका 'लॉर्ड'चा नातू आहे. त्यामुळे ब्रिटिश खानदानी घराण्यातल्या लोकांशी माझे घनिष्ठ संबंध आहेत, असं त्यांना वाटेल.''

''बरं, तो पोरगा आत्ता नक्की कुठे आहे?''

''मी त्याला काही दिवसांसाठी रॉयल हॉटेलमध्ये ठेवतोय.''

''पण मुळात त्याला इकडे घेऊन येण्यामागचं कारण तुम्ही काय दिलंत?''

''मी त्याला असं सांगितलं, की मला एक खूप महत्त्वाचं पार्सल इंग्लंडच्या 'सोदबीज्'कडे पोहोचवायचं आहे. ते काम त्याने केलं, तर मी त्याला त्याचा चांगला मोबदला देईन. शिवाय सुटीतले काही दिवस ब्युनॉस आयर्समध्ये घालवायला मिळतील हे वेगळंच.''

''पण त्या क्रेटमध्ये काय असेल, हे तुम्ही त्याला सांगणार आहात का?''

''अर्थातच नाही सांगणार. त्याला जास्त काही माहिती नसलेलीच बरी.''

''हवं तर मी त्याच्याबरोबर जाऊ का? म्हणजे काही घोळ व्हायला नको.''

''छे, छे. तू मुळीच जाऊ नकोस, नाहीतर सगळाच खेळ खलास होईल. तो पोरगा 'क्वीन मेरी' जहाजाने इंग्लंडला परत जाईल आणि आपण नंतर विमानाने लंडनला जाऊ. म्हणजे ते ब्रिटिश कस्टमवाले आपल्या दोघांसाठी जाळं लावून बसतील आणि तिकडे तो पोरगा हातोहात निसटेल. शिवाय सोद्बीजच्या लिलावाला सुरुवात होण्याआधीच आपण लंडनला पोहोचलेले असू.''

''मी तुमच्या वतीने त्या लिलावात बोली लावू ना?''

''हो, हो. ते मात्र ठरल्याप्रमाणेच होईल. आपल्या कुटुंबाबाहेरच्या कुणावरच मी ही जबाबदारी सोपवू शकत नाही.''

''पण मला तिथे जर कुणी ओळखलं, तर सगळीच गडबड नाही का होणार?''

''नाही होणार, कारण ही बोली तू फोनवरून लावायची आहेस.''

३८

"**मि**स्टर प्रेसिडेंट, आपण प्लीज इथे थांबाल का?" अँबॅसेडर अदबीने म्हणाले. "हर हायनेस सर्वांत प्रथम आपल्यापाशीच येतील. तुम्हाला एकमेकांशी बरंच काही महत्त्वाचं बोलायचं असेल."

त्यावर प्रेसिडेंट म्हणाले, "माझं इंग्लिश काही इतकं चांगलं नाही."

"त्याचा विशेष प्रश्न येणार नाही," अँबॅसेडर म्हणाले. "हर हायनेसना त्या गोष्टीची सवय आहे."

त्यानंतर एक पाऊल पुढे टाकून अँबॅसेडर प्रेसिडेंटच्या उजवीकडे जाऊन म्हणाले, "गुड आफ्टरनून प्राईम मिनिस्टर. प्रेसिडेंटच्या नंतर हर हायनेस प्रिन्सेस मार्गारेट यांची आणि तुमची ओळख करून देण्यात येईल. प्रेसिडेंटशी बोलून झाल्यावर त्या लगेच तुमच्याशी बोलतील."

"हर मॅजेस्टी यांच्याशी बोलताना नक्की कोणत्या शब्दांनी सुरुवात करायची, हे तुम्ही मला त्या वेळी परत एकदा सांगाल ना?"

"ऑफ कोर्स, सर," अँबॅसेडर म्हणाले.

"हर रॉयल हायनेस तुमच्याकडे पाहून म्हणतील, 'गुड आफ्टरनून, प्राईम मिनिस्टर.' त्यानंतर तुम्ही त्यांचा हात हातात घेण्यापूर्वी किंचित झुकून त्यांना अभिवादन करायचं." असं म्हणून अँबॅसेडर साहेबांनी स्वत: तसं करून दाखवलं. त्याबरोबर तिथे उपस्थित असलेल्या बऱ्याच लोकांनी त्याचा सराव केला.

अँबॅसेडर पुढे म्हणाले, "तुम्ही त्यांना आधी झुकून अभिवादन करून नंतर म्हणायचं, 'गुड आफ्टरनून युवर रॉयल हायनेस.' मग प्रिन्सेस त्यांच्या पसंतीच्या

कुठल्याही विषयाबद्दल संभाषण सुरू करतील. त्या अनुषंगाने तुम्ही प्रतिक्रिया द्यायची. दुसरी महत्त्वाची गोष्ट म्हणजे, तुमच्यापैकी कुणीही हर मॅजेस्टींना आपण होऊन प्रश्न विचारायचे नाहीत. तो त्यांचा अनादर मानला जातो. शिवाय त्यांच्याशी काहीही बोलण्याआधी 'मॅम' असं संबोधायचं. आपण 'जॅम' म्हणतो ना, तसं 'मॅम' म्हणजे मग कसलाच प्रश्न नाही. त्यानंतर हर हायनेस तुमच्याशी बोलणं संपवून मेयर साहेबांशी बोलायला वळल्या, की तुम्ही परत एकदा झुकून त्यांना अभिवादन करून म्हणायचं, 'गुडबाय, युवर रॉयल हायनेस.'''

पंतप्रधानांच्या चेहऱ्यावर बुचकळ्यात पडल्याचे भाव होते.

''हर रॉयल हायनेस आता काही क्षणांतच इथे येतील,'' अँबॅसेडर म्हणाले. त्यानंतर ते ब्युनॉस आयर्सच्या मेयरकडे वळले. त्यांना पण हे सगळं काही नीट समजावून सांगून झाल्यावर ते म्हणाले, ''तुमच्यानंतर आणखी कुणाशीही त्यांची अधिकृतरीत्या ओळख करून दिली जाणार नाही.''

अँबॅसेडर साहेबांनी एकवार समोर नजर टाकली. मेयर साहेबांना लागूनच मार्टिनेझ उभा होता. त्याच्यासोबत असलेला तो तरुण मुलगा नक्की हॅरी क्लिफ्टनचा मुलगा असणार, हे त्यांनी ताडलं. अँबॅसेडर साहेबांना पाहताच सेबॅस्टियनला तिथेच सोडून मार्टिनेझ थेट त्यांच्याकडे चालत आला.

''मला हर मॅजेस्टींना भेटता येईल का?''

''तुमची आणि हर रॉयल हायनेसची भेट घडवून आणण्याचा माझा बेत आहे; परंतु त्यासाठी तुम्ही तुमच्या जागेवरच उभे राहा. जरासुद्धा इकडे तिकडे जाऊ नका, मिस्टर मार्टिनेझ. त्यांची मेयर साहेबांशी भेट झाल्यावर मी लगेच त्यांना तुमच्यापाशी घेऊन येईन. पण तुम्ही तुमच्यासोबत ज्या कुणाला आणलं असेल, त्यांची आणि हर रॉयल हायनेसची भेट घडवून आणता येणार नाही. प्रिन्सेस एका वेळी दोन व्यक्तींशी बोलत नाहीत. ते शिष्टाचारसंमत नाही. त्यामुळे तुमच्यासोबत आलेल्या त्या तरुणाला जरा मागेच थांबावं लागेल.''

''हो, हो. तो मागे थांबेल,'' मार्टिनेझ घाईने म्हणाला.

''चला, मी आता निघतो. अजून थोडी तयारी राहिली आहे,'' असं म्हणत अँबॅसेडर लगबगीने त्या गजबजलेल्या लॉनकडे निघून गेले. त्यानंतर तिथून ते आपल्या ऑफिसात परत गेले.

सन्माननीय अतिथी ऑफिसात येऊन सिगरेट ओढत अँबॅसेडर साहेबांच्या पत्नीशी गप्पा मारत बसल्या होत्या.

अँबॅसेडर अदबीने झुकून म्हणाले, ''मॅम, आम्ही तयार आहोत.''

''चला तर मग,'' प्रिन्सेस सिगरेट अॅश ट्रेमध्ये विझवत म्हणाल्या.

अँबॅसेडर प्रिन्सेसना घेऊन बाल्कनीत आले. तिथे दोघंही क्षणभर उभे राहिले.

स्कॉट्स गार्डच्या बँडच्या संचालकाने काठी वर करून आदेश दिल्यावर देशाचं राष्ट्रगीत वाजण्यास सुरुवात झाली. सर्व जण शांतपणे उभे राहिले.

राष्ट्रगीताची धून संपल्यावर हर रॉयल हायनेस रेड कार्पेटवरून सावकाश चालत लॉनकडे आल्या. सर्वांत प्रथम अँबॅसेडर साहेबांनी त्यांची ओळख प्रेसिडेंट पेड्रो आरांबुरू यांच्याशी करून दिली.

"मिस्टर प्रेसिडेंट, तुम्हाला पुन्हा एकदा भेटण्याची संधी मिळाली याचा आनंद वाटला," प्रिन्सेस म्हणाल्या. "आजची आमची सकाळ फारच सुंदर गेली, त्याबद्दल मनापासून धन्यवाद. तुमचं असेंब्ली सेशन आम्हाला पाहायला मिळालं आणि तुमच्याबरोबर तसंच तुमच्या कॅबिनेट मंत्रिमंडळाबरोबर भोजनाची संधी मिळाली, त्याबद्दल तुमचे विशेष आभार."

"तुमचं आतिथ्य करण्याची संधी आम्हाला मिळाली, हा आम्ही आमचा बहुमानच समजतो," एवढं एकच वाक्य प्रेसिडेंट म्हणाले, कारण ते त्यांनी आधीच मुखोद्गत केलं होतं.

त्यावर प्रिन्सेसनी काहीतरी छोटासा विनोद केला. आजूबाजूचे सर्व जण हसल्यावर प्रेसिडेंटसुद्धा हसले. पण ते का हसले, हे मात्र त्यांना कळलं नव्हतं.

अँबॅसेडर साहेबांनी प्रेसिडेंटच्या खांद्यावरून पलीकडे दृष्टिक्षेप टाकला. पंतप्रधान, मेयर आणि मार्टिनेझ हे सर्व जण आपापल्या ठरलेल्या जागी तयारीत उभे होते. त्यांच्या हेसुद्धा लक्षात आलं, की मार्टिनेझची नजर प्रिन्सेस मागरिट यांच्यावर खिळलेली होती. ती संधी साधून त्यांनी आपली सेक्रेटरी बेकी हिला खूण केली. ती लगेच पुढे होऊन सेबॅस्टियनच्या अगदी जवळ जाऊन उभी राहत कुजबुजली, "मिस्टर क्लिफ्टन."

तो गर्रकन मागे वळला. या ठिकाणी आपलं नाव कुणाला आणि कसं काय कळलं, याचं आश्चर्य त्याच्या चेहऱ्यावर उमटलं होतं.

"मी अँबॅसेडर साहेबांची प्रायव्हेट सेक्रेटरी आहे. तुम्ही जरा माझ्यासोबत येता का? त्यांचं एक काम आहे."

"मी डॉन पेड्रो यांना सांगून येऊ का?"

"नाही, अजिबात नाही," बेकी ठामपणे म्हणाली. "जास्त वेळ लागणार नाही. चला लगेच."

सेबॅस्टियन जरासा घुटमळला, पण मग तिच्या मागोमाग निघाला. सूट बूट घालून समारंभासाठी तयार होऊन आलेल्या माणसांच्या गर्दीतून कशीबशी वाट काढत, भेटलेल्या लोकांना 'हाय,' 'हॅलो' करत ती बाहेर पडली आणि सेबॅस्टियनला घेऊन एम्बसीच्या कडेच्या दारापाशी आली. कुणीतरी दार तिच्यासाठी उघडून धरलं होतं.

अँबॅसेडर डोळ्यांच्या कोपऱ्यातून लक्ष ठेवूनच होते. त्यांना हसू फुटलं. त्यांच्या योजनेचा पहिला भाग तरी ठरल्याप्रमाणे सुरळीत पार पडला होता.

"मी तुमच्या शुभेच्छा हर मॅजेस्टींना नक्कीच कळवीन," प्रिन्सेस मार्गरिट हसून प्रेसिडेंटना म्हणत होत्या. त्यानंतर अँबॅसेडर त्यांना शेजारीच उभ्या असलेल्या प्राईम मिनिस्टरकडे घेऊन गेले. प्रिन्सेस मार्गरिट यांनी उच्चारलेला प्रत्येक शब्द ते अगदी कान देऊन ऐकत होते. त्यांना आपली कधीही गरज पडली, तर आपलं लक्ष असावं यासाठी ते सतर्क होते. पण तरीही मधूनच त्यांची नजर त्यांच्या स्वत:च्या स्टडीकडे वळत होती. स्टडीच्या दारातून आपली सेक्रेटरी बाहेरच्या टेरेसवर कधी येते, याकडे त्यांचं लक्ष होतं. ती बाहेर येऊन उभी राहिली, की त्याचा अर्थ वडील आणि मुलगा यांची भेट व्यवस्थित पार पडली, असा होता.

प्रिन्सेस मार्गरिट प्राईम मिनिस्टरशी बराच वेळ बोलल्याचं अँबॅसेडर साहेबांच्या लक्षात आलं. मग ते त्यांना घेऊन पुढे उभ्या असलेल्या मेयरकडे गेले.

"तुम्हाला भेटून फार आनंद झाला," प्रिन्सेस मेयरना म्हणाल्या. "गेल्याच आठवड्यात मला लंडनचे मेयर भेटले होते. त्यांचा या शहराचा दौरा किती उत्तम पार पडला, हे ते मला सांगत होते."

"थँक यू, मॅम," मेयर म्हणाले. "पुढील वर्षी साधारण याच सुमारास मला पण असेच उद्‌गार काढता येतील, कारण मी तुमच्या शहराच्या भेटीस येणार आहे."

अँबॅसेडर साहेबांनी परत एकदा स्टडीकडे दृष्टिक्षेप टाकला. अजून बेकी टेरेसवर आलीच नव्हती.

प्रिन्सेस मार्गरिट यांच्याकडे मेयरशी आणखी काही बोलण्यासारखं उरलंच नव्हतं. मग 'पुढे जाऊ या' अशी त्यांनी अँबॅसेडरना कळत नकळत खूण केली. अँबॅसेडर नाइलाजानेच त्यांना घेऊन पुढे सरकले.

"आणि मॅम, हे आमच्या शहरातील एक प्रतिथयश बँकर मिस्टर डॉन पेड्रो मार्टिनेझ. मॅम, मिस्टर मार्टिनेझ दर उन्हाळ्यात त्यांच्या लंडनमधील निवासस्थानी वास्तव्याला येतात."

प्रिन्सेस मार्गरिट यांना बोलण्याची काही संधीसुद्धा न देता मार्टिनेझ खाली वाकून नम्रपणे अभिवादन करून म्हणाला, "आपल्याशी भेट घडावी, हे माझं खरोखर मोठं भाग्य."

"तुमचं घर लंडनमध्ये कुठल्या भागात आहे?" प्रिन्सेस म्हणाल्या.

"ईटन स्क्वेअर, युवर मॅजेस्टी."

"अरे वा! माझी बरीच मित्रमंडळी त्या भागात राहतात," प्रिन्सेस म्हणाल्या.

"तसं असेल, तर युवर मॅजेस्टी एक दिवस माझ्या घरी भोजनास आलं पाहिजे. येताना कुणालाही सोबत घेऊन आलात तरी चालेल."

त्याच्या या मल्लीनाथीवर प्रिन्सेस काय उत्तर देतात, ते अँबॅसेडर उत्सुकतेने ऐकू लागले.

"व्हॉट ॲन इंटरेस्टिंग आयडिया," असं कसंबसं म्हणत प्रिन्सेस पुढे निघाल्या.

मार्टिनेझने परत एकदा झुकून अभिवादन केलं. अँबॅसेडर आपल्या शाही पाहुण्यांच्या मागे घाईने पळत गेले. त्यांच्या पत्नीशी बोलण्यासाठी प्रिन्सेस वाटेत थांबल्या, तेव्हा अँबॅसेडर साहेबांनी सुटकेचा नि:श्वास टाकला. त्यांना त्या दोघींच्या संभाषणातलं शेवटचं वाक्य ऐकू आलं. "काय चमत्कारिक माणूस होता. ही अशी माणसं कशी काय बोलावणं लावून घेतात, कोण जाणे!" प्रिन्सेस म्हणत होत्या.

परत एकदा अँबॅसेडर साहेबांनी आपल्या स्टडीकडे एक कटाक्ष टाकला आणि त्यांना हायसं झालं. बेकी दार उघडून टेरेसवर येत होती. तिने त्यांच्याकडे पाहून मान हलवून खूण केली. प्रिन्सेस आपल्या पत्नीशी काय बोलत आहेत, याकडे लक्ष देण्याचा त्यांनी त्यानंतर प्रयत्न केला.

"मार्जोरी, मला कधी एकदा एक सिगरेट ओढते असं झालंय. माझी एक दोन मिनिटांसाठी सुटका होऊ शकेल का?" प्रिन्सेस म्हणाल्या.

"ऑफ कोर्स, मॅम. आपण एम्बसीकडे परत जाऊ या का?"

ते सगळे परत जायला निघाल्यावर अँबॅसेडर साहेबांनी परत एकदा मार्टिनेझकडे वळून पाहिलं. तो खुळावल्यासारखा प्रिन्सेस मार्गरिट यांच्याकडे अजूनही भान हरपून एक टक बघत उभा होता. तो स्वत:च्या जागेवरून एक इंचसुद्धा हलला नव्हता. सेबॅस्टियन कुठेतरी जाऊन परत येऊन हळूच आपल्या पूर्वीच्या जागी मार्टिनेझच्या पाठीमागे काही अंतरावर येऊन उभा राहिल्याचं त्याच्या लक्षातसुद्धा आलं नाही.

प्रिन्सेस मार्गरिट तिथून निघून गेल्या आणि अगदी दिसेनाशा झाल्या, तेव्हा अखेर भानावर येऊन त्याने मागे वळून सेबॅस्टियनकडे पाहिलं. त्याने सेबॅस्टियनला खूण करून आपल्या जवळ बोलावलं.

"प्रिन्सेस मार्गरिट यांच्याशी ज्यांची आज इथे ओळख करून देण्यात आली, अशा व्यक्तींमध्ये माझा चौथा नंबर होता. माझ्या आधी फक्त प्रेसिडेंट, प्राईम मिनिस्टर आणि मेयर एवढ्याच लोकांची त्यांच्याशी ओळख करून देण्यात आली," तो सेबॅस्टियनला म्हणाला.

"हो, ना! किती मोठा बहुमान हा, सर!" सेबॅस्टियन अशा थाटात म्हणाला, जणू काही त्याने हा सर्व प्रसंग स्वत:च्या डोळ्यांनी पाहिलाच होता. "तुम्हाला किती अभिमान वाटला असेल."

"मला खूप भारावून गेल्यासारखं झालंय," मार्टिनेझ म्हणाला. "आजचा हा दिवस माझ्या आयुष्यातला सर्वांत महत्त्वाचा दिवस आहे. तुला माहिती आहे? हर मॅजेस्टींनी लंडनच्या माझ्या घरी जेवायला येण्याचं कबूल केलं आहे. पुढच्या वेळी

मी लंडनला गेलो, की त्या येणार आहेत माझ्या घरी.''

''मलाच फार अपराधी वाटतंय,'' सेबॅस्टियन म्हणाला.

''अपराधी? का बरं?''

''अहो, आज खरं तर या प्रसंगी इथे ब्रूनो तुमच्यासोबत असायला हवा होता. तुमच्या विजयात सहभागी होण्याचा मान खरं तर त्याचा आहे, माझा नाही.''

''तू लंडनला परत गेलास ना, की ब्रूनोला सगळी हकिकत सांग.''

अँबॅसेडर आणि त्यांची सेक्रेटरी या दोघांनाही एम्बसीत परत येताना सेबॅस्टियनने पाहिलं. 'आपले वडील अजूनही इथेच असतील का?' असा विचार त्याच्या मनात चमकून गेला.

अँबॅसेडर घाईने आपल्या स्टडीत शिरले. तिथे बसलेल्या हॅरीला ते म्हणाले, ''माझ्याकडे जास्त वेळ नाहीये. प्रिन्सेस मार्गारेट यांची सिगरेट ओढून होईपर्यंत मला जायला हवं, पण मला प्रचंड उत्सुकता आहे. तुम्ही तुमच्या मुलाला भेटलात का? कशी झाली तुमची भेट?''

हॅरी 'बीओएसी'चं जॅकेट अंगात चढवत म्हणाला, ''मला पाहून त्याला अर्थातच प्रचंड धक्का बसला. पण मग मी त्याचं शाळेतून नाव कमी करण्यात आलेलं नसून, त्याला सप्टेंबरमध्ये केंब्रिजला जाता येईल ही बातमी सांगितल्यावर तो थोडा खुलला. मी त्याला माझ्यासोबत इंग्लंडला विमानाने परत येण्याविषयी सुचवलं. त्यावर तो म्हणाला, त्याने मिस्टर मार्टिनेझ यांचं एक काम करायचं कबूल केलं आहे. 'क्वीन मेरी' जहाजाने इंग्लंडला परत जाताना त्यांचं एक पार्सल तो स्वत: सोबत घेऊन जाणार आहे. मिस्टर मार्टिनेझने जो काही चांगुलपणा दाखवला, त्याची किंचित तरी परतफेड करायचं त्याच्या मनात आहे.''

''साऊथ हॅम्प्टन,'' अँबॅसेडर म्हणाले. ''त्या पार्सलमध्ये नक्की काय असणार आहे, याची त्याला काही कल्पना आहे का?''

''नाही. आणि मीही जास्त चौकशा नाही केल्या. कारण मी एवढा लंडनहून इतका मोठा प्रवास करून इथे नक्की कशासाठी आलो, हे गुपित त्यामुळे उघड झालं असतं.''

''हे तुम्ही चांगलं केलंत.''

''मी आधी असा विचार केला, की आपणच त्याच्यासोबत त्या 'क्वीन मेरी'ने जावं. पण मग माझ्या इथे येण्यामागचं कारण त्या मार्टिनेझला लगेच कळलं असतं.''

''हो, बरोबर आहे तुमचं,'' अँबॅसेडर म्हणाले, ''मग तुम्ही त्याचा निरोप घेताना काय म्हणालात?''

''त्याचं जहाज साऊथ हॅम्प्टन बंदरात पोहोचण्याआधीच त्याला घरी घेऊन जायला मी तिथे येऊन वाट पाहत उभा असेन, असं मी त्याला वचन दिलं.''

"पण आता तुम्ही भेटल्याचं जर सेबॅस्टियनने मार्टिनेझला सांगितलं, तर त्याची प्रतिक्रिया काय होईल?"

"मार्टिनेझला आपल्या दोघांच्या या भेटीबद्दल तू न सांगितलंस तर बरं, असं मी त्याला म्हटल्यावर त्याला ते पटलं. कारण मी इथे असल्याचं मार्टिनेझला समजलं तर तो सेबला आजच माझ्याबरोबर विमानाने लंडनला पाठवून देईल, हे त्याला पटलं. त्यामुळे आमच्या या भेटीबद्दल मार्टिनेझला काही न सांगण्याचं त्याने कबूल केलं."

"आता फक्त एकच महत्त्वाचं काम उरलंय. त्या पार्सलमध्ये काय आहे, हे शोधून काढणं. पण तुम्ही आता लवकरात लवकर फ्लाईटने इंग्लंडला परत जा. इथे कुणी तुम्हाला ओळखायला नको," अँबॅसेडर हॅरीला म्हणाले.

"तुम्ही माझ्यासाठी जे काही केलंय, त्याबद्दल तुमचे आभार मानायला माझ्याकडे शब्दच नाहीयेत. खरं तर आत्ता तुमच्या या सगळ्या धावपळीत माझी ही नसती कटकटच झाली तुम्हाला," हॅरी म्हणाला.

"असा विचारही मनात आणू नका, हॅरी. अहो, गेल्या कित्येक वर्षांत एवढी मजा मला आली नसेल, इतकी ही सगळी मोहीम पार पाडताना आली. पण एक सांगू, आता तुम्ही लवकरात लवकर इथून निघा, नाहीतर उगाच कुणी तुम्हाला..."

इतक्यात स्टडीचं दार उघडून प्रिन्सेस मार्गारेट आत आल्या. 'बीओएसी'च्या कॅप्टनच्या गणवेशातील त्या माणसाकडे हर रॉयल हायनेस टक लावून बघत राहिल्या.

"मी तुमच्याशी कॅप्टन पीटर मे यांची ओळख करून देतो मॅम," अँबॅसेडर जराही न गडबडता म्हणाले.

हॅरीने वाकून नम्रपणे त्यांना अभिवादन केलं.

प्रिन्सेस म्हणाल्या, "तुम्हाला भेटून खूप खूप आनंद झाला," मग हॅरीकडे निरखून बघत त्या म्हणाल्या, "आपली या आधी कधी भेट झाली आहे का?"

"नाही, मॅम. आपली भेट झाली असती, तर ती गोष्ट माझ्या नक्कीच स्मरणात राहिली असती."

"स्मार्ट आहात हं तुम्ही कॅप्टन," असं म्हणत प्रिन्सेस हसल्या. मग हॅरीकडे पाहून स्मितहास्य करत त्यांनी हातातली सिगरेट विझवली. "वेल अँबॅसेडर, तुम्ही बेल वाजवून सर्वांना सूचना द्या. परत एकदा बाहेर जाण्याची वेळ आली आहे."

प्रिन्सेस बाहेर जायला निघताच अँबॅसेडर साहेबांची सेक्रेटरी बेकीबरोबर विरुद्ध दिशेला हॅरीला सोडायला निघाली. दोघंही जिना उतरून मागच्या बाजूला असलेल्या किचनमध्ये गेले आणि तिथून एम्बसीच्या कडेच्या दरवाज्याने बाहेर पडले.

"तुमचा प्रवास सुखाचा होवो, कॅप्टन मे," बेकी म्हणाली.

मनात विचारांचं वादळ घेऊन हॅरी हॉटेलात परत गेला. त्याच्या मनात आधी एमाला फोन करून सेबॅस्टियनशी आपली गाठ झाली असून, तो सुरक्षित असल्याचं कळवण्याचा विचार आला. सेबॅस्टियन काही थोड्याच दिवसात लंडनला परतणार असल्याचं तिला लवकरात लवकर कळवणं महत्त्वाचं होतं.

हॉटेलमध्ये पोहोचल्यावर त्याने ताबडतोब आपलं सामान गोळा केलं आणि बॅग भरून तो खाली रिसेप्शन डेस्कपाशी आला. 'आज रात्री लंडनला परत जायला फ्लाईट आहे का?' त्याने काऊंटरवर चौकशी केली.

"आता इतक्या उशिरा तुम्हाला 'बीओएसी'ची फ्लाईट मिळणार नाही. पण मी तुम्हाला 'पॅन ॲम एअरलाइन'वर बुक करू शकतो," रिसेप्शनिस्ट म्हणाला.

"हॅरी!" मागून आवाज आला.

हॅरीने गर्रकन मागे वळून पाहिलं.

"हॅरी क्लिफ्टन. आत्ता मला आठवलं. विसरलात का तुम्ही? गेल्या वर्षी रोटरी क्लबमध्ये तुमचं भाषण होतं, तेव्हा आपण भेटलो होतो."

"तुमची काहीतरी चूक होत आहे, मिस्टर बोल्टन," हॅरी म्हणाला. "माझं नाव पीटर मे."

इतक्यात 'बीओएसी' फ्लाईटची हवाईसुंदरी ॲनाबेल कॅरिक त्याला जिना उतरून येताना दिसली. तो घाईने चालत तिच्यापाशी गेला. जणूकाही दोघांनी आधीपासूनच एकत्र बाहेर पडायचं ठरवल्यासारखा.

तिची सूटकेस घेत तो म्हणाला "आणा इकडे. मी घेतो."

ॲनाबेलच्या चेहऱ्यावर आश्चर्य होतं. "थँक यू," ती म्हणाली. तिच्या मागोमाग हॅरीपण बसमध्ये चढला. ती म्हणाली, "कॅप्टन पीटर, तुम्ही आमच्याच फ्लाईटने परत येणार आहात, याची मला कल्पना नव्हती."

"ती तर मलाही नव्हती," हॅरी म्हणाला. "त्याचं काय झालं, माझ्या भावाला लवकर परत जावं लागलं. त्याच्या कामात तिकडे काहीतरी गडबड घोटाळा झाला. पण काल रात्री आमची पार्टी फार छान झाली. थँक यू."

"तुम्ही कुठे गेलात?"

"मॅजेस्टिक हॉटेलमध्ये," हॅरी म्हणाला. "तुम्ही म्हणालात, ते खरंच होतं. तिथलं जेवण खरोखरच अप्रतीम होतं."

"मी स्वत:च अजून तिथे कधी गेलेली नाही. पण एकदा जायचंय."

ते बसने एअरपोर्टवर निघाले तेव्हा हॅरीला भरपूर कल्पनाविलास करून आपल्या भावाला आपण वाढदिवसाला काय गिफ्ट दिली, जेवणाचा मेन्यू काय होता, अशी कहाणी रचून सांगावी लागली. त्याने वर्णन केलेला मेन्यू इतका काही चांगला नव्हता, हे त्याचं त्यालाच वाटलं. तरी नशीब, वाईन कोणती मागवली

याबद्दल तिने काही विचारलं नाही. तो तिला इतकंच म्हणाला, "अखेर रात्री तीन वाजता अंथरुणावर अंग टेकलं. आणि हो, अंघोळीच्या बाबतीत तुमचा सल्ला ऐकला असता, तर बरं झालं असतं."

"मी स्वत: पहाटे चारला अंघोळ केली," ती म्हणाली. एवढ्यात बस एअरपोर्टवर येऊन पोहोचली. हॅरीने सर्व वेळ 'बीओएसी'च्या कर्मचाऱ्यांच्या सोबतीनेच राहायचं आणि इकडे तिकडे कुठेही जायचं नाही, असं ठरवलं. कस्टम्स पार करून तो विमानात शिरून कोपऱ्यातल्या आपल्या जागी जाऊन बसला. 'आपण जे केलं ते बरोबर की चूक?' असा विचार त्याच्या मनात आला. 'आपण त्या मिस्टर बोल्टनपासून उगाच पळ काढला का?' पण मग सर ॲलन यांनी वारंवार दिलेला सल्ला त्याला आठवला. 'समजा यदाकदाचित काही कारणाने तुमचं बिंग फुटलं, तुम्ही खरे कोण आहात हे कुणी ओळखलंच, तर क्षणभरही तिथे थांबू नका. सरळ काढता पाय घ्या,' असं ते म्हणाले होते. आपण बरोबर तेच केलं, अशा विचाराने तो जरा निर्धास्त झाला. तो भोचक मिस्टर बोल्टन गावभर आरडाओरडा करत सुटला असता, 'मी नुकतंच मिस्टर हॅरी क्लिफ्टन यांना वेषांतर करून बीओएसीचे पायलट म्हणून वावरताना पाहिलं.'

सगळे प्रवासी आपापल्या जागी स्थिरस्थावर झाल्यावर विमान धावपट्टीवरून धावू लागलं. हॅरी डोळे मिटून टेकून बसला. त्याची ब्रीफकेस रिकामी होती. त्यातली फाईल नष्ट करण्यात आली होती. सीटबेल्ट बांधून तो निद्रादेवीची आराधना करू लागला. फ्लाईट खूप लांबलचक कंटाळवाणी होती.

इतक्यात कॅप्टनची घोषणा ऐकू आली. सीटबेल्ट काढून विमानात इकडे तिकडे हिंडण्याची आता प्रवाशांना परवानगी होती.

हॅरी डोळे मिटून झोपण्याचा प्रयत्न करत होता, इतक्यात कुणीतरी धपकन येऊन त्याच्या शेजारच्या सीटवर बसल्याचा आवाज झाला.

"माझ्या सगळं काही लक्षात आलेलं आहे," कुणीतरी शेजारून म्हणालं. हॅरीने एक डोळा किलकिला करून पाहिलं. "तुम्ही तुमच्या नवीन पुस्तकासाठी ब्युनॉस आयर्सला संशोधन आणि अभ्यासदौऱ्यावर आला आहात ना? बरोबर ना? काय? बरोबर ना?"

सेबॅस्टियन क्लिफ्टन
१९५७

३९

डॉन पेड्रो मार्टिनेझ गार्डन पार्टीत अगदी अखेरपर्यंत रेंगाळत थांबला होता. अखेर प्रिन्सेस मार्गारेट निघून गेल्या असून, त्या काही परत येणार नाहीत, अशी खातरी पटल्यावरच तो निघाला.

सेबॅस्टियन त्याच्यासोबत रोल्सरॉईस गाडीच्या मागच्या सीटवर बसला. ''आजचा दिवस माझ्या आयुष्यातला सर्वांत महत्त्वाचा दिवस होता,'' मार्टिनेझ परत एकदा फुशारकीने म्हणाला. सेबॅस्टियन काही न बोलता गप्प बसला. आता या विषयावर आणखी काही बोलण्यासारखं त्याला सुचत नव्हतं. डॉन पेड्रो मार्टिनेझचं विमान हवेत होतं, हे नक्की. दारू चढल्यामुळे असेल किंवा शाही पाहुण्यांबरोबर ऊठबस करायची संधी मिळाल्यामुळे असेल. हा इतका यशस्वी उद्योजक आणि तो इतका उथळ असावा, याचं सेबॅस्टियनला नवल वाटत होतं. अचानक मार्टिनेझ एका वेगळ्याच विषयावर घसरला.

''हे बघ बेटा, तुला एक सांगून ठेवतो. तुला जर कधीही काम करावंसं वाटलं, तर इथे ब्युनॉस आयर्समध्ये मी तुला काम देऊ शकतो. तूच काय ते ठरव. तुला काऊबॉय होता येईल, नाहीतर बँकर होता येईल. पण खरं सांगू का? दोघांमध्ये फारसा काही फरक नसतो रे!'' असं म्हणून स्वत:च केलेल्या विनोदावर तो हसत सुटला.

''हा तुमचा चांगुलपणा, सर,'' सेबॅस्टियन म्हणाला. पण त्याला खरं तर सांगावंसं वाटत होतं, ''मीसुद्धा तुमच्या ब्रूनोसारखा केंब्रिजमध्ये शिकायला जाणार आहे.'' पण मग त्याने तो विचार बदलला. त्याच्या मनात दुसराच विचार घोळत होता. 'केवळ एवढी बातमी आपल्याला सांगण्यासाठी अर्धी पृथ्वी प्रदक्षिणा करून विमानाने आपले वडील इकडे कसे काय आले?' पण डॉन पेड्रो मार्टिनेझमुळे त्याची

तंद्री भंग पावली. त्याने खिशातून नोटांचं बंडल बाहेर काढून नव्वद पौंड सेबॅस्टियनच्या हातात ठेवले. "हे घे. मी नेहमी ॲडव्हान्स पेमेंट करतो."

त्यावर सेबॅस्टियन म्हणाला, "पण सर, मी तर अजून कामसुद्धा केलेलं नाही."

"पण तू तुझा शब्द पाळशील याची मला खातरी आहे," मार्टिनेझ म्हणाला. त्याचं ते सरळ वागणं बघून सेबॅस्टियनला मनातून थोडं अपराधी वाटलं. आपले वडील आपल्याला एम्बसीत भेटल्याची गोष्ट आपण या भल्या माणसापासून उगीच लपवली, असं त्याला वाटलं. त्याने त्याबद्दल सांगण्यासाठी तोंडही उघडलं, इतक्यात त्यांची कार मार्टिनेझच्या ऑफिसपाशी येऊन थांबली.

मार्टिनेझ खाली उतरून ड्रायव्हरला म्हणाला, "मिस्टर क्लिफ्टनना त्यांच्या हॉटेलात सोडून ये." मग तो सेबॅस्टियनकडे वळून म्हणाला, "बुधवारी दुपारी तुला न्यायला कार येईल. ड्रायव्हर तुला बंदरात पोहोचवेल. या शहरातले तुझे उरलेले दिवस मजा कर बेटा. इथे करण्यासारखं खूप काही आहे."

⁂

हॅरीच्या तोंडात शिव्या कधीच नव्हत्या. त्याच्या पुस्तकातली भाषासुद्धा अत्यंत सभ्य, सुसंस्कृत असे. त्याची आई धार्मिक, पापभीरू होती. हॅरीच्या तोंडात शिवी आलेली तिला कधीच चालली नसती. पण आता मात्र त्याचा तोल सुटला. गेला तासभर शेजारी बसून, त्या टेड बोल्टनची बडबड चालली होती. आधी स्वत:च्या मुलीचे गोडवे गाऊन झाले. ती गर्ल गाईडमध्ये कशी वरपर्यंत जाऊन पोहोचली आहे, हे सांगून झालं. मग पत्नी ब्रिस्टॉल मदर्स युनियन क्लबमध्ये जाऊन काय काय समाजसेवा करते, ते सांगून झालं. त्यानंतर स्वत:च्या रोटरी क्लबमध्ये येत्या वर्षात कोणकोणते वक्ते येणार आहेत, याची शेखी मिरवून झाली. एवढंच नव्हे; तर मेर्लिन मन्रो, निकिता ख्रुश्चेव्ह, ह्यू गेटस्केल आणि टोनी हॅनकॉक यांच्याबद्दलसुद्धा मतप्रदर्शन करून झालं. अखेर हॅरीचा संयम सुटला. तो डोळे उघडून ताठ बसून म्हणाला, "तुम्ही तुमच्या सीटकडे चालते व्हा बघू."

आश्चर्याची गोष्ट अशी, की त्यावर एक शब्दही न बोलता तो बोल्टन आपल्या सीटकडे निघून गेला. त्यानंतर काही क्षणातच हॅरी झोपून गेला.

⁂

डॉन पेड्रो मार्टिनेझचं म्हणणं ऐकून सेबॅस्टियनने या शहरातले शेवटचे दोन दिवस भरपूर मजा करायची, असं ठरवलं.

दुसऱ्या दिवशी सकाळचा नाश्ता आटोपल्यावर त्याने आपल्या जवळच्या

पाच-पाच पौंडाच्या चार नोटा तीनशे पेसोज या स्थानिक चलनात बदलून घेतल्या. मग हॉटेलातून बाहेर पडून स्पॅनिश आर्केडच्या शोधात गेला. तिथे आपल्या आईसाठी आणि बहिणीसाठी काहीतरी खरेदी करायची, असं त्याच्या मनात होतं. तिथे त्याला आपल्या आईसाठी गुलाबी रंगाच्या खड्यांचा एक सुंदर ब्रूच मिळाला. तसा रंग जगात इतरत्र कुठेही मिळणार नाही, अशी विक्रेत्याने ग्वाही दिली. त्याची किंमत फारच जास्त होती. पण सेबॅस्टियनच्या मनात आलं, 'हरकत नाही. तसंही गेल्या काही दिवसात आपण आईला किती त्रास दिला आहे.'

त्यानंतर रमतगमत हॉटेलात परत येत असताना एका पिक्चर गॅलरीत लावलेल्या एका चित्राने त्याचं लक्ष वेधून घेतलं. ते चित्र बघताच त्याला जेसिकाची आठवण झाली. त्याने आत शिरून ते चित्र जवळून निरखून पाहिलं. चित्रकार तरुण असला तरी त्याचं भविष्य उज्ज्वल असल्याचं विक्रेत्याने सांगितलं. त्यामुळे ही एक अप्रतिम कलाकृतीबरोबर एक उत्कृष्ट गुंतवणूकही आहे, असंही तो म्हणाला. शिवाय तो इंग्लिश पौंड्स घ्यायला आनंदाने तयार होता. सेबॅस्टियनने चित्र विकत घेतलं. जेसिकाला ते खरंच आवडेल, अशी त्याने मनापासून आशा केली. त्याने स्वत:साठी एक महागडा लेदरचा बेल्ट घेतला.

रस्त्यावर असलेल्या एका कॅफेमध्ये तो जेवणासाठी थांबला. तिथे जेवत असताना त्याने हातात पडलेला जुन्या टाइम्सचा अंक वाचून काढला. त्यात अशी बातमी छापून आली होती, की ब्रिटनमधल्या महत्त्वाच्या शहरांमध्ये सिटी सेंटर असलेल्या जागी रस्त्यावर 'डबल यलो लाइन्स' आखल्या जाणार होत्या. याचा अर्थ त्या भागात कोणत्याही कारणास्तव रस्त्यात गाडी थांबवणं अथवा पार्क करणं शक्य होणार नव्हतं. आपल्या अंकल गाइल्सने या प्रस्तावाच्या बाजूने मतदान केलं असणं शक्यच नाही, असं त्याच्या मनात आलं.

जेवणानंतर त्याने गाईड बुकमध्ये बघून इंग्लिश सिनेमे प्रदर्शित करणारं त्या भागातलं एकुलतं एक चित्रपटगृह शोधून काढलं. तिथे जाऊन मागच्या रांगेत एकट्याने बसून त्याने 'अ प्लेस इन् द सन' नावाचा सिनेमा पाहिला. त्यानंतर तो एलिझाबेथ टेलरच्या प्रेमातच पडला. ही अशी मुलगी आपल्याला कशी काय मिळेल, असं त्याला वाटलं.

हॉटेलात परत येत असताना त्याला वाटेत एक जुन्या पुस्तकांचं दुकान लागलं. तिथे एका शेल्फात इंग्लिश पुस्तकं होती. तिथे चक्क त्याच्या वडिलांचं पहिलं पुस्तक विकायला ठेवलेलं होतं. तेही केवळ तीन पेसो इतक्या अल्प किमतीला. ते पाहून त्याला हसू फुटलं. त्यानंतर त्याने 'ऑफिसर्स अँड जंटलमेन' या पुस्तकाची हाताळून जीर्ण झालेली प्रत विकत घेतली आणि तिथून तो बाहेर पडला.

संध्याकाळी तो हॉटेलच्याच रेस्टॉरंटमध्ये जेवला. त्यानंतर त्याने गाईड बुकमध्ये

बघून भेट देण्यासारखी बरीच ठिकाणं शोधून काढली. जर वेळ मिळाला असता, तर त्याचा त्या ठिकाणांना भेटी देऊन येण्याचा बेत होता. सेंट्रल मेट्रो पॉलिटाना, मुसेओ नासिओनाल दे बेलास आर्टेस, ला कासा रोसादा इत्यादी अनेक ठिकाणांचा त्यात समावेश होता. डॉन पेड्रो मार्टिनेझ म्हणाला ते खरंच होतं, या शहरात खूप काही करण्यासारखं होतं.

जेवणानंतर खरं तर खोलीत जाऊन आरामात पुस्तक वाचायचं, असं तो मनात ठरवतच होता. इतक्यात त्याला बारपाशी एका उंच स्टूलवर बसलेली ती दिसली. त्याच्याकडे पाहून ती खट्याळपणे अशी काही हसली, की तो जागच्या जागी खिळल्यासारखा उभा राहिला. मग ती परत एकदा हसली. त्यानंतर लोखंडाचा तुकडा चुंबकाकडे खेचला जावा, तसा तो कधी तिच्याशेजारी जाऊन उभा राहिला, ते त्याचं त्यालासुद्धा कळलं नाही. ती वयाने साधारणपणे त्याच्या शाळेतल्या त्या वेट्रेस 'रुबी' एवढीच होती, पण फारच मोहक होती.

"मला एखादं ड्रिंक घेऊन देणार का?" तिने विचारलं.

सेबॅस्टियन मानेने होकार देत तिच्या शेजारच्या उंच स्टूलवर चढून बसला. तिने बारमनकडे वळून दोघांसाठी दोन ग्लास शँपेन मागवली.

"माझं नाव गॅब्रिएला," ती म्हणाली.

"सेबॅस्टियन," असं म्हणून त्याने हात पुढे केला. तिने त्याचा हात हातात घेतला. एखाद्या स्त्रीच्या स्पर्शाने आपल्या हृदयात अशा आनंदाच्या ऊर्मी उठतील याची त्याने याआधी कधी कल्पनासुद्धा केली नव्हती.

"तू कुठून आलास?"

"इंग्लंडहून," तो म्हणाला.

"मला एकदा इंग्लंडला यायचंय. द टॉवर ऑफ लंडन आणि बकिंगहॅम पॅलेस," ती म्हणाली. इतक्यात बारमनने दोघांसाठी ग्लासमध्ये शँपेन ओतली. "चिअर्स," ती म्हणाली. "तुम्ही इंग्लिश लोक असंच म्हणता ना?"

"तू इथे हॉटेलात उतरला आहेस का?" ती त्याच्या मांडीवर हात ठेवत म्हणाली.

सेबॅस्टियनचे गाल लाजेने लाल झाले. 'या ठिकाणचे दिवे इतके मंद आहेत, त्यामुळे हिच्या ते लक्षात येणार नाही, हे आपलं नशीब,' त्याच्या मनात आलं.

सेबॅस्टियन ग्लास उंचावून म्हणाला, "चिअर्स." तिच्या सडपातळ, सुंदर गोऱ्या पायांकडे त्याचं वारंवार लक्ष जात होतं. त्यांना स्पर्श करण्याची त्याला मनातून इच्छा होत होती.

"तू एकटाच आहेस का?" त्याच्या मांडीवरचा हात न काढताच ती म्हणाली.

"हो," तो कसंबसं म्हणाला.

“मी जर तुझ्या खोलीत आले, तर तुला ते आवडेल का, सेबॅस्टियन?”

त्याचा आपल्या नशिबावर विश्वासच बसेना. ब्युनॉस आयर्स शहरात परत एकदा ही एक रुबी त्याला गवसली होती आणि ते मुख्याध्यापक सात हजार मैलांवर होते. त्याच्या उत्तराची वाटही न बघता ती स्टूलवरून खाली उतरली आणि त्याचा हात धरून त्याला घेऊन बारच्या बाहेर निघाली.

“सेबॅस्टियन तुझी खोली कोणती?”

“अकराशे सत्तर,” लिफ्टमध्ये शिरता शिरता तो म्हणाला.

लिफ्ट अकराव्या मजल्यावर पोहोचली. किल्ली कुलपात घालून ते उघडणं सेबॅस्टियनला जमेना, इतके त्याचे हात थरथरत होते. खोलीचं दार उघडून ते दोघं पुरते आत शिरण्याआधीच तिने त्याचा ताबा घेतला. त्याचं जॅकेट, कमरेचा पट्टा आणि अखेर उरलेले सर्व कपडे जमिनीवर कधी जाऊन पोहोचले, हे त्याचं त्यालाच कळलं नाही.

त्याने डोळे उघडले तर तिच्या कपड्यांनीही जमिनीचा रस्ता धरला होता. तिच्याकडे नुसतं अनिमिष नेत्रांनी बघत राहावं, अशी त्याला इच्छा झाली. परत एकदा तिनेच पुढाकार घेऊन त्याला पलंगाकडे खेचत नेलं. तिच्या स्पर्शाने तो बेभान झाला. पुढे काय घडलं, कसं घडलं ते त्याचं त्यालाच उमगलं नाही. अखेर त्याने एक भला मोठा निःश्वास टाकला. तो काही सेकंद निश्चल पडून राहिला. ती घाईने उठून जमिनीवरचे कपडे गोळा करून बाथरूममध्ये अदृश्य झाली. अंगावर पांघरूण घेऊन तो तिची वाट बघत पडून राहिला. ती परत बाहेर येऊन कधी आपल्या पांघरुणात शिरते याची वाट बघत राहिला. पहाटेपर्यंत पुनःपुन्हा आणखी किती वेळा या अवर्णनीय सुखाचा अनुभव घ्यायला मिळेल, याची मनोमन स्वप्न रंगवत राहिला. पण बाथरूमचं दार उघडून गॅब्रिएला जेव्हा बाहेर आली, तेव्हा ती कपडे घालून जाण्यासाठी तयार होऊनच आली होती.

“ही तुझी पहिलीच खेप होती का?” तिने विचारलं.

“अर्थातच नाही,” तो म्हणाला.

“मला तसं वाटलं;” ती म्हणाली, “पण तरीसुद्धा तीनशे पेसो झाले.”

सेबॅस्टियन ताडकन उठून बसला. तिला नक्की काय म्हणायचंय, हे त्याला कळेना.

“तुला असं तर नाही ना वाटलं, की तुझ्या देखण्या रूपाला भुलून आणि तू इंग्लिश असल्यामुळे तुझ्यावर लट्टू होऊन मी तुझ्याबरोबर इथे आले?”

“नाही, नाही. अर्थातच नाही,” तो म्हणाला. त्याने जमिनीवर पडलेले कपडे उचलून आपलं पैशांचं पाकीट बाहेर काढलं. त्यातल्या शिल्लक असलेल्या पाच पाच पौंडांच्या नोटांकडे तो पाहतच राहिला.

“वीस पौंड,” ती म्हणाली. तिला यापूर्वीही गिऱ्हाइकांच्या अशा बुचकळ्यात पडण्याचा अनुभव असावा.

मग त्याने चार नोटा काढून तिच्या हातात ठेवल्या. ती ते पैसे घेऊन विजेच्या वेगाने अंधारात अदृश्य झाली.

⁕

विमान लंडनच्या एअरपोर्टवर उतरल्यावर आपल्या अंगातील गणवेशाचा फायदा घेऊन हॅरी विमानाच्या कर्मचाऱ्यांच्या घोळक्याबरोबर चालत कस्टम्स पार करून बाहेर पडला. लंडनला आपल्यासोबत बसमधून येण्याच्या ॲनाबेलच्या निमंत्रणाला मात्र त्याने नम्रपणे नकार दिला आणि तो बाहेर पडून टॅक्सीच्या रांगेत उभा राहिला.

चाळीस मिनिटांनंतर टॅक्सी गाइल्सच्या स्मिथ स्क्वेअरमधील घरापाशी थांबली. कधी एकदा आत जाऊन गरम पाण्याने अंघोळ करून, जेवून झोपतो असं त्याला झालं होतं. त्याने जोरात दार वाजवलं. ‘गाइल्स आत्ता घरी असला तर बरं,’ त्याच्या मनात आलं.

काही क्षणातच दार उघडलं. हॅरीचा अवतार पाहून गाइल्स खो खो हसत सुटला आणि मग त्याला सलाम ठोकून म्हणाला,

“वेलकम होम, कॅप्टन.”

⁕

दुसऱ्या दिवशी सकाळी झोपेतून जाग येताच सेबॅस्टियनने आधी खिशातील पैशाचं पाकीट उघडून पाहिलं. त्याच्याकडे आता फक्त दहाच पौंड शिल्लक उरले होते. आधी त्याने ठरवलं होतं, केंब्रिजला जाऊन शिकायला सुरुवात करण्याआधी किमान ऐंशी पौंड तरी शिल्लक टाकायचे. पण आता त्याने जमिनीवर पडलेल्या आपल्या कपड्यांकडे पाहिलं. त्या इतक्या महागड्या लेदर बेल्टचीसुद्धा रया गेल्यासारखं त्याला वाटलं. आज सकाळी ज्या ज्या ठिकाणांना प्रवेश शुल्क नसेल, अशाच ठिकाणांना भेटी देण्याचं त्याने ठरवलं.

अंकल गाइल्स त्याला एकदा म्हणाले होते, आयुष्यात कधी कधी असे काही प्रसंग घडतात, जे आपल्याला आयुष्याविषयी खूप काही शिकवून जातात. या अनुभवाचा आपल्याला पुढील आयुष्यात नक्कीच उपयोग होतो.

सेबॅस्टियनने आपलं सामान आवरलं, खरेदी व्यवस्थित बॅगेत भरली. आता त्याच्या मनात इंग्लंडचे विचार घोळू लागले. लवकरच केंब्रिजला त्याचं विद्यार्थीजीवन सुरू होणार होतं. तो त्यासाठी अधीर झाला होता. तो लिफ्टने खाली आला. लिफ्ट

तळमजल्यावर येताच तो बाहेर पडला तर समोर डॉन पेड्रो मार्टिनेझचा ड्रायव्हर त्याची वाट पाहत थांबला होता. सेबॅस्टियनला पाहताच त्याने हातात घेतलेली टोपी डोक्यावर चढवली. "बॉसना तुम्हाला भेटायचंय," तो म्हणाला.

सेबॅस्टियन रोल्स रॉईस गाडीच्या मागच्या भागात जाऊन बसला. डॉन पेड्रो मार्टिनेझने आपल्यासाठी जे काही केलं त्याबद्दल निदान त्याचे आभार मानण्याची आता आपल्याला संधी मिळेल, असं त्याच्या मनात आलं; परंतु आता आपल्याकडे केवळ दहाच पौंड शिल्लक आहेत, हे मात्र मार्टिनेझला मुळीच सांगायचं नाही, असं त्याने ठरवलं होतं. 'मार्टिनेझ हाऊस'पाशी आल्यावर त्याला थेट डॉन पेड्रो मार्टिनेझच्या ऑफिसात नेण्यात आलं.

"सेबॅस्टियन, सॉरी मी तुला असा आयत्या वेळी त्रास देतोय, पण एक छोटासा प्रॉब्लेम झाला आहे," तो म्हणाला.

सेबॅस्टियनच्या पोटात मोठाच गोळा आला. आता हे लोक आपल्याला इंग्लंडला जाऊन न देता इथेच थांबवून घेतात की काय, असं क्षणभर त्याला वाटलं. "प्रॉब्लेम?" तो म्हणाला.

"ब्रिटिश एम्बसीमध्ये माझे मित्र आहेत, मिस्टर मॅथ्यूज. त्यांचा आज सकाळी मला फोन आला होता. त्यांनी एक गोष्ट माझ्या निदर्शनास आणून दिली. तू या देशात पासपोर्टच्या शिवायच शिरला आहेस. तू माझ्या खासगी जहाजातून प्रवास करून इथे आल्याचं मी त्यांना सांगितलं. त्यावर ते म्हणाले, ब्युनॉस आयर्समध्ये माझा पाहुणा म्हणून तू कितीही दिवस राहू शकतोस; पण पासपोर्टशिवाय तू ब्रिटनला जाऊ शकणार नाहीस."

"म्हणजे? आज मला जहाजाने इंग्लंडला जाता येणार नाही?" सेबॅस्टियन घाबरून म्हणाला.

"मुळीच नाही. काळजी करू नको," मार्टिनेझ म्हणाला. "माझा ड्रायव्हर तुला आत्ता ब्रिटिश एम्बसीत घेऊन जाईल. तिथे रिसेप्शन काऊंटरवर तुझा पासपोर्ट तयार ठेवलेला असेल, असं खुद्द अँबॅसेडर साहेबांनी मला सांगितलं आहे."

"थँक यू," सेबॅस्टियन म्हणाला.

"अँबॅसेडर माझे खास मित्र आहेत ना, म्हणून अशा गोष्टी सहज शक्य होतात," मार्टिनेझ हसून म्हणाला. मग सेबॅस्टियनच्या हातात एक जाडजूड लिफाफा देऊन तो म्हणाला, "तू इंग्लंडच्या साऊथ हॅम्प्टन बंदरात जेव्हा उतरशील, तेव्हा तिथल्या कस्टम अधिकाऱ्यांना न विसरता हे दे."

"इंग्लंडला हेच पार्सल घेऊन जायचंय का मला?" सेबॅस्टियन म्हणाला.

"नाही, नाही," मार्टिनेझ मोठ्यांदा हसून म्हणाला. "अरे, तू जे पार्सल घेऊन जाणार आहेस ना, त्यासाठी लागणारी अधिकृत कागदपत्रं त्यात आहेत. तुझ्यासोबत

असणाऱ्या पेटीत असलेल्या गोष्टीचं तपशीलवार वर्णन त्यात आहे. तू फक्त ही कागदपत्रं कस्टम अधिकाऱ्यांच्या स्वाधीन कर. मग राहिलेलं सगळं 'सोद्‌बीज'ची माणसं बघतीलच.''

या 'सोद्‌बीज'विषयी सेबॅस्टियनने कधी ऐकलेलं नव्हतं. त्याने ते नाव नीट लक्षात ठेवलं.

''आणि हो, काल रात्री ब्रूनोचा फोन आला होता,'' मार्टिनेझ म्हणाला. ''तू लंडनला परत गेल्यावर ईटन स्क्वेअरला जाऊन त्याच्यासोबतच राहावंस, अशी त्याची इच्छा आहे. त्या पॅडिंग्टनमधल्या गेस्ट हाऊसमध्ये जाऊन राहण्यापेक्षा तू तिथे जाऊन त्याच्या बरोबर राहिलास, तर ते कितीतरी चांगलंच.''

सेबॅस्टियनच्या मनात टिबीचा– प्रेमळ मिसेस टिबेटचा विचार आला. त्याचं सेफ हेवन गेस्ट हाऊस तुमच्या मॅजेस्टिक हॉटेलपेक्षासुद्धा कितीतरी पटीने छान आहे, असं त्याला मिस्टर मार्टिनेझ यांना सांगावंसं वाटलं. पण तो फक्त ''थँक यू, सर'' इतकंच म्हणाला.

''बॉन व्हॉएज. ती 'सोद्‌बीज'ची माणसं माझं पार्सल ताब्यात घेतात ना, याची नक्की खातरी कर हं. एकदा तू लंडनला पोहोचलास, की तू ते पार्सल 'सोद्‌बीज'च्या माणसांच्या ताब्यात दिल्याचं कार्लला कळव. आणि हो, मी सोमवारी लंडनला पोहोचतो आहे, याची त्याला आठवण करून दे.''

त्यानंतर मार्टिनेझने आपल्या टेबलामागून उठून पुढे येत सेबॅस्टियनचे खांदे पकडून त्याला जवळ घेतलं आणि त्याच्या दोन्ही गालांवर ओठ टेकवून म्हणाला, ''तू माझा चौथा मुलगाच आहेस, असं मी मानतो.''

सेबॅस्टियन मार्टिनेझ हाऊसमधून बाहेर पडला, तेव्हा डॉन पेड्रो मार्टिनेझचा पहिला मुलगा आपल्या ऑफिसच्या खिडकीपाशी उभा होता. सेबॅस्टियन ऐंशी लाख पौंडाचा माल इंग्लंडला घेऊन निघाला होता. तो गाडीत बसला आणि गाडी बघता बघता समोरच्या गर्दीत दिसेनाशी झाली.

दिएगो धावतच आपल्या वडिलांच्या ऑफिसात गेला.

''तो पुतळा जहाजावर चढवण्यात आला ना?'' ऑफिसचं दार बंद होताच डॉन पेड्रोने दिएगोला विचारलं.

''आज पहाटे तो जहाजात चढवण्यात येत असताना तिथे थांबून मी जातीने पाहून खातरी करून घेतली, पण अजूनही माझ्या मनाला काही ही गोष्ट पटत नाहीये.''

''कशाविषयी?''

''त्या पुतळ्यात तुमचे ऐंशी लाख पौंड्स लपवलेले आहेत आणि त्यावर नजर ठेवायला आपल्या विश्वासातला एकसुद्धा माणूस त्या जहाजावर नाही. या संपूर्ण ऑपरेशनची जबाबदारी तुम्ही त्या एवढ्याशा शाळकरी पोरावर टाकलीत?''

“अगदी बरोबर. त्यामुळेच तर त्या पोरात आणि त्याच्याबरोबरच्या त्या पुतळ्यात कोणालाच रस वाटणार नाही,” डॉन पेड्रो म्हणाला. “सगळी कागदपत्रं सेबॅस्टियन क्लिफ्टन याच्याच नावाने बनवण्यात आली आहेत. त्याने फक्त ती कागदपत्रं कस्टम अधिकाऱ्यांच्या स्वाधीन करून रिलीज फॉर्मवर सही करायची. त्यानंतर त्या पुतळ्याचा ‘सोद्बीज’ची माणसं ताबा घेतील. या सगळ्यात आपला कुठेही संबंध नसेल.”

“तुमचं म्हणणं बरोबर ठरो म्हणजे झालं.”

“मी तुला खातरीनं सांगतो, आपण सोमवारी जेव्हा लंडनच्या एअरपोर्टवर जाऊन दाखल होऊ ना, तेव्हा किमान डझनभर कस्टम अधिकारी आपल्यासाठी सापळा रचून तयारीत थांबलेले असतील. आपल्या सामानाची झडती घेतल्यावर त्यांच्या हाती काय येईल? माझं आवडतं आफ्टरशेव्ह लोशन. आपला पुतळा तर केव्हाच ‘सोद्बीज’च्या ताब्यात असेल. लिलावात विक्रीला काढण्यासाठी!”

⁂

सेबॅस्टियन जेव्हा आपला पासपोर्ट ताब्यात घेण्यासाठी एम्बसीत गेला, तेव्हा रिसेप्शन काऊंटरपाशी अँबॅसेडर साहेबांची सेक्रेटरी बेकी त्याची वाट पाहत उभी होती. तिला पाहून त्याला आश्चर्य वाटलं. “गुड मॉर्निंग,” ती म्हणाली. “अँबसेडर तुझी वाटत पाहताहेत. त्यांना तुझ्याशी बोलायचंय.” त्यानंतर ताबडतोब ती त्याला अँबॅसेडर मिस्टर मॅथ्यूज यांच्या ऑफिसात घेऊन गेली.

तिच्या मागोमाग जात असताना त्याच्या मनात आलं, ‘परत एकदा आपले वडील आपली वाट पाहत थांबले असतील का? आपल्याबरोबर ते लंडनला परत येणार असतील का?’ त्याला मनातून तशी आशा वाटू लागली. बेकी दारावर हलके टकटक करून दार उघडून आत शिरली आणि त्याच्यासाठी दार उघडून कडेला उभी राहिली.

सेबॅस्टियन ऑफिसात शिरला तेव्हा अँबॅसेडर बाहेर पाहत खिडकीपाशी उभे होते. दार उघडण्याचा आवाज येताच ते मागे फिरून चालत सेबॅस्टियनपाशी आले आणि त्यांनी त्याचे दोन्ही हात हातात घेतले.

“तुला प्रत्यक्ष भेटून बरं वाटलं. मी म्हटलं, तुझा पासपोर्ट तुला प्रत्यक्ष भेटूनच द्यावा,” असं म्हणून त्यांनी सेबॅस्टियनचा पासपोर्ट त्याच्या हातात ठेवला.

“थँक यू, सर,” सेबॅस्टियन म्हणाला.

“मला आणखी एका गोष्टीची तुझ्याकडून खातरी करून घ्यायची आहे. तुझ्याबरोबर एक हजाराहून जास्त ब्रिटिश पौंड्स नाहीत ना? तू कोणत्याही प्रकारचा कायदा मोडत नाहीस ना, हे मला बघितलं पाहिजे.”

"माझ्याकडे फक्त दहा पौंड आहेत,'' सेबॅस्टियन म्हणाला.

"तुझ्याकडे डिक्लेअर करण्यासारखं फक्त तेवढंच असलं, तर मग काहीच प्रश्न नाही. तुला तिकडे कस्टम्सचा काहीच त्रास होणार नाही.''

"आणखी एकच गोष्ट आहे. डॉन पेड्रो मार्टिनेझ यांच्यासाठी मी एक पुतळा माझ्यासोबत इंग्लंडला घेऊन चाललो आहे. 'सोद्बीज'ची माणसं येऊन तिकडे तो पुतळा ताब्यात घेणार आहेत. खरं म्हणजे मला त्याबद्दल जास्त काहीच माहिती नाही. त्याच्या माहितीपत्रकात मी इतकंच वाचलं की, त्या पुतळ्याचं नाव 'द थिंकर' असं असून त्याचं वजन दोन टन आहे.''

"बरं. मी तुझा जास्त वेळ घेत नाही,'' असं म्हणून अँबॅसेडर त्याला ऑफिसच्या दारापर्यंत सोडायला आले. "अरे हो, सेबॅस्टियन, तुझं मधलं नाव काय?''

"ऑर्थर, सर,'' सेबॅस्टियन म्हणाला. "ते खरं तर माझ्या आजोबांचं नाव आहे.''

"तुझा प्रवास सुखाचा होवो, बेटा;'' असं बोलून अँबॅसेडरसाहेबांनी त्याचा निरोप घेतला आणि ते ऑफिसात परत आले. आपल्या टेबलापाशी बसून त्यांनी नोटपॅडवर तीन नावं लिहिली.

४०

“**का**ल सकाळी आपले अर्जेंटिना येथील अँबॅसेडर फिलिप मॅथ्यूज यांच्याकडून हा संदेश आला आहे,” कॅबिनेट सेक्रेटरी टेबलाभोवती बसलेल्या सर्वांना उद्देशून म्हणाले. त्यांनी त्या संदेशाच्या प्रती सर्वांना वाटल्या. “अगदी नीट लक्षपूर्वक वाचा.”

सर ॲलन यांच्या मशीनवर हा सोळा पानांचा संदेश येऊन दाखल झाला होता. त्यानंतर संपूर्ण सकाळभर त्यातील प्रत्येक परिच्छेद वाचून पाहत होते. प्रिन्सेस मार्गरिट यांच्या दौऱ्याचं ते इतिवृत्त होतं. त्यात अनेक तपशील होते. त्या वरकरणी साध्या वाटणाऱ्या तपशीलांमध्येच कुठेतरी त्यांना हवी असलेली माहिती दडलेली होती.

अँबॅसेडर साहेबांनी मुळात या रॉयल गार्डन पार्टीसाठी त्या मार्टिनेझला का निमंत्रण दिलं होतं, हे त्यांना पडलेलं एक कोडंच होतं. त्याहीपेक्षा आणखी आश्चर्याची गोष्ट अशी होती, की हर रॉयल हायनेससमोर त्यांनी त्या मार्टिनेझला प्रेझेंट करून त्यांची ओळखसुद्धा करून दिली होती. अशा प्रकारे औचित्यभंग करण्याचा धोका पत्करण्यामागे अँबॅसेडर मॅथ्यू यांच्याकडे तसंच काहीतरी सबळ कारण असणार; अशी सर ॲलन यांची खातरी होती; परंतु मार्टिनेझ आणि हर रॉयल हायनेस यांच्या या भेटीचा फोटोच्या स्वरूपातील पुरावा किंवा त्यासंबंधी वृत्ताचं कात्रण अशा गोष्टींनी भविष्यात अँबॅसेडर अडचणीत येऊ नयेत, अशी त्यांनी ईश्वराची प्रार्थना केली.

सर ॲलन यांनी प्रिन्सेस मार्गरिट यांच्या दौऱ्याचं ते इतिवृत्त पुढे वाचण्यास सुरुवात केली. दुपारी बाराच्या सुमाराला त्यांना हवा तो मजकूर सापडला. त्यांनी आपली लंच अपॉईंटमेंट रद्द करण्याची सेक्रेटरीला सूचना दिली.

अँबॅसेडर मॅथ्यूज यांनी लिहिलं होतं :

"हर रॉयल हायनेस यांच्याकडून कसोटी सामन्याचा काय निकाल लागला ते मला समजलं. कॅप्टन पीटर मे यांनी खरोखरच फार मोठा विक्रम करून सामना गाजवला, पण अगदी शेवटच्या क्षणी ते रन आऊट व्हावे, हे दुर्दैवच म्हणायचं."

सर ॲलन यांनी मान वर करून हॅरी क्लिफ्टनकडे पाहून स्मितहास्य केलं. हॅरीसुद्धा अत्यंत काळजीपूर्वक तो संपूर्ण मजकूर वाचत होता.

मला त्यांच्याकडून जेव्हा हे समजलं की, ऑर्थर बॅरिंग्टन दुसऱ्या कसोटी सामन्यासाठी रविवार, तारीख २३ जून रोजी साऊथ हॅम्प्टनला परत येणार आहेत, तेव्हा मला आनंद झाला. कारण त्यांची कसोटी सामन्यांमधील धावांची सरासरी साधारणपणे आठपेक्षा थोडी जास्त असल्याने इंग्लंडला त्याचा खूपच फायदा होणार आहे."

सर ॲलन यांनी ऑर्थर, रविवार, साऊथ हॅम्प्टन आणि आठ हे शब्द अधोरेखित केले आणि मगच ते पुढे वाचू लागले.

"मात्र हर रॉयल हायनेस जेव्हा असं म्हणाल्या, की टेट ही संघासाठी पाचव्या क्रमांकावर खेळण्यासाठी चांगली 'एडिशन' आहे, तेव्हा मात्र मी जरा बुचकळ्यातच पडलो. पण मग त्याच म्हणाल्या, की खुद्द क्रिकेटचे डायरेक्टर जॉन रोथनस्टाईन यांनीच ही माहिती पुरवली."

कॅबिनेट सेक्रेटरी सर ॲलन यांनी टेट, पाचव्या क्रमांकावर आणि एडिशन हे शब्द अधोरेखित केले. त्यानंतर ते पुढे वाचू लागले.

"मी ऑगस्टे महिन्यात (येथे 'ऑगस्ट' असं न लिहिता 'ऑगस्टे' असं लिहिण्यात आलं होतं.) लंडनला येत आहे. त्यामुळे मिलबँक येथे होणारा शेवटचा कसोटी सामना पाहण्यासाठी मी वेळेत हजर असेन. त्यावेळेपर्यंत आपण नक्कीच नववी मालिका जिंकलेली असेल. आणि हो, ते विशिष्ट पिच तयार करण्यासाठी त्यांना नक्कीच दोन टनाच्या रोलरची गरज पडेल."

सर ॲलन यांनी ऑगस्टे, मिल बँक, नववी आणि दोन टनाच्या हे शब्द अधोरेखित केले. आपण शाळेत असताना क्रिकेटच्या खेळात याहून अधिक रस घ्यायला हवा होता, असं त्यांना मनातून वाटत होतं. पण ते पट्टीचे पोहणारे होते. त्यांना क्रिकेटमध्ये जराही रुची नव्हती; परंतु टेबलाच्या एका टोकाला बसलेले सर गाइल्स बॅरिंग्टन मात्र त्यांच्या शालेय आयुष्यात आघाडीचे क्रिकेटवीर होते. त्यामुळे क्रिकेटच्या परिभाषेतील हे बारकावे तेच आपल्याला नीट समजावून सांगतील, अशी सर ॲलन यांना आशा वाटली.

सर ॲलन यांनी सभोवार पाहिलं. सर्वांनी आपापल्या हातातील कागद वाचून संपवले होते. फक्त मिसेस क्लिफ्टन एकट्याच अजूनही नोट्स काढत होत्या.

''मला वाटतं ब्युनॉस आयर्समधील आपले अँबॅसेडर आपल्याला काय सांगण्याचा प्रयत्न करत आहेत, हे बऱ्याच प्रमाणात आपल्याला समजलंय. पण तरीही अजून एकदोन गोष्टींचा उलगडा मला झालेला नाहीये. मला असं सांगा, त्यांनी इथे ऑर्थर बॅरिंग्टन असं का म्हटलंय? त्या महान क्रिकेटवीराचं नाव ऑर्थर बॅरिंग्टन नसून, केन बॅरिंग्टन आहे, हे तर मलासुद्धा माहीत आहे.''

''त्याचं कारण सेबॅस्टियनचं नाव 'सेबॅस्टियन ऑर्थर क्लिफ्टन' असं आहे,'' हॅरी म्हणाला. ''त्यामुळे आपण आता एक गोष्ट गृहीत धरायला हरकत नाही, की सेबॅस्टियन रविवारी, म्हणजे तेवीस जूनला साऊथ हॅम्प्टन बंदरात येऊन दाखल होणार आहे. याचं कारण असं की, कसोटी सामने रविवारी कधीच होत नाहीत आणि साऊथ हॅम्प्टनला तर कसोटी सामना खेळण्याचं मैदानही नाहीये.''

कॅबिनेट सेक्रेटरी सर ॲलन यांना ते पटलं.

''मला वाटतं, आठ या आकड्यामधून अँबॅसेडरना आठ दशलक्ष, अर्थात ऐंशी लाख पौंड चोरट्या मार्गाने इंग्लंडमध्ये येणार असल्याचं सुचवायचं असणार,'' सर गाइल्स बॅरिंग्टन म्हणाले. ''कारण केन बॅरिंग्टन यांचं टेस्ट ॲव्हरेज आठ नसून, पन्नासपेक्षाही जास्त आहे.''

''हे तर फारच छान,'' सर ॲलन त्या गोष्टीची नोंद करत म्हणाले. ''पण अजूनही दोन गोष्टींचा उलगडा मला झालेला नाही. अँबॅसेडर मॅथ्यूज यांनी 'ॲडिशन' या शब्दाचं 'एडिशन' असं चुकीचं स्पेलिंग कसं काय केलं असेल? शिवाय ऑगस्ट महिन्याऐवजी 'ऑगस्टे' असा शब्द का लिहिला असेल?''

''आणखी एक शब्द आहे 'टेट',' गाइल्स म्हणाला. ''मॉरीस टेट हा इंग्लंडचा नवव्या क्रमांकाचा फलंदाज होता, पाचव्या क्रमांकाचा निश्चितच नाही.''

''हो ना, त्या वाक्याने तर माझी दांडीच गुल झाली,'' स्वतःच्याच विनोदावर मोठ्यांदा हसत सर ॲलन म्हणाले. ''पण या दोन चुकीच्या स्पेलिंग्जचं स्पष्टीकरण कुणाकडे आहे का?''

''मला वाटतं, मी सांगू शकेन,'' एमा म्हणाली. ''माझी मुलगी जेसिका ही एक आर्टिस्ट आहे. तिने मला अनेकदा असं सांगितलंय, की अनेक शिल्पकार आपल्या शिल्पकृतींचे नऊ नमुने, म्हणजेच नऊ एडिशन्स बनवतात. आणि 'ऑगस्ट' ऐवजी 'ऑगस्टे' असं स्पेलिंग करून त्यांना त्या शिल्पकाराचं नाव सुचवायचं असेल.''

''मला अजूनही काहीही कळलेलं नाही,'' सर ॲलन म्हणाले. टेबलाभोवती बसलेल्या इतर मंडळींच्या चेहऱ्यावरून त्यांच्याही डोक्यात काही प्रकाश पडल्याचं जाणवत नव्हतं.

''तेव्हा ही कलाकृती रेनॉयरची तरी असेल नाही तर रोदिनची तरी,'' एमा म्हणाली. ''पण रेनॉयरच्या तैलचित्रामध्ये ऐंशी लाख पौंड लपवणं मुळीच शक्य नाही. त्यामुळे

मला असं वाटतं की, ऑगस्टे रोदिन या शिल्पकाराने बनवलेल्या दोन टन वजनाच्या शिल्पकृतीमध्ये हे ऐंशी लाख पौंड दडवण्यात आलेले तुम्हाला सापडतील.''

''आणि मिलबँकवरील टेट गॅलरीचे डायरेक्टर सर जॉन रोथनस्टाईन यांच्याशी जर मी संपर्क साधला, तर ते मला नक्की कोणती शिल्पकृती हे सांगू शकतील, असंच अँबॅसेडर मॅथ्यू यांना सुचवायचं असणार.''

''ते तर त्यांनी आपल्याला आधीच सांगूनही टाकलंय,'' एमा विजयी मुद्रेने म्हणाली. ''पण सर ॲलन, तो शब्द अधोरेखित करायला तुम्ही विसरलात.'' एमाला आपलं हसू लपवता येत नव्हतं. ''माझ्या आईने अगदी मरणासन्न अवस्थेत असतानाही ते रहस्य अचूक ओळखून दाखवलं असतं.''

त्यावर हॅरी आणि गाइल्स यांना हसू फुटलं. मग एमाने सर ॲलन यांच्या प्रश्नाचं उत्तर सांगितलं. त्याच क्षणी ते फोन उचलून म्हणाले, ''टेटमधल्या सर रोथनस्टाईनना फोन लावा. आज संध्याकाळी गॅलरी बंद झाल्यावर मी त्यांची भेट घ्यायला येणार असल्याचं त्यांच्या कानावर घाला.''

सर ॲलन फोन खाली ठेवून एमाकडे पाहून हसले. ''सिव्हिल सर्व्हिसमध्ये जास्तीत जास्त स्त्रियांना भरती करण्यात यावं, या मताचा मी नेहमीच पुरस्कार करत आलो आहे.''

''सर ॲलन, तुमच्या बोलण्यातील 'जास्तीत जास्त' आणि 'स्त्रिया' हे दोन शब्द तुम्ही नक्की अधोरेखित करा,'' एमा म्हणाली.

❋

सेबॅस्टियन 'क्वीन मेरी' जहाजाच्या वरच्या डेकवर उभा राहून कठड्यावरून वाकून समोरचं दृश्य पाहत होता. जहाज बंदर सोडून बरंच पुढे आलं होतं. लांबून ब्युनॉस आयर्स शहर एखाद्या आर्किटेक्टच्या ड्रॉईंगबोर्डवरील रेखाकृतीसारखं दिसत होतं.

बीचक्रॉफ्ट शाळेतून त्याला रस्टिकेट करण्यात आल्याच्या दिवसापासून आज पर्यंतच्या छोट्याशा काळात बरंच काही घडलं होतं; परंतु 'आपली केंब्रिजची सीट आपण गमावलेली नाही,' ही एवढीशी गोष्ट सांगण्यासाठी आपले वडील हा इतका मोठा प्रवास करून आपल्याला भेटायला का आले, यामागचं कोडं मात्र त्याला अजूनही उलगडलं नव्हतं. त्यापेक्षा त्यांनी सरळ त्या अँबॅसेडरना फोन का नाही केला? त्या अँबॅसेडरची आणि डॉन पेड्रो मार्टिनेझ यांची चांगली घनिष्ट ओळख होती, हे तर उघडच होतं. शिवाय आपला पासपोर्ट त्या अँबॅसेडर साहेबांनी स्वत: भेटून आपल्या हातात का बरं दिला? त्यांची सेक्रेटरी बेटी तो घेऊन रिसेप्शन डेस्कपाशी उभी राहिली असती, तरीही चालू शकलं असतं. त्याहीपेक्षा आणखी विचित्र गोष्ट अशी, की त्या अँबॅसेडरना आपलं मधलं नाव ऑर्थर आहे, हे जाणूनच घ्यायची

काय गरज होती?' त्याच्या मनात असे अनेक प्रश्न घोळत होते. ब्युनॉस आयर्स शहर दिसेनासं झालं, तरीही यातल्या एकाही प्रश्नाचं उत्तर त्याला मिळालेलं नव्हतं. कदाचित आपले वडीलच आपल्याला याचं उत्तर देऊ शकतील, असं त्याला वाटलं.

त्याने आपलं लक्ष भविष्यकाळावर केंद्रित करायचं ठरवलं. त्याच्यावर आत्ता सोपवण्यात आलेली महत्त्वाची जबाबदारी म्हणजे डॉन पेड्रोचं ते शिल्प सुखरूपपणे कस्टम्सच्या पार पोहोचवून 'सोद्‌बीज'कडे सुपूर्द करणं, ही होती. ती अत्यंत व्यवस्थित पार पाडायचं त्याने ठरवलं होतं. एकदा 'सोद्‌बीज'च्या माणसांनी येऊन ते शिल्प ताब्यात घेतलं, की मगच आपण तिथून निघायचं, असं त्याने ठरवलं होतं.

पण ती वेळ येईपर्यंत आपण या प्रवासाचा आनंद लुटायचा, असं त्याने ठरवलं. ऑफिसर्स अँड जंटलमेन हे पुस्तक वाचून संपवायचं, असा त्याने मनाशी निश्चय केला.

आता आपण लवकरच घरी जात आहोत, तर केंब्रिजच्या पहिल्याच वर्षी अशी काही नेत्रदीपक कामगिरी करून दाखवायची, की आपली आई प्रसन्न झाली पाहिजे, असं त्याने ठरवलं. आत्तापर्यंत आपण तिला जो काही त्रास दिलाय, त्या मानाने हे एवढं करून दाखवलं तरी पुष्कळ झालं, असं त्याला मनोमन वाटलं.

⁂

"द थिंकर," जॉन रोथनस्टाईन, टेट आर्ट गॅलरीचे डायरेक्टर म्हणाले. "बऱ्याच समीक्षकांच्या मते हे पुस्तक म्हणजे रोदिनची सर्वश्रेष्ठ कलाकृती होती. अगदी सुरुवातीच्या काळात 'द गेट्स ऑफ हेल' या शिल्पमालिकेचा एक भाग म्हणून त्याने या शिल्पाची योजना केली होती. आपल्या डोळ्यापुढील आदर्श असलेला महाकवी दांते याच्या स्मृतीला हे शिल्प अर्पण करायचं असं त्याने ठरवलं होतं. त्याला 'द पोएट' असं नाव द्यायचं त्याने मनात योजलं होतं. पण मग त्याचं त्याने 'द थिंकर' असं नामकरण केलं. त्याचा या शिल्पावर इतका जीव जडला होता, की अखेर त्याच्या मृत्यूनंतर या शिल्पाच्या प्रतिकृतीखाली त्याचं दफन करण्यात आलं."

सर ॲलन यांनी त्या महान पुतळ्याभोवती एक प्रदक्षिणा घातली. ते म्हणाले, "सर, अगदी सुरुवातीला या पुतळ्याच्या एकूण नऊ प्रतिकृती (एडिशन्स) बनवण्यात आल्या होत्या. तुमच्या इथे त्यातली ही पाचवी एडिशन आहे असं मी ऐकलंय, ते खरं आहे का?"

"अगदी बरोबर, सर ॲलन. रोदिन याच्या ज्या अत्यंत गाजलेल्या कलाकृती आहेत, त्यांचं ओतकाम रोदिनच्या हयातीतच ॲलेक्सिस रूडियर या कारागिराने पॅरिसमधील त्याच्या फौंड्रीमध्ये केलं होतं. रोदिनच्या मृत्यूनंतर मात्र फ्रेंच सरकारने त्याच्या सर्व कलाकृतींच्या अगदी मोजक्या एडिशन्स बनवण्याची एका वेगळ्याच

'फौंड्री'ला परवानगी दिली आहे. परंतु संग्राहकांच्या मते रोदिनच्या हयातीत बनवण्यात आलेल्या एडिशन्समध्ये जी सच्ची कारागिरी दिसते, ती या अलीकडच्या एडिशन्समध्ये दिसत नाही.''

''सगळ्याच्या सगळ्या सुरुवातीला बनवण्यात आलेल्या नऊ एडिशन्सचा नक्की ठावठिकाणा ज्ञात आहे का?''

''हो, हो,'' डायरेक्टर म्हणाले. ''ही एक आमच्याकडे आहे, आणखी तीन पॅरिसला आहेत– लुव्हरे, मूझी रोदिन आणि मॉयदन अशा तीन म्यूझियम्समध्ये त्या आहेत. त्याशिवाय आणखी एक न्यूयॉर्कच्या मेट्रॉपॉलिटन म्यूझियममध्ये आहे, एक लेनिनग्राडच्या हर्मिटेजमध्ये आहे. उरलेल्या तीन खासगी संग्राहकांकडे आहेत.''

''त्या तीन एडिशन्सचे मालक नक्की कोण आहेत?''

''बॅरन द रोथशिल्ड यांच्या वैयक्तिक संग्रहात एक आहे; तर एक पॉल मेलन यांच्याकडे आहे. तिसरी मात्र नक्की कुणाच्या ताब्यात आहे, हे एक गूढच आहे. आम्हाला त्याविषयी एकच माहिती आहे, की ती एडिशन रोदिनच्या हयातीतच बनवण्यात आली होती आणि सुमारे दहा वर्षांपूर्वी मार्लबरो गॅलरीने ती एका खासगी संग्राहकाला विकली होती. पण कदाचित पुढच्याच आठवड्यात हे गूढ उकलेल.''

''तुम्हाला काय म्हणायचंय सर जॉन? माझ्या लक्षात नाही आलं.''

''येत्या सोमवारी 'सोद्‌बीज'मध्ये जो सेल होणार आहे, तिथे १९०२ सालची 'द थिंकर'ची एडिशन विक्रीसाठी मांडण्यात येणार आहे.''

''आणि तिचा मालक कोण आहे?'' सर ॲलन यांनी निरागस चेहऱ्याने विचारलं.

''त्याची मलाही कल्पना नाही हो,'' रोथनस्टाईन म्हणाले. ''सोद्‌बीजच्या कॅटलॉगमधील वर्णनात ही कलाकृती एका सद्‌गृहस्थांच्या मालकीची आहे, एवढंच म्हटलंय.''

ते वर्णन ऐकून कॅबिनेट मिनिस्टर सर ॲलन यांना मनातून हसू आलं, पण ते दाबून त्यांनी विचारलं, ''हे असं का लिहिलंय?''

''त्याचा अर्थ असा, की ज्या कुणाला ती कलाकृती विकायची आहे, त्याला स्वत:चं नाव जाहीर करण्याची इच्छा नाहीये. बरेचदा मोठ्या घराण्यातील एखाद्या व्यक्तीचे वाईट दिवस आले, की तिच्यापुढे घरातील एखादी वंशपरंपरेने चालत आलेली कलाकृती विकण्यावाचून काही पर्याय राहत नाही; परंतु हे सत्य जगासमोर येऊ नये, अशी त्या व्यक्तीची इच्छा असते.''

''त्या सेलमध्ये त्याला तुमच्या अंदाजाने काय किंमत येईल?''

''तसा अंदाज लावणं फार कठीण आहे, कारण रोदिनची इतकी गाजलेली आणि सुंदर कलाकृती बऱ्याच वर्षांत विक्रीसाठी बाजारात आलीच नव्हती. त्यामुळे

एक लाखाहून कमी किमतीला ती विकली जाणार नाही. लाखांपेक्षा थोडी वरच जाईल.''

सर ॲलन त्यांच्या समोर असलेल्या 'थिंकर'कडे बोट दाखवून म्हणाले, ''हा पुतळा आणि त्या दिवशी सोद्‌बीजमध्ये विक्रीसाठी ठेवण्यात येणारा पुतळा यात सामान्य माणसाला काही फरक कळेल का?''

''खरं सांगू का? त्या दोघांचा क्रमांक फक्त भिन्न आहे. बाकी त्यांच्यात काहीच फरक नाही. ते प्रत्येक बाबतीत अगदी सारखे आहेत.''

कॅबिनेट सेक्रेटरींनी त्या पुतळ्याभोवती बऱ्याच प्रदक्षिणा घातल्या. तो पुतळा एका बऱ्याच मोठ्या आकाराच्या चौकोनावर बसला होता. मार्टिनेझने ऐंशी लाख पौंड कुठे दडवून आणले असतील, हे त्यांच्या लगेच लक्षात आलं. ते दोन पावलं मागे सरकून आणखी बारकाईने निरीक्षण करू लागले. त्या ओतीव काम करून घडवलेल्या पुतळ्याचा तळ मात्र लाकडी होता. ''सर्वच्या सर्व नऊ पुतळ्यांचे तळ असेच लाकडी आहेत का?'' त्यांनी विचारलं.

''अगदी तंतोतंत असे नाहीत, पण अशाच धर्तीचे आहेत; असा माझा अंदाज आहे. तो पुतळा कशाप्रकारे प्रदर्शनात मांडायचा याविषयीची विविध लोकांची मतं वेगवेगळी असू शकतात. आम्ही साधं ओक वृक्षाचं लाकूड निवडलं, कारण इथल्या बाकीच्या वातावरणाशी ते मिळतंजुळतं आहे.''

''आणि हा लाकडी तळ त्या पुतळ्याला कशाने फिक्स केला आहे?''

''या इतक्या मोठ्या आकाराच्या पुतळ्यासाठी त्याच्या आतल्या काठाला चार छोट्या पट्ट्या बसवण्यात येतात. त्यातून भोक पाडून चार बटरफ्लाय स्क्रू वापरून तो तळ ठोकण्यात येतो. कोणत्याही जरा हुशार सुताराला हे काम जमण्यासारखं आहे.''

''म्हणजे जर हा तळ काढायचा झाला तर फक्त ते चार स्क्रू काढले, की तो निघून येईल, असंच ना?''

''हो, बरोबर आहे, पण कुणी असं का करेल?'' सर जॉन म्हणाले.

''हो, ते तर आहेच,'' कॅबिनेट सेक्रेटरी सर ॲलन हसून म्हणाले. मार्टिनेझ पैसे कशात लपवून कोणत्या मार्गाने ब्रिटनमध्ये आणणार आहे, याचा अगदी व्यवस्थित उलगडा त्यांना आता झाला होता. त्याने ऐंशी लाख पौंड कसे आणले, हे शेवटपर्यंत कुणालाही कधीच कळलं नसतं.

''फार हुशार माणूस आहे,'' त्या पुतळ्यावर हात फिरवत सर ॲलन म्हणाले.

''फार मोठा प्रज्ञावंत,'' डायरेक्टर म्हणाले.

'अगदी हा शब्द नाही मी वापरणार,' सर ॲलन मनातल्या मनात म्हणाले. पण मुळात ते दोघं दोन वेगवेगळ्याच माणसांविषयी बोलत होते.

४१

पिकॅडली भागातील ग्रीन पार्क या भुयारी ट्रेन स्टेशनच्या दारासमोर त्या पांढऱ्याशुभ्र बेडफोर्ड व्हॅनच्या ड्रायव्हरने व्हॅन उभी केली. त्याने इंजिन चालूच ठेवून गाडीच्या पुढच्या दिव्यांची दोन वेळा उघडझाप केली.

तीन माणसं, नेहमीप्रमाणेच अगदी काटेकोरपणे ठरलेल्या वेळी हत्यारांच्या धोपट्या घेऊन खालून जिना चढून वर आली आणि झपाझप चालत व्हॅनच्या मागच्या बाजूला गेली. त्यांच्या अपेक्षेप्रमाणे दार आतून उघडंच होतं. तिघं माणसं आत चढून बसली. त्यांच्या मधोमध एक पेट्रोलचा कॅन, एक हत्यारांची थैली, एक शिडी, एक जाडजूड दोरखंडाचं वेटोळं.

त्या सामानाकडे कुणाचं लक्ष वेधलं जाण्याची काही शक्यताच नव्हती, कारण मुळात ती रविवार सकाळी सहाची वेळ होती. पण अगदी लक्ष गेलंच असतं, तरी ते साधे कामगार आहेत असाच सगळ्यांचा समज झाला असता. नाहीतरी एस.ए.एस.मध्ये भरती होण्यापूर्वी ते सगळे कामगार तर होते. कॉर्पोरल क्रेन हा सुतार होता. सार्जंट रॉबर्ट्स फौंड्रीमधला कामगार होता, तर कॅप्टन हार्टले हा स्ट्रक्चरल इंजिनियर होता.

"गुड मॉर्निंग जंटलमेन," कर्नल स्कॉट-हॉपकिन्स म्हणाला. ते तिघं आत व्हॅनमध्ये व्यवस्थित स्थिरस्थावर झाले होते.

"गुड मॉर्निंग, कर्नल," तिघं एकदम म्हणाले. एकेकाळी त्यांचा कमांडिंग ऑफिसर असलेल्या कर्नलने गियर टाकला आणि ती बेडफोर्ड व्हॅन साऊथ हॅम्प्टनच्या दिशेने धावू लागली.

क्वीन मेरी बंदरात येऊन दाखल झाल्यानंतर काही वेळात प्रवाशांना बाहेर जाण्यासाठी जिना उघडण्यात आला; पण त्याच्या कित्येक तास आधीपासूनच सेबॅस्टियन डेकवरच येऊन रेंगाळत होता. जिना उघडला गेल्यावर तो सर्वांत आधी जहाजाच्या बाहेर पडला आणि झपाझप चालत थेट कस्टम्स ऑफिसमध्ये पोहोचला. त्याने आपल्याजवळची कागदपत्रं एका तरुण ऑफिसरला दाखवली. त्याने ती ओझरती पाहिली. त्यानंतर त्याने सेबॅस्टियनकडे निरखून पाहिलं.

"जरा इथेच थांबा," असं म्हणून तो मागच्या एका ऑफिसात अदृश्य झाला. काही क्षणांतच एक वयस्कर माणूस तिथे आला. त्याच्या अंगात गणवेश होता. त्याने सेबॅस्टियनचा पासपोर्ट बघायला मागितला, त्यावरचा फोटो नीट तपासून पाहून ताबडतोब क्लिअरन्स ऑर्डरवर सही केली.

"आता लवकरच जहाजातून तुमचं सामान खाली उतरवण्यात येईल. माझा हा सहकारी तुमच्यासोबत तिथे येईल, मिस्टर क्लिफ्टन."

सेबॅस्टियन आणि तो तरुण ऑफिसर असे दोघं कस्टम शेडमधून बाहेर पडले. 'क्विन मेरी' जहाजापाशी एक क्रेन थांबलेली होती. आता लवकरच जहाजातून आलेलं सगळं सामान उतरवण्यात येणार होतं. वीस मिनिटांनंतर सेबॅस्टियनच्या डोळ्यादेखत एक अतिप्रचंड लाकडाचं खोकं सावकाश खाली उतरवण्यात आलं. त्याने याआधी ते कधीही पाहिलेलं नव्हतं. ते खाली उतरवल्यावर लोडिंग बे क्रमांक सहापाशी ठेवण्यात आलं.

काही कामगारांनी चढून क्रेनला जोडलेल्या साखळ्या सोडल्या आणि ते पुढचं सामान खाली उतरवण्याच्या तयारीला लागले. आता बे क्रमांक सहापाशी काढून ठेवलेलं खोकं एका फोर्क लिफ्ट ट्रकमध्ये घालून चाळीस नंबरच्या शेडमध्ये नेण्यात आलं. या सगळ्याला त्रेचाळीस मिनिटं लागली होती. आता तो तरुण ऑफिसर सेबॅस्टियनला घेऊन ऑफिसात परत आला. आणखी काही कागदपत्रांची पूर्तता व्हायची होती.

✳

पोलिसांच्या गाडीने सायरन वाजवण्यास सुरुवात केली. लंडनकडून साऊथ हॅम्प्टनकडे निघालेल्या 'सोद्‌बीज'च्या कारला मागे टाकून पोलिसांची गाडी जराशी पुढे गेली आणि त्यांनी 'सोद्‌बीज'च्या कारच्या ड्रायव्हरला गाडी रस्त्याच्या कडेला थांबवण्याची खूण केली.

व्हॅन रस्त्याच्या कडेला थांबताच पोलिसांच्या गाडीतून दोन ऑफिसर बाहेर पडले. एक व्हॅनच्या पुढच्या भागापाशी गेला. त्याचा सहकारी व्हॅनच्या मागच्या भागी गेला. मागे गेलेल्या ऑफिसरने खिशातून स्विस आर्मी नाईफ बाहेर काढून

त्याचं धारदार पातं डाव्या बाजूच्या मागच्या टायरमध्ये खुपसलं. त्यातून 'हिस्स्' असा हवा बाहेर पडण्याचा आवाज होताच तो पोलिसांच्या गाडीत जाऊन बसला.

व्हॅनच्या ड्रायव्हरने काच खाली करून पोलीस ऑफिसरकडे प्रश्नार्थक मुद्रेने पाहिलं. तो म्हणाला, "ऑफिसर, मी गाडी वेगात चालवत नव्हतो. मी कोणताही नियम मोडलेला नाही."

"नाही, नाही. तुम्ही नियम मोडलेला नाही. पण तुमच्या गाडीचं मागचं डाव्या बाजूचं टायर पंक्चर झालं आहे. ते तुम्हाला सांगण्यासाठी थांबवलं."

आता ड्रायव्हर खाली उतरून व्हॅनच्या मागे गेला. त्या फ्लॅट टायरकडे आश्चर्याने थक्क होऊन बघत राहिला.

"ऑफिसर, मला काहीच जाणवलं नाही," तो पोलिसाकडे बघत म्हणाला.

"हो, ना. जेव्हा छोटं पंक्चर असतं तेव्हा लगेच काही जाणवत नाही," तो पोलीस ऑफिसर म्हणाला. एवढ्यात शेजारून एक पांढरी शुभ्र बेडफोर्ड व्हॅन जोरात निघून गेली. मग तो ऑफिसर ड्रायव्हरला म्हणाला, "तुम्हाला सावध करणं माझं कामच आहे." त्यानंतर तो पोलिसांच्या गाडीत जाऊन बसला.

जर 'सोद्बीज'च्या ड्रायव्हरने त्या पोलीस ऑफिसरचं ओळखपत्र बघायला मागितलं असतं, तर त्याच्या असं लक्षात आलं असतं, की तो पोलीस अधिकारी इथला नसून रॉचेस्टर रो मधला होता आणि हा विभाग त्याच्या कार्यक्षेत्राच्या तीन ते चार मैल दूर, बाहेर होता. पण नाहीतरी सर ॲलन यांच्या हाताखाली पूर्वी एस.ए.एस.मध्ये काम करत असलेले कितीतरी पोलीस ऑफिसर्स सध्या हॅम्पशायर पोलीस खात्यात काम करतच नव्हते. शिवाय रविवारी सकाळी अगदी शॉर्ट नोटिसमध्ये ते सर ॲलन यांचं कोणतंही काम करण्यासाठी धावून यायचे.

*

डॉन पेड्रो मार्टिनेझ आणि त्याचा मुलगा दिएगो यांना ड्रायव्हरने मिनिस्ट्रो पिस्तारिनी आंतरराष्ट्रीय विमानतळावर नेऊन सोडलं. त्यांच्या भल्यामोठ्या बॅग्ज विमानतळावर कस्टम्समध्ये तपासणी न होताच पुढे पाठवण्यात आल्या. जरावेळात बीओएसीच्या लंडनला जाणाऱ्या विमानात ते जाऊन बसले.

फ्लाईट पर्सरने त्यांना त्यांच्या फर्स्टक्लास केबिनमधल्या जागी नेऊन बसवलं. "मला ब्रिटिश विमानाने प्रवास करायला नेहमीच आवडतं," डॉन पेड्रो त्या पर्सरला म्हणाला.

ठीक पाच वाजून त्रेचाळीस मिनिटांनी ते बोईंग स्टॅटोक्रूझर धावपट्टीवर धावू लागलं आणि त्याने बघता बघता आकाशात झेप घेतली. ते ठरलेल्या वेळेपेक्षा जरासं उशिरा निघालं होतं.

पांढऱ्या बेडफोर्ड व्हॅनच्या ड्रायव्हरने व्हॅन थेट बंदरात आणली आणि सरळ चाळीस नंबरच्या शेडपाशी आणून उभी केली. ही शेड बंदराच्या एका कडेला होती. आपल्याला नक्की कुठे जायचंय हे व्हॅनचा ड्रायव्हर कर्नल हॉपकिन्स याला व्यवस्थित माहीत होतं. त्याला कुणालाही काही विचारायची गरज पडली नाही. व्हॅनमध्ये बसलेल्या इतरांना या गोष्टीचं मुळीच नवल वाटलं नाही. बरोबर अठ्ठेचाळीस तासांपूर्वी कर्नलने या सर्व प्रकाराची व्यवस्थित रंगीत तालीम केलेली होती. तो तपशीलांच्या बाबतीत अत्यंत काटेकोर होता. तो कोणतीही गोष्ट नशिबावर सोडत नसे.

व्हॅन थांबताच कर्नलने कॅप्टन हार्टलेला एक चावी दिली. कर्नलचा सेकंड-इन-कमांड असलेला कॅप्टन हार्टले खाली उतरला. त्याने शेडचे दरवाजे उघडले. कर्नलने गाडी आत घेऊन इमारतीत नेली. आतमध्ये त्यांच्यासमोर जमिनीवर एक अति प्रचंड लाकडी क्रेट होतं.

इंजिनियरने शेडचं दार लावून घेतलं. बाकीच्यांनी व्हॅनमधून हत्यारं आणि सामानसुमान बाहेर काढलं.

सुताराने क्रेटला शिडी टेकवून ठेवली आणि त्यावर चढून एका क्लॉ हॅमरने तो क्रेटच्या झाकणाचे खिळे उचकटून काढू लागला. इकडे त्याचं काम चालू असताना कर्नल शेडच्या दुसऱ्या टोकाला गेला. तिथे एक लहानशी क्रेन आधीच आणून ठेवण्यात आली होती. त्या क्रेनमध्ये बसून ती चालवत त्याने क्रेटपाशी आणली.

इंजिनियरने दोरखंडाचं वेटोळं व्हॅनमधून बाहेर काढलं. त्याने त्याच्या एका टोकाला एक गाठ मारून ती खांद्यावर टाकली. आता तो जरा मागे तयारीत उभा राहिला. त्या क्रेटचं झाकण आणि वरच्या बाजूला घातलेलं पॅकिंग काढायला सुताराला आठ मिनिटं लागली. आपलं काम पुरं करून तो शिडीवरून खाली उतरला. आता इंजिनियर शिडीवर चढला. त्याच्या खांद्यावर दोरखंड होताच. शिडीच्या वरच्या पायरीवर पोहोचताच तो खाली वाकला आणि त्याने हातातील दोरखंड 'द थिंकर'च्या दोन्ही खांद्यांच्या खालून काखेतून ओढून घेतला. खरं तर दोरखंडापेक्षा लोखंडी साखळी वापरणं सोपं पडलं असतं. पण कोणत्याही परिस्थितीत त्या पुतळ्यावर पुसटसा ओरखडासुद्धा उठलेला चालणार नाही, असं कर्नलने त्याला बजावलं होतं.

दोरखंड व्यवस्थित आवळल्याची खातरी झाल्यावर इंजिनियरने एक डबल गाठ बांधून तयार केली आणि हात वर करून ती सर्वांना दाखवून आपण तयार असल्याचं सूचित केलं. आता कर्नलने त्या क्रेनची लोखंडी साखळी हळूहळू खाली आणली. त्या उघड्या क्रेटच्या वरच्या बाजूला अगदी काही इंच अंतरावर त्या अवाढव्य साखळीचा जाडजूड हूक थांबला. इंजिनियरने तो हूक हातात पकडून दोरखंडाच्या गाठीत नीट अडकवला आणि हाताने सर्वांना खूण केली.

आता कर्नलने क्रेनच्या साहाय्याने तो पुतळा अगदी सावकाश एक एक इंच वर उचलण्यास सुरुवात केली. आधी 'द थिंकरचं' खाली झुकलेलं डोकं सर्वांना दिसू लागलं. त्याने आपली हनुवटी एका हातावर टेकवलेली होती. त्यानंतर त्याचं धड हळूहळू वर आलं. मग त्याच्या पिळदार मांड्या दिसू लागल्या. अखेर तो 'थिंकर'च्या प्रचंड चौकोनावर ठाण मांडून बसला होता तो चौकोन बाहेर आला. सर्व काही व्यवस्थित क्रेटच्या बाहेर येताच कर्नलने क्रेनचा राक्षसी आर्म फिरवून तो पुतळा जमिनीच्या दिशेने सावकाश खाली घेण्यास सुरुवात केली. अखेर तो जमिनीपासून काही फुटांवर येऊन लोंबकळत थांबला.

फौंड्री कामगार आता जमिनीवर उताणा झोपून त्या पुतळ्याच्या तळाखाली सरकला. तळावर ठोकण्यात आलेल्या चार बटरफ्लाय स्क्रूजचं त्याने नीट निरीक्षण केलं. मग त्याने आपल्या हत्यारांच्या पिशवीतून प्लायर्स बाहेर काढले.

"अरे, कुणीतरी त्याला जरा घट्ट पकडून ठेवा ना. हलू देऊ नका." तो ओरडला.

मग इंजिनिअरने पुढे होऊन त्या 'थिंकर'चे गुडघे पकडले. सुतार उताणा झोपून त्याच्या मदतीला लागला. फौंड्री कामगाराने सगळी ताकद पणाला लावून बटरफ्लाय स्क्रू सैल करण्यास सुरुवात केली. अगदी सावकाश तो निघाला. आणखी तीन वेळा असाच प्रयत्न करून त्याने सगळे स्क्रू काढले. त्यानंतर त्याला काही कळायच्या आत तळाचं लाकूड धाडकन त्याच्या अंगावर पडलं. त्या पाठोपाठ लक्षावधी नोटांची बंडलं त्याच्या अंगावर पडू लागली आणि त्या ढिगाऱ्यात तो गाडला गेला.

"अरे वा! अखेर मला युद्धात भाग घेतल्याबद्दल मिळणार असलेलं वॉर पेन्शन हे असं इथे मिळणार आहे वाटतं?" सुतार हसत म्हणाला. त्याचा अजूनही डोळ्यांवर विश्वास बसत नव्हता.

कर्नलला हसू फुटलं. जरा वेळात धडपड करत कसाबसा फौंड्री कामगार त्या नोटांच्या ढिगाऱ्याखालून कुरकुरत बाहेर आला.

"मुळीच नाही हं क्रॅन," कर्नल सुताराला म्हणाला. मला स्पष्ट सूचना देण्यात आल्या आहेत. त्या नोटांमधली एक एक नोट जाळून नष्ट करायची आहे.

इंजिनियरने बरोबर आणलेल्या कोळशांचा ढीग रचला. त्यावर पेट्रोल ओतून एक काडी पेटवली. क्षणार्धात जाळ पेटला. कर्नलने मान हलवत पहिलं नोटांचं बंडल हातात घेऊन त्या जाळात भिरकावलं. काही वेळात बाकीचेही त्या कामात सहभागी झाले.

जरा वेळात शेवटची नोट जळून राख झाली. सर्व जण त्या राखेच्या ढिगाकडे काही क्षण बघत उभे राहिले. आपण आत्ता काय केलं, याविषयी विचार करणंही त्यांच्या जिवावर येत होतं.

सुतारानेच शांततेचा भंग केला. ''जाळण्याइतका पैसा ही म्हण ऐकली होती खरी, पण त्याचा एक वेगळाच अर्थ आज कळला.''

सगळे जोरजोरात हसू लागले. फक्त कर्नलचा चेहरा गंभीर होता. तो म्हणाला, ''चला, पुढच्या कामाला लागा.''

फौंड्री कामगार परत एकदा त्या हवेत लोंबकळणाऱ्या पुतळ्याच्या खाली उताणा झोपला. त्याने वेटलिफ्टरच्या कौशल्याने तो लाकडाचा तळ उचलून धरला. इंजिनिअर आणि सुतारांच्या मदतीने त्याने तो जागच्या जागी बसवला.

ते दोघं तो तळ घट्ट पकडून उभे राहिले. ''नीट धरा,'' तो फौंड्री कामगार ओरडला. त्याने एक एक करत सगळे बटरफ्लाय स्क्रूज जागच्या जागी बसवून सर्व ताकदीनिशी घट्ट पिळले. ते नीट बसल्याची खातरी पटल्यावर तो सरकत सरकत बाजूला झाला आणि उठून उभा राहिला. त्याने कर्नलला खूण केली.

कर्नलने क्रेनमध्ये बसून क्रेनच्या राक्षसी आर्मच्या साहाय्याने पुतळा हवेत उंच उचलला आणि उघड्या क्रेटच्या वरच्या तोंडापासून काही इंचांवर आणला. इंजिनियर घाईने शिडीवर चढला. आता कर्नल अगदी सावकाश तो पुतळा खाली सोडू लागला. कॅप्टन हार्टले याने त्याला नीट मार्गदर्शन केलं. अखेर तो पुतळा पहिल्यासारखा क्रेटमध्ये जाऊन बसला. आता त्या पुतळ्याच्या खाकेतून बांधलेला दोरखंड सोडवण्यात आला. इंजिनियर शिडीवरून खाली उतरला. त्याची जागा आता सुताराने घेतली. क्रेटचं जाडजूड फळकुटांचं झाकण त्याने खिळ्यांनी ठोकून व्यवस्थित बसवून टाकलं.

''बरं, मंडळी. आता आपण इथली साफसफाई करूयात. म्हणजे नंतर जास्त वेळ जाणार नाही.''

मग त्यांनी पाणी ओतून जाळ विझवला. फरशी झाडून साफ केली. सगळी हत्यारं, शिडी व इतर सामानसुमान व्हॅनच्या आत नेऊन ठेवलं. कर्नलने क्रेन परत कोपऱ्यात होती तशी नेऊन उभी केली. सुतार आणि फौंड्री कामगार व्हॅनमध्ये चढून बसले. इंजिनिअर शेडची दारं उघडून उभा राहिला. कर्नलने व्हॅन बाहेर काढली. त्याने इंजिन चालूच ठेवलं. त्याचा सेकंड-इन-कमांड कॅप्टन शेडच्या दाराला कुलूप लावून व्हॅनमध्ये येऊन बसला.

कर्नल बंदरातून निघाला तो व्हॅन घेऊन थेट कस्टम्स शेडमध्ये आला. व्हॅनमधून उतरून त्याने चाळीसनंबर शेडची किल्ली गणवेशधारी वयस्कर ऑफिसरच्या ताब्यात दिली.

''थँक यू, गॅरेथ,'' कर्नल म्हणाला. ''सर ॲलन यांना तुमच्याविषयी नक्कीच खूप कृतज्ञता वाटेल. आपण जेव्हा ऑक्टोबर महिन्यात आपल्या वार्षिक स्नेहभोजनासाठी भेटू, तेव्हा ते तुमचे व्यक्तिश: आभार मानतील.'' एवढं बोलून कर्नल स्कॉट

हॉपकिन्स कस्टम्स ऑफिसमधून बाहेर पडू लागला. त्याआधी त्या कस्टम अधिकाऱ्याने त्याला कडक सलाम ठोकला. मग कर्नल बेनफोर्ड व्हॅनमध्ये बसून लंडनच्या दिशेने निघाला.

⁂

'सोद्‌बीज'ची व्हॅन टायर बदलून अखेर ठरलेल्या वेळेपेक्षा चाळीस मिनिटं उशिरा बंदरात पोहोचली. ड्रायव्हरने चाळीस नंबरच्या शेडसमोर व्हॅन थांबवली. तो जे पार्सल ताब्यात घेण्यासाठी आला होता, त्याभोवती सुमारे डझनभर कस्टम अधिकारी गोळा झाले होते.

तो आपल्या सहकाऱ्याकडे वळून म्हणाला, "इथे नक्की काहीतरी झालंय यार!"

ते व्हॅनमधून बाहेर उतरले इतक्यात एका फोर्क लिफ्ट ट्रकने एक अतिप्रचंड मोठा क्रेट उचलून व्हॅनच्या मागच्या भागात ठेवला. त्यासाठी सुमारे डझनभर कस्टम अधिकारी मदतीला धावू लागले होते. 'हे उचलायला एवढी माणसं काय करायची आहेत?' असं त्या ड्रायव्हरच्या मनातसुद्धा आलं. खरं तर इतक्या मोठ्या पार्सलचा ताबा मिळायला चांगले दोन-तीन तास तरी लागतील, असा त्याचा अंदाज होता. पण ताबा मिळायला फक्त वीस मिनिटं लागली. अगदी कागदपत्रांची पूर्ततासुद्धा त्याच्या आत झाली.

"त्या क्रेटमध्ये नक्की काय असेल रे?" ड्रायव्हरचा दोस्त बर्ट त्याला म्हणाला.

"जाऊ दे ना, काही का असेना? आपल्याला त्याच्याशी काय देणं-घेणं आहे?" ड्रायव्हर म्हणाला, "पण निदान उशीर नाही झाला. आता माझा आवडता टी.व्ही.शो 'गेस्ट नाईट' बघायला वेळेवर घरी तर पोहोचेन."

'सोद्‌बीज्'च्या माणसांच्या ताब्यात ते पार्सल सोपवण्याचा कार्यक्रम इतक्या लवकर, शिस्तबद्ध रीतीने पार पडला, की सेबॅस्टियनलासुद्धा आश्चर्य वाटलं. कदाचित ते शिल्प अतिशय जास्त किमतीचं असेल, नाहीतर मग डॉन पेड्रो मार्टिनेझचा ब्युनॉस आयर्सप्रमाणेच साऊथ हॅम्प्टनलासुद्धा प्रचंड वट असेल, असा त्याचा समज झाला.

त्या वयस्कर, गणवेशधारी अधिकाऱ्याचे आभार मानून सेबॅस्टियन टर्मिनलवर परतला. पासपोर्ट कंट्रोलपाशी काही तुरळक प्रवासी वाट बघत थांबले होते, तिथे जाऊन तोसुद्धा थांबला. त्याच्या पासपोर्टवर जेव्हा पहिलावहिला शिक्का पडला, तेव्हा त्याला हसू फुटलं. पण त्यानंतर तो पुढे चालत जाऊन जेव्हा 'अरायव्हल्स हॉल'मध्ये शिरला, तेव्हा त्याची वाट बघत थांबलेल्या आई-वडिलांना पाहून त्याच्या

डोळ्यात पाणी आलं. त्याने आपल्या आई-वडिलांची वारंवार क्षमायाचना केली. पण अगदी काही थोड्या क्षणांतच सगळं काही पूर्वीसारखं होऊन सगळे हसू खेळू लागले. त्याला कुणी रागावलं नाही, की उपदेशाचे डोससुद्धा पाजले नाहीत. पण त्यामुळे त्याला मनातून जास्तच अपराधी वाटत होतं, हे मात्र खरं.

ब्रिस्टॉलला परत निघाल्यावर त्याला आपल्या आई-वडिलांना काय सांगू आणि काय नको, असं झालं होतं : टिबी (मिसेस टिबेट), त्यांची असिस्टंट जॅनिस, मित्र ब्रूनो, त्याचे वडील डॉन पेड्रो मार्टिनेझ, प्रिन्सेस मार्गारिट, अँबॅसेडर, कस्टम्स ऑफिसर या सर्वांविषयी तो अगदी भरभरून बोलला. फक्त शेवटच्या रात्री जिला तो हॉटेलात घेऊन आला होता, त्या गॅब्रिएलाविषयी मात्र त्याने त्यांना काही सांगितलं नाही. पण नंतर ब्रूनोला तिच्याविषयी सगळं खरं खरं सांगायचं त्याने ठरवलं.

अखेर ते घरी पोहोचले. त्यांची गाडी मॅनोर हाऊसमधून आत शिरलेली पाहताच जेसिका पळत पळत त्यांच्या स्वागताला पुढे आली.

सेबॅस्टियन गाडीतून उतरून तिला घाईने जवळ घेऊन म्हणाला, ''मला तुझी किती आठवण येत होती म्हणून सांगू?''

⁂

'सोद्‌बीज्'ची व्हॅन सात वाजून गेल्यानंतर बाँड स्ट्रीटला लागली. प्रवेशद्वाराच्या बाहेर दहा-बारा हमाल तयारीत उभे असलेले पाहून व्हॅनच्या ड्रायव्हरला मुळीच आश्चर्य वाटलं नाही. आज सगळ्यांना मुद्दाम ओव्हरटाईम देऊन थांबवून ठेवण्यात आलं होतं.

इंप्रेशनिस्ट डिपार्टमेंटचे मुख्य अधिकारी मिस्टर डिकन्स यांनी जातीने लक्ष घालून स्वतःच्या देखरेखीखाली तो पुतळा रस्त्यावरच्या व्हॅनमधून ऑक्शन हाऊसच्या स्टोअररूममध्ये हलवून घेतला. तेथे त्यांच्यासमक्ष ते लाकडी खोकं उघडण्यात आलं. त्यानंतर पुतळ्यावर सुरक्षिततेसाठी घातलेलं इतर पॅकिंग अलगद बाजूला करण्यात आलं. मग मिस्टर डिकन्स यांनी आपल्या हातातल्या कॅटलॉगवरचा नंबर पुतळ्यावर कोरलेल्या नंबराशी ताडून पाहिला. 'ऑगस्टे रोदिन' अशा सहीखाली '६' असा क्रमांक कोरलेला होता. त्यांनी हसून माहितीपुढे टिकमार्क केला.

''थँक यू, मंडळी. तुम्ही आता घरी जाऊ शकता. सगळ्या कागदपत्रांची पूर्तता मी उद्या सकाळी करीन.''

त्या रात्री कुलूप लावून मिस्टर डिकन्स जेव्हा घरी जायला निघाले, त्या वेळी संपूर्ण इमारतीच्या आवारात त्यांच्याशिवाय दुसरं कुणीही नव्हतं. ते चालत ग्रीनपार्क

स्टेशनच्या दिशेने निघाले. रस्त्याच्या पलीकडे एका अँटिक शॉपच्या दारात एक माणूस उभा होता. त्याच्याकडे मिस्टर डिकन्स यांचं लक्षच गेलं नाही.

मिस्टर डिकन्स दिसेनासे झाल्यानंतर तो माणूस आडोशातून बाहेर येऊन कर्झन स्ट्रीटवरच्या टेलिफोन बूथकडे चालत गेला. त्याच्या मुठीत टेलिफोनसाठी लागणारी सुटी नाणीसुद्धा होती. कुठल्याही गोष्टीचा काटेकोर विचार करण्याची त्याची सवय होती. त्याला तोंडपाठ असलेला टेलिफोननंबर त्याने फिरवला. दुसऱ्या बाजूने फोन उचलल्याचा आवाज होताच त्याने 'ए' हे अक्षर लिहिलेलं बटण दाबलं आणि म्हणाला, ''एक रिकामा थिंकर बाँड स्ट्रीटवर रात्र घालवत आहे, सर.''

''थँक यू, कर्नल,'' सर अॅलन म्हणाले. ''आणि हो. आणखी एक गोष्ट आहे. ती पण तुम्हीच हाताळावी, अशी माझी इच्छा आहे. मी नंतर संपर्क करीनच.'' एवढं बोलून सर अॅलन यांनी फोन ठेवला.

✳

बीओएसी फ्लाईट नंबर ७१४ ब्युनॉस आयर्सहून निघून दुसऱ्या दिवशी लंडनला येऊन पोहोचली. एअरपोर्टवर त्याच्या आणि दिएगोच्या सामानाची अगदी कसून झडती घेण्यात आली. अर्थात त्याचं त्या दोघांनाही अजिबात आश्चर्य वाटलं नाही. अखेर एकदाची तपासणी पूर्ण होऊन त्यांनी प्रत्येक बॅगवर पांढऱ्या खडूने फुली मारली. त्या सर्व अधिकाऱ्यांच्या चेहऱ्यावर प्रचंड निराशा झळकत असल्याचं मार्टिनेझला जाणवत होतं. अखेर तो आणि त्याचा मुलगा एअरपोर्टच्या बाहेर पडले.

ते एकदाचे त्यांच्या रोल्स रॉईस गाडीच्या मागच्या सीटवर बसून ईटन स्क्वेअरपाशी असलेल्या आपल्या घरी निघाल्यावर डॉन पेड्रो दिएगोकडे वळून म्हणाला, ''या ब्रिटिश लोकांबद्दल तू एक गोष्ट लक्षात ठेव. त्यांच्याजवळ काडीचीही कल्पनाशक्ती नाही.''

४२

लिलाव पुकारण्यास संध्याकाळी सात वाजता सुरुवात होणार असली, तरीही ऑक्शन हाऊस मात्र कितीतरी आधीपासूनच खचाखच भरलेलं होतं. इंप्रेशनिस्ट कालखंडातील कलाकृतींचा सेल होणार असला, की त्याला नेहमीच ही अशी तुडुंब गर्दी असे.

ऑक्शन हाऊसच्या तीनशे खुर्च्यांवर डिनर जॅकेट्स घालून आलेली रुबाबदार माणसं आणि पायघोळ सुंदर गाऊन्स घालून आलेल्या स्त्रिया बसल्या होत्या. जणू काही ऑपेराच्या पहिल्या प्रयोगाला यावं, तशीच ही सर्व माणसं सजूनधजून आली होती आणि कॉव्हेन्ट गार्डनमध्ये होणाऱ्या नाट्यप्रयोगाइतक्याच नाट्यमय गोष्टी आज या ठिकाणीसुद्धा घडणार होत्या. या इथे घडणाऱ्या नाटकातील पात्रांसाठीसुद्धा ठरावीक संवाद असले, तरीही प्रेक्षागृहात हे नाट्य बघण्यासाठी येऊन बसलेल्या प्रेक्षकांच्या तोंडी या नाट्यामधले सर्वोत्कृष्ट संवाद असत.

निमंत्रित पाहुण्यांचेसुद्धा विविध प्रकार होते. जे खरोखरच गंभीरपणाने या लिलावाकडे बघत, ते बरेचदा उशिरा येऊन हजर होत. त्यांच्यासाठी राखीव आसनव्यवस्था असे. अगदी सुरुवातीला लिलावात मांडण्यात येणाऱ्या वस्तू खरेदी करण्यात त्यांना यत्किंचितही रस नसायचा. सुरुवातीच्या या सेलमधील गोष्टींचं महत्त्व हे शेक्सपिअरच्या नाटकात करमणुकीसाठी आणण्यात आलेल्या काही किरकोळ पात्रांइतकंच होतं. प्रेक्षकांचं लक्ष मूळ नाटकाकडे वेधून घेण्याइतपतच त्यांचं महत्त्व होतं. याउलट तेथे उपस्थित असलेले आर्ट डीलर्स तसेच आर्ट गॅलरीजचे मालक सभागृहाच्या मागच्या भागात उभे राहत. धनिक वर्गाच्या हातून

सुटलेल्या काही चिल्लर, स्वस्त नगांवर त्यांच्या उड्या पडत. कधी कधी एखाद्या वस्तूसाठी लावलेली बोली त्याच्या नेमून दिलेल्या किमान किमतीलासुद्धा पोहोचत नसे. मग अशा वस्तूची विक्री थांबवण्यात येत असे. अशा वस्तूंवर या लोकांची नजर असे. काही मंडळी केवळ हा लिलावाचा तमाशा, ही धनिकांमधली चढाओढ बघण्यासाठी नटूनथटून येत. त्यांना खरेदी करण्यात काहीच रस नसायचा.

सर्वांत शेवटची एक जमात फारच धोकादायक होती. ही जमात म्हणजे श्रीमंतांच्या बायका. त्यांना खरंतर यातील कोणत्याही कलाकृतीत काहीच रस नसे. पण कुठल्यातरी जुन्या पुराण्या निरुपयोगी वस्तूसाठी आपला पती किती दाम मोजायला तयार होतो आहे, यावर कडी नजर ठेवण्यातच त्यांना रस असायचा. त्या स्त्रियांमध्ये काही अविवाहित तरुणीही असायच्या. या धनिकांसोबत त्यांची मैत्रीण म्हणून आलेल्या असायच्या. कधीतरी आपल्याला पत्नीचा दर्जा मिळेल, अशी आशा मनात धरून त्या येत असल्याने, त्या काहीही टीका न करता गप्प बसून असत. त्यात काही अतीव सुंदर स्त्रियाही असत. त्यांचा इथे येण्याचा उद्देश काही वेगळाच असे. युद्धभूमीवरून या धनिकांच्या ज्या कुणी मैत्रिणी अथवा बायका असतील, त्यांना अलगद दूर करण्याचं काम त्या अगदी इमानेइतबारे करायच्या.

पण आयुष्यात सगळ्याच गोष्टींना जसा अपवाद असतो, तसाच इथेही होता. तो म्हणजे सर ॲलन रेडमेन. आज ते खरं तर त्यांच्या देशाचे प्रतिनिधी म्हणून उपस्थित होते. आज येथे विक्रीसाठी काढण्यात येणाऱ्या २९ नंबरच्या वस्तूसाठी ते बोली लावणार होते. पण ही बोली वाढवत वाढवत किती उंच न्यायची, हे त्यांचं अजून ठरलेले नव्हतं.

लंडनच्या वेस्ट एंड भागातील ही ऑक्शन हाऊसेस आणि त्यांच्या विचित्र रूढी आणि परंपरा यांच्या बाबतीत सर ॲलन अगदीच अनभिज्ञ होते, असं मात्र नाही. गेल्या कित्येक वर्षांत कष्टाने जमा केलेल्या अठराव्या शतकातील इंग्रजी वॉटरकलरमधील चित्रांचा संग्रह त्यांच्याकडे होता. एकदोन वेळा तर त्यांनी सरकारच्या वतीनेसुद्धा बोली लावली होती. काही विशिष्ट चित्रं किंवा कलाकृती आपल्या देशातून कुणीतरी खरेदी करून परदेशात नेऊ नये, यासाठी देशाच्यावतीने त्यांनी बोली लावली होती. पण आजची गोष्ट काही वेगळीच होती. त्यांच्या संपूर्ण कारकिर्दीत पहिल्यांदाच ते एका महान कलाकृतीसाठी बोली लावणार होते; परंतु त्याच कलाकृतीसाठी परदेशातून फोनवरून बोली लावणाऱ्या प्रतिस्पर्ध्याने आपल्या वरताण बोली लावून आपल्याला हरवावं, अशी ते मनोमन इच्छा करत होते.

त्या दिवशी सकाळी 'टाइम्स' वृत्तपत्राने जो अंदाज वर्तवला होता, त्यानुसार रोदिन या शिल्पकाराची 'द थिंकर' ही शिल्पकृती एक लाख पौंडांना गेली असती. कोणत्याही फ्रेंच शिल्पकाराच्या शिल्पकृतीला आजवर एवढी जास्त किंमत कदापि

आलेली नव्हती; परंतु 'टाइम्स' वृत्तपत्राच्या लोकांना एक गोष्ट माहीत नव्हती. आज संध्याकाळी सर ॲलन त्या शिल्पकृतीची किंमत वाढवत वाढवत एक लाखाहून अधिक चढवणार होते. अखेर त्यांच्याही वर जाऊन बोली लावणारा केवळ एकच प्रतिस्पर्धी, म्हणजेच डॉन पेड्रो मार्टिनेझ हा एकटाच खेळाडू मैदानात शिल्लक उरेपर्यंत ते बोली लावतच राहणार होते. कारण डॉन पेड्रो मार्टिनेझ याच्या नजरेत त्या शिल्पकृतीची किंमत तर ऐंशी लाख पौंडाहूनही जास्तच होती.

गाइल्सने कॅबिनेट सेक्रेटरी ॲलन रेडमेन यांना एक प्रश्न विचारला. या प्रश्नाचं उत्तर देण्याचं ते मगाचपासून टाळत होते. तो म्हणाला, "समजा तुमची बोलीच मार्टिनेझच्या बोलीपेक्षा अधिक ठरली आणि तो जर मागे सरला, तर तुम्ही त्या शिल्पकृतीचं काय करणार?"

"मग सरकारी धोरणानुसार ती नॅशनल गॅलरी ऑफ स्कॉटलंडकडे सुपूर्द केली जाईल. तुम्ही त्याविषयी तुमच्या आठवणींमध्ये एक लेखसुद्धा लिहू शकाल. पण त्यासाठी तुम्हाला मी मरेपर्यंत थांबावं लागेल."

"आणि जर तुमचा तर्क बरोबर ठरला तर?"

"तसं जर झालं, तर मग मी माझ्या आठवणींमध्ये त्यावर एक अख्खं प्रकरण लिहून काढीन."

सर ॲलन ऑक्शन हाऊसमध्ये शिरल्यानंतर प्रेक्षागृहाच्या मागील भागात डाव्या हाताला जाऊन कोपऱ्यात बसले. त्यांनी ऑक्शन हाऊसचे मिस्टर विल्सन यांना दुपारीच फोन करून आपण २९ नंबरच्या वस्तूवर बोली लावणार असल्याचं आधीच सांगून ठेवलं होतं. आपण आपल्या नेहमीच्या कोपऱ्यातील जागी बसणार असल्याचंही त्यांनी मिस्टर विल्सन यांना सांगून ठेवलं होतं.

मिस्टर विल्सन जेव्हा पाच पायऱ्या चढून व्यासपीठावर आले, तेव्हा या नाटकातील महत्त्वपूर्ण भूमिका निभावणारी सर्व मंडळी आपापल्या जागी स्थानापन्न झाली होती. लिलाव पुकारणाऱ्याच्या दोन्ही बाजूला 'सोद्‌बीज'च्या कर्मचाऱ्यांची एक रांग होती. जे ग्राहक आज या ठिकाणी लिलावास प्रत्यक्ष उपस्थित राहू शकणार नव्हते, त्यांच्या वतीने हे कर्मचारी बोली लावणार होते. काही व्यक्ती मुद्दामच उपस्थित राहत नसत, कारण त्या चढाओढीच्या वातावरणात भावनेच्या भरात वाहवत जाऊन आपल्या हातून एखाद्या वस्तूसाठी उगाच भरमसाट बोली लावली जाईल अशी भीती त्यांना वाटायची. मग त्या व्यक्ती हे काम 'सोद्‌बीज'च्या कर्मचाऱ्यांवर सोपवत असत.

प्रेक्षागृहाच्या डाव्या भागात उंच बांधण्यात आलेल्या व्यासपीठावर एक टेबल होतं. त्या टेबलामागे ऑक्शन हाऊसचे वरिष्ठ अधिकारी बसले होते. त्यांच्या समोरच्या टेबलावर बरेच पांढऱ्या रंगाचे टेलिफोन्स होते. ते दूरदूरच्या ठिकाणाहून फोनवरून बोली लावणाऱ्या ग्राहकांच्या सोयीसाठी होते. आपल्या

ग्राहकाला ज्या वस्तूमध्ये रस आहे, ती वस्तू विक्रीस आल्यावर ते अधिकारी त्या फोनमध्ये आपल्या ग्राहकाशी सल्लामसलत करून मग त्या वस्तूसाठी बोली लावत.

प्रेक्षागृहाच्या मागच्या भागात बसलेल्या सर अ‍ॅलन यांनी पाहिलं, की आता सर्व खुर्च्या भरल्या होत्या; परंतु अगदी पुढच्या रांगेतल्या तीन खुर्च्या मात्र कुठल्यातरी बड्या असामीसाठी राखीव ठेवण्यात आल्या असाव्यात. त्या अजून रिकाम्याच होत्या. मध्यभागी जर डॉन पेड्रो मार्टिनेझ बसणार असला, तर त्याच्या बाजूच्या दोन्ही हातांना कोण बसणार असेल, असा विचार त्यांच्या मनात आला. त्यांनी हातातला कॅटलॉग चाळला आणि एकोणतीस नंबरच्या 'द थिंकर'चं पान उघडलं. मार्टिनेझला यायला अजून बराच अवकाश होता.

ठीक सात वाजता मिस्टर विल्सन यांनी व्यासपीठावरून प्रेक्षागृहात जमलेल्या लोकांवर एक कटाक्ष टाकला. पोप जसा समोरच्या जनसमुदायाकडे पाहून हसेल तसंच प्रेमळ हास्य त्यांनी केलं. मग हातातील मायक्रोफोनवर टक्‌टक् असा आवाज करून ते म्हणाले, ''गुड इव्हिनिंग लेडीज अँड जंटलमेन. 'सोद्‌बीज'च्या इंप्रेशनिस्ट सेलमध्ये तुमचं स्वागत असो. लॉट नंबर वन.''

एवढं बोलून त्यांनी डावीकडे पाहिलं. तिथे उभ्या करण्यात आलेल्या स्टँडवर योग्य तेच तैलचित्र मांडण्यात आलं असल्याची खातरी करून ते म्हणाले, ''हे दोन बॅले नर्तकींचं अतीव सुंदर असं चित्र आहे.'' मग त्या चित्राची जराशी पार्श्वभूमी सांगून ते म्हणाले, ''याची किंमत पाच हजार पौंड आहे. ...सहा हजार... सात हजार... आठ हजार...''

सर अ‍ॅलन हा सगळा खेळ अत्यंत रमून बघत होते. सुरुवातीच्या काही कलाकृती पटापट वाजवीपेक्षा जास्त किमतीला विकल्या गेल्या. 'टाइम्स'ने वर्तवलेला अंदाज बऱ्याच प्रमाणात चुकला होता. युद्ध संपल्यानंतर अचानक बऱ्याच नवीन कलासक्त संग्राहकांचं पेव फुटलं होतं. युद्धकाळात प्रचंड पैसा मिळवून गबर झालेले हे नवश्रीमंत आता कलेत रस घेऊ लागले होते. कलाकृतींमध्ये जवळचा पैसा गुंतवत होते.

सभागृहात बाराव्या लॉटची घोषणा होत असताना डॉन पेड्रो मार्टिनेझने प्रवेश केला. त्याच्यासोबत दोन तरुण होते. सर अ‍ॅलन यांनी त्यापैकी मार्टिनेझचा सर्वांत धाकटा मुलगा ब्रूनो याला ओळखलं. त्याच्यासोबत असलेला दुसरा तरुण मुलगा म्हणजे सेबॅस्टियन क्लिफ्टन असणार, असा त्यांनी तर्क केला. ज्या अर्थी मार्टिनेझ उजळ माथ्याने सेबॅस्टियनला येथे घेऊन आला आहे, त्या अर्थी आपण लपवलेले पैसे अजूनही त्या पुतळ्यामध्ये सुरक्षित आहेत, अशी त्याची खातरी असणार, असं सर अ‍ॅलन यांच्या मनात आलं.

मार्टिनेझला तिथे आलेलं पाहताच उपस्थित आर्ट डीलर्स आणि गॅलरीजच्या मालकांमध्ये कुजबूज सुरू झाली. अठ्ठावीस नंबरच्या लॉटमध्ये मार्टिनेझला रस असणार अशी त्यांच्यात चर्चा सुरू होती. व्हॅन गॉग याची ती एक अती उत्कृष्ट कलाकृती होती. पण कदाचित मार्टिनेझला त्याच्यानंतरच्या २९ क्रमांकाच्या रोदिनच्या 'द थिंकर'मध्येही रस असू शकेल, असं त्यांच्यातल्या काहींचं म्हणणं पडलं.

आत्यंतिक मानसिक ताणाखालीसुद्धा आपण फार शांत राहू शकतो, असा सर ॲलन यांना स्वत:विषयी अभिमान होता; परंतु आता मात्र जसजशी एक एक वस्तू विक्रीसाठी पुढे मांडण्यात येत होती, तसतसे त्यांच्या हृदयाचे ठोके अधिक वेगाने पडू लागले होते. त्यांना त्याची जाणीव झाली. व्हॅन गॉग याच्या कलाकृतीची घोषित किंमत ८०,००० पौंड होती. पण ती वाढत वाढत १,४०,००० पौंडापर्यंत जाऊन पोहोचल्यानंतर अखेर हातोडा आपटून लिलावकर्त्याने ती अंतिम किंमत असल्याचं जाहीर केलं. व्हॅन गॉग याच्या चित्रासाठी आजपर्यंतची ही सर्वाधिक किंमत होती. सर ॲलन यांनी खिशातून रुमाल काढून कपाळावरचा घाम टिपला.

त्यांनी हातातील कॅटलॉगचं पान उलटून २९ नंबरच्या त्या सर्वश्रेष्ठ कलाकृतीचा फोटो परत एकदा न्याहाळला. ती शिल्पकृती त्यांच्या अत्यंत आवडीची असूनसुद्धा आज ती आपल्या प्रतिस्पर्ध्याला खरेदी करू देण्याची जबाबदारी त्यांच्यावर होती.

"लॉट नंबर एकोणतीस. रोदिन याचा 'द थिंकर'," मिस्टर विल्सन म्हणाले. "तुम्ही सर्वांनी जर सेल रूमच्या दाराकडे एक नजर वळवली, तर तिथे मांडण्यात आलेला अप्रतीम ब्राँझचा पुतळा म्हणजेच कॅटलॉगमधील लॉट क्रमांक एकोणतीस आहे, हे तुमच्या लक्षात येईल." त्यानंतर त्या प्रचंड मोठ्या ब्राँझच्या पुतळ्याकडे सर्वांच्या कौतुकमिश्रित नजरा वळल्या. "या लॉटमध्ये अनेकांनी रस दाखवल्यामुळे याची सुरुवातीची किंमत चाळीस हजार पौंड असल्याचं मी जाहीर करतो. थँक यू सर," मिस्टर विल्सन मागे बसलेल्या एका सद्गृहस्थाकडे पाहत म्हणाले. अनेक नजरा त्या व्यक्तीकडे वळल्या. ही व्यक्ती कोण, हे पाहण्याची उत्सुकता सर्वांनाच होती.

सर ॲलन यांनी मान अगदी कळत नकळत झुकवून मिस्टर विल्सन यांच्या अभिवादनाचा स्वीकार केला.

एक माणूस व्यासपीठावरच बसला होता. मिस्टर विल्सन त्याच्याकडे पाहू लागले. हा पण माणूस रिंगणात आहे हे ओळखून सर्व जण माना उंच करून त्याच्याकडे पाहू लागले. तो माणूस हात वर करून म्हणाला, "साठ हजार." परत मिस्टर विल्सन यांनी सर ॲलन यांच्याकडे पाहताच त्यांनी मानेने तसाच हलका प्रतिसाद दिला. आता मिस्टर विल्सन त्या व्यासपीठावर बसलेल्या माणसाकडे पाहून प्रश्नार्थक स्वरात म्हणाले, "ऐंशी हजार?"

पण त्यावर त्याने ठामपणे नकारार्थी मान हलवली.

आता मिस्टर विल्सन सर ॲलन यांच्याकडे पाहत म्हणाले, ''सत्तर हजार पौंड.'' त्यांच्या मनात आता शंका निर्माण झाली होती. पण नंतर मिस्टर विल्सन आपल्या डावीकडे पाहून म्हणाले, ''ऐंशी हजार पौंड. टेलिफोनवरून आत्ताच ऐंशी हजार पौंडांची बोली आली आहे.'' मग लगेच ते सर ॲलन यांच्याकडे प्रश्नार्थक मुद्रेने पाहत म्हणाले, ''नव्वद हजार?''

सर ॲलन यांनी होकारार्थी मान डोलावली. मिस्टर विल्सन परत एकदा त्या फोन कानाला लावून बसलेल्या माणसाकडे वळले. ''एक लाख दहा हजार पौंड,'' ते पोट भरून तृप्तीने गुरगुरणाऱ्या मांजराप्रमाणे खूश होऊन गुरगुरले. परत एकदा हसून त्यांनी सर ॲलन यांच्याकडे पाहिलं.

'आता धोका पत्करावा का?' सर ॲलन विचारात पडले. आयुष्यात पहिल्यांदाच कॅबिनेट सेक्रेटरी सर ॲलन यांनी इतका मोठा धोका पत्करला. त्यांनी होकार दिला. ''एक लाख दहा हजार पौंड,'' ते त्या फोनवाल्या माणसाकडे वळून म्हणाले. तो माणूस फोन कानाशी पकडून पलीकडून देण्यात येणाऱ्या सूचना लक्षपूर्वक ऐकत होता.

मार्टिनेझने मागे वळून पाहिलं. आपल्याला आव्हान देणारा हा माणूस आहे तरी कोण, हे त्याला बघायचं होतं.

फोनवरचं कुजबुजत्या आवाजातलं संभाषण बराच वेळ चाललं होतं. जसजसा सेकंद काटा पुढे सरकत होता, तसतसे सर ॲलन अधिकाधिक अस्वस्थ होत चालले होते. 'मार्टिनेझने आपल्याला घोळात तर घेतलं नसेल ना?' त्यांच्या मनात आलं. कदाचित त्याने आणखी वेगळ्याच मार्गाने ते पैसे देशात आणले असतील तर? या सगळ्यात खरं तर वीसच सेकंद गेले होते. पण सर ॲलन यांना मात्र तास झाल्यासारखं वाटत होतं. त्यानंतर अगदी अनपेक्षितपणे फोनवर बोलत असलेल्या त्या माणसाने एक हात वर केला.

''फोनवरून एक लाख वीस हजारांची बोली आली आहे,'' मिस्टर विल्सन आवाजातला आनंद लपवण्याचा प्रयत्न करत म्हणाले. त्यांनी आपलं लक्ष सर ॲलन यांच्याकडे वळवलं. ते मात्र चेहऱ्यावरची रेषाही न हलवता बसून होते. ''एक लाख वीस हजार. एक लाख वीस हजार,'' मिस्टर विल्सन परत म्हणाले. ''आणि ही तुमची शेवटची संधी आहे,'' सर ॲलन यांच्याकडे रोखून बघत ते म्हणाले. पण सर ॲलन एखाद्या पुतळ्यासारखे निश्चल बसून होते.

''एक लाख वीस हजार पौंडाला हे शिल्प विकण्यात येत आहे,'' असं म्हणून मिस्टर विल्सन यांनी हातातली कुऱ्हाड समोरच्या टेबलावर जोरात आदळली. मग टेलिफोनवरून बिड लावणाऱ्या माणसाकडे पाहून ते प्रसन्नसे हसले.

सर ॲलन यांना मनातून हायसं वाटलं. मार्टिनेझच्या चेहऱ्यावर विजयाचा आनंद पसरलेला पाहून सर ॲलन यांना कळून चुकलं, की इतकी मोठी रक्कम आपण चोरट्या मार्गाने यशस्वीपणे देशात आणली आहे. त्याने स्वतःच्या मालकीचा ऐंशी लाख पौंडांचा पुतळा अवघ्या एक लाख वीस हजार पौंडांना खरेदी केला होता.

आणखी काही वस्तूंची विक्री झाल्यावर मार्टिनेझ मधेच उठून प्रेक्षकांच्या आड येत असल्याची जराही पर्वा न करता बेपर्वाईने उठून निघून गेला. त्याच्या मागोमाग उठलेल्या त्या दोन तरुणांच्या चेहऱ्यावर संकोच, लज्जा असे भाव स्पष्ट उमटले होते.

सर ॲलन पुढच्या डझनभर वस्तूंची विक्री पार पडेपर्यंत थांबले. त्यानंतर ते बाहेर पडून बाँड स्ट्रीटवर आले. ती संध्याकाळ अत्यंत रम्य होती. मग त्यांनी पॉलमॉलमधील आपल्या क्लबकडे चालतच जायचं ठरवलं. तिथे जाऊन शँपेन घेण्याचा त्यांचा इरादा होता. मार्टिनेझला जेव्हा सत्य कळेल, तेव्हा त्याचा चेहरा कसा होईल ते प्रत्यक्ष पाहण्यासाठी सर ॲलन आपल्या अख्ख्या एका महिन्याच्या पगारावर पाणी सोडायलासुद्धा तयार झाले असते.

४३

दुसऱ्या दिवशी सकाळी दहा वाजून गेल्यावर ईटन स्क्वेअरमधल्या घरातून बाहेर पडण्याआधी त्या टेलिफोनवरून लिलावात सहभागी होणाऱ्या अनामिकाने तीन फोन कॉल्स केले. त्यानंतर त्याने टॅक्सी बोलावली. १९, जेम्स स्ट्रीट असा पत्ता ड्रायव्हरला सांगून तो टॅक्सीत बसला. ते मिडलँड्स बँकेपाशी आल्यावर त्या टॅक्सी ड्रायव्हरला टॅक्सीतच थांबून राहायला सांगितलं आणि तो उतरला.

बँक मॅनेजरने त्याच्या भेटीसाठी खास वेळ ठेवला होता. ते पाहून त्याला अजिबात आश्चर्य वाटलं नाही. मॅनेजरने अदबीने त्याला आपल्या ऑफिसात बोलावून घेतलं. तो बसल्यावर मॅनेजर म्हणाला, ''बँकर्स ड्राफ्ट कुणाच्या नावे काढायचा?''

''सोद्‌बीज.''

मॅनेजरने ड्राफ्ट बनवून घेतला आणि त्यावर सही-शिक्का झाल्यावर तो एका लिफाफ्यात घालून मार्टिनेझच्या मुलाच्या हाती ठेवला. दिएगो तो ड्राफ्ट आतल्या खिशात ठेवून एक शब्दही न बोलता तिथून निघाला.

टॅक्सीत बसल्यावर तो म्हणाला, ''सोद्‌बीज.'' ऑक्शन हाऊसच्या बाँड स्ट्रीटवरील प्रवेशद्वारापाशी टॅक्सी येताच, परत एकदा त्याने ड्रायव्हरला तिथेच वाट पाहत थांबून राहण्याची सूचना केली. टॅक्सीतून बाहेर पडून प्रवेशद्वारातून आत जाऊन तो थेट ऑफिसात शिरला.

''सर, मी तुमची काय मदत करू?'' काऊंटरच्या मागे उभा असलेला तरुण अदबीने म्हणाला.

''काल रात्रीच्या सेलमध्ये मी लॉट नंबर २९ खरेदी केला आहे,'' दिएगो

म्हणाला. "मला त्याची किंमत चुकती करायची आहे." त्या तरुण क्लार्कने कॅटलॉगची पानं उलटली.

"हां, हां. रोदिनचा 'द थिंकर,'" परत एकदा तो नम्रपणे म्हणाला. 'ही अदब, ही नम्रता किती ग्राहकांच्या वाट्याला येत असेल बरं?' दिएगोच्या मनात आलं. "सर, एक लाख वीस हजार पौंड्स."

"ऑफकोर्स," असं म्हणून दिएगोने खिशातून बँकर्स ड्राफ्ट काढून काऊंटरवर ठेवला. बँकर्स ड्राफ्ट काढण्यामागचा उद्देशच हा, की तो कुणी काढला आहे, त्यासाठी पैसे कुठून आले इत्यादी गोष्टींचा तपास काढण्याची शक्यताच नसते.

"तुम्हाला पाहिजे त्या ठिकाणी तो पुतळा पोहोचवण्याची जबाबदारी आम्ही घेऊ, की तुम्ही स्वत: घेऊन जाणार, सर?"

"मी स्वत: एक तासानंतर इथे येऊन तो घेऊन जाईन."

"ही गोष्ट शक्य होणार नाही. त्याचं काय आहे, एखाद्या मोठ्या सेलच्या दुसऱ्या दिवशी आमची फार धावपळ असते."

त्यावर दिएगोने खिशातून पैशांचं पाकीट काढून पाच पौंडांची नोट काऊंटरवर ठेवली. त्या क्लार्कचा आठवड्याचा पगार तरी तेवढा होता की नाही, कुणास ठाऊक.

"मग थोडी धावपळ माझ्यासाठीसुद्धा करा," दिएगो म्हणाला. "हे पाहा, मी बरोबर एक तासात माझं पार्सल न्यायला इथे येतोय. त्या वेळी ते मला व्यवस्थित तयार हवं. म्हणजे अशा आणखी दोन नोटा मिळतील."

त्या क्लार्कने नोट घाईने खिशात टाकून होकार दिला. आता सगळं ठरल्याप्रमाणे पार पडणार होतं, हे नक्की.

आता बाहेर उभ्या असलेल्या टॅक्सीत येऊन बसत दिएगोने ड्रायव्हरला व्हिक्टोरिया भागातला एक पत्ता सांगितला. टॅक्सी त्या इमारतीपाशी येऊन थांबल्यावर टॅक्सीतून बाहेर पडून दिएगोने आपल्या वडिलांच्या पाच पौंडांच्या नोटांपैकी आणखी एक नोट काढून टॅक्सीचं बिल भागवलं आणि ड्रायव्हरने परत दिलेले खरे पौंड्स खिशात टाकले. टॅक्सी ड्रायव्हरला सहा पेन्स बक्षिशी देऊन तो इमारतीत शिरला. तिथली सेल्स असिस्टंट एक तरतरीत तरुण मुलगी होती.

"मे आय हेल्प यू?" तपकिरी आणि पिवळा गणवेश घातलेली ती तरुणी दिएगोला म्हणाली.

"माझं नाव दिएगो मार्टिनेझ. मी आज सकाळी फोन करून मोठा हेवी ड्यूटी ट्रक तयार ठेवायला सांगितला होता."

दिएगोने आवश्यक ते फॉर्म्स भरले आणि परत एकदा खिशातील पाच पौंडांची नोट काढून तिला दिली व तिने परत केलेल्या खऱ्या नोटा खिशात टाकल्या.

"थँक यू, सर. ट्रक मागच्या पटांगणात एक्काहत्तर नंबरच्या शेडमध्ये उभा आहे," असं म्हणत तिने त्याच्या हातात किल्ली दिली.

दिएगो मागच्या बाजूला गेला आणि त्याने ट्रक शोधून काढून, आतून निरखून पाहिला. त्याला अगदी हवा तसाच होता तो. मग ट्रकमध्ये चढून तो सुरू करून दिएगो कामगिरी फत्ते करण्यासाठी 'सोद्बीज'च्या दिशेने निघाला. वीस मिनिटांनी त्याने जॉर्ज स्ट्रीटवर असलेल्या दुसऱ्या प्रवेशद्वारापाशी ट्रक उभा केला.

दिएगो ट्रकमधून बाहेर पडत असताना 'सोद्बीज'चं मागचं दार उघडून हिरवे कोट घातलेली सहा माणसं एका ढकलगाडीवरून तो भला मोठा पुतळा घेऊन बाहेर आली. तो पुतळा व्यवस्थित पॅक केलेला होता आणि बॉक्सच्या सर्व बाजूंनी मोठाल्या लाल अक्षरात त्यावर 'सोल्ड' असं लिहिलेलं होतं.

दिएगोने ट्रकचं मागचं दार उघडताच त्या दणकट पहिलवानछाप माणसांनी तो भला मोठा पुतळा अगदी लीलया ट्रकच्या मागील भागात चढवला. दिएगोने ट्रकचं दार बंद करत त्या क्लार्कला ठरल्याप्रमाणे आणखी दोन पाच पौंडांच्या नोटा दिल्या.

ट्रक सुरू करून त्याने घड्याळात पाहिलं. अकरा वाजून एक्केचाळीस मिनिटं झाली होती. 'अगदी थोड्याच तासात आपण शिलिंगफोर्डला पोहोचू. तिथे आपले वडील अस्वस्थपणे येरझाऱ्या घालत आपली वाटच बघत असतील,' दिएगोच्या मनात आलं.

⁂

सेबॅस्टियनने केंब्रिज युनिव्हर्सिटीची मोहोर असलेला फिक्या निळसर रंगाचा लिफाफा टपालातून आलेला पाहिल्यावर तो घाईने उचलून उघडला. कोणतंही पत्र उघडल्यानंतर ते वाचण्यापूर्वी पत्राखाली कुणाची सही आहे, ते पाहण्याची त्याची सवय होती. आत्ता या पत्रावर डॉक्टर ब्रायन पॅजेट अशी सही होती. हे नाव त्याच्या ओळखीचं नव्हतं.

तो पत्र वाचू लागला.

"डिअर मिस्टर क्लिफ्टन –"

सेबॅस्टियन वाचता वाचता थबकला. अजून त्याला 'मिस्टर क्लिफ्टन' या संबोधनाची सवय नव्हती.

आमच्या कॉलेजच्या 'आधुनिक भाषा' विभागाकडून तुम्हाला शिष्यवृत्ती देण्यात येत आहे. यासाठी तुमची निवड झाल्याबद्दल तुमचं हार्दिक अभिनंदन. तुमचं शैक्षणिक वर्ष सोळा सप्टेंबर रोजी सुरू होत आहे, याची तुम्हाला

कल्पना असेलच. पण एक-दोन मुद्द्यांवर चर्चा करण्यासाठी त्यापूर्वी तुम्ही मला येऊन भेटावं, असं मला वाटतं. तुमचं कॉलेज सुरू होण्यापूर्वी काही पुस्तकं तुम्हाला आधी वाचावी लागतील. ती यादी पण त्याच वेळी मी तुम्हाला देईन. तुमच्या कॉलेजच्या पहिल्या वर्षातील अभ्यासक्रमासंबंधी मी तुम्हाला व्यक्तिशः मार्गदर्शनसुद्धा करीन.

तुम्ही या पत्राला नक्की उत्तर लिहा किंवा जर शक्य झालं, तर मला फोन केलात तर ते अधिक बरं.

डॉक्टर ब्रायन पॅजेट
सीनियर ट्यूटर

ते पत्र आणखी एकदा वाचून झाल्यावर त्याने ब्रूनोला फोन करायचं ठरवलं. त्यालासुद्धा जर असं पत्र आलं असतं, तर दोघं एकत्रच कार घेऊन केंब्रिजला जाऊ शकले असते.

✳

दिएगो ट्रक घेऊन ठरल्याप्रमाणे पोहोचताच त्याचे वडील प्रवेशद्वारातून धावतच बाहेर आले, ते पाहून त्याला आश्चर्य वाटलं नाही. पण त्याला नवल या गोष्टीचं वाटलं, की त्यांच्या पाठोपाठ त्याचा धाकटा भाऊ लुई आणि शिलिंगफोर्ड हॉलमध्ये काम करणारे त्यांचे सगळेच्या सगळे कर्मचारी तिथे जमले. कार्ल हातात एक भली मोठी लेदरची सूटकेस घेऊन तिथे आला.

"तुला पुतळा मिळाला का?" दिएगोचे वडील म्हणाले. दिएगो ट्रकमधून उतरून बाहेर पडेपर्यंतसुद्धा त्यांना दम निघत नव्हता.

"हो," दिएगो म्हणाला. आपल्या भावाचा हात हातात घेऊन प्रेमाने दाबत तो त्याला घेऊन ट्रकच्या मागच्या भागी गेला. त्याने ट्रकचं दार उघडताच लालभडक अक्षरात 'सोल्ड' असं लिहिलेलं ते महाकाय खोकं सर्वांच्या नजरेस पडलं. डॉन पेड्रोने पाळीव कुत्र्याला थोपटावं, तसं त्या खोक्याला प्रेमाने थोपटलं. मग तो बाजूला झाला आणि ते खोकं बाहेर काढण्याच्या कामी कामगार जुंपले. दिएगोने सर्वांवर देखरेख केली. अखेर इंच इंच लढवत, सर्वांचा घाम काढत ते खोकं एकदाचं बाहेर पडलं. ते हिरवळीवर मधोमध ठेवण्यात आलं. हिरवळीची नासाडी होताना पाहून माळ्याच्या चेहऱ्यावर नाराजी उमटली.

"ते खोकं सरळ करून घेऊ का?" दिएगो म्हणाला.

"नको, नको. आहे तसंच राहू दे, म्हणजे कडेच्या बाजूने, पुतळा आडवा असताना त्याचा तळ उचकटून काढणं सोयीचं होईल."

कार्लने बॅगेतून एक हातोडी काढली आणि खोक्यात घट्ट रुतून बसलेले खिळे टोकदार भागाने उचकटून काढण्यास सुरुवात केली. त्याच्या मदतीला स्वयंपाकी आणि माळी धावून आले.

अखेर खोक्याची सगळी फळकुटं काढून बाजूला झाल्यावर हिरवळीत आडव्या पडलेल्या त्या 'थिंकर'कडे सर्व जण कुतूहलाने बघू लागले. पुतळ्याचा तळ लाकडाचा होता. डॉन पेड्रोने अगदी जवळ जाऊन त्याचं निरीक्षण केलं; परंतु तो तळ अगदी व्यवस्थित होता. त्याला कुणी हात लावला असावा, तो उघडण्याचा प्रयत्न केला असावा, असं अजिबात वाटत नव्हतं. त्याने कार्लकडे पाहून मान डोलावली. मग कार्लने पुतळ्याच्या तळाच्या लाकडी भागाचं वाकून नीट निरीक्षण केलं. तळाला चार बाजूंना चार स्क्रू होते. परत एकदा हत्यारं बाहेर काढून ते स्क्रू काढायचा त्याने प्रयत्न केला. बऱ्याच मेहनतीनंतर एक-एक स्क्रू ढिला होऊन हातात आला. अखेर त्याने सर्व ताकदीनिशी तो लाकडीतळ बाहेर ओढून काढून हिरवळीवर टाकला. तो लगेच बाजूला झाला. आता पुतळ्याच्या पोकळ अंतर्भागात डोकावण्याचा मान त्याच्या धन्याचा होता.

डॉन पेड्रो मार्टिनेझ गुडघ्यांवर बसून आत डोकावून पाहू लागला, पण आतली पोकळी रिकामी होती. त्यात काहीच नव्हतं.

डॉन पेड्रोचे कर्मचारी आणि त्याची मुलं दिएगो व लुई त्याच्या पुढच्या आज्ञेची वाट बघत जरा दूर उभे होते. अचानक डॉन पेड्रो मार्टिनेझच्या तोंडून एक गगनभेदी किंकाळी बाहेर पडली. जवळच कब्रस्तान होतं. ती किंकाळी इतकी कर्णकटू होती, की त्या कब्रस्तानात गाडलेले मुडदे उठून बाहेर येतील. हिरवळीवर त्याच्या आज्ञेची वाट बघत उभी असलेली सहा माणसं प्रचंड घाबरली. बॉसना काय झालं, हे कुणालाच कळेना. इतक्यात मार्टिनेझ मोठ्यांदा किंचाळत म्हणाला, "माझे पैसे कुठे गेले?"

दिएगोने आपल्या वडिलांना इतकं संतापलेलं आजवर कधीच पाहिलं नव्हतं. त्याने ताबडतोब वडिलांच्या शेजारी बसून त्या पुतळ्याच्या तळातून त्याच्या पोटात हात घातला. पण त्याच्या हातात केवळ एकच पाच पौंडाची नोट आली. ती आतल्या बाजूने पुतळ्याच्या कडेला अडकून बसली होती. ती फाटली होती.

"पैसे कुठे गायब झाले?" दिएगो म्हणाला.

"कुणीतरी ते चोरले असणार," लुई म्हणाला.

"ते तर उघडच आहे," डॉन पेड्रो ओरडला.

तो अजूनही विस्फारित नजरेने त्या पुतळ्याच्या पोटाच्या पोकळीत निरखून बघत होता. कुणीही काहीही बोललं नाही. इंग्लंडमध्ये चोरट्या मार्गाने लाखो पौंड आणण्यासाठी जवळजवळ वर्षभर तयारी चालली होती. केवढं प्लॅनिंग त्यामागे होतं आणि आता

हातात राहिली होती एक फाटकी पाच पौंडांची नोट. अनेक मिनिटं तो गवतात बसकण मारून बसून होता. अखेर तो लटपटत्या पावलांनी उठून उभा राहिला. जरा वेळाने तो जेव्हा तोंड उघडून बोलला, तेव्हा तो बऱ्यापैकी शांत झाला होता.

त्या आडव्या पडलेल्या पुतळ्याकडे बोट दाखवत तो म्हणाला, ''या कृत्यासाठी जबाबदार कोण, ते काही मला ठाऊक नाही. पण मी त्यांना शोधून काढणार एवढं नक्की. सोडणार नाही.''

त्यानंतर एक शब्दही न बोलता त्या पुतळ्याकडे पाठ फिरवून तो घराकडे निघाला. दिएगो, लुई आणि कार्ल मनाचा हिय्या करून त्याच्या मागोमाग निघाले. त्याने दिवाणखान्यात शिरून तिथल्या भिंतीवर लटकत असलेलं एक प्रचंड मोठं तैलचित्र काढून शेजारी टेकून उभं केलं. भिंतीवर एक मोठं चक्र होतं. त्याने ते हलवून किंचित डावीकडे, मग किंचित उजवीकडे असं विशिष्ट पद्धतीने फिरवताच सूक्ष्म आवाज होऊन एक दार उघडलं. ते एका भल्या मोठ्या लोखंडी तिजोरीचं दार होतं. तिजोरीच्या आत पाच पौंडांच्या नोटांचा जुडगा होता. डॉन पेड्रो मार्टिनेझच्या घरच्या लोकांनी आणि त्याच्या खास विश्वासातल्या लोकांनी गेल्या दहा वर्षांत चोरट्या मार्गाने या सर्व नोटा इंग्लंडमध्ये आणल्या होत्या. त्याने आतून नोटांची तीन बंडलं काढली. त्यातलं एक दिएगोच्या आणि दुसरं लुईच्या आणि तिसरं कार्लच्या हातात ठेवत तो म्हणाला, ''माझे पैसे कुणी चोरले, हे जोपर्यंत आपण शोधून काढत नाही, तोपर्यंत कुणीही गप्प बसणार नाही, समजलं? तुमच्यातल्या प्रत्येकाने स्वतःवर सोपवलेली कामगिरी उत्तम पार पाडायची आहे आणि त्याबद्दल तुम्हाला मी इनामही देईन.''

''मुळात आपला पुतण्या लंडन एअरपोर्टकडे न जाता साऊथ हॅम्प्टनकडे निघाला असल्याचं गाइल्स बॅरिंग्टनला कुणी सांगितलं, हे तू शोधून काढायचंस,'' मार्टिनेझ कार्लला म्हणाला. कार्लने मान डोलावली. मार्टिनेझ लुईकडे वळून म्हणाला, ''तू आजच लगेच ब्रिस्टॉलला रवाना हो आणि त्या बॅरिंग्टनचे हितशत्रू कोण आहेत, त्यांना शोधून काढ. संसद सदस्यांना, राजकारण्यांना नेहमीच शत्रू असतात आणि एक लक्षात ठेवा, त्यातले कितीतरी शत्रू त्याच्या स्वतःच्या पक्षातलेच असतील. तिथे असताना आणखी एक माहिती काढ. त्याच्या कुटुंबाच्या मालकीची शिपिंग कंपनी आहे. या कंपनीविषयी सगळं जाणून घे. त्यांच्यासमोर काही आर्थिक अडचणी उभ्या आहेत का? युनियनशी काही भांडणतंटा चालू आहे का? त्यांच्या बोर्डमेंबर्समध्ये काही मतभेद आहेत का? आणि शेअर होल्डर्सना कंपनीच्या भवितव्याविषयी काही शंका आहे का? लुई, चांगलं खोलवर खणून सगळी माहिती काढ. एक लक्षात ठेव, कित्येक फूट खोलवर खणत गेल्याशिवाय पाणी लागत नाही.''

मग आपल्या मोठ्या मुलाकडे वळून तो म्हणाला, ''दिएगो, तू ताबडतोब 'सोद्बीज'मध्ये जा. या लॉट २९साठी माझ्या खालोखाल बोली कुणी लावली होती, हे तू आधी शोधून काढ. त्या पुतळ्यात दडवलेले पैसे गायब झाल्याचं त्याला नक्कीच माहीत असणार, त्यामुळेच त्याने चढती बोली लावत एवढी किंमत वर नेली आणि आयत्यावेळी मागे हटला.''

त्यानंतर डॉन पेड्रो क्षणभर थांबला. मग स्वत:चं अंगठ्याशेजारचं बोट दिएगोच्या छातीवर रुतवत म्हणाला, ''पण त्याहीपेक्षा महत्त्वाचं काम मी तुझ्यावर सोपवतोय. ज्या कुणी माझे पैसे लुबाडले, त्याला मी आयुष्यातून उठवणार आहे. त्यासाठी तू तुझ्या माणसांची एक टीम जय्यत तयार कर. अत्यंत बुद्धिमान, निष्णात वकिलांना मदतीला घे. स्वत:च्या फायद्यासाठी कायदा हवा तसा जे कोण वळवू शकतात अशा माणसांची नावं त्यांच्याकडून तुला कळतील. त्याचप्रमाणे कायद्याच्या कचाट्यात कधीच न सापडू शकणारे गुन्हेगार कोण, हेही तुला हे वकीलच सांगू शकतील. चांगली भरभक्कम फी देऊन त्यांची तोंडं बंद केलीस, की ते जास्त प्रश्नही विचारणार नाहीत. एकदा ही सगळी तयारी पूर्ण झाली, की मग तुझ्या मदतीने मी त्या लोकांना चांगला धडा शिकवणार आहे. त्यांनी जे काही केलंय, अगदी तेच मी त्यांच्याबाबतीत करणार आहे.''

४४

"एक लाख वीस हजार पौंड,'' हॅरी म्हणाला. "खरेदी करणाऱ्याने टेलिफोनवरून बोली लावली होती. पण खरेदी करणाऱ्याचं नाव मात्र 'टाइम्स'वाल्यांना अजून कळलेलं नाही, असं दिसतंय.''

"तेवढी किंमत भरण्याची ऐपत फक्त एकाच व्यक्तीची आहे,'' एमा म्हणाली. "शिवाय त्या पुतळ्याच्या खरेदीनंतर आपल्याला जे हवं ते मिळालंच नाही, हे एव्हाना मिस्टर मार्टिनेझ यांना कळून चुकलं असेलच.'' एमाच्या तोंडचे शब्द ऐकून हॅरीने मान वर करून पाहिलं, तर ती भीतीने थरथरत होती. "हॅरी, एका गोष्टीची आपल्याला सर्वांनाच खातरी आहे. त्याचे पैसे गायब होण्यामागे कोण जबाबदार आहे, हे जेव्हा त्या माणसाला कळेल ना, तेव्हा मग काही खरं नाही.''

"पण त्यात आपल्या सेबचा काही संबंध होता, असं त्याला वाटायचं काहीच कारण नाही. मी स्वत: केवळ काही तासच ब्युनॉस आयर्समध्ये होतो आणि ते अँबॅसेडर सोडले, तर बाकी कुणालाच माझं खरं नाव काय ते माहीत नाही.''

"अरे, पण तो आणखी एक माणूस होता ना... तो चौकस माणूस... मिस्टर...''

"अगं, मिस्टर बोल्टन. पण ते तर माझ्याचबरोबर माझ्याच फ्लाईटने परतसुद्धा आले.''

"मी जर त्या मार्टिनेझच्या जागी असते ना, तर सर्वांत आधी मला सेबचाच संशय आला असता,'' एमा म्हणाली. ती हुंदके देत होती.

“पण का बरं? कारण खरोखरच आपल्या सेबचा या प्रकरणाशी काहीच संबंध नाहीये.”

“पण तो पुतळा ‘सोद्‌बीज’च्या माणसांनी ताब्यात घेण्याआधी सेबनेच शेवटचा पाहिला होता.”

“हा काही पुरावा होऊ शकत नाही.”

“माझ्यावर विश्वास ठेवा. त्या मार्टिनेझसाठी हा एवढा पुरावासुद्धा पुरेसा आहे. मला वाटतं आपण आता सेबॅस्टियनला समजावून सांगायलाच पाहिजे, की–”

इतक्यात दार उघडून जेसिका धाड्‌कन खोलीत घुसली.

“ममा, उद्या सेब कुठे जाणार आहे, हे तू ओळखूच शकणार नाहीस.”

*

“लुई, तू ब्रिस्टॉलला असताना तुला काय काय शोध लागला, ते मला जरा सविस्तर सांग बघू.”

“मी बराच काळ कुठेही जरा जरी फट दिसली, तरी त्यात बोटं घालून काही वळवळत बाहेर येतंय का ते हुडकत हिंडत होतो.”

“मग सापडलं का काही?”

“हो. मला असं समजलंय की हा बॅरिंग्टन बराच लोकप्रिय आहे. त्याच्या मतदारसंघात त्याच्याविषयी लोकांच्या मनात भलताच आदर आहे. अर्थात त्याचे पुष्कळ हितशत्रूही आहेतच. विशेषतः त्याची आधीची बायको, आणि–”

“आधीची बायको? तिचा प्रॉब्लेम काय आहे?”

“तिला असं वाटतं, की बॅरिंग्टनने त्याच्या आईच्या मृत्युपत्रातील इच्छेचा मान ठेवण्याच्या नादात हिला वाईट वागणूक दिली. शिवाय तिला घटस्फोट दिल्यानंतर आता हा बॅरिंग्टन एका कोळसाखाणीच्या मालकाच्या मुलीबरोबर हिंडतोय. ते लोक वेल्श आहेत. तर याच्या बायकोला त्या गोष्टीची चीड आहे.”

“पण मग तू तिला फोन का नाही केलास?”

“मी तसा प्रयत्न केला ना, पण ते इतकं सोपं नाहीये. हे इंग्लिश उच्चभ्रू लोक इतके आगाऊ असतात, की त्यांच्याशी थेट संपर्क साधताच येत नाही. आधी कुणाचीतरी ओळख काढून मग त्यांच्यामार्फत जावं लागतं. पण मी ब्रिस्टॉलमध्ये असताना मला असा एक माणूस भेटला. आपण बॅरिंग्टनच्या बायकोला खूप चांगलं ओळखतो, असा दावा तो करत होता.”

“कोण हा माणूस?”

“मेजर ॲलेक्स फिशर.”

“पण मग त्याचं आणि या बॅरिंग्टनचं काय कनेक्शन?”

“गेल्या निवडणुकीत तो कॉन्झर्व्हेटिव्ह पक्षाचा उमेदवार होता. बॅरिंग्टनने त्याला केवळ चार मतांनी हरवलं. फिशरच्या मते त्याने लबाडीने ही जागा जिंकली आहे. आणि त्याच्याशी बोलल्यावर मला तर असं वाटलं, की त्या बॅरिंग्टनचा सूड उगवण्यासाठी हा फिशर कोणत्याही थराला जाईल.”

“तसं असेल, तर या कामात आपण त्याला मदत करायलाच हवी,” डॉन पेड्रो म्हणाला.

“मी आणखी एक शोधून काढलं आहे. ही निवडणूक हरल्यापासून हा ॲलेक्स फिशर कर्जबाजारी झाला आहे. तो निराश होऊन बुडत्याला काडीचा आधार शोधतोय.”

“अरे, हो का? मग त्याला आधाराला काडी फेकायला हवी, नाही का?” डॉन पेड्रो म्हणाला. “आता या बॅरिंग्टनच्या नव्या मैत्रिणीबद्दल काय कळलंय, ते सांग.”

“डॉक्टर ग्वेनेथ ह्यूजेस. ती लंडनच्या सेंट पॉल्स गर्ल्स स्कूलमध्ये शिकवते. बॅरिंग्टनचा घटस्फोट झाला आहे, त्यामुळे लवकरच हे दोघं त्यांच्या लग्नाची घोषणा करतील, असं लेबरपक्षाच्या लोकांना वाटतंय. पण पक्षकमिटीचा एक सदस्य तिला भेटल्यावर असं म्हणाला होता, की ही काही कुणी निर्बुद्ध सुंदरी नव्हे.”

“जाऊ दे, तिचं सोड,” डॉन पेड्रो म्हणाला. “त्या बॅरिंग्टनचं आणि तिचं फाटल्याशिवाय आपल्या काही कामाची नाहीये ती. आपण आपलं लक्ष बॅरिंग्टनच्या आधीच्या बायकोवर केंद्रित करू. त्या ॲलेक्स फिशरच्या मार्फत एक गोष्ट शोधून काढा, की तिला त्या बॅरिंग्टनचा सूड घ्यायचाय का तिला पैशात रस आहे. प्रत्येक बायको घटस्फोट झाल्यावर या दोन्हीपैकी एकाच्या तरी मागे असतेच. कधी कधी तर दोन्हीच्या मागे असते.” मग डॉन पेड्रो लुईकडे प्रेमाने बघत हसून म्हणाला, “शाब्बास बेटा. खूप मोठं काम केलंस.” मग तो दिएगोकडे वळून म्हणाला, “आणि तू काय केलंस?”

त्यावर लुई जरा जोरात म्हणाला, “थांबा ना. माझं अजून सांगून संपलेलं नाही. मला अजून एक असा माणूस भेटलाय, ज्याला बॅरिंग्टन कुटुंबाची इत्थंभूत माहिती आहे. त्याच्याएवढी माहिती तर खुद्द त्या बॅरिंग्टन परिवारातल्या लोकांनासुद्धा नसेल.”

“आणि कोण आहे हा माणूस?”

“हा एक प्रायव्हेट डिटेक्टिव्ह आहे. त्याचं नाव डेरेक मिचेल. पूर्वी त्याने बॅरिंग्टन आणि क्लिफ्टन या दोघांसाठी काम केलेलं आहे. पण मला असं एक मनातून वाटतंय, की जर पुरेसे पैसे मिळाले, तर हा माणूस आपल्यासाठी काहीही–”

"त्या माणसाच्या तू जवळसुद्धा फिरकायचं नाही. समजलं?'' डॉन पेड्रो लुईला म्हणाला. "हे बघ, पूर्वी ज्यांच्यासाठी त्याने काम केलं त्यांचाच जर तो विश्वासघात करायला तयार होणार असेल, तर उद्या वेळ आल्यावर तो आपल्याशीही असाच वागणार नाही कशावरून? पण अर्थात तरीही तू त्या माणसावर बारकाईने नजर ठेव.''

लुईने मान हलवली, पण त्याच्या चेहऱ्यावर निराशा स्पष्ट दिसत होती.

"दिएगो?''

"तो सेबॅस्टियन पोरगा जेव्हा ब्युनॉस आयर्समध्ये होता, नेमका त्याच काळात लागोपाठ दोन रात्री कॅप्टन पीटर मे नावाचा बीओएसीचा पायलट मेलोंगा हॉटेलमध्ये मुक्काम ठोकून होता.''

"मग काय झालं?''

"हाच माणूस ब्रिटिश एम्बसीमधील गार्डन पार्टीच्या वेळी एम्बसीच्या मागच्या दाराने बाहेर पडताना दिसला.''

"मग काय झालं? हा तर निव्वळ योगायोग असू शकतो.''

"मिलोंगा हॉटेलमध्ये रिसेप्शन डेस्कवर काम करणाऱ्या एका माणसाने असं सांगितलं, की तिथे हॉटेलच्या लॉबीत या माणसाला कुणीतरी हॅरी क्लिफ्टन अशी हाक मारली आणि सेबॅस्टियन क्लिफ्टनच्या वडिलांचं नाव हॅरी क्लिफ्टन आहे.''

"हा योगायोग असू शकत नाही.''

"आणि एकदा त्याचं हे बिंग उघडकीला आल्यावर तो माणूस तातडीने पुढची फ्लाईट पकडून इंग्लंडला निघून गेला,'' दिएगो म्हणाला.

"आता तर हा योगायोग असणं शक्यच नाही.''

"आणखी महत्त्वाची गोष्ट म्हणजे हा माणूस मेलोंगा हॉटेलचं बिल न भरताच गेला. नंतर ब्रिटिश एम्बसीने ते भरलं. याचा अर्थ इतकाच होतो, की वडील आणि मुलगा एकाच वेळी ब्युनॉस आयर्समध्ये होते. हा काही योगायोग नव्हे. ते दोघं संगनमताने काम करत होते.''

"पण मग ते दोघं एकाच हॉटेलमध्ये का नाही राहिले?'' लुई म्हणाला.

"कारण आपल्याला कुणी एकत्र पाहू नये, अशी त्यांची इच्छा होती,'' डॉन पेड्रो म्हणाला. मग तो क्षणभर थांबून म्हणाला, "वा! फारच छान काम केलंस, दिएगो. आणि माझ्या पुतळ्याच्या सेलच्या वेळी आपल्या खालोखाल बोली लावणारापण हा हॅरी क्लिफ्टनच होता का?''

"मला नाही वाटत तसं. मी 'सोद्बीज'च्या चेअरमनपाशी त्या माणसाची चौकशी केल्यावर त्याने वेड पांघरलं. 'काही कल्पना नाही' म्हणाला. चेअरमन मिस्टर विल्सन यांच्याशी मी जरासं सूचक बोलून पाहिलं. पण ते कुणाकडून पैसे

घेणं शक्यच नाही आणि त्यांना धमकी देण्याचा कुणी जर नुसता प्रयत्न जरी केला, तरी ते ताबडतोब स्कॉटलंडयार्डला फोन करतील, हे नक्की.''

डॉन पेड्रो यांच्या कपाळाला आठी पडली. ''पण या चेअरमन मिस्टर विल्सन यांची एक कमजोरी मला सापडली आहे,'' दिएगो पुढे म्हणाला. ''मी त्यांच्यासमोर असं सूचित केलं, की तुम्ही कदाचित तो पुतळा, 'द थिंकर' परत विक्रीला काढायच्या विचारात आहात. त्याबरोबर त्यांनी आडवळणाने असं सांगितलं, की कदाचित ब्रिटिश सरकारला तो खरेदी करण्यात रस असू शकेल.''

त्यावर डॉन पेड्रो इतका संतापला, की त्याने शिव्यांची लाखोली वाहिली. बऱ्याच वेळानंतर तो शांत झाला. मग तो कुजबुजत्या स्वरात म्हणाला, ''म्हणजे माझे पैसे कुणी चोरले, हे आता आपल्याला कळलं आणि एव्हाना त्यांनी त्या साऱ्या नोटा नष्ट केल्या असतील किंवा बँक ऑफ इंग्लंडच्या ताब्यात तरी दिल्या असतील. आता आपल्याला परत काही त्या दृष्टीसही पडणार नाहीत, हे नक्की.''

''परंतु त्या क्लिफ्टन आणि बॅरिंग्टन कुटुंबीयांच्या मदतीशिवाय हे एवढं मोठं ऑपरेशन यशस्वीरीत्या पार पाडणं ब्रिटिश सरकारला शक्यच झालं नसतं,'' दिएगो म्हणाला. ''त्यामुळे आपलं लक्ष्य अजूनही तेच आहे.''

''अगदी बरोबर,'' डॉन पेड्रो म्हणाला. ''तू तुझी टीम तयार केलीस की नाही?''

''मी एक छोटासा ग्रुप जमवलाय. या लोकांना टॅक्स भरायला मुळीच आवडत नाही,'' दिएगो म्हणाला. सर्वांना हसू फुटलं. ''आत्ता सध्या तरी मी त्यांना थोडे पैसे देऊन बांधून ठेवलंय. तुम्ही सांगितलंत की कामाला सुरुवात.''

''आपण कुणासाठी काम करणार आहोत, याची त्यांना काही कल्पना आहे का?''

''नाही. त्यांना वाटतं, मी एक प्रचंड श्रीमंत परदेशी माणूस आहे आणि खरं सांगायचं तर वेळच्या वेळी रोख पैसे टाकून त्यांना खूश ठेवलं, तर ते एकही प्रश्न विचारणार नाहीत.''

''मग ठीक आहे,'' डॉन पेड्रो म्हणाला. त्यानंतर तो कार्लकडे वळून म्हणाला, ''आपला भाचा लंडनला जाणार नसून साऊथ हॅम्प्टनला निघालेला आहे, ही बातमी त्या बॅरिंग्टनला कुणी दिली, हे तू शोधून काढलंस?''

''मी ते सिद्ध करू शकणार नाही,'' कार्ल म्हणाला. ''पण एकाच व्यक्तीने तसं केलं असण्याची शक्यता आहे. आय ॲम सॉरी, पण हे काम ब्रूनोचं आहे.''

''तो पोरगा जरा नको इतका जास्तच प्रामाणिक आहे. त्याचं कसं होणार

अशानं?'' डॉन पेड्रो म्हणाला. ''खरं तर त्याची आईच त्याच्या या स्वभावाला जबाबदार आहे. इथून पुढे आपण जे काही करणार आहोत, त्याविषयी ब्रूनो आसपास असताना एक चकार शब्दही काढायचा नाही, समजलं?''

''पण मुळात तुम्ही काय करायचं ठरवलंय, ते आम्हाला तरी कुठे माहीत आहे?'' दिएगो म्हणाला.

डॉन पेड्रो हसला. ''एक गोष्ट कधीच विसरू नकोस. जर एखादी राजवट उलथून टाकायची असेल, तर पहिली त्या राजगादीच्या वारसाची हत्या करावी.''

४५

दहा वाजायला एक मिनिट कमी असताना घराची बेल वाजली. कार्लने दार उघडलं.

"गुड मॉर्निंग सर. आपलं काय काम होतं?"

"माझी मिस्टर मार्टिनेझ यांच्याबरोबर दहा वाजताची अपॉइंटमेंट आहे."

कार्ल किंचित झुकून अदबीने बाजूला उभा राहिला. पाहुणा आत शिरल्यावर तो त्याला दिवाणखान्यातून अभ्यासिकेपाशी घेऊन गेला. मग दारावर टकटक करून तो म्हणाला, "सर, तुमचे पाहुणे आले आहेत."

मार्टिनेझने आपल्या टेबलामागून उठून उभं राहत हात पुढे केला. "गुड मॉर्निंग. मी तुमची वाटच पाहत होतो."

मग खोलीचं दार बंद करून कार्ल किचनमध्ये परत गेला. वाटेत त्याला ब्रूनो दिसला. तो कुणाशीतरी फोनवर बोलत होता.

"... माझ्या डॅडींनी मला उद्याच्या विम्बल्डन मेन्स सेमीफायनलची दोन तिकिटं दिली आहेत. मी तुला सोबत घेऊन जावं, असं त्यांनीच मला सुचवलं."

"किती छान रे," सेब म्हणाला, "पण नेमकी मी केंब्रिजला माझ्या ट्यूटरची शुक्रवारची अपॉइंटमेंट घेतली आहे. मला जमेल असं वाटत नाही."

"ए सेब, हे बघ, उगीच काहीतरी कारणं देऊ नकोस, बरं का. उद्या कोणत्याही परिस्थितीत तू लंडनला आलंच पाहिजेस. मॅच दुपारी दोनपर्यंत सुरू होत नाही. त्यामुळे तू अकरापर्यंत इथे पोहोचलास, तरी पुष्कळ झालं. तुझ्या हातात पुष्कळ वेळ आहे," ब्रूनो म्हणाला.

"अरे बाबा, पण त्याच्या दुसऱ्याच दिवशी दुपारी बारापर्यंत मला केंब्रिजला पोहोचायचंय," सेबॅस्टियन म्हणाला.

"तसं असेल, तर तू त्या दिवशी रात्री इथेच राहा ना. कार्ल तुला शुक्रवारी पहाटे लिव्हरपूल स्टेशनवर सोडेल."

"कोण कोण खेळणार आहे?"

"फ्रेझर विरुद्ध कूपर. फार जबरदस्त रंगणार आहे मॅच आणि तू जर शहाण्या मुलासारखा वागलास ना, तर मी माझ्या नव्या कारने विम्बल्डनला स्वत: घेऊन जाईन."

"काय? तुझ्याकडे तुझी स्वत:ची कार आहे?" सेबॅस्टियनने अविश्वासाने विचारलं.

"हो, नारिंगी रंगाची एम.जी.ए.कार आहे. कसली झकास आहे म्हणून सांगू?"

"नालायका... इकडे माझ्या पपांनी मला पुस्तकं दिली आहेत बक्षीस म्हणून."

ब्रूनो मोठ्यांदा हसला. "आणि हो. तू जर खरंच शहाण्या मुलासारखा वागलास ना, तर मी तुला माझ्या नव्या गर्लफ्रेंडबद्दल सांगीन."

"तुझी 'नवी' गर्लफ्रेंड?" सेबॅस्टियन त्याची चेष्टा करत म्हणाला. "मुळात 'नवी' गर्लफ्रेंड येण्यासाठी आधी 'जुनी' गर्लफ्रेंड असावी लागते ना?"

"मला कुठूनतरी धुराचा वास येतो," ब्रूनो हसत म्हणाला.

"हे बघ, मी तिला प्रत्यक्ष भेटलो ना, की मग तुला काय ते सांगीन," सेबॅस्टियन म्हणाला.

"पण तुला ती संधी काही मिळणार नाही. कारण मीच तिला आता शुक्रवारपर्यंत भेटणार नाहीये आणि त्या वेळी तर तू ट्रेनने केंब्रिजला निघाला असशील. तेव्हा आता उद्या अकराला आपण भेटूच."

ब्रूनो फोन खाली ठेवून आपल्या खोलीकडे निघालेला असताना अचानक त्यांच्या अभ्यासिकेचं दार उघडून त्याचे वडील बाहेर आले. त्यांनी एका मिलिटरी छाप माणसाच्या खांद्यावर हात टाकला होता. त्या दोघांचं आपापसात काहीतरी बोलणं चाललं होतं. खरं तर ब्रूनोने एरवी कधीही त्यांचं बोलणं चोरून ऐकलं नसतं. पण आत्ता अचानक त्यांच्या संभाषणातला 'बॅरिंग्टन' हा शब्द त्याच्या कानावर पडल्यामुळे तो त्यांचं संभाषण लक्षपूर्वक ऐकू लागला.

"तुम्हाला काही थोड्याच दिवसांत मी बोर्डवर आणीन," त्याचे वडील त्या माणसाला म्हणत होते. ते त्याला दारापर्यंत सोडायला गेले होते.

"त्या क्षणाची तर मी केव्हापासून वाट पाहतोय," तो माणूस म्हणाला.

"फक्त एकच गोष्ट सांगतो, मेजर. त्या बॅरिंग्टन कुटुंबीयांचा केवळ पाणउतारा करून गप्प बसायचा माझा इरादा नाही. मला त्यांची कंपनी भविष्यात

टेकओव्हर करून तुम्हाला चेअरमनच्या खुर्चीवर बसवायचंय. काय? कशी वाटली कल्पना?''

''त्याच वेळी त्या बॅरिंग्टनला जर तुम्ही आयुष्यातून उठवलंत ना, तर मग माझ्यासाठी त्यासारखी दुसरी आनंदाची गोष्टच नसेल,'' तो माणूस म्हणाला.

''केवळ बॅरिंग्टनच नव्हे,'' मार्टिनेझ म्हणाला. ''मला त्या कुटुंबातल्या एकूणएक माणसांचा नायनाट करायचा आहे.''

''वा! मग हे तर फारच छान,'' तो माणूस म्हणाला.

''त्यामुळे आता तुम्ही सर्वांत प्रथम असं करायचं, बॅरिंग्टन्सचे जेवढे म्हणून शेअर्स विक्रीला बाजारात येतील, तेवढे सगळेच्या सगळे तुम्ही खरेदी करायचे. एकदा का साडेसात टक्के शेअर जमले, की मी ताबडतोब माझा प्रतिनिधी म्हणून तुमच्या बोर्डवर पाठवतो.''

''थँक यू सर.''

''हे पाहा, मला सर वगैरे काही म्हणायचं नाही हं. माझे मित्र मला डॉन पेड्रोच म्हणतात.''

''आणि मला ॲलेक्स म्हणतात.''

''आता फक्त एकच गोष्ट लक्षात ठेवायची, ॲलेक्स. या क्षणापासून आपण दोघं पार्टनर आहोत आणि आपल्या डोळ्यांपुढे एकच ध्येय आहे.''

''वा, पेड्रो वा! हे तर अती उत्तम झालं,'' मेजर म्हणाला. दोघांनी हस्तांदोलन केलं. त्यानंतर पाठ फिरवून तो मेजर ॲलेक्स निघून गेला. तो शीळ वाजवत गेला असावा, असा डॉन पेड्रो मार्टिनेझला भास झाला.

डॉन पेड्रो घराच्या दिवाणखान्यात परतला, तेव्हा कार्ल त्याची वाटच बघत होता.

''सर, मला तुमच्याशी थोडं बोलायचंय.''

''चल माझ्या ऑफिसमध्ये.''

त्यानंतर खोलीत जाऊन दार व्यवस्थित बंद होईपर्यंत दोघंही काही बोलले नाहीत. त्यानंतर ब्रूनो आणि सेबॅस्टियन यांच्यात झालेल्या टेलिफोन संभाषणापैकी जो भाग कार्लच्या कानावर पडला होता, तो त्याने जसाच्या तसा डॉन पेड्रोला सांगितला.

''त्या पोराला विम्बल्डनच्या तिकिटांचा मोह पडणार, अशी माझी खातरीच होती,'' असं म्हणून मार्टिनेझने टेबलावरचा फोन फिरवला. ''ताबडतोब दिएगोला फोन लावा,'' तो जोरात खेकसला ''आणि आता त्या पोरट्याला आणखी मोहात पाडण्यासाठी आपल्याला काही करता आलं तर बघू,'' तो म्हणाला. जरा वेळात त्याचा मुलगा दिएगो फोनवर आला.

''बोला डॅड. काय मदत हवी आहे?''

"त्या क्लिफ्टन पोरट्याचा मासा गळाला लागलाय. आता तो उद्याच लंडनला येऊन विम्बल्डनला जातोय. आता माझ्या दुसऱ्या प्रस्तावाचा त्याने विचार करावा म्हणून जर ब्रूनोने त्याला गळ घातली, तर मग शुक्रवारपर्यंत तू सगळी तयारी करू शकशील का?"

*

सेबॅस्टियनला दुसऱ्या दिवशी सकाळी सात वाजून तेवीस मिनिटांनी निघणारी पॅडिंग्टनची ट्रेन पकडायची होती. त्यामुळे पहाटे उठण्यासाठी त्याने आपल्या आईकडे गजराचं घड्याळ मागितलं. पण सकाळी एमा दिवाणखान्यात त्याची वाटच बघत बसली होती. त्याला कारने स्वत: टेंपलमीड्स स्टेशनला पोहोचवायला येण्याची तिने तयारी दाखवली.

"काय रे, तू लंडनला गेल्यावर मिस्टर मार्टिनेझ यांना भेटणार आहेस का?" एमा म्हणाली.

"म्हणजे काय? अर्थातच भेटणार आहे. अगं, ब्रूनोने आणि मी विम्बल्डनला मॅच बघायला जावं, असं त्यांनीच तर सुचवलं होतं. पण का गं? तू असं का विचारतेस?"

"नाही. काही विशेष कारण नाही."

आपल्या ममाला या मिस्टर मार्टिनेझविषयी जरा जास्तच भीती वाटते, असं त्याला वाटत होतं. पण तिला जर त्याविषयी काही खोदून विचारलं, तर परत ती तेच उत्तर देणार याची त्याला खातरी होती.

"बरं, तू केंब्रिजला गेल्यावर तुला आंट ग्रेसला भेटायला वेळ मिळेल का?" त्याची आई मुद्दामच विषय बदलत म्हणाली.

"तिने शनिवारी दुपारी मला न्यूनहॅमला चहाला बोलावलंय."

"तिला मी आठवण काढल्याचं न विसरता सांग," एमा स्टेशनवर त्याला सोडून त्याचा निरोप घेताना म्हणाली.

ट्रेनमध्ये सेबॅस्टियन डब्याच्या एका कोपऱ्यात जाऊन बसला. ज्या माणसाला आपले आई-वडील आजवर आयुष्यात कधीच भेटलेले नाहीत, त्याच्याविषयी ते इतके चिंताग्रस्त का असतात, याचाच तो विचार करत होता. काही प्रॉब्लेम आहे का आणि असला तर त्याची ब्रूनोला कल्पना आहे का, हे या खेपेला ब्रूनोला नक्की विचारायचं त्याने ठरवलं. कारण आपण ब्युनॉस आयर्सला जायला निघालो, तेव्हा ब्रूनोलाही ते फारसं आवडलेलं नाही, हे सेबॅस्टियनला जाणवलं होतं.

ट्रेन पॅडिंग्टन स्टेशनात जाऊन पोहोचली, तरीही सेबॅस्टियनला हे गूढ काही

उलगडलेलं नव्हतं. स्टेशनच्या बाहेर पडताना त्याने उभ्या असलेल्या तिकीट तपासनिसाच्या हातात तिकीट ठेवलं आणि तो सरळ चालत सुटला. अखेर ३७ नंबरच्या दारापाशीच तो थांबला. त्याने दार वाजवलं.

"ओ माय गॉड!" दारात उभ्या असलेल्या सेबॅस्टियनला पाहून मिसेस टिबेट म्हणाल्या. त्यांनी त्याला पुढे होऊन जवळ घेतलं. "तुला कधी पुन्हा भेटेन असं वाटलंच नव्हतं, सेब."

"तुमच्या या रेस्टॉरंटमध्ये शिक्षा माफ झालेल्या पहिल्या वर्षाच्या विद्यार्थ्याला नाश्ता मिळेल का?" तो म्हणाला.

"तुझ्या बोलण्याचा अर्थ तू केंब्रिजमध्ये शिकायला जाणार असा असेल ना, तर काय हवं ते करून वाढीन," त्या म्हणाल्या. सेबॅस्टियन त्यांच्या मागोमाग आत गेला. "येताना दार बंद करून घ्यायला विसरू नकोस हं. आणि काय रे हा तुझा अवतार. कुणी म्हणेल, हा गोठ्यात जन्माला आला होता की काय?"

सेबॅस्टियनने आत येऊन दार लावून घेतलं. मग तो मिसेस टिबेटच्या पाठोपाठ किचनमध्ये गेला. जॅनिस त्याला पाहताच त्याला जवळ घेत म्हणाली, "मांजराने बघा कुणाला तोंडात धरून आणलंय?" त्यानंतर त्या दोघींनी त्याला अत्यंत रुचकर असा नाश्ता करून वाढला.

"मग? गेल्या खेपेस इथून गेल्यानंतर तू काय काय उद्योग केलेस?" मिसेस टिबेट म्हणाल्या.

"मी अर्जेंटिनाला गेलो होतो आणि मी प्रिन्सेस मार्गारेट यांना पाहिलं."

"अर्जेंटिना नक्की कुठे आहे?" जॅनिस म्हणाली.

"खूप खूप लांब आहे," मिसेस टिबेट म्हणाल्या.

खाता खाता मधेच थांबून तो म्हणाला, "मी येत्या सप्टेंबरमध्ये केंब्रिजला जाणार आहे आणि हे सगळं फक्त तुमच्यामुळे, टिबी!"

"मी तुझ्या अंकलना भेटायला गेले, त्याचा तुला राग नाही ना आला? आणि सगळ्यात वाईट म्हणजे त्यांना माझी भेट घ्यायला इथे पॅडिंग्टनला यावं लागलं."

"तुम्ही त्यांना भेटलात याबद्दल देवाचे आभारच मानायला हवेत," सेबॅस्टियन म्हणाला. "नाहीतर मी अजूनही अर्जेंटिनातच असतो."

"आणि आता या खेपेला तू लंडनला कशासाठी आला आहेस?" जॅनिस म्हणाली.

"मला तुमची दोघींची इतकी आठवण आली, की मला इकडे यावंच लागलं," सेबॅस्टियन म्हणाला. "शिवाय इतका सुंदर नाश्ता मला दुसरीकडे कुठे बरं मिळाला असता?"

"हे बघ, थापा पुरे झाल्या. खरं कारण सांग पाहू," मिसेस टिबेट त्याची बशी

पुन्हा भरत म्हणाल्या.

"वेल, आणखी एक कारण आहे," सेबॅस्टियन म्हणाला. "ब्रूनोने मला विम्बल्डन मेन्स सेमीफायनल बघायला बोलावलंय. फ्रेझर विरुद्ध कूपर."

त्यावर हातातलं फडकं टाकून जॅनिस म्हणाली, "काय? मी ॲश्ले कूपरच्या प्रेमात आहे."

"तू तर काय सेमीफायनल्समध्ये पोहोचलेल्या कुणाच्याही प्रेमातच असतेस," मिसेस टिबेट म्हणाल्या.

"नाही हं. तसं अजिबात नाही. मी त्या नील फ्रेझरच्या कधीही प्रेमात नव्हते."

सेबॅस्टियन त्यावर मनापासून हसला. त्यानंतर तासभर त्या तिघांचे हास्यविनोद चालूच होते. त्यामुळेच साडेअकरा वाजेपर्यंत तो ईटन स्क्वेअरला पोहोचला नव्हता. त्यामुळे जेव्हा ब्रूनोने दार उघडलं तेव्हा सेबॅस्टियन म्हणाला, "सॉरी यार, उशीर झाला. पण काय करू? माझ्या दोन गर्लफ्रेंड्स मला सोडायला तयारच नव्हत्या."

✳

"परत एकदा मला सगळं नीट सांग," मार्टिनेझ म्हणाला. "आणि हो, कोणताही तपशील वगळू नको."

"गेल्या आठवड्यातच तीन सराईत ड्रायव्हर्सनी याची रंगीत तालीम व्यवस्थित पार पाडली आहे," दिएगो म्हणाला. "आज दुपारी परत एकदा ते सगळं नीट चेक करणार आहेत."

"यात चूक कुठे होऊ शकेल?"

"जर तो सेबॅस्टियन क्लिफ्टन आलाच नाही, तर हा सगळाच बेत फसेल."

"मी त्या पोराला चांगला ओळखतो. त्याला मोह आवरणार नाही. फक्त तो उद्या सकाळी केंब्रिजला जायला निघाल्यावर त्याची आणि माझी गाठ पडणार नाही, अशी तुम्ही सगळ्यांनी काळजी घ्या. नाहीतर मी नक्की त्याचा गळा दाबून टाकीन."

"तुमची दोघांची एकमेकांशी गाठ पडू नये, याची सर्वतोपरी काळजी मी घेतली आहे. आज संध्याकाळी तुम्ही त्या मेजर फिशरच्या सोबत सॅव्हॉय हॉटेलमध्ये जेवायला जाणार आहात आणि उद्या सकाळी तुमची गावात एक महत्त्वाची अपॉइंटमेंट आहे. बॅरिंग्टन्सचे साडेसात टक्के शेअर्स तुमच्या मालकीचे झाल्यावर तुम्हाला काय काय अधिकार मिळतील, हे एक कायदेतज्ज्ञ तुम्हाला समजावून सांगणार आहेत."

"आणि दुपारी?"

"आपण दोघंही विम्बल्डनला जाणार आहोत. आपण दुपारी होणारी विमेन्स

फायनल बघायला जाणार असून, तुम्ही त्या वेळी स्टेडियमवर हजर होतात असं शपथेवर सांगणारे हजार साक्षीदार तिथे असतील.''

''आणि ब्रूनो कुठे असेल?''

''तो त्याच्या मैत्रिणीला घेऊन सिनेमाला जाणार आहे. सिनेमा सव्वादोनला सुरू होतो आणि पाचच्या सुमाराला संपतो. त्यामुळे संध्याकाळी घरी परत येईपर्यंत त्याला आपल्या मित्राबद्दलची दुःखद बातमी ऐकायला मिळणार नाही.''

त्या रात्री अंथरुणावर पडल्यावर सेबॅस्टियनला झोप लागेना. एखाद्या मूकपटाप्रमाणे दिवसभरात घडलेल्या गोष्टी त्याच्या नजरेसमोरून सरकत होत्या. टिबी आणि जॅनिस बरोबरचा नाश्ता, ब्रूनोच्या नव्या कारमधून विम्बल्डनला जाऊन पाहिलेली चित्तथरारक सेमीफायनल, अंतिम क्षणी कूपरला प्राप्त झालेला विजय. दिवसाचा शेवट ह्युअर स्ट्रीटवर मादाम जोजोकडे झाला. तिथे डझनभर ग्रॅब्रिएला त्या दोघांच्या गळ्यात पडल्या होत्या. ही आणखी एक गोष्ट आपल्या आईला सांगण्याचा त्याचा मुळीच बेत नव्हता आणि त्या सगळ्यावर कळस म्हणून ब्रूनोने त्याला विचारलं, ''उद्या ट्रेनने केंब्रिजला जाण्याऐवजी तू माझी गाडी घेऊन का नाही जात?''

''पण तुझ्या डॅडींना चालेल का? ते रागावणार नाहीत का?'' सेबॅस्टियन म्हणाला.

''ही कल्पना त्यांचीच आहे.''

❋

दुसऱ्या दिवशी सकाळी उठून सेबॅस्टियन जेव्हा नाश्त्यासाठी खाली आला, तेव्हा डॉन पेड्रो एका महत्त्वाच्या मीटिंगसाठी आधीच शहरात निघून गेल्याचं पाहून त्याचा जरासा हिरमोड झाला. त्यांनी दाखवलेल्या चांगुलपणाबद्दल त्याला त्यांचे आभार मानायचे होते. आता आपण ब्रिस्टॉलला परत गेल्यावर त्यांना एक पत्र लिहायचं, असं त्याने ठरवलं.

एका वाडग्यात कॉर्नफ्लेक्स आणि दूध घेऊन टेबलापाशी ब्रूनोच्या शेजारी बसत सेबॅस्टियन म्हणाला, ''काल काय धमाल आली ना?''

''कालचा दिवस गेला खड्ड्यात,'' ब्रूनो म्हणाला. ''मला आजच्या दिवसाबद्दल फार मोठी चिंता लागून राहिली आहे.''

''का? काय झालं?''

''आता या सॅलीविषयी मला काय वाटतं, हे मी तिला सांगायला हवं, की तिला ते माहीत आहे हे मी गृहीत धरू?''

''इतकी वाईट परिस्थिती आहे का?'' सेबॅस्टियन म्हणाला.

“तुला म्हणायला काय जातंय रे! या असल्याबाबतीत तू माझ्यापेक्षा फारच अनुभवी आहेस ना!”

“खरं आहे,” सेबॅस्टियन म्हणाला.

“ए, उगाच जास्त भाव खाऊ नकोस हं. नाहीतर तुला उद्या माझी कार देणार नाही मी,” ब्रूनो म्हणाला.

मग सेबॅस्टियनने चेहरा गंभीर ठेवण्याचा आटोकाट प्रयत्न केला. ब्रूनो त्याच्या बाजूला झुकून कुजबुजला, “उद्या मी कोणते कपडे घालू रे?”

“हे बघ, काहीतरी कॅज्युअल घाल. पण स्मार्ट दिसायला हवंस. टाय वगैरे नको घालूस. नुसता बो चालेल,” सेबॅस्टियनने सुचवलं. तेवढ्यात दिवाणखान्यातला फोन वाजू लागला. “आणि हो, उद्या तुझ्याबरोबर येताना नक्की कोणते कपडे घालायचे, याची चिंता तिकडे ती सॅलीसुद्धा करत असेल,” तो म्हणाला. एवढ्यात कार्ल तिथे आला.

“मिस्टर ब्रूनो तुमच्यासाठी मिस थॉर्नटन यांचा फोन आलाय,” तो म्हणाला.

सेबॅस्टियन मोठ्यांदा हसत सुटला. ब्रूनो ओशाळवाण्या चेहऱ्याने तिथून सटकला. सेबॅस्टियन टोस्टला जॅम लावत असताना ब्रूनो तिथे आला. त्याने दोन शिव्या हासडल्या.

“सॅली येणार नाही. तिला म्हणे खूप सर्दी झाली आहे आणि तापसुद्धा आलाय.”

“काय? भर उन्हाळ्यात?” सेबॅस्टियन म्हणाला. “मला तरी असं वाटतंय की, तिने हा कार्यक्रम रद्द करण्यासाठी उगीच काहीतरी सबब पुढे केली.”

“तसं अजिबात नाही हं. ती म्हणाली, उद्यापर्यंत मी नक्की बरी होईन. मग आपण जाऊ.”

“पण मग तूपण चल ना माझ्यासोबत केंब्रिजला, कारण तू कोणतेही कपडे घालून माझ्याबरोबर आलास तरी मला काहीच फरक पडणार नाही.”

ब्रूनो दात विचकून हसला. “सॅलीच्या ऐवजी तुझ्यासोबत? सॅलीची आणि तुझी काही तुलनाच होऊ शकत नाही. पण खरं सांगायचं, तर मलाही दुसरं करण्यासारखं काहीही नसल्यामुळे मी येईन.”

४६

खूप मोठ्या आवाजात शिव्यांची लाखोली देण्यात आल्याचं ऐकून कार्ल घाईघाईने काय झालं ते पाहायला बाहेर आला. बाहेर येऊन बघतो तर काय, दोघं मुलं घराच्या दारातून बाहेर पळून जात होती. तो त्यांच्या मागे धावला. तो फुटपाथवर पोहोचला. ब्रूनोची नवी कोरी कार त्याच्या डोळ्यांदेखत घराच्या मुख्य प्रवेशद्वारातून बाहेर पडत होती. सेबॅस्टियन ती चालवत होता.

"मिस्टर ब्रूनो," कार्ल जिवाच्या आकांताने ओरडत सुटला, पण दोघांपैकी एकानेही त्याच्या ओरडण्याला भीक घातली नाही. सेबॅस्टियनने कारमधला रेडिओ मोठ्या आवाजात लावून ठेवला होता. त्याला विम्बल्डनची ताजी बातमी ऐकायची होती. कार्ल पळत जाऊन रस्त्याच्या मध्यभागी उभा राहून जोरजोरात हात हलवू लागला, पण त्या कारचा वेग जरासुद्धा कमी झाला नाही. तो वेड्यासारखा त्या कारच्या मागे धावत सुटला. पण रस्त्याच्या शेवटी असलेल्या सिग्नलचा दिवा हिरवा झाला आणि त्यातून ती कार पुढे निघून गेली.

सेबॅस्टियनने कारचा वेग वाढवला आणि ती हाईडपार्कच्या दिशेने वळवली. ते दोघं आपल्या हातातून सुटल्याचं कार्लला कळून चुकलं. कदाचित ब्रूनोला सेबॅस्टियन वाटेत कुठे सोडणार तर नसेल आणि मग तो पुढे केंब्रिजला जाणार असेल, अशीही एक शक्यता होती. कार्लच्या माहितीप्रमाणे ब्रूनो आज दुपारी त्याच्या गर्लफ्रेंडला घेऊन सिनेमाला जाणार होता. कार्ल कोणताही धोका पत्करायला तयार नव्हता.

तो तातडीने माघारी फिरून घराकडे धावला. त्या विशिष्ट वेळी मिस्टर मार्टिनेझ नक्की कुठे असतील, याचा तो मनात विचार करत बसला होता. आज

दुपारी ते विम्बल्डनला वुमेन्स फायनल बघायला जाणार होते, हे त्याला माहिती होतं. पण मग त्याच्या लक्षात आलं, त्याआधीसुद्धा त्यांची शहरात एक अपॉइंटमेंट होती. म्हणजे कदाचित ते या वेळी ऑफिसात असण्याची शक्यता होती. खरं तर कार्लचा देवावर विश्वास नव्हता, पण तरीही आज त्याने देवाचा मनापासून धावा केला. ''देवा, मिस्टर मार्टिनेझ विम्बल्डनला जाण्यासाठी निघालेले नसू देत!''

तो उघड्या दरवाज्यातून पळतच घरात घुसला. हॉलमध्ये जाऊन त्याने फोन उचलून मार्टिनेझच्या ऑफिसचा नंबर फिरवला. काही क्षणात मार्टिनेझचा सेक्रेटरी फोनवर आला.

''मला बॉसशी तातडीने बोलायचंय,'' तो म्हणाला.

''पण मार्टिनेझ आणि दिएगो काही मिनिटांपूर्वीच निघाले.''

❋

''सेब, गेल्या काही दिवसांपासून माझ्या मनाला एका गोष्टीची फार चिंता लागून राहिली आहे. मला त्याबद्दलच तुझ्याशी जरा बोलायचंय,'' ब्रूनो म्हणाला.

''काय रे? उद्या सॅली येणार नाही असं मी म्हणालो, म्हणून तू काळजीत पडला आहेस का?''

''नाही, नाही. मला जे सांगायचंय ना सेब, ते त्याहून फार जास्त गंभीर आहे,'' ब्रूनो म्हणाला. आपल्या मित्राचा आवाज सेबॅस्टियनला काही वेगळाच भासला. पण गाडी चालवत असताना त्याच्याकडे वळून त्याचा चेहरा निरखून बघणं काही सेबॅस्टियनला शक्य नव्हतं. तो हाईडपार्क कॉर्नरसारख्या गजबजलेल्या भागातून आज प्रथमच गाडी चालवत होता.

''तसं मी अगदी निश्चित पुराव्यानिशी तर सांगू शकत नाही, पण मला मनातून असं वाटतंय, की तू लंडनला आल्यापासून माझे वडील तुला भेटायचं टाळत आहेत,'' ब्रूनो म्हणाला.

''पण ते तसं का करतील? आणि तू मला विम्बल्डनला घेऊन जावंस, असं त्यांनीच तर तुला सुचवलं ना?'' सेबॅस्टियनने त्याला आठवण करून दिली. आता ते पार्क लेनमध्ये वळले.

''हो ना. आणि उद्या मी माझी नवी कोरी कार तुला आज केंब्रिजला नेऊ द्यावी, ही कल्पनासुद्धा त्यांचीच होती. माझ्या मनात अशी एक शंका येते, की तू ब्युनॉस आयर्सला असताना ते चिडतील असं काही घडलं होतं का?''

''नाही रे. असं काही घडल्याचं मला तरी माहीत नाही.'' सेबॅस्टियन म्हणाला. त्याचं लक्ष पूर्णपणे रस्त्याकडे होतं.

''आणखी एक गोष्ट सेब. तुझे वडील त्या केंब्रिजच्या प्रवेशाचं सांगायला

इतका मोठा प्रवास करून तिकडे का आले? हे तर त्यांना फोन करूनही सांगता आलंच असतं.''

"खरं तर मीसुद्धा त्यांना याविषयी विचारायचं ठरवलं होतं,'' सेबॅस्टियन म्हणाला. "पण ते त्यांच्या पुस्तकाच्या प्रसिद्धी दौऱ्याच्या तयारीत व्यस्त होते. मी मुद्दाम आईपाशी हा विषय काढायचा प्रयत्न केला. पण तिने उत्तर द्यायचं टाळलं. तिने स्वत:ला काहीच कल्पना नसल्याचं भासवलं. ममाबद्दल एक गोष्ट मी खातरीने सांगू शकतो. तिला एखादी गोष्ट माहीत नाही, असं कधीच होत नाही.''

"आणखी एका गोष्टीचं मला कोडं पडलेलं आहे, सेब,'' ब्रूनो म्हणाला. "तू तुझ्या वडिलांबरोबर फ्लाईटने इंग्लंडला परत का नाही आलास? तू ब्युनॉस आयर्सला का थांबलास?''

"त्याचं कारण असं, की मी एक भलंमोठं पार्सल माझ्याबरोबर जहाजाने साऊथ हॅम्प्टनला घेऊन येण्याचं तुझ्या वडिलांना वचन दिलं होतं. शिवाय त्यांनी माझ्यासाठी इतकं काही केल्यानंतर त्यांचं ते काम न करणं मला बरं वाटेना,'' सेबॅस्टियन म्हणाला.

"अच्छा! म्हणजे शिलिंगफोर्डच्या आमच्या घराच्या हिरवळीवर एक पुतळा वेडावाकडा पडलेला मी पाहिला, तोच पुतळा त्या पार्सलमध्ये असणार. पण त्यामुळे तर हे सगळं गूढ अधिकच वाढलं आहे. माझ्या वडिलांनी आमच्या घरातला एक पुतळा तुला अर्जेंटिनाला घेऊन यायला लावला. तो लंडनमध्ये लिलावात विक्रीसाठी ठेवला आणि त्यानंतर त्यांनी तो स्वत:च का खरेदी केला?''

"मला त्याबद्दल काहीच कल्पना नाही. त्यांनी मला साऊथ हॅम्प्टनला रिलीज फॉर्मवर सही करायला सांगितली होती. ती मी केली. एकदा 'सोद्बीज'च्या माणसांनी मी आणलेला तो क्रेट ताब्यात घेतल्यावर मी ब्रिस्टॉलला माझ्या आई-वडिलांकडे गेलो. पण ब्रूनो, तू इतक्या शंका का काढतोयस? तुझ्या वडिलांनी मला जे करायला सांगितलं, ते मी केलं.''

"त्याचं कारण असं, की काल डॅडींना भेटायला एक माणूस आला होता. त्या दोघांचं आपापसात काहीतरी बोलणं चाललेलं असताना मला त्यात 'बॅरिंग्टन' असं नाव ऐकू आलं.''

पुढच्या ट्रॅफिक सिग्नलपाशी सेबॅस्टियनने कार थांबवली. "तो माणूस कोण असावा याविषयी तुला काही कल्पना आहे?''

"नाही. मी त्याला आजवर कधीही पाहिलेलं नाही. पण माझे डॅडी त्याचा उल्लेख 'मेजर' असा करत होते.''

"कृपया इकडे लक्ष द्या,'' लाऊडस्पीकरवर घोषणा झाली. मिस गिब्सन पहिल्या सेटच्या सर्व्हिसला सुरुवात करणारच होती. पण ही सूचना ऐकताच

सर्व लोक एकदम शांत झाले. "मिस्टर मार्टिनेझ यांनी ताबडतोब सेक्रेटरींच्या ऑफिसात येऊन भेटावं."

घोषणा ऐकून क्षणभर डॉन पेड्रो जागचा हललाच नाही. मग तो स्वत:च्या जागी अगदी सावकाश उठून उभा राहिला. "काहीतरी गोंधळ झालेला दिसतोय," तो स्वत:शीच पुटपुटला. मग काही न बोलता तो लोकांमधून वाट काढत जवळच्या दारातून बाहेर पडला. त्याच्यामागोमाग दिएगोही होताच. त्याने लोकांना विचारत सेक्रेटरीचं ऑफिस शोधून काढलं.

"त्या हिरव्या छपराच्या मोठ्या इमारतीत ऑफिस आहे, सर." एक तरुण कॉर्पोरल उजवीकडे हात दाखवत म्हणाला. लगेच दिसेलच तुम्हाला.

डॉन पेड्रो झपाझप पायऱ्या उतरून खाली आला. तो बाहेर जाण्याच्या दरवाज्यापाशी पोहोचेपर्यंत दिएगो त्याच्या पुढे जाऊन दरवाज्यातून बाहेरसुद्धा पडला होता. दिएगोने चालण्याचा वेग वाढवला. तो त्या प्रचंड मोठ्या इमारतीकडे निघाला. मधेच हळूच मागे बघून आपले वडील फार मागे तर नाही ना पडले, अशी तो खातरी करून घ्यायचा.

मग समोर एका दारापाशी त्याला एक गणवेशधारी पहारेकरी दिसला. दिएगोने थांबून त्याला ओरडून विचारलं, "सेक्रेटरीचं ऑफिस कुठे आहे?"

"डावीकडचं तिसरं दार, सर."

दिएगो झपाझप चालत तिथे गेला आणि क्लब सेक्रेटरी अशी पाटी असलेल्या दारासमोर थांबला.

त्याने दार उघडताच आत जांभळ्या रंगाचा कोट घातलेला माणूस त्याला दिसला.

"माझं नाव मार्टिनेझ," दिएगो म्हणाला. "आत्ता लाऊडस्पीकरवरून माझ्याच नावाची घोषणा झाली."

"होय, सर. कार्ल रॅमिरेझ नावाच्या माणसाचा तुमच्यासाठी फोन आला होता. त्याने तुम्हाला तातडीने घरी फोन करायला सांगितला आहे. अत्यंत महत्त्वाचं काम आहे, असं तो माणूस सारखं सांगत होता."

दिएगोने सेक्रेटरीच्या टेबलापाशी जाऊन घरचा नंबर लावायला सुरुवात केली, इतक्यात त्याचे वडील घाईघाईने तिथे आले. त्यांच्या चेहऱ्यावर काळजी स्पष्ट दिसत होती.

"काय रे, काय झालं? काही काळजीचं कारण आहे का?" ते म्हणाले.

"ते मला काही माहिती नाही. पण कार्लचा फोन येऊन गेला. त्यांनी तातडीने घरी फोन करायला सांगितला आहे."

डॉन पेड्रो मार्टिनेझने त्याच्या हातातून फोन चक्क हिसकावून घेतला. फोनमधून

कार्लचा आवाज आला, ''मिस्टर मार्टिनेझ, तुम्हीच आहात का?''

''हो, मीच आहे,'' असं म्हणून त्याने कार्लचं बोलणं लक्षपूर्वक ऐकलं.

''काय झालं?'' दिएगोने शक्य तितक्या शांत स्वरात आपल्या वडिलांना विचारलं. त्याच्या वडिलांचा चेहरा अक्षरश: पांढराफटक पडला होता. ते सेक्रेटरींचं टेबल घट्ट पकडून उभे होते.

''ब्रूनो त्या कारमध्ये आहे.''

''मी आज संध्याकाळी घरी पोहोचलो ना, की डॅडना सगळं स्पष्टच विचारणार आहे,'' ब्रूनो म्हणाला. ''मला एक गोष्ट कळत नाहीये, त्यांनी तुझ्यावर राग धरावा, असं तू करून करून काय केलं असशील? तू तर फक्त त्यांच्या सूचनांचं पालन केलंस ना?''

''मलाही काहीच कळत नाहीये,'' सेबॅस्टियन काळजीपूर्वक रस्त्याकडे लक्ष देत कार चालवताना म्हणाला. जरा वेळाने त्याने वेग वाढवला. त्याचे केस वाऱ्याने भुरूभुरू उडू लागले. त्याला त्याची मजा वाटत होती.

''कदाचित मी या सगळ्याला फार जास्त महत्त्व देत असेन,'' ब्रूनो म्हणाला. ''पण मला लवकरात लवकर हे रहस्य उलगडायचंच आहे.''

''तो मेजर म्हणजे जर मेजर ॲलेक्स फिशर असेल, तर मग तू ते कोडं कधी उलगडूच शकणार नाहीस,'' सेबॅस्टियन म्हणाला.

''मला नाही समजलं. हा फिशर कोण आहे?'' ब्रूनो म्हणाला.

''गेल्या निवडणुकीत कॉन्झर्व्हेटिव्ह पक्षातर्फे तो माणूस माझ्या अंकल गाइल्सच्या विरोधात उभा होता. तुला नाही का आठवत? मी तुला त्याच्याबद्दल सगळं सांगितलं होतं.''

''निवडणुकीच्या मतमोजणीच्या वेळी लबाडी करून त्याने तुझ्या अंकलना फसवण्याचा प्रयत्न केला होता, तोच ना?''

''हो, तोच माणूस. त्याने बॅरिंग्टन कंपनीचं वाटोळं करण्याची खूप धडपड केली. कंपनी कधीही खडतर प्रसंगातून जात असली, की तो कंपनीच्या शेअर्सच्या खरेदी-विक्रीचे उलटेपालटे व्यवहार करून त्रास द्यायचा. त्यानंतर अखेर कंपनीच्या चेअरमनने त्याची बोर्डवरून हकालपट्टी केली आणि त्याच्या जागी माझ्या आईला बोर्ड मेंबर केलं.''

''पण या इतक्या नीच माणसाबरोबर माझ्या वडिलांचं काय काम असणार?'' ब्रूनो म्हणाला.

''अरे, पण कदाचित तुझ्या वडिलांकडे आलेला तो मेजर म्हणजे हा फिशर नसेलच. आपणच उगीच चुकीचे तर्क करत बसलो असू,'' सेबॅस्टियन म्हणाला.

''देव करो आणि तुझं म्हणणं खरं ठरो. पण मला अजूनही असंच वाटतं

की इथून पुढे आपण आपले कान आणि डोळे नीट उघडे ठेवू. जे काही ऐकायला किंवा पाहायला मिळेल, त्याकडे नीट लक्ष ठेवू म्हणजेच हे कोडं उलगडेल,'' ब्रूनो म्हणाला.

''हो. खरं आहे तुझं,'' सेबॅस्टियन म्हणाला. ''एक सांगू? तुझ्या वडिलांच्या चुकूनही कधी विरोधात जाण्याची आपल्यात तर बुवा हिंमतच नाही.''

''तूसुद्धा एक गोष्ट लक्षात ठेव. समजा काही कारणांनी तुझ्या आणि माझ्या कुटुंबीयांमध्ये वैमनस्य आलेलं असलंच, तरीही तुझ्या-माझ्या मैत्रीत त्याने काहीच फरक पडता कामा नये,'' ब्रूनो म्हणाला.

''तू माझ्या अगदी मनातलंच बोललास,'' सेबॅस्टियन गाडीचा वेग साठपर्यंत नेत म्हणाला. हा एक वेगळाच रोमांचकारी अनुभव होता. त्याने गाडी जरा बाजूला घेतली. कोळशाने भरलेले तीन ट्रक एका मागोमाग एक रांग लावून चालले होते. गाडी त्यांच्या पुढे काढायचं त्याच्या मनात होतं. ''बरं, पण तुझ्या ट्यूटरने तुला कॉलेज सुरू होण्यापूर्वी किती पुस्तकं वाचून काढायला सांगितली आहेत?''

''त्याने सुमारे डझनभर पुस्तकांची यादी दिली आहे,'' ब्रूनो म्हणाला. ''पण माझी ती सगळी वाचून होतील, अशी अपेक्षा त्याने ठेवली नसावी.''

''माझ्या तर उभ्या आयुष्यातसुद्धा मी एक डझन पुस्तकं वाचली नसतील,'' सेबॅस्टियन म्हणाला. त्या तीन ट्रक्सपैकी पहिल्याला त्याने मागे टाकलं होतं. पण अचानक त्या तीन ट्रक्सपैकी मधल्या ट्रकच्या ड्रायव्हरने त्याच्या पुढच्या ट्रकला ओव्हरटेक करून मागे टाकायचा प्रयत्न सुरू केल्याने सेबॅस्टियनला जोरात ब्रेक लावावा लागला. आता मधला ट्रक पुढच्या ट्रकला पार करून पुढे जाण्याच्या बेतातच होता, इतक्यात सेबॅस्टियनला गाडीच्या आरश्यात असं दिसलं, की तिसरा ट्रक, जो सेबॅस्टियनच्या मागे पडला होता, तो आता त्याला ओव्हरटेक करून पुढे जाण्याच्या प्रयत्नात होता.

हळूहळू सेबॅस्टियनच्या कारच्या पुढे असलेल्या दोन लॉरीज एकाशेजारी एक अशा धावू लागल्या, तर त्याच्या मागे असलेली लॉरी त्याच्या कारच्या फारच जवळ येऊन, जवळजवळ चिकटून धावू लागली. त्या तीन वाहनांनी जणू त्यांच्या छोट्याशा कारला कोंडीतच पकडण्याचं ठरवलेलं दिसत होतं.

ब्रूनोने मागे वळून मागच्या काचेतून पाठीमागच्या लॉरीच्या ड्रायव्हरकडे रागाने पाहिलं; पण तो लॉरी पुढे पुढे आणण्याचा प्रयत्न करतच होता. इकडे पुढच्या दोन लॉरीज मात्र आता बरोबरीने धावत होत्या.

''फॉर गॉड्स सेक, पुढे व्हा ना,'' सेबॅस्टियन ओरडला. त्याने जोरजोरात हॉर्न वाजवायला सुरुवात केली. पण आपल्या पुढच्या वाहनातील ड्रायव्हरला आपलं बोलणं अजिबात ऐकू येणार नाही, याची त्याला कल्पना होती. त्याने पुन्हा रियरव्ह्यू

मिररमधून मागचं दृश्य पाहिलं आणि तो मनातून अतिशय घाबरला. मागची लॉरी आता त्यांच्या कारच्या मागील भागाच्या बंपरपासून केवळ काही इंचांवर होती.

पण पुढच्या दोन लॉरीजनी रस्ता असा काही अडवून कोंडी केली होती, की त्याला पुढे जाताच येत नव्हतं. आता एक लॉरी त्यांच्या डाव्या बाजूने चालली होती. त्याच्या ड्रायव्हरकडे बघत हात हलवून ब्रूनोने त्या ड्रायव्हरला बऱ्याच खाणाखुणा केल्या, पण त्या ड्रायव्हरचा चेहरा ढिम्मच होता. तो एकाच वेगाने चालला होता. आपण बाजूला होऊन सेबॅस्टियनला कार पुढे काढण्याची संधी देण्याचा त्याचा बिलकुल इरादा नव्हता.

आता मागच्या लॉरीने त्यांच्या गाडीच्या बंपरला स्पर्श केला. सेबॅस्टियनने स्टिअरिंग व्हीलवरची आपली पकड मजबूत केली. मागच्या लॉरीने त्यांच्या कारला एक छोटासा धक्का मारला. गाडीची नंबर प्लेट निखळून पडून गेली. सेबॅस्टियनने त्यातल्या त्यात गाडी जोरात पुढे काढण्याचा खूप प्रयत्न केला, पण त्यात त्याला यश आलं नाही.

क्षणार्धातच त्यांच्या गाडीला मागून जोरदार धक्का बसून ती पुढे ढकलली गेली आणि पुढच्या लॉरीच्या फूटभर अंतरावर थांबली. मागच्या लॉरीने त्यांच्या गाडीला आणखी एकदा जोराचा धक्का दिला. अचानक सेबॅस्टियनला ब्रूनोच्या बोलण्याची आठवण झाली. सेबॅस्टियन मार्टिनेझबरोबर ब्युनॉस आयर्सला जाणार असल्याचं ऐकून तो सेबॅस्टियनला म्हणाला होता, "तू नीट विचार करून हा निर्णय घेतला आहेस ना?" त्याने ब्रूनोकडे पाहिलं. तो दोन्ही हातांनी कारचा डॅशबोर्ड घट्ट पकडून जीव मुठीत धरून बसला होता.

"ते आपल्याला ठार मारायचा प्रयत्न करताहेत," ब्रूनो जोरात किंचाळला. "फॉर गॉड्स सेक सेब, लवकर काहीतरी कर!"

समोरच्या बाजूने विरुद्ध दिशेने येणाऱ्या वाहनांची रांग लागली होती. सेबॅस्टियनने निराश होऊन तिकडे पाहिलं.

त्यांच्या पुढच्या लॉरीचा वेग आणखी कमी झाला. आता आपण लवकर काहीतरी केलं नाही, तर आपण आपला जीव गमावून बसू, हे सेबॅस्टियनला कळून चुकलं.

✲

मुलाच्या वडिलांना फोन करून त्यांच्या मुलाच्या अपघाती निधनाची दु:खद बातमी त्यांना कळवण्याचं काम ट्यूटर ऑफ ॲडमिशन्सकडे सोपवण्यात आलं... ◆